ವಿಶ್ವಕಥಾಕೋಶ

ಸಂಪುಟ – ೫

ಪ್ರಧಾನ ಸಂಪಾದಕ
ನಿರಂಜನ

ಸುಭಾಷಿಣಿ

ಭಾರತ, ನೆರೆಹೊರೆಯ 23 ಕಥೆಗಳು

ಅನುವಾದ
ವಿವಿಧ ಲೇಖಕರು

AA000325

ನವಕರ್ನಾಟಕ ಪ್ರಕಾಶನ

SUBHAASHINI (Kannada)
An anthology of short stories from India, Pakistan, Bangladesh, Sri Lanka, Nepal and Burma being the fifth volume of Vishwa Kathaa Kosha, a treasury of world's great short stories in 25 volumes in Kannada. Translated by a panel of Translators. Editor-in Chief : Niranjana.
Editors : S. R. Bhat, C. R. Krishna Rao, C. Sitaram. Secretary : R. S. Rajaram

Fourth Print : 2019 Pages : 256 Price : ₹ 125
Paper : 70 gsm Maplitho 18.6 Kgs (1/8 Demy Size)

ಮೊದಲನೇ ಮುದ್ರಣ : 1980
ಮರುಮುದ್ರಣಗಳು : 2011, 2012
ನಾಲ್ಕನೇ ಮುದ್ರಣ : 2019

ಪ್ರತಿಗಳ ಸಂಖ್ಯೆ : 500

ಪ್ರಧಾನ ಸಂಪಾದಕ : ನಿರಂಜನ
ಸಂಪಾದಕರು : ಎಸ್. ಆರ್. ಭಟ್, ಸಿ. ಆರ್. ಕೃಷ್ಣರಾವ್, ಸಿ. ಸೀತಾರಾಮ್
ಕಾರ್ಯದರ್ಶಿ : ಆರ್. ಎಸ್. ರಾಜಾರಾಮ್
ಕಲಾ ಸಲಹೆಗಾರರು : ಎಸ್. ರಮೇಶ್, ಕಮಲೇಶ್, ಅಮಿತ್

ಕೃತಿಸ್ವಾಮ್ಯ : ಆಯಾ ಕಥೆಗಳ ಲೇಖಕರದ್ದು / ಲೇಖಕರ ವಾರಸುದಾರರದ್ದು

ಬೆಲೆ : ₹ 125

ಮುಖಚಿತ್ರ : ಅಮಿತ್

ಪ್ರಕಾಶಕರು
ನವಕರ್ನಾಟಕ ಪಬ್ಲಿಕೇಷನ್ಸ್ ಪ್ರೈವೆಟ್ ಲಿಮಿಟೆಡ್
ಎಂಬೆಸಿ ಸೆಂಟರ್, ಕ್ರೆಸೆಂಟ್ ರಸ್ತೆ, ಬೆಂಗಳೂರು – 560 001
ದೂರವಾಣಿ : 080–22161900 / 22161901 / 22161902

ಶಾಖೆಗಳು/ ಮಳಿಗೆಗಳು
ನವಕರ್ನಾಟಕ, ಕ್ರೆಸೆಂಟ್ ರಸ್ತೆ, ಬೆಂಗಳೂರು – 1, © 080–22161913/14, Email : nkpsales@gmail.com
ನವಕರ್ನಾಟಕ, ಕೆಂಪೇಗೌಡ ರಸ್ತೆ, ಬೆಂಗಳೂರು – 9, © 080–22203106, Email : nkpkgr@gmail.com
ನವಕರ್ನಾಟಕ, ಕೆ.ಎಸ್. ರಾವ್ ರಸ್ತೆ, ಮಂಗಳೂರು – 1, © 0824–2441016, Email : nkpmng@gmail.com
ನವಕರ್ನಾಟಕ, ಬಲ್ಮಠ, ಮಂಗಳೂರು – 1, © 0824–2425161, Email : nkpbalmatta@gmail.com
ನವಕರ್ನಾಟಕ, ರಾಮಸ್ವಾಮಿ ವೃತ್ತ, ಮೈಸೂರು–24, © 0821–2424094, Email : nkpmysuru@gmail.com
ನವಕರ್ನಾಟಕ, ಸ್ಟೇಷನ್ ರಸ್ತೆ, ಕಲಬುರಗಿ – 2, © 08472–224302, Email : nkpglb@gmail.com

ಮುದ್ರಕರು : ಪ್ರಿಂಟೆಕ್ ಪ್ರಿಂಟರ್ಸ್, ಬೆಂಗಳೂರು – 560 079

0401195295 **ISBN 978-81-8467-204-6**

Published by Navakarnataka Publications Private Limited, Embassy Centre Crescent Road, Bengaluru - 560 001 (India). Email : navakarnataka@gmail.com

ಅನುವಾದಕರು

ತೇಜಸ್ವಿನೀ ನಿರಂಜನ

1958ರಲ್ಲಿ ಬೆಂಗಳೂರಿನಲ್ಲಿ ಜನನ. 1974ರಲ್ಲಿ ಪ್ರಥಮ ಕವಿತಾ ಸಂಗ್ರಹ 'ಲಿಕ್ವಿಡ್ ಸಫೈರ್'. ಇದಕ್ಕೆ ಕಾಮನ್‌ವೆಲ್ತ್ ಕವಿತಾ ಮನ್ನಣೆ. 1978ರಲ್ಲಿ ಎರಡನೆಯ ಕವನ ಸಂಕಲನ 'ಬರ್ನ್ಟ್ ಸ್ಮೋಕ್ ಅಂಡ್ ವುಡ್ ಆ್ಯಷ್'. ಪಾಬ್ಲೊ ನೆರೂದನ ಕವಿತೆಗಳು 'ಮರಳಿ ಬರುವೆ', ಷೇಕ್ಸ್‌ಪಿಯರ್‌ನ ನಾಟಕ 'ಜೂಲಿಯಸ್ ಸೀಜರ್', '75 ಪೋಲಿಷ್ ಕವಿತೆಗಳು' ಕನ್ನಡಕ್ಕೆ ಅನುವಾದ. ಇಂಗ್ಲಿಷ್‌ಗೆ ನಿರಂಜನರ 'ಚಿರಸ್ಮರಣೆ', 'ವಿಮೋಚನೆ', 'ಮೃತ್ಯುಂಜಯ' ಕಾದಂಬರಿಗಳ ಅನುವಾದ. ಕ್ಯಾಲಿಫೋರ್ನಿಯ ವಿಶ್ವವಿದ್ಯಾನಿಲಯದಲ್ಲಿ (ಲಾಸ್ ಏಂಜಲಿಸ್) ಫೆಲೋಶಿಪ್. ಈಗ ಬೆಂಗಳೂರಿನಲ್ಲಿ ಉದ್ಯೋಗ. ○

ವಿಶೇಷ ಕೃತಜ್ಞತೆ

1. ಶಾಂತಿನಿಕೇತನ ಪ್ರತಿಷ್ಠಾನ; ನವದೆಹಲಿಯ ಶ್ರೀಪತ್‌ರಾಯ್ ಸಾಹಿತ್ಯ ಅಕಾಡಮಿ; ನ್ಯಾಷನಲ್ ಬುಕ್‌ಟ್ರಸ್ಟ್ ಮತ್ತು ಶಾ. ಬಾಲುರಾವ್.
2. ಜ್ಞಾನಪೀಠ ಪ್ರಶಸ್ತಿ ವಿಜೇತ ಗೋಪಿನಾಥ ಮೊಹಂತಿ; ಅವರ ಕಥೆಯನ್ನು ಇಂಗ್ಲೀಷ್‌ಗೆ ಅನುವಾದಿಸಿದ ಶ್ರೀಕಾಂತ ಮಹಾಪಾತ್ರ; ಅದನ್ನು ಮೊದಲು ಪ್ರಕಟಿಸಿದ Indian Literature.
3. ಕಾಶ್ಮೀರೀ ಕಥೆಗಾರ ಅಖ್ತರ್ ಮೊಹಿ-ಉದ್-ದೀನ್; ತಮಿಳು ಕಥೆಗಾರ ಜಯಕಾಂತನ್; ಮಲಯಾಳಂ ಕಥೆಗಾರ ತಗಳಿ ಶಿವಶಂಕರ ಪಿಳ್ಳೆ; ಪ್ರೊ. ಭೀಷಮ್ ಸಾಹನಿ, ಡಾ. ಮುಲ್ಕರಾಜ್ ಆನಂದ್, ಡಾ. ಘನಶ್ಯಾಮ್ ಜಿ. ಜೋಶಿ, ಬಿ. ಡಿ. ಗುಜರಾಥಿ
4. ಪಾಕಿಸ್ತಾನದ ಅಶ್ಫಖ್ ಅಹ್ಮದ್
5. ಬಾಂಗ್ಲಾದೇಶದ ಸೆಲೀನಾ ಹುಸೇನ್
6. ರಂಗೂನಿನ ಉ ಥೀನ್ ಹಾನ್ (ಜಾಗ್ಯೀ)
7. ಬಾಂಗ್ಲಾದೇಶದ ಕಥೆಗಳನ್ನು ದೊರಕಿಸಿಕೊಡುವಲ್ಲಿ ನೆರವಾದ ಭಾರತದ ಹೈ ಕಮೀಷನ್ ಕಛೇರಿಯ ಶಿಕ್ಷಣ ಸಲಹೆಗಾರ ಡಾ॥ ಡಿ. ಸಿ. ಬಿಶ್ವಾಸ್; ಕಥೆಯ ಆಯ್ಕೆಗೆ ನೆರವಾದ ಭಾರತದ ವಿಜ್ಞಾನ ಮಂದಿರದ ಡಾ॥ ಸಂಜಯ್ ಕೆ. ಬಿಶ್ವಾಸ್
8. ಆಫ್ರೊ_ಏಷ್ಯನ್ ಬರಹಗಾರರ ಸಂಘದ ಮುಖಪತ್ರ Lotus ನ ಸಂಪಾದಕರು; ಈ ಸಂಚಿಕೆಗಳನ್ನು ಒದಗಿಸಿ ಕೊಟ್ಟ ಪ್ರೊ॥ ಕ. ವೆಂ. ರಾಜಗೋಪಾಲ ಮತ್ತು ಯು. ಎಸ್. ಶ್ರೀನಿವಾಸನ್.
9. ವಿಶ್ವಕಥಾಕೋಶಕ್ಕೆ ನೇಪಾಳೀ ಕಥೆಯನ್ನು ಇಂಗ್ಲಿಷಿಗೆ ಭಾಷಾಂತರಿಸಿ ಆ ಮೂಲಕ ಕನ್ನಡಾನುವಾದವಾಗುವಂತೆ ನೆರವಾದ ಡಾ. ಪಾರಸಮಣಿ ಪ್ರಧಾನ್
10. ಮೂಲ ಪ್ರತಿಗಳ ಬೆರಳಚ್ಚು ತಯಾರಿ ಮತ್ತು ಸಂಪಾದಕೀಯ ನೆರವಿಗಾಗಿ ಕುಮಾರಿ ಸೀಮಂತಿನೀ ನಿರಂಜನ.

– ಇವರಿಗೆಲ್ಲ ನಮ್ಮ ವಿಶೇಷ ಕೃತಜ್ಞತೆ

ಅರ್ಪಣೆ

ನಿರಂಜನ
(1924–1991)

ಇವರ ನೆನಪಿಗೆ

ಪರಿವಿಡಿ

ಭಾರತ

4

ಶ್ರೀಲಂಕಾ

ನೇಪಾಳ

ಬರ್ಮ

ಪ್ರಕಾಶಕರ ನುಡಿ

ಕನ್ನಡ ಸಾಹಿತ್ಯ ಪ್ರಪಂಚಕ್ಕೆ ನವಕರ್ನಾಟಕ ಪ್ರಕಾಶನ ಸಂಸ್ಥೆಯ 20ನೇ ಹುಟ್ಟು ಹಬ್ಬದ ಕಾಣಿಕೆಯಾಗಿ 'ವಿಶ್ವಕಥಾ ಕೋಶ' ಯೋಜನೆ ರೂಪುಗೊಂಡಿತು.

ಇದು 25 ಸಂಪುಟಗಳ ಒಂದು ದೊಡ್ಡ ಯೋಜನೆ–ನೂರು ದೇಶ, ಪ್ರದೇಶಗಳ ಸುಮಾರು 400 ಸಣ್ಣ ಕಥೆಗಳ ಒಂದು ಮಹಾ ಸಂಕಲನ. ಭಾರತೀಯ ಭಾಷೆಗಳಲ್ಲೇ ಪ್ರಪ್ರಥಮ ಎನ್ನಬಹುದಾದ ಈ ಯೋಜನೆ ಶ್ರೀ ನಿರಂಜನರ ಪ್ರಧಾನ ಸಂಪಾದಕತ್ವದಲ್ಲಿ ಕಾರ್ಯಗತವಾಗುತ್ತಿದೆ.

ಯೋಜನೆಯ ಅವಧಿ ಮೂರು ವರ್ಷ, 1980ರಿಂದ 1982ರ ತನಕ. ಪ್ರತಿ ವರ್ಷದ ಯುಗಾದಿ ಮತ್ತು ದೀಪಾವಳಿಗಳಂದು ನಾಲ್ಕು ಸಂಪುಟಗಳಂತೆ ಒಟ್ಟು 6 ಕಂತುಗಳಲ್ಲಿ ಎಲ್ಲ ಸಂಪುಟಗಳ ಬಿಡುಗಡೆ. ಕೊನೆಯ ಕಂತಿನಲ್ಲಿ ಒಂದು ಸಂಪುಟ ಅಧಿಕ.

ಇದರಂತೆ ಕಥಾಕೋಶದ ಮೊದಲ ನಾಲ್ಕು ಸಂಪುಟಗಳನ್ನು ಕಳೆದ ಯುಗಾದಿಯಂದು ಬಿಡುಗಡೆ ಮಾಡಿದ ನಾವು, ಅದರ ಎರಡನೇ ಕಂತಿನ ನಾಲ್ಕು ಸಂಪುಟಗಳನ್ನು ಈ ದೀಪಾವಳಿ ಯಂದು ಓದುಗರ ಕೈಗಿಡಲು ತುಂಬಾ ಹರ್ಷಿಸುತ್ತೇವೆ.

ಈ ನಾಲ್ಕರಲ್ಲೊಂದು 'ಸುಭಾಷಿಣಿ' ಇದು ಕಥಾಕೋಶದ 5ನೇ ಸಂಪುಟ. ಇದರಲ್ಲಿ ಭಾರತ ಮತ್ತು ನೆರೆಹೊರೆ ರಾಷ್ಟ್ರಗಳ 23 ಕಥೆಗಳಿವೆ. ಇವುಗಳನ್ನು ಬೇರೆ ಬೇರೆ ಮಿತ್ರರು ಕನ್ನಡಕ್ಕೆ ಅನುವಾದಿಸಿ ಕೊಟ್ಟಿದ್ದಾರೆ. ಆಯಾ ಕಥೆಯ ಕೊನೆಯಲ್ಲಿ ಅವರ ಹೆಸರುಗಳನ್ನು ಕೊಡಲಾಗಿದೆ. ಇವರೆಲ್ಲರಿಗೂ ನಾವು ಋಣಿಗಳು. ಹಾಗೆಯೇ ಈ ಸಂಪುಟದ ಮುದ್ರಣ ಕಾರ್ಯವನ್ನು ನಿರ್ವಹಿಸಿದ ಶಾಲಿವಾಹನ ಪ್ರಿಂಟರ್ಸ್ ಅವರಿಗೆ, ಇದಕ್ಕೆ ಅಂದವಾದ ಮುಖಚಿತ್ರವನ್ನು ಒದಗಿಸಿದ ಕಲಾವಿದ ಶ್ರೀ ಅಮಿತ್‌ರವರಿಗೆ, ಇದರ ಹಿಮ್ಮೈ ವಿನ್ಯಾಸವನ್ನು ರಚಿಸಿದ ಶ್ರೀ ಕಮಲೇಶ್ ಅವರಿಗೆ ಹಾಗೂ ಇದರ ಹೊದಿಕೆಯನ್ನು ಮುದ್ರಿಸಿಕೊಟ್ಟ ಶಿವಕಾಶಿಯ ಜೇಯೆಮ್ ಆಫ್‌ಸೆಟ್ ಪ್ರಿಂಟರ್ಸ್ ಅವರಿಗೆ ಈ ಸಂದರ್ಭದಲ್ಲಿ ನಮ್ಮ ನೆನಕೆ ಸಲ್ಲುತ್ತದೆ.

ಇವರಲ್ಲದೆ, ಈ ಸಂಪುಟವನ್ನು ಹೊರತರಲು ಬೇರೆ ಬೇರೆ ರೀತಿಗಳಲ್ಲಿ ನಮಗೆ ನೆರವು ನೀಡಿದ ಇತರ ಮಿತ್ರರಿಗೆ ಸಂಪುಟದ

ಕೊನೆಯಲ್ಲಿ ನಮ್ಮ ವಿಶೇಷ ಕೃತಜ್ಞತೆಗಳನ್ನು ಸಮರ್ಪಿಸಲಾಗಿದೆ.

ಈ ಸಂಪುಟದಲ್ಲಿ ಬಳಸಲಾದ, ಕೃತಿಸ್ವಾಮ್ಯವನ್ನು ಹೊಂದಿರುವ ಎಲ್ಲಾ ಕಥೆಗಳ ಕರ್ತೃಗಳಿಂದ ಅಥವಾ ಅವರ ವಾರಸುದಾರರಿಂದ ಅದಕ್ಕೋಸ್ಕರ ಅನುಮತಿ ಪಡೆಯಲು ಆದಷ್ಟು ನಾವು ಪ್ರಯತ್ನಿಸಿದ್ದೇವೆ. ಅವರಿಗೆಲ್ಲ ನಮ್ಮ ಕೃತಜ್ಞತೆಗಳು. ಆದರೆ ಒಂದು ವೇಳೆ ಯಾರದಾದರೂ ಅನುಮತಿ ಬಿಟ್ಟು ಹೋಗಿದ್ದರೆ, ಈ ಯೋಜನೆಯ ಮಹತ್ವವನ್ನು ಮನಗಂಡು, ಅವರು ನಮ್ಮನ್ನು ಕ್ಷಮಿಸುವರೆಂದು ನಂಬಿದ್ದೇವೆ.

ವಿಶ್ವಕಥಾಕೋಶದ ಬಿಡಿ ಸಂಪುಟಗಳ ಬೆಲೆ ರೂ. 10.00 ಒಟ್ಟು 25 ಸಂಪುಟಗಳಿಗೆ ರೂ. 250.00 ಆದರೆ "ನವಕರ್ನಾಟಕ ಪಬ್ಲಿಕೇಷನ್ಸ್ (ಪ್ರೈ) ಲಿಮಿಟೆಡ್" – ಈ ಹೆಸರಿಗೆ 200.00 ರೂ. ಗಳನ್ನು ಡ್ರಾಫ್ಟ್ ಮೂಲಕ ಮುಂಗಡವಾಗಿ ಕಳುಹಿಸಿದವರಿಗೆ ರೂ. 50.00ರ ರಿಯಾಯಿತಿ ಇದೆ. ಸಂಪುಟಗಳು ಪ್ರಕಟವಾದಂತೆ ನಮ್ಮ ವೆಚ್ಚದಲ್ಲಿ ನಿಮ್ಮ ಮನೆ ಬಾಗಿಲಿಗೆ ಅವುಗಳನ್ನು ತಲಪಿಸಲಾಗುವುದು.

ಕೊನೆಯದಾಗಿ ಕಥಾಕೋಶದ ಮೊದಲ ನಾಲ್ಕು ಸಂಪುಟಗಳಿಗೆ ಓದುಗರಿಂದ ದೊರೆತ ಆದರದ ಸ್ವಾಗತ ಈ ಸಂಪುಟಗಳಿಗೂ ದೊರೆಯುವುದೆಂದು ಆಶಿಸುತ್ತೇವೆ.

ದೀಪಾವಳಿ, 1980   **ಆರ್. ಎಸ್. ರಾಜಾರಾಮ್**
ಬೆಂಗಳೂರು   ಕಾರ್ಯದರ್ಶಿ
ನವಕರ್ನಾಟಕ ಪಬ್ಲಿಕೇಶನ್ಸ್ (ಪ್ರೈ) ಲಿಮಿಟೆಡ್

ಪ್ರಕಾಶಕರ ನುಡಿ

(ಎರಡನೇ ಮುದ್ರಣ)

ನವಕರ್ನಾಟಕ ಪ್ರಕಾಶನದ 50ರ ಸಂಭ್ರಮದಲ್ಲಿ 'ವಿಶ್ವಕಥಾಕೋಶ'ದ ಇಪ್ಪತ್ತೈದು ಸಂಪುಟಗಳನ್ನು ಪುನರ್ಮುದ್ರಿಸಿ ಓದುಗರ ಕೈಗಿಡುತ್ತಿದ್ದೇವೆ. ಮೂವತ್ತು ವರ್ಷಗಳ ಕಾಲ ಅಲಭ್ಯವಾಗಿದ್ದ ಜಗತ್ತಿನ ಸಾಹಿತ್ಯ ಕಥಾ ಕಣಜ ಬೆಳಕು ಕಾಣುವ ಈ ಸಮಯದಲ್ಲಿ ಈ ಯೋಜನೆಯ ಹೊಣೆ ಹೊತ್ತ ಶ್ರೇಷ್ಠ ಕಥೆಗಾರ, ಸಾಹಿತಿ ನಿರಂಜನರು ನಮ್ಮೊಂದಿಗೆ ಇದ್ದಿದ್ದರೆ, ನವಕರ್ನಾಟಕದ ಚಿನ್ನದ ಹಬ್ಬ ಹೆಚ್ಚು ಅರ್ಥಪೂರ್ಣವಾಗುತ್ತಿತ್ತು. ಈ ಸಂಪುಟಗಳನ್ನು ಅವರಿಗೆ ಅರ್ಪಿಸಿ, ಅವರನ್ನು ನೆನೆಯುತ್ತೇವೆ.

ಸಂಪುಟಗಳನ್ನು ಅನುವಾದಿಸಿ ನೆರವಾದ ಅನೇಕ ಲೇಖಕ ಮಿತ್ರರು ಈ ಮೂರು ದಶಕಗಳಲ್ಲಿ ನಮ್ಮನ್ನು ಅಗಲಿದ್ದಾರೆ. 'ವಿಶ್ವಕಥಾಕೋಶ'ದ ಎಲ್ಲಾ ಅನುವಾದಗಳನ್ನು ಓದಿ, ಪರಿಷ್ಕರಿಸಿ, ಮುದ್ರಣಕ್ಕೆ ಸಿದ್ಧಗೊಳಿಸಿದ ಸಂಪಾದಕರಲ್ಲಿ ಒಬ್ಬರಾದ ಶ್ರೀ ಎಸ್. ಆರ್. ಭಟ್ಟರ ಅಗಲಿಕೆಯ ನೆನಪು ಈ ಸಂದರ್ಭದಲ್ಲಿ ನಮ್ಮನ್ನು ಕಾಡುತ್ತಿದೆ.

ಮೂವತ್ತು ವರ್ಷಗಳ ಹಿಂದೆ 25 ಸಂಪುಟಗಳನ್ನು ರೂ. 250ಕ್ಕೆ ನೀಡಿದ್ದೆವು. ಬೆಲೆಯೇರಿಕೆಯ ಇಂದಿನ ದಿನಗಳಲ್ಲಿ ಮರುಮುದ್ರಿಸಿದಲ್ಲಿ, ಅದರ ಬೆಲೆಯನ್ನು ಎಂಟು-ಹತ್ತು ಪಟ್ಟು ಏರಿಸಬೇಕಾಗಬಹುದು ಎನ್ನುವ ಭೀತಿಯೂ ವಿಳಂಬಕ್ಕೆ ಕಾರಣವಾಯಿತು. ಈ ಸಂದರ್ಭದಲ್ಲಿ ಈ ಸಂಪುಟಗಳನ್ನು ಸುಲಭ ಬೆಲೆಗೆ ನೀಡಲು ನೆರವಾದವರು ಇನ್ಫೋಸಿಸ್ ಫೌಂಡೇಷನ್‌ನ ಅಧ್ಯಕ್ಷೆ ಶ್ರೀಮತಿ ಸುಧಾ ಮೂರ್ತಿಯವರು. ಅವರಿಗೆ ನಾವು ಕೃತಜ್ಞರಾಗಿದ್ದೇವೆ.

ಈ ಯೋಜನೆಯ ಲೇಖಕರು ಈ ಅವಧಿಯಲ್ಲಿ ಸಾಕಷ್ಟು ಹೊಸ ಬರೆಹಗಳನ್ನು ಮಾಡಿದ್ದಾರೆ, ಗೌರವ ಪುರಸ್ಕಾರಗಳಿಗೆ ಪಾತ್ರರಾಗಿದ್ದಾರೆ. ಕೆಲವರು ನಮ್ಮೊಂದಿಗಿಲ್ಲ. ಈ ಎಲ್ಲ ಲೇಖಕರ ಪರಿಚಯಗಳಿಗೆ ಹೊಸ ಸೇರ್ಪಡೆಗಳನ್ನು ಮಾಡಿಕೊಟ್ಟ ಡಾ|| ಆರ್. ಪೂರ್ಣಿಮಾ ಮತ್ತು ಶ್ರೀಮತಿ ರೋಸಿ ಡಿ'ಸೋಜಾ ಅವರ ನೆರವನ್ನು ಸ್ಮರಿಸುತ್ತೇವೆ.

ಮರುಮುದ್ರಣದ ಈ ಕಾರ್ಯದಲ್ಲಿ ನೆರವಾದ ಎಲ್ಲರನ್ನೂ ನೆನೆಯುತ್ತೇವೆ.

ಯುಗಾದಿ, 2011 **ಆರ್. ಎಸ್. ರಾಜಾರಾಮ್**
ಬೆಂಗಳೂರು ವ್ಯವಸ್ಥಾಪಕ ನಿರ್ದೇಶಕ, ನವಕರ್ನಾಟಕ ಪ್ರಕಾಶನ

ಪ್ರಸ್ತಾವನೆ

1

ಐದು ಲಕ್ಷ ವರ್ಷಗಳ ಹಿಂದೆ ಕಾಶ್ಮೀರದ ಸೋಹನ್ ಕಣಿವೆಯಲ್ಲಿ ಪ್ರಾಚೀನ ಮಾನವ ಕಾಣಿಸಿಕೊಂಡ. ಆಹಾರಕ್ಕೆ ಹಣ್ಣು ಹಂಪಲು, ಸಣ್ಣ ಪುಟ್ಟ ಪ್ರಾಣಿಗಳ ಮಾಂಸ. ಸತ್ತ ಪ್ರಾಣಿ ದೊರೆತಾಗ, ಬೇರ್ಪಡಿಸಿದ ತೊಗಲು, ಉಡುಗೆಗೆ. ವಾಸಕ್ಕೆ ಗವಿ, ಅಥವಾ ನೆಲ ಅಗೆದು ಮಾಡಿದ ಕುಳಿಮನೆ. ಮೈ ಕಾಯಿಸಿಕೊಳ್ಳಲು, ಮಾಂಸ ಸುಡಲು ಬೆಂಕಿ ಬಳಸುತ್ತಿದ್ದ. ಇರಿಯಲು, ತೋಡಲು, ಗುದ್ದಿ ನೋಯಿಸಲು, ಕೆರೆಯಲು ಕಲ್ಲಿನ ಉಪಕರಣಗಳನ್ನು ಅವನು ಉಪಯೋಗಿಸಿದ್ದಾನೆ – ಎನ್ನುತ್ತಾರೆ, ಪ್ರಾಕ್ತನ ತಜ್ಞ ಸಂಕಾಲಿಯ. ಇವರೊಡನೆ ಸಹಮತ ವ್ಯಕ್ತಪಡಿಸಿದ್ದಾರೆ. ಪ್ರಾಕ್ತನ ತಜ್ಞರಾದ ಲೀಕಿ ದಂಪತಿ. (ಭಾರತದ ಪ್ರಾಚೀನ ಮಾನವನ ಅಸ್ಥಿಪಂಜರ ದೊರೆತ ಶಿವಬೆಟ್ಟ ಸಾಲು ಸೋಹನ್ ಕಣಿವೆಯಿಂದ ಬಹಳ ದೂರವಿಲ್ಲ.)

ಆ ಕಾಲದ ಅನಂತರ ಇಲ್ಲಿ ಎರಡು ಹಿಮ 'ಯುಗ'ಗಳಾದವು. ಮೂರನೆಯ ಹಿಮಪಾತ ಸಣ್ಣ ಪ್ರಮಾಣದ್ದು. ಆ ಹೊದಿಕೆ ಸರಿದು, ಮಾನವ ಜಾತಿಯೂ, ಸಸ್ಯ–ಪ್ರಾಣಿಗಳೂ ಕಂಡು ಬಂದುದು ಇಂದಿಗೆ ಹತ್ತು – ಹನ್ನೆರಡು ಸಾವಿರ ವರ್ಷ ಹಿಂದೆ. ಹಿಮಾವೃತವಾದದ್ದು ಈ ಉಪಖಂಡದ ಉತ್ತರ ಭಾಗ ಮಾತ್ರ. ಅಲ್ಲಿ ಹಿಮ ಕವಿದಂತೆ ಜನ ದಕ್ಷಿಣಕ್ಕೆ ಸರಿದಿರಬೇಕು. ಹಿಮ ಕರಗಿದಂತೆ ಮತ್ತೆ ಉತ್ತರಕ್ಕೆ. ಇಲ್ಲಿ ಅಷ್ಟು, ಅಲ್ಲಿ ಅಷ್ಟು, ಪಶ್ಚಿಮ ಪೂರ್ವ ಭಾಗಗಳಲ್ಲಿ ಕೂಡಾ. ಇವರದೆಲ್ಲ ನೀಗ್ರೋ ಚಹರೆ ಎಂದು ಸಂಶೋಧಕರ ಅಭಿಮತ.

ಮಧ್ಯ ಶಿಲಾಯುಗದಲ್ಲಿ ಉತ್ತರ ದಿಕ್ಕಿನಿಂದ ಕಾಕೇಶಿಯಸ್ ಬೆಟ್ಟಗಳಿಂದ ಬೇರೆಯವರು ಬಂದರು. ಈಶಾನ್ಯ ಮೂಲೆಯಿಂದ 'ಮಂಗೋಲ್' ಮೂಲದವರು ಇಳಿದರು. ಆಗ ಆಗ್ನೇಯ ಏಷ್ಯ ದ್ವೀಪಗಳಲ್ಲಿ ಎಲ್ಲಿಲ್ಲದ ಚಟುವಟಿಕೆ. ತೀರಾ ದಕ್ಷಿಣದ ಆಸ್ಟ್ರೇಲಿಯದಲ್ಲೂ. ಇವರೆಲ್ಲ ಭಾರತ ದರ್ಶನಕ್ಕೆ ಹೊರಟರು. ನಡೆಯುತ್ತ ಕೆಲವರು ; ದೋಣಿಗಳಲ್ಲಿ ಕೆಲವರು. ಎರಡು ಪ್ರಬಲ ಪಂಗಡಗಳು – ಕೋಲರು, ಮುಂಡರು – ಬರ್ಮದಲ್ಲಿ ಇರಾವದಿ ನದಿಯುದ್ದಕ್ಕೂ ಮೇಲೆ ಸಾಗಿ, ಬ್ರಹ್ಮಪುತ್ರ ನದಿ ದಾಟಿ, ಹೊಸ ನಾಡಿಗೆ ಬಂದರು. ಇವರು ಈ

ದೇಶಕ್ಕೆ ಕೃಷಿ ತಂದವರು. ಇಂದಿಗೆ ಎಂಟುಸಾವಿರ ವರ್ಷ ಹಿಂದೆಯೇ ಗುಡ್ಡದ ತಪ್ಪಲಲ್ಲಿ ವ್ಯವಸಾಯ. ಕೋಲಿನಿಂದ ನೆಲ ಕೆದಕಿ ಬೀಜ ಬಿತ್ತುವುದು. ಅಲ್ಲಿ ಮೂರು ವರ್ಷ. ನೆಲ ನಿಸ್ಸಾರವಾದಾಗ ಮತ್ತೊಂದು ತಪ್ಪಲಿಗೆ. ಪೂರ್ವ ದಿಕ್ಕಿನಲ್ಲಿ ಕೆಳಗಿನವರೆಗೂ ಪಯಣ. ಇಲ್ಲಿದ್ದ ಗುಡ್ಡಗಾಡುಗಳ ಬೇಡರೊಡನೆ, ನದೀ ತೀರಗಳ- ಕಡಲ ದಂಡೆಗಳ ಬೆಸ್ತರೊಡನೆ ಸಂಬಂಧ. ಈ ನಾಲ್ಕಾರು ಸೆಲೆಗಳು ಸೇರಿದ ಮಾನವ ಸಮಾಜ ಈ ಭೂಮಿಯಲ್ಲಿ ರೂಪು ತಳೆಯಿತು. ವಿವಿಧ ತಾಯಿ ನುಡಿಗಳು ಪರಸ್ಪರ ಹೆಣೆದುಕೊಂಡು ಹೊಸ ಭಾಷೆ ಮೂಡಿತು. ಕೊಟ್ಟುದೆಷ್ಟೊ! ಪಡೆದುದೆಷ್ಟೊ! ಪೂರ್ವಜರ ಚೇತನಗಳ ಪೂಜೆ; ಭೂತ–ದೈವಗಳ, ಬಸಿರಲ್ಲಿ ಹೊತ್ತು ಹೆರುವ ತಾಯಿಯ, ಶಕ್ತಿಶಾಲಿಯಾದ ಲಿಂಗದ, ಆಹಾರ ಕೊಡುವ ಭೂದೇವಿಯ, ನೀರುಣಿಸುವ ನದಿಯ ಆರಾಧನೆ (ಚೀನದ ಮೆ – ಕಾಂಗ್, ಭಾರತದ ಮಾ–ಗಂಗಾ, ಆಫ್ರಿಕದ ಕಾಂಗ್ – ಒ ಎಲ್ಲದರ ಅರ್ಥ ಒಂದೇ.) ಹೊಸ ಜನ ತಮ್ಮನ್ನು ಏನೆಂದು ಕರೆದುಕೊಂಡರೋ? 'ಕೋಲ' ಎಂದರಂತೂ 'ಮನುಷ್ಯ'! 'ಅರಸ' ಎಂಬ ಅರ್ಥವೂ ಇದೆ. ಹೂವಿನ ಕಿರೀಟ; ಕೈಯಲ್ಲಿ ಬಡಿಗೆ. ಕೋಲರ ಮುಂದಾಳ್ತನದಲ್ಲಿ ವಲಸೆ ಉತ್ತರಕ್ಕೆ ಸಾಗಿತು. (ಕೋಲಾರ, ಕೊಲ್ಲೂರು, ಕೊಲ್ಲಾಪುರ. ಗಂಗಾ ನದಿಗೆ ಕೋಲಾರಿ ಎಂಬ ಹೆಸರೂ ಬಂತು !) ಸಹಸ್ರಾರು ವರ್ಷಗಳ ವಾಸ; ಸಹಸ್ರಾರು ವರ್ಷಗಳ ಚಲನೆ. ಹೊಸ ಬುಡುಕಟ್ಟುಗಳ ಜನ ಇದಿರಾದಾಗ ಘರ್ಷಣೆ. ಬಳಿಕ ರಾಜಿ. ಬಲೂಚಿ ಕಣಿವೆಯನ್ನೂ ಕೆಳಗಿನ ಬಯಲನ್ನೂ ಅವರೆಲ್ಲ ತಲಪಿದಾಗ, ಮೂಲ ನಿವಾಸಿಗಳು ಯಾರೊ, ಕೋಲರು ಯಾರೊ, ಮುಂಡರು ಯಾರೊ ಹೇಳುವುದು ಕಷ್ಟವಾಗಿತ್ತು.

ಆ ಜನ ನೆಲೆಸಿದ್ದು ಬ್ರಾಹಿಯಲ್ಲಿ – ಸುಮಾರು ಐದಾರು ಸಾವಿರ ವರ್ಷ ಹಿಂದೆ. ಬಯಲು ಕೃಷಿ. ಜತೆಗೆ ಪಶುಪಾಲನೆ, ಹಸುವಲ್ಲ – ಪಳಗಿಸಿದ ಕಾಡೆಮ್ಮೆ. ಸಾಧುಪ್ರಾಣಿಯಾದ ಕುರಿ. ಕಾಡುನಾಯಿ ಸ್ವಾಮಿ ನಿಷ್ಠೆ ಕಲಿತು ಬಾಲ ಆಡಿಸುತ್ತಿತ್ತು. ನಿನ್ನೆಯ ಕಾಡುಕೋಳಿ ಮುಂಜಾವದಲ್ಲಿ ಕೊಕ್ಕೊಕ್ಕೋ ಎಂದು ಮನುಷ್ಯ ಮಿತ್ರರನ್ನು ಎಬ್ಬಿಸುತ್ತಿತ್ತು. ಅದು ದುಡಿಮೆಗೆ ಕರೆ; ಬದುಕಿನ ಹೋರಾಟಕ್ಕೆ ಕಹಳೆ, ಬಿಸಿಲು ಮಳೆಗಳಿಗೆ ತಡೆಯಾಗಿ, ತಲೆಯ ಮೇಲೊಂದು ಸೂರು. ಆಗಿನದು ಸಮುದಾಯ ಜೀವನಕ್ಕೊಂದು ಪೂರ್ವ ಮಾದರಿ. (ಕ್ರಿ. ಪೂ. 3500?) ಅಲೆತ ಚಟವಾಗಿದ್ದವರು ನೂರಾರು ಹಗಲು, ಇರುಳು ಭೂಪರ್ಯಟನ ಮಾಡಿ ಬಂದರು. ಅವರು ತಂದುದು (ಈಗಿನ) ಯೂಫ್ರಟೀಸ್ ಟೈಗ್ರೀಸ್ ನದೀ ತೀರಗಳಲ್ಲಿ ಹುಲ್ಲುಕಡ್ಡಿಗಳ

ಗುಡಿಸಲು ಕಟ್ಟಿಕೊಂಡು ಕೃಷಿನಿರತರಾಗಿದ್ದ ಉಬ್ಬೈದ್ ಜನರ ಕಥೆಯನ್ನು. ದೀರ್ಘ ಕಾಲದ ಚರ್ಚೆಯ ಬಳಿಕ ನಿರ್ಧಾರ. ಕೆಲವರು ಬ್ರಾಹಿಯಲ್ಲಿಯೇ ನೆಲೆ ನಿಂತರು. (ಈಗಲೂ ಆ ವಂಶಜರು ಅಲ್ಲಿದ್ದಾರೆ. ಬ್ರಾಹಿ ಭಾಷೆಯಲ್ಲಿ ದಕ್ಷಿಣ ಭಾರತದ ಭಾಷೆಗಳ ಶಬ್ದಗಳು ಹೇರಳವಾಗಿವೆ.) ಉಳಿದವರು ಇಬ್ಭಾಗವಾಗಿ, ಒಂದು ತಂಡ ವಾಯವ್ಯಕ್ಕೆ ಶುಮೆರ್ (ಮೇರು?) ಪರ್ವತದತ್ತ ಸಾಗಿ, ಅಲ್ಲಿಂದ ಉಬ್ಬೈದರ ಮೇಲೆ ಎರಗಿತು; ಇನ್ನೊಂದು ತಂಡ ಹಿಮ್ಮುಖವಾಗಿ, ಮುಂದೆ ಸಿಂಧೂ ಎಂದು ಹೆಸರು ಪಡೆದ ನದಿಯತ್ತ ಬಂತು.

ತಮಗಿಂತ ಬರ್ಬರರಾದ ಬ್ರಾಹಿಯರ (ಶುಮೆರರ) ಹೊಡೆತಕ್ಕೆ ತತ್ತರಿಸಿ ಉಬ್ಬೈದರು, ದಿಮ್ಮಿಗಳನ್ನು ಕೊರೆದು ಮಾಡಿದ ತಮ್ಮ ಪುಟ್ಟ ದೋಣಿಗಳನ್ನೇರಿ ಕಡಲು ತಲಪಿ, ಪಶ್ಚಿಮಕ್ಕೂ ಅಲ್ಲಿಂದ ದಕ್ಷಿಣಕ್ಕೂ ದಂಡೆಯುದ್ದಕ್ಕೆ ಸಾಗಿದರು. ಅಲ್ಲಲ್ಲಿ ಕೆಲವರು ನೆಲೆಸಿದರು. ಈಗಿನ ಗುಜರಾಥಿನಿಂದ ಬಂಗಾಳದವರೆಗೆ ವೈದ್ಯರು, ಬೈದ್ಯರು (ಈಚಿನ ಸಾವಿರ ವರ್ಷಗಳಲ್ಲಿ) ನಾಮಾಂತರ ಹೊಂದಿದ ಉಬೇಯ್ದರು, ಒಬೀದುಲ್ಲರು), – ಹೀಗೆ ನೂರಾರು ಗುರುತು ಕಂಬಗಳು! ಅವರು 'ಜ್ಞಾನಿ'ಗಳು, ವೈದ್ಯಿಕೆ ತಿಳಿದವರು, ಪೂಜಾರಿಗಳು ಸಹಾ.

ಮೆಸೊಪೊಟಾಮಿಯ (ಎರಡು ನದಿಗಳ ನಡುವಿನ ದೇಶ) ಮತ್ತು ಸಿಂಧೂ ಕಣಿವೆ – ಈ ನಾಗರಿಕತೆಗಳ ಮೂಲ ಒಂದೇ. ಇವು ಅವಳಿ ಜವಳಿ. ಅವಶೇಷಗಳು ಸಾಕ್ಷ್ಯ ನುಡಿದ ಮೇಲೆ ಸಾಮ್ಯದ ಬಗ್ಗೆ ವಿವಾದವಿಲ್ಲ.

'ಮೊಹೆಂಜೊದಾರೊ' ಎಂದರೆ 'ಸತ್ತವರ ದಿಬ್ಬ'. ಸರ್ವನಾಶವಾದ ಮೇಲೆ ಯಾರೋ ಇಟ್ಟ ಹೆಸರು. ಹರಪ್ಪ? ಶುಮೆರ್‌ರಲ್ಲಿ ಅಡಪ ಎಂಬ ಪರಮ ಸಾತ್ವಿಕನಿದ್ದ. (ಅಡಪ – ಮನುಷ್ಯ.) ಮುಂದೆ ಆ ಅಡಪ ದೇವರಾದ. ಮೂಲದ ಅಡಪನೇ ಮುಂದಿನ ಹರಪ್ಪ. ಅಡ – ಅರ – ಹರ. ಅದು ದೇವನಗರಿ. ಚಿವ, ಕಿವ, ಸಿವ, (ಬಳಿಕ ಶಿವ, ಹರ) ಅಲ್ಲಿನ ದೇವರು.

ನವಶಿಲಾಯುಗವನ್ನು ದಾಟಿದ್ದ ಬ್ರಾಹಿ ಸಮಾಜ ಗೆರೆಗಳ ಸಂಕೇತ ಬಳಸಿತ್ತು. ಮಾತಿಗೊಂದು ರೂಪ. ಆ ಗೆರೆಗಳು ಮೆಸೊಪೊಟಾಮಿಯದಲ್ಲೂ ಸಿಂಧೂ ಕಣಿವೆಯಲ್ಲೂ ಲಿಪಿಗಳಾಗಿ ರೂಪಾಂತರ ಹೊಂದಿದುವು. ಸಹಸ್ರಾರು ವರ್ಷಗಳ ಬೆಳವಣಿಗೆ. ಹೋಲಿಕೆಯೂ ಮಸುಕು. ವ್ಯತ್ಯಾಸವೂ ಮಸುಕು. (ಅಲ್ಲಿನ ಲಿಪಿಯನ್ನೂ ಅದರ ಪ್ರಭೇದಗಳನ್ನೂ ಆಧುನಿಕ ಪರಿಣತರು ಓದಿದ್ದಾರೆ. ಸಿಂಧೂ ಲಿಪಿ ಮಾತ್ರ ಕಣ್ಣು ಮುಚ್ಚಾಲೆಯಾಡುತ್ತಿದೆ.

ಅದರ ರಹಸ್ಯವನ್ನು ಭೇದಿಸುವ ಮಹಾನುಭಾವನಿಗಾಗಿ ನೊಬೆಲ್ ಪಾರಿತೋಷಕ ಮೈಯೆಲ್ಲ ಕಣ್ಣಾಗಿ ಕಾದು ಕುಳಿತಿದೆ!) (ಅಶೋಕನ ಶಿಲಾ ಲೇಖದ ಭಾಷೆ ಬ್ರಾಹ್ಮಿ ಎಂದಿದ್ದಾರೆ. ಬ್ರಾಹಿ ಮೂಲದ್ದು ಅಲ್ಲವಷ್ಟೆ? ದೇವನಗರಿ ಹರಪ್ಪದ ಲಿಪಿಯಿಂದ ದೇವನಾಗರಿ ಸಿದ್ಧವಾಗಲಿಲ್ಲ ತಾನೆ? ಸೂಕ್ತ ಬದಲಾವಣೆಗಳೊಂದಿಗೆ ಯಾವುದೇ ಲಿಪಿಯನ್ನು ಯಾವ ಭಾಷೆಗೆ ಬೇಕಾದರೂ ಅಳವಡಿಸಬಹು ದೆಂಬುದು ಬಲ್ಲವರು ಬಲ್ಲ ಸಂಗತಿ.)

ಈ ಭೂಭಾಗದ ಸಾಹಸಿಗಳು ಮಾಡಿದಂತೆ, ಮಧ್ಯ ಏಷ್ಯ ದಿಂದಲೂ ಒಂದು ಬಲಶಾಲಿ ಸಮಾಜ ಅಲೆದಾಟ ಆರಂಭಿಸಿತ್ತು. ಪಶ್ಚಿಮಕ್ಕೆ, ನೈಋತ್ಯಕ್ಕೆ, ದಕ್ಷಿಣಕ್ಕೆ, ಇವರ ಮೊದಲ ಅಲೆ ಗುಡ್ಡಗಾಡುಗಳ ಮಾರ್ಗವಾಗಿ ಸಿಂಧೂ ಕಣಿವೆಗೆ ಬಂತು. ತಮ್ಮ ಗೋವುಗಳ ಜತೆ ಅವರು ಅಲ್ಲಲ್ಲಿ ನಿಂತು, ನೆಲೆಸಿ, ಮುಂದುವರಿದು ಈ ನೆಲ ತಲಪಲು ಏಳು ಶತಮಾನಗಳಾದರೂ ಹಿಡಿದಿರಬೇಕು. ಎತ್ತರದ ಕಟ್ಟಡಗಳು, ಬ್ಯಾಬಿಲನ್‌ವರೆಗೂ ಹೋಗುತ್ತಿದ್ದ ನಾವೆಗಳು, ಹೇರಳವಾದ ಸಿರಿಸಂಪತ್ತು, ವಾಣಿಜ್ಯ ಪ್ರಧಾನ ಸಮಾಜವನ್ನು ಆಳಲು ಧರ್ಮರಾಜ – ತೀರಾ ಹೊಸ ಸಂಸ್ಕೃತಿ. ಬಂದವರು ಬೆರಗಾಗಿ ಉದ್ಗಾರ ತೆಗೆದರು: "ಇವರು ದ್ರಾವಿದರು!" – ಯಾರಿಂದ ವಿತ್ತವೂ ವಿದ್ವತ್ತೂ ಹರಿಯುತ್ತವೆಯೋ ಅವರು. (ಕೆಲ್ಟರು, ಗ್ರೀಕರು, ಫ್ರಾಂಕರು, ಜರ್ಮನರು ಮತ್ತಿತರರೆಲ್ಲ ಆರ್ಯ ಬುಡಕಟ್ಟಿನವರೇ. ಪಶ್ಚಿಮದ ತುತ್ತತುದಿಯನ್ನು – ಈಗಿನ ಐರ್‌ಲೆಂಡ್ ಇಂಗ್ಲೆಂಡ್ ಗಳನ್ನು – ಕೆಲ್ಟರು ತಲಪಿದಾಗ, ಅಲ್ಲಿ ಕರಿ ಛಾಯೆಯ ಜನರಿದ್ದರು. ಅವರೊಡನೆ ಹೊಸಬರು ಬೆರೆತರು. ಅಲ್ಲಿದ್ದ ಜ್ಞಾನಿಗಳನ್ನು ಅರ್ಚಕರನ್ನು ವೈದ್ಯರನ್ನು 'ದ್ರುಯಿದರು' 'ದ್ರುವಿದರು' ಎಂದು ಕೆಲ್ಟರು ಕರೆದರು. ಅವರ ಕುಲಬಾಂಧವರೇ ಸಿಂಧೂ ಕಣಿವೆಯವರನ್ನು 'ದ್ರಾವಿದರು' ಎಂದು ಕರೆದುದು ಸ್ವಾಭಾವಿಕ.)

ಕೆಲವು ಶತಮಾನಗಳ ಅನಂತರ ಆರ್ಯರ ಇನ್ನೊಂದು ಅಲೆ ಬಂತು – ಮೆಸೊಪೊಟಾಮಿಯದ ದಾರಿಯಾಗಿ. ಬಿಲ್ಲುಬಾಣಗಳ ಜತೆಗೆ ಲೋಹದ ಢಾಲು, ಶಿರಸ್ತ್ರಾಣ; ಕುದುರೆ ಹೂಡಿದ ರಥ. ಇವರು ಧೀಮಂತ ಬರ್ಬರರು. ಇವರ ಆಗಮನದ ವೇಳೆಗೆ, ಸಿಂಧೂ ನಗರಗಳು ದುರ್ಬಲವಾಗಿದ್ದುವು – ಪದೇ ಪದೇ ಕಾಡಿದ ಮಹಾಪೂರದ ದೆಸೆಯಿಂದ. ಇಂದ್ರನ ನಾಯಕತ್ವದಲ್ಲಿ ಆರ್ಯರು ದ್ರಾವಿದರ ಪುರಗಳನ್ನು ಧ್ವಂಸ ಮಾಡಿದರು. ಕ್ರಿ. ಪೂ. 2500ರಿಂದ 1500ರ ತನಕ – ಒಂದು ಸಾವಿರ ವರ್ಷ– ಜೀವಂತವಾಗಿದ್ದ ಹರಪ್ಪ ಸಂಸ್ಕೃತಿ ಅಳಿಯಿತು. ಆ ಸಂಸ್ಕೃತಿಯ ರೂವಾರಿಗಳು ಚೆಲ್ಲಾಪಿಲ್ಲಿ

ಯಾದರು. ಕಾಡುಗುಡ್ಡಗಳಲ್ಲಿ ರಕ್ಷಣೆ ಪಡೆದರು. ಹೆಚ್ಚಿನವರು ದಕ್ಷಿಣಕ್ಕೆ ಸರಿದುದರಿಂದ, ಆ ಭಾಗ ದ್ರಾವಿಡ ನೆಲವಾಯಿತು. (ಆಯುಧಪಾಣಿ ಆರ್ಯರು ದ್ರವೀಡ್ ಅಂದರೆ ತುಚ್ಛ ಎಂದು ಅರ್ಥ ನೀಡಿದ್ದರು) ಇಂದಿನ ರಾಜಸ್ಥಾನ ಪ್ರದೇಶದಲ್ಲಿದ್ದ ನಾಗರು ಆರ್ಯರಿಂದ ಪರಾಜಿತರಾಗಿ, ಕಗ್ಗಾಡುಗಳು ಕರೆದಷ್ಟು ದೂರ ಪೂರ್ವದಿಕ್ಕಿಗೆ ಪಲಾಯನ ಮಾಡಿದರು. ಹರಪ್ಪ ಸಮಾಜದ ಘಟಕಗಳಾಗಿದ್ದ ಕೋಲರು, ಭಿಲ್ಲರು, ಗೊಂಡರು, ಖೊಂಡರು, ಮುಂಡರು, ಬಸ್ತಾರರು, ಕುರುಕ್ ಜನ, ಸಂತಾಲರು ತಮ್ಮ ಅಸ್ತಿತ್ವವನ್ನು ಉಳಿಸಿಕೊಳ್ಳಲು ಹೆಣಗಿದರು.

ಆರ್ಯರಲ್ಲೂ ಬೇರೆಬೇರೆ ಬಣಗಳಿದ್ದುವು. ಪ್ರತಿ ಬಣದಲ್ಲೂ ಮೂರು ವಿಭಾಗಗಳು. ಇರಾನಿನಲ್ಲಿ ನೆಲೆಸಿದ ಇವರ ದಾಯಾದಿಗಳಲ್ಲಿ ಇದ್ದಂತೆ. ತೋಳ್ಬಲದ ಹೋರಾಟಗಾರರು, ಶ್ಲೋಕ ರಚಿಸಿ ಪಠಿಸುವ ಕಂಠಶ್ರೀಯವರು, ಕೃಷಿ ನಿರತರು. ಆರ್ಯರು ಈ ನೆಲದಲ್ಲಿ ಸೆರೆ ಹಿಡಿದವರು ನಾಲ್ಕನೆಯ ವಿಭಾಗವಾದರು – ದಸ್ಯುಗಳು, ದಾಸರು ಇಲ್ಲವೆ ಶೂದ್ರರು. ಮೆಸೊಪೊಟಾಮಿಯದ ಜಲಪ್ರಳಯ ಕಥೆಯಲ್ಲಿ ಬದುಕಿ ಉಳಿದವನು ಜಿಯಶೂದ್ರ. ಅವನ ಇನ್ನೊಂದು ಹೆಸರು (ಅಕ್ಕಡ್ ಭಾಷೆಯಲ್ಲಿ) ಉತುನಪಿಷ್ಟಿನ್ – ದೇವರಿಗೆ ಪ್ರಿಯನಾದವನು. ಮುಂದೆ ಇತಿಹಾಸ ಕಾಲದ ಶೂದ್ರ ಅರಸ ಅಶೋಕ ತನ್ನನ್ನು ದೇವಾನಾಂಪ್ರಿಯ ಎಂದು ಕರೆದುಕೊಂಡುದಕ್ಕೆ ಆಧಾರ ಆ ಹೆಸರು. (ಜಲಪ್ರಳಯವನ್ನು ಕುರಿತ ಆರ್ಯರ ಆವೃತ್ತಿಯಲ್ಲಿ ಬದುಕಿ ಉಳಿದವನು ವೈವಸ್ವತ ಮನು; ಹೀಬ್ರೂ ಕಥೆಯಲ್ಲಿ ಆತ ನೋವಾ.) ವಿಜೇತ ಆರ್ಯರ ದೃಷ್ಟಿಯಲ್ಲಿ ಶೂದ್ರರು ಕೀಳು ಜನ. ಉಳುಮೆಗೆ ಮತ್ತಿತರ ಸೇವೆಗೆ ತಕ್ಕವರು. ಹೀಗೆ ಆರ್ಯರ ಹೊಸ ಸಂಸ್ಕೃತಿ ನಿರ್ಮಾಣವಾದದ್ದು ಚಾತುರ್ವರ್ಣ್ಯದ ಅಡಿಪಾಯದ ಮೇಲೆ. (ಮುಂದೆ 'ಹೊಲಸು ಕೆಲಸ'ಗಳಿಗೆಂದೇ ದಟ್ಟ ದರಿದ್ರರ ಒಂದು ಪಂಗಡ ಸಿದ್ಧವಾಯಿತು. ಇವರು ಅಸ್ಪೃಶ್ಯರು – ನಾಲ್ಕು ವರ್ಣಗಳ ಆಚೆಗಿನವರು, ಪಂಚಮರು.)

ಇಂದ್ರ ಸತ್ತಾಗ ದೇವರೆನಿಸಿಕೊಂಡ: ಅನಂತರದ ನಾಯಕ ವಿಷ್ಣುವೂ ಮುಂದೆ ಮೃತನಾದಾಗ, ದೈವತ್ವ ಪಡೆದ. (ಈ ನೆಲದವನೇ ಆದ ಶಿವನೂ ಮಂಜುಮುಸುಕಿದ ಪ್ರಾಚೀನ ಕಾಲದಲ್ಲಿ ಪಶುಪತಿ ಯಾಗಿದ್ದವನು. ಮರಣಾನಂತರ ದೇವರಾದವನು.) ಯಜ್ಞ ಆರ್ಯರ ಪೂಜಾ ವಿಧಾನ. ಅಗ್ನಿಯ ಮೂಲಕವೇ 'ಮೇಲಿನ ಲೋಕ'ದಲ್ಲಿರು ವವರಿಗೆ ಕಾಣಿಕೆ ಸಂದಾಯ. ಅಗ್ನಿದೇವ, ವಾಯು ದೇವ, ವರುಣ ದೇವ. 'ದಸ್ಯು'ಗಳನ್ನು ಸೋಲಿಸಿದ ಆರ್ಯ ಬಣಗಳು ತಮ್ಮ

ತಮ್ಮಲ್ಲೂ ಹೊಡೆದಾಡಿದುವು – ನೆಲದ ಒಡೆತನಕ್ಕಾಗಿ. ಆ ಸಮಸ್ಯೆ ಪರಿಹಾರವಾಗಿ ಜೀವನ ಸುಗಮವಾದ ಮೇಲೆ, ಪ್ರಕೃತಿಯ ರಹಸ್ಯ ತಿಳಿಯಲು ಹವಣಿಸಿದವರು ಕೆಲವರು. ಅವರು ಆರ್ಯರ ಪುರೋಹಿತರು, ಋಷಿಗಳು. ಈ ನೆಲ, ಜಲ, ವಾಯು ಆಕಾಶ ರೂಪುಗೊಂಡ ಬಗೆ ಯಾವುದು? ಸರಳ ಉತ್ತರ ನೀಡಿದವರೇ ಹೆಚ್ಚು ಮಂಗಿ "ಇವೆಲ್ಲ ಬಂದುದೆಲ್ಲಿಂದ? ಹೇಗಾಯಿತು ಸೃಷ್ಟಿ? ಯಾರು ಬಲ್ಲರು? ಉತ್ತರಿಸುವವರಾರು? ದೇವರುಗಳೆಲ್ಲ ಬಂದುದೇ ಸೃಷ್ಟಿಕಾರ್ಯದ ಅನಂತರ. ಅಂದ ಮೇಲೆ, ನಿಜವಾಗಿಯೂ ಉಗಮ ಹೇಗಾಯಿತೆಂಬ ಅರಿವುಳ್ಳವರು ಯಾರು?"– ಈ ರೀತಿ ಚಿಂತಿಸಿದವರೂ ಇದ್ದರು. ಈ ಎಲ್ಲ ಪ್ರಾರ್ಥನೆಗಳ – ಋಕ್ಕುಗಳ – ಸಮುಚ್ಚಯವೇ ಋಗ್ವೇದ. ಯಜ್ಞಗಳಲ್ಲಿ ಪ್ರಮುಖ ಸ್ಥಾನವಿತ್ತು ಸೋಮರಸಕ್ಕೆ. ಅದು ಮಾದಕ ಪಾನೀಯ. ಮತ್ತೇರಿದ ಒಬ್ಬ ಋಷಿ ಹಾಡಿದ: "ಈ ಭೂಮಿಯನೆತ್ತುವೆ. ಅದನು ಅಲ್ಲಿಡುವೆ, ಇಲ್ಲಿಡುವೆ... ಸೋಮ ಕುಡೀತಾ ಇದ್ದೆನೆ ನಾನು?" ... ಅನಂತರ ಇತರ ವೇದಗಳು.

ಬರವಣಿಗೆ ಇಲ್ಲದ ಅಪೂರ್ವ ಸಾಹಿತ್ಯ. ಎಲ್ಲವೂ ಕಂಠಪಾಠ. ಗುರುವಿನಿಂದ ಶಿಷ್ಯನಿಗೆ. ಕ್ಷತ್ರಿಯರಿಗೂ ಕೃಷಿವೃತ್ತಿಯಿಂದ ವಾಣಿಜ್ಯ ಪ್ರಪಂಚಕ್ಕೆ ಬಂದ ವೈಶ್ಯರಿಗೂ ಬ್ರಹ್ಮೋಪದೇಶ ಪಡೆದು ದ್ವಿಜರೆನಿಸಿ ಕೊಳ್ಳುವ ಹಕ್ಕಿತ್ತು. ಆದರೂ ವೇದ ಬಲ್ಲ ಬ್ರಾಹ್ಮಣರದೇ ಮೇಲುಗೈ. ಸೃಷ್ಟಿಯೆಲ್ಲ ಬ್ರಹ್ಮನಿಂದ ಎಂದರು. ವೇದಗಳ ಕರ್ತೃವೂ ಅವನೇ... ಉಪನಿಷತ್ತುಗಳ ರಚನೆ ಆರಂಭವಾಯಿತು. ಇವು ವೇದಗಳ ಮುಂದುವರಿಕೆ, ಹೊಸ ಸಂದರ್ಭಕ್ಕೆ ಅನ್ವಯಿಸಿ ಹೊಸ ತಾತ್ವಿಕ ವಿವೇಚನೆ.

ಆ ಸಂದರ್ಭ: ಗಣಜೀವನ ಕೊನೆಗಂಡು, ಅವಿಭಕ್ತ ಕುಟುಂಬಗಳು ಸಂಪತ್ತಿನ ಒಡೆತನ ಪಡೆದದ್ದು. ಮೂಲ ನಿವಾಸಿಗಳಲ್ಲೂ ಹಲವರ ಬ್ರಾಹ್ಮಣೀಕರಣ. ಮೂಲದಲ್ಲಿ 'ಗೋತ್ರ' ಎಂದರೆ ಹಸುಗಳ ಹಟ್ಟಿ, ದನಗಳ ಮಂದೆ. ಅಥರ್ವ ವೇದದ ವೇಳೆಗೆ ಗೋತ್ರಕ್ಕೆ ಪಂಗಡ ಎಂಬ ಅರ್ಥ ಬಂತು.

ಕ್ರಿ. ಪೂ. 7–6ನೇ ಶತಮಾನದ ಕಪಿಲ ಮುನಿ (ನೆಲೆಸಿದ್ದು ನೇಪಾಳದಲ್ಲಿ, ಮುಂದೆ ಬುದ್ಧ ಜನಿಸಿದ ನಗರಕ್ಕೆ ಕಪಿಲವಸ್ತು ಎಂಬ ಹೆಸರು ಬಂದದ್ದು ಈತನಿಂದಲೇ.) "ವಿಶ್ವದ ಸೃಷ್ಟಿ ಭೌತ ವಸ್ತುವಿನಿಂದ; ಪ್ರಕೃತಿ ವಿಕಾಸಗೊಳ್ಳುತ್ತಲೇ ಇದೆ; ಬದುಕು, ಚೇತನ, ವಿಚಾರ, ಪ್ರಜ್ಞೆ – ಎಲ್ಲಕ್ಕೂ ವಸ್ತುವೇ ಮೂಲ," ಎಂದ. ಈತನ ಬೋಧನೆಯನ್ನು ಸಾಂಖ್ಯ ಸಿದ್ಧಾಂತ ಎಂದು ಕರೆದರು. "ಎಲ್ಲಿಯ ಆತ್ಮ? ಎಲ್ಲಿಯ ಪುನರ್ಜನ್ಮ? ನರಕವೂ ಇಲ್ಲ. ಸ್ವರ್ಗವೂ ಇಲ್ಲ" – ಎಂದ ಬೃಹಸ್ಪತಿ. (ಅವನ ಶಿಷ್ಯರೇ ಲೋಕಾಯತರು, ಚಾರ್ವಾಕರು.)

ಇಂಥ ವೈಚಾರಿಕ ಸಂಘರ್ಷದ ಹಿನ್ನೆಲೆಯಲ್ಲಿ, ವೈದಿಕ ಧರ್ಮಕ್ಕೆದಿರು ಮಹಾವೀರ – ಬುದ್ಧರು ತೋರಿದ ಪ್ರತಿಭಟನೆ ಜನಪ್ರಿಯವಾಯಿತು.

ಪಿತೃಪ್ರಧಾನ ಸಮಾಜ. ಸ್ತ್ರೀಯರ ಅಭಾವ. ಸಂತಾನಾಭಿವೃದ್ಧಿಗಾಗಿ ಈ ದೇಶದ ಅಸಂಖ್ಯ ಹೆಂಗಸರನ್ನೇ ಬಳಸಿದ್ದರು. ಹೀಗಾಗಿ, ಅವಳೆಂದೂ ಆರ್ಯ ಪುರುಷರಿಗೆ ಸಮಾನಳಲ್ಲ. ಹಲವು ಮನೆಗಳ ಹಳ್ಳಿಗಳು ಮೈತಳೆದು, ಸಣ್ಣ ಪಟ್ಟಣಗಳಾಗಿ, ಸಾಕಷ್ಟು ವಿಸ್ತಾರದ ನೆಲಕ್ಕೊಬ್ಬ ಮುಖ್ಯಸ್ಥನಾದ. ರಾಜ, ತಿಕ್ಕಾಟ ಸೆಣಸಾಟಗಳ ಕುಲಿಮೆಯಲ್ಲಿ ರೂಪು ಪಡೆಯುತ್ತಿದ್ದ ನವಸಮಾಜ. ಅದು ಸುಭದ್ರವಾಗಿರಬೇಕು. (ಬಲಶಾಲಿ ಭರತ ಬುಡಕಟ್ಟಿನವರು ಹಿಮಾಲಯದಿಂದ ದಕ್ಷಿಣಕ್ಕೆ, ವಿಂಧ್ಯದಿಂದ ಉತ್ತರಕ್ಕೆ, ಪಶ್ಚಿಮ ಕಡಲಿನಿಂದ ಪೂರ್ವ ಕಡಲಿನವರೆಗೆ ಮೈಚಾಚಿದ ಆರ್ಯಭೂಮಿಗೆ ಭಾರತ ಎಂದು ಹೆಸರಿಟ್ಟರು. ದಕ್ಷಿಣದಲ್ಲೂ ಪಾಳೆಯಗಾರಿಕೆ ಬಲವಾಗಿ, ರಾಜ್ಯಗಳು ಅಸ್ತಿತ್ವಕ್ಕೆ ಬರತೊಡಗಿದುವು.) ಹೊಸತಿನ ಹೊಂಬಿಸಿಲಿನಲ್ಲಿ ಮಹಾಕಾವ್ಯಗಳು ರಚಿತವಾದುವು. ಸಣ್ಣ ಘಟನೆಗಳ ಬೃಹತ್ ಕಥಾ ರೂಪ. ರಂಜನೆಯ ಜತೆಗೆ ನೀತಿ ಬೋಧೆ: ಆರ್ಯರು ಅಗತ್ಯವೆಂದು ಮನಗಂಡ ಹೊಸ ಸಾಮಾಜಿಕ ಮೌಲ್ಯಗಳ ಪ್ರತಿಪಾದನೆ.

– "ಅರಸನಿಲ್ಲದೆ ಜಗತ್ತು ಅರಾಜಕವಾಗಿದ್ದಾಗ ಎಲ್ಲರ ರಕ್ಷಣೆಗಾಗಿ ರಾಜನನ್ನು ದೇವರು ಸೃಷ್ಟಿಸಿದ."

– "ರಾಜ ಬರಿಯ ಹಸುಳೆಯಾದರೂ ನಶ್ವರ ಜೀವವೆಂದು ಕಡೆಗಣಿಸಬಾರದು; ಯಾಕೆಂದರೆ, ಆತ ಮಾನವ ರೂಪಿಯಾದ ಮಹಾನ್ ದೇವ."

ಒಂದಿಷ್ಟು ಕಾವ್ಯಮಯವಾಗಿ:

– "ನೀರಿಲ್ಲದ ನದಿ, ಹುಲ್ಲಿಲ್ಲದ ಕಾಡು, ಗೋವಳನಿಲ್ಲದ ಪಶುಮಂದೆ ಎಂತೋ ಅಂತೆಯೇ ಅರಸನಿಲ್ಲದ ದೇಶ."

ಸ್ವಲ್ಪ ತಮಾಷೆಯಾಗಿ:

– "ಮೊದಲು ರಾಜನನ್ನು ಆರಿಸಿಕೊಳ್ಳಬೇಕು; ಬಳಿಕ ಮಡದಿಯನ್ನು. ಅನಂತರ ಧನ ಸಂಚಯ. ಯಾಕೆಂದರೆ ಅರಸನಿಲ್ಲದ ರಾಜ್ಯದಲ್ಲಿ ಹೆಂಡತಿಯೂ ಇರಳು; ಆಸ್ತಿಪಾಸ್ತಿಯೂ ಉಳಿಯದು."

ಭಯ ಭಕ್ತಿ ಮುಖ್ಯ. ಪರಲೋಕದ ಸದ್ಗತಿಗಾಗಿ ರಹದಾರಿ ಬೇಡವೆ? ಅದಕ್ಕಾಗಿ ಯಜ್ಞಯಾಗ, ಪೂಜೆಪುನಸ್ಕಾರ.* ವೇದಾಂತಿಗಳು

---

* "ಧರ್ಮವು ಶೋಷಿತ ಬಡಪಾಯಿಯ ನಿಟ್ಟುಸಿರು; ಹೃದಯಹೀನ ಜಗತ್ತಿನ ಹೃದಯ – ಅದು ನಿರ್ಜೀವ ಸ್ಥಿತಿಗತಿಗಳಿಗೆ ಜೀವ ಹೇಗೋ ಹಾಗೆ. ಅದು ಜನತೆಯ ಅಫೀಮು" – ಕಾರ್ಲ್ ಮಾರ್ಕ್ಸ್

ಎಷ್ಟು ಪ್ರಬಲರಾಗಿದ್ದರೆಂದರೆ, ಭೌತ ದರ್ಶನದ ಪ್ರತಿಪಾದಕರೂ ಆರಂಭದಲ್ಲಿ ಪರಬ್ರಹ್ಮನನ್ನು ಸ್ತುತಿಸಬೇಕಾಗುತ್ತಿತ್ತು! ಮುಂದೆ ವೈದಿಕ ಸಾಹಿತ್ಯವೆಲ್ಲ ಬರಹಕ್ಕಿಳಿದರೂ, ಭೌತ ದರ್ಶನ ಗ್ರಂಥಗಳು ಅಗ್ನಿಯ ಸ್ಪರ್ಶಸುಖ ಪಡೆದುವು. ಬುದ್ಧ ಜಿನರು ಬಳಸಿದ್ದು ಆಡುಭಾಷೆಗಳನ್ನು (ಪಾಲಿ, ಅರ್ಧಮಾಗಧಿ). ಶಾಂತಿ ಬಯಸುತ್ತಿದ್ದ ಕುಶಲಕರ್ಮಿಗಳೇ ಮುತ್ತಿತರ ದುಡಿಮೆಗಾರರಿಗೆ, ವ್ಯವಸಾಯ ನಿರತರಿಗೆ, ವಣಿಕರಿಗೆ ಅಹಿಂಸೆಯ ಬೋಧನೆ ಆಪ್ಯಾಯಮಾನವಾಗಿತ್ತು. ಆದರೆ ವೇದಾಂತಿಗಳ ಪಟ್ಟು ಅನಾದೃಶವಾದದ್ದು. ಬುದ್ಧ ವಿಷ್ಣುವಿನ ಅವತಾರ ಎಂದರು: ಅವನ ಧರ್ಮವನ್ನು ದೇಶಾಂತರ ವಾಸಕ್ಕೆ ದಾಟಿಸಿದರು. ಮುಂದೆ ಬುದ್ಧನ ಒಂದು ಹಲ್ಲನ್ನು ಪ್ರದರ್ಶನಕ್ಕೆ ಇಟ್ಟಾಗ, ನೋಟಕರು ಒಂದೊಂದು ಹೊನ್ನು ಶುಲ್ಕ ತೆರಬೇಕಾಯಿತು. ವಾಣಿಜ್ಯಕ್ಷೇತ್ರದ ಬೆಂಬಲ ದಿಂದ ಜಿನಧರ್ಮ ಮಾತ್ರ ಉಳಿಯಿತು. ಭಾರತವನ್ನು ದಕ್ಷಿಣ ತುದಿಗೂ ವಿಸ್ತರಿಸಬಯಸಿದವರು ತ್ರಿಮೂರ್ತಿ ಕಲ್ಪನೆಯನ್ನು ಮುಂದಿಟ್ಟರು. ಪ್ರಾಚೀನ ಶಿವನಿಗೂ ಅಲ್ಲಿ ಸ್ಥಾನ. ಹಿಂದಿನಿಂದ ಬಂದ ರೀತಿರಿವಾಜು ಗಳನ್ನು ಕ್ರೋಡೀಕರಿಸಿ ಧರ್ಮಶಾಸ್ತ್ರದ ರಚನೆ. ಕ್ರಿ. ಪೂ. 4 ನೆಯ ಶತಮಾನದ ಕೌಟಲ್ಯನ 'ಅರ್ಥಶಾಸ್ತ್ರ' ರಾಜ ನೀತಿಗೆ ಮೀಸಲು.

ರಾಜ್ಯಗಳು ಸಾಮ್ರಾಜ್ಯಗಳಾದುವು. ಸಮ್ರಾಟ ಚಂದ್ರಗುಪ್ತ, ಸಮ್ರಾಟ ಅಶೋಕ; ಸಮ್ರಾಟ ಹರ್ಷವರ್ಧನ. ಎಲ್ಲರೂ ಖ್ಯಾತನಾಮರು. ಹೊರಗಿನಿಂಧ ದಂಡೆತ್ತಿ ಬಂದವರು ಹಲವರು: ಗ್ರೀಕರು, ಕುಶಾಣರು, ಶಕರು, ಹೂಣರು, ಮೊಘಲರು (ಆಧುನಿಕ ಕಾಲಾವಧಿಯಲ್ಲಿ ಪೋರ್ಚುಗೀಸರು, ಡಚ್ಚರು, ಇಂಗ್ಲೀಷರು, ಫ್ರೆಂಚರು). ಅಂದಿನ ಪ್ರಖ್ಯಾತ ನಗರಗಳು: ಯಮುನೆ ನೀರುಪಾಲು ಮಾಡಿದ ಹಸ್ತಿನಾವತಿ, ಪಾಟಲೀಪುತ್ರ, ತಕ್ಷಶಿಲೆ, ಉಜ್ಜಯಿನಿ, ಕಾನ್ಯಕುಬ್ಜ, ಕಾವೇರಿಪಟ್ಟಿನಮ್, ಮದುರೈ, ದ್ವಾರಸಮುದ್ರ, ವಾರಂಗಲ್... ದಕ್ಷಿಣವನ್ನು ಆಳಿದವರು: ಶಾತವಾಹನರು, ಪಲ್ಲವರು, ಚಾಲುಕ್ಯರು, ರಾಷ್ಟ್ರಕೂಟರು, ಚೋಳರು, ಹೊಯ್ಸಳರು, ಯಾದವರು, ಕಾಕತೀಯರು, ಪಾಂಡ್ಯರು, ವಿಜಯನಗರದ ಅರಸರು.

ಎಲ್ಲರೂ ಪಾಳೆಯಗಾರರು. ರಾಣಾ ಪ್ರತಾಪನಂಥ ಸ್ವಾತಂತ್ರ್ಯ ಪ್ರೇಮಿ, ಶಿವಾಜಿಯಂಥ ರಾಷ್ಟ್ರಾಭಿಮಾನಿ – ಯಾರೂ ಅಪವಾದವಲ್ಲ. ಅಕ್ಬರ್ ಸಮನ್ವಯ ಸಾಮ್ರಾಜ್ಯದ ಕನಸು ಕಂಡಿದ್ದ. 18ನೇ ಶತಮಾನದಲ್ಲಿ ಮೊಮ್ಮಗ ಔರಂಗಜೇಬ್ ಅದನ್ನು ನುಚ್ಚು ನೂರು ಮಾಡಿದ...

ಆಳರಸರನ್ನು ಅವರ ಪಾಡಿಗೆ ಬಿಟ್ಟು, ಹಿಂದೂ ಧರ್ಮದ ಸಡಿಲಿದ ಕಟ್ಟುಗಳನ್ನು ಬಿಗಿಗೊಳಿಸಿದವರು ಆಚಾರ್ಯತ್ರಯರು – ಶಂಕರ, ರಾಮಾನುಜ, ಮಧ್ವ. ಸಾಮಾಜಿಕ – ಧಾರ್ಮಿಕ ಬಂಡಾಯದ ಸೊಲ್ಲು ಕೇಳಿಸಿದ್ದು ಕಲ್ಯಾಣದ ಬಸವಣ್ಣನಿಂದ.

ಮೊದಲಿನಿಂದಲೂ ವೈದ್ಯಿಕೆ, ಭೌತ, ಗಣಿತ ವಿಜ್ಞಾನಗಳಿಗೆ ಅಸಾಮಾನ್ಯ ಕಾಣಿಕೆ. ಚಿರಸ್ಮರಣೀಯರು : ಚರಕ, ಸುಶ್ರುತ, ಕಣಾದ, ಆರ್ಯಭಟ, ವರಾಹಮಿಹಿರ...

ವ್ಯಾಪಾರಕ್ಕೆ ಬಂದ ಬ್ರಿಟಿಷರು ದೇಶವನ್ನು ದಾಸ್ಯದಲ್ಲಿ ಕೆಡವಿದರು. ತಮ್ಮ ಮತಪ್ರಸಾರಕರನ್ನೂ ಕರೆತಂದರು. ಬ್ರಿಟಿಷ್ ಸಾಮ್ರಾಜ್ಯಶಾಹಿ ನಡೆಸಿದ ಸುಲಿಗೆಯ ವೈಖರಿಗೆ ದೃಷ್ಟಾಂತ: ಡಾಕ್ಕದ ಮಸ್ಲಿನ್ ಬಟ್ಟೆ ಜಗದ್ವಿಖ್ಯಾತವಾಗಿತ್ತು. ನಾಗರಿಕ ಬ್ರಿಟಿಷರು ಅಲ್ಲಿನ ನೇಕಾರರ ಹೆಬ್ಬೆಟ್ಟು ಕತ್ತರಿಸಿದರು. ಜನಸಂಖ್ಯೆ 150,000 ಇದ್ದುದು 20,000ಕ್ಕೆ ಇಳಿಯಿತು. 1824ರಲ್ಲಿ ಬ್ರಿಟಿಷರ ಮಸ್ಲಿನ್ ಈ ದೇಶದಲ್ಲಿ ಮಾರಾಟವಾದದ್ದು 1 ಲಕ್ಷ ಗಜ. 1837ರಲ್ಲಿ ಅದು 6 ಕೋಟಿ 40 ಲಕ್ಷ ಗಜಗಳಿಗೇರಿತು.

1857ರ ಸಿಪಾಯಿ ದಂಗೆಯನ್ನು (ಮೊದಲ ಸ್ವಾತಂತ್ರ್ಯ ಸಂಗ್ರಾಮ) ಬ್ರಿಟಿಷರು ಹತ್ತಿಕ್ಕಿದರು. ಮುಂದಿನ 90 ವರ್ಷ ಪರಕೀಯರಿಗಿದಿರು ಈ ದೇಶದ ಜನ ನಡೆಸಿದ ಹೋರಾಟ ಒಂದು ಮಹಾಕಾವ್ಯಕ್ಕೆ ವಸ್ತುವಾಗುವ ಯೋಗ್ಯತೆಯುಳ್ಳದ್ದು. ಸವಲತ್ತುಗಳಿಗಾಗಿ ಅರ್ಜಿ ಗುಜರಾಯಿಸುವ ಸಂಘಟನೆಯಾಗಿ 1885ರಲ್ಲಿ ರಾಷ್ಟ್ರೀಯ ಕಾಂಗ್ರೆಸಿನ ಸ್ಥಾಪನೆ. ಕ್ರಮೇಣ ಅದರ ಸ್ವರೂಪ ಬದಲಾವಣೆ. ಮಹಾತ್ಮ ಪಟ್ಟ ಪಡೆದ ಗಾಂಧೀಜಿ, ಲೋಕಮಾನ್ಯ ತಿಲಕ್, ಹುತಾತ್ಮನಾದ ಭಗತ್ ಸಿಂಗ್, ಧೀರೋದಾತ್ತ ನಾಯಕರಾದ ಜವಾಹರಲಾಲ್, ಸುಭಾಷ ಬೋಸ್, – ಇವರೆಲ್ಲ ಸ್ವಾತಂತ್ರ್ಯ ಹೋರಾಟದ ಹಿರಿಯರು. 1925ರಲ್ಲಿ ಸ್ಥಾಪಿತವಾದ ಕಮ್ಯೂನಿಸ್ಟ್ ಪಕ್ಷ ಸಾಮ್ರಾಜ್ಯವಾದಿಗಳಿಗೆ ಸಿಂಹಸ್ವಪ್ನವಾಯಿತು. ದಶಕಗಳ ತ್ಯಾಗಬಲಿದಾನಗಳ ಫಲವಾಗಿ 1947ರ ಆಗಸ್ಟ್ 15ರ ನಡುವಿರುಳು, 'ಹೊರ ಜಗತ್ತು ನಿದ್ದೆ ಹೋಗಿದ್ದಾಗ, ಸ್ವತಂತ್ರ ಭಾರತ ಎಚ್ಚೆತ್ತಿತು.' (ಈಗ ಭಾರತೀಯರ ಸಂಖ್ಯೆ 67 ಕೋಟಿ. ವಿಸ್ತೀರ್ಣ ಹನ್ನೆರಡೂವರೆ ಲಕ್ಷ ಚ. ಮೈಲು.)

ಇನ್ನು ನಮ್ಮ ನೆರೆಹೊರೆಯ ಕ್ಷಿಪ್ರಾವಲೋಕನ. ಸಾಮ್ರಾಜ್ಯವಾದಿ ಧೂರ್ತರು ಇಲ್ಲಿಂದ ಕಾಲ್ತೆಗೆದದ್ದು ದೇಶವನ್ನು ತುಂಡರಿಸಿದ ಮೇಲೆಯೇ. ರಾಷ್ಟ್ರವಿಭಜನೆಯಲ್ಲಿ ಸತ್ತವರು 60ಲಕ್ಷ. ನಿರಾಶ್ರಿತರಾದವರು ಒಂದೂವರೆ ಕೋಟಿ. ಪಶ್ಚಿಮದಲ್ಲೊಂದು ತುಣುಕು. 1200 ಮೈಲು ಆಚೆಗೆ ಪೂರ್ವದಲ್ಲೊಂದು ತುಣುಕು. ಅವೆರಡೂ ಸೇರಿ ಮಹಮದ್ ಅಲೀ ಜಿನ್ನಾರ ನಾಯಕತ್ವದಲ್ಲಿ ಪಾಕಿಸ್ತಾನ. ಪಶ್ಚಿಮ ಭಾಗದವರ ಶೋಷಣೆಯಿಂದ ಕ್ರುದ್ಧರಾಗಿ, ಪೂರ್ವಭಾಗದವರು ತಾವು ಬೇರೆಯಾಗುತ್ತೇವೆ ಎಂದರು. ಹಾಗೆ 1971ರಲ್ಲಿ ಹುಟ್ಟಿತು ಬಾಂಗ್ಲಾದೇಶ. ಇಲ್ಲಿನ ಬಹ್ವಂಶ ಜನರ ತಾಯ್ನುಡಿ ಬಂಗಾಳಿ. (ಈಗಿನ ಪಾಕಿಸ್ತಾನದ ಜನಸಮಖ್ಯೆ 7 ಕೋಟಿ; ವಿಸ್ತೀರ್ಣ ಮೂರು

ಲಕ್ಷ ಚ; ಮೈ. ವಿಸ್ತೀರ್ಣ. ಬಾಂಗ್ಲಾದೇಶದ್ದು 8 ಕೋಟಿ ಜನಸಂಖ್ಯೆ. 55,126 ಚ.ಮೈ. ವಿಸ್ತೀರ್ಣ. ಬಾಂಗ್ಲಾದೇಶದ ರಾಷ್ಟ್ರಪಿತ ಎನಿಸಿಕೊಂಡ ವಂಗಬಂಧು ಮುಜಿಬುರ್ ರೆಹಮಾನ್ 1975ರಲ್ಲಿ ಕೊಲೆಯಾದರು. ಪಾಕಿಸ್ತಾನದ ಪ್ರಧಾನಿ ಭುಟ್ಟೋ 1977ರಲ್ಲಿ ಪದಚ್ಯುತರಾಗಿ 1979ರಲ್ಲಿ ಗಲ್ಲು ಶಿಕ್ಷೆಗೆ ಗುರಿಯಾದರು.)

ಶ್ರೀಲಂಕಾ ಎಂಬ ಹೊಸ ಹೆಸರನ್ನಿಟ್ಟುಕೊಂಡು 1972ರಲ್ಲಿ ಗಣರಾಜ್ಯವಾದ ಸಿಂಹಳ, ಭಾರತದ ದಕ್ಷಿಣ ತುದಿಯಲ್ಲಿರುವ 25,332 ಚ. ಮೈಲು ವಿಸ್ತೀರ್ಣದ ಸುಮಾರು ಎರಡು ಕೋಟಿ ಜನಸಂಖ್ಯೆಯ ದೊಡ್ಡ ದ್ವೀಪ. 'ಪೂರ್ವ ದೇಶದ ಮುತ್ತು' ಎಂಬ ಅಡ್ಡ ಹೆಸರಿತ್ತು ಅದಕ್ಕೆ. 5000 ವರ್ಷ ಹಿಂದಿನಿಂದಲೂ ಜನ ವಾಸವಾಗಿದ್ದರು. ಅವರು ವೆಡ್ಡರು. (ಈ ಸಿಂಹಳೀ ಪದದ ಅರ್ಥ 'ಬೇಡರು') ಕ್ರಿ.ಪೂ. 6ನೇ ಶತಮಾನದಲ್ಲಿ ಉತ್ತರ ಭಾರತದಿಂದ ಬಂದ ರಾಜಕುಮಾರ ವಿಜಯ ವೆಡ್ಡ ಕನ್ಯೆಯನ್ನು ಮದುವೆಯಾಗಿ ಅರಸನಾದ. 300 ವರ್ಷಗಳ ಬಳಿಕ ಅಶೋಕನ ಸೋದರ ಮಹೇಂದ್ರ, ಸೋದರಿ ಸಂಘಮಿತ್ರ ಬೌದ್ಧ ಧರ್ಮ ಪ್ರಸಾರಕ್ಕಾಗಿ ಬಂದರು. ಮೊದಲ ಬೌದ್ಧಾನುಯಾಯಿ ಅರಸ ದೇವಾನಾಂಪ್ರಿಯ ತಿಸ್ಸ.ತಮಿಳರು ಬಂದು, ಉತ್ತರ ಸಿಂಹಳ ಬಹಳಕಾಲ ತಮಿಳು ರಾಜ್ಯವಾಯಿತು. ಅರಬರು, ಪೋರ್ಚುಗೀಸರು, ಡಚ್ಚರು, ಅಂತಿಮವಾಗಿ ಇಂಗ್ಲಿಷರು. ಐರೋಪ್ಯರದು ವ್ಯಾಪಾರ – ರಾಜ್ಯಭಾರ ಎರಡೂ. 1947ರಲ್ಲಿ ಬ್ರಿಟಿಷರು ಹೊರಟು, ಸಿಂಹಳ ಸ್ವತಂತ್ರವಾಯಿತು.

ನೇಪಾಳದ ಮೂಲ ನಿವಾಸಿಗಳು ಕಿರಾತರು. ಹರಪ್ಪ ನಾಶವಾದ ಮೇಲೆ ಬಂದವರು ಕೋಲರು, ಭಿಲ್ಲರು ಮತ್ತಿತರರು. ಗೂರ್ಖ, ಭುತಿಯ, ಗುರುಂಗ, ಲಿಂಬು, ನೇವರಿ, ಶೆರ್ಪಾ, ಮಲ್ಲ – ಬುಡಕಟ್ಟುಗಳು ಹಲವು. ಬುದ್ಧನ ಹುಟ್ಟೂರು ನೋಡಲು ಅಶೋಕ ಬಂದಿದ್ದ. ಬೌದ್ಧ, ಹಿಂದೂ ಎರಡೂ ಧರ್ಮಗಳು ಇಲ್ಲಿವೆ. 26 ಸಣ್ಣ ರಾಜ್ಯಗಳನ್ನು ಒಂದುಗೂಡಿಸಿದವನು ಪೃಥ್ವೀನಾರಾಯಣ ಸಿಂಗ್ ಗೂರ್ಖ. ಅರಸನನ್ನು 1768ರಲ್ಲಿ ಬದಿಗೊತ್ತಿ ಆಳತೊಡಗಿದವರು ರಾಣರು – ಪಾಳೆಯಗಾರ ಪ್ರಭುಗಳು. ಬ್ರಿಟಿಷರ ರಂಗ ಪ್ರವೇಶ. ಗೂರ್ಖರಿಗೆ ಸಮವಸ್ತ್ರ ತೊಡಿಸಿ ತಮ್ಮ ಸೈನ್ಯಗಳಿಗಾಗಿ ಕರೆ ತಂದರು. ಈ ಶತಮಾನದ ಆರನೆಯ ದಶಕದಲ್ಲಿ ರಾಣರ ಬದಲು ರಾಜನೇ ಅಧಿಕಾರ ಸೂತ್ರ ಹಿಡಿದ. ಪ್ರಜಾಪ್ರಭುತ್ವ ಪದ್ಧತಿ ಆಳುವವರಿಗೆ ಇಷ್ಟವಿಲ್ಲ. 54,362 ಚ. ಮೈ. ವಿಸ್ತಾರದಲ್ಲಿ ಜನಸಂಖ್ಯೆ ಒಂದೂವರೆ ಕೋಟಿ. ನೂರರಲ್ಲಿ 12 ಜನರಿಗಷ್ಟೇ ಅಕ್ಷರ ಜ್ಞಾನ. ಎವರೆಸ್ಟ್ ಶಿಖರ ನೇಪಾಳದ್ದು. ಆರೋಹಣಕ್ಕೆ ಶುಲ್ಕ ತೆರಬೇಕು.

ಬರ್ಮದಲ್ಲಿ ಬರ್ಮೀ, ಮಾನ್, ಶಾನ್, ಕರೆನ್, ಅರಕಾನೀ – ಹೀಗೆ ಹಲವು ಬುಡಕಟ್ಟುಗಳು. ಸ್ವಲ್ಪ ಮಟ್ಟಿಗೆ ಅವರನ್ನು ಒಂದುಗೂಡಿಸಿದ್ದು ಬೌದ್ಧ ಧರ್ಮ. ರಂಗೂನಿನಿಂದ 200 ಮೈಲು ಉತ್ತರಕ್ಕೆ ಕ್ರಿ.ಶ. 7–8 ಶತಮಾನಗಳಲ್ಲಿ ಶ್ರೀಕ್ಷೇತ್ರ 200 ವರ್ಷ ರಾಜಧಾನಿಯಾಗಿತ್ತು. 18ನೇ ಶತಮಾನದಲ್ಲಿ ಬರ್ಮೀಯರ ಅಂತಃ ಕಲಹಗಳ ಲಾಭ ಪಡೆದವರು ಬ್ರಿಟಿಷರು. ಬರ್ಮ ಅವರದಾಯಿತು. ಮೊದಲು ಭಾರತಕ್ಕೆ ಅದನ್ನು ಸೇರಿಸಿದರು. ಆದರೆ, ಈ ಶತಮಾನದ ಮೂರನೆಯ ದಶಕದಲ್ಲಿ ಬರ್ಮದಲ್ಲಿ ನಡೆದ ಉಗ್ರ ರೈತ ಬಂಡಾಯ ಕಂಡು, ಭಾರತದ ರಾಷ್ಟ್ರೀಯ ಚಳವಳಿಗೂ ಇದಕ್ಕೂ ನಂಟು ಬೆಳೆಯಬಾರದೆಂದು, ಬರ್ಮವನ್ನು ಬೇರ್ಪಡಿಸಿದರು. ಎರಡನೆಯ ಮಹಾ ಯುದ್ಧದಲ್ಲಿ ಬರ್ಮ ಬ್ರಿಟಿಷರ ಕೈ ಬಿಟ್ಟಿತು. ಬರ್ಮೀಯರ ಮೈತ್ರಿ ಜಪಾನಿಗೂ ಲಭಿಸಲಿಲ್ಲ. ತೀವ್ರಗಾಮಿ ಆಂಗ್‌ಸಾನ್‌ನ ನೇತೃತ್ವದಲ್ಲಿ ಬರ್ಮ (4 ಕೋಟಿ ಜನ; 2,61,789 ಚ. ಮೈಲು ವಿಸ್ತೀರ್ಣ) ಸ್ವತಂತ್ರವಾಯಿತು. ಆತ ಕೊಲೆಯಾದ. ಒಂದು ಬಗೆಯ ಸಮಾಜವಾದದ ದಾರಿ ಹಿಡಿದು ಆ ದೇಶ ಈಗ ಸಾಗಿದೆ.

2

24,000 ಶ್ಲೋಕಗಳ ರಾಮಾಯಣ ರಚಿಸಿದ (ಆದಿಕವಿ) ವಾಲ್ಮೀಕಿ ತಾನು ಸೃಷ್ಟಿಸಿದ್ದು ಸಹಸ್ರ ಸಹಸ್ರ ವರ್ಷ ಬಾಳುವ ಮಹಾ ಕಾವ್ಯವಾಗುತ್ತದೆಂದು ಕನಸು ಕಂಡವನಲ್ಲ. 100,000 ಶ್ಲೋಕಗಳ ಬೃಹತ್ ಕಾವ್ಯವನ್ನು ಕ್ರೋಡೀಕರಿಸಿದ ವ್ಯಾಸನೂ ಅಷ್ಟೆ. (ಮೂಲದಲ್ಲಿ 'ಜಯ' ಎಂದು ಹೆಸರು: ಬಳಿಕ ಮಹಾಭಾರತ.) ಆ ಕಥೆಗಳು ಜನಜೀವನದಲ್ಲಿ ಹಾಸು ಹೊಕ್ಕು. ಕವಿಸೃಷ್ಟಿಯ ಪಾತ್ರಗಳಿಗೆ ದೇಗುಲಗಳಲ್ಲಿ ಪೂಜೆ. ಪರಿಷ್ಕಾರಗೊಂಡ ಸಂಸ್ಕೃತದ ಸಾರ ಹೀರಿ ಅನೇಕ ಭಾಷೆಗಳು ಪ್ರಬುದ್ಧವಾದುವು. ಆ ಸಾರದ ನೆರವಿಲ್ಲದೆಯೂ ಭಾಷೆಗಳು ಬೆಳೆದುವು. ದಕ್ಷಿಣದಲ್ಲಿ ದ್ರಾವಿಡತನ ಉಳಿಸಿಕೊಂಡ ಪ್ರಮುಖ ಭಾಷೆಗಳು ನಾಲ್ಕು.

ಮನಸ್ಸನ್ನು ರಂಜಿಸಲು ಕುಸ್ತಿ, ಮಲ್ಲಯುದ್ಧ, ಪಗಡೆಯಾಟ, ಬಿಲ್ಲುಗಾರಿಕೆ, ಕೋಳಿ ಜೂಜು, ಗೂಳಿಕಾಳಗ, ಬೇಟೆ, ಚದುರಂಗ, ದೊಂಬರಾಟಗಳಿದ್ದುವು. ಜತೆಗೆ ನಾಟಕ, ಸಂಗೀತ, ನೃತ್ಯ.

ಕ್ರಿಸ್ತಶಕ ಆರಂಭದಲ್ಲೇ ತಮಿಳಿನಲ್ಲಿ ಕವಿತೆಗಳು ಸಿದ್ಧವಾದುವು (ಎಟ್ಟುತ್ತೊಗ್ಯೆ, ಪತ್ತುಪಾಟ್ಟು); ಕೆಲ ಶತಮಾನಗಳ ಅನಂತರದ್ದು ಶಿಲಪ್ಪದಿಗಾರಮ್ ಮಹಾಕಾವ್ಯ. ಬಳಿಕ ಕವಿ ಕಂಬ ರಾಮಾಯಣವನ್ನು ಆಧರಿಸಿ ತನ್ನ ಕಾವ್ಯ ಬರೆದ. ಕನ್ನಡದ ಆದಿ ಕವಿ ಪಂಪ ಮಹಾಭಾರತದ ಕಥೆಯನ್ನು ಎತ್ತಿಕೊಂಡ.

ಉತ್ತರದಲ್ಲಿ ಕ್ರಿಸ್ತಶಕ ಆರಂಭದ ಶತಮಾನಗಳಲ್ಲಿ ಅಶ್ವಘೋಷ, ಭಾಸ, ಕಾಳಿದಾಸ, ಶೂದ್ರಕ, ಬಾಣ ದೀರ್ಘಕಾಲ ಬಾಳುವ ಸಾಹಿತ್ಯ ರಚಿಸಿದರು. ಹರ್ಷನ ಕಾಲದ ಬಾಣ ('ಕಾದಂಬರಿ' ಕರ್ತೃ) ರಾಜರ ದೈವಿಕತೆಯನ್ನು ನಗೆಗೀಡುಮಾಡಿದ.

6ನೇ ಶತಮಾನದಲ್ಲಿ ಪಂಚತಂತ್ರ ಕಥೆಗಳು ಪರ್ಷಿಯದ ಪಹ್ಲವಿಗೆ ಭಾಷಾಂತರಗೊಂಡುವು. ಅಲ್ಲಿಂದ ಸಿರಿಯ, ಅರಬಿ ಭಾಷೆಗಳಿಗೆ. ಕ್ರಮೇಣ ಹೀಬ್ರೂ, ಗ್ರೀಕ್, ಲ್ಯಾಟಿನ್‌ಗಳಿಗೆ. ಮುಂದೆ ಇಂಗ್ಲೀಷಿಗೆ.

18–19 ನೇ ಶತಮಾನ. ನ್ಯಾಯಾಧೀಶ ವಿಲಿಯಂ ಜೋನ್ಸ್ ಸಂಸ್ಕೃತ ಕಲಿತು, ಕಾಳಿದಾಸನ 'ಶಾಕುಂತಲ'ವನ್ನು ಇಂಗ್ಲಿಷಿಗೆ ಅನುವಾದಿಸಿದ. ಇಂಗ್ಲಿಷಿಗೆ ಋಗ್ವೇದದ ತರ್ಜುಮೆ ಜರ್ಮನ್ ಮ್ಯಾಕ್ಸ್‌ಮುಲ್ಲರ್‌ನದು. 'ಹಿತೋಪದೇಶ'ದ ಭಾಷಾಂತರಕಾರ ವಿಲ್ಕಿನ್ಸ್. ಆಂಗ್ಲ ನೌಕರಶಾಹಿಯ ಶಿಕ್ಷಣಕ್ಕಾಗಿ, ಮಧ್ಯಯುಗೀನ ಉರ್ದೂ ಕಥೆಗಳ ಆಧುನಿಕ ಆವೃತ್ತಿ ಸಿದ್ಧವಾಯಿತು. ಐವತ್ತು ಪುಸ್ತಕಗಳು ಅಚ್ಚಾದುವು. ಆಗುತ್ತಿದ್ದ ಅನ್ಯಾಯದ ಅರಿವಾದಂತೆ, ರಾಷ್ಟ್ರೀಯತೆಯ ಕಲ್ಪನೆ ಗರಿಗೆದರಿತು; ನವೋದಯದ ಮುಂಗೋಳಿ ಕೂಗಿತು. 19–20ನೇ ಶತಮಾನಗಳಲ್ಲಿ ದೇಶೀಯ ಭಾಷಾ ಸಾಹಿತ್ಯ ಸೃಷ್ಟಿ ಹೊಸ ದಿಕ್ಕಿಗೆ ಜನರನ್ನು ನಡೆಸಿತು. ಪತ್ರಿಕೆಗಳ ಪ್ರಕಟಣೆ ಆರಂಭವಾದಾಗ, ಆಳುವವರು ಗಾಬರಿಯಾದರು. ಜನತೆಯನ್ನು ನಿರಾಯುಧರನ್ನಾಗಿ ಮಾಡಲು ಶಸ್ತ್ರಾಸ್ತ್ರಗಳ ಶಾಸನ ರೂಪಿಸಿದಂತೆ, ಜನ ಲೇಖನಿ ಎತ್ತದಂತೆ ಮಾಡಲು ಮುದ್ರಣಾಲಯ ಶಾಸನ ಸಿದ್ಧ ಪಡಿಸಿದರು. ರಷ್ಯದಲ್ಲಾದ ಸಮಾಜವಾದೀ ಕ್ರಾಂತಿಯಿಂದ ಭಾರತೀಯರ ದೇಶ ಪ್ರೇಮದ ಪರಿಧಿ ವಿಸ್ತಾರವಾಯಿತು. ಘಾಲಿಬ್, ಬಂಕಿಂ ಬಾಬು, ಹರಿ ನಾರಾಯಣ ಆಪ್ಟೆ, ವೀರೇಶಲಿಂಗಂ – ಗುರಜಾಡ ಅಪ್ಪಾರಾವ್, ಬಿ. ಎಂ. ಶ್ರೀ– ಗೋವಿಂದ ಪೈ. ಸೈದ್ಧಾಂತಿಕವಾಗಿ ಇವರದೊಂದು ತಲೆಮಾರು – ನವೋದಯದ ಆರಂಭದ್ದು. ಮುಂದಿನ ಹಂತದವರು – ವಿಶ್ವಕವಿ ಎನಿಸಿದ ಮೇಲೂ ಬೆಳೆಯುತ್ತ ಹೋದ ಟಾಗೋರ್, ಶರತ್ ಬಾಬು, ಇಕ್ಬಾಲ್, ಪ್ರೇಮಚಂದ್, ಬಿಷ್ಣು ಡೆ, ಸುಬ್ರಹ್ಮಣ್ಯ ಭಾರತಿ, ವಲ್ಲತ್ತೋಳ್, ಕುವೆಂಪು... ಎಲ್ಲ ಭಾಷೆಗಳಲ್ಲೂ ಸಾಹಿತ್ಯ ಸಮ್ಮೇಳನ, 1936ರಲ್ಲಿ ಅಖಿಲ ಭಾರತ ಪ್ರಗತಿಶೀಲ ಲೇಖಕರ ಸಂಘದ ಸ್ಥಾಪನೆ – ಇವು ಸಾಹಿತ್ಯ ಸಂಭವಗಳು. ಸ್ವಾತಂತ್ರ್ಯ ಪೂರ್ವದ್ದಿರಲಿ, ಅನಂತರದ್ದಿರಲಿ – ವಾಸ್ತವತೆಯಿಂದ ಸ್ಫೂರ್ತಿ ಪಡೆದ ಸಾಹಿತ್ಯದ್ದೇ ಮೇಲುಗೈ.

ಪಾಕಿಸ್ತಾನ ಬಾಂಗ್ಲಾ ದೇಶಗಳಲ್ಲಿನ ಸಾಹಿತ್ಯವಾಹಿನಿಗಳು ಭಾರತೀಯ ಸಾಹಿತ್ಯ ಪ್ರವಾಹದ್ದೇ ಕವಲು. ವಿಚಾರ ಸರಣಿಯಲ್ಲಿ ಏರುಪೇರು ಅಪ್ರಿಯ ಸತ್ಯ. ಮಹಾಕವಿ ಇಕ್ಬಾಲ್ "ಸಾರೇಂ

ಜಗಾಂಹ್‌ಸೆ ಅಚ್ಛಾ ಹಿಂದೂಸ್ತಾನ್ ಹಮಾರಾ" ಎಂದು ಹಾಡಿದ್ದರು. ಮುಂದೆ ಪಾಕಿಸ್ತಾನ ರಾಷ್ಟ್ರದ ಕಲ್ಪನೆಯನ್ನು ಮುಂದಿಟ್ಟರು. ಫಜಲ್ ಅಹ್ಮದ್ ಫೈಜ್‌ರದು ಮಾತ್ರ ನೇರ ಗೆರೆ. ಇದೇ ಮಾತು ಬಾಂಗ್ಲಾ ದೇಶದ ಮಹಾನ್ ಕವಿ ನಸರುಲ್ ಇಸ್ಲಾಮ್‌ರಿಗೂ ಸಲ್ಲುತ್ತದೆ.

ಸಿಂಹಳದ ಮೊದಲ ಕೃತಿ 'ಮಹಾವಂಶ' ಪಾಳಿ ಭಾಷೆಯಲ್ಲಿದೆ. ವೆಡ್ಡರ ಭಾಷೆ, ಪ್ರಾಕೃತ, ತಮಿಳನ್ನೂ ಒಳಗೊಂಡು ನೆಲೆಸಲು ಬಂದ ಭಾರತೀಯರೆಲ್ಲರ ಭಾಷೆಗಳು – ಇವುಗಳ ಪಾಕವೇ ಸಿಂಹಳೀ. ಆರಂಭದ ಸಿಂಹಳೀ ಸಾಹಿತ್ಯ 9ನೇ ಶತಮಾನದ್ದು. ಆಧುನಿಕ ಸಾಹಿತ್ಯದ ಬೆಳವಣಿಗೆ ಭಾರತೀಯ ಸಾಹಿತ್ಯದ ರೂಪ ಲಕ್ಷಣಗಳಿಗಿಂತ ಭಿನ್ನವಲ್ಲ.

ನೇಪಾಳದಲ್ಲೂ ಹೀಗೆಯೇ, ಜನತೆಯ ಬದುಕಿಗೆ ಸಮೀಪ ವಾಗಿರುವ ನೂತನ ಸಾಹಿತ್ಯದ ಜತೆಗೆ, ಬದುಕಿಗೆ ಅಷ್ಟೇ ಹತ್ತಿರವಾದ ಜಾನಪದ ಸಾಹಿತ್ಯವೂ ಜೀವಂತವಾಗಿದೆ. ಕಥನ ಕವನಗಳ ಪ್ರಖ್ಯಾತ ರಚಯಿತ, ಬಿಹಾರಿ ಠಾಕೂರ್. ಈ ಶತಮಾನದಲ್ಲಿ ಆಗಿ ಹೋದ ದೊಡ್ಡ ನೇಪಾಳೀ ಕವಿ – ದೇವವ್ರತ.

ಬರ್ಮೀ ಸಾಹಿತ್ಯದಲ್ಲಿ ಹೊಸ ಅಭಿವ್ಯಕ್ತಿಯ ಅಧ್ಯಾಯವನ್ನು 1929ರಲ್ಲಿ ಮೊದಲು ಮಾಡಿದವನು ಉ ಥೀಯೆನ್ ಹಾನ್ (ಕಾವ್ಯನಾಮ; ಜಾವ್ ಗ್ಯಿ). 'ಯುಗಪರೀಕ್ಷೆ' ಆಪಂಥದ ನಿಲುವು. 'ನಿರುಪಯುಕ್ತ ಪರಂಪರೆ, ಒಣಪಾಂಡಿತ್ಯ, ಬೂಟಾಟಿಕೆಗಳ ವಿರುದ್ಧ ಬಂಡಾಯ' ಹೂಡಿದ ಜಾವ್ ಗ್ಯಿ ಮತ್ತಿತರರಿಗೆ, ಇಂದಿನ ಬದುಕೇ ಪ್ರೇರಣೆ.

3

ಸುಭಾಷಿಣಿ. ಆದರೆ ಯಾವ ಮಾತನ್ನೂ ಆಡಲಾರಳು. ಭಾರತ ಮತ್ತು ನೆರೆಹೊರೆ ರಾಷ್ಟ್ರಗಳ ಬೃಹತ್ ಜನಸಮುದಾಯದ ಬಹು ಭಾಗದ ಕಥೆ ಇದೇ. ಈ ಸಂಪುಟದಲ್ಲಿ ಇಪ್ಪತ್ತಮೂರು ಕಥೆಗಾರ ಕಥೆಗಾರ್ತಿಯರು ತಮ್ಮ ಕೃತಿಗಳಲ್ಲಿ ಜನತೆಯ ಮೂಕಮೌನಕ್ಕೆ ಧ್ವನಿ ನೀಡಿದ್ದಾರೆ.

ದೀಪಾವಳಿ, 1980 — **ನಿರಂಜನ**
ಬೆಂಗಳೂರು — ಪ್ರಧಾನ ಸಂಪಾದಕ

ಭಾರತ

○ ರವೀಂದ್ರನಾಥ ಠಾಕೂರ್

ಸುಭಾ

ಆ ಹುಡುಗಿಗೆ ಸುಭಾಷಿಣಿ ಎಂದು ಹೆಸರಿಟ್ಟಾಗ, ಬೆಳೆದ ಮೇಲೆ ಅವಳು ಮೂಕಿಯಾಗುತ್ತಾಳೆಂದು ಯಾರು ತಾನೆ ಎಣಿಸಲು ಸಾಧ್ಯವಿತ್ತು? ಅವಳ ಇಬ್ಬರು ಅಕ್ಕಂದಿರಲ್ಲಿ ಒಬ್ಬಳು ಸುಕೇಶಿನಿ, ಇನ್ನೊಬ್ಬಳು ಸುಹಾಸಿನಿ; ಅನುರೂಪತೆ ಬರಲೆಂದು ಅವರ ತಂದೆ ತನ್ನ ಕೊನೆಯ ಮಗಳಿಗೆ ಸುಭಾಷಿಣಿ ಎಂಬ ಹೆಸರನ್ನಿಟ್ಟಿದ್ದ. ಸುಭಾ ಎಂಬುದು ಅವಳ ಸಂಕ್ಷಿಪ್ತ ನಾಮ.

ಅವಳ ಅಕ್ಕಂದಿರಿಬ್ಬರಿಗೂ ಆಗಲೇ ಮದುವೆಯಾಗಿತ್ತು. ಗಂಡಂದಿರನ್ನು ಹುಡುಕುವುದು ಮತ್ತು ವರದಕ್ಷಿಣೆ ಹೊಂದಿಸುವುದು, ಹೀಗೆ ಯಥಾಪ್ರಕಾರ ಅದಕ್ಕೆ ತೊಂದರೆಗಳಿದ್ದೇ ಇದ್ದುವು. ಈಗ ತಮ್ಮ ಕೊನೆಯ ಮಗಳ ಕುರಿತಾದ ಚಿಂತೆ ತಂದೆತಾಯಂದಿರ ಹೃದಯದಲ್ಲಿ ಮೌನವಾದ ಒಂದು ಹೊರೆಯಂತೆ ಕೂತಿತ್ತು. ಅವಳು ಮೂಕಿಯಾಗಿದ್ದುದರಿಂದ ಅವಳಿಗೆ ಭಾವನೆಗಳೂ ಇರಲಿಲ್ಲವೆಂದು ಜನ ಭಾವಿಸಿದಂತಿತ್ತು; ಅವಳ ಭವಿಷ್ಯ ಏನಾಗಬಹುದೆಂದು ಅವಳೆದುರಿನಲ್ಲೇ ಅವರು ಮುಕ್ತವಾಗಿ ಚರ್ಚೆ ಮಾಡುತ್ತಿದ್ದರು; ಅದರ ಬಗ್ಗೆ ತಮ್ಮ ಕಳವಳವನ್ನು ವ್ಯಕ್ತಪಡಿಸುತ್ತಿದ್ದರು. ತನ್ನ ತಂದೆಯ ಮನೆಗೆ ಭಗವಂತ ತನ್ನನ್ನೊಂದು ಶಾಪವಾಗಿ ಕಳುಹಿಸಿದ್ದಾನೆ ಎಂಬುದನ್ನು ಬಹಳ ಚಿಕ್ಕವಳಿದ್ದಾಗಿನಿಂದಲೂ ಅವಳು ಅರಿತುಕೊಂಡಿದ್ದಳು. ಆದ್ದರಿಂದ ಅವಳು ಇತರರಿಂದ ದೂರವಿದ್ದು ತನ್ನಷ್ಟಕ್ಕೆ ತಾನು ಪ್ರತ್ಯೇಕವಾಗಿರಲು ಯತ್ನಿಸುತ್ತಿದ್ದಳು. ಅವರೆಲ್ಲ ತನ್ನನ್ನು ಹೇಗಾದರೂ ಮರೆತುಬಿಟ್ಟರೆ ಎಷ್ಟು ಹಾಯಾಗಿರುತ್ತದೆಂದು ಅವಳಿಗೆ ಎಷ್ಟೋ ಬಾರಿ ಅನಿಸಿತ್ತು. ಆದರೆ ನೋವನ್ನು ನುಂಗಿಕೊಳ್ಳಲು ಯಾರಿಗೆ ತಾನೆ ಸಾಧ್ಯ? ಅವಳ ತಂದೆತಾಯಿ ಯರಿಗೆ ದಿನವಿಡೀ ಅವಳದೆ ಚಿಂತೆ. ಅವಳಿಗಿನ್ನೇನು ಕಾದಿದೆಯೋ ಎಂಬ ಆತಂಕ. ಅವಳ ತಾಯಿಯಂತೂ ಮಗಳ ವಿರೂಪವನ್ನು ಮನಸ್ಸಿಗೆ ಬಹಳ ಹಚ್ಚಿ ಕೊಂಡುಬಿಟ್ಟಿದ್ದಳು. ತಾಯಿಯ ಪಾಲಿಗೆ ಮಗಳು ಮಗನಿಗಿಂತಲೂ ಹೆಚ್ಚು ನಿಕಟವಾದ ತನ್ನ ಒಂದು ಅಂಶದಂತಲ್ಲವೆ? ಅಂತಹ ಮಗಳಲ್ಲಿ ಏನಾದರೂ ಕುಂದಿದ್ದರೆ ಅದು ಸ್ವತಃ ತನಗೇ ನಾಚಿಕೆಯ ವಿಷಯ ಎಂಬುದು ತಾಯಿಯ

ಭಾವನೆ. ಸುಭಾಳ ತಂದೆ ವಾಣೀಕಂಠನಾದರೋ ತನ್ನಿತರ ಹೆಣ್ಣು ಮಕ್ಕಳಲ್ಲಿ ತೋರುತ್ತಿದ್ದ ಪ್ರೀತಿಗಿಂತಲೂ ಹೆಚ್ಚಿನ ಪ್ರೀತಿಯನ್ನು ಇವಳಲ್ಲಿ ತೋರುತ್ತಿದ್ದ. ತಾಯಿ ಮಾತ್ರ ಅವಳು ತನ್ನ ಶರೀರದ ಒಂದು ಕಳಂಕವೋ ಎಂಬಂತೆ ಅವಳನ್ನು ಕಂಡು ಸಿಡಿಮಿಡಿಗುಟ್ಟುತ್ತಿದ್ದಳು.

ಸುಭಾ ಮೂಕಿಯಾಗಿದ್ದಳೇನೋ ನಿಜ; ಆದರೆ ಕುರುಡಿಯಾಗಿರಲಿಲ್ಲ. ನೀಳವಾದ ರೆಪ್ಪೆಗಳಿಂದ ಶೋಭಿಸುತ್ತಿದ್ದ ಆಕೆಯ ಕರಿಯ ತುಂಬುಗಣ್ಣುಗಳು ಅವಳ ಭಾವನೆಗಳನ್ನು ಪ್ರತಿಬಿಂಬಿಸುತ್ತಿದ್ದವು. ಅವಳ ಮನಸ್ಸಿನಲ್ಲಿ ಯೋಚನೆಗಳೆದ್ದಾಗ ಅವಳ ತುಟಿಗಳು ಎಲೆಯಂತೆ ಅದುರುತ್ತಿದ್ದವು.

ನಮ್ಮ ಮನಸ್ಸಿನ ಭಾವನೆಗಳನ್ನು ಭಾಷೆಯ ರೂಪದಲ್ಲಿ ನಿರೂಪಿಸುವಾಗ ಆ ಮಾಧ್ಯಮ ಸುಲಭವಾಗಿ ನಮಗೆ ಮಣಿಯುವುದಿಲ್ಲ, ಅದಕ್ಕೆ ಭಾವನೆಗಳನ್ನು ಭಾಷೆಗೆ ಪರಿವರ್ತಿಸುವ ಪ್ರಕ್ರಿಯೆ ಮೊದಲು ನಡೆಯಬೇಕು; ಅದರಲ್ಲಿ ಎಷ್ಟೋ ಬಾರಿ ನಿಖರತೆ ಇಲ್ಲದೆ ನಿರೂಪಣೆಯಲ್ಲಿ ತಪ್ಪುಂಟಾಗುತ್ತದೆ. ಆದರೆ ಶ್ಯಾಮಲ ನೇತ್ರಗಳಿಗೆ ಇಂತಹ ಭಾಷಾಂತರ ಬೇಕಿಲ್ಲ; ಸ್ವತಃ ಮನಸ್ಸೇ ತನ್ನ ಛಾಯೆಯನ್ನು ಅವುಗಳ ಮೇಲೆ ಬೀರುತ್ತದೆ. ಅವುಗಳ ಮೂಲಕ ಭಾವನೆ ಹೊರಹೊಮ್ಮುತ್ತದೆ ಇಲ್ಲವೆ ಬಂಧಿತವಾಗುತ್ತದೆ, ಪ್ರಕಾಶಿಸುತ್ತದೆ ಇಲ್ಲವೆ ಕತ್ತಲೆಯಲ್ಲಿ ಮಾಸಿಹೋಗುತ್ತದೆ. ಅಸ್ತಮಿಸುವ ಚಂದ್ರನಂತೆ ನಿಶ್ಚಲವಾಗಿ ತೂಗಾಡುತ್ತದೆ. ಇಲ್ಲವೆ ತಟಕ್ಕನೆ ತಳಮಳಿಸಿ ಮಾಯವಾಗುವ ಮಿಂಚಿನಂತೆ ಇಡೀ ನಭೋಮಂಡಲವನ್ನು ಬೆಳಗಿಸುತ್ತದೆ. ಹುಟ್ಟಿದಾಗಿನಿಂದಲೂ ತುಟಿಗಳ ಕಂಪನದ ಹೊರತು ಇನ್ನಾವ ಮಾತನ್ನೂ ಅರಿಯದವರು ಕಣ್ಣುಗಳ ವಿಶಿಷ್ಟ ಭಾಷೆಯೊಂದನ್ನು ಕಲಿತುಕೊಳ್ಳುತ್ತಾರೆ. ಅದರ ಅಭಿವ್ಯಕ್ತಿ ಸಾಮರ್ಥ್ಯ ಅನಂತವಾದದ್ದು, ಸಮುದ್ರದಷ್ಟು ಆಳವಾದದ್ದು, ಆಕಾಶದಷ್ಟು ಶುಭ್ರವಾದದ್ದು. ಅದರಲ್ಲಿ ಉಷಃಕಾಲ ಮತ್ತು ಸಂಧ್ಯಾರಾಗಗಳ, ಬೆಳಕು ಮತ್ತು ನೆರಳುಗಳ ನಲಿದಾಟ ಕಾಣುತ್ತದೆ. ಪ್ರಕೃತಿಯಲ್ಲಿರುವ ಏಕಾಂತಗಾಂಭೀರ್ಯಕ್ಕೆ ಸಮನಾದ ಗಾಂಭೀರ್ಯ ಮೂಕರಲ್ಲಿರುತ್ತದೆ. ಆದ್ದರಿಂದಲೇ ಇತರ ಮಕ್ಕಳು ಸುಭಾಳನ್ನು ಕಂಡರೆ ಅಂಜುತ್ತಿದ್ದುದು ಮತ್ತು ಅವಳೊಡನೆ ಯಾವತ್ತೂ ಆಟವಾಡದೆ ಇರುತ್ತಿದ್ದುದು. ಅವಳು ಬೆಳದಿಂಗಳಂತೆ ಮೌನವಾಗಿ ಮತ್ತು ಏಕಾಂಗಿಯಾಗಿ ಇದ್ದಳು.

ಅವಳು ವಾಸವಾಗಿದ್ದುದು ಚಂಡೀಪುರ ಎಂಬ ಸಣ್ಣ ಹಳ್ಳಿಯಲ್ಲಿ. ಅದೊಂದು ನದಿಯ ತೀರದಲ್ಲಿತ್ತು. ಬಂಗಾಳದ ಇತರ ನದಿಗಳಿಗೆ ಹೋಲಿಸಿದರೆ ಈ ನದಿ ಚಿಕ್ಕದೆಂದೇ ಹೇಳಬೇಕು. ಮಧ್ಯಮ ವರ್ಗದ ಕುಟುಂಬವೊಂದಕ್ಕೆ ಸೇರಿದ ಹೆಣ್ಣುಮಗಳಂತೆ ಈ ನದಿ ತನ್ನ ಸಂಕುಚಿತ ಎಲ್ಲೆಗಳೊಳಗೇ ಪ್ರವಹಿಸುತ್ತಿತ್ತು. ಒಂದು ಎಳೆಯಂತೆ ಅವಿಶ್ರಾಂತವಾಗಿ ಹೊನಲಿಡುತ್ತಿದ್ದ ಈ ಹೊಳೆ ತನ್ನ ದಡಗಳನ್ನು ಮೀರಿ ಎಂದೂ ಹರಿಯುತ್ತಿರಲಿಲ್ಲ. ತನ್ನ ದಡದಲ್ಲಿದ್ದ ಹಳ್ಳಿಯ ಪ್ರತಿಯೊಂದು ಕುಟುಂಬಕ್ಕೂ ಸೇರಿದ ವ್ಯಕ್ತಿಯೋ ಎಂಬಂತೆ ಅದು ತನ್ನಷ್ಟಕ್ಕೆ ತಾನು ಸದಾ ಕಾರ್ಯಮಗ್ನವಾಗಿರುತ್ತಿತ್ತು. ಹೊಳೆಯ ಇಕ್ಕೆಲಗಳಲ್ಲಿಯೂ ಮನೆಗಳಿದ್ದುವು. ಆದರೆ ಎರಡು ದಡಗಳಲ್ಲೂ ಮರಗಳು ಸೊಂಪಾಗಿ ಬೆಳೆದು ನೆರಳನ್ನು ವಿಪುಲವಾಗಿ ನೀಡುತ್ತಿದ್ದವು. ಈ ನದೀ ದೇವತೆಯು ಹೀಗೆ ತನ್ನ ಸಿಂಹಾಸನದಿಂದ ಕೆಳಗಿಳಿದು ಹಳ್ಳಿಯ ಪ್ರತಿಯೊಂದು ಮನೆಯ ಉದ್ಯಾನ ದೇವತೆಯಾಗಿದ್ದಳು. ತನ್ನನ್ನು ತಾನು ಮರೆತೇ ಬಿಟ್ಟಿದ್ದಳೇನೋ ಎನ್ನುವಷ್ಟು ಮಟ್ಟಿಗೆ ತನ್ನ ಕೆಲಸದಲ್ಲಿ ನಿರತಳಾಗಿದ್ದ ಈ ನದೀ ದೇವತೆ ಲವಲವಿಕೆಯಿಂದ ಕ್ಷಿಪ್ರಗತಿಯಲ್ಲಿ ಹರಿಯುತ್ತಾ ಇಡೀ ಹಳ್ಳಿಗೆ ನಿರಂತರವಾದ ಕಲ್ಯಾಣವನ್ನುಂಟುಮಾಡುತ್ತಿದ್ದಳು.

ವಾಣೀಕಂಠನ ಮನೆ ಇದ್ದುದು ಹೊಳೆಯ ಬಳಿಯಲ್ಲಿಯೇ. ಹೊಳೆಯಲ್ಲಿ ಹೋಗುತ್ತಿದ್ದ ಅಂಬಿಗರಿಗೆ ಅಲ್ಲಿದ್ದ ಎಲ್ಲ ಗುಡಿಸಲುಗಳೂ ಮೆದೆಗಳೂ ಕಾಣುವಂತಿದ್ದುವು. ಪ್ರಾಪಂಚಿಕ ಸಂಪತ್ತಿನ ಇಂತಹ ಸೂಚಕಗಳ ಮಧ್ಯೆ ಒಬ್ಬ ಪುಟ್ಟ ಹುಡುಗಿಯನ್ನು ಯಾರಾದರೂ ಗಮನಿಸುತ್ತಿದ್ದರೋ ಇಲ್ಲವೋ ನನಗೆ ತಿಳಿಯದು. ಅವಳಂತೂ ತನ್ನ ಕೆಲಸಗಳನ್ನೆಲ್ಲ ಮುಗಿಸಿಯಾದ ಮೇಲೆ ಹೊಳೆಯ ಬದಿಗೆ ಓಡಿ ಅಲ್ಲಿ ಕುಳಿತಿರುತ್ತಿದ್ದಳು. ಇಲ್ಲಿ ಸ್ವತಃ ಪ್ರಕೃತಿ ಗೇವಿಯೇ ಅವಳ ಪರವಾಗಿ ಮಾತನಾಡುತ್ತಿದ್ದಳು; ಅವಳ ಮಾತಿನ ಕೊರತೆಯನ್ನು ತುಂಬಿ ಕೊಡುತ್ತಿದ್ದಳು. ತೊರೆಯ ಮರ್ಮರ, ಹಳ್ಳಿಯ ಜನರ ಸ್ವರ, ಅಂಬಿಗರ ಹಾಡುಗಳು, ಹಕ್ಕಿಗಳ ಕಲರವ, ಮರಗಳ ಸರಸರ ಧ್ವನಿ, ಇವೆಲ್ಲಾ ಅಲ್ಲಿ ಬೆರೆತು ಶಬ್ದದ ಒಂದು ಮಹಾ ಅಲೆಯಾಗಿ ಅವಳ ತಳಮಳಗೊಂಡ ಆತ್ಮದೊಡನೆ ಸಂಭಾಷಿಸುತ್ತಿತ್ತು. ಪ್ರಕೃತಿಯ ಈ ಮರ್ಮರ ಚಲನೆ ಆ ಮೂಕಹುಡುಗಿಯ ಭಾಷೆಯಾಗಿತ್ತು. ತನ್ನ ಸುತ್ತಣ ವಿಶ್ವದ ವಾಣಿಯೇ ಅವಳ ತುಂಬುಗಣ್ಣುಗಳ ವಾಣಿಯಾಗಿತ್ತು – ನೀಳವಾದ ಎವೆಗಳ ಮರೆಯಲ್ಲಿದ್ದ ಆ ಶ್ಯಾಮಲ ನೇತ್ರಗಳ ಭಾಷೆಯಾಗಿತ್ತು. ಕೀರಲು ಧ್ವನಿಯಿಂದ ಕೂಗುವ ಕೀಟಗಳಿದ್ದ ಮರಗಳಿಂದ ಹಿಡಿದು ನೀರವ ನಕ್ಷತ್ರಗಳವರೆಗೆ ಅಲ್ಲಿರುತ್ತಿದ್ದುದು ಕೇವಲ ಚಿಹ್ನೆಗಳು ಮತ್ತು ಸನ್ನೆಗಳು, ಅಳು ಮತ್ತು ನಿಟ್ಟುಸಿರು. ಮಟಮಟ ಮಧ್ಯಾಹ್ನದ ವೇಳೆ ಅಲ್ಲಿ ಜನ ಸಂಚಾರವಿರುತ್ತಿರಲಿಲ್ಲ. ಅದು ಬೆಸ್ತರು ಮತ್ತು ಅಂಬಿಗರು ಊಟಕ್ಕೆ ತೆರಳಿರುತ್ತಿದ್ದ ಹೊತ್ತು; ಹಳ್ಳಿಯ ಜನರು ನಿದ್ರೆಯನ್ನು ಆಲಿಂಗಿಸುತ್ತಿದ್ದ ವೇಳೆ; ಹಕ್ಕಿಗಳು ಹಾರಾಡದೆ ಮೌನವಾಗಿರುತ್ತಿದ್ದ ಸಮಯ; ದೋಣಿಗಳು ನಿಶ್ಚಲವಾಗಿರುತ್ತಿದ್ದಗಳಿಗೆ; ಸದಾ ಕಾರ್ಯನಿರತವಾಗಿರುವ ಈ ಮಹಾ ಪ್ರಪಂಚವು ತನ್ನ ಕಾಯಕವನ್ನು ತುಸು ಹೊತ್ತು ನಿಲ್ಲಿಸಿ, ಹಠಾತ್ತನೆ ಏಕಾಂಗಿಯಾದ ಒಬ್ಬ ಘನ ಗಂಭೀರ ವ್ಯಕ್ತಿಯಂತಾಗುತ್ತಿದ್ದ ಕಾಲ. ಇಂತಹ ಮಧ್ಯಾಹ್ನದ ಹೊತ್ತುಗಳಲ್ಲಿ ಅದ್ಭುತವಾದ ಅನಂತಾಕಾಶದ ಕೆಳಗೆ ಅಲ್ಲಿ ಕಾಣಿಸುತ್ತಿದ್ದುದು ಮೂಕ ಪ್ರಕೃತಿಯೊಂದು ಮತ್ತು ನೀರವವಾಗಿ ಕುಳಿತಿರುತ್ತಿದ್ದ ಮೂಕ ಬಾಲಿಕೆಯೊಬ್ಬಳು ಮಾತ್ರ – ಒಂದು, ಎಲ್ಲೆಡೆಯೂ ಪಸರಿಸಿದ್ದ ನೇಸರನ ಬೆಳಕಿನಡಿಯಲ್ಲಿ; ಇನ್ನೊಬ್ಬಳು ಚಿಕ್ಕ ಮರವೊಂದು ಚಾಚಿದ್ದ ನೆರಳಿನ ಆಶ್ರಯದಲ್ಲಿ.

ಅಂದರೆ, ಸುಭಾಳಿಗೆ ಸ್ನೇಹಿತರು ಯಾರೂ ಇರಲಿಲ್ಲವೆಂದಲ್ಲ. ಕೊಟ್ಟಿಗೆಯಲ್ಲಿ ಸರ್ಬಶಿ ಮತ್ತು ಪಂಗೂಲಿ ಎಂಬ ಎರಡು ಹಸುಗಳಿದ್ದವು. ತಮ್ಮ ಹೆಸರುಗಳನ್ನು ಅವಳ ಬಾಯಿಂದ ಅವು ಯಾವತ್ತೂ ಕೇಳಿರಲಿಲ್ಲ; ಆದರೆ ಅವಕ್ಕೆ ಅವಳ ಕಾಲ ಸಪ್ಪಳದ ಪರಿಚಯವಿತ್ತು. ಪದಗಳನ್ನು ರೂಪಿಸಲು ಅವಳಿಂದಾಗುತ್ತಿರಲಿಲ್ಲ. ಆದರೆ ಪ್ರೀತಿಯಿಂದ ಏನನ್ನೋ ಗುಂಯ್ ಗುಡುತ್ತಿದ್ದಳು. ಅವಳ ಈ ಕೋಮಲ ಮೆಲುದನಿಯು ಅವಕ್ಕೆ ಭಾಷೆಗಿಂತಲೂ ಹೆಚ್ಚು ಅರ್ಥವತ್ತಾಗಿರುತ್ತಿತ್ತು. ತಮ್ಮನ್ನು ಅವಳು ಮೈದಡವಿದಾಗ, ನಿಂದಿಸಿದಾಗ ಅಥವಾ ಪುಸಲಾಯಿಸಿದಾಗ ಮನುಷ್ಯರಿಗಿಂತಲೂ ಹೆಚ್ಚು ಸೊಗಸಾಗಿ ಆಕೆಯನ್ನು ಅವು ಅರ್ಥಮಾಡಿ ಕೊಳ್ಳಬಲ್ಲವಾಗಿದ್ದುವು. ಒಮ್ಮೊಮ್ಮೆ ಸುಭಾ ಕೊಟ್ಟಿಗೆಗೆ ಹೋಗಿ ಸರ್ಬಶಿಯ ಕುತ್ತಿಗೆಯ ಸುತ್ತ ಕೈಹಾಕಿ ತಬ್ಬುತ್ತಿದ್ದಳು; ತನ್ನ ಸ್ನೇಹಿತೆಯ ಕೆನ್ನೆಯನ್ನು ತನ್ನ ಕೆನ್ನೆಯಿಂದ ನೇವರಿಸುತ್ತಿದ್ದಳು. ಆಗ ಪಂಗೂಲಿ ತನ್ನ ನಲ್ಮೆಯ ಕಣ್ಣುಗಳನ್ನು ಅವಳತ್ತ ಹಾಯಿಸಿ ಅವಳ ಮುಖವನ್ನು ನೆಕ್ಕುತ್ತಿತ್ತು. ದಿನಕ್ಕೆ ಮೂರಾವರ್ತಿ ತಪ್ಪದೆ ಸುಭಾ ಅವನ್ನು ಭೇಟಿಯಾಗುತ್ತಿದ್ದಳು; ಇದಲ್ಲದೆ ಮನಸ್ಸಿಗೆ ತೋಚಿದಾಗ ಬೇರೆ ಸಮಯಗಳಲ್ಲಿ ಕೂಡ ಅವುಗಳನ್ನು ನೋಡಲು ಆಕೆ ಹೋಗುತ್ತಿದ್ದಳು. ತನ್ನ ಮನನೋಯುವಂತಹ ಮಾತುಗಳನ್ನೇನಾದರೂ ಅವಳು ಯಾರಿಂದ

ಲಾದರೂ ಕೇಳಿಸಿಕೊಂಡರೆ, ಅದು ನಿಯಮಿತ ಭೇಟಿಯ ವೇಳೆಯಲ್ಲದಿದ್ದರೂ, ತಕ್ಷಣ ಈ ಮೂಕ ಸ್ನೇಹಿತರ ಬಳಿಗೆ ಅವಳು ಧಾವಿಸಿಬಿಡುತ್ತಿದ್ದಳು. ಅವಳ ವಿಷಣ್ಣವದನದಿಂದ ಆಕೆಯ ಮನಸ್ಸಿನ ಅಳಲನ್ನು ಅವು ಗ್ರಹಿಸುತ್ತಿದ್ದುವೋ ಎಂಬಂತಿತ್ತು. ಅವಳ ಸನಿಹಕ್ಕೆ ಬಂದು ಅವಳ ತೋಳುಗಳನ್ನು ತಮ್ಮ ಕೊಂಬುಗಳಿಂದ ಅವು ಮೃದುವಾಗಿ ಉಜ್ಜುತ್ತಿದ್ದುವು. ಅವಳ ದುಗುಡದ ಕಾರಣ ತಮಗರ್ಥವಾಗದಿದ್ದರೂ ಮೂಕ ರೀತಿಯಲ್ಲಿ ಅವಳನ್ನು ಸಾಂತ್ವನಗೊಳಿಸಲು ಅವು ಯತ್ನಿಸುತ್ತಿದ್ದುವು. ಇವುಗಳ ಜೊತೆಗೆ ಕೆಲವು ಆಡುಗಳು ಮತ್ತು ಒಂದು ಬೆಕ್ಕಿನ ಮರಿ ಸಹ ಅವಳ ಮಿತ್ರರ ಬಳಗಕ್ಕೆ ಸೇರಿದ್ದವು. ಇವುಗಳೊಂದಿಗೆ ಸುಭಾಳಿಗೆ ಹಸುಗಳೊಂದಿಗಿದ್ದಷ್ಟು ನಿಕಟ ಸ್ನೇಹವಿರದಿದ್ದರೂ ಆಕೆಯ ಬಗ್ಗೆ ಅವುಗಳು ಅಷ್ಟೇ ವಾತ್ಸಲ್ಯವನ್ನು ತೋರಿಸುತ್ತಿದ್ದವು. ಹಗಲಲ್ಲಾಗಲಿ, ರಾತ್ರಿಯಲ್ಲಾಗಲಿ ಅವಕಾಶ ಸಿಕ್ಕಿದಾಗೆಲ್ಲಾ ಬೆಕ್ಕಿನ ಮರಿ ಅವಳ ತೊಡೆಯನ್ನೇರಿ ಅಲ್ಲೇ ನಿದ್ದೆ ಮಾಡುತ್ತಿತ್ತು; ಮತ್ತು ನಿದ್ದೆ ಬರುವಂತೆ ಸುಭಾ ಅದರ ಕುತ್ತಿಗೆ ಮತ್ತು ಬೆನ್ನಮೇಲೆ ತನ್ನ ಮೃದುವಾದ ಬೆರಳುಗಳನ್ನಾಡಿಸಿದರೆ ತನ್ನ ಮೆಚ್ಚುಗೆಯನ್ನು ಸಹ ಅದು ಸೂಚಿಸುತ್ತಿತ್ತು.

ಮೇಲಿನ ವರ್ಗದ ಪ್ರಾಣಿಗಳಲ್ಲೂ ಸುಭಾಳಿಗೆ ಒಬ್ಬ ಸಂಗಾತಿಯಿದ್ದ ; ಅವನ ಜೊತೆಯಲ್ಲಿ ಆ ಹುಡುಗಿಯ ಸಂಬಂಧಗಳೆಂತಹವೆಂದು ಹೇಳುವುದು ಸ್ವಲ್ಪ ಕಠಿಣ. ಏಕೆಂದರೆ, ಅವನು ಮಾತನಾಡಬಲ್ಲವನಾಗಿದ್ದ; ಆದುದರಿಂದ ಅವರಿಬ್ಬರ ನಡುವೆ ಸಮಾನ ಭಾಷೆ ಇಲ್ಲದಂತಾಗಿತ್ತು. ಗೋಸಾಯಿಯವರ ಮನೆತನದಲ್ಲಿ ಕೊನೆಯ ಮಗನಾಗಿದ್ದ ಅವನ ಹೆಸರು ಪ್ರತಾಪ್ ಎಂದು. ಅವನೊಬ್ಬ ಮೈಗಳ್ಳ. ಸತತ ಪ್ರಯತ್ನಗಳನ್ನು ಮಾಡಿಯಾದ ಮೇಲೆ, ಅವನು ತನ್ನ ಜೀವನ ಹೊರೆಯಲಾರದವನೆಂದು ತೀರ್ಮಾನಿಸಿ ಅವನ ತಂದೆ ತಾಯಿಗಳು ಅವನ ಕೈಬಿಟ್ಟಿದ್ದರು. ಕೆಲಸಕ್ಕೆ ಬಾರದ ನಿಷ್ಪ್ರಯೋಜಕರಿಗೆ ಇದೊಂದು ಅನುಕೂಲವಿದೆ: ಅದೇನೆಂದರೆ, ತಮ್ಮ ಸ್ವಂತ ಮನೆಯವರಿಗೆ ಅವರು ಅಪ್ರಿಯರಾದರೂ ಬೇರೆಲ್ಲರಿಗೂ ಅವರು ಸಾಮಾನ್ಯವಾಗಿ ಪ್ರಿಯ ರಾಗಿರುತ್ತಾರೆ. ಯಾವ ಕೆಲಸದ ಬಂಧನವೂ ಅವರಿಗಿಲ್ಲದಿರುವುದರಿಂದ ಅವರು ಸಾರ್ವಜನಿಕ ಸೊತ್ತಾಗುತ್ತಾರೆ. ಗಾಳಿಯ ಸಂಚಾರಕ್ಕಾಗಿ ಪ್ರತಿಯೊಂದು ಪಟ್ಟಣಕ್ಕೂ ಒಂದು ಬಯಲು ಪ್ರದೇಶದ ಅಗತ್ಯವಿರುವಂತೆ ಪ್ರತಿಯೊಂದು ಹಳ್ಳಿಗೂ, ತಮಗೆ ವಿರಾಮವಿದ್ದು ತಮ್ಮ ಕಾಲವನ್ನು ಬೇರೆಯವರಿಗಾಗಿ ವಿನಿಯೋಗಿಸು ವಂತಹ ಒಬ್ಬಿಬ್ಬರ ಅವಶ್ಯಕತೆ ಇರುತ್ತದೆ. ಹಾಗಿದ್ದರೆ, ನಾವು ಆಲಸಿಗಳಾಗಿ ಯಾರಾದರೂ ಜೊತೆಗಾರ ಬೇಕೆನಿಸಿದಾಗ ತಕ್ಷಣ ಒಬ್ಬ ನಮ್ಮ ಕೈಗೆ ಸಿಗುವಂತಿರುತ್ತಾನೆ.

ಪ್ರತಾಪನಿಗಿದ್ದ ಪ್ರಮುಖ ಹವ್ಯಾಸವೆಂದರೆ ಮೀನು ಹಿಡಿಯುವುದು. ಈ ಕೆಲಸದಲ್ಲಿ ಸಾಕಷ್ಟು ವೇಳೆಯನ್ನು ಆತ ವ್ಯರ್ಥಮಾಡುತ್ತಿದ್ದ. ಯಾವ ದಿನವೇ ಆಗಲಿ, ಅಪರಾಹ್ನ ಕಾಲದಲ್ಲಿ ಅವನು ಹೀಗೆ ನಿರತನಾಗಿರುತ್ತಿದ್ದುದನ್ನು ಕಾಣಬಹುದಿತ್ತು. ಬಹುಮಟ್ಟಿಗೆ ಸುಭಾಳನ್ನು ಅವನು ಭೇಟಿಯಾಗುತ್ತಿದ್ದುದು ಇಂತಹ ಸಂದರ್ಭಗಳಲ್ಲೇ. ಅವನು ಏನೇ ಮಾಡುತ್ತಿರಲಿ ಜೊತೆಗಾರ ರೊಬ್ಬರಿದ್ದರೆ ಅವನಿಗೆ ಹಿತ. ಮೀನು ಹಿಡಿಯುವುದರಲ್ಲಿ ತೊಡಗಿರುವವನಿಗೆ ಒಬ್ಬ ಮೂಕ ಜೊತೆಗಾರ್ತಿಗಿಂತಲೂ ಸಾಟಿಯಾದವರಿನ್ನಾರು ? ಅವಳ ಮೌನದಿಂದಾಗಿ ಪ್ರತಾಪ್ ಸುಭಾಳನ್ನು ಆದರದಿಂದ ಕಾಣುತ್ತಿದ್ದ; ಮತ್ತು ಬೇರೆಲ್ಲರೂ ಅವಳನ್ನು 'ಸುಭಾ' ಎಂದು ಕರೆಯುತ್ತಿದ್ದ ರಾದುದರಿಂದ, ತನ್ನ ಪ್ರೀತಿಯನ್ನು ಸೂಚಿಸಲು ಅವನು ಅವಳನ್ನು 'ಸು' ಎಂದೇ ಕರೆಯುತ್ತಿದ್ದ. ಸುಭಾ ಸಾಮಾನ್ಯವಾಗಿ ಒಂದು ಹುಣಸೆಮರದ ಕೆಳಗೆ ಕುಳಿತುಕೊಳ್ಳುವುದು ವಾಡಿಕೆಯಾಗಿತ್ತು; ಅವಳಿದ್ದ ಜಾಗದಿಂದ ಸ್ವಲ್ಪ ದೂರದಲ್ಲಿ ಕುಳಿತು ಪ್ರತಾಪ್ ತನ್ನ ಮೀನಿನ ಗಾಳವನ್ನು ಹಾಕುತ್ತಿದ್ದ. ಪ್ರತಾಪ್ ತನ್ನೊಂದಿಗೆ ಅಲ್ಪಸ್ವಲ್ಪ ಎಲೆಯಡಿಕೆಯನ್ನಿರಿಸಿಕೊಂಡಿರುತ್ತಿದ್ದ. ಸುಭಾ

ಅದನ್ನು ಅವನಿಗೆ ಮಡಿಸಿಕೊಡುತ್ತಿದ್ದಳು. ಹಾಗೆ ಬಹುಕಾಲ ನೆಟ್ಟ ದೃಷ್ಟಿಯನ್ನಿಟ್ಟು ಅಲ್ಲಿ ಕುಳ್ಳಿರುತ್ತಿದ್ದ ಸುಭಾ ಪ್ರತಾಪನಿಗೇನಾದರೂ ಒಳ್ಳೆಯ ಸಹಾಯ ಮಾಡಬೇಕು, ಅವನಿಗೆ ನಿಜಕ್ಕೂ ನೆರವಾಗಬೇಕು, ತಾನು ಭೂಮಿಗೆ ಬೇಡವಾದ ಒಂದು ಭಾರವಾಗಿರಲಿಲ್ಲವೆಂಬುದನ್ನು ಹೇಗಾದರೂ ಮಾಡಿ ತೋರಿಸಿಕೊಡಬೇಕು, ಎಂದು ಉತ್ಸುಕಳಾಗಿರುತ್ತಿದ್ದಳೆಂದು ನನಗನ್ನಿಸುತ್ತದೆ. ಆದರೆ ಅಲ್ಲಿ ಅವಳು ಮಾಡಬಹುದಾದಂತಹದ್ದೇನೂ ಇರುತ್ತಿರಲಿಲ್ಲ. ಆಗ ಸಾಧಾರಣವಾದ ಯಾವುದಾದರೂ ಶಕ್ತಿಯನ್ನು ತನಗೆ ಕರುಣಿಸಬೇಕೆಂದು ಭಗವಂತನಲ್ಲಿ ಅವಳು ಮೊರೆಯಿಡುತ್ತಿದ್ದಳು. ಆಶ್ಚರ್ಯಕರವಾದ ಅದ್ಭುತವೊಂದನ್ನು ಮಾಡಿ ತೋರಿಸಿದಾಗ ಪ್ರತಾಪನು ಚಕಿತಗೊಂಡು, "ಎಲಾ ಇವಳ ! ನಮ್ಮ ಸು ಇಂಥಾದ್ದನ್ನು ಮಾಡಬಲ್ಲಳೆಂದು ನಾನು ಕನಸು ಕೂಡ ಕಂಡಿರಲಿಲ್ಲವಲ್ಲ!" ಎನ್ನುವಂತಾದರೆ, ಎಷ್ಟು ಸೊಗಸು ಎಂದವಳ ಯೋಚನೆ.

ಸುಭಾಳೇನಾದರೂ ಜಲದೇವತೆಯಾಗಿದ್ದಿದ್ದರೆ ನಿಧಾನವಾಗಿ ನದಿಯಿಂದ ಮೇಲೆದ್ದು ಸರ್ಪ ರಾಜನ ಹೆಡೆಯಲ್ಲಿನ ಮಣಿಯನ್ನು ದಂಡೆಯ ಬಳಿಗೆ ತಂದು ಪ್ರತಾಪನಿಗೆ ನೀಡಬಹುದಾಗಿತ್ತು, ಅಲ್ಲವೆ ? ಆಗ ತನ್ನ ಈ ಯಃಕಶ್ಚಿತ್ ಮೀನು ಹಿಡಿಯುವ ಕೆಲಸವನ್ನು ಬಿಟ್ಟು ಪ್ರತಾಪ್ ಒಂದು ಮುಳುಗು ಹಾಕಿ ಅಧೋಲೋಕಕ್ಕೆ ತೆರಳಬಹುದಾಗಿತ್ತು; ಅಲ್ಲಿನ ರಜತ ಪ್ರಾಸಾದದಲ್ಲಿ ಸುವರ್ಣಶಯ್ಯೆಯ ಮೇಲೆ ಕಾಣಬಹುದಿತು... ಯಾರನ್ನು ? ಬೇರೆ ಯಾರನ್ನೂ ಅಲ್ಲ: ಅದೇ ತನ್ನ ಪುಟ್ಟ, ಮೂಕಿ ಸು, ವಾಣೀಕಂಠನ ಮಗಳು ! ಹೌದು, ಅವಳೇ ನಮ್ಮ ಸು, ಮಣಿಗಳಿಂದ ಝಗ ಝಗಿಸುವ ಆ ನಗರದ ರಾಜನ ಒಬ್ಬಳೇ ಮಗಳಾದ ಸು ! ಆದರೆ ಹಾಗಾಗುವ ಸಂಭವವಿರಲಿಲ್ಲ, ಅದು ಅಸಾಧ್ಯವೆನಿಸಿತ್ತು. ಅಂದರೆ ನಿಜವಾಗಿ ಯಾವುದೂ ಸಂಪೂರ್ಣ ಅಶಕ್ಯವೆಂದಲ್ಲ. ಆದರೂ ಸು ಹುಟ್ಟಿದ್ದುದು ಪಾತಾಳಪುರದ ರಾಜಮನೆತನದಲ್ಲಲ್ಲ, ಕೇವಲ ವಾಣೀಕಂಠನ ಕುಟುಂಬದಲ್ಲಿ. ಹೀಗಾಗಿ ಗೋಸಾಯಿ ಕುಟುಂಬದ ಈ ಹುಡುಗನನ್ನು ಯಾವ ರೀತಿಯಲ್ಲಿ ದಂಗುಪಡಿಸ ಬಹುದಿತ್ತೋ ಅವಳಿಗೆ ತಿಳಿದಿರಲಿಲ್ಲ. ಅವಳು ಹೀಗೆಯೇ ಬೆಳೆದಳು. ಬೆಳೆದಂತೆ ಅವಳಿಗೆ ಕ್ರಮೇಣ ತನ್ನ ಬಗೆಗಿನ ಅರಿವೂ ಹೆಚ್ಚುತ್ತಾ ಬಂತು. ಹುಣ್ಣಿಮೆಯ ದಿನದಂದು ಸಮುದ್ರದ ಮಧ್ಯಭಾಗಗಳಿಂದ ಹೊರಡುವ ಒಂದು ಅಲೆಯಂತೆ ಅವಳಲ್ಲಿ ಅನಿರ್ವಚನೀಯವಾದ ಹೊಸ ಪ್ರಜ್ಞೆಯೊಂದು ಮೂಡಿತು. ಅವಳು ತನ್ನನ್ನು ಚೆನ್ನಾಗಿ ಪರಿಶೀಲಿಸಿಕೊಂಡಳು ಮತ್ತು ಪ್ರಶ್ನಿಸಿಕೊಂಡಳು; ಆದರೆ ಅಲ್ಲಿ ತನಗೆ ಅರ್ಥವಾಗುವಂತಹ ಯಾವ ಉತ್ತರವೂ ದೊರಕಲಿಲ್ಲ.

ಹುಣ್ಣಿಮೆಯ ಒಂದು ರಾತ್ರಿ. ರಾತ್ರಿಯ ಬಹುಭಾಗ ಆಗಲೇ ಕಳೆದಿತ್ತು. ಬಾಗಿಲನ್ನು ನಿಧಾನವಾಗಿ ತೆಗೆದು ಸುಭಾ ಅಳುಕಿನಿಂದ ಹೊರಗೆ ಇಣಿಕಿ ನೋಡಿದಳು. ಹುಣ್ಣಿಮೆಯ ಚಂದ್ರನ ಕಾಂತಿಯಿಂದ ಕಂಗೊಳಿಸುತ್ತಿದ್ದ ಪ್ರಕೃತಿಯು ನಿದ್ರೆಯ ಮಡಿಲಿನಲ್ಲಿದ್ದ ಪ್ರಪಂಚವನ್ನು ಸುಭಾಳಂತೆ ಏಕಾಕಿಯಾಗಿ ವೀಕ್ಷಿಸುತ್ತಿತ್ತು. ಗಾಢ ಯೌವನ ಸುಭಾಳಲ್ಲಿ ಮಿಡಿಯುತ್ತಿತ್ತು. ಆನಂದ ಮತ್ತು ವ್ಯಸನ ಅವಳಲ್ಲಿ ತುಂಬಿ ತುಳುಕುತ್ತಿದ್ದವು. ಹೇಳಲಸದಳವಾದ ತನ್ನ ಏಕಾಕಿತನದ ವ್ಯಗ್ರತೆಯನ್ನು ಅವಳು ಯಾವಾಗಲೂ ಅನುಭವಿಸಿದ್ದಳು; ಆದರೆ ಈ ಕ್ಷಣದಲ್ಲಿ ಅವಳ ಏಕಾಕಿತನದ ಭಾವನೆ ಚರಮಸ್ಥಿತಿಯನ್ನು ಮುಟ್ಟಿತ್ತು. ಹೃದಯ ಭಾರವಾಗಿದ್ದರೂ ತನ್ನ ಭಾವನೆಗಳನ್ನು ವ್ಯಕ್ತಪಡಿಸಲು ಅವಳು ಅಸಮರ್ಥಳಾಗಿದ್ದಳು. ಆತಂಕದಿಂದ ತುಂಬಿ ನೀರವ ವಾಗಿದ್ದ ಪ್ರಕೃತಿ ಮಾತೆಯ ಮಡಿಲಲ್ಲಿ ಕ್ಲೇಶದಿಂದ ತವಕಗೊಂಡಿದ್ದ ಆ ಬಾಲಿಕೆ ನಿಂತಿದ್ದಳು.

ಅವಳ ಮದುವೆಯ ಯೋಚನೆಯಿಂದಾಗಿ ಅವಳ ತಂದೆತಾಯಿಯರು ವ್ಯಾಕುಲ ಚಿತ್ತರಾಗಿದ್ದರು. ಜನ ಅವರನ್ನು ಆಕ್ಷೇಪಿಸಿದ್ದರು. ಅವರನ್ನು ಜಾತಿಯಿಂದ ಹೊರಹಾಕುವ

ಮಾತೂ ಕೇಳಿಬಂದಿತ್ತು. ವಾಣೀಕಂತನೇನೋ ಅನುಕೂಲಸ್ಥನೇ ಆಗಿದ್ದ. ಅವನ ಕುಟುಂಬದಲ್ಲಿ ದಿನಕ್ಕೆರಡು ಬಾರಿ ಮೀನಿನ ಊಟಕ್ಕೇನೂ ತೊಂದರೆಯಿರಲಿಲ್ಲ. ಆದ್ದರಿಂದಲೇ ಏನೋ, ಅವನಿಗೆ ಆಗದವರ ಕೊರತೆಯೂ ಇರಲಿಲ್ಲ. ಆಮೇಲೆ ಹೆಂಗಸರು ಈ ವಿಷಯದಲ್ಲಿ ತಲೆ ಹಾಕಿದರು. ಆಗ ಕೆಲದಿನಗಳ ಕಾಲ ವಾಣಿ ಎಲ್ಲಿಗೋ ಹೊರಹೋದ. ಹೀಗೆ ಹೊರಹೋಗಿ ಬಂದವನೇ "ನಾವು ಕಲ್ಕತ್ತೆಗೆ ಹೋಗಬೇಕು", ಎಂದು ತಿಳಿಸಿದ.

ಅಪರಿಚಿತವಾದ ಆ ಊರಿಗೆ ಹೊರಡಲು ಅವರು ಸಿದ್ಧರಾದರು. ಮಂಜು ಮುಚ್ಚಿದ ಮುಂಜಾವದಂತೆ ಸುಭಾಳ ಕಣ್ಣುಗಳಲ್ಲಿ ಕಂಬನಿ ತುಂಬಿಬಂದು ಅವಳ ಹೃದಯ ಭಾರವಾಯಿತು. ಈಗಾಗಲೇ ಹಲವು ದಿನಗಳಿಂದ ತನ್ನಲ್ಲಿ ತುಯ್ದಾಡುತ್ತಿದ್ದ ಅಸ್ಪಷ್ಟವಾದ ಭಯದಿಂದ, ಒಂದು ಮೂಕಪ್ರಾಣಿಯಂತೆ ಅವಳು ತನ್ನ ತಂದೆತಾಯಿಯರ ಹಿಂದೆ ಹಿಂದೆಯೇ ಓಡಾಡಲು ಪ್ರಾರಂಭಿಸಿದಳು. ಅವರ ಮುಖಗಳಿಂದ ಏನನ್ನೋ ಅರಿತುಕೊಳ್ಳಲು ಉತ್ಸುಕಳಾದವಳಂತೆ ಅಗಲವಾದ ತನ್ನ ಕಣ್ಣುಗಳಿಂದ ಕಾತರಳಾಗಿ ಅವರನ್ನು ಎವೆಯಿಕ್ಕದೆ ನಿಟ್ಟಿಸಿನೋಡಿದಳು. ಆದರೆ ಆ ಮುಖಗಳಲ್ಲಿ ಯಾವ ಸೂಚನೆಯೂ ಕಾಣಬರಲಿಲ್ಲ. ಹೀಗಿರುತ್ತಿರುವಾಗ ಒಂದು ಮಧ್ಯಾಹ್ನ ಪ್ರತಾಪ್ ಮೀನು ಹಿಡಿಯುತ್ತಿದ್ದವನು ನಕ್ಕು ನುಡಿದ :

"ಇನ್ನೇನಮ್ಮಾ ಸು, ಅವರು ನಿನಗೊಬ್ಬ ಗಂಡನನ್ನು ಹಿಡಿದಿದ್ದಾರೆ. ಸದ್ಯದಲ್ಲೇ ನೀನು ಮದುವೆಯಾಗಿಬಿಡುತ್ತೀಯೆ! ಅಂತೂ ನನ್ನನ್ನು ಪೂರ್ತಿಯಾಗಿ ಮರೆತುಬಿಡಬೇಡ, ತಿಳಿಯಿತೆ!"

ಹಾಗೆಂದು ಹೇಳಿ ಅವನು ಮತ್ತೆ ಮೀನುಹಿಡಿಯುವುದರಲ್ಲಿ ಮಗ್ನನಾದ.

ಸುಭಾ ಪ್ರತಾಪನತ್ತ ನೋವಿನಿಂದ ನೋಡಿದಳು.

ಪೆಟ್ಟುಬಿದ್ದ ಹೆಣ್ಣು ಜಿಂಕೆ ಬೇಟೆಗಾರನ ಮುಖದತ್ತ ಕಣ್ಣು ತಿರುಗಿಸಿ, "ನಿನಗೆ ನಾನೇನು ಕೆಡುಕು ಮಾಡಿದೆ ?" ಎಂದು ಮೂಕ ಯಾತನೆಯಿಂದ ಕೇಳುವಂತಿತ್ತು ಆ ನೋಟ.

ತರುವಾಯ ಅವಳು ಮರದ ನೆರಳಿನಲ್ಲಿ ಅಂದು ಕ್ಷಣಕಾಲವೂ ಕುಳಿತುಕೊಳ್ಳಲಿಲ್ಲ. ಆಗ ತಾನೇ ಮಧ್ಯಾಹ್ನದ ನಸುನಿದ್ದೆಯಿಂದೆದ್ದು ವಾಣೀಕಂತ ತನ್ನ ಕೋಣೆಯಲ್ಲಿ ಹೊಗೆ ಎಳೆಯುತ್ತಾ ಕುಳಿತಿದ್ದ. ಸುಭಾ ಅವನಡಿಗಳಲ್ಲಿ ಬಿದ್ದು ಅವನನ್ನೇ ದಿಟ್ಟಿಸಿ ನೋಡುತ್ತಾ ಒಮ್ಮೆಲೇ ಬಿಕ್ಕಿಬಿಕ್ಕಿ ಅಳಲಾರಂಭಿಸಿದಳು. ವಾಣೀಕಂತ ಅವಳನ್ನು ಸಮಾಧಾನಗೊಳಿಸಲೆತ್ನಿಸಿದ. ಆದರೆ ಸ್ವತಃ ಅವನ ಕೆನ್ನೆಗಳೇ ಅಶ್ರುಧಾರೆಯಿಂದ ತೊಯ್ದುಹೋದವು.

ಮಾರನೆಯ ದಿನ ಅವರು ಕಲ್ಕತ್ತೆಗೆ ಪ್ರಯಾಣ ಬೆಳೆಸಬೇಕೆಂದು ನಿಶ್ಚಯವಾಗಿತ್ತು. ತನ್ನ ಬಾಲ್ಯದ ಸಂಗಾತಿಗಳಿಗೆ ವಿದಾಯ ಹೇಳಿಬರಲೆಂದು ಸುಭಾ ದನದ ಕೊಟ್ಟಿಗೆಗೆ ಹೋದಳು. ತನ್ನ ಹಸ್ತದಿಂದ ಅವಕ್ಕೆ ಊಣ ಬಡಿಸಿದಳು; ಅವುಗಳ ಕತ್ತನ್ನು ತಬ್ಬಿದಳು; ಅವುಗಳ ಮುಖಕ್ಕೆ ಮುಖವಿಟ್ಟು ದೃಷ್ಟಿಸಿ ನೋಡಿದಳು; ತನ್ನ ಪರವಾಗಿ ಮಾತನಾಡುತ್ತಿದ್ದ ಅವಳ ಕಣ್ಣುಗಳಿಂದ ಕಂಬನಿ ಧಾರಾಕಾರವಾಗಿ ಹರಿಯಿತು. ಅದು ಶುಕ್ಲಪಕ್ಷದ ದಶಮಿಯ ರಾತ್ರಿ. ಸುಭಾ ತನ್ನ ಕೊಠಡಿಯಿಂದ ಹೊರಬಿದ್ದಳು. ತಾನು ವಿಶೇಷವಾಗಿ ಪ್ರೀತಿಸುತ್ತಿದ್ದ ಆ ನದಿಯ ದಂಡೆಯ ಮೇಲಿನ ಹುಲ್ಲಿನ ಶಯ್ಯೆಯಲ್ಲಿ ತನ್ನ ಗಿಡ್ಡದೇಹವನ್ನು ಚಾಚಿ ಮಲಗಿದಳು. 'ತಾಯೆ, ನಿನ್ನಿಂದ ಅಗಲಲು ನನ್ನನ್ನು ಬಿಡಬೇಡ. ನಾನು ನನ್ನ ಕೈಗಳಿಂದ ನಿನ್ನನ್ನು ಆತು ಹಿಡಿದಿರುವಂತೆ ನಿನ್ನ ಕೈಗಳಿಂದ ನನ್ನನ್ನು ಬಳಸಿ ಹಿಡಿ, ನನ್ನನ್ನು ತೊರೆಯಬೇಡ,' ಎಂದು ಹೇಳಲು ಯತ್ನಿಸುತ್ತಿದ್ದಳೋ ಎಂಬಂತೆ ಅವಳು ದೃಢಕಾಯಳೂ ಮೌನಿಯೂ ಆದ ಪೃಥ್ವೀಮಾತೆಯನ್ನು ತನ್ನ ಬಾಹುಗಳಿಂದ ಬಾಚಿಹಿಡಿದಿದ್ದಳು.

* * *

ಒಂದು ದಿನ ಕಲ್ಕತ್ತೆಯ ಒಂದು ಮನೆಯಲ್ಲಿ ಸುಭಾಳ ತಾಯಿ ಅವಳನ್ನು ಎಚ್ಚರಿಕೆಯಿಂದ ಅಚ್ಚುಕಟ್ಟಾಗಿ ಸಿಂಗರಿಸಿದಳು; ತಲೆಗೂದಲನ್ನು ಸರಿಗೆ ಹಾಕಿ ಮುಡಿಕಟ್ಟಿ ಬಂಧಿಸಿದಳು, ಮತ್ತು ಅವಳಿಗೆ ಹಲವಾರು ಒಡವೆಗಳನ್ನು ತೊಡಿಸಿದಳು. ಒಟ್ಟಿನಲ್ಲಿ, ಅವಳ ಸಹಜವಾದ ಮಧುರ ಲಾವಣ್ಯವನ್ನು ಎಷ್ಟು ಹಾಳುಮಾಡಬಹುದೋ ಅಷ್ಟೂ ಮಾಡಿದಳು. ಸುಭಾಳ ಕಣ್ಣುಗಳಲ್ಲಿ ಕಣ್ಣೀರು ತುಂಬಿ ಬಂತು. ಅತ್ತುಅತ್ತು ಕಣ್ಣುಗಳಿನ್ನೆಲ್ಲಿ ಬಾತುಕೊಳ್ಳುತ್ತವೆಯೋ ಎಂಬ ದುಗುಡ ತಾಯಿಗೆ. ಆದ್ದರಿಂದ ಮಗಳನ್ನವಳು ನಿಷ್ಠುರವಾಗಿ ಬೈದಳು, ಆದರೆ ಕಣ್ಣೀರು ಈ ಬಯ್ಗುಳಕ್ಕೆ ಲಕ್ಷ್ಯಕೊಡಲಿಲ್ಲ. ವಧುವನ್ನು ನೋಡಿ ಪರೀಕ್ಷಿಸಲು ವರ ತನ್ನೊಬ್ಬ ಸ್ನೇಹಿತನೊಡಗೂಡಿ ಬಂದ. ತನ್ನ ಯಜ್ಞಪಶುವನ್ನಾರಿಸಿಕೊಳ್ಳಲು ದಯಮಾಡಿಸಿದ್ದ ದೇವರನ್ನು ಕಂಡು ವಧುವಿನ ತಂದೆತಾಯಂದಿರು ತವಕ ಮತ್ತು ಭಯಗಳಿಂದ ತಲ್ಲಣಿಸಿಹೋಗಿದ್ದರು. ಪರೀಕ್ಷಕನ ಸಮ್ಮುಖದಲ್ಲಿ ಹಾಜರಾಗಲು ಕಳಿಸುವ ಮುನ್ನ ತೆರೆಯ ಮರೆಯಲ್ಲಿ ಮಗಳಿಗೆ ತಾಯಿ ತನ್ನ ಸೂಚನೆಗಳನ್ನು ಗಟ್ಟಿಯಾಗಿಯೇ ಒದರಿದಳು. ಇದರಿಂದಾಗಿ ಅವಳ ಅಳು ಇಮ್ಮಡಿಯಾಯಿತು. ಆ ಮಹಾನುಭಾವ ಅವಳನ್ನು ಮೇಲಿನಿಂದ ಕೆಳಗಿನವರೆಗೆ ಬಹುಕಾಲ ನಿರೀಕ್ಷಿಸಿ "ಅಷ್ಟೇನೂ ಕಳಪೆಯಾಗಿಲ್ಲ", ಎಂದು ಅಭಿಪ್ರಾಯ ಸೂಚಿಸಿದ.

ಅವಳ ಅಶ್ರುಧಾರೆಯನ್ನವನು ವಿಶೇಷವಾಗಿ ಗಮನಿಸಿದ. ಅವಳಿಗೆ ಕೋಮಲ ಹೃದಯ ವಿರಬೇಕೆಂದು ಅದರಿಂದ ತರ್ಕಿಸಿದ. ಅವನ ದೃಷ್ಟಿಯಲ್ಲಿ ಅದು ಮೆಚ್ಚುಗೆಗೆ ಪಾತ್ರವಾಗುವಂತಹ ಗುಣವಾಗಿ ಕಂಡಿತು. ಇಂದು ತಂದೆತಾಯಂದಿರಿಂದ ಅಗಲಬೇಕೆಂದು ಸಂಕಟಪಡುವ ಹೃದಯ ಮುಂದೆ ತನಗೆ ಉಪಯುಕ್ತವಾದ ಸೊತ್ತಾಗಿ ಪರಿಣಮಿಸಬಹುದೆಂದು ಆತ ಲೆಕ್ಕಹಾಕಿದ. ಚಿಪ್ಪಿನೊಳಗಣ ಮುತ್ತುಗಳಂತೆ ಈ ಮಗುವಿನ ಕಂಬನಿ ಅವಳ ಮೌಲ್ಯವನ್ನು ಹೆಚ್ಚಿಸಿತ್ತೇ ವಿನಾ ಬೇರೇನೂ ಅಲ್ಲ. ಅಷ್ಟೆ, ಅವನು ಬೇರಿನ್ನಾವ ಟೀಕೆಯನ್ನೂ ಮಾಡಲಿಲ್ಲ.

ಪಂಚಾಂಗವನ್ನು ನೋಡಿಯಾಯಿತು ಮತ್ತು ಒಂದು ಶುಭ ದಿನದಂದು ಮದುವೆಯೂ ನೆರವೇರಿತು. ತಮ್ಮ ಮೂಕ ಮಗಳನ್ನು ಪರಕೀಯನೊಬ್ಬನ ಕೈಯಲ್ಲಿ ಹಾಕಿ ಸುಭಾಳ ತಂದೆತಾಯಿಯರು ತಮ್ಮ ಸ್ವಗ್ರಾಮಕ್ಕೆ ತೆರಳಿದರು. ಸದ್ಯಕ್ಕೆ ದೇವರ ದಯೆ! ಈ ಲೋಕದಲ್ಲಿ ಅವರ ಜಾತಿ ಮತ್ತು ಮುಂದಿನ ಲೋಕದಲ್ಲಿ ಅವರ ಕ್ಷೇಮ, ಎರಡೂ ಭದ್ರವಾದಂತಾಯಿತು! ವರನು ಪಶ್ಚಿಮದ ಭಾಗದಲ್ಲೆಲ್ಲೋ ಕೆಲಸದಲ್ಲಿದ್ದ, ಮದುವೆಯಾದ ಸ್ವಲ್ಪ ಕಾಲದೊಳಗೇ ಆತ ಹೆಂಡತಿಯನ್ನು ಅಲ್ಲಿಗೆ ಕರೆದುಕೊಂಡುಹೋದ.

ಸುಭಾ ವರನ ಮನೆ ಸೇರಿ ಇನ್ನೂ ಹತ್ತು ದಿನಗಳು ಕೂಡಾ ಕಳೆದಿರಲಿಲ್ಲ. ಹುಡುಗಿ ಮೂಕಿಯೆಂಬುದು ಎಲ್ಲರಿಗೂ ಗೊತ್ತಾಯಿತು. ಹಾಗೇನಾದರೂ ಅದು ಎಲ್ಲರಿಗೂ ಗೊತ್ತಾಗಿರದಿದ್ದರೆ ಅದು ಅವಳ ತಪ್ಪಲ್ಲ; ಏಕೆಂದರೆ, ಅದನ್ನು ಯಾರಿಂದಲೂ ಮುಚ್ಚಿಡಲು ಅವಳು ಯತ್ನಿಸಿರಲಿಲ್ಲ. ಅವಳ ಕಣ್ಣುಗಳು ಅವಳೆಲ್ಲ ಇಂಗಿತಗಳನ್ನೂ ತೋರ್ಪಡಿಸುತ್ತಿದ್ದವು; ಆದರೆ ಅದನ್ನು ಯಾರೂ ಗ್ರಹಿಸಲಿಲ್ಲ. ಅವಳು ತನ್ನ ಸುತ್ತಮುತ್ತ ಕಾತರತೆಯಿಂದ ಕಣ್ಣಾಡಿಸಿದಳು; ಆದರೆ ಎಲ್ಲೆಡೆಗಳಲ್ಲೂ ಅವಳ ಮೌನ ಇದಿರಿಸಿತು. ತಾನು ಹುಟ್ಟಿದಾಗಿನಿಂದ ಪರಿಚಿತವಾಗಿದ್ದ, ಒಬ್ಬ ಮೂಕ ಹುಡುಗಿಯ ಭಾಷೆಯನ್ನು ಅರ್ಥಮಾಡಿಕೊಂಡಿದ್ದಂತಹ ಮುಖಗಳನ್ನಿಲ್ಲಿ ಕಾಣದೆ ಅವಳು ಪರಿತಪಿಸಿದಳು. ಅವಳ ಮೌನ ಹೃದಯದಲ್ಲಿ ಒಂದು ನಿರಂತರವಾದ ಮೂಕ ಶೋಕ ಉಲಿಯುತ್ತಿತ್ತು. ಆ ಹೃದಯ ಶೋಧಕನೊಬ್ಬನಿಗೆ ಮಾತ್ರ ಕೇಳಿಸುವಂತಹದಾಗಿತ್ತು ಆಕೆಯ ಆ ಮೂಕ ಶೋಕ. ○

ಅನು : ಡಾ॥ ಜಿ. ರಾಮಕೃಷ್ಣ

○ ಶರಚ್ಚಂದ್ರ ಚಟರ್ಜಿ

ಗಫೂರನ ಎತ್ತು

ಕಾಶೀಪುರ ಎಂಬುದು ಒಂದು ಸಣ್ಣ ಹಳ್ಳಿ. ಅಲ್ಲಿಯ ಜಮೀನ್ದಾರರು ಅದಕ್ಕಿಂತಲೂ ಸಣ್ಣವರು. ಆದರೆ ಅವರ ದರ್ಪ ಮಾತ್ರ ದೊಡ್ಡದು.

ಅವರ ಕಿರಿಯ ಮಗನ ಹುಟ್ಟು ಹಬ್ಬದ ಸಲುವಾಗಿ ಅಂದು ದೇವಸ್ಥಾನದಲ್ಲಿ ಪೂಜೆಯಿದ್ದಿತು. ಪೂಜೆಯನ್ನು ಮುಗಿಸಿಕೊಂಡು ತರ್ಕರತ್ನ ಮಹಾಶಯರು ಮಧ್ಯಾಹ್ನದ ವೇಳೆಗೆ ಮನೆಗೆ ಮರಳುತ್ತಿದ್ದರು. ವೈಶಾಖ ಮಾಸವು ಮುಗಿಯುತ್ತ ಬಂದುದರಿಂದ ಬಾನಿನಲ್ಲಿ ಮುಗಿಲುಗಳ ಸುಳಿವೇ ಇರಲಿಲ್ಲ.

ಆ ಬಯಲಿಗೆ ಹೊಂದಿರುವ ರಸ್ತೆಯ ಬಳಿ ನೇಕಾರ ಗಫೂರನ ಮನೆಯಿತ್ತು. ಮನೆಯ ಮಣ್ಣಿನ ಗೋಡೆಗಳು ಬಿದ್ದು ಹೋಗಿದ್ದವು.

ಬೀದಿಯ ಬಳಿಯಿರುವ ಒಂದು ಮರದ ನೆರಳಿನಲ್ಲಿ ನಿಂತು ಕೊಂಡು ತರ್ಕರತ್ನ ಮಹಾಶಯರು ಕೂಗಿದರು :

"ಏ ! ಗಫೂರ್ ಮನೆಯಲ್ಲಿದ್ದೀಯೋ ?"

ಸುಮಾರು 10 ವರ್ಷ ಪ್ರಾಯದ ಬಾಲಕಿ ಬಾಗಿಲ ಬಳಿ ಬಂದು "ಯಾಕೆ ? ಅಪ್ಪನಿಗೆ ಜ್ವರ" ಎಂದು ಉತ್ತರವಿತ್ತಳು. ಅವಳು ಗಫೂರನ ಮಗಳು.

"ಜ್ವರ ! ನಾಸ್ತಿಕ ! ಮ್ಲೇಚ್ಛ ! ಕರೆ ಅವನನ್ನು !" ಈ ಸ್ವರ ಕೇಳಿ ಗಫೂರ್ ನಡುಗುತ್ತ ಹೊರಗೆ ಬಂದ. ಮನೆಯ ಹೊರಗೆ ಬಿದ್ದ ಗೋಡೆಗೆ ತಾಗಿ ಒಂದು ಹಳೆಯ ಮರಕ್ಕೆ ಎತ್ತೊಂದನ್ನು ಕಟ್ಟಲಾಗಿತ್ತು. ತರ್ಕರತ್ನ ಮಹಾಶಯರು ಸಂಜ್ಞೆಯಿಂದ "ಇದು ಹಿಂದುಗಳ ಊರು ! ಜಮೀನ್ದಾರರು ಬ್ರಾಹ್ಮಣರು ! ಏನು ಮೈಮೇಲೆ ಎಚ್ಚರ ಉಂಟೋ ? ಇಲ್ಲವೋ ?" ಎಂದು ಕೇಳಿದರು.

ಅವರ ಮುಖ ಸಿಟ್ಟಿನಿಂದ ಮತ್ತು ಸೂರ್ಯನ ತಾಪದಿಂದ ಕೆಂಪಾಗಿತ್ತು. ಅವರ ಬಾಯಿಯಿಂದ ಕಟುಮಾತುಗಳೇ ಹೊರಬೀಳುತ್ತಿದ್ದವು. ಗಫೂರ್ ಅವರ ಮುಖವನ್ನೇ ನಿಂತು ನೋಡುತ್ತಿದ್ದ.

"ಬೆಳಿಗ್ಗೆ ಹೋಗುವಾಗ ನೋಡಿದ್ದೆ. ಅಲ್ಲೇ ಎತ್ತನ್ನು ಕಟ್ಟಿ ಹಾಕಿತ್ತು. ಈಗ ಮಧ್ಯಾಹ್ನಕ್ಕೂ ಅಲ್ಲೇ ಇದೆ. ಗೋಹತ್ಯೆಯಾದರೆ

ಒಡೆಯರು ನಿನ್ನನ್ನು ಜೀವಂತ ಹುಗಿಸಿಬಿಡಬಹುದು, ಅವರು ಅಂಥಿಂಥ ಬ್ರಾಹ್ಮಣರಲ್ಲ."

"ಏನು ಮಾಡಲಿ ಪಂಡಿತರೇ? ಬೇರೆ ಉಪಾಯವೇ ಇಲ್ಲ. ಹಲವು ದಿನಗಳಿಂದ ಜ್ವರ ಬರ್ತಾ ಇದೆ. ಸ್ವಲ್ಪ ದೂರ ಹೋಗಿ ಮೇಯಿಸಿ ಬರೋಣವೆಂದರೆ, ನಡೆಯುವಾಗ ಕಣ್ಣು ಕತ್ತಲು ಬರ್ತದೆ. ಬಿದ್ದುಬಿಡ್ತೇನೆ."

"ಹಾಗಾದರೆ ಬಿಚ್ಚಿಬಿಡು ಅದಾಗಿಯೇ ಮೇಯ್ದು ಬರಲಿ."

"ಬಿಚ್ಚಿ ಎಲ್ಲಿ ಅಟ್ಟಲಿ ಪಂಡಿತರ ? ಪೈರನ್ನು ಇನ್ನೂ ಪೂರಾ ಕೊಯ್ದು ಆಗಿಲ್ಲ. ಕೊಯ್ದ ಪೈರು ಕೂಡ ಹೊಲಗಳಲ್ಲಿಯೇ ಇದೆ. ಬಯಲು ಒಣಗಿಹೋಗಿದೆ. ಒಂದಿಷ್ಟು ಹುಲ್ಲು ಎಲ್ಲಿಯೂ ಇಲ್ಲ. ಯಾರ ಪೈರಿಗಾದರೂ ಬಾಯಿ ಹಾಕಿದರೆ ಏನು ಮಾಡಲಿ ?"

ತರ್ಕಮಹಾಶಯರು ಸ್ವಲ್ಪ ಮೆತ್ತನಾಗಿ ಅಂದರು :

"ಎಲ್ಲಾದರೂ ನೆರಳಿನಲ್ಲಿ ಕಟ್ಟಿ ಮೇವು ಹಾಕು. ನಿನ್ನ ಮಗಳ ಅಡಿಗೆಯಾಗಿಲ್ಲವೇ? ಕಲಗಚ್ಚು ಇಡು. ಕುಡಿಯಲಿ ಅದು !"

ಗಫೂರ್ ನಿರುತ್ತರನಾದ. ಅವರ ಕಡೆಗೆ ನೋಡುತ್ತಾ ನಿಂತ. ದೀರ್ಘವಾದ ನಿಟ್ಟುಸಿರು ಬಿಟ್ಟ.

"ಅದೂ ಇಲ್ಲವೇನು ? ಮೇವನ್ನೆಲ್ಲ ಏನು ಮಾಡಿದೆ ? ಎಲ್ಲವನ್ನು 'ಜಠರಾಯ ಸ್ವಾಹಾ' ಮಾಡಿಬಿಟ್ಟೆಯ ? ಎತ್ತಿಗೆ ಸ್ವಲ್ಪ ಉಳಿಸಲಿಲ್ಲವೆ ಕುಡುಕಾ ?"

ಈ ನಿಷ್ಠುರವಾದ ಮಾತುಗಳಿಂದ ಗಫೂರನ ಬಾಯಿ ಕಟ್ಟಿತು. ಸ್ವಲ್ಪ ಸಮಯದ ಬಳಿಕ ಕ್ಷೀಣ ಸ್ವರದಿಂದ ಅವನೆಂದ:

"ಇದ್ದದ್ದನ್ನು ಹಿಂದಿನ ಬಾಕಿಯನ್ನು ತೀರಿಸಲಿಕ್ಕಾಗಿ ಧನಿಗಳು ಇಟ್ಟುಕೊಂಡರು. ಅತ್ತು ಕರೆದು ಅವರಿಗೆ ಅಡ್ಡ ಬಿದ್ದೆ. ನನಗೆ ಸ್ವಲ್ಪ ಮೇವು ಇರಗೊಡಿರಿ ಅಂತ. ನನ್ನ ಮಹೇಶ ಹಸಿವೆಯಿಂದ ಸಾಯಲಿಕ್ಕಾಗಿದ್ದಾನೆ ಅಂತ ಹೇಳಿಕೊಂಡೆ."

ತರ್ಕರತ್ನರಿಗೆ ನಗು ಬಂತು.

"ಓಹೋ ! ಏನು ಇದಕ್ಕೆ ಮಹೇಶ ಅಂತ ಹೆಸರಿಟ್ಟಿದ್ದಿಯಾ ? ನನಗೆ ನಗುಬರುತ್ತೆ..." ಎಂದರು.

ಗಫೂರ್ ಹೇಳತೊಡಗಿದ :

"ಆದರೂ ಧನಿಗಳಿಗೆ ದಯೆ ಬರಲಿಲ್ಲ. ಎರಡು ತಿಂಗಳಿಗೆ ಸಾಕಾಗುವಷ್ಟು ಧಾನ್ಯವನ್ನು ಕೊಟ್ಟರು. ಮೇವನ್ನು ಕೊಡಲೇ ಇಲ್ಲ. ಈ ಬಡ ಪಶುವಿಗೆ ಒಂದು ಹುಲ್ಲಿನ ಎಸಳನ್ನು ಇರಿಸಲಿಲ್ಲ..."

ಗಫೂರನ ಕೊರಳು ಬಿಗಿದು ಬಂತು. ಆದರೂ ತರ್ಕರತ್ನರಿಗೆ ಕನಿಕರ ಮೂಡಲಿಲ್ಲ.

"ಏನು ಜಮೀನ್ದಾರರು ನಿನಗೆ ತಮ್ಮ ಮನೆಯಿಂದ ಊಟ ಹಾಕಬೇಕೇನು ? ನೀವು ರಾಮರಾಜ್ಯದಲ್ಲಿ ವಾಸಿಸ್ತೀರಿ ! ಆದರೆ ನಿಮ್ಮದು ನೀಚ ಜಾತಿ ! ಆದ್ದರಿಂದಲೇ ಇಂಥ ಮಾತನ್ನಾಡ್ತಿದೀಯ."

ಗಫೂರ್ ಲಜ್ಜಿತನಾದ.

"ಅವರಿಗೆ ನಾನೇನು ಹಾಳು ಬಗೆದಿದ್ದೇನೆ ಪಂಡಿತರೆ ? ನಾವು ಅವರಿಗೆ ಎರಡೆಣಿಸ ಲಾರೆವು. ಆದರೆ ನಾನು ಎಲ್ಲಿಂದ ಕೊಡ್ಬೇಕು ? ನಾನು ನಾಲ್ಕು ಕಳಸಿಗೆ ಗದ್ದೆ ಮಾತ್ರ ಬೇಸಾಯ ಮಾಡುವೆ. ಎರಡು ವರ್ಷಗಳಿಂದಲೂ ಮಳೆಯಿಲ್ಲ.... ತಂದೆ ಮಗಳಿಗೆ ಹೊಟ್ಟೆ ತುಂಬ ಅನ್ನ ಕೂಡಾ ದೊರೆಯೋದಿಲ್ಲ. ಮಹೇಶನನ್ನು ನೋಡಿ ! ಎಲುಬುಗಳು ಮಾತ್ರ

ಕಾಣ್ತವೆ! ಸ್ವಲ್ಪ ಮೇವನ್ನು ನೀವಾದರೂ ಎರವಲು ಕೊಡಿರಿ. ಒಂದೆರಡು ದಿನವಾದರೂ ಇದಕ್ಕೆ ಹೊಟ್ಟೆ ತುಂಬಿಸ್ತೇನೆ."

ಗಫೂರ್ ತರ್ಕರತ್ನರ ಕಾಲ ಬಳಿ ಕುಳಿತ. ತರ್ಕರತ್ನರು ಹಾವನ್ನು ಮೆಟ್ಟಿದವರಂತೆ ಹಿಂದೆ ಸರಿದರು.

"ನೀನು ಸತ್ತು ಹೋಗ! ನನ್ನನ್ನು ಮುಟ್ತೀಯಾ?"

"ಇಲ್ಲ! ಸ್ವಾಮೀ ಇಲ್ಲ. ಈ ವರ್ಷ ಸ್ವಲ್ಪ ಮೇವನ್ನು ಕೊಡಿರಿ. ನಿಮ್ಮ ಮನೆಯ ಹಿಂದೆ ಎರಡು ಮೂರು ರಾಶಿ ಹುಲ್ಲು ಇರೋದನ್ನ ನಾನು ನೋಡಿದ್ದೇನೆ. ಸ್ವಲ್ಪ ನನಗೆ ಕೊಟ್ಟರೆ ಅದರಿಂದ ತಮಗೇನೂ ಹೊರೆಯಾಗದು! ಮಹೇಶ – ತುಂಬಾ ಒಳ್ಳೆಯ ಜೀವ. ಬಾಯಿ ಬಿಟ್ಟು ಹೇಳೋದಿಲ್ಲ. ಕೇವಲ ಕಣ್ಣು ಬಿಟ್ಟು ನೋಡ್ತಾ, ಕಣ್ಣೀರು ಸುರಿಸ್ತಾ ಇರ್ತದೆ."

"ಕೈಗಡವೆ? ಅದನ್ನು ಹೇಗೆ ತೀರಿಸ್ತೀ?"

ಆಶಾಪೂರಿತವಾದ ಧ್ವನಿಯಿಂದ ಗಫೂರನೆಂದ :

"ಹೇಗಾದರೂ ಮಾಡಿ ಹಿಂದೆ ಕೊಡ್ತೇನೆ. ತಮಗೆ ಮೋಸ ಮಾಡಲಾರೆ."

ಗಫೂರನ ಧ್ವನಿಯನ್ನು ಅಣಕಿಸುತ್ತಾ ತರ್ಕರತ್ನರು "ಮೋಸಮಾಡಲಾರೆ! ಹೇಗಾದರೂ ಮಾಡಿ ತೀರಿಸ್ತಾನಂತೆ! ಭಾರೀ ಸಂಭಾವಿತ! ಸರಿ ದಾರಿ ಬಿಡು. ಮನೆಗೆ ಹೋಗ್ಬೇಕು. ತುಂಬಾ ಹೊತ್ತಾಯ್ತು" ಎಂದರು.

ಅವರು ಹೋದ ಬಳಿಕ ಗಫೂರ್ ತನ್ನ ದೃಷ್ಟಿಯನ್ನು ಮಹೇಶನತ್ತ ಹಾಯಿಸಿದ. ಅದರ ಗಂಭೀರ ಕಣ್ಣುಗಳು ದುಃಖದಿಂದಲೂ ಹಸಿವೆಯಿಂದಲೂ ತುಂಬಿಕೊಂಡಿದ್ದುವು.

"ನಿನಗೊಂದು ಹಿಡಿ ಹುಲ್ಲನ್ನೂ ಯಾರೂ ಕೊಡುವವರಿಲ್ವೆ? ಅವರ ಹತ್ತಿರ ಬೇಕಾದಷ್ಟಿದೆ. ಆದರೆ ಯಾರಿಗೂ ಅವರು ಕೊಡೋದಿಲ್ಲ. ಕೊಡದಿದ್ದರೆ ಹೋಗಲಿ!" ಎನ್ನುತ್ತಿರುವಾಗ ಅವನ ಕೊರಳು ಬಿಗಿಯಿತು. ಕಣ್ಣುಗಳಿಂದ ನೀರು ಹರಿಯತೊಡಗಿತು. ಅದರ ಬಳಿಗೆ ಬಂದು ಪ್ರೀತಿಯಿಂದ ಕೈಯಾಡಿಸುತ್ತ, "ಮಹೇಶ ನೀನು ನನ್ನ ಮಗ! ನಮಗೆ ಎಂಟು ವರ್ಷಗಳಿಂದ ಉಣಿಸುತ್ತಿದ್ದಿ. ಈಗ ಏನೋ ಮುದುಕನಾಗಿದ್ದಿ. ನಿನಗೆ ಹೊಟ್ಟೆ ತುಂಬ ತಿನಿಸಲು ನಾನು ಅಶಕ್ತನಾಗಿದ್ದೇನೆ. ಆದರೆ ಮಹೇಶ, ನಿನ್ನನ್ನು ನಾನು ಪ್ರೀತಿಸ್ತೇನೇಂತ ನಿನಗೆ ಗೊತ್ತಿದೆ!"

ಇದಕ್ಕೆ ಉತ್ತರ ರೂಪವಾಗಿಯೋ ಎಂಬಂತೆ ಮಹೇಶ ತನ್ನ ಕುತ್ತಿಗೆಯನ್ನು ಮುಂದೆ ಚಾಚಿ ಕಣ್ಣುಗಳನ್ನು ಸಂತೋಷದಿಂದ ಮುಚ್ಚಿಕೊಂಡಿತು. ತನ್ನ ಕಂಬನಿಯನ್ನು ಅದರ ಮೇಲೆ ಒರಸುತ್ತಾ ಗಫೂರ್ ತೊದಲು ಧ್ವನಿಯಿಂದ ಹೇಳತೊಡಗಿದ.

"ನಿನ್ನ ಅನ್ನವನ್ನು ಜಮೀನ್ದಾರರು ಕಸಿದುಕೊಂಡರು. ಸ್ಮಶಾನದ ಬಳಿಯ ಹುಲ್ಲುಗಾವಲನ್ನು ಹಣದ ಆಸೆಯಿಂದ ಬೇರೆಯವರಿಗೆ ಗೇಣಿಗೆ ಕೊಟ್ಟರು. ಈ ಬರಗಾಲದಲ್ಲಿ ನಿನ್ನನ್ನು ಹೇಗೆ ಬದುಕಿಸಲಿ? ನಿನ್ನನ್ನು ಬಿಚ್ಚಿಬಿಡಲೆ? ಬೇರೆಯವರ ಧಾನ್ಯಕ್ಕೆ ನೀನು ಬಾಯಿ ಹಾಕಬಹುದು... ನಿನ್ನ ದೇಹದಲ್ಲಿ ಈಗ ಶಕ್ತಿಯೂ ಇಲ್ಲ. ಊರಿನ ಯಾರಿಗೂ ನೀನು ಬೇಕಾಗಿಲ್ಲ. ನಾನು ನಿನ್ನನ್ನು ಮಾರಬೇಕೂಂತ ಅವರು ಹೇಳ್ತಾರೆ."

ಹೀಗೆ ಹೇಳುತ್ತಿರುವಾಗಲೇ ಗಫೂರನ ಕಂಬನಿ ಇನ್ನೂ ಹೆಚ್ಚಾಯಿತು. ಮನೆಯ ಮಾಡಿನಿಂದ ಸ್ವಲ್ಪ ಹಳೆಯ ಹುಲ್ಲನ್ನು ಕಿತ್ತು ಅದರ ಮುಂದೆ ಹಾಕಿ "ತಿನ್ನು! ಬೇಗನೇ ತಿನ್ನು" ಎಂದ.

ಅಮೀನಾ ಹೊರಬಂದು ಊಟಕ್ಕೆ ಕರೆದಳು. ಬಾಗಿಲ ಬಳಿಯೇ ಸ್ವಲ್ಪ ಹೊತ್ತು

ನಿಂತು, "ಪುನಃ ಮನೆಯ ಮಾಡಿನ ಹುಲ್ಲನ್ನು ಮಹೇಶನಿಗೆ ತಿನ್ನಿಸುತ್ತಿದ್ದೀಯಾ ಅಪ್ಪಾ!" ಎಂದು ಆಕೆ ಪ್ರಶ್ನಿಸಿದಳು.

ಹಾಗೆ ಅವಳು ಕೇಳಬಹುದೆಂಬ ಹೆದರಿಕೆ ಅವನಿಗೆ ಇದ್ದೇ ಇತ್ತು.

"ಹಳೆಯ ಹುಲ್ಲು ಬಿದ್ದುಹೋಗ್ತಾ ಇತ್ತು" ಎಂದನಾತ.

"ನೀನು ಹುಲ್ಲನ್ನು ಎಳೀತಿದ್ದೆ. ಶಬ್ದ ಕೇಳಿಸ್ತಿತ್ತು."

"ಇಲ್ಲ ಮಗೂ ಎಳೀಲಿಲ್ಲ."

ಹೀಗೆ ಹುಲ್ಲು ಎಳೆದು ಛಾವಣಿ ಬರಿದಾದರೆ ಗೋಡೆ ಬಿದ್ದುಹೋದೀತು ಅಪ್ಪಾ!"

ಗಫೂರ್ ಸುಮ್ಮಗಿದ್ದ. ಅಮೀನಾ ಹೇಳಿದ ಮಾತು ಸುಳ್ಳಾಗಿರಲಿಲ್ಲ. "ಸ್ವಲ್ಪ ಗಂಜಿ ನೀರು ಕೊಟ್ಟುಬಿಡು. ಮಹೇಶನಿಗೆ ಕುಡಿಸಿ ಮತ್ತೇ ಸಮಾಧಾನದಿಂದ ಉಣ್ತೇನೆ."

"ಈ ಹೊತ್ತು ಅನ್ನ ಬಸಿಯಲಿಲ್ಲ ಅಪ್ಪ"

ಗಫೂರ್ ಸುಮ್ಮಗಾದ. ಈ ಕಷ್ಟಕಾಲದಲ್ಲಿ ಎಳ್ಳಷ್ಟೂ ದುರ್ವ್ಯಯವಾಗಬಾರದೆಂದು ಈ ಹತ್ತು ವರುಷದ ಹುಡುಗಿಗೂ ಅರಿತಿದೆ. ಕೈಕಾಲು ತೊಳೆದು ಒಳಕ್ಕೆ ಹೋದ.

"ಮಗೂ ಪುನಃ ಚಳಿಯಾಗತೊಡಗಿದೆ. ಜ್ವರ ಬರುವಾಗ ಊಟ ಮಾಡ್ಬಹುದೆ ?"

ಅಮೀನಾ ಉದ್ವಿಗ್ನತೆಯಿಂದ ಕೇಳಿದಳು.

"ಬಹಳ ಹಸಿವೆಯಾಗ್ತಿದೆ ಅಂತ ಈಗತಾನೇ ಹೇಳಿದ್ದೆಯಲ್ಲಪ್ಪಾ!"

"ಆಗ – ಜ್ವರ ಇರಲಿಲ್ಲ ಮಗೂ!"

"ಹಾಗಾದರೆ ಮುಚ್ಚಿ ಇಡ್ತೇನೆ. ಸಂಜೆ ಉಣ್ತೀಯ ?"

"ತಣಿದ ಗಂಜಿ ಉಂಡರೆ ಆರೋಗ್ಯ ಇನ್ನೂ ಕೆಡ್ತದೆ, ಅಮೀನಾ !"

"ಹಾಗಾದರೆ ?"

"ಹಾಗಾದರೆ ಒಂದು ಕೆಲಸ ಮಾಡು. ಅದನ್ನು ಮಹೇಶನಿಗೆ ತಿನ್ನಿಸಿ ಬಿಡು. ರಾತ್ರೆ ನನಗೊಂದು ಮುಷ್ಟಿ ಅನ್ನ ಮಾಡು."

ಗಫೂರ್ ಸಮಸ್ಯೆಗೆ ಒಮ್ಮೆಲೇ ಉತ್ತರ ಹೇಳಿಬಿಟ್ಟ.

ಅಮೀನಾ ಸ್ವಲ್ಪ ಸಮಯ ಮುಖವನ್ನೇ ನೋಡುತ್ತಾ ಕುಳಿತಳು. ನಂತರ ತಲೆಬಾಗಿಸಿ "ಹಾಗೇ ಮಾಡ್ತೇನೆ ಅಪ್ಪಾ" ಎಂದಳು.

2

ಅನಂತರ ಆರೇಳು ದಿನಗಳು ಕಳೆದಿರಬಹುದು. ರೋಗಿ ಗಫೂರ್ ಚಿಂತಾಕ್ರಾಂತನಾಗಿ ಮನೆಯಂಗಳದಲ್ಲಿ ಕುಳಿತಿದ್ದಾನೆ. ಅಮೀನಾ ಬೆಳಗ್ಗಿನಿಂದ ಮಹೇಶನನ್ನು ಹುಡುಕುತ್ತಿದ್ದಾಳೆ. ಕತ್ತಲಾಗುವ ಮುನ್ನ ಅವಳು ಬಂದಳು: "ಅಪ್ಪಾ! ಮಹೇಶನನ್ನು ಮಾಣಿಕಬಾಬುಗಳು ದೊಡ್ಡಿಯಲ್ಲಿ ಕಟ್ಟಿಸಿದ್ದಾರೆ !" ಎಂದಳು.

"ಹೋಗೆ ! ಹುಚ್ಚಿ !"

"ನಿಜಕ್ಕೂ ಹೌದಪ್ಪ! ಅವರ ಮನೆಯಾಳೇ ನನಗೆ ಹೇಳಿದ್ದು. ನಿನಗೂ ತಿಳಿಸಬೇಕು ಅಂದ."

"ಅದೇನು ಮಾಡಿತ್ತಂತೆ?"

"ಅವರ ತೋಟ ಹೊಕ್ಕು ಗಿಡಗಳನ್ನು ಹಾಳು ಮಾಡಿತಂತೆ!"

ಗಫೂರ್ ದಿಗ್ಭ್ರಾಂತನಾಗಿ ಕುಳಿತ. ಮಹೇಶ ಆ ರೀತಿ ಮಾಡುವ ಪ್ರಾಣಿಯಲ್ಲ. ಇಂತಹ ಶಿಕ್ಷೆ ಅನುಭವಿಸುವ ಕೆಲಸವನ್ನು ಎಂದೂ ಅದು ಮಾಡಲಾರದು. ಮಾಣಿಕ ಬಾಬುಗಳೂ ಕೆಟ್ಟ ಮನುಷ್ಯರೇನಲ್ಲ. ಅವರ ಗೋ – ಬ್ರಾಹ್ಮಣ ಭಕ್ತಿ ಪ್ರಸಿದ್ಧವಾದುದ್ದು!

ಮಗಳು ಕೇಳಿದಳು: "ಅಪ್ಪಾ ಕತ್ತಲಾಗ್ತ ಬಂತು. ಮಹೇಶನನ್ನು ತರೋದಿಕ್ಕೆ ಹೋಗೋದಿಲ್ವೆ?"

"ಇಲ್ಲ."

"ಮೂರು ದಿನಗಳೊಳಗೆ ಬಿಡಿಸಿ ತರದಿದ್ದರೆ ಪೊಲೀಸರು ಏಲಂ ಹಾಕ್ತಾರಂತೆ!"

"ಏಲಂ ಹಾಕಲಿ ಬಿಡು."

ಅಮೀನಾಗೆ ದನದ ಸಂತೆ ಎಂದರೇನೆಂದು ಚೆನ್ನಾಗಿ ತಿಳಿಯದು. ಈ ಹೆಸರು ಕೇಳಿದೊಡನೆಯೇ ತಂದೆಯ ಮುಖ ಕಳೆಗುಂದಿದ್ದನ್ನು ಅಮೀನಾ ಹಲವು ಬಾರಿ ನೋಡಿದ್ದಳು. ಆದರೆ ಈ ದಿನ ತಂದೆ ಹೀಗೆ ಹೇಳಿದ್ದರಿಂದ ಅವಳಿಗೂ ಅಚ್ಚರಿಯಾಯಿತು.

ಗಫೂರ್ ಮೆಲ್ಲಗೆ ಹೊರಟ. ಬನ್ಸಿಯ ಅಂಗಡಿಗೆ ತೆರಳಿ ತನ್ನ ಹಿತ್ತಾಳೆಯ ತಟ್ಟೆಯೊಂದನ್ನು ಮುಂದಿಟ್ಟ "ಕಾಕಾ, ಈ ದಿನ ನನಗೆ ಒಂದು ರೂಪಾಯಿ ಕೊಡಬೇಕು" ಎಂದ. ಅಂಗಡಿಯಾತ ಆ ತಟ್ಟೆಯನ್ನು ತೂಗಿ ಅಡವಿಟ್ಟುಕೊಂಡು ಒಂದು ರೂಪಾಯಿ ಕೊಟ್ಟ.

* * *

ಮರುದಿನ ಅದೇ ಸ್ಥಾನದಲ್ಲಿ ಮಹೇಶನನ್ನು ಕಟ್ಟಲಾಗಿತ್ತು. ಒಬ್ಬ ಮುಸ್ಲಿಂ ಮುದುಕ ತದೇಕ ದೃಷ್ಟಿಯಿಂದ ಅದನ್ನು ನೋಡುತ್ತಿದ್ದ. ಅದರ ಬಳಿಯೇ ಗಫೂರ್ ಕುಳಿತಿದ್ದ. ಮುದುಕ ತನ್ನ ಕಿಸೆಯಿಂದ ಹತ್ತು ರೂಪಾಯಿ ತೆಗೆದು ಗಫೂರನ ಬಳಿಗೆ ಹೋಗಿ "ಈ ಹತ್ತು ರೂಪಾಯಿಯನ್ನು ತೆಗೆದುಕೋ – ಎತ್ತನ್ನು ಕೊಂಡೊಯ್ಯುತ್ತೇನೆ" ಎಂದ.

ಗಫೂರ್ ಹತ್ತು ರೂಪಾಯಿ ನೋಟನ್ನು ತೆಗೆದುಕೊಂಡು ಹಿಂದಿನಂತೆಯೇ ಕುಳಿತುಕೊಂಡ. ಆ ಮುದುಕನ ಜತೆಗೆ ಬಂದವರಿಬ್ಬರೂ ಅದರ ಕಣ್ಣಿಗೆ ಕೈಹಚ್ಚ ತೊಡಗಿದಾಗ ಗಫೂರ್ ಎದ್ದು ನಿಂತು ಗಟ್ಟಿಯಾಗಿ ಕೂಗಿದ:

"ಕಣ್ಣಿಗೆ ಕೈ ಹಚ್ಚೀರಿ! ಜೋಕೆ! ಒಳ್ಳೇದಾಗ್ಲೀಕ್ಕಿಲ್ಲ."

ಅವರು ಬೆಚ್ಚಿ ಹೋದರು. ಆಶ್ಚರ್ಯದಿಂದ ಮುದುಕ "ಯಾಕೆ?" ಎಂದು ಪ್ರಶ್ನಿಸಿದ.

ಗಫೂರ್ ಕೋಪದಿಂದ: "ಯಾಕೆ? ನನ್ನ ಸೊತ್ತನ್ನು ನಾನು ಮಾರೋದಿಲ್ಲ! ನನ್ನ ಖುಷೀ" ಎಂದು ಆ ನೋಟನ್ನು ಮುದುಕನತ್ತ ಬಿಸಾಡಿದ.

"ನಿನ್ನೆ ದಾರಿಯಲ್ಲಿ ಮುಂಗಡ ತೆಗೆದುಕೊಂಡು ಬಂದೆಯಲ್ಲ."

"ತೆಗೆದುಕೊಳ್ಳಿ ನಿಮ್ಮ ಮುಂಗಡ" ಎಂದು ಗಫೂರ್ ಸೊಂಟದಿಂದ ಎರಡು ರೂಪಾಯಿ ತೆಗೆದು ಹಿಂದೆ ಕೊಟ್ಟು ಬಿಟ್ಟ.

ಆ ಮುದುಕ ನಕ್ಕು "ನಿನಗೆ ಇನ್ನೆರಡು ರೂಪಾಯಿ ಹೆಚ್ಚಿಗೆ ಬೇಕು ಅಲ್ಲ? ಕೊಟ್ಟು ಬಿಡಿ ಇನ್ನೆರಡು ರೂಪಾಯಿ, ಆಯ್ತು ತಾನೆ?"

"ಊಹೂಂ."

"ಇದಕ್ಕೂ ಹೆಚ್ಚಿಗೆ ಒಂದು ಕಾಸನ್ನು ಯಾರೂ ಕೊಡಲಾರರು... ಚರ್ಮಕ್ಕೆ ಮಾತ್ರ ಬೆಲೆ ಬರೋದು. ಮತ್ತೇನಿದೆ ಅದರಲ್ಲಿ?"

"ತೋಬಾ! ತೋಬಾ!" ಗಫೂರ್ ಹೇಳಿದ. ಒಡನೆ ತನ್ನ ಮನೆಯನ್ನು ಹೊಕ್ಕು "ನೀವು

ಬೇಗ ಈ ಊರು ಬಿಟ್ಟು ಹೋಗದಿದ್ದರೆ ಜಮೀನ್ದಾರರಿಗೆ ಹೇಳಿ ಹೊರ ಹಾಕಿಸ್ತೇನೆ." ಎಂದು ಕೂಗಿ ಕೂಗಿ ಬೆದರಿಸತೊಡಗಿದ.

ಕೂಗು ಕೇಳಿ ಜನ ಕೂಡಿದರು. ಜಮೀನ್ದಾರರಿಂದಲೂ ಕರೆ ಬಂತು.

ಜಮೀನ್ದಾರ ಮಹಾಶಯ ಕಣ್ಣು ತೆರೆದು "ಗಫೂರ್! ನಿನಗೆ ಎಂತಹ ಶಿಕ್ಷೆ ಕೊಡಬೇಕೋ ತಿಳಿಯೋದಿಲ್ಲ. ನೀನು ಯಾರ ಜಮೀನ್ದಾರಿಕೆಯ ಆಶ್ರಯದಲ್ಲಿ ಇರುವೆ ಅಂತ ಗೊತ್ತಿದೆಯೆ ?"

ಗಫೂರ್ ಕೈಜೋಡಿಸಿ ವಿನೀತನಾಗಿ "ಗೊತ್ತಿದೆ ದೇವರು! ನಾವು ಹೊಟ್ಟೆಗಿಲ್ಲದ ಸಾಯಿತ್ತಿದ್ದೇವೆ. ಇವತ್ತು ತಾವು ಯಾವ ದಂಡವನ್ನು ವಿಧಿಸಿದರೂ ನಾನು ಇದಿರಾಡೋದಿಲ್ಲ" ಎಂದ.

ಎಲ್ಲರಿಗೂ ಆಶ್ಚರ್ಯವಾಯಿತು. ಗಫೂರನನ್ನು ಎಲ್ಲರೂ ಹಟಮಾರಿ, ದುರ್ಮಾರ್ಗಿ ಎಂದು ಕೊಂಡಿದ್ದರು. ಆದರೆ ಗಫೂರ್ ಕಂಠಬಿಗಿದು "ಇನ್ನು ಇಂಥ ಕೆಲಸವನ್ನು ಮಾಡಲಾರೆ ರಾಯರೆ" ಎಂದ.

ಜಮೀನ್ದಾರರು ಕರುಣೆಯಿಂದ "ಹೋಗು! ಹೋಗು! ಇನ್ನೆಂದೂ ಹೀಗೆ ಮಾಡ್ಬೇಡ" ಎಂದು ಕ್ಷಮಿಸಿದರು.

ಈ ಮಾತು ಕೇಳಿ ಎಲ್ಲರಿಗೂ ರೋಮಾಂಚನವಾಯಿತು. ತರ್ಕರತ್ನರೂ ಅಲ್ಲಿದ್ದರು. ಅವರು 'ಗೋವು' ಎಂಬ ಶಬ್ದದ ವ್ಯಾಖ್ಯಾನ ಮಾಡಿ ಇಂತಹ ಧರ್ಮಜ್ಞಾನಶೂನ್ಯರಾದ ಮ್ಲೇಚ್ಛರನ್ನು ಊರ ಹತ್ತಿರ ಇರಗೊಡಬಾರದೆಂದು ಹೇಳಿ ಜನರ 'ಜ್ಞಾನ ಚಕ್ಷು'ಗಳನ್ನು ತೆರೆದರು.

ಗಫೂರ್ ಯಾವುದಕ್ಕೂ ಉತ್ತರ ನೀಡಲಿಲ್ಲ. ಈ ಅವಮಾನ ಭರ್ತ್ಸನೆಗಳು ಸ್ವಾಭಾವಿಕವಾದುವು. ತನ್ನ ತಪ್ಪಿಗೆ ಸಿಗಬೇಕಾದಂಥವು, ಎಂದು ಭಾವಿಸಿ ಸಂತೋಷದಿಂದ ಮನೆಗೆ ಹೋದ. ನೆರಮನೆಯಿಂದ ಕಲಗಚ್ಚನ್ನು ಬೇಡಿ ತಂದು ಮಹೇಶನಿಗೆ ಕುಡಿಸಿದ.

3

ಜ್ಯೇಷ್ಠಮಾಸ ಮುಗಿಯುತ್ತ ಬಂದಿದೆ. ಇಂಥ ದಿನಗಳಲ್ಲಿ ಒಂದು ಸಂಜೆ ಗಫೂರ್ ಮನೆಗೆ ಬಂದ. ಕೂಲಿ ಕೆಲಸ ಮಾಡುವ ಅಭ್ಯಾಸ ಗಫೂರನಿಗೆ ಇರಲಿಲ್ಲ. "ಜ್ವರ ನಿಂತು ಮೂರುನಾಲ್ಕು ದಿನ ಮಾತ್ರ ಆಗಿವೆ. ಶರೀರ ನಿತ್ರಾಣವಾಗಿಯೇ ಇತ್ತು. ಆದರೆ ಇಂದು ಕೂಲಿ ಕೆಲಸಹುಡುಕಿ ಕೊಂಡು ಹೊರಟಿದ್ದ. ಆದರೂ ಕೂಲಿ ದೊರೆತಿರಲಿಲ್ಲ. ಹಸಿವು, ಬಾಯಾರಿಕೆ, ಇವುಗಳಿಂದ ಅವನಿಗೆ ಕಣ್ಣುಗತ್ತಲೆ ಬಂದಂತಾಗಿತ್ತು. ಅಂಗಳದಲ್ಲಿ ನಿಂತೇ ಕೂಗಿದ.

"ಅಮೀನಾ ಅನ್ನ ಆಯಿತೆ ?"

ಅಮೀನಾ ಬಾಗಿಲ ಬಳಿ ಬಂದು ಮೌನವಾಗಿ ನಿಂತಳು.

ಉತ್ತರ ಬಾರದ್ದನ್ನು ಕಂಡು ಅವನು ಕೂಗತೊಡಗಿದ "ಅನ್ನ ಆಗಲಿಲ್ವೆ? ಯಾಕೆ? ಏಕಾಗಲಿಲ್ಲ ?"

"ಅಕ್ಕಿಯಿಲ್ಲ ಅಪ್ಪಾ!"

"ಅಕ್ಕಿಯಿಲ್ಲ ? ನನಗೇಕೆ ಹೇಳಲಿಲ್ಲ ?"

"ನಿನ್ನೆ ರಾತ್ರೆಯೇ ಹೇಳಿದ್ದೆ!..."

ಗಫೂರ್ ಅವಳನ್ನು ಅಣಕಿಸುವ ಧ್ವನಿಯಲ್ಲಿ "ರಾತ್ರೆಯೇ ಹೇಳಿದ್ದೆ! ರಾತ್ರೆಯಲ್ಲಿ ಹೇಳಿದರೆ ನನಗೆ ನೆನಪು ಉಳಿಯುತ್ತದೆಯೇ?" ಎಂದ.

ಅವನ ಕೋಪ ಹೆಚ್ಚಿತು, ಮುಖ ಕೆರಳಿತು. ಕರ್ಕಶಕಂಠದಿಂದ "ಅಕ್ಕಿ ಇರುವುದಾದರೂ ಹೇಗೆ? ರೋಗಿಯಾದ ತಂದೆ ಉಂಡರೇನು? ಬಿಟ್ಟರೇನು? ಈ ಮಗಳಿಗೆ ಮೂರು – ನಾಲ್ಕು ಬಾರಿ ನುಂಗಲು ಇದ್ದರೆ ಸರಿ! ಈ ದಿನದಿಂದ ನಾನು ಅಕ್ಕಿಯನ್ನು ಕಪಾಟಿನಲ್ಲಿ ಬೀಗ ಹಾಕಿ ಇಡ್ತೇನೆ! ಒಂದು ತಂಬಿಗೆ ನೀರು ಕೊಡು. ಬಾಯಾರಿಕೆಯಿಂದ ಕಣ್ಣು ಕಾಣೋದಿಲ್ಲ, ಹೂಂ! ನೀರೂ ಇಲ್ಲ ಅಂತ ಹೇಳಿಬಿಡು. ಆಯಿತಲ್ಲ!"

ತಲೆಬಾಗಿಸಿಕೊಂಡು ಅಮೀನಾ ಕುಳಿತಿದ್ದಳು. ನೀರು ಸಹಾ ಇಲ್ಲವೆಂದು ತಿಳಿದು ಅವನ ಸಿಟ್ಟು ನೆತ್ತಿಗೇರಿತು. ಆಕೆಯ ಕೆನ್ನೆಗೆ ಒಂದು ಬಿಗಿದು "ನಿರ್ಭಾಗ್ಯೆ! ನೀನು ಇಡೀ ದಿನ ಮಾಡೋದಾದರೂ ಏನು? ಇಷ್ಟು ಜನ ಸಾಯುವಾಗ ನಿನಗ್ಯಾಕೆ ಸಾವು ಬರೋದಿಲ್ಲ?"

ಹುಡುಗಿ ಉತ್ತರಿಸಲಿಲ್ಲ. ಮಣ್ಣಿನ ಕೊಡವನ್ನು ತೆಗೆದುಕೊಂಡು ಒಂದೇ ಉಸರಿನಲ್ಲಿ ಕಣ್ಣೊರಸಿಕೊಂಡು ನಡೆದಳು. ಮಗಳು ಕಣ್ಮರೆಯಾದೊಡನೇ ಗಫೂರನ ಎದೆಯಲ್ಲಿ ಮುಳ್ಳು ಚುಚ್ಚಿದಂತಾಯಿತು. ತಾಯಿಯಿಲ್ಲದ ಆ ಹುಡುಗಿಯನ್ನು ತಾನು ಯಾವ ರೀತಿ ಆರೈಕೆ ಮಾಡಿದ್ದನೆಂಬುದು ಅವನೊಬ್ಬನಿಗೇ ಗೊತ್ತು.

ಆಕೆ ಕರ್ತವ್ಯ ಬಲ್ಲವಳು. ಶಾಂತಳು. ಅವಳಲ್ಲಿ ಯಾವ ತಪ್ಪೂ ಇಲ್ಲವೆಂದು ಅವನಿಗನಿಸಿತು. ಮನೆಯಲ್ಲಿ ಧಾನ್ಯ ಮುಗಿದ ಬಳಿಕ ಎರಡು ಹೊತ್ತು ಹೊಟ್ಟೆ ತುಂಬಾ ಗಂಜಿ ಕೂಡಾ ಅವಳಿಗೆ ದೊರೆಯುತ್ತಿಲ್ಲ... ನೀರು ಇಲ್ಲದಿರಲು ಕಾರಣವೇನೆಂಬುದು ಅವನಿಗೆ ಗೊತ್ತು. ಮನೆ ಸಮೀಪದ ಕೆರೆಗಳು ಬತ್ತಿವೆ. ಜಮೀನ್ದಾರರ ಮನೆ ಹಿಂದೆ ಒಂದು ಕೆರೆ ಇದೆ. ಅದರ ನೀರು ಎಲ್ಲರಿಗೂ ಸಿಗುತ್ತಿಲ್ಲ. ಅದಕ್ಕೂ ಹೊಡೆದಾಟ. ತಾವು ಮುಸ್ಲಿಮರಾದುದರಿಂದ ಕೆರೆಯ ಬಳಿ ಹೋಗುವಂತೆಯೂ ಇಲ್ಲ. ತಾಸುಗಟ್ಟಲೆ ದೂರ ನಿಂತು ಯಾರಾದರೂ ದಯಾಮಯಿಗಳು ನೀರು ತಂದುಕೊಟ್ಟರೆ ತರಬೇಕಿತ್ತು. ಇದು ಗಫೂರನಿಗೂ ಗೊತ್ತಿತ್ತು. ನೀರಿಗಾಗಿ ಹೊಡೆದಾಟವಾಗಿರಬೇಕು; ಅಮೀನಾಳಿಗೆ ಯಾರೂ ನೀರು ತಂದುಕೊಟ್ಟಿಲ್ಲ... ಹೀಗೆಲ್ಲ ಯೋಚಿಸಿದಾಗ ಅವನ ಕಣ್ಣುಗಳಲ್ಲಿ ನೀರು ತುಂಬಿ ಬಂತು.

ಅಷ್ಟರೊಳಗೆ ಜಮೀನ್ದಾರರ ಆಳು ಬಂದು "ಜಮೀನ್ದಾರ ಬಾಬುಗಳು ಕರೀತಾರೆ," ಎಂದ.

"ಇನ್ನೂ ನಾನು ಊಟ ಮಾಡಿಲ್ಲ. ಸ್ವಲ್ಪ ಹೊತ್ತು ಬಿಟ್ಕೊಂಡು ಬರ್ತೇನೆ."

ಈ ಮಾತು ಉದ್ಧಟತನದ್ದೆಂದು ಭಾವಿಸಿದ ಆ ಆಳು ಇದನ್ನು ಸಹಿಸಲಿಲ್ಲ. "ಜಮೀನ್ದಾರರು ಚಪ್ಪಲಿಯಿಂದ ಬಾರಿಸುತ್ತ ಎಳೆದು ತರಲು ಹೇಳಿದ್ದಾರೆ."

ಗಫೂರ್ ಸಿಟ್ಟಿನಿಂದ ಮೈ ಮರೆತ.

"ಈ ರಾಜ್ಯದಲ್ಲಿ ಯಾರೂ ಗುಲಾಮರಿಲ್ಲ. ನಾನು ಕಂದಾಯ ಕೊಡ್ತೇನೆ. ಇಲ್ಲಿರ್ತೇನೆ. ಪುಕ್ಕಟೆಯೇನೂ ಇರೋದಿಲ್ಲ. ಈಗಲೇ ನಾನೇನೂ ಬರಲಾರೆ!"

ಈ ಪ್ರಪಂಚದಲ್ಲಿ ಇಂತಹ ಅಲ್ಪಮಾತಿಗೆ ಇಷ್ಟು ದೊಡ್ಡಸ್ತಿಕೆಯ ಮಾತನ್ನಾಡುವುದು ವ್ಯರ್ಥಮಾತ್ರವಲ್ಲ. ಅದರಿಂದ ವಿಪತ್ತಿಗೂ ಕಾರಣವಾಗುವುದಿದೆ.

ಇದಾದ ಬಳಿಕ ಏನಾಯಿತೆಂದು ವಿವರವಾಗಿ ಹೇಳುವ ಅಗತ್ಯವಿಲ್ಲ. ಒಂದು ತಾಸಿನ ಬಳಿಕ ಗಫೂರ್ ಜಮೀನ್ದಾರರ ಬಳಿ ಹೋಗಿ ಬಂದ. ಅವನ ಮುಖ ಮತ್ತು ಕಣ್ಣುಗಳು

ಊದಿಕೊಂಡಿದ್ದವು. ಇದಕ್ಕೆ ಕಾರಣ ಮಹೇಶ. ಗಫೂರ್ ಮುಂಜಾನೆ ಮನೆ ಬಿಟ್ಟೊಡನೆಯೇ ಅದು ಹಗ್ಗ ಬಿಚ್ಚಿಕೊಂಡು ಓಡಿತ್ತು. ಜಮೀನ್ದಾರರ ತೋಟವನ್ನು ಪ್ರವೇಶಿಸಿತ್ತು. ಹೂ ಗಿಡಗಳನ್ನು ಹಾಳು ಮಾಡಿತ್ತು. ಅದನ್ನು ಹಿಡಿಯ ಹೊರಟಾಗ ಜಮೀನ್ದಾರರ ಚಿಕ್ಕ ಮಗಳನ್ನೂ ಕೆಡವಿಹಾಕಿ ಓಡಿತ್ತು. ಇದೇನೂ ಮೊದಲ ಸಲವಲ್ಲ. ಇದಕ್ಕಾಗಿ ಗಫೂರ್ ಬಡವನಾಗಿದ್ದರಿಂದ ಹಿಂದೆ ಕ್ಷಮಿಸಲಾಗಿತ್ತು. ಆದರೆ ಈ ಬಾರಿ ಆತ 'ನಾನು ಗುಲಾಮನಲ್ಲ – ಕಂದಾಯ ಕೊಡ್ತೇನೆ' ಎಂದು ಹೇಳಿದುದು ಮಹಾ ಅಪರಾಧವಾಗಿದೆ.

ಜಮೀನ್ದಾರರು ತನ್ನನ್ನು ಅವಮಾನಗೊಳಿಸಿ ಹೊಡೆದರೂ ಗಫೂರ್ ತುಟಿ ಬಿಚ್ಚಲಿಲ್ಲ. ಮನೆಗೆ ಬಂದ ಮೇಲೆಯೂ ಹಾಗೆಯೇ ಮಲಗಿದ. ಹಸಿವೆ ನೀರಡಿಕೆಗಳು ಮರೆತುಹೋಗಿದ್ದುವು. ಆದರೆ ಎದೆಯಲ್ಲಿ ಮಾತ್ರ ಬೆಂಕಿಯ ಜ್ವಾಲೆ ಹಚ್ಚಿಟ್ಟಂತಾಗುತ್ತಿತ್ತು... ಎಷ್ಟು ಹೊತ್ತು ಮಲಗಿದ್ದನೋ... ಅಕಸ್ಮಾತ್ ಮಗಳ ರೋದನ ಕೇಳಿಬಂತು. ಚಡಪಡಿಸಿ ಹೊರಬಂದ ಅಮೀನಾ ನೆಲದ ಮೇಲೆ ಬಿದ್ದಿದ್ದಾಳೆ. ಮಣ್ಣಿನ ಕೊಡ ಒಡೆದು ಸೋರುತ್ತಿದೆ. ಮಹೇಶ ಈ ನೀರನ್ನು ನೆಕ್ಕಿ ನೆಕ್ಕಿ ಕುಡಿಯುತ್ತಿರುವುದನ್ನು ಕಂಡ. ಗಫೂರನ ಸಿಟ್ಟು ಎಲ್ಲೆ ಮೀರಿತು. ತನ್ನನ್ನೇ ಮರೆತುಬಿಟ್ಟ. ಅಲ್ಲೇ ಇದ್ದ ಮರದ ತುಂಡಿನಿಂದ ಮಹೇಶನ ಬಾಗಿದ ತಲೆಗೆ ಹೊಡೆದುಬಿಟ್ಟ.

ಮಹೇಶ ಒಂದು ಬಾರಿ ಕೇವಲ ಒಂದೇ ಬಾರಿ ತನ್ನ ತಲೆಯೆತ್ತಲು ಯತ್ನಿಸಿತು. ಆದರೆ ಹಸಿವು ಬಾಯಾರಿಕೆಗಳಿಂದ ದುರ್ಬಲವಾಗಿದ್ದ ಅದರ ಶರೀರ ನೆಲಕ್ಕೆ ಬಿದ್ದಿತು. ಅದರ ಕಣ್ಣುಗಳಿಂದ ಒಂದಷ್ಟು ಕಂಬನಿ ಹರಿಯಿತು. ಕಿವಿಯಿಂದ ರಕ್ತವೂ ಹೊರಬರಲಾರಂಭಿಸಿತು. ಅದರ ದೇಹ ಒಂದೆರಡು ಬಾರಿ ನಡುಗಿತು. ಅನಂತರ... ಅನಂತರ... ಮಹೇಶ ತನ್ನ ಕೊನೆಯುಸಿರನ್ನು ಬಿಟ್ಟಿತು.

"ಇದೇನು ಮಾಡಿದಿ ಅಪ್ಪಾ ! ಮಹೇಶ ತೀರಿಕೊಂಡ."

ಅಮೀನ ಅಳತೊಡಗಿದಳು.

ಗಫೂರ್ ನಿಂತಲ್ಲಿಯೇ ನಿಂತಿದ್ದ. ಇದಿರಿಗೆ ಬಿದ್ದಿದ್ದ ಮಹೇಶನ ಕಪ್ಪಾದ ಕಣ್ಣುಗಳನ್ನೇ ಕಲ್ಲಿನಂತೆ ನಿಶ್ಚಲವಾಗಿ ದಿಟ್ಟಿಸುತ್ತಿದ್ದ.

ಕೆಲವೇ ಹೊತ್ತಿನಲ್ಲಿ ಸುದ್ದಿ ತಿಳಿದ ಮೋಚಿಗಳು ಬಂದು ಮಹೇಶನನ್ನು ಕೊಂಡೊಯ್ದರು. ಅವರ ಕೈಗಳಲ್ಲಿಯ ಹರಿತವಾದ ಚೂರಿಗಳನ್ನು ಕಂಡು ಗಫೂರ್ ನಡುಗಿದ. ಕಣ್ಣು ಮುಚ್ಚಿಕೊಂಡ.

"ಗೋಹತ್ಯೆ ಮಾಡಿದ್ದಕ್ಕಾಗಿ ತರ್ಕರತ್ನರ ಮೂಲಕ ಪ್ರಾಯಶ್ಚಿತ್ತಕ್ಕಾಗಿ ನಿನ್ನ ಮನೆ ಮಠವೆಲ್ಲವೂ ಹೋಗುವುದು," ಎಂದು ಬೀದಿಯ ಜನರು ಹೇಳಿದರು.

ಗಫೂರ್ ಈ ಮಾತುಗಳಿಗೆ ಉತ್ತರ ನೀಡಲಿಲ್ಲ. ಮೊಣಕಾಲುಗಳ ನಡುವೆ ಮುಖವಿಟ್ಟು ಸುಮ್ಮಗೆ ಕುಳಿತಿದ್ದ.

ರಾತ್ರೆ ಹೆಚ್ಚಿತು. ಗಫೂರ್ ಮಗಳನ್ನೆಬ್ಬಿಸಿದ.

"ಅಮೀನಾ ! ನಡೆ ! ನಾವು ಇಲ್ಲಿಂದ ಹೊರಡೋಣ !" ಆಕೆ ನಿದ್ದೆ ಕಣ್ಣುಜ್ಜುತ್ತಾ "ಎಲ್ಲಿಗೆ ಅಪ್ಪಾ !" ಎಂದು ಕೇಳಿದಳು.

"ಫೂಲ್‌ವಾಡಿಯ ಸೆಣಬು ಕಾರ್ಖಾನೆಗೆ ಕೂಲಿ ಕೆಲಸ ಮಾಡೋದಕ್ಕೆ !"

ಹುಡುಗಿಗೆ ಆಶ್ಚರ್ಯವಾಯಿತು. ತಂದೆಯ ಮುಖವನ್ನು ದೃಷ್ಟಿಸಿದಳು. ಇದಕ್ಕಿಂತಲೂ

ಹೆಚ್ಚು ಕಷ್ಟ ಬಂದಾಗ ಅವನು ಸೆಣಬು ಕಾರ್ಖಾನೆಯಲ್ಲಿ ಕೆಲಸ ಮಾಡಲು ಒಪ್ಪಿದವನಲ್ಲ. "ಅಲ್ಲಿ ಹೋದರೆ ಧರ್ಮ ಕೆಡುತ್ತದೆ. ಹುಡುಗಿಯರ ಮಾನಮರ್ಯಾದೆ ಉಳಿಯೋದಿಲ್ಲ" ಎಂದೆಲ್ಲ ಹೇಳಿದ್ದ.

"ತಡಮಾಡಬೇಡ ಮಗಳೇ! ತುಂಬಾ ದೂರ ಹೋಗ್ಬೇಕು."

ತಂಬಿಗೆಯನ್ನು ಊಟದ ಬಟ್ಟಲನ್ನು ಅಮೀನಾ ತೆಗೆದು ಬಂದಾಗ ಗಫೂರನೆಂದ :

"ಅವು ಬೇಡ ಮಗಳೇ! ಅವೆಲ್ಲವೂ ಇಲ್ಲಿಯೇ ಇರಲಿ! ಮಹೇಶನನ್ನು ಸಾಯಿಸಿದ್ದಕ್ಕೆ ಪ್ರಾಯಶ್ಚಿತ್ತವಾಗುತ್ತದೆ."

ಕಾರ್ಗತ್ತಲೆಯಲ್ಲಿ ಅಮೀನಾಳ ಕೈ ಹಿಡಿದುಕೊಂಡು ಗಫೂರ್ ಹೊರಟ. ಯಾರಿಗೂ ಹೇಳಿ ಹೋಗಬೇಕಾಗಿರಲಿಲ್ಲ. ಅವನ ಆತ್ಮೀಯರಾರೂ ಅಲ್ಲಿರಲಿಲ್ಲ. ಅಂಗಳ ದಾಟಿ, ಮಾರ್ಗವೇರುವ ಮೊದಲು – ಮಹೇಶನನ್ನು ಕಟ್ಟುತ್ತಿದ್ದ ಆ ಮರದ ಬಳಿ ಬಂದಾಗ ಮಾತ್ರ ಗಫೂರ್ ಬಿಕ್ಕಿ ಬಿಕ್ಕಿ ಅಳತೊಡಗಿದ. ಆಕಾಶದ ಕಡೆಗೆ ಮುಖವೆತ್ತಿ ದೇವರಲ್ಲಿ ಮೊರೆಯಿಟ್ಟ!

"ಅಲ್ಲಾ! ನನ್ನ ಮಹೇಶ ಬಾಯಾರಿ ಸತ್ತುಹೋಯಿತು. ಅದಕ್ಕೆ ಮೇಯಲು ಯಾರೂ ಒಂದು ಗೇಣು ಭೂಮಿಯನ್ನೂ ಕೊಡಲಿಲ್ಲ. ನೀನು ನನ್ನನ್ನೆಷ್ಟು ಬೇಕಾದರೂ ಶಿಕ್ಷಿಸು. ಆದರೆ ಹಸಿದವರಿಗಾಗಿ ನೀನು ಕೊಟ್ಟಂಥ ಹುಲ್ಲನ್ನು, ಬಾಯಾರಿದವರಿಗಾಗಿ ನೀನು ಕೊಟ್ಟ ನೀರನ್ನು ಯಾರು ಮಹೇಶನಿಗೆ ಕೊಡಲಿಲ್ಲವೋ ಅವರನ್ನು ಮಾತ್ರ ನೀನು ಯಾವತ್ತೂ ಕ್ಷಮಿಸಬೇಡ".

೦

ಅನು : 'ಶ್ರೀಕಾಂತ'

O ಪ್ರೇಮಚಂದ್

ಹೆಣದ ಬಟ್ಟೆ

ಅಪ್ಪ ಮಗ ಇಬ್ಬರೂ ಜೋಪಡಿಯ ಬಾಗಿಲಲ್ಲಿ ಆರಿಹೋದ ಅಗ್ಗಿಷ್ಟಿಕೆಯ ಮುಂದೆ ಮೌನವಾಗಿ ಕುಳಿತಿದ್ದರು. ಒಳಗೆ ಮಗನ ಪ್ರಾಯದ ಹೆಂಡತಿ ಬುಧಿಯಾ ಪ್ರಸವ ವೇದನೆಯಿಂದ ನರಳಾಡುತ್ತಿದ್ದಳು. ಬಿಟ್ಟು ಬಿಟ್ಟು ಅವಳ ಬಾಯಿಯಿಂದ ಎದೆ ನಡುಗಿಸುವಂತಹ ಶಬ್ದ ಬರುತ್ತಿತ್ತು; ಅದನ್ನು ಕೇಳಿದಾಗ ಅಪ್ಪ ಮಕ್ಕಳಿಬ್ಬರೂ ಎದೆ ಹಿಡಿದುಕೊಳ್ಳುತ್ತಿದ್ದರು. ಚಳಿಯ ರಾತ್ರಿ; ಪ್ರಕೃತಿ ಮೌನದಲ್ಲಿ ಮುಳುಗಿತ್ತು. ಹಳ್ಳಿಗೆ ಹಳ್ಳಿಯೇ ಕತ್ತಲಲ್ಲಿ ಕರಗಿ ಹೋಗಿತ್ತು.

ಘೀಸು ಹೇಳಿದ – "ನೋಡಿದರೆ ಉಳಿಯೋಲ್ಲ ಅಂತ ಕಾಣುತ್ತೆ. ಇಡೀ ದಿನ ಅಲೆದಾಡೋದರಲ್ಲೇ ಹೋಯಿತು. ಹೋಗು, ಏನಾಗ್ತಿದೆ ಅಂತ ನೋಡಿಕೊಂಡು ಬಾ."

ಮಾಧವ ಕೋಪದಿಂದ ಹೇಳಿದ – "ಸಾಯೋದೇ ಆದರೆ ಬೇಗ ಯಾಕೆ ಸಾಯಬಾರದು ! ನೋಡಿ ಏನು ಮಾಡಲಿ ?"

"ನೀನು ಮಹಾ ನಿಷ್ಕರುಣಿ ಕಣೋ! ವರ್ಷ ಪೂರ್ತಿ ಯಾರ ಕೂಡ ಸುಖಸಂತೋಷದಲ್ಲಿ ಕಳೆದೆಯೋ ಅವಳಿಗೆ ಇಷ್ಟು ವಿಶ್ವಾಸಗೇಡಿಯಾಗೋದೆ !"

"ನನ್ನಿಂದ ಅವಳ ಗೋಳಾಟಾನ, ಅವಳು ಕೈಕಾಲು ಬಡಿಯೋದನ್ನ ನೋಡೋಕ್ಕೆ ಆಗೋಲ್ಲ."

ಅವರು ಚಮ್ಮಾರ ಜಾತಿಯವರು. ಇಡೀ ಹಳ್ಳಿಯಲ್ಲಿ ಕೆಟ್ಟ ಹೆಸರು ಸಂಪಾದಿಸಿದ್ದರು. ಅಪ್ಪ ಘೀಸು ಒಂದು ದಿನ ಕೆಲಸ ಮಾಡಿದರೆ ಮೂರು ದಿನ ಆರಾಮ ಮಾಡುತ್ತಿದ್ದ. ಮಗ ಮಾಧವ ಎಂತಹ ಮೈಗಳ್ಳನೆಂದರೆ ಅರ್ಧಗಂಟೆಯ ಕೆಲಸಕ್ಕೆ ಒಂದು ಗಂಟೆ ಚಿಲುಮೆ ಕುಡಿಯುತ್ತಿದ್ದ. ಇದರಿಂದಾಗಿ ಎಲ್ಲೂ ಕೂಲಿಗೆಲಸ ಸಿಗುತ್ತಿರಲಿಲ್ಲ. ಮನೆಯಲ್ಲಿ ಒಂದು ಹಿಡಿಕಾಳಿದ್ದರೆ ಸಾಕು ಕೆಲಸ ಮಾಡುವುದಿಲ್ಲವೆಂದು ಅವರು ಶಪಥಮಾಡಿದ್ದರು. ಒಂದೆರಡು ಹೊತ್ತು ಉಪವಾಸ ಬಿದ್ದಮೇಲೆ ಘೀಸು ಮರ ಹತ್ತಿ ಒಂದಿಷ್ಟು ಕೊಂಬೆ ಮುರಿದು ತರುತ್ತಿದ್ದ; ಮಾಧವ ಪೇಟೆಗೆ ಹೋಗಿ ಅದನ್ನು ಮಾರಿ ಬರುತ್ತಿದ್ದ. ಆ ಹಣ ಕೈಯಲ್ಲಿರುವ

ವರೆಗೆ ಇಬ್ಬರೂ ಅಲ್ಲಿ ಇಲ್ಲಿ ಅಲೆದಾಡುತ್ತಾ ಕಾಲಹಾಕುತ್ತಿದ್ದರು. ಹೊಟ್ಟೆಗಿಲ್ಲದ ಸ್ಥಿತಿ ಬಂದಾಗ ಮತ್ತೆ ಕೊಂಬೆ ಕಡಿಯುವುದು, ಇಲ್ಲವೇ ಕೂಲಿಗೆಲಸ ಹುಡುಕಿಕೊಂಡು ಓಡಾಡುವುದು. ಹಳ್ಳಿಯಲ್ಲಿ ಕೆಲಸಕ್ಕೇನೂ ಕೊರತೆಯಿರಲಿಲ್ಲ. ಬೇಸಾಯಗಾರರ ಹಳ್ಳಿಯೆಂದ ಮೇಲೆ ಮೈಮುರಿದು ದುಡಿಯುವವರಿಗೆ ಹತ್ತಾರು ಕೆಲಸ ಸಿಗುತ್ತವೆ. ಇಬ್ಬರಿಂದ ಕೂಡಿ ಒಬ್ಬ ಮಾಡುವಷ್ಟು ಕೆಲಸ ಪಡೆದು, ಅಷ್ಟರಿಂದಲೇ ತೃಪ್ತಿಯಾಗುವುದರ ವಿನಹ ಬೇರೆ ದಾರಿಯಿಲ್ಲವೆನ್ನುವ ಸ್ಥಿತಿಬಂದಾಗ ಮಾತ್ರ ಜನ ಅವರನ್ನು ಕೆಲಸಕ್ಕೆ ಕರೆಯುತ್ತಿದ್ದರು. ಇಬ್ಬರೂ ಸಾಧುಗಳಾದರೂ ಆಗಿದ್ದಿದ್ದರೆ, ಯಾವ ಸಂಯಮನಿಯಮಗಳ ಅವಶ್ಯಕತೆಯೂ ಇಲ್ಲದೆ ಧೈರ್ಯ ಸಂತೋಷಗಳಿಂದ ಇರಬಹುದಾಗಿತ್ತು. ಹಾಗಿತ್ತು ಅವರ ಪ್ರಕೃತಿ ! ಅವರದ್ದು ವಿಚಿತ್ರ ಜೀವನ. ಒಂದೆರಡು ಮಣ್ಣಿನ ಮಡಕೆಗಳನ್ನು ಬಿಟ್ಟರೆ ಅವರಿಗೆ ಯಾವ ಆಸ್ತಿಯೂ ಇರಲಿಲ್ಲ. ಹರಿದ ಹಳೆಯ ಚಿಂದಿಯಿಂದ ತಮ್ಮ ಮಾನ ಮುಚ್ಚಿಕೊಂಡು ಬದುಕುತ್ತಿದ್ದರು. ಪ್ರಾಪಂಚಿಕ ಚಿಂತೆಗಳಿಂದ ಮುಕ್ತರಾಗಿದ್ದರು ! ಸಾಲದ ಭಾರ ಹೇರಿಕೊಂಡಿತ್ತು. ಬೈಗುಳನ್ನೂ ಸಹಿಸುತ್ತಿದ್ದರು. ಏಟನ್ನೂ ತಿನ್ನುತ್ತಿದ್ದರು. ಆದರೂ ದುಃಖವೆಂಬುದು ಸ್ವಲ್ಪವೂ ಇರಲಿಲ್ಲ. ವಾಪಸು ಬರುವುದೆಂಬ ಆಸೆ ಏನೇನೂ ಇಲ್ಲದೆಯೇ ಜನ ಅವರಿಗೆ ಚೂರುಪಾರು ಸಾಲ ಕೊಡುತ್ತಿದ್ದರು – ಅಂತಹ ದೈನ್ಯವಿತ್ತು ಅವರಲ್ಲಿ. ಬಟಾಣಿ ಆಲೂಗಡ್ಡೆಗಳ ಕಾಲದಲ್ಲಿ ಇತರರ ಹೊಲದಿಂದ ಕಿತ್ತುತಂದು ಹುರಿದೋ ಸುಟ್ಟೋ ತಿನ್ನುತ್ತಿದ್ದರು. ಇಲ್ಲವೇ ನಾಲ್ಕೈದು ಕಬ್ಬಿನ ಜಲ್ಲೆ ಕಡಿದು ತಂದು ರಾತ್ರಿಯ ಹೊತ್ತು ಅಗಿದು ತಿನ್ನುತ್ತಿದ್ದರು. ಇದೇ ರೀತಿ ಘೀಸು ಅರವತ್ತು ವರ್ಷ ಕಳೆದಿದ್ದ. ಮಾಧವ ಸುಪುತ್ರ; ಅಪ್ಪನ ಹೆಜ್ಜೆ ಹಿಡಿದು ನಡೆದಿದ್ದ. ಅಷ್ಟೇ ಅಲ್ಲ, ಸೋಮಾರಿತನದಲ್ಲಿ ಅವನ ಹೆಸರು ತಂದೆಯದಕ್ಕಿಂತಲೂ ಹೆಚ್ಚು ಉಜ್ವಲವಾಗಿ ಬೆಳಗುತ್ತಿತ್ತು.

ಈಗ ಸಹ ಇಬ್ಬರೂ ಅಗ್ಗಿಷ್ಟಿಕೆಯ ಮುಂದೆ ಕುಳಿತು ಯಾರದೋ ಹೊಲದಿಂದ ಅಗೆದು ತಂದಿದ್ದ ಆಲೂಗೆಡ್ಡೆಯನ್ನು ಸುಡುತ್ತಿದ್ದರು. ಘೀಸುವಿನ ಹೆಂಡತಿ ಸತ್ತು ಎಷ್ಟೋ ಕಾಲವಾಗಿತ್ತು. ಮಾಧವ ಕಳೆದ ವರ್ಷ ತಾನೇ ಮದುವೆ ಮಾಡಿಕೊಂಡಿದ್ದ. ಹೆಂಡತಿ ಬಂದಂದಿನಿಂದ ಅವಳು ಮನೆಯಲ್ಲಿ ವ್ಯವಸ್ಥೆಯ ತಳಪಾಯ ಹಾಕಿದ್ದಳು. ಹಿಟ್ಟು ಬೀಸಿಯೋ ಹುಲ್ಲು ಕತ್ತರಿಸಿಯೋ ದಿನವೂ ಸೇರಿನಷ್ಟು ಹಿಟ್ಟನ್ನು ಹೇಗೋ ಹೊಂದಿಸಿ ಈ ನಾಚಿಕೆಗೇಡಿಗಳ ಹಸಿದ ಹೊಟ್ಟೆ ತುಂಬಿಸುತ್ತಿದ್ದಳು. ಅವಳು ಬಂದಾಗಿನಿಂದ ಇವರಿಬ್ಬರೂ ಇನ್ನೂ ಹೆಚ್ಚು ಆಲಸಿಗಳೂ ಆರಾಮಪ್ರಿಯರೂ ಆಗಿಬಿಟ್ಟಿದ್ದರು. ಅಷ್ಟೇ ಅಲ್ಲ, ಕೊಂಚ ಜಂಬ ತೋರಿಸಲೂ ಷುರು ಮಾಡಿದ್ದರು. ಯಾರಾದರೂ ಕೆಲಸಕ್ಕೆ ಬರಹೇಳಿದರೆ ಹಿಂದೆ ಮುಂದೆ ನೋಡದೆ ಎರಡು ಪಟ್ಟು ಕೂಲಿ ಕೇಳುತ್ತಿದ್ದರು. ಈಗ ಅದೇ ಹೆಂಗಸು ಪ್ರಸವವೇದನೆಯಿಂದ ಸಾಯುತ್ತಿದ್ದಾಳೆ; ಪ್ರಾಯಶಃ ಇವರಿಬ್ಬರೂ ಅವಳು ಸತ್ತರೆ ತಾವು ಆರಾಮವಾಗಿ ನಿದ್ರೆಮಾಡ ಬಹುದೆಂದು ಕಾಯುತ್ತಿದ್ದಾರೋ ಏನೋ !

ಘೀಸು ಆಲೂಗೆಡ್ಡೆ ಎತ್ತಿಕೊಂಡು ಸಿಪ್ಪೆ ಸುಲಿಯುತ್ತ ಹೇಳಿದ – "ಹೋಗಿ ನೋಡಿ ಬಾರೋ, ಅವಳ ಸ್ಥಿತಿ ಹೇಗಿದೆ ಅಂತ. ಇನ್ನೇನು ಭೂತಚೇಷ್ಟೆ ಇರಬೇಕು. ಇಲ್ಲಂತೂ ದೆವ್ವ ಬಿಡಿಸೋಕ್ಕೆ ಓಝುನೂ* ಒಂದು ರೂಪಾಯಿ ತೊಗೋತಾನೆ !"

ತಾನು ಮನೆಯೊಳಗೆ ಹೋದರೆ ಎಲ್ಲಿ ಅಪ್ಪ ಆಲೂಗೆಡ್ಡೆಯ ಹೆಚ್ಚು ಭಾಗವನ್ನು

---

* ಮಂತ್ರಮಾಟಗಳಿಂದ ದೆವ್ವ ಭೂತ ಬಿಡಿಸುವ ವೃತ್ತಿಯವನು.

ಮುಗಿಸಿಬಿಡುವನೋ ಎಂದು ಮಾಧವನಿಗೆ ಭಯ. ಅವನಂದ –"ನನಗಂತೂ ಒಳಗೆ ಹೋಗೋಕ್ಕೆ ಭಯವಾಗುತ್ತೆ!"

"ನಾನಿಲ್ಲೇ ಇರೋವಾಗ ಭಯ ಏತರದು?"

"ಹಾಗಾದರೆ ನೀನೆ ಹೋಗಿ ಯಾಕೆ ನೋಡಿಬರಬಾರದು?"

"ನನ್ನ ಹೆಂಡತಿ ಇರೋವಾಗ ಮೂರು ದಿನ ಅವಳ ಬದಿ ಬಿಟ್ಟು ಅಲ್ಲಾಡಲಿಲ್ಲ! ನನ್ನನ್ನು ನೋಡಿದಗೆ ಸೊಸೆಗೆ ನಾಚಿಕೆಯಾಗೋಲ್ಲವೆ ಇದುವರೆಗೆ ಯಾರ ಮುಖ ಸಹ ನೋಡಿಲ್ಲವೋ ಇವತ್ತು ಅವಳ ಬೆತ್ತಲೆ ಮೈ ನೋಡಲೆ? ಅವಳಿಗೆ ಮೈಮೇಲೆ ಪ್ರಜ್ಞೆಯೂ ಇರಲಾರದೇನೋ? ಅವಳು ನನ್ನನ್ನು ನೋಡಿದರೆ ಬಿಡುಬೀಸಾಗಿ ಕೈಕಾಲು ಸಹ ಬಡೀಲಾರಳು!"

"ಮಗುವೇನಾದರೂ ಆಗಿಬಿಟ್ಟರೆ ಏನು ಗತಿ ಅಂತೀನಿ? ಮನೇಲಿ ಶುಂಠಿ, ಬೆಲ್ಲ, ಎಣ್ಣೆ ಒಂದು ಚೂರೂ ಇಲ್ಲ."

"ಎಲ್ಲಾ ಬರುತ್ತೆ. ದೇವರು ಕೊಡೋವಾಗ, ಇದುವರೆಗೆ ಒಂದು ಕಾಸೂ ಸಹ ಬಿಚ್ಚದೇ ಇರೋ ಜನ ನಾಳೆ ತಾವಾಗಿಯೇ ಕರೆದು ರೂಪಾಯಿ ಕೊಡ್ತಾರೆ. ನನಗೆ ಒಂಭತ್ತು ಮಕ್ಕಳಾಗಿದ್ದವು. ಮನೇಲಿ ಯಾವಾಗಲೂ ಏನೂ ಇರ್ತಿರಲಿಲ್ಲ. ಆದರೆ ದೇವರು ಹೇಗೋ ಕಷ್ಟದಿಂದ ಪಾರು ಮಾಡಿಯೆ ಮಾಡಿದ."

ಯಾವ ಸಮಾಜದಲ್ಲಿ ಹಗಲೂ ರಾತ್ರಿ ಶ್ರಮಪಡುವವರ ಸ್ಥಿತಿ ಸಹ ಇವರದ್ದಕ್ಕಿಂತ ಹೆಚ್ಚೇನೂ ಚೆನ್ನಾಗಿರಲಿಲ್ಲವೋ, ಎಲ್ಲಿ ರೈತರ ದೌರ್ಬಲ್ಯಗಳಿಂದ ಲಾಭ ಪಡೆಯುವುದನ್ನು ಬಲ್ಲ ಜನ ಅವರೊಂದಿಗೆ ವ್ಯವಹಾರ ಮಾಡಿ ಅವರಿಗಿಂತ ಹೆಚ್ಚು ಶ್ರೀಮಂತರಾಗಿದ್ದರೋ ಅಲ್ಲಿ ಇಂತಹ ಮನೋವೃತ್ತಿ ಹುಟ್ಟುವುದು ಆಶ್ಚರ್ಯವೇನಲ್ಲ. ಘೀಸು ರೈತರಿಗಿಂತ ಬಹು ಹೆಚ್ಚು ಪಾಲು ಬುದ್ಧಿವಂತನೆಂದೇ ಹೇಳಬೇಕು. ಇವನು ವಿಚಾರಶೂನ್ಯರಾದ ರೈತರ ಗುಂಪಿನೊಂದಿಗೆ ಒಂದಾಗುವುದರ ಬದಲು ಕೆಲಸಗೇಡಿಗಳಾದ ಕೀಳು ಜನರ ತಂಡದಲ್ಲಿ ಹೋಗಿ ಸೇರಿಕೊಂಡಿದ್ದ. ಅವನಲ್ಲಿ ಆ ಜನರ ನೀತಿ ನಿಯಮಗಳನ್ನು ಪಾಲಿಸುವ ಶಕ್ತಿಯಿರಲಿಲ್ಲ ನಿಜ. ಈ ಕಾರಣದಿಂದಾಗಿ ಅವನ ಗುಂಪಿನ ಇತರರು ಹಳ್ಳಿಯ ಮುಖಂಡರೂ ಮುಂದಾಳುಗಳೂ ಆಗಿದ್ದರೆ, ಇಡೀ ಹಳ್ಳಿ ಅವನನ್ನು ಕಂಡು ಹೀಯಾಳಿಸುತ್ತಿತ್ತು. ಆದರೂ ಸಹ ತಾನು ದುಃಸ್ಥಿತಿಯಲ್ಲಿದ್ದರೇನಂತೆ, ರೈತರಂತೆ ಮೈ ಮುರಿದು ಕೆಲಸ ಮಾಡಬೇಕಾಗಿಲ್ಲವಲ್ಲ ಎಂಬ ಸಮಾಧಾನ ಘೀಸುವಿಗಿತ್ತು. ಅವನ ಸರಳತೆ, ಶಾಂತಿಪ್ರಿಯತೆಗಳಿಂದ ಬೇರೆಯವರು ಅನುಚಿತವಾಗಿ ಲಾಭ ಪಡೆಯುವಂತಿರಲಿಲ್ಲ.

ಇಬ್ಬರೂ ಆಲೂಗೆಡ್ಡೆ ತೆಗೆದು ಇನ್ನೂ ಬಿಸಿಯಾಗಿರುವಾಗಲೇ ತಿನ್ನತೊಡಗಿದ್ದರು. ನಿನ್ನೆಯಿಂದ ಅವರೇನನ್ನೂ ತಿಂದಿರಲಿಲ್ಲ. ಆಲೂಗೆಡ್ಡೆ ಆರುವ ತನಕ ಕಾಯುವಷ್ಟು ತಾಳ್ಮೆ ಸಹ ಅವರಿಗಿರಲಿಲ್ಲ. ಎಷ್ಟೋ ಸಲ ಇಬ್ಬರ ನಾಲಿಗೆಯೂ ಸುಟ್ಟಿತು. ಸಿಪ್ಪೆ ಸುಲಿದ ಮೇಲೆ ಆಲೂಗೆಡ್ಡೆಯ ಹೊರಭಾಗ ತುಂಬಾ ಬಿಸಿಯಾಗಿರುವಂತೆ ತೋರುತ್ತಿರಲಿಲ್ಲ. ಆದರೆ ಕಚ್ಚಿದೊಡನೆಯೇ ನಾಲಿಗೆ ಗಂಟಲುಗಳನ್ನು ಸುಡುತ್ತಿತ್ತು. ಆ ಸುಡುಗೆಂಡವನ್ನು ಬಾಯಲ್ಲಿಟ್ಟು ಕೊಂಡಿರುವುದಕ್ಕಿಂತ ನುಂಗಿ ಹೊಟ್ಟೆಯೊಳಗೆ ಸೇರಿಸುವುದು ಎಷ್ಟೋ ಮೇಲೆನಿಸುತ್ತಿತ್ತು. ಅಲ್ಲಿ ಅವನ್ನು ತಣ್ಣಗೆ ಮಾಡಲು ಬೇಕಾದಷ್ಟು ಸಾಮಗ್ರಿಗಳಿದ್ದವು. ಇದರಿಂದಾಗಿ ಇಬ್ಬರೂ ಬೇಗ ಬೇಗ ನುಂಗಿಕೊಳ್ಳುತ್ತಿದ್ದರು. ಆದರೂ ಈ ಸಾಹಸದಿಂದಾಗಿ ಅವರ ಕಣ್ಣಲ್ಲಿ ನೀರು ಸುರಿಯುತ್ತಿತ್ತು.

ಘೀಸುವಿಗೆ ಇಪ್ಪತ್ತು ವರ್ಷಗಳ ಹಿಂದೆ ತಾನು ಭಾಗವಹಿಸಿದ್ದ ಠಾಕೂರನ ದಿಬ್ಬಣದ

ನೆನಪಾಯಿತು. ಅವತ್ತಿನ ಊಟದಲ್ಲಿ ಸಿಕ್ಕಿದ್ದ ತೃಪ್ತಿ ಅವನ ಜೀವನದಲ್ಲಿನ ಸದಾ ನೆನಪಿಡುವ ಸಂಗತಿಯಾಗಿತ್ತು. ಇವತ್ತಿನವರೆಗೂ ಅದರ ನೆನಪು ಹಸನಾಗಿತ್ತು! ಅವನು ಹೇಳಿದ:

"ಆ ಊಟಾನ ಮರೀಲಾರೆ. ಅದಾದ ಮೇಲೆ ಅಂಥ ಊಟ, ಅಷ್ಟು ಹೊಟ್ಟೆ ಭರ್ತಿಯಾಗಿ ಮತ್ತೆ ಸಿಕ್ಕಿಲ್ಲ ನೋಡು. ಹೆಣ್ಣಿನ ಕಡೆಯೋರು ಎಲ್ಲರಿಗೂ ಹೊಟ್ಟೆ ತುಂಬ ಪೂರಿ ಬಡಿಸಿದ್ದರು – ಎಲ್ಲರಿಗೂ! ಚಿಕ್ಕೋರು, ದೊಡ್ಡೋರು ಎಲ್ಲರೂ ಪೂರಿ ತಿಂದರು, ಅದೂ ಅಸಲೀ ತುಪ್ಪದಲ್ಲಿ ಕರಿದದ್ದು! ಚಟ್ನಿ, ರಾಯತ, ಮೂರು ತರಹ ಗಟ್ಟಿ ಪಲ್ಯ, ಒಂದು ನೀರು ಪಲ್ಯ, ಮೊಸರು, ಮಿಠಾಯಿ. ಆ ಊಟ ಎಷ್ಟು ರುಚಿಯಾಗಿತ್ತು ಅಂತ ಈಗೇನು ಹೇಳಲಿ? ಯಾವ ಅಡತಡೆಯೂ ಇರಲಿಲ್ಲ. ಬೇಕಾದ್ದನ್ನು ಕೇಳಬಹುದಾಗಿತ್ತು, ಬೇಕಾದಷ್ಟು ತಿನ್ನಬಹುದಾಗಿತ್ತು. ಜನ ಹೇಗೆ ತಿಂದರು? ಹೇಗೆ ತಿಂದರು ಅಂದರೆ ಯಾರೂ ನೀರು ಸಹ ಕುಡೀಲಿಲ್ಲ. ಬಡಿಸೋರು ಬಿಸಿಬಿಸಿಯಾದ, ದುಂಡುದುಂಡಾದ, ಘಮ್ ಅನ್ನೋ ಕಚೋರೀನ* ಎಲೇಗೆ ಹಾಕಿಬಿಡೋರು. ಬೇಡ ಬೇಡ ಅಂದರೂ, ಎಲೆ ಮೇಲೆ ಅಡ್ಡಗೈ ಹಾಕಿ ತಡೆದರೂ ಬಡಿಸಿಬಿಡೋರು. ಕೈ ತೊಳೆದುಕೊಂಡಾದ ಮೇಲೆ ಏಲಕ್ಕಿ ಹಾಕಿ ಕಟ್ಟಿದ ಬೀಡವೂ ಸಿಕ್ಕಿತು. ಆದರೆ ನನಗೆ ಬೀಡ ಇಸಕೊಳ್ಳೋ ಅಷ್ಟು ಪ್ರಜ್ಞೆ ಎಲ್ಲಿತ್ತು? ನಿಂತುಕೊಳ್ಳೋಕೆ ಆಗ್ತಿರಲಿಲ್ಲ. ದಡದಡ ಅಂತ ಹೋಗಿ ಕಂಬಳಿ ಹಾಸಿ ಮಲಕ್ಕೊಂಡುಬಿಟ್ಟೆ. ಹೊಳೆ ಹರಿದ ಹಾಗೆ ಹರಿಯೋ ಮನಸ್ಸು ಆ ಠಾಕೂರನದು."

ಈ ಎಲ್ಲ ಭಕ್ಷ್ಯಗಳ ರುಚಿಯನ್ನೂ ಮನಸ್ಸಿನಲ್ಲಿಯೇ ಸವಿಯುತ್ತ ಮಾಧವ ಹೇಳಿದ.

"ಈಗ ನಮಗೆ ಯಾರೂ ಅಂಥ ಊಟ ಹಾಕೋಲ್ಲ."

"ಈಗ ಯಾರು ಏನು ಊಟ ಹಾಕಾರು? ಆ ಕಾಲ ಬೇರೆ ಇತ್ತು. ಈಗ ಎಲ್ಲರಿಗೂ ದುಡ್ಡುಳಿಸೋದೊಂದು ಗೊತ್ತು. ಮದುವೇಲಿ ಖರ್ಚುಕೂಡದು. ಸತ್ತಾಗ ಖರ್ಚು ಕೂಡದು! ಬಡವರ ಹಣಾನ ಗುಡ್ಡೆ ಹಾಕಿ ಹಾಕಿ ಎಲ್ಲಿಡ್ತಾರಂತೆ ಇವರು? ಗುಡ್ಡೆ ಹಾಕೋದರಲ್ಲಿ ಯಾರೂ ಏನೂ ಕಡಿಮೆಯಿಲ್ಲ. ಖರ್ಚಿನಲ್ಲಿ ಮಾತ್ರ ಎಲ್ಲರಿಗೂ ಬಿಗಿಹಿಡಿಯೋದು ಗೊತ್ತಾಗುತ್ತೆ."

"ನೀನು ಒಂದಿಪ್ಪತ್ತು ಪೂರೀನಾದರೂ ತಿಂದಿರಬೇಕು."

"ಇಪ್ಪತ್ತಕ್ಕೂ ಜಾಸ್ತಿಯೇ!"

"ನಾನಿದ್ದಿದ್ದರೆ ಐವತ್ತು ತಿಂದುಬಿಡ್ತಿದ್ದೆ."

"ನಾನು ಸಹ ಐವತ್ತಕ್ಕಿಂತ ಕಡಿಮೆಯೇನೂ ತಿಂದಿಲ್ಲ. ಚೆನ್ನಾಗಿ ಗಟ್ಟಿಮುಟ್ಟಾಗಿದ್ದೆ, ಒಳ್ಳೇ ಪಡ್ಡೇ ಹುಡುಗ. ನೀನು ನನ್ನ ಅರ್ಧದಷ್ಟು ಇಲ್ಲ."

ಆಲೂಗೆಡ್ಡೆ ತಿಂದು ಇಬ್ಬರೂ ನೀರು ಕುಡಿದರು. ಅದೇ ಅಗ್ಗಿಷ್ಟಿಕೆಯ ಮುಂದೆ ಧೋತ್ರಿ ಹೊದ್ದು ಮೈಮುದುಡಿಕೊಂಡು ಮಲಗಿದರು – ಎರಡು ದೊಡ್ಡ ಹೆಬ್ಬಾವುಗಳು ಸುರುಳಿ ಸುತ್ತಿಕೊಂಡು ಬಿದ್ದಿವೆಯೋ ಎಂಬಂತೆ. ಬುಧಿಯಾ ಇನ್ನೂ ನರಳುತ್ತಲೇ ಇದ್ದಳು.

2

ಬೆಳಗ್ಗೆ ಬೇಗನೆ ಮಾಧವ ಎದ್ದು ಕೊಠಡಿಯೊಳಗೆ ಹೋಗಿ ನೋಡಿದಾಗ ಅವನ ಹೆಂಡತಿಯ ಮೈ ತಣ್ಣಗಾಗಿತ್ತು. ಮುಖದ ಮೇಲೆ ನೊಣಗಳು ಮುತ್ತಿಕೊಂಡು

---

* ಒಂದು ಬಗೆಯ ಕರಿದ ತಿಂಡಿ

ಮೊರೆಯುತ್ತಿದ್ದವು. ಕಣ್ಣುಗುಡ್ಡೆ ಕಲ್ಲಿನಂತಾಗಿ ಮೇಲೆ ಸಿಕ್ಕಿಕೊಂಡಿತ್ತು. ಇಡೀ ದೇಹ ಧೂಳಿನಲ್ಲಿ ಮುಸುಕಿತ್ತು. ಮಗು ಹೊಟ್ಟೆಯೊಳಗೇ ಸತ್ತಿತ್ತು.

ಮಾಧವ ಘೀಸುವಿನ ಬಳಿ ಓಡುತ್ತ ಬಂದ. ಇಬ್ಬರೂ 'ಅಯ್ಯಯ್ಯೋ' ಎಂದು ಜೋರಾಗಿ ಅರಚುತ್ತ ಎದೆ ಬಡಿದುಕೊಳ್ಳತೊಡಗಿದರು. ಇವರ ಗೋಳಾಟವನ್ನು ಕೇಳಿ ನೆರೆಹೊರೆಯವರೂ ಓಡಿಬಂದರು; ಸಂಪ್ರದಾಯದ ಪ್ರಕಾರ ಈ ದುರ್ಭಾಗ್ಯರಿಗೆ ಸಮಾಧಾನ ಹೇಳತೊಡಗಿದರು.

ಆದರೆ ಅತಿಯಾಗಿ ಗೋಳಾಡಲು ಅವಕಾಶವಿರಲಿಲ್ಲ. ಹೆಣದ ಬಟ್ಟೆ ಹಾಗೂ ಸೌದೆಗೆ ಏರ್ಪಾಡು ಮಾಡಬೇಕಾಗಿತ್ತು. ಮನೆಯಲ್ಲಿ ಹಣದ ಸ್ಥಿತಿ ಹದ್ದಿನ ಗೂಡಿನ ಮಾಂಸದಂತಿತ್ತು.

ಅಪ್ಪ ಮಗ ಇಬ್ಬರೂ ಅಳುತ್ತ ಹಳ್ಳಿಯ ಜಮೀನುದಾರನ ಬಳಿ ಹೋದರು. ಅವನಿಗೆ ಇವರ ಮುಖ ಕಂಡರೆ ಸಾಕು, ಹೇಸಿಗೆ ಬರುತ್ತಿತ್ತು. ಅವನು ಎಷ್ಟೋ ಸಲ ಇವರನ್ನು ಕಳ್ಳತನ ಮಾಡಿದ್ದಕ್ಕೆ, ವಾಯಿದೆಯ ಪ್ರಕಾರ ಕೆಲಸಕ್ಕೆ ಬರದಿದ್ದುದಕ್ಕೆ ಕೈಯಾರ ಹೊಡೆದಿದ್ದ. ಅವನು ಕೇಳಿದ – "ಏನಲೇ ಘೀಸುವಾ, ಯಾಕೋ ಅಳ್ತಿದಿ ? ಈಗೆಲ್ಲಿ ನೀನು ಕಾಣಿಸೋದೆ ಇಲ್ಲವಲ್ಲ. ಈ ಹಳ್ಳೀಲಿ ಇರೋಕ್ಕೆ ಇಷ್ಟವಿಲ್ಲ ಅಂತ ಕಾಣುತ್ತೆ."

ಘೀಸು ನೆಲಕ್ಕೆ ತಲೆ ಮುಟ್ಟಿಸಿ ಅಡ್ಡಬಿದ್ದು ಕಣ್ಣಿನಲ್ಲಿ ನೀರು ತುಂಬಿಕೊಂಡು ಹೇಳಿದ– "ಮಹಾ ಸಂಕಟದಲ್ಲಿದೀನಿ, ಸ್ವಾಮಿ, ಮಾಧವನ ಹೆಂಡತಿ ನಿನ್ನೆ ರಾತ್ರಿ ಹೋಗಿಬಿಟ್ಟಳು. ರಾತ್ರಿಯೆಲ್ಲಾ ಒದ್ದಾಡ್ತಿದ್ದಳು. ನಾವಿಬ್ಬರೂ ಅವಳ ತಲೆದಸೀಲೇ ಕೂತಿದ್ದೆವು. ನಮ್ಮ ಕೈಯಲ್ಲಾದ ಔಷಧಿ ಚಿಕಿತ್ಸೆ ಮಾಡಿದೆವು. ಆದರೆ ನಮ್ಮ ಕೈ ಬಿಟ್ಟು ಹೊರಟುಹೋದಳು. ಈಗ ಒಂದು ರೊಟ್ಟಿ ಬಡಿದು ಕೊಡೋರೂ ಇಲ್ಲದ ಹಾಗಾಯಿತು. ಹಾಳಾಗಿ ಹೋದೆವು. ಸ್ವಾಮಿ, ಮನೆ ನಾಶವಾಗಿ ಹೋಯಿತು. ನಾನು ನಿಮ್ಮ ಗುಲಾಮ. ನಿಮ್ಮ ಹೊರತು ಅವಳನ್ನು ಮಣ್ಣು ಮಾಡಿಸೋರು ಯಾರಿದಾರೆ ? ನಮ್ಮ ಹತ್ತಿರ ಇದ್ದದ್ದೆಲ್ಲಾ ಔಷಧಿ – ಚಿಕಿತ್ಸೆಗೇ ಹೋಯಿತು. ದಣಿಗಳಿಗೆ ದಯ ಬಂದರೆ ಅವಳ ಹೆಣ ಮಣ್ಣು ಕಾಣುತ್ತೆ. ನಿಮ್ಮನ್ನು ಬಿಟ್ಟು ಬೇರೆ ಯಾರ ಮನೆಬಾಗಿಲಿಗೆ ಹೋಗಲಿ ?"

ಜಮೀನುದಾರರೇನೋ ದಯಾಳು. ಆದರೆ ಘೀಸುವಿಗೆ ದಯೆ ತೋರಿಸುವುದೆಂದರೆ ಕರಿಯ ಕಂಬಳಿಗೆ ಬಣ್ಣ ತೊಡೆದಂತೆ. ಅವನಿಗೆ 'ನಡಿ, ಜಾಗಬಿಟ್ಟು ಹೊರಡು' ಎಂದು ಅನ್ನೋಣವೆಂದು ಮನಸ್ಸಾಯಿತು ! ಹೇಳಿಕಳಿಸಿದರೂ ಬರದವನು ಈಗ ತನಗೆ ಅಗತ್ಯ ಬಿದ್ದಿದೆಯೆಂದು ಬಂದು ಹೊಗಳುತ್ತಿದ್ದಾನೆ. ಕಳ್ಳಸೂಳೇಮಗ, ಬದ್ಮಾಶ್ ! ಆದರೆ ಈಗ ಕೋಪ ಇಲ್ಲವೇ ಶಿಕ್ಷೆಗೆ ಹೊತ್ತಲ್ಲ. ಒಳಗಿಂದೊಳಗೆ ಕುದಿಯುತ್ತಿದ್ದರೂ ಜಮೀನುದಾರ ಎರಡು ರೂಪಾಯಿ ತೆಗೆದೆಸೆದ. ಆದರೆ ಅವನ ಬಾಯಿಂದ ಸಮಾಧಾನದ ಒಂದು ಮಾತಾದರೂ ಬರಲಿಲ್ಲ. ಅವನು ಘೀಸುವಿನ ಕಡೆ ನೋಡಲೂ ಇಲ್ಲ. ಹೆಗಲಮೇಲಿನ ಭಾರ ಕಳೆದುಹೋದಂತೆ ಸುಮ್ಮನಿದ್ದ.

ಜಮೀನುದಾರನೇ ಎರಡು ರೂಪಾಯಿ ಕೊಟ್ಟ ಮೇಲೆ ಹಳ್ಳಿಯ ವರ್ತಕ ಸಾಹುಕಾರರಿಗೆ ಇಲ್ಲವೆನ್ನುವ ಸಾಹಸದಲ್ಲಿ ಬರಬೇಕು ? ಘೀಸು ಜಮೀನ್ದಾರನ ಹೆಸರೆತ್ತಿಕೊಂಡು ಡಂಗುರ ಸಾರುವುದನ್ನು ಚೆನ್ನಾಗಿ ಕಲಿತಿದ್ದ. ಒಬ್ಬರು ಎರಡಾಣೆ ಕೊಟ್ಟರು; ಇನ್ನೊಬ್ಬರು ನಾಲ್ಕಾಣೆ ಕೊಟ್ಟರು. ಒಂದು ಗಂಟೆಯೊಳಗೆ ಘೀಸುವಿನ ಹತ್ತಿರ ಐದು ರೂಪಾಯಿಯಷ್ಟು ದೊಡ್ಡ ಗಂಟಾಯಿತು. ಎಲ್ಲೋ ಒಂದಿಷ್ಟು ದವಸ ಸಿಕ್ಕಿತು; ಇನ್ನೆಲ್ಲೋ ಸೌದೆ ಸಿಕ್ಕಿತು. ಮಧ್ಯಾಹ್ನದ

ಹೊತ್ತಿಗೆ ಘೀಸು ಮಾಧವರು ಹೆಣದ ಬಟ್ಟೆ ತರಲು ಪೇಟೆಗೆ ಹೋದರು. ಈ ಕಡೆ ಜನ ಬೊಂಬು ಹಗ್ಗಕ್ಕೆ ಅಣಿ ಮಾಡುತ್ತಿದ್ದರು.

3

ಪೇಟೆ ತಲುಪಿದಾಗ ಘೀಸು ಕೇಳಿದ :

"ಸುಡೋಕ್ಕೆ ಬೇಕಾದಷ್ಟು ಸೌದೆ ಸಿಕ್ಕಿದೆ ಅಲ್ಲವೇನೋ ಮಾಧವ ?"

ಮಾಧವ ಹೇಳಿದ :

"ಹೌದು ಸೌದೆ ಬೇಕಾದಷ್ಟಿದೆ. ಹೆಣಕ್ಕೆ ಬಟ್ಟೆ ಬೇಕು ಅಷ್ಟೆ."

"ನಡಿ, ಯಾವುದಾದರೂ ತೆಳ್ಳಗಿರೋ ಬಟ್ಟೆ ಕೊಂಡುಕೊಳ್ಳೋಣ."

"ಮತ್ತೇನು ? ಹೆಣ ಎತ್ತೋ ಹೊತ್ತಿಗೆ ರಾತ್ರಿಯಾಗಿರುತ್ತೆ. ಆ ಹೊತ್ತಿನಲ್ಲಿ ಹೆಣದ ಬಟ್ಟೆ ಯಾರಿಗೆ ಕಾಣುತ್ತೆ ?"

"ಬದುಕಿರೋವಾಗ ಮೈ ಮುಚ್ಚೋಕೆ ಚಿಂದೀಗೆ ಗತಿಯಿಲ್ಲದೆ ಇರೋರಿಗೆ ಸತ್ತ ಮೇಲೆ ಹೊಸಬಟ್ಟೆ ಬೇಕು. ಎಂಥ ಕೆಟ್ಟ ಪದ್ಧತಿ ಇದು."

ಬಟ್ಟೆ ಹೆಣದ ಜೊತೇಲೇ ಸುಟ್ಟುಹೋಗುತ !"

"ಇನ್ನೇನು, ಉಳಿಯುತ್ತೆಯೆ ? ಇದೇ ಐದು ರೂಪಾಯಿ ಮೊದಲೇ ಸಿಕ್ಕಿದ್ದಿದ್ದರೆ ಏನಾದರೂ ಔಷಧಿ – ಚಿಕಿತ್ಸೆ ಮಾಡಿಸಬಹುದಾಗಿತ್ತು."

ಇಬ್ಬರೂ ಇನ್ನೊಬ್ಬನ ಮನಸ್ಸಿನಲ್ಲಿ ಏನಿದೆಯೆಂದು ಗ್ರಹಿಸಲು ಪ್ರಯತ್ನಿಸುತ್ತಿದ್ದರು. ಪೇಟೆಯಲ್ಲಿ ಅತ್ತಿಂದಿತ್ತ ಅಲೆದಾಡುತ್ತಿದ್ದರು. ಒಂದು ಬಟ್ಟೆ ಅಂಗಡಿಯಿಂದ ಇನ್ನೊಂದು ಬಟ್ಟೆ ಅಂಗಡಿಗೆ ಹೋದರು; ಬಗೆಬಗೆಯ ಬಟ್ಟೆ ನೋಡಿದರು – ರೇಶಿಮೆ ಬಟ್ಟೆ, ಹತ್ತಿಯ ಬಟ್ಟೆ. ಆದರೆ ಯಾವುದೂ ಸರಿಕಾಣಲಿಲ್ಲ. ಅಷ್ಟರಲ್ಲಿ ಸಂಜೆಯಾಯಿತು. ಆಗ ಅವರಿಬ್ಬರೂ ಹೇಗೋ ಏನೋ ಒಂದು ಹೆಂಡದಂಗಡಿಯ ಮುಂದೆ ಬಂದು ನಿಂತರು. ಮೊದಲೇ ಇತ್ಯರ್ಥ ವಾಗಿತ್ತೋ ಎಂಬಂತೆ ಒಳಹೋದರು. ಒಳಹೋಗಿ ಕೊಂಚ ಹೊತ್ತು ಇಬ್ಬರೂ ಏನೂ ಮಾಡಲು ತಿಳಿಯದೆ ನಿಂತಿದ್ದರು. ಆಮೇಲೆ ಘೀಸು ಮಾಲೀಕನ ಬಳಿಗೆ ಹೋಗಿ ಹೇಳಿದ – "ನಮಗೂ ಒಂದು ಬಾಟಲು ಕೊಡಿ ಸಾಹೂಜಿ." ಹಿಂದೆಯೇ ತಿನ್ನಲು ತಿಂಡಿ ಬಂತು. ಹುರಿದ ಮೀನು ಬಂತು. ವರಾಂಡದಲ್ಲಿ ಕೂತು ಇಬ್ಬರೂ ಶಾಂತಿಯಿಂದ ಕುಡಿಯತೊಡಗಿದರು.

ಬೇಗಬೇಗನೆ ಕೆಲವಾರು ಗುಟುಕು ಕುಡಿದಾದ ಮೇಲೆ ಇಬ್ಬರ ಮನಸ್ಸೂ ಉಲ್ಲಾಸಗೊಂಡಿತು.

ಘೀಸು ಹೇಳಿದ :

"ಹೆಣಕ್ಕೆ ಬಟ್ಟೆ ಹೊದಿಸೋದರಿಂದ ಏನು ಲಾಭ ? ಕೊನೆಗೆ ಸುಟ್ಟು ಬೂದಿಯಾಗುತ್ತೆ. ಸೊಸೆಯ ಜೊತೆಯಂತೂ ಹೋಗೋಲ್ಲ."

ತಾನು ಪಾಪಿಯಲ್ಲವೆಂಬುದಕ್ಕೆ ದೇವತೆಗಳನ್ನು ಸಾಕ್ಷಿಗೆ ಕರೆಯುತ್ತಿದ್ದಾನೆಯೋ ಎಂಬಂತೆ ಆಕಾಶದ ಕಡೆ ನೋಡುತ್ತ ಮಾಧವ ಹೇಳಿದ – "ಲೋಕಾರೂಢಿ ಅಷ್ಟೇ. ಇಲ್ಲದೇ ಹೋಗಿದ್ದರೆ ಬ್ರಾಹ್ಮಣರಿಗೆ ಸಾವಿರಾರು ರೂಪಾಯಿ ಯಾರು ಕೊಡ್ತಿದ್ದರು ? ಪರಲೋಕದಲ್ಲಿ ಏನು ಸಿಗುತ್ತೆ ಬಿಡುತ್ತೆ ಅಂತ ಕಂಡೋರು ಯಾರು ?"

"ದೊಡ್ಡ ಮನುಷ್ಯರ ಹತ್ತಿರ ಹಣವಿರುತ್ತೆ. ಬೇಕಾದ ಹಾಗೆ ಚೆಲ್ಲಬಹುದು. ನಮ್ಮ ಹತ್ತಿರ ಚೆಲ್ಲೋಕೆ ಏನಿದೆಯಂತೆ ?"

"ಆದರೆ ಜನಕ್ಕೆ ಏನು ಉತ್ತರ ಹೇಳ್ತಿ ? ಬಟ್ಟೆ ಎಲ್ಲಿ ಅಂತ ಜನ ಕೇಳ್ತಾರೋ ಇಲ್ಲವೋ?"

ಘೀಸು ಹೇಳಿದ – "ಹಣ ಸೊಂಟದಿಂದ ಬಿದ್ದುಹೋಯ್ತು ಅಂದುಬಿಡೋಣ ಕಣೋ. ತುಂಬ ಹುಡುಕಿದೆವು, ಸಿಗಲಿಲ್ಲ ಅನ್ನೋಣ. ಜನಕ್ಕೆ ನಂಬಿಕೆ ಬರದಿರಬಹುದು. ಆದರೆ ಅವರೇ ಮತ್ತೆ ದುಡ್ಡು ಕೊಡ್ತಾರೆ."

ಬೇಡದೆಯೇ ಬಂದ ಈ ಸೌಲಭ್ಯವನ್ನು ಕಂಡು ನಗುತ್ತ ಮಾಧವ ಹೇಳಿದ "ಬಹು ಒಳ್ಳೆಯವಳು. ಸತ್ತರೂ ನಮಗೆ ಚೆನ್ನಾಗಿ ತಿನ್ನಿಸಿ, ಕುಡಿಸಿ ಸತ್ತಳು."

ಅರ್ಧಬಾಟಲಿಗೂ ಹೆಚ್ಚು ಕರಗಿ ಹೋಯಿತು. ಘೀಸು ಎರಡು ಸೇರು ಪೂರಿ ತರಿಸಿದ. ಜೊತೆಗೆ ಚಟ್ನಿ, ಉಪ್ಪಿನಕಾಯಿ, ಮಾಂಸದ ಪಲ್ಯ. ಹೆಂಡದಂಗಡಿಯ ಮುಂದೆಯೇ ತಿಂಡಿಯ ಅಂಗಡಿಯಿತ್ತು, ಮಾಧವ ಓಡಿ ಹೋಗಿ ಎಲ್ಲವನ್ನೂ ಎಲೆಯಲ್ಲಿ ಕಟ್ಟಿಸಿಕೊಂಡು ತಂದ. ಇನ್ನೂ ಒಂದೂವರೆ ರೂಪಾಯಿ ಖರ್ಚಾಗಿಹೋಯಿತು. ಉಳಿದಿದ್ದ ಹಣವೆಂದರೆ ತೀರಾ ಕಡಿಮೆ.

ಕಾಡಿನಲ್ಲಿ ಹುಲಿ ತನ್ನ ಬೇಟೆಯನ್ನು ತಿಂದು ಮುಗಿಸುವಂತೆ ಇಬ್ಬರೂ ಜಬರ್ದಸ್ತಾಗಿ ಕೂತು ಪೂರಿ ತಿನ್ನುತ್ತಿದ್ದರು. ಯಾರಿಗೇ ಆಗಲಿ ಏನು ಉತ್ತರ ಕೊಡಬೇಕೆಂಬ ಭಯವಿರಲಿಲ್ಲ. ಕೆಟ್ಟ ಹೆಸರು ಬರುವುದೆಂಬ ಚಿಂತೆಯಿರಲಿಲ್ಲ. ಈ ಭಾವನೆಗಳನ್ನೆಲ್ಲಾ ಎಂದೋ ಗೆದ್ದುಬಿಟ್ಟಿದ್ದರು.

ಘೀಸು ವೇದಾಂತಿಯಂತೆ ಹೇಳಿದ – "ನಮಗೀಗ ಸಂತೃಪ್ತಿಯಾಗಿದೆ. ಅಂದ ಮೇಲೆ ಅವಳಿಗೆ ಗಂಡು ಮಗುವಾಗದೆ ಇರುತ್ತೆಯೇ ?"

ಮಾಧವ ಶ್ರದ್ಧೆಯಿಂದ ತಲೆತಗ್ಗಿಸಿ ಆ ಮಾತನ್ನು ಸಮರ್ಥಿಸಿದ – "ಖಂಡಿತವಾಗಿಯೂ ಆಗುತ್ತೆ. ದೇವರೇ, ನೀನು ಅಂತರ್ಯಾಮಿ. ಅವಳನ್ನು ವೈಕುಂಠಕ್ಕೆ ಕರಕೊಂಡು ಹೋಗು. ನಾವಿಬ್ಬರೂ ಮನಸಾರೆ ಆಶೀರ್ವಾದ ಮಾಡ್ತಿದೀವಿ. ಇವತ್ತು ಸಿಕ್ಕಂಥ ಊಟ ನಮ್ಮ ಜನ್ಮದಲ್ಲೇ ಸಿಕ್ಕಿರಲಿಲ್ಲ."

ಕ್ಷಣಕಾಲದ ನಂತರ ಮಾಧವನ ಮನಸ್ಸಿನಲ್ಲಿ ಒಂದು ಶಂಕೆ ಹುಟ್ಟಿಕೊಂಡಿತು. ಅವನಂದ: "ಒಂದಲ್ಲ ಒಂದು ದಿನ ನಾವೂ ಅಲ್ಲಿಗೆ ಹೋಗೇ ಹೋಗ್ತೀವಿ."

ಘೀಸು ಈ ಸರಳ ಪ್ರಶ್ನೆಗೆ ಏನೂ ಉತ್ತರ ಕೊಡಲಿಲ್ಲ. ಅವನು ಪರಲೋಕದ ವಿಷಯ ಚಿಂತಿಸಿ ಈ ಲೋಕದ ಆನಂದವನ್ನು ಕೆಡಿಸಿಕೊಳ್ಳಲಿಲ್ಲ.

"ನನಗೆ ಯಾಕೆ ಬಟ್ಟೆ ಹೊದಿಸಲಿಲ್ಲ ಅಂತ ಅವಳು ಅಲ್ಲಿ ನಮ್ಮನ್ನ ಕೇಳಿದರೆ ಏನು ಉತ್ತರ ಕೊಡ್ತಿ?"

"ಕೇಳ್ತಾಳೆ, ನಿನ್ನ ತಲೆ !"

"ಕೇಳೋದಂತೂ ಖಂಡಿತ."

"ಅವಳಿಗೆ ಬಟ್ಟೆ ಹೊದಿಸೋಲ್ಲ ಅಂತ ನಿನಗೆ ಹೇಗೆ ಗೊತ್ತು? ನನ್ನನ್ನೇನು ಅಷ್ಟು ಕತ್ತೆ ಅಂತ ತಿಳಕೊಂಡೆಯಾ ? ಈ ಪ್ರಪಂಚದಲ್ಲಿ ಅರವತ್ತು ವರ್ಷದಿಂದ ಕತ್ತೆ ಕಾಯ್ಕೊಂಡಿದೀನಿ ಅಂದುಕೊಂಡೆಯಾ ? ಅವಳಿಗೆ ಬಟ್ಟೆ ಸಿಗುತ್ತೆ, ಇದಕ್ಕಿಂತ ಒಳ್ಳೇ ಬಟ್ಟೆಯೇ ಸಿಗುತ್ತೆ."

ಮಾಧವನಿಗೆ ನಂಬಿಕೆ ಬರಲಿಲ್ಲ. ಅವನೆಂದ – "ಯಾರು ಕೊಡ್ತಾರೆ ? ಇದ್ದ ಹಣಾನೆಲ್ಲಾ ನೀನು ಉಡಾಯಿಸಿಬಿಟ್ಟೆ. ಅವಳು ಕೇಳೋದು ನನ್ನನ್ನ. ಅವಳ ಹಣೇಗೆ ಕುಂಕುಮ ಹಚ್ಚಿದೋನು ನಾನು ತಾನೇ ?"

ಫೀಸು ರೇಗಿ ಹೇಳಿದ –

“ಅವಳಿಗೆ ಬಟ್ಟೆ ಸಿಗುತ್ತೆ ಅಂತ ನಾನು ಹೇಳ್ತಿದೀನಿ. ನೀನು ಯಾಕೆ ನಂಬೋಲ್ಲ ?”

“ಯಾರು ಕೊಡ್ತಾರೆ ಅಂತ ಯಾಕೆ ಹೇಳಬಾರದು ?”

“ಈಗ ಯಾರು ಕೊಟ್ಟರೋ ಅವರೇ ಕೊಡ್ತಾರೆ. ಆದರೆ ಆಗ ಹಣ ನಮ್ಮ ಕೈಗೆ ಬರೋಲ್ಲ ಅಷ್ಟೇ.”

ಕತ್ತಲು ಹೆಚ್ಚಾದಂತೆಲ್ಲಾ ಆಕಾಶದಲ್ಲಿ ನಕ್ಷತ್ರಗಳು ಹೆಚ್ಚು ಹೆಚ್ಚಾಗಿ ಹೊಳೆಯತೊಡಗಿದವು. ಅದರೊಡನೆ ಹೆಂಡದಂಗಡಿಯ ಕಳೆಯೂ ಹೆಚ್ಚುತ್ತ ಹೋಯಿತು. ಒಬ್ಬರು ಹಾಡುತ್ತಿದ್ದರು; ಇನ್ನೊಬ್ಬರು ಬಡಾಯಿಕೊಚ್ಚುತ್ತಿದ್ದರು, ಮತ್ತೊಬ್ಬರು ಸಂಗಡಿಗರನ್ನು ಅಪ್ಪಿಕೊಳ್ಳುತ್ತಿದ್ದರು; ಯಾರೋ ಜೊತೆಗಾರರ ಬಾಯಿಗೆ ಬಾಟಲಿ ಇಡುತ್ತಿದ್ದರು.

ಅಲ್ಲಿಯ ವಾತಾವರಣದಲ್ಲಿ ಆನಂದ ತುಳುಕುತ್ತಿತ್ತು; ಗಾಳಿಯಲ್ಲಿ ಅಮಲು ತುಂಬಿತ್ತು. ಅದೆಷ್ಟೋ ಜನ ಇಲ್ಲಿ ಬಂದು ಒಂದು ಗುಟುಕು ಕುಡಿದೇ ಮತ್ತರಾಗುತ್ತಿದ್ದರು. ಮದ್ಯಕ್ಕಿಂತ ಹೆಚ್ಚಾಗಿ ಇಲ್ಲಿನ ಹವೆ ಅವರಿಗೆ ಅಮಲೇರಿಸುತ್ತಿತ್ತು. ಬದುಕಿನ ಜಂಜಾಟ ಅವರನ್ನು ಇಲ್ಲಿಗೆ ಎಳೆದುತರುತ್ತಿತ್ತು. ಕೊಂಚ ಹೊತ್ತು ಅವರು ತಾವು ಬದುಕಿದ್ದೇವೆಯೋ ಸತ್ತಿದ್ದೇವೆಯೋ ಎಂಬುದನ್ನು ಮರೆಯುತ್ತಿದ್ದರು ! ಆ ಸ್ಥಿತಿಯಲ್ಲಿ ಅವರು ಬದುಕಿಯೂ ಇರಲಿಲ್ಲ. ಸತ್ತೂ ಇರಲಿಲ್ಲ.

ಈ ಅಪ್ಪ ಮಕ್ಕಳಿಬ್ಬರೂ ಚಪ್ಪರಿಸಿ ಚಪ್ಪರಿಸಿ ಆನಂದ ಸವಿಯುತ್ತಿದ್ದರು. ಎಲ್ಲರ ಗಮನವೂ ಇವರ ಕಡೆ ಹರಿದಿತ್ತು. ಇಬ್ಬರೂ ಅದೆಷ್ಟು ಭಾಗ್ಯವಂತರು ! ಇಬ್ಬರಿಗಾಗಿಯೇ ಒಂದು ಪೂರ್ತಿ ಬಾಟಲಿ ಇದೆ ! ಹೊಟ್ಟೆ ತುಂಬ ತಿಂದ ಮೇಲೆ ಮಾಧವ ಎಲೆಯಲ್ಲಿ ಉಳಿದಿದ್ದ ಪೂರಿಯನ್ನು ಇವರ ಕಡೆ ಹಸಿವಿನಿಂದ ನೋಡುತ್ತ ನಿಂತಿದ್ದ ಭಿಕಾರಿಯೊಬ್ಬನಿಗೆ ಕೊಟ್ಟುಬಿಟ್ಟ. ಬದುಕಿನಲ್ಲಿ ಮೊತ್ತ ಮೊದಲ ಬಾರಿಗೆ ಹೀಗೆ ‘ಕೊಡುವ ಹೆಮ್ಮೆ’ ಆನಂದ, ಉಲ್ಲಾಸಗಳನ್ನು ಅನುಭವಿಸಿದ.

ಫೀಸು ಹೇಳಿದ !

“ತೊಗೊಂಡು ಹೋಗು. ತಿಂದು ಚೆನ್ನಾಗಿ ಹರಸು. ಇದನ್ನು ಸಂಪಾದಿಸಿದವಳು ಹೋಗಿ ಬಿಟ್ಟಳು. ನೀನು ಹರಸಿದರೆ ಆ ಹರಕೆ ಅವಳಿಗೆ ಖಂಡಿತ ತಲಪುತ್ತೆ. ನಿನ್ನ ಒಂದೊಂದು ರೋಮವೂ ಹರಸಲಿ. ಬಹು ಕಷ್ಟದಿಂದ ಸಂಪಾದಿಸಿದ್ದು ಇದು !”

ಮಾಧವ ಮತ್ತೆ ಆಕಾಶದ ಕಡೆ ನೋಡುತ್ತ ಹೇಳಿದ.

“ಅವಳು ವೈಕುಂಠಕ್ಕೆ ಹೋಗ್ತಾಳಪ್ಪ. ಅಲ್ಲಿ ವೈಕುಂಠದ ರಾಣಿಯಾಗಿ ಮೆರೀತಾಳೆ.”

ಫೀಸು ಎದ್ದುನಿಂತ. ಉಲ್ಲಾಸದ ತೆರೆಗಳ ಮೇಲೆ ತೇಲುತ್ತಿರುವವನಂತೆ ಹೇಳಿದ – “ಹೌದು ಕಣೋ, ಮಗು. ವೈಕುಂಠಕ್ಕೆ ಹೋಗ್ತಾಳೆ. ಯಾರಿಗೂ ಸತಾಯಿಸಲಿಲ್ಲ. ಯಾರ ಮೇಲೂ ದಬ್ಬಾಳಿಕೆ ಮಾಡಲಿಲ್ಲ. ಸತ್ತು ನಮ್ಮ ಬದುಕಿನ ಒಂದು ದೊಡ್ಡ ಬಯಕೆಯೇನಿತ್ತೋ, ಅದನ್ನು ಪೂರೈಸಿದಳು. ಅವಳಲ್ಲದೇ ಮತ್ತೆ ಯಾರು ಈ ದೊಡ್ಡ ದೊಡ್ಡ ಮನುಷ್ಯರು ವೈಕುಂಠಕ್ಕೆ ಹೋಗ್ತಾರೆಯೆ ? ಎರಡೂ ಕೈಯಿಂದ ಬಡವರನ್ನ ಲೂಟಿ ಮಾಡಿ, ತಮ್ಮ ಪಾಪ ಕಳೆದು ಕೊಳ್ಳೋಕೆ ಗಂಗೇಲಿ ಮಿಂದು ಗುಡೀಲಿ ಅಭಿಷೇಕ ಮಾಡಿಸ್ತಾರಲ್ಲ – ಅವರು ಹೋಗ್ತಾರೆಯೆ ?”

ಶ್ರದ್ಧೆಯ ಈ ಬಣ್ಣ ತಕ್ಷಣ ಬದಲಾಯಿತು. ಅಮಲಿನ ಸ್ವಭಾವವೆಂದರೆ ಅಸ್ಥಿರತೆ. ದುಃಖ ನಿರಾಶೆಗಳು ತಲೆ ಹಾಕಿದವು.

ಮಾಧವ ಹೇಳಿದ :

"ಆದರೆ ಬದುಕಿನಲ್ಲಿ ಅವಳು ತುಂಬ ದುಃಖ ಅನುಭವಿಸಿದಳು ಕಣಪ್ಪ. ಸಾಯುವಾಗ ಎಷ್ಟೊಂದು ದುಃಖ ನುಂಗಿಕೊಂಡು ಸತ್ತಳು." ಅವನು ಕೈಯಿಂದ ಕಣ್ಣನ್ನು ಮುಚ್ಚಿಕೊಂಡು ಅಳತೊಡಗಿದ, ಬಿಕ್ಕಳಿಸಿ ಬಿಕ್ಕಳಿಸಿ ಅತ್ತ.

ಫೀಸು ಸಮಾಧಾನ ಹೇಳಿದ:

"ಯಾಕೆ ಅಳ್ತಿ ಮಗು? ಸಂತೋಷದ ಸಂಗತಿ ಅಂದರೆ ಅವಳು ಈ ಮಾಯಾಜಾಲದಿಂದ ಬಿಡುಗಡೆ ಪಡೆದಳು. ಬಂಧನ ಹರೀತು. ತುಂಬ ಭಾಗ್ಯವಂತೆ. ಇಷ್ಟು ಚಿಕ್ಕ ವಯಸ್ಸಿನಲ್ಲಿ ಮಾಯಾಮೋಹಗಳ ಬಂಧನ ತೊಡೆದು ಹಾಕಿದಳು."

ಇಬ್ಬರೂ ಎದ್ದು ನಿಂತು ಹಾಡತೊಡಗಿದರು –

"ಮಾಯಾವಿ, ಕಣ್ಣ ಹಿಂಗೇಕೆ ಕುಣಿಸುವಿಯೆ?

ಮಾಯಾವಿ!"

ಪಡಖಾನೆಯ ಕುಡುಕರೆಲ್ಲರ ಕಣ್ಣೂ ಇವರ ಮೇಲೆಯೇ ಇದ್ದವು. ಇಬ್ಬರೂ ಮತ್ತರಾಗಿ ಹಾಡುತ್ತಿದ್ದರು. ಆಮೇಲೆ ಇಬ್ಬರೂ ಕುಣಿಯತೊಡಗಿದರು. ಹಾರಿದರು, ನೆಗೆದರು, ಬಿದ್ದರು. ಮೈ ಕುಲುಕಿದರು. ಮುಖದಲ್ಲಿ ಭಾವ ತೋರಿಸಿದರು, ಅಭಿನಯ ಮಾಡಿದರು. ಕೊನೆಗೆ ಮದಮತ್ತರಾಗಿ ಅಲ್ಲೇ ಕೆಳಗೆ ಬಿದ್ದರು. ❍

ಅನು : ಶಾ. ಬಾಲುರಾವ್

○ ಯಶಪಾಲ್

ಬೂದಿ ಮುಚ್ಚಿದ ಕಿಡಿ

ಆತ ನನ್ನ ನೆರೆಯಲ್ಲೇ ವಾಸವಾಗಿದ್ದ.

ಅವನೆಂದರೆ ನನಗೊಂದು ರೀತಿಯ ಶ್ರದ್ಧೆ. ಆತನ ವರ್ತನೆ ಒಂದು ರಹಸ್ಯವಾಗಿತ್ತು. ಅಂದರೆ, ಅದು ಏನೂ ಮೋಸದ ರಹಸ್ಯವಾಗಿರಲಿಲ್ಲ. ಅದರಲ್ಲಿ ಶಂಕೆಗೆ ಆಸ್ಪದವಿರಲಿಲ್ಲ. ಇತರರನ್ನು ಆಕರ್ಷಿಸಿ ಸಹಾನುಭೂತಿಯನ್ನು ಹುಟ್ಟಿಸುವಂತಹ ಸರಳತೆಯೇ ಅವನ ರಹಸ್ಯವಾಗಿತ್ತು. ಅವನು ಸಾಮಾನ್ಯ ಜನರಿಗಿಂತ ಭಿನ್ನನಾಗಿದ್ದ. ಬಹುಶಃ ಅವರಿಗಿಂತ ಸ್ವಲ್ಪ ಮೇಲಿನ ಮಟ್ಟದಲ್ಲಿದ್ದ ಎಂದರೆ ತಪ್ಪಾಗದು.

ಅವನ ಅಣ್ಣ-ತಮ್ಮಂದಿರು ಅಪ್ಪನ ಗಳಿಕೆಯ ಆಧಾರದಿಂದ ಸ್ವತಂತ್ರವಾಗಿ ಕಾರುಭಾರುಗಳನ್ನು ನಡೆಸುತ್ತಾ ಶ್ರಮಪಟ್ಟು ಮುಂದೆ ಬಂದಿದ್ದರು. ಸಂಪನ್ನ ನಾಗರಿಕರಾಗಿ ಅವರೆಲ್ಲರೂ ಜೀವನದಲ್ಲಿ ಸಾಫಲ್ಯವನ್ನು ಪಡೆದಿದ್ದರು. ತಮ್ಮ ಹಳೆಯ ವಂಶವೃಕ್ಷದಲ್ಲಿ ಹಸಿರೊಡೆದು ನಳನಳಿಸುವ ಹೊಸ ಶಾಖೆಗಳಾಗಿದ್ದರು ಅವರು. ತಂದೆಗೆ ಅವರ ಅಭಿವೃದ್ಧಿಯ ಬಗ್ಗೆ ಹೆಮ್ಮೆಯಿತ್ತು, ಸಂತೋಷವಿತ್ತು.

ಆದರೆ ಅವನು ಇವೆಲ್ಲವನ್ನು ಹೊಂದಿಯೂ, ತಂದೆಯ ಸಂಪೂರ್ಣ ಕೃಪೆಗೆ ಪಾತ್ರನಾಗಿಯೂ ತನ್ನದೊಂದು ದೌರ್ಬಲ್ಯದ ಕಾರಣದಿಂದಾಗಿ ಏನನ್ನೂ ಸಾಧಿಸಲೇ ಇಲ್ಲ. ಆ ಬಗ್ಗೆ ಯತ್ನವನ್ನೂ ಮಾಡಲಿಲ್ಲ.

ಇದರಿಂದ ಅವನ ತಂದೆ ದುಃಖಿತನಾಗಿ ನಿರುತ್ಸಾಹಿ ಆಗಿದ್ದರೂ ನಾನು ಮಾತ್ರ ಅವನನ್ನು ಆದರಿಸುತ್ತೇನೆ.

ಅವನು ಲೋಭಿಯಾಗಿರಲಿಲ್ಲ – ತ್ಯಾಗಿಯಾಗಿದ್ದ, ಸಂತಸದ ಮೂರ್ತಿಯಾಗಿದ್ದ. ವೈಯಕ್ತಿಕ ಮಹತ್ವಾಕಾಂಕ್ಷೆ ಅವನಲ್ಲಿರಲಿಲ್ಲ.

ಇದೇ ಒಂದು ತಪಸ್ಸಲ್ಲವೆ! ಅವರ ತಂದೆಯ ಮರಣಾನಂತರ ಅವನ ವ್ಯಾಪಾರೀ ಅಣ್ಣ-ತಮ್ಮಂದಿರು ತಮಗೆ ಬೇಕಾದಷ್ಟು ಉತ್ಪನ್ನವಿದ್ದರೂ ಪಿತ್ರಾರ್ಜಿತ ಆಸ್ತಿಯನ್ನು ವಿಭಾಗಿಸುವಾಗ ಪೈಸೆ – ಪೈಸೆಯನ್ನೂ ಲೆಕ್ಕಮಾಡಿ ಅವನಿಗೆ ಕೇವಲ ಎರಡು ಹಳೆ ಮನೆಗಳನ್ನು ಮಾತ್ರ ಕೊಡುವ ನಿರ್ಣಯ ಮಾಡಿದರು. ಆದರೆ ಇದಕ್ಕಾಗಿ ಅವನು ಚಿಂತೆಯನ್ನಾಗಲೀ ವ್ಯಗ್ರತೆಯನ್ನಾಗಲೀ ವ್ಯಕ್ತಪಡಿಸಲಿಲ್ಲ. ತನ್ನ ಅಣ್ಣ-ತಮ್ಮಂದಿರು ತನಗಿಂತ ಹತ್ತಿಪ್ಪತ್ತು

ಪಟ್ಟು ಹೆಚ್ಚು ಸಂಪಾದಿಸುತ್ತಿದ್ದರೂ ಅವರ ಬಗ್ಗೆ ಆತ ಈರ್ಷೆಯನ್ನೆಂದೂ ತಾಳಿರಲಿಲ್ಲ. ಮನೆಯಲ್ಲಿ ಆರ್ಥಿಕ ಬಿಕ್ಕಟ್ಟು ತಲೆದೋರಿದರೂ ಅವನ ವಿಚಲಿತನಾಗುತ್ತಿರಲಿಲ್ಲ. ಅವನ ಶಾಂತ ಸರಳ ಸ್ವಭಾವ ತನ್ನ ಸುತ್ತಣ ಜಗತ್ತಿನಲ್ಲೆಲ್ಲ ಶಾಂತಿ ಮತ್ತು ಸೌಂದರ್ಯಗಳನ್ನೇ ಕಾಣುತ್ತಿತ್ತು. ಆತ ಅಂತರ್ಮುಖಿಯಾಗಿದ್ದು ತನ್ನದೇ ಆದ ಭಾವನಾ ಪ್ರಪಂಚದಲ್ಲಿ ವಿಹರಿಸುತ್ತಿದ್ದ. ಕಲೆಗಾಗಿ ಆತ ತನ್ನ ಜೀವನವನ್ನು ಮುಡಿಪಾಗಿಟ್ಟಿದ್ದ. ಕಲೆಯೇ ಅವನ ಬದುಕಿನ ಉಸಿರಾಗಿತ್ತು. ಆದರೆ ಕಲೆಯನ್ನು ಸ್ವಾರ್ಥ ಸಾಧನೆಗೆ ಉಪಯೋಗಿಸುವುದು ಕಲೆಗೇ ಅಪಮಾನ ಎಂದು ಆತ ಬಗೆದಿದ್ದ.

ಅವನಿಗೆ ಹೆಚ್ಚು ಜನರ ಪರಿಚಯವಿರಲಿಲ್ಲ. ಹೊಸಬರನ್ನು ಪರಿಚಯ ಮಾಡಿಕೊಳ್ಳಲು ಆತ ಅಳುಕುತ್ತಿದ್ದ. ಅವನ ಚಿತ್ರಗಳಿಂದ ಪ್ರಭಾವಿತನಾದ ನಾನೇ ಅವನ ಪರಿಚಯ ಮಾಡಿಕೊಂಡಿದ್ದೆ. ಮೊದಮೊದಲು ಆತ ಹಿಂಜರಿದಿದ್ದನಾದರೂ ನನ್ನ ಸಾಮೀಪ್ಯ ಅವನಿಗೆ ಸಹ್ಯವಾಗತೊಡಗಿದಂತೆ ನಮ್ಮ ನಡುವೆ ಆತ್ಮೀಯತೆಯೂ ಬೆಳೆಯಿತು.

ಸಂಜೆ ಅಥವಾ ಮಧ್ಯಾಹ್ನದಲ್ಲಿ ಬಲು ಠೀವಿಯಿಂದ ನನ್ನಲ್ಲಿಗೆ ಬಂದು ಆತ ಕುಳಿತು ಕೊಳ್ಳುತ್ತಿದ್ದ. ಯಾವಾಗಲೂ ಅಲ್ಲ, ಬರಬೇಕೆಂದು ಕಂಡಾಗ ಅವನು ಬರುತ್ತಿದ್ದ; ಇಲ್ಲವಾದರೆ ಇಲ್ಲ. ಒಮ್ಮೊಮ್ಮೆ ಊರಿನಾಚೆ ನಾಲ್ಕೈದು ಮೈಲಿ ದೂರ ನಡೆದು ಏಕಾಂಗಿಯಾಗಿ ಕುಳಿತು ಕೊಳ್ಳುತ್ತಿದ್ದ. ಪ್ರಾಯಶಃ ಅವನ ಸಮಯವೆಲ್ಲಾ ಚಿಕ್ಕದೊಂದು ಚಿತ್ರಶಾಲೆಯಲ್ಲಿ, ಬಣ್ಣ ತುಂಬಿದ ಬಟ್ಟಲುಗಳು ಮತ್ತು ಕುಂಚಗಳ ನಡುವೆಯೇ ಕಳೆಯುತ್ತಿತ್ತು.

ಆತ ಹೆಚ್ಚು ಮಾತಾಡುತ್ತಿರಲಿಲ್ಲ. ಮಾತನಾಡಿದರೂ ವಿಚಿತ್ರವಾಗಿ ಏನೇನೋ ಹೇಳುತ್ತಿದ್ದ. ಅದೇನೆಂದು ಅರ್ಥವಾಗದಿದ್ದರೂ ಅವನನ್ನು ತಡೆಯಲು ಮನಸ್ಸು ಬರುತ್ತಿರಲಿಲ್ಲ. ಯಾಕೆಂದರೆ ಅವನೊಬ್ಬ ಅಸಾಧಾರಣ ವ್ಯಕ್ತಿಯಾಗಿದ್ದ. ಅವನ ಮಾತು ಕೂಡ ಹಾಗೆಯೇ ಅಸಾಧಾರಣ ವಾಗಿತ್ತು; ಒಣಗಿದ ಎಲೆ... ಜೇಡನ ಬಲೆಯ ಮೇಲೆ ಆಗಾಗ್ಗೆ ಬೀಳುವ ಸೂರ್ಯರಶ್ಮಿಗಳು... ಅವನಿಗೆ ಏನೆಲ್ಲ ಕಾಣಿಸುತ್ತಿತ್ತು...? .... ಅದರಲ್ಲಿ ಅವನು ಮುಳುಗಿ ಬಿಡುತ್ತಿದ್ದ.

ಮಾರ್ಚ್ ತಿಂಗಳ ಒಂದು ದಿನ ಮಟಮಟ ಮಧ್ಯಾಹ್ನದ ಹೊತ್ತಿನಲ್ಲಿ ನಾನು ಕಾರಿನಲ್ಲಿ ಆಫೀಸಿನಿಂದ ಮರಳುತ್ತಿದ್ದೆ. ಆ ಉರಿಬಿಸಿಲಿನಲ್ಲಿ ಧೂಳು ತುಂಬಿದ ರಸ್ತೆಯ ಮೇಲೆ ಆತ ಒಬ್ಬಂಟಿಗನಾಗಿ ನಗರದೆಡೆಗೆ ನಡೆಯುತ್ತಿರುವುದನ್ನು ಕಂಡ. ಸಮೀಪದಲ್ಲಿ ಕಾರು ನಿಲ್ಲಿಸಿ ಕೇಳಿದೆ:

"ಇಷ್ಟು ಹೊತ್ತಿನಲ್ಲಿ ಎಲ್ಲಿಗೆ...?"

"ಹೀಗೆ ತಿರುಗಾಡಲು ಹೊರಟಿದ್ದೆ..."

ಆಶ್ಚರ್ಯ ಚಕಿತನಾಗಿ ನಾನು ಪುನಃ ಕೇಳಿದೆ:

"ಈ ಉರಿಬಿಸಿಲಿನಲ್ಲಿ...?"

ಆಮೇಲೆ ಕಾರಿನ ಬಾಗಿಲನ್ನು ಅವನಿಗಾಗಿ ತೆಗೆಯುತ್ತಾ... "ಬನ್ನಿ..." ಎಂದು ಆಗ್ರಹ ಪಡಿಸಿದೆ. ಆದರೆ ತನ್ನ ಧೋತರದ ಚುಂಗನ್ನು ಹಿಡಿದು ನನ್ನ ವಿಸ್ಮಯಕ್ಕೆ ಒಂದಿಷ್ಟು ಲಕ್ಷ್ಯಕೊಡದೇ ಆತ ಉತ್ತರಿಸಿದ :

"ಇಲ್ಲ ನೀವು ಹೋಗಿ."

ಒಂದು ರೀತಿಯಲ್ಲಿ ಬಲವಂತ ಮಾಡಿ ಅವನನ್ನು ಕಾರಿನಲ್ಲಿ ಕೂಡಿಸಿಕೊಂಡೆ. ಮೌನವಾಗಿ ನಿಸ್ಸಹಾಯಕನಾಗಿ ನನ್ನೊಟ್ಟಿಗೆ ಕುಳಿತ ಕೆಲವು ಕ್ಷಣಗಳು ಆನಂತರ ನಿಧಾನವಾಗಿ ಆತ ಹೇಳಿದ:

"ನೋಡಿ, ಎಷ್ಟೊಂದು ಸುಂದರವಾಗಿದೆ! ಪಾಲಿಶ್ ಮಾಡಿದ ಬೆಳ್ಳಿ ಹರಡಿದಂತೆ... ಹಿಮಸ್ಪರ್ಶದ ನಂತರ ಅದರ ಗುಣ ಬದಲಾದಂತೆ... ಹಾಗೆ ನೋಡಿ... ಚಂಚಲವಾದ ಬಿಸಿಲಿನ ಝಳ ವೃದ್ಧಿಯಿಂದ ಆಕಾಶದೆತ್ತರಕ್ಕೂ ಏರುತ್ತಿದೆ. ಬಿಸಿಲಿನ ತಾಪಕ್ಕೆ ಭೂಮಿಯಿಂದ ಹೊರಟ ಚೀತ್ಕಾರದ ಧ್ವನಿ ಹೇಗೆ ಬಾಂದಳಕ್ಕೆ ತಲಪಿ, ಅಲ್ಲಿಂದಲೂ ಮೇಲಕ್ಕೆ ಜಿಗಿಯುತ್ತಿದೆ... ನೋಡಿ." ನನ್ನಲ್ಲಿ ದೃಷ್ಟಿನೆಟ್ಟು ಆತ ಮತ್ತೆ ಹೇಳಿದ.

"ನಿಮ್ಮ ಕಪ್ಪು ಕನ್ನಡಕವನ್ನು ಸ್ವಲ್ಪ ತೆಗೆದು ನೋಡಿ..."

ಅಸಹಾಯಕನಾಗಿ ನಾನು ತಣಿಪು ಕನ್ನಡಕವನ್ನು ತೆಗೆಯಲೇಬೇಕಾಯಿತು. ಕಣ್ಣಿನಲ್ಲಿ ಕಣೆ ನೆಟ್ಟಂತಾಯಿತು. ಅವನಾಡಿದುದೆಲ್ಲಾ ಸತ್ಯವೆನಿಸಿತು. ಎಂತಹ ಅಸಾಧಾರಣ ವ್ಯಕ್ತಿ ಈತ ಎಂದು ಯೋಚಿಸಿದೆ. ಬಹುಶಃ ಈ ವ್ಯಕ್ತಿ ಜಗತ್ತಿಗೊಂದು ನಿದರ್ಶನವಾದಾನು ಎಂದೆನಿಸಿತು.

ಮತ್ತೊಂದು ದಿನ ಶರತ್ ಋತುವಿನ ಸಂಜೆಯಂದು, ದೊಡ್ಡದೊಂದು ಪಾರ್ಕಿನ ಬದಿಯಲ್ಲಿ ಮರಗಳ ಕೆಳಗೆ ಅವನನ್ನು ಕಂಡೆ. ಕೈಯಲ್ಲಿ ಧೋತಿಯ ಚುಂಗನ್ನು ಹಿಡಿದು ಕಾಲುಗಳಿಗೆ ಪಂಪ್‌ಶೂಗಳನ್ನು ಹಾಕಿಕೊಂಡು ಒಣಗಿದ ಹುಲ್ಲು ಹಾಗೂ ಉದುರಿದ ಎಲೆಗಳ ಮೇಲೆ ವೇಗವಾಗಿ ನಡೆಯುತ್ತಿದ್ದ ಅವನನ್ನು ನೋಡಿ ಕೂಗಿದೆ. ಆದರೆ ನನ್ನ ಸ್ವರ ಅವನಿಗೆ ಕೇಳಿಸಲಿಲ್ಲ. ಮಾರನೇ ದಿನ ಹೋಗಿ ನೋಡಿದರೆ ತನ್ನ ಚಿಕ್ಕ ಕೊಠಡಿಯಲ್ಲಿ ಆತ ಅಡ್ಡಣಿಕೆಯ ಬಳಿ ನಿಂತು ತನ್ಮಯನಾಗಿ ಬಣ್ಣದ ಕುಂಚವನ್ನಾಡಿಸುತ್ತಿದ್ದ. ಅದೊಂದು ಸುಂದರ ಚಿತ್ರವಾಗಿತ್ತು. ಕುಂಕುಮ ಬಣ್ಣದ ಬಾನು. ಅದರ ಮೇಲೆ ಅಸ್ತಮಿಸುವ ಸೂರ್ಯನ ಕಾಂತಿ ಅರ್ಧ ವೃತ್ತಾಕಾರದಲ್ಲಿ ಹರಡಿದೆ. ಈ ಹಿನ್ನೆಲೆಯಲ್ಲಿ ಮುಗಿಲೆತ್ತರದ ಒಂದು ಮರ. ಅದರ ರೆಂಬೆಯೊಂದರ ಮೇಲೆ ಪ್ರಣಯಾಕುಲವಾದ ಕೋಕಿಲ ಪಕ್ಷಿಗಳ ಒಂದು ಜೋಡಿ.

ಮುಗ್ಧನಾಗಿ ವಿಸ್ಮಯ ತುಂಬಿದ ಕಣ್ಣುಗಳಿಂದ ಸ್ವಲ್ಪ ಹೊತ್ತು ಚಿತ್ರವನ್ನೇ ದೃಷ್ಟಿಸುತ್ತಾ ನಾನು ಕೇಳಿದೆ;

"ನಿನ್ನೆ ನೀವು ಪಾರ್ಕಿನ ಸಮೀಪ ಹೋಗುತ್ತಿದ್ದಿರಿ ನಾನು ಕೂಗಿದರೂ ನಿಮಗೆ ಕೇಳಿಸಲಿಲ್ಲ."

ಪ್ರಶ್ನಾತ್ಮಕವಾಗಿ ನನ್ನೆಡೆಗೆ ನೋಡಿ, ಸ್ವಲ್ಪ ಸಮಯ ಯೋಚಿಸಿ ಆತ ಉತ್ತರ ಕೊಟ್ಟ;

"ನಿನ್ನೆ ಪಾರ್ಕಿನಲ್ಲಿ ಹಕ್ಕಿಗಳ ಒಂದು ಜೋಡಿಯನ್ನು ಹೀಗೇ ನೋಡುತ್ತಿದ್ದೆ. ತಕ್ಷಣ ಅವು ಹಾರಿದವು. ಅದಕ್ಕೆ ಸ್ಥಾಯಿ ರೂಪ ಹೇಗೆ ಕೊಡಬೇಕೆಂಬುದನ್ನು ಕುರಿತು ಯೋಚಿಸುತ್ತಿದ್ದೆ."

* * *

ಅವನ ಅನೇಕ ಚಿತ್ರಗಳು – 'ನಿರ್ವಾಸನ' 'ಗೌರೀಶಂಕರ' 'ಗಂಗಾ ಮತ್ತು ಸಾಗರ'– ಇವನ್ನು ಚಿತ್ರಪ್ರೇಮಿಗಳು ಕಂಡಿರಲಿಲ್ಲ. ಆದರೆ ನೋಟಕರ ಪರೀಕ್ಷಕ ದೃಷ್ಟಿ ಅವುಗಳ ಮೇಲೆ ಬಿದ್ದ ದಿನ ಜಗತ್ತು ಅಚ್ಚರಿಯಿಂದ ಮೂಗಿನ ಮೇಲೆ ಬೆರಳಿಟ್ಟುಕೊಳ್ಳಲಿದೆ ಎಂಬ ಆತ್ಮವಿಶ್ವಾಸ ನನ್ನಲ್ಲಿತ್ತು. ಇಂತಹ ಪ್ರತಿಭಾನ್ವಿತ ಕಲಾಕಾರನ ಮೈತ್ರಿಯ ಬಗ್ಗೆ ನನಗೆ ಹೆಮ್ಮೆಯೆನಿಸಿತ್ತು.

ಭಾವನಾ ಪ್ರಪಂಚದಲ್ಲೇ ಮುಳುಗಿರುತ್ತಿದ್ದ ಅವನಿಗೆ ಸಂಸಾರದ ಬಗ್ಗೆ ಲಕ್ಷ್ಯವಿರಲಿಲ್ಲ.

ಒಂದು ದಿನ ಅವನ ಮನೆಯಲ್ಲಿ ಕುಳಿತಿದ್ದೆವು. ಅವನು ಯಾವ ವಿಚಾರದಲ್ಲಿ ಮುಳುಗಿದ್ದನೋ... ಅವನ ತಲೆಯಲ್ಲಿ ಯಾವ ಅಮೂಲ್ಯ ಕೃತಿಯೊಂದರ ಜನ್ಮವಾಗುತ್ತಿದೆಯೋ ಎಂದು ಯೋಚಿಸಿ, ಮೌನ ಅಸಹನೀಯವಾಗಿದ್ದರೂ ಸುಮ್ಮನಿದ್ದೆ.

ಅಲ್ಲಿಯೇ ಸಮೀಪದಲ್ಲಿ ಅವನ ಮೂರುವರೆ ವರ್ಷದ ಮಗಳು ಆಡುತ್ತಿದ್ದಳು. ಅವಳು

"ಪಾಪಾ... ಪಾಪಾ... ಪಾಪಾ..." ಎಂದು ಹಾಡ ತೊಡಗಿದಳು. ತಕ್ಷಣ ನಿದ್ರೆಯಿಂದೆದ್ದವನಂತೆ ಆತ ನುಡಿದ :

"How sweet ! ಎಷ್ಟೊಂದು ಮಧುರ !"

ಆಗ ಕಲಾಕಾರನೂ ಒಬ್ಬ ಮನುಷ್ಯ ಎಂದುಕೊಂಡೆ.

ಅರಿತವರು ಲಕ್ಷ್ಮಿಯನ್ನು ಚಂಚಲೆಯೆಂದು ವರ್ಣಿಸಿರುವುದು ನಿಜವಾಗಿಯೂ ಸರಿ. ಅವಳು ಎಲ್ಲಿಯೂ ಸ್ಥಿರವಾಗಿ ನಿಲ್ಲದವಳು. ಕಲಾಕಾರನ ಮನೆ ಒಂದು ಭೂತದ ಬಿಡಾರದಂತಿದ್ದ ಕಾರಣ ಅದನ್ನು ಬಾಡಿಗೆಗೆ ಕೊಡುವುದು ಸಹ ಕಠಿಣವಾಗಿತ್ತು. ಅವನ ಸಂಪಾದನೆಯೂ ಕಡಿಮೆಯಾಗಿತ್ತು. ಒಂದು ಕಾಲದಲ್ಲಿ ಚೆನ್ನಾಗಿ ಉಂಡುಟ್ಟು ಮೆರೆದಿದ್ದ ತನ್ನ ಸ್ಥಿತಿ ಹದಗೆಡುತ್ತಿದ್ದರೂ ಆ ಕಡೆಗೆ ಅವನ ಗಮನವಿರಲಿಲ್ಲ. ಇದಕ್ಕೆ ಪರಿಹಾರ ಸೂಚಿಸಿದರೂ ಅದಕ್ಕಾತ ಕಿವಿ ಕೊಡಲಿಲ್ಲ; ಅಥವಾ ತಾನಾಗಿಯೇ ಯಾವ ಉಪಾಯವನ್ನೂ ಚಿಂತಿಸಲಿಲ್ಲ. ಅವನಿಗೆ ಏನೂ ಬೇಕಾಗಿರಲಿಲ್ಲ. ತ್ಯಾಗ ತಪಸ್ಸು ಇದಕ್ಕುತ್ತರವಾಗಬಲ್ಲುವೇ ?

ಎರಡನೇ ಮಗು ಹುಟ್ಟುವ ಮೊದಲೇ ಅವನ ಹೆಂಡತಿ ಕಾಯಿಲೆ ಬಿದ್ದಳು. ಅದೊಂದು ವಿಚಿತ್ರ ರೋಗ. ಖರ್ಚು ಅಸಾಧಾರಣವಾಗಿತ್ತು. ತಿಂಗಳೆರಡು ಕಳೆಯುವುದರಲ್ಲಿ ಮೂರೂವರೆ ಸಾವಿರ ರೂಪಾಯಿಗಳು ಕೈ ಬಿಟ್ಟಿದ್ದವು.

ಮನೆಯೊಂದನ್ನು ಗಿರವಿ ಇಟ್ಟಾಗಿತ್ತು... ಇನ್ನೊಂದು ಹೋಯಿತು. ಆದರೂ ಚಕಾರ ಶಬ್ದವೆತ್ತಲಿಲ್ಲ ಆತ.

ದುಡ್ಡಿನಿಂದ ಮನುಷ್ಯನ ಪ್ರಾಣವನ್ನು ಉಳಿಸಲು ಸಾಧ್ಯವೆಂದಾದರೆ "ಅಷ್ಟು ದುಬಾರಿ ಆಗುವುದಿಲ್ಲ... ಹೇಗಾದ್ರೂ ಸರಿ. ಅವಳುಳಿದರೆ ಸಾಕು..." ಎಂದಷ್ಟೇ ಆತ ನುಡಿದ.

ಈ ದಾರುಣ ಸಂಕಟದ ತರುವಾಯ ಕಲಾಕಾರನ ಪರಿಸ್ಥಿತಿ ಮತ್ತಷ್ಟು ಶೋಚನೀಯ ಆಯಿತು. ಆದರೂ ಅವನಲ್ಲಿ ಯಾವ ಬದಲಾವಣೆಯೂ ಆಗಲಿಲ್ಲ. ಆತ ಎಂದಿನಂತೆ ಸ್ಥಿತಪ್ರಜ್ಞನಾಗಿಯೇ ಇದ್ದ. ಮೆದುವಾದ ಆಡಿನ ಚರ್ಮದಿಂದ ತಯಾರಿಸಲಾದ ತನ್ನ ಪಂಪ್‌ಶೂಗಳು ಹರಿದು ಹೋದ ಬಳಿಕ, ಬರೇ ಒರಟು ಚಪ್ಪಲಿಗಳಿಂದಲೇ ಆತ ಸಂತುಷ್ಟನಾಗಿದ್ದ.

ಅನಂತರ ಅನೇಕ ದಿನಗಳ ಕಾಲ ಆತ ನನಗೆ ಕಾಣಿಸಲಿಲ್ಲ. ಚಿತ್ರವೊಂದನ್ನು ಮೂಡಿಸುವ ಸಿದ್ಧತೆಯಲ್ಲಿದ್ದಾನೆಂದು ಕೇಳಿ, ಅವನಿಗೆ ತೊಂದರೆಯಾಗಬಾರದೆಂದು ನಾನು ಅವನ ಮನೆಯ ಕಡೆ ಸುಳಿಯಲಿಲ್ಲ. ಚಿತ್ರ ಪೂರ್ತಿಯಾದ ಸುದ್ದಿ ಕೇಳಿದ ಮೇಲೆ ನೋಡಲು ಹೊರಟೆ.

ಚಿತ್ರದ ಹೆಸರು 'ಜನನ-ಮರಣ' ಅದೊಂದು ಪ್ರಸೂತಿ ಗೃಹದ ದೃಶ್ಯ. ರುಗ್ಣಶಯ್ಯೆಯಲ್ಲಿ ಮಲಗಿದ್ದವಳು ಸ್ವತಃ ಅವನ ಹೆಂಡತಿ. ರೋಗದಿಂದ ಜೀರ್ಣವಾಗಿ, ವ್ಯಥೆಯಿಂದ ತುಂಬಿದ ಅವಳ ಮುಖದಲ್ಲಿ ಮೃತ್ಯುವಿನ ಛಾಯೆ. ಅವಳ ನೋಟ ಹೊಸದಾಗಿ ಹುಟ್ಟಿದ ಶಿಶುವಿನ ಮೇಲೆ ನೆಟ್ಟಿತ್ತು. ಮೋಡಗಳಿಂದ ಮರೆಮಾಚಲ್ಪಟ್ಟಿದ್ದ ನಕ್ಷತ್ರಗಳ ಬೆಳಕಿನಂತೆ ಆ ನೋಟದಲ್ಲಿ ನೋವು ಮಿಂಚುತ್ತಿತ್ತು. ಮುಂಜಾವದಲ್ಲಿ ಬಾನಿನ ಹೊಳಪು ಮಂಜಿನಿಂದ ಮಸುಕಾದಂತೆ ಅವಳ ಕಣ್ಣುಗಳು ಮಬ್ಬಾಗಿದ್ದವು. ಅಸ್ತಮಿಸುವ ತಾರೆಗಳಂತೆ ಕಣ್ಣಗೊಂಬೆಗಳು ನಿಸ್ತೇಜವಾಗಿದ್ದವು.

ಆ ಚಿತ್ರ ನೋಡಿ ನಾನು ಮೂಕನಾದೆ. ಏನೊಂದನ್ನು ಹೇಳುವುದೂ ಅಸಾಧ್ಯವಾಗಿತ್ತು. ಅನೇಕ ದಿನಗಳವರೆಗೂ ಆ ಚಿತ್ರ ನನ್ನ ಸ್ಮೃತಿಪಟಲದಿಂದ ಮಾಸಿಹೋಗಲಿಲ್ಲ.

ಮುಂಬಯಿಯಲ್ಲಿ ಅಖಿಲಭಾರತ ಚಿತ್ರಪ್ರದರ್ಶನ ನಡೆಯಲಿದೆ ಎಂದು ಪತ್ರಿಕೆಗಳಲ್ಲಿ ಒಂದು ದಿನ ಓದಿದೆ. ಅನಂತರ ಕಲಾಕಾರನ ಸಮ್ಮುಖದಲ್ಲಿ ಆ ಬಗ್ಗೆ ಪ್ರಸ್ತಾಪಿಸಿದೆ. ಆದರೆ

ಆತ ಅದರ ವಿಷಯದಲ್ಲಿ ಏನೂ ಉತ್ಸಾಹ ತೋರಿಸಲಿಲ್ಲ. ಕಲೆಯ ಪರಿಪೂರ್ಣತೆಯೇ ಕಲಾ ಸಾಧನೆಯ ಫಲವೆಂಬುದು ಅವನ ವಿಶ್ವಾಸ.

ಹೀಗೆ ಎಷ್ಟು ವಾದ ಮಾಡಬಹುದು. ಆದರೆ ಕಲಾಕಾರನೊಬ್ಬನ ಕೃತಿ ಕೇವಲ ಅವನ ಸಂತೋಷಕ್ಕೆ ಮಾತ್ರ ಸೀಮಿತವಾಗಿರಬೇಕೇ? ಇನ್ನೊಬ್ಬರ ಸಂತೋಷಕ್ಕೂ ಅದು ಕಾರಣವಾದರೆ ಅದರಿಂದ ಹಾನಿಯೇನು? ಬಲವಂತವಾಗಿ ಆ ಚಿತ್ರಗಳನ್ನು ನನ್ನ ಖರ್ಚಿನಲ್ಲೇ ಮುಂಬಯಿಗೆ ಕಳಿಸಿದೆ. ಬಹುಶಃ ಹದಿನೈದು ದಿನಗಳ ಬಳಿಕ – ಪ್ರದರ್ಶನದ ಸಂಚಾಲಕರಿಂದ ತಂತಿ ಬಂತು :

"ಯೂರೋಪಿನ ವ್ಯಾಪಾರಿಯೊಬ್ಬರು 'ಜನನ–ಮರಣ' ಚಿತ್ರವನ್ನು ಐದು ಸಾವಿರ ರೂಪಾಯಿಗಳಿಗೆ ಕೊಂಡುಕೊಳ್ಳಲು ಸಿದ್ಧರಿದ್ದಾರೆ..."

ಚಿತ್ರವನ್ನು ನನ್ನ ಪರವಾಗಿ ಕಳಿಸಿದ್ದರಿಂದ ತಂತಿಯೂ ನನ್ನ ಹೆಸರಿಗೇ ಬಂದಿತ್ತು. ಆದರೆ ಕಲಾಕಾರನ ಸ್ವಭಾವದ ಪರಿಚಯವಿದ್ದ ಕಾರಣ ಈ ವಿಷಯವನ್ನು ಅವನ ಮುಂದೆ ಪ್ರಸ್ತಾಪಿಸಲು ನಾನು ಸಂಕೋಚಪಟ್ಟೆ. ಅದೇ ಸಮಯದಲ್ಲಿ ಇನ್ನೊಂದು ವಿಚಾರವೂ ನನಗೆ ಹೊಳೆಯಿತು. ಈ ಚಿತ್ರದ ಬೆಲೆಯು ದುಃಖದಲ್ಲಿರುವ ಒಂದು ಕುಟುಂಬದ ಸಂಕಷ್ಟಗಳನ್ನು ಪರಿಹರಿಸಲು ಸಹಾಯಕವಾಗುವುದಾದರೆ, ಅದು ಹೇಗೆ ಕಲೆಯ ಅಪಮಾನವಾಗಬಲ್ಲದು? ಇದಲ್ಲದೆ ಚಿತ್ರದಲ್ಲಿ ಮೂಡಿರುವ ಕಲೆ ಮತ್ತು ಭಾವನೆಗಳ ಮೇಲೆ ಒಬ್ಬ ವ್ಯಕ್ತಿ ತನ್ನ ಸಂಪಾದನೆಯಲ್ಲಿ ಐದು ಸಹಸ್ರ ರೂಪಾಯಿಗಳನ್ನು ಸುರಿಯಲು ಸಿದ್ಧನಿದ್ದಾನೆ ಎಂದಾಗ, ಅದು ಕಲಾಕಾರನ ಪ್ರತಿಭೆ ಮತ್ತು ಭಾವನೆಗಳಿಗೆ ಆತ ತೋರಿಸುವ ಗೌರವವಲ್ಲವೆ? ಎಂದೂ ನಾನು ಯೋಚಿಸಿದೆ ಹಾಗೂ ಹೀಗೂ ಬಹಳಷ್ಟು ಹಿಂದು ಮುಂದು ನೋಡಿ, ಅತ್ಯಂತ ಸಂಕೋಚದಿಂದ ಇದರ ಪ್ರಸ್ತಾಪವನ್ನು ಅವನ ಮುಂದೆ ಮಾಡಿದೆ. ಪರಿಣಾಮ ನಾನು ನೆನಸಿದ್ದಂತೆಯೇ ಆಯಿತು."

ಈ ವ್ಯವಹಾರ ಇಷ್ಟವಿಲ್ಲವೆಂದು ಮುಂಬಯಿಗೆ ತಂತಿಯ ಮೂಲಕ ತಿಳಿಸಿದೆ. ಗ್ರಾಹಕ ಹತ್ತು ಸಾವಿರ ಕೊಡಲು ಸಿದ್ಧನೆಂದು ಉತ್ತರ ಬಂತು. ಈ ಸಲ ಮತ್ತಷ್ಟು ಸಂಕೋಚದಿಂದ ಕುಗ್ಗಿ ಕಲಾಕಾರನಿಗೆ ವಿಷಯ ತಿಳಿಸಿದೆ.

"ನಾನು ಚಿತ್ರಗಳನ್ನು ಪ್ರದರ್ಶನಕ್ಕೇ ಕಳಿಸಲು ಸಿದ್ಧನಿರಲಿಲ್ಲ. ನನ್ನ ಭಾವನೆಗಳಿಗೆ ಯಾವುದೇ ಮೌಲ್ಯವನ್ನು ಸ್ವೀಕರಿಸಲೂ ನಾನು ಸಿದ್ಧನಿಲ್ಲ. ಆ ಚಿತ್ರಗಳನ್ನು ವಾಪಸ್ಸು ತರಿಸಿಬಿಡಿ," ಎಂದು ಆತ ಉತ್ತರಿಸಿದ.

ಕ್ರಿಯಾತ್ಮಕ ಕ್ಷೇತ್ರದಲ್ಲಿ ಇದು ಅವ್ಯವಹಾರವೆನಿಸಿದರೂ ಕಲಾಕಾರನ ತ್ಯಾಗಭಾವನೆ ಮತ್ತು ನಿಸ್ವಾರ್ಥ ಕಲಾಸಾಧನೆಯನ್ನು ಕಂಡು ನನ್ನ ಮನದಾಳದಲ್ಲಿ ಅವನ ಮೇಲಿದ್ದ ಆದರದ ಭಾವ ದ್ವಿಗುಣವಾಯಿತು. ಕಲೆ ಜೀವನಕ್ಕಿಂತಲೂ ಹೆಚ್ಚು ಅಮೂಲ್ಯ ವಸ್ತು ಎನ್ನುವುದಕ್ಕೆ ಕಲಾಕಾರನ ಈ ನಿಷ್ಠೆಯೇ ಒಂದು ಪ್ರತ್ಯಕ್ಷ ಉದಾಹರಣೆ.

ಕಲಾಕಾರನ ಹೆಂಡತಿ ದಿನದಿನಕ್ಕೂ ಸವೆಯುತ್ತಾ ಒಂದು ದಿನ ಮಗುವನ್ನು ಹೆತ್ತು ಕಣ್ಮುಚ್ಚಿದಳು. ದುಃಖದಲ್ಲಿದ್ದ ಕಲಾಕಾರನಿಗೆ ಲೋಕದರಿವೇ ಇಲ್ಲದಂತಾಗಿತ್ತು. ಮಗುವನ್ನು ಹೆಂಡತಿಯ ಅಣ್ಣ ಕರೆದೊಯ್ದ. ಅರಿವು ಹಿಂತಿರುಗಿದ ಮೇಲೆ ಕಲಾಕಾರನ ತುಟಿಗಳ ಮೇಲೆ ಕಿರುನಗೆಯೊಂದು ಸುಳಿಯಿತು. ಆತ ಮತ್ತೊಂದು ಚಿತ್ರ ಬರೆದ.

ಒಂದು ಪ್ರಕಾಂಡ ಹಿಮಗಿರಿ. ದುರ್ಗಮವಾದ ಅದರ ದಿನ್ನೆಯೊಂದರ ಮೇಲೆ ಒಂದು

ಬಡಕಲು ದೇಹದ ತಪಸ್ವಿಯೊಬ್ಬ ಏರಿ ಹೋಗುತ್ತಿದ್ದಾನೆ. ಅವನ ಜೀವನ ಸಂಗಾತಿ ಹತಾಶಳಾಗಿ ದಿನ್ನೆಯ ಮೇಲೆ ಬಿದ್ದಿದ್ದಾಳೆ. ಆ ತಪಸ್ವಿಯ ದೃಷ್ಟಿ ಏಕಕಾಲದಲ್ಲಿ ಇಕ್ಕೆಡೆಗಳಿಗೆ ಸೆಳೆಯಲ್ಪಡುತ್ತಿದೆ. ಒಂದು ಹಿಮದ ಮೇಲೆ ಅಚೇತನಳಾಗಿ ಬಿದ್ದಿರುವ ತನ್ನ ಸಂಗಾತಿಯೆಡೆಗೆ. ಇನ್ನೊಂದು ತನ್ನನ್ನು ಸಜೀವವಾಗಿ ಕರೆಯುತ್ತಿರುವ ಆ ಹಿಮಗಿರಿಯ ಶಿಖರದತ್ತ. ಈ ಭಾವನೆಗಳ ತಾಕಲಾಟ ಅವನ ಮುಖದಲ್ಲಿ ಸ್ಪಷ್ಟವಾಗಿ ಗೋಚರಿಸುತ್ತಿದೆ.

ಆ ಚಿತ್ರದ ಭಾವಭಾರದಿಂದ ನಾನು ಅವಾಕ್ಕಾದೆ. ಚಿತ್ರದಲ್ಲಿ ಇದ್ದುದಾದರೂ ಏನು? ಕಲಾಕಾರನ ಕುಂಚ ಅವನ ಬಾಳಿನ ಕಥೆಯನ್ನೇ ಚಿತ್ರಪಟದ ಮೇಲೆ ಮೂಡಿಸಿತ್ತು. ಅವನ ತ್ಯಾಗದ ಮಹತ್ವಾಕಾಂಕ್ಷೆ ಕಲೆಗಾಗಿ ಅವನ ಆತ್ಮಸಮರ್ಪಣೆ ಮತ್ತು ಅಂತಹ ಆತ್ಮಸಮರ್ಪಣೆಯಲ್ಲಿ ಆತನಿಗಿದ್ದ ಹೆಮ್ಮೆ. ಚಿತ್ರ ನನ್ನನ್ನು ಸಂಪೂರ್ಣವಾಗಿ ಸೆರೆ ಹಿಡಿಯಿತು. ಅದರೆದುರು ನನ್ನ ಅಲ್ಪತೆಯ ಅರಿವಾಯಿತು. ಇಂತಹ ಮಹಾನ್‌ಧ್ಯೇಯದ ಮುಂದೆ ಲಘು ಜೀವನದ ಮಾತೇನು ?

ಆದರೂ ನನ್ನ ಮನಸ್ಸಿನಲ್ಲಿ ಒಂದು ಶಂಕೆ ಹುಟ್ಟಿತು; ಕಲೆಯ ಶಕ್ತಿ ಬದುಕಿನಲ್ಲಿ ಹೇಗೆ ಸಫಲವಾಗಬಲ್ಲುದು ? ಈ ಪ್ರಶ್ನೆಗೆ ರೇಖೆಗಳ ರೂಪದಲ್ಲಿ ಚಿತ್ರಪಟದ ಮೇಲೆ ತನ್ನ ಉತ್ತರವನ್ನು ಸ್ಪಷ್ಟವಾಗಿ ಬರೆದಿದ್ದ ಕಲಾಕಾರ. ಈ ಕುರಿತು ಪ್ರಶ್ನಿಸಿದಾಗ ಆತ ಉತ್ತರಿಸಿದ್ದ.

"ಕತ್ತಲು ತುಂಬಿದ ಅಂಗಳದಲ್ಲಿ ಒಂದು ದೀಪ ಉರಿಯುತ್ತಿರುತ್ತದೆ ಎನ್ನಿ. ಅದರ ಪ್ರಕಾಶವನ್ನು ಹತ್ತಿರ ಮತ್ತು ದೂರದಿಂದ ಅವಲೋಕಿಸಬಹುದು. ಹತ್ತಿರ ಹತ್ತಿರ ಹೋದಂತೆ ಪ್ರಕಾಶವೂ ಉಜ್ವಲವಾಗುತ್ತದೆ; ದೃಷ್ಟಿಯೂ ಹೆಚ್ಚು ಸ್ಪಷ್ಟವಾಗುತ್ತದೆ. ಆದರೆ ದೀಪಕ್ಕೆ ಅದರ ಅಗತ್ಯವಿಲ್ಲ, ಪ್ರಕಾಶದ ಕೇಂದ್ರ ಅಗ್ನಿ ಮಾತ್ರ... ತೈಲ ಮತ್ತು ಬತ್ತಿಯನ್ನು ಸುಡುವ ಅಗ್ನಿ."

"ದೀಪವು ಪ್ರಕಾಶವನ್ನಾಗಲಿ ಅಥವಾ ತನ್ನನ್ನು ನೋಡುವ ಪಥಿಕರನ್ನಾಗಲಿ ಲಕ್ಷಿಸುವುದಿಲ್ಲ. ಅವುಗಳ ಚಿಂತೆ ಅದಕ್ಕಿಲ್ಲ. ಅದು ಉರಿಯುತ್ತಿರಬೇಕಾದರೆ, ಅದಕ್ಕೆ ಅವಶ್ಯಕವಾದುದು ಎಣ್ಣೆ ಮತ್ತು ಬತ್ತಿ ಮಾತ್ರ."

ಕಲಾಕಾರನ ಶರೀರ ದಾರಿದ್ರ್ಯ ಮತ್ತು ನೋವಿನಿಂದ ಕ್ಷೀಣವಾಗುತ್ತಿದ್ದರೂ ಅವನ ಕಣ್ಣುಗಳ ಕಾಂತಿ ಹೆಚ್ಚುತ್ತಿತ್ತು. ಅವನು ತನ್ನ ಸಾಧನೆಯಲ್ಲೇ ಮುಳುಗಿರುತ್ತಿದ್ದ. ಅವನ ಕಲಾರಾಧನೆ ಹೆಚ್ಚು ಆಳವಾಗಿ ಹೆಚ್ಚು ಮಹತ್ವಪೂರ್ಣವಾಗುತ್ತ ಹೋದಂತೆ ಅದರ ಮೇಲಿನ ಅವನ ನಿಷ್ಠೆಯೂ ಅಷ್ಟೇ ಹೆಚ್ಚು ಹೆಚ್ಚಾಗಿ ಬೆಳೆಯುತ್ತ ಹೋಯಿತು.

ಬೆಳಗ್ಗೆ ಬಹಳ ಬೇಗ ಏಳುವ ಅಭ್ಯಾಸ ನನಗಿಲ್ಲ. ಅದರಲ್ಲೂ ಮಾಘಮಾಸದ ಚಳಿಯಲ್ಲಿ. ಆದರೆ ಹಿಂದಿನ ದಿನ ಬಹಳ ಆಯಾಸವಾಗಿದ್ದುದರಿಂದ ಎಂದಿಗಿಂತ ಒಂದು ಗಂಟೆ ಮುಂಚೆಯೇ ಮಲಗಿದ್ದೆ. ಆದುದರಿಂದ ಮರುದಿನ ಬೇಗ ಎದ್ದಿದ್ದೆ. ಸಮಯವಿದ್ದುದರಿಂದ ಜಗಲಿಯಲ್ಲಿ ನಿಂತು, ಮಾಲಿ ಏನು ಮಾಡುತ್ತಿರುವನೋ ಎಂದು ಹೂದೋಟದೆಡೆಗೆ ದೃಷ್ಟಿ ಹಾಯಿಸಿದೆ.

ಬೆಳಗಿನ ಬೆಚ್ಚನೆಯ ಬಟ್ಟೆ ಹಾಕಿಕೊಂಡು, ಜಿಂಕೆಯಂತೆ ತನ್ನ ಪುಟ್ಟ ಪುಟ್ಟ ಚಪ್ಪಲಿಗಳನ್ನು 'ಖಟ್ ಖಟ್' ಎನಿಸುತ್ತಾ ಬಂದ ಬನ್ನೊ ನನ್ನ ಕೈ ಹಿಡಿದು ಕೇಳಿದಳು.

"ಪಾಪಾ.. ಕಕ್ಕ ಕಿನಾರೆಯ ಬಳಿ ಹೋಗ್ತಿದಾರೆ. ಅಣ್ಣನೂ ಕಾರಿನಲ್ಲಿದ್ದಾನೆ. ರಾಧಾ ಸಹ. ಪಾಪಾ... ನೀನೂ ಬರ್ತೀಯಾ?"

ನನ್ನ ಶ್ರೀಮತಿ ಬೆಳಿಗ್ಗೆ ಶಾಲನ್ನು ಹೊದ್ದುಕೊಂಡು ಕೂತಿರುತ್ತಾಳೆ. ಆದರೆ ಮಕ್ಕಳ

ಬೆಚ್ಚನೆಯ ಬಟ್ಟೆ ಹಾಕಿ ಆಯಾ ರಾಧಾಳೊಂದಿಗೆ ಹೂ ಬಿಸಿಲಿನಲ್ಲಿ ಆಟವಾಡಲು ಅವರನ್ನು ಬಯಲಿಗೆ ಕಳಿಸುತ್ತಾಳೆ. ಇದರ ಕಾರಣ ಕೇಳಿ ನನಗೇನಾಗಬೇಕು? ಮಕ್ಕಳು ಆರೋಗ್ಯ ವಾಗಿದ್ದರೆ ಎಲ್ಲ ಸರಿ ತಾನೆ?

ಒಂಟೆಯ ಸವಾರ ಮೂಗುದಾರವನ್ನು ಹಿಡಿದೆಳೆಯುವಂತೆ ಬನ್ನೊ ನನ್ನ ಕೈ ಹಿಡಿದು ಎಳೆದೊಯ್ಯುತ್ತಿದ್ದಳು. ಚಳಿಯಿಂದ ಮುದುರಿಕೊಳ್ಳುತ್ತಾ ಮಗಳ ಆಜ್ಞೆಗೆ ಅನುಸಾರವಾಗಿ ನಾನು ನಡೆಯುತ್ತಿದ್ದೆ. ಬೀದಿಯವರೆಗೊಯ್ದರೂ ನನ್ನ ಕೈ ಬಿಡಲು ಅವಳಿಗಿಷ್ಟವಿರಲಿಲ್ಲ. ಆದರೆ ರಾತ್ರಿಯ ಉಡುಪನ್ನು – ಚೂಡಿದಾರ ಪೈಜಾಮ ಧರಿಸಿ ಇನ್ನೂ ಮುಂದೆ ಹೋಗುವುದು ಉಚಿತವಾಗಿರಲಿಲ್ಲ. ಆದರೆ ಬನ್ನೊವನ್ನು ಸಮಾಧಾನಪಡಿಸಲು ಆ ಕಡೆ ಈ ಕಡೆ ನೋಡುತ್ತಿದ್ದೆ.

ನಮ್ಮ ಬಂಗಲೆಯ ಎಡಗಡೆಯ ಜಮೀನನ್ನು ಖಾನ್‌ಸಾಹೇಬರು ಖರೀದಿಸಿದ್ದರು. ಹತ್ತು ವರ್ಷಗಳಿಂದ ಅದು ಹಾಗೇ ಇತ್ತು. ಅಲ್ಲಿ ನಾಲ್ಕು ಗೋಡೆಗಳೂ ಎದ್ದಿರಲಿಲ್ಲ. ನಮ್ಮ ಬಂಗಲೆಯ ನಾಲ್ಕು ಗೋಡೆಗಳ ಈಚೆ ಕಡೆ ನನ್ನ ದೃಷ್ಟಿ ಬಿತ್ತು. ಮಂಜು ಮುಸುಕಿದ ಗಿಡ ಗಂಟಿಯ ಹತ್ತಿರ ಹರಿದ ಜಮಖಾನೆಯ ತುಂಡುಗಳ ಮೇಲೆ ಮನುಷ್ಯಾಕೃತಿಯ ಒಂದು ಕರೀ ಛಾಯೆ ಇತ್ತು. ಸಮೀಪದಲ್ಲೇ ತಗಡಿನ ಒಂದು ಡಬ್ಬ ಮತ್ತು ಒಣಗಿದ ರೊಟ್ಟಿ ಬಿದ್ದಿದ್ದುವು. ಕಂಬಳಿಯ ತುಣುಕು ಶರೀರದ ಕೆಳಗೆ ಜಾರಿತ್ತು, ಇಂತಹ ಚಳಿಯಲ್ಲೂ ಆ ವಸ್ತ್ರವನ್ನು ಹೊದೆಯುವ ಚೈತನ್ಯ ಆ ಶರೀರಕ್ಕೆ ಇರಲಿಲ್ಲ. ಕ್ಷಣಮಾತ್ರದಲ್ಲಿ ಅವನ ಪೂರ್ವೇತಿಹಾಸವನ್ನೂ ಮನಸ್ಸಿನಲ್ಲಿ ಕಲ್ಪಿಸಿಕೊಂಡೆ. ಯಾವನೋ ಭಿಕ್ಷುಕ ರಾತ್ರಿಕಳೆಯಲು ಇಲ್ಲಿದ್ದಿರಬೇಕು. ಚಳಿಯಿಂದ ಸೆಟೆದು ಬಿಟ್ಟಿದ್ದ. ಶರೀರ ನಿಶ್ಚೇತನವಾಗಿತ್ತು... ಬಹುಶಃ ಸತ್ತಿರಬೇಕು.

ಮಕ್ಕಳು ಆ ದೃಶ್ಯವನ್ನು ನೋಡಬಾರದೆಂದು ರಾಧಾಳೊಂದಿಗೆ ಮುಂದೆ ಕಳಿಸಿದೆ. ಸಮೀಪ ಹೋಗಿ ನೋಡಿದೆ. ಮುಟ್ಟಲು ಹಿಂಜರಿದೆ – ಯಾವುದಾದರೂ ಅಂಟುರೋಗ ವಿದ್ದಿದ್ದರೆ? ಆದರೂ ಅವನೊಬ್ಬ ಮನುಷ್ಯ... ಮುಟ್ಟಿ ನೋಡಿದೆ. ಅತಿ ಕ್ಷೀಣವಾಗಿ 'ಊಂ... ಊಂ' ಎಂದು ನರಳುವುದು ಕೇಳಿಸಿತು. ಇನ್ನೂ ಜೀವ ಉಸಿರಾಡುತ್ತಿತ್ತು...

ಮಾನವಸಹಜವಾದ ಕರುಣೆ ಮತ್ತು ಭಯದಿಂದ ನನ್ನ ಮನಸ್ಸು ವಿಚಲಿತವಾಯಿತು. ತಕ್ಷಣವೇ ಮನೆಗೆ ಮರಳಿ ಹೆಲ್ತ್-ಆಫೀಸರ್ ಅರೋರಾ ಸಾಹೇಬರಿಗೆ ಫೋನ್ ಮಾಡಿದೆ.

ಪುರಸಭೆಯ ಅಂಬ್ಯುಲೆನ್ಸ್ ಬಂತು. ನನ್ನ ಕಾರಿನಲ್ಲಿ ನಾನೂ ಆಸ್ಪತ್ರೆಗೆ ಹೋದೆ. ಅಲ್ಲಿ ಇಲ್ಲಿ ಹೇಳಿ ಕೇಳಿ ಅವನನ್ನು ಆಸ್ಪತ್ರೆಗೆ ದಾಖಲು ಮಾಡಿಸಿದೆ. ಎರಡು ಗಂಟೆಗಳು ಕಳೆದ ಮೇಲೆ ಅವನು ಆಸ್ಪತ್ರೆಯ ಪಲ್ಲಂಗದ ಮೇಲೆ ಮಲಗಿದ್ದ. ಬಿಸಿ ನೀರಿನ ಬಾಟಲ್‌ಗಳನ್ನು ಅವನ ಕಾಲು ಮತ್ತು ಬಗಲಿನ ಹತ್ತಿರ ಇಟ್ಟಿದ್ದರು. ಗ್ಲಾಸಿನಲ್ಲಿ ಬ್ರಾಂಡಿ ಮಿಶ್ರಿತ ಹಾಲನ್ನು ಕುಡಿಯಲು ಕೊಟ್ಟಿದ್ದರು.

ಹಿಂತಿರುಗಿದಾಗ ಮಧ್ಯಾಹ್ನವಾಗಿತ್ತು. ದಣಿವಾಗಿತ್ತಾದರೂ ನನ್ನ ಕೆಲಸದ ಬಗ್ಗೆ ಸಂತೋಷ ವಾಗಿತ್ತು. ಕಾರನ್ನು ಬಂಗಲೆ ಒಳಗೆ ತಿರುಗಿಸುವ ಮೊದಲು ಎಡಗಡೆಯ ಪ್ರಶಾಂತ ಬಯಲಿನಲ್ಲಿ ಕಲಾಕಾರ ಯೋಚನಾಕ್ರಾಂತನಾಗಿ ಏನನ್ನೋ ಹುಡುಕುವುದನ್ನು ಕಂಡೆ. ಸಮೀಪಕ್ಕೆ ಹೋಗಿ ಕೇಳಿದೆ.

"ಅರೆ, ನಿಮಗ್ಹೇಗೆ ತಿಳಿಯಿತು? ಬೆಳಿಗ್ಗೆ ಅಕಸ್ಮಾತ್ತಾಗಿ ನನ್ನ ದೃಷ್ಟಿಗಾತ ಬಿದ್ದ. ಸಾವಿನ ದವಡೆಯಲ್ಲಿದ್ದ. ಈಗಲೂ ಬದುಕಿದ್ರೆ ದೊಡ್ಡ ಮಾತೇ... ಮನುಷ್ಯನದಾದ್ರೂ ಏನು ಭರವಸೆ...!!"

ನಿರಾಸೆ ಮತ್ತು ಸಿಟ್ಟಿನಿಂದ ಕಲಾಕಾರ ಉತ್ತರಿಸಿದ.

"ಈಗ ಅವನೆಲ್ಲಿ...?"

"ಅವನನ್ನು ಆಸ್ಪತ್ರೆಗೆ ಸೇರಿಸಿ ಇದೇ ಬರ್‍ತಾ ಇದ್ದೇನೆ. ಬಹಳ ಕಷ್ಟ ಪಟ್ಟು ಡಾಕ್ಟರಿಗೆ ಹೇಳಿ ದಾಖಲು ಮಾಡಿಸಿದೆ. ಅದೆಲ್ಲ ಇಂದಿನ ಲೋಕ ವ್ಯವಹಾರ ಎಂದಿಟ್ಟುಕೊಳ್ಳಿ."

ಅವನು ಹತಾಶನಾಗಿ ಅತೀವ ನಿರಾಸೆಯಿಂದ ಹಿಂತಿರುಗಿದ. ಎಷ್ಟು ಬಾರಿ ಕೂಗಿದರೂ ಹಿಂತಿರುಗಲಿಲ್ಲ... ನಡಿಗೆಯಿಂದಲೇ ಅವನನ್ನು ಬಹಳ ದೂರ ಹಿಂಬಾಲಿಸಿದೆ. ಆತ ಹಿಂತಿರುಗಿ ನೋಡಲಿಲ್ಲ... ಮುಂದೇನು ಎಂದು ಯೋಚಿಸುತ್ತಾ ಮರಳಿದೆ. ಸಂಜೆ ನನಗೆ ತುರ್ತಾಗಿ ಒಂದು ಕಡೆ ಹೋಗಬೇಕಾಗಿತ್ತಾದರೂ ಕಂಪೆನಿಯ ಪತ್ರಗಳನ್ನು ನೋಡುವುದೂ ಅಷ್ಟೇ ಅವಶ್ಯವಾಗಿತ್ತು. ಬೇಗಬೇಗ ಪತ್ರಗಳನ್ನು ನೋಡಿ ನೋಡಿ ಸಹಿ ಮಾಡುತ್ತಿದ್ದೆ. ಅಷ್ಟರಲ್ಲಿ ಕಲಾಕಾರ ಕೈಯಲ್ಲಿ ಚಿತ್ರ ಬರೆದ ಹಾಳೆಯೊಂದನ್ನು ಹಿಡಿದು ಕೊಠಡಿಯೊಳಗೆ ಬಂದ. ಅದನ್ನು ಮೇಜಿನ ಮೇಲಿಟ್ಟು ಉದ್ವಿಗ್ನ ಸ್ವರದಲ್ಲಿ ಹೇಳಿದ :

"ಎರಡು ದಿನಗಳಿಂದ ಇದನ್ನು ಬರೆಯುತ್ತಿದ್ದೆ... ನೀವು ಹಾಳು ಮಾಡಿ ಬಿಟ್ಟಿರಿ. ಇದನ್ನು ನೀವೆ ಇಟ್ಟುಕೊಳ್ಳಿ..."

ಇಷ್ಟು ಹೇಳಿ ಅರೆಬರೆದ ಚಿತ್ರವನ್ನು ಅಲ್ಲೇ ಬಿಟ್ಟು ಆತ ಹೊರಟುಬಿಟ್ಟ. ಪಟದಲ್ಲಿ ಬೆಳಗಿನ ದೃಶ್ಯ ಅರ್ಧ ಮೂಡಿತ್ತು. ಅದೇ ಮೃತ್ಯು ಪ್ರಾಯನಾದ ಭಿಕ್ಷುಕ ಹರಿದ ಜಮಖಾನೆಯ ಮೇಲಿನ ಕಪ್ಪು ಚರ್ಮದ, ಮಣ್ಣು ಮೆತ್ತಿದ ಸಂಕಟಪಡುತ್ತಿರುವ ಆ ದೇಹ, ಕಲೆಯ ಮಾಯೆಯಿಂದ ಅದು ಇನ್ನಷ್ಟು ಭೀಭತ್ಸವಾಗಿತ್ತು. ಅವನ ಕೈ, ತೆರೆದ ತುಟಿಗಳು, ಹತಾಶವಾದ ಕಣ್ಣುಗಳಲ್ಲಿಯ ಆರ್ತತೆ ಆಕಾಶವನ್ನು ಮುಟ್ಟಿತ್ತು. ಚಿತ್ರ ಅಪೂರ್ಣವಾಗಿದ್ದರೂ ಅದರಲ್ಲಿಯ ಉಗ್ರ ಭೀಭತ್ಸತೆ ಅತ್ಯಂತ ಸಜೀವವಾಗಿತ್ತು. ಪೆನ್ಸಿಲಿನಿಂದ ಅಸ್ಪಷ್ಟವಾಗಿ ಚಿತ್ರದ ಶೀರ್ಷಿಕೆ ಗೀಚಲ್ಪಟ್ಟಿತ್ತು; "ಬೂದಿ ಮುಚ್ಚಿದ ಕಿಡಿ."

ಕಲಾಕಾರ ಎರಡು ದಿನಗಳಿಂದ ಈ ಚಿತ್ರವನ್ನು ಬರೆಯುತ್ತಿದ್ದ. ಬದುಕೆನ್ನುವ ಕಿಡಿಯನ್ನು ಮೃತ್ಯುವೆಂಬ ಬೂದಿ ಮುಚ್ಚಿ ಆರಿಸುವ ದಾರುಣ ದೃಶ್ಯದ ಭೀಭತ್ಸ ಸೌಂದರ್ಯವನ್ನು ಕುಂಚದ ಮೂಲಕ ಅಭಿವ್ಯಕ್ತಪಡಿಸಲು ಮರಣ ಯಾತನೆಯಿಂದ ನರಳುತ್ತಿದ್ದ ಆ ನರ ಕಂಗಾಲನನ್ನು ಎರಡು ದಿನಗಳ ಕಾಲ ಈತ ಸಹಿಸಿದ್ದ.

ಅದೇ ಕಂಗಾಲನನ್ನು ತಣ್ಣಗಿನ ಚಿತೆಯಿಂದ ಆಸ್ಪತ್ರೆಯ ಪಲ್ಲಂಗಕ್ಕೆ ರವಾನಿಸಿ ಕಲೆಯ ಪೂರ್ಣತೆಗೆ ಅಡ್ಡಿಯೊಡ್ಡಿದ್ದೆ ನಾನು.

ನನ್ನ ಈ ಅಪಚಾರ ಕಲಾಕಾರನಿಗೆ ಸಹಿಸಲಾಗಲಿಲ್ಲ. ಚಿತ್ರದಲ್ಲಿಯ ಭಿಕ್ಷು. ಕಲೆಯ ಪರವಾಗಿ, ಇಂತಹ ಅಪಚಾರ ಗೈದಿದ್ದ ನನ್ನನ್ನು ನಿಂದಿಸುತ್ತಿದ್ದ.

ಕಲೆಯ ಆತ್ಮ ನನ್ನನ್ನು ಅಣಕಿಸುತ್ತಿತ್ತು.

ಕಲೆಯ ಮುಂದೆ ನಾನೊಬ್ಬ ಅಪರಾಧಿ. ಆದರೆ ನನ್ನ ಅಪರಾಧದ ಬಗ್ಗೆ ಪಶ್ಚಾತ್ತಾಪ ಪಡುವ ಎದೆಗಾರಿಕೆ ಕೂಡ ನನಗಿಲ್ಲ. ಇದು ನನ್ನ ದೌರ್ಭಾಗ್ಯ.

ಆ ಚಿತ್ರ, ಮಾನವತೆಯ ಚಿತ್ರ ಈಗಲೂ ಹಾಗೇ ಇದೆ. ಕಲಾಕಾರ ಕ್ಷುಬ್ಧನಾಗಿದ್ದಾನೆ...!

ಕಲೆ ಅಪೂರ್ಣವಾಗಿದೆ... ಬಹುಶಃ ಪೂರ್ಣತೆಯ ಪ್ರತೀಕ್ಷೆಯಲ್ಲಿರಬಹುದು !!!

ಅನು : ಆರ್. ವಸುಂಧರಾ

○ ರಶೀದಾ ಜಹಾನ್.

ದೇವರೆಲ್ಲಿ ?

ದುರ್ಗಾ ಯಾವಾಗಲೂ ದುರ್ದೈವದ ಕೈದಿಯಾದಂತಿದ್ದಳು. ಬಡತನದ ಬೇಗುದಿಯಲ್ಲೇ ಅವಳು ವಿಧವೆಯಾದಳು, ನಾಲ್ಕು ಮಕ್ಕಳ ಪೋಷಣೆಯ ಭಾರವನ್ನು ಹೊರಬೇಕಾಯಿತು. ಅವಳು ಎಂಥ ಕಷ್ಟದ ಕೆಲಸಗಳಿಗೂ ಸಿದ್ಧಳಿದ್ದಳು. ಆದರೆ ಆಕೆಗೆ ಗೊತ್ತಿದ್ದುದು ಮಾತ್ರ ಕೇವಲ ಹೊಲಿಗೆಯ ಕೆಲಸ. ಅದರಲ್ಲಿ ದೊರೆಯುವ ಸಂಪಾದನೆ ತಿಂಗಳಿಗೆ ಬರೇ ಐದಾರು ರೂಪಾಯಿ ಇಷ್ಟೆ.

"ಓ ದೇವರೆ, ಈ ನನ್ನ ಮಕ್ಕಳ ಕೈ ಬಿಡಬೇಡ. ನನ್ನ ಪಾಪ ಗಳಿಗೆ ಶಿಕ್ಷೆ ಕೊಡು. ಆದರೆ ಈ ಮಕ್ಕಳನ್ನು ರಕ್ಷಿಸು." ಇದು ಪ್ರತಿ ದಿನ ಬೆಳಗಾಗೆದ್ದು ದುರ್ಗಾಳ ಪ್ರಾರ್ಥನೆಯಾಗಿತ್ತು.

ಆದರೆ ಫಲಿತಾಂಶ ಮಾತ್ರ ಶೂನ್ಯ. ಯಾವ ಒಳ್ಳೆಯ ಬದಲಾವಣೆಗಳೂ ಅವಳ ಜೀವನಸ್ಥಿತಿಯಲ್ಲಿ ಕಾಣಲಿಲ್ಲ. ರಾತ್ರಿ ಬಹಳ ಹೊತ್ತಿನವರೆಗೂ ಚಿಮಿಣಿಯ ಮುಕ್ಕತ್ತಲಲ್ಲಿ ಹೊಲಿಗೆ ಕಾರ್ಯದಲ್ಲೇ ಇರುತ್ತಿದ್ದಳು. ಪ್ರತಿದಿನ ಭಕ್ತಿಯಿಂದ ದೇವಸ್ಥಾನಕ್ಕೆ ತೆರಳಿ ಪ್ರಾರ್ಥನೆ ಸಲ್ಲಿಸುತ್ತಿದ್ದಳು. ಆದರೆ ಆಕೆಯ ಬಡ ಮಕ್ಕಳು ಮಾತ್ರ ಕಾಯಿಲೆಯಲ್ಲಿ ನರಳುತ್ತಲೇ ಇದ್ದರು. ಹುಡುಗರ ಮೈಯಲ್ಲಿ ಮೂಳೆ ಚರ್ಮಗಳ ವಿನಾ ಇನ್ನೇನೂ ಇರಲಿಲ್ಲ. ಬರಗಾಲದ ಅಸ್ಥಿಪಂಜರ ಗಳಾಗಿದ್ದರು ಅವರು. ಸ್ವತಃ ಅವಳಿಗೇ ವಿಪರೀತ ಕೆಮ್ಮು ಇತ್ತು.

ದಿನವೆಲ್ಲ ಹೊಲಿಗೆಯಲ್ಲೇ ಅವಳ ಕಣ್ಣುಗಳು ನೆಟ್ಟಿರುತ್ತಿದ್ದವು. ಎಷ್ಟೋ ಕಷ್ಟಪಟ್ಟು ಆಪತ್ಕಾಲದಲ್ಲಿ ಒಂದಿಷ್ಟು ಹಣ ಇರಲೆಂದು ಸಂಗ್ರಹಿಸಿಡಬೇಕೆಂದಳು. ಆದರೂ ಕೂಡ ಬನಿಯಾನಲ್ಲಿಯ ಆಕೆಯ ಲೆಕ್ಕ ಏರುತ್ತಲೇ ಹೋಯಿತು. ಉದ್ದರಿ ಕೇಳದೆ ವಿಧಿಯೇ ಇಲ್ಲದಾಯಿತು,

ಆಕೆಯ ಗಂಡ ಬಣಜಿಗನೊಬ್ಬನಲ್ಲಿ ಸಣ್ಣ ಗುಮಾಸ್ತನಾಗಿದ್ದ. ಗಂಡ ಜೀವಿಸಿದ್ದಾಗ ಜೀವನ ಹೇಗೋ ನಡೆಯುತ್ತಿತ್ತು. ಆದರೆ ಆತನಿಗೆ ಬಂದಿದ್ದ ಕಾಯಿಲೆ ಬಲು ಕ್ರೂರವಾಗಿತ್ತು. ಅವರು ಮಾಡಿಟ್ಟುಕೊಂಡುದನ್ನೆಲ್ಲ ಅದು ಕಬಳಿಸಿಬಿಟ್ಟಿತ್ತು. ಏಕ ಕಾಲದಲ್ಲೇ ಪತಿಯೂ ಹೊರಟುಹೋದ, ಹಣವೂ ಹೋಯಿತು. ಅವಳಿಗೆ ಏನೇನೂ ಉಳಿಯಲಿಲ್ಲ.

ಇಲ್ಲ, ಆಕೆಯ ಗಂಡ ಅವಳಿಗೊಂದಿಷ್ಟನ್ನು ಬಿಟ್ಟಿದ್ದ – ಅದು ಕೇವಲ ನೆನಪು. ಆತ ಕೊನೆಯ ಉಸಿರು ಬಿಟ್ಟುದು, ಮೃತದೇಹವನ್ನು ಅವಳ ಕಣ್ಣಿನಿಂದ ಮರೆ ಮಾಡಿದುದು, ಆಮೇಲೆ ಪಂಡಿತರಿಗೆ ಶ್ರಾದ್ಧದ ಊಟ... ಇದೆಲ್ಲ ಅವಳ ಕಣ್ಣಮುಂದೆ ಇನ್ನೂ ಹಾಗೇ ಇತ್ತು.. ಪಂಡಿತರು ಧವಸನಧಾರಿಗಳಾಗಿ ಮೈಮೇಲೆ ಇಳಿಬಿಟ್ಟ ಜನಿವಾರದೊಂದಿಗೆ ಇನ್ನೂ ತನ್ನ ಪಕ್ಕದಲ್ಲೇ ಕುಳಿತು ಕವಳ ಕತ್ತರಿಸುತ್ತಿರುವಂತೆನಿಸುತಿತ್ತು.

ಅದಾದ ಮೇಲೆ – ಪಂಡಿತರನ್ನು ಕಂಡಾಗಲೆಲ್ಲಾ ಆಕೆ ಗಡಗಡನೆ ನಡುಗುತ್ತಿದ್ದಳು. ಹೆಣದ ಮೇಲೆ ಎರಗಲು ಕಾದು ಕುಳಿತ ರಣಹದ್ದುಗಳಂತೆ ಅವಳಿಗೆ ಅವರು ಕಾಣುತ್ತಿದ್ದರು. ಭವಿಷ್ಯತ್ತಿನ ಬಗ್ಗೆ ಭೀತಿ, ದುಃಖಗಳಿಂದ ಆಕೆ ಕುಳಿತಿದ್ದಾಗ ಅವರು ಭೋಜನಕ್ಕಾಗಿ ಆಶೆಬುರುಕರಂತೆ ಕಾದು ಕುಳಿತಿದ್ದರು. ತನಗೂ ತನ್ನ ಮಕ್ಕಳಿಗೂ ಏನನ್ನೂ ಉಳಿಸದೆ ಅವರು ಇದ್ದುದೆಲ್ಲವನ್ನೂ ಕಬಳಿಸಲೆಂಬ ಉದ್ದೇಶದಿಂದಲೇ ಕುಳಿತಂತೆ, ಕಂಡಿತಾಕೆಗೆ. ತನ್ನ ಶಕ್ತಿ ಮೀರಿ ಆಕೆ ಪಂಡಿತರಿಗೆ ಮಾಡುವುದನ್ನೆಲ್ಲ ಮಾಡಿದರೂ ಅವರ ಅಸಮಾಧಾನ, ಅತೃಪ್ತಿಗಳಿಂದಲೇ ತೆರಳಿದರು.

ಪಂಡಿತರು ತನಗಿಂತ ಶ್ರೇಷ್ಠರಾದವರೆಂದೂ ಅವರ ಸೇವೆ ಮಾಡಬೇಕಾದುದು ಧಾರ್ಮಿಕ ಕಾರ್ಯವೆಂದೂ ಆಕೆ ಬಲ್ಲಳು. ಅವರ ಬಗ್ಗೆ ತ್ವೇಷ ತಾಳುವುದೆಂದರೆ ಪಾಪವೆಂಬುದು ಕೂಡ ಆಕೆಗೆ ಗೊತ್ತು. ಆದರೆ ನಿಸ್ಸಹಾಯಕ ಪರಿಸ್ಥಿತಿ. ಅವರಲ್ಲಿ ಯಾರಾದರೊಬ್ಬರನ್ನು, ಆ ಧವಳ ವಸನ, ಜನಿವಾರ ಇವುಗಳೊಂದಿಗೆ ಇರುವವರನ್ನ ಕಂಡರೆ, ಸರಿ ಇವರು ಇನ್ನಾರೋ ದುರ್ದೈವಿಗಳ ಮನೆಯನ್ನು ತೊಳೆಯಲು ಹೊರಟಿದ್ದಾರೆ ಎಂದು ಅವಳು ಭಾವಿಸಿಕೊಳ್ಳುತ್ತಿದ್ದಳು. ಈ ಯೋಚನೆ ಅವಳನ್ನು ಹುಚ್ಚಳನ್ನಾಗಿಸಿತ್ತು. ಹೀಗೆಲ್ಲ ಭಾವಿಸುವುದು ಪಾಪವೆಂದು ಗೊತ್ತಾದಾಗ ಅದನ್ನು ಹೃದಯದಲ್ಲೇ ಬಚ್ಚಿಟ್ಟುಕೊಂಡು ಈ ಪಾಪಶಮನಕ್ಕಾಗಿ ಅವಳು ದೇವಸ್ಥಾನದ ಪಂಡಿತರಿಗೆ ಒಂದು ಪೈ*ಯನ್ನು ಹೆಚ್ಚಾಗಿಯೇ ಕೊಟ್ಟಳು.

ದುರ್ಗಾಳ ಹತ್ತು ವರ್ಷದ ಹುಡುಗ ಇಂದರ್, ಹತ್ತಿರದ ಮುನಿಸಿಪಲ್ ಸ್ಕೂಲಿಗೆ ಹೋಗ ತೊಡಗಿದ್ದ. ಅವಳ ಆಶೆಗಳೆಲ್ಲ ಅವನಲ್ಲೇ ಕೇಂದ್ರಿಕೃತವಾಗಿದ್ದವು. ಹೊಲಿಗೆ ಯಂತ್ರದ ಮೇಲೆ ಅವಳ ಕೈಗಳಾಡುತ್ತಿದ್ದಂತೆಯೇ ಅವಳ ತಲೆಯಲ್ಲೆಲ್ಲ ಇಂದರ್‌ನನ್ನು ಕುರಿತ ಕನಸುಗಳು ತುಂಬಿರುತ್ತಿದ್ದವು. ಕೆಲವೊಂದು ಸಲ ಆತ ಅಂಗಡಿಕಾರನಂತೆಯೂ, ಇನ್ನೊಂದು ಸಲ ತನ್ನ ತಂದೆಯಂತೆ ಗುಮಾಸ್ತೆಯಾಗಿಯೂ ಕಂಡಿದ್ದಳು. ತನ್ನ ಕಷ್ಟಗಳನ್ನೆಲ್ಲ ಪರಿಹರಿಸುವಂತೆ ಆತಸಂಪಾದನೆ ಮಾಡುತ್ತಾನೆ. ಮದುವೆ ಮಾಡಿಕೊಳ್ಳುತ್ತಾನೆ, ಮಕ್ಕಳು ಕೂಡ ಆಗುತ್ತವೆ, ತಾನು ವೃದ್ಧೆಯಾದಾಗ ಅವರೇ ತನ್ನ ಯೋಗಕ್ಷೇಮ ನೋಡಿಕೊಳ್ಳುತ್ತಾರೆ... ಇಂಥ ಕನಸುಗಳು ಆಕೆಯ ಸುಖದ ಹಾಗೂ ಆಶೆಯ ಮೂಲಗಳಾಗಿದ್ದವು.

ಈ ಸುಂದರ ಕನಸುಗಳನ್ನು ಕಾಣುತ್ತಿರುವ ಕಾಲಕ್ಕೆ ಯಾವಾಗಲಾದರೂ ಬ್ರಾಹ್ಮಣನ ಧ್ವನಿ ಕೇಳಿಬಂದರೆ ಇಂದರ್ ಸತ್ತಹಾಗೆ, ಸುತ್ತಮುತ್ತಲೂ ಬ್ರಾಹ್ಮಣರು ಊಟಕ್ಕೆ ಕುಳಿತ ಹಾಗೆ ಅವಳಿಗೆ ಕಂಡುಬಿಡುತ್ತಿತ್ತು. ಆಕೆ ತಕ್ಷಣವೇ ಮೇಲೆದ್ದು ಬೀದಿಗೆ ಹೋಗಿ ತನ್ನ ಹುಚ್ಚುತನವನ್ನು ಮರೆಯಲೆತ್ನಿಸುತ್ತಿದ್ದಳು, ಏನಾದರೂ ಅವಳಿಗೆ ಸಮಾಧಾನವಾಗುತ್ತಿದ್ದಿಲ್ಲ. ಇಂದರ್‌ನನ್ನು ಕಂಡಾಗ ಮಾತ್ರ ಕೊಂಚ ನೆಮ್ಮದಿಯೆನಿಸುತ್ತಿತ್ತು. ಅವನನ್ನು ಬಾಚಿ ತಬ್ಬಿಕೊಂಡು ಮೈಮೇಲೆ ಕೈಊರಿ ಅಳುತ್ತಿದ್ದಳು. ಅವಳೇ ಮಗು ಏನೋ ಎಂಬಂತೆ

---

* ಒಂದು ರೂಪಾಯಿಗೆ ಹದಿನಾರಾಣೆ, ಒಂದಾಣೆಗೆ ಹನ್ನೆರಡು ಪೈ.

ಇಂದರ್ ಆಕೆಯ ಕೈಗಳನ್ನೆತ್ತಿ ಸಮಾಧಾನಪಡಿಸುತ್ತಿದ್ದ.

ಆಮೇಲೆ ಹೇಳುತ್ತಿದ್ದ :

"ಅಳಬೇಡಮ್ಮಾ ಅಳಬೇಡ. ನಾನು ಬೆಳದು ದೊಡ್ಡವನಾದಾಗ ಕೆಲಸ ಮಾಡ್ತೇನೆ, ಸಂಪಾದಿಸ್ತೇನೆ. ಆಗ ನೀನೇನೂ ಮಾಡಬೇಕಾಗಿರುವುದಿಲ್ಲ. ಈಗ ಹಾಸಿಗೆಯ ಮೇಲೆ ಕೂತುಕೋ, ವಿಶ್ರಾಂತಿ ತಗೋ."

ಒಂದು ದಿನ ಇಂದರ್ ಜ್ವರದಿಂದ ನಡುಗುತ್ತಲೇ ಸ್ಕೂಲಿನಿಂದ ಮನೆಗೆ ಬಂದ. ದುರ್ಗಾ ಹಾಸಿಗೆ ಬಿಡಿಸಿ ಅದರ ಮೇಲೆ ಅವನನ್ನು ಮಲಗಿಸಿ ಸಾಧ್ಯವಿದ್ದಷ್ಟು ಬೆಚ್ಚಗಿಡಲೆತ್ನಿಸಿದಳು. ಅವನ ಪಕ್ಕದಲ್ಲೇ ಕುಳಿತು ಮತ್ತಗೆ ಅವನನ್ನು ತನ್ನ ತೊಡೆಯ ಮೇಲೆ ತೆಗೆದುಕೊಂಡಳು. ಬರೀ ಇವನ ಬಳಿ ಕುಳಿತರೆ ಅವನ ಆರೈಕೆ ಮಾಡಿದಂತಲ್ಲವೆಂದು ಆಕೆ ಕೊನೆಗೆ ಭಾವಿಸಿಕೊಂಡು ವೈದ್ಯರನ್ನು ಕರೆತರಲು ನಡೆದಳು. ದಾರಿಯಲ್ಲಿ ಮೂವರು ಬ್ರಾಹ್ಮಣರು ಆಕೆಗೆದುರಾದರು. ಅವರನ್ನು ಕಂಡು ಕೋಪಾವಿಷ್ಟಳಾಗಿ ದಾರಿಯಲ್ಲಿ ಅಡ್ಡವಾಗಿ ನಿಂತುಕೊಂಡು ಅವಳು ಕೂಗಿಕೊಂಡಳು.

"ಯಾಕೆ ಸ್ವಾಮಿ ನೀವು ಬರುತ್ತಿರೋದು ? ಅವನಿನ್ನೂ ಬದುಕಿದ್ದಾನೆ."

ಅವಳು ಅರಚಿಯೇ ಅರಚಿದಳು. ಆದರೆ ಅವರು ತಮ್ಮ ಪಾಡಿಗೆ ತಾವು ಜೋರಾಗಿ ನಡೆದುಕೊಂಡು ಹೊರಟುಹೋದರು.

ವೈದ್ಯರು ಇಂದರ್‌ನಿಗಾಗಿ ಹಲವು ಮಾತ್ರೆಗಳನ್ನು ಕೊಟ್ಟು ಆತನನ್ನು ಬೆಚ್ಚಗಿಡಲು ಹೇಳಿದರು.

ಆದರೆ ಸಂಜೆಯಾದಂತೆ ಇಂದರ್‌ನ ಜ್ವರ ಹೆಚ್ಚು ಏರಿತು. ಗಂಟಲಿನಲ್ಲಿ ನೀರಿಳಿಯುವುದೂ ಕಷ್ಟವಾಯಿತು. ಕಣ್ಣುಮುಚ್ಚಿ ಸುಮ್ಮನೆ ಮಲಗಿದ್ದ ಆತನನ್ನು ಕಂಡು ದುರ್ಗಾ 'ಇನ್ನೂ ಬದುಕಿದ್ದಾನೆ' ಎಂಬುದನ್ನು ಖಾತ್ರಿ ಮಾಡಿಕೊಂಡಿರಲು ಆಗಾಗ ತಟ್ಟಿ ಎಬ್ಬಿಸುತ್ತಾ "ತಿನ್ನಲೇನಾದರೂ ಬೇಕೆ ? ನನ್ನ ಮುದ್ದು ಕಂದಾ, ಹೇಳು ಏನು ಬೇಕು ಹೇಳು" ಎಂದು ಕೇಳುತ್ತಿದ್ದಳು. ಎಳೇ ಮಗು ಇಂದರ್ ಮಾತನಾಡದೆ ಸುಮ್ಮನೆ ಕಣ್ಣು ಬಿಟ್ಟು ನೋಡಿ ಮತ್ತೆ ಮಲಗಿಬಿಡುತ್ತಿದ್ದ. ಇದನ್ನು ಕಂಡು ಮಾತನಾಡಲು ತ್ರಾಣವಿಲ್ಲವೆಂದು ದುರ್ಗಾ ವೈದ್ಯರನ್ನು ಕರೆತರಲು ಓಡಿದಳು. ವೈದ್ಯರು ಗಾಬರಿ ಏನಿಲ್ಲ ಎಂದು ಹೇಳಿ ಬೇರೆ ಔಷಧಿ ಕೊಟ್ಟು ಕಳುಹಿಸಿದರು. ಹನಿಹನಿಯಾಗಿ ಒಂದಿಷ್ಟು ಹಾಲನ್ನು ಗಂಟಲಲ್ಲಿ ಹಾಕಿದಳು. ಇನ್ನುಳಿದ ಮೂವರು ಎಳೆಯ ಮಕ್ಕಳು ಹಸಿವು ಹಸಿವು ಎಂದು ಅಳುತ್ತಿದ್ದವು. ಅಡಿಗೆ ಮಾಡಲು ಮನೆಯಲ್ಲಿ ಏನೇನೂ ಇರಲಿಲ್ಲ. ಪೇಟೆಯಿಂದ ಒಂದಿಷ್ಟು ಅಗ್ಗದ ತಿಂಡಿ ತಂದುಕೊಟ್ಟಾಗ ಹುಡುಗರು ತಿಂದು ಸುಮ್ಮನೆ ಮಲಗಿದವು.

ರಾತ್ರಿಯೆಲ್ಲ ತಾಯಿ ಮಗನ ಮಂಚದ ಬಳಿಯಲ್ಲೇ ನಿದ್ದೆಗೆಟ್ಟು ಕುಳಿತಳು. ಇಂದರ್ ಘೋರವಾಗಿ ನರಳುತ್ತಿದ್ದ. ಜ್ವರದ ಕಾವಿನಿಂದ ಕೆಂಪೇರಿದ್ದ ಕಣ್ಣುಗಳಿಂದ ಛಾವಣಿಯನ್ನು ವೀಕ್ಷಿಸುತ್ತಿದ್ದ. ಅವನ ಸ್ಥಿತಿ ತುಂಬಾ ಕಳವಳಕ್ಕಿಟ್ಟುಕೊಳ್ಳುತ್ತಿದೆಯೆಂಬುದು ಸ್ಪಷ್ಟವಾಗತೊಡಗಿತು.

ಬೆಳಗಾಗುವುದಷ್ಟೇ ತಡ. ದುರ್ಗಾ ಗಂಗಾತೀರಕ್ಕೆ ತೆರಳಿ ದೇವರಿಗೆ ದೀರ್ಘ ನಮಸ್ಕಾರ ಹಾಕಿ 'ಮಗನನ್ನು ರಕ್ಷಿಸಬೇಕೆಂದು' ಪ್ರಾರ್ಥನೆ ಸಲ್ಲಿಸಿದಳು. ಆದರೆ ಅಲ್ಲಿದ್ದ ಪಂಡಿತ (ಪೂಜಾರಿ) ಹುಡುಗನಿಗೆ ಭೂತ ಹಿಡಿದುಕೊಂಡಿದೆಯೆಂದು ಹೇಳಿಬಿಟ್ಟ. ಆಮೇಲೆ ಮಂತ್ರ ಮಾಟದವರಿಗೆ ತೋರಿಸುವುದೇ ಒಳ್ಳೆಯದೆಂದು ಆಕೆಗೆನಿಸಿತು. ಹೀಗೆ ಮಂತ್ರಗಾರ, ವೈದ್ಯ

ಇವರಿಗೆ ತೋರಿಸುವುದರಲ್ಲೇ ಇಪ್ಪತ್ತನಾಲ್ಕು ಗಂಟೆಗಳು ಕಳೆದುವು. ಇಂದರ್ ಕೊನೆಗೆ ಒಂದಿಷ್ಟು ಕಣ್ಣುಬಿಟ್ಟ.

ದುರ್ಗಾಳ ಬಳಿಯಲ್ಲಿ ಒಂದು ಕಾಸೂ ಇರಲಿಲ್ಲ. ಮತ್ತೆ ಬನಿಯಾನ ಕಡೆಯಿಂದ ನಾಲ್ಕು ರೂಪಾಯಿಗಳನ್ನು ಸಾಲ ತೆಗೆದುಕೊಂಡು ಬಂದಿದ್ದಳು. ಆದರೆ ಆ ಹಣ ಪಂಡಿತನಿಗೂ ಮಾಟಗಾರನಿಗೂ ಹೊರಟು ಹೋಯಿತು. ಸಾಯಂಕಾಲ ವೈದ್ಯರು ತಾವಾಗಿಯೇ ಬಂದು ಹುಡುಗನನ್ನು ನೋಡಿದರು. ಹುಡುಗನ ಸ್ಥಿತಿ ನೋಡಿ ಅವರೂ ಚಿಂತೆಗೊಳಗಾದರು. ಇಂದರ್‌ನಿಗೆ ಪ್ರಜ್ಞೆ ಇದ್ದಂತಿರಲಿಲ್ಲ. ಅರೆಗಣ್ಣು ಮಾಡಿ ಮಲಗಿಕೊಂಡಿದ್ದ. ದುರ್ಗಾ ಮೈ ಯಲ್ಲಾಡಿಸಿ ಕರೆದಳು. ಉತ್ತರ ಮೌನವಾಗಿತ್ತು.

ವೈದ್ಯರು ಹೇಳಿದರು :

"ತಕ್ಷಣ ಹೋಗಿ ಡಾಕ್ಟರನ್ನು ಕರೆತಾ. ಇಲ್ಲದಿದ್ದರೆ ಹುಡುಗ ಕೆಲವೇ ಗಂಟೆಗಳಲ್ಲಿ ಸತ್ತು ಹೋಗ್ತಾನೆ."

ಡಾಕ್ಟರಿಗೆ ಕೊಡಲು ಹಣವೆಲ್ಲಿದೆ ? ಎಂದು ಯೋಚಿಸಿದಳು ದುರ್ಗಾ. ತಕ್ಷಣವೇ ತನ್ನ ಪತಿಯನ್ನು ಕೆಲಸಕ್ಕೆ ನಿಯಮಿಸಿಕೊಂಡಿದ್ದ ಒಡೆಯ ನೆನಪಾದ. ಆತ ತುಂಬಾ ಶ್ರೀಮಂತನೂ ದಾನಿಯೂ ದಯಾಳುವೂ ಆಗಿದ್ದ. ಎಷ್ಟೋ ದೇವಾಲಯಗಳನ್ನು ಕಟ್ಟಿಸಿದ್ದ. ಗಂಗಾನದೀ ತಟಾಕದಲ್ಲಿರುವ ಭವ್ಯವಾದ ದೇವಾಲಯವನ್ನು ಕಟ್ಟಿಸಿದವರೂ ಈತನೇ ಎಂಬ ಕೀರ್ತಿಯೂ ಇತ್ತು. ದೂರದಿಂದ ಅನೇಕರು ಪೂಜೆ–ಪುನಸ್ಕಾರಗಳನ್ನು ಸಲ್ಲಿಸಲು ಅಲ್ಲಿಗೆ ಬರುತ್ತಿದ್ದರು.

ದುರ್ಗಾ ಆತನ ಬಳಿ ಹೋದಾಗಲೆಲ್ಲಾ ಮುಖ ಒಂದು ಥರಾ ಮಾಡಿಕೊಂಡು ಆತ ಹೇಳುತ್ತಿದ್ದ :

"ನೋಡಮ್ಮಾ, ಇದು ನೋಡು. ನಿನ್ನ ಗಂಡ ನಮ್ಮಲ್ಲಿ ಕೆಲಸಕ್ಕಿದ್ದನೆಂಬುದು ನಿಜ. ಅವನ ಸಂಬಳವನ್ನೆಲ್ಲ ಕೊಟ್ಟುಬಿಟ್ಟಿದ್ದೇನೆ, ಆದರೆ ನಿನಗೆ ಬೇಕಾದಾಗಲೆಲ್ಲಾ ಚಿಲ್ಲರೆ ಕಾಸು ಕೊಡೋದಕ್ಕೆ ನಿನ್ನ ಗಂಡನೇನಾದರೂ ಹಣದ ಮಡಕೆಯನ್ನು ನನ್ನ ಬಳಿಯಲ್ಲಿ ಬಿಟ್ಟು ಹೋಗಿದಾನಾ ?"

ಆಮೇಲೆ ಆಕೆ ಅವನ ಹತ್ತಿರ ಹೋಗುವುದನ್ನೇ ಬಿಟ್ಟುಬಿಟ್ಟಿದ್ದಳು. ಆದರೆ ಇಂದರ್‌ನ ಈಗಿನ ಸ್ಥಿತಿಯನ್ನು ಕಂಡು ಎಲ್ಲಾ ನಾಚಿಕೆಯನ್ನು ಬಿಟ್ಟು ಹೊರಟು ಲಾಲ್‌ಜಿಯ ಪಾದದ ಮೇಲೆ ಬಿದ್ದಳು. ಅವಳೆಷ್ಟೋ ಬಗೆಯಿಂದ ಮೊರೆಯಿಟ್ಟರೂ ಲಾಲ್‌ಜಿ ಒಂದಿಷ್ಟು ಸಹಾಯ ನೀಡಲು ಸಿದ್ಧನಾಗಲಿಲ್ಲ, ದುರ್ಗಾ ದಾರಿಗಾಣದೆ ಆತನ ಹೆಂಡತಿಯ ಹತ್ತಿರ ಹೋಗಿ ತನ್ನ ಮಗನ ಕತೆಯನ್ನೆಲ್ಲ ಹೇಳಿ ಆಕೆಯಲ್ಲೇನಾದರೂ ಮಾತೃತ್ವದ ಸಹಾನುಭೂತಿಯಿಂದ ಸಹಾಯ ಸಿಕ್ಕೀತೇ ಎಂದು ನಿರೀಕ್ಷಿಸಿದಳು.

ಆಕೆ ತಣ್ಣೀರೆರಚಿದಂತೆ ಉತ್ತರವಿತ್ತಳು :

"ಶ್ರೀಮಂತರ ಅನುಕರಣೆ ಏಕಮ್ಮಾ ನಿನಗೆ ? ಡಾಕ್ಟ್ರನ್ನು ನಿಮ್ಮ ಮನೆಗೇ ಕರೆಸಬೇಕಾದ ಅಗತ್ಯವೇನು ? ಆಸ್ಪತ್ರೆಗೆ ಮಗೂನ್ನ ತೆಗೆದುಕೊಂಡು ಹೋಗಬಹುದಲ್ಲ ?"

ಈಗ ಮಾತ್ರ ದುರ್ಗಾ ಸ್ತಬ್ಧಳಾದಳು. ಈಗೆಲ್ಲಿ ಹೋಗುವುದು ಎಂದು ಮೆದುಳನ್ನು ತೊಳಲಾಡಿಸಿದಳು. ಕೊನೆಗೆ ಅವರ ಮನೆಯ ಅಡಿಗೆಯಾಕೆಯ ಬಳಿ ಹಣ ಕೇಳಿದಳು. ಆಕೆ ಯಾವ ಮಾತೂ ಇಲ್ಲದೆ ಎರಡು ರೂಪಾಯಿಗಳನ್ನು ಸಾಲವಾಗಿ ದುರ್ಗಾಳ ಕೈಗೆ ಹಾಕಿದಳು.

ಆಗಲೇ ರಾತ್ರಿ ಬೇಕಾದಷ್ಟಾಗಿತ್ತು. ಡಾಕ್ಟರ ಮನೆಗೆ ಧಾವಿಸಿ ಅವರನ್ನೆಬ್ಬಿಸಿ ಮನೆಗೆ

ಕರೆದುಕೊಂಡು ಬಂದಳು. ಡಾಕ್ಟರು ಹುಡುಗನ ಮೈ ಮೇಲೆಲ್ಲಾ ಕೈಯಾಡಿಸಿ, ನಾಡಿ ನೋಡಿ ನುಡಿದರು :

"ಅವನಿಗೆ ಮೆದುಳು ಬಾವು. ತಕ್ಷಣವೇ ಮುನ್ಸಿಪಲ್ ಆಸ್ಪತ್ರೆಗೆ ಕಳುಹಿಸಿಕೊಡಮ್ಮ. ಈಗಲೇ ಬೇಕಾದಷ್ಟು ತಡವಾಗಿದೆ. ಆದರೂ ಅವರೇನಾದರೂ ಮಾಡಲು ಸಾಧ್ಯವಿದೆ."

ದುರ್ಗಾ ಈ ಮೊದಲು ಮೆದುಳಿನ ಬಾವಿನ ವಿಚಾರವಾಗಿ ಒಂದಿಷ್ಟು ಕೇಳಿದ್ದಳು. ಆ ಪ್ರದೇಶದಲ್ಲಿ ಇದರಿಂದ ಎರಡು ಮೂರು ಸಾವುಗಳು ಕೂಡಾ ಸಂಭವಿಸಿದ್ದವು. ಡಾಕ್ಟರ್ ಮಾತು ಅವಳ ಕಿವಿಯಲ್ಲಿ ಮರಣ ಗಂಟೆಯಂತೆ ಬಾರಿಸಿತು. ಅವಳು ಕಲ್ಲು ಬೊಂಬೆಯಂತೆ ನಿಂತಿದ್ದಳು. ಭೀತಿಯ ಪಾರ್ಶ್ವವಾಯು ಹೊಡೆದಂತಾಗಿತ್ತು ಆಕೆಗೆ.

ಡಾಕ್ಟರು ಮೊದಲೇ ಫೀ ತೆಗೆದುಕೊಂಡಿದ್ದುದರಿಂದ ಅವರು ಹೊರಟು ಹೋದದ್ದು ಕೂಡಾ ಆಕೆಗೆ ಗೊತ್ತಾಗಲಿಲ್ಲ. ಇಂದರ್‌ನ ದೇಹಸ್ಥಿತಿ ತುಂಬಾ ಕೆಟ್ಟು ಹೋಗಿ ಆತನ ಉಸಿರಾಟ ತಡೆಗಟ್ಟಿರುವಂತೆ ಆಕೆಗೆನಿಸಿತು. ಪ್ರತಿ ಕ್ಷಣಕ್ಷಣಕ್ಕೂ ಆತನ ಸ್ಥಿತಿ ಕೆಡುತ್ತಿತ್ತು. ಮಂಚದೆಡೆ ಬೆನ್ನು ತಿರುವಿ ಗೋಡೆಯನ್ನು ಶೂನ್ಯದೃಷ್ಟಿಯಿಂದ ನೋಡುತ್ತಾ ಆಕೆ ನಿಂತುಕೊಂಡಳು.

ಇಂದರ್ ಇನ್ನು ಬದುಕುವುದಿಲ್ಲವೆಂದು ಆಕೆಗೆ ಖಾತ್ರಿಯಾಯಿತು. ಡಾಕ್ಟರು ಮೆದುಳಬಾವು ಎಂದಾಗಲೇ ಅವಳ ಧೈರ್ಯ ಆಶೆಗಳೆಲ್ಲ ಉಡುಗಿ ಹೋಗಿದ್ದವು. ತನ್ನ ದೇಹದ ಚೈತನ್ಯವೆಲ್ಲ ಕುಸಿದು ಹೋಗಿ ಕೈಕಾಲುಗಳೆಲ್ಲ ಸತ್ತುಹೋಗಿರುವಂತಾಯಿತಾಕೆಗೆ. ಮಂಚದ ಕಡೆಗೆ ನೆಟ್ಟ ನೋಟವನ್ನಿಟ್ಟು ಅಲ್ಲೇ ಕುಸಿದು ಕುಳಿತಳು.

ಆಗಲೇ ರಾತ್ರಿಯಾಗಿ ಹೋಗಿತ್ತು. ಹಸಿದ ಮಕ್ಕಳು ನಿಸ್ಸಹಾಯರಾಗಿ ತಾಯಿಯನ್ನೇ ನೋಡುತ್ತಿದ್ದರು. ಅವಳೂ ನಿಸ್ಸಹಾಯಕಳಾಗಿ ಸುಮ್ಮನೆ ಎಲ್ಲವನ್ನೂ ನೋಡುತ್ತಾ ಕುಳಿತಳು.

ಮೂಡಿ ಬಂದ ಚಂದ್ರನು ಮನೆಯೊಳಗೂ ಬೆಳಕು ಬೀರಿದ. ಹಸಿದ ಮಕ್ಕಳು ತಮ್ಮಷ್ಟಕ್ಕೆ ತಾವೇ ಅಳುವುದನ್ನು ಕ್ರಮೇಣ ಕಡಿಮೆ ಮಾಡಿ ಎಲ್ಲಿ ಬೇಕೋ ಅಲ್ಲೇ ಬಿದ್ದುಕೊಂಡವು.

ಇಂದರ್‌ನ ಉಸಿರಾಟದ ಗೊರ್ರ್ ಕೊರ್ರ್ ಸದ್ದು ಮನೆಯಲ್ಲಿ ತುಂಬಿತ್ತು. ಚಿಕ್ಕ ಮಕ್ಕಳು ಸ್ವಸ್ಥವಾಗಿಯೂ ಮಲಗಿಕೊಳ್ಳಲಿಲ್ಲ. ಕೆಟ್ಟ ಕನಸುಗಳಿಂದಲೋ ಹಸಿವಿನಿಂದಲೋ ಅರಚಿ, ಎಚ್ಚರಗೊಂಡು ಮತ್ತೆ ನಿದ್ದೆ ಹೋಗುತ್ತಿದ್ದವು. ಇಂದರ್‌ನ ಉಸಿರಾಟದ ಸದ್ದು ಈಗ ಕಡಿಮೆ ಯಾಗುತ್ತಿತ್ತು. ನಿಧಾನವಾಗುತ್ತಿತ್ತು. ಅದೂ ಕ್ರಮಬದ್ಧವಾಗಿರುವಂತೆ ಕಾಣಲಿಲ್ಲ. ಆತ ಸಾಯುತ್ತಿದ್ದ. ಆದರೆ ಮಗನೆಡೆ ಹೊರಳುವ ಧೈರ್ಯ ಆಕೆಗಾಗಲಿಲ್ಲ. ಆದರೆ ಆಕೆ ಅದೇ ಸ್ಥಿತಿಯಲ್ಲಿ ಬಹಳ ಕಾಲ ಕುಳ್ಳಿರುವುದೂ ಸಾಧ್ಯವಿರಲಿಲ್ಲ. ಆತನ ಶ್ವಾಸೋಚ್ಛ್ವಾಸದ ಅಂತರ ಇನ್ನೂ ಬೆಳೆಯುತ್ತಿತ್ತು. ಕಣ್ಣುಗಳನ್ನು ದೊಡ್ಡದಾಗಿಸಿ ಅವನಲ್ಲಾಗುತ್ತಿದ್ದ ಸೂಕ್ಷ್ಮ ಬದಲಾವಣೆ ಗಳನ್ನೂ ಗಮನಿಸುತ್ತ ಆಕೆ ಕುಳಿತಳು. ಕೊನೆಯ ಗುಂಡೂ ಸಿಡಿದುಹೋಗಿ, ಹುಲಿ ತನ್ನ ಮೇಲೆ ಯಾವಾಗ ಎರಗೀತು ಎಂದು ಕಂಟಿಗಳ ಮರೆಯಲ್ಲಿ ಭೀತಿಗೊಂಡು ಕುಳಿತಿರುವ ಬೇಟೆಗಾರನಂತೆ ಆಕೆ ಕುಳಿತಳು.

ಇಂದರ್‌ನ ಉಸಿರಾಟ ಕೊಂಚ–ಕೊಂಚವಾಗಿ ಕೇಳಿಸುತ್ತಿತ್ತು. ಒಮ್ಮೆ ಆಲಿಸಿದಳು. ಇನ್ನೊಮ್ಮೆ ಸದ್ದು ಬರುವುದೇನೋ ಎಂದು ನೋಡಿದಳು. ಇಲ್ಲ ಸದ್ದು ಬರಲೇ ಇಲ್ಲ.

ಆಕೆ ಹುಚ್ಚಳಾಗಿ ನಿಂತಳು.

"ಅವನು ಸತ್ತ, ನನ್ನ ಮಗ ಸತ್ತ," ಎಂದು ಜೋರಾಗಿ ಕಿರುಚುತ್ತಾ ಬೀದಿಗೆ ಓಡಿಬಂದಳು.

ಉಷಃಕಾಲದ ಮೊದಲೇ ಕತ್ತಲಲ್ಲೇ ಅನೇಕ ಜನರು ಗಂಗಾ ನದಿಯ ಪುಣ್ಯಸ್ನಾನಕ್ಕೆ ತೆರಳುತ್ತಿದ್ದರು. ದುರ್ಗಾ ಅವರ ಮಧ್ಯದಲ್ಲೇ ಸೇರಿಕೊಂಡು ಓಡುತ್ತ ಅರಚುತ್ತಿದ್ದಳು. "ನನ್ನ ಮಗ ಸತ್ತ. ನನ್ನ ಮಗ ಸತ್ತಿದ್ದಾನೆ!"

ಯಾರೋ ವೃದ್ಧನೊಬ್ಬ ಆಕೆಯನ್ನು ತಡೆದು ಕೇಳಿದ "ಯಾರಮ್ಮ ನೀನು? ಯಾವಾಗ ನಿನ್ನ ಮಗ ಸತ್ತ?"

ಅವಳು ಉತ್ತರಿಸದೆ ಜೋರಾಗಿ ಅರಚುತ್ತಾ ಮತ್ತೆ ಮುಂದೋಡಿದಳು.

ಇನ್ನೊಬ್ಬರಾರೋ ಆಕೆಯನ್ನು ಹಿಡಿದರು. ಜನ ಸೇರಿದರು. ಯಾರು ಯಾರೋ ಏನೇನೋ ಪ್ರಶ್ನಿಸತೊಡಗಿದರು. ಅಷ್ಟು ಜನರು ಎದುರಿಗಿರುವುದನ್ನು ಕಂಡು ಆಕೆಗೊಂದಿಷ್ಟು ಪರಿವೆ ಬಂತು. "ಅಯ್ಯೋ! ನನ್ನ ಮಗ ನಿನ್ನೆ ಖಾಯಿಲೆಯಿಂದ ಮಲಗಿದ, ಇವತ್ತು ಸತ್ತ" ಎಂದು ಅವಳು ಅಳಲಾರಂಭಿಸಿದಳು.

ತಾತ್ವಿಕನ ಹಾಗೆ ಒಬ್ಬ ಅಂದ; "ಅವರವರ ಕರ್ಮ, ಈ ಜನ್ಮದ ಕರ್ಮವನ್ನು ಮುಂದಿನ ಜನ್ಮಕ್ಕೆ ತೀರಿಸಬೇಕು."

ದುರ್ಗಾ ಅರ್ಭಟಿಸಿದಳು: "ಕರ್ಮ! ನನ್ನ ಮಗನನ್ನೂ ಗಂಡನನ್ನೂ ಕಳೆದುಕೊಳ್ಳುವಂಥ ಕರ್ಮ ನಾನೇನು ಮಾಡಿದ್ದೇನೆ?"

"ಅಲ್ಲಮ್ಮ ಅಲ್ಲ, ನಿನ್ನ ವಿಷಯವಾಗೇ ನಾನೇನು ಹೇಳ್ತಿಲ್ಲ. ಪ್ರಪಂಚದ ಬಗ್ಗೆ ನಾನು ಸಾಮಾನ್ಯವಾಗಿ ಹೇಳ್ತಿರೋದು. ಪ್ರತಿಯೊಂದು ಸಂಗತಿಯ ಹಿಂದೆಯೂ ಕರ್ಮವಿದೆ. ಇಲ್ಲದಿದ್ದರೆ ದಿನ ನಿತ್ಯದ ದುರ್ದೈವಗಳನ್ನೆಲ್ಲಾ ಹೇಗೆ ವಿವರಿಸಲಿಕ್ಕಾದೀತು?" ಹೀಗೆ ಮಾತನಾಡುತ್ತ ಆತ ಕಾಲ್ದೆಗೆದ.

"ಕರ್ಮ ಕರ್ಮ, ನಾನೇನು ಕರ್ಮ ಮಾಡಿದ್ದೇನೆಂಬುದನ್ನು ಹೇಳಿ." ದುರ್ಗಾ ಹೀಗೆ ಏನೇನೋ ಒಬ್ಬರಾದ ಮೇಲೆ ಒಬ್ಬರನ್ನು ಕೇಳಿದಳು. ಅವಳಿಂದ ಪಾರಾಗಲು ಅವರೆಲ್ಲ ನದಿಯತ್ತ ಓಡತೊಡಗಿದರು. ಆದರೂ ಆಕೆ ಅವನ ಬೆನ್ನು ಬಿಡಲಿಲ್ಲ. ಅಲ್ಲೊಂದು ಧಾರ್ಮಿಕರ ಭಾರೀ ಯಾತ್ರೆಯೇ ಸೇರಿತ್ತು. ನೂರಾರು ಜನ ಹರಿಜನರು ಕೂಡ ಮುಕ್ತಿ ಪಡೆಯಲು ಅಲ್ಲಿಗೆ ಬಂದಿದ್ದರು. ಆ ಜನಸಂದಣಿಯ ಮಧ್ಯೆ ಧವಳ ವಸನಧಾರಿಯಾದ ಪಂಡಿತ(ಬ್ರಾಹ್ಮಣ)ನೊಬ್ಬ ನಿಂತಿದ್ದ. ಗೋಮೂತ್ರವನ್ನು ಎಲ್ಲರಿಗೂ ಆತ ಕೊಡುತ್ತಿದ್ದ. ಯಾರೂ ಆತನನ್ನು ಮುಟ್ಟುತ್ತಿರಲಿಲ್ಲ. ಆದರೆ ಅವನ ಪಾದಕ್ಕೆ ಬೀಳುತ್ತಿದ್ದರು. ದುರ್ಗಾ ಅವನನ್ನು (ಬ್ರಾಹ್ಮಣನನ್ನು) ನೋಡಿದಾಗ ಅವಳ ನೋಟ ಮೆದುಳಿನಿಂದಲೇ ಆರಂಭವಾಯಿತು. ಅವಳ ಭೀತ ಕಲ್ಪನೆಗೆ ಆತ ತನ್ನ ಮಗ ಇಂದರ್‌ನ ಮಾಂಸವನ್ನೇ ಭಕ್ಷಿಸುತ್ತಿರುವಂತೆ ಕಂಡ. ಅವಳ ಕಣ್ಣುಗಳಲ್ಲಿ ಹುಚ್ಚುತನ ತುಂಬಿತ್ತು.

"ಪಂಡಿತ ಹರಚರಣ ಮೋಹನ" ಯಾರೋ ಉತ್ತರ ಕೊಟ್ಟರು: "ಹರಿಜನರಿಗೂ ಆತ ಮೋಕ್ಷವನ್ನು ದಯಪಾಲಿಸುತ್ತಿದ್ದಾರೆ."

"ಕರ್ಮ ಕರ್ಮ" ದುರ್ಗಾ ಗೊಣಗುಟ್ಟಿದ್ದಳು. ತನ್ನ ಪಕ್ಕದಲ್ಲಿದ್ದವನ ಕೈ ಹಿಡಿದು ಅಲ್ಲಾಡಿಸಿ, ಭೀಕರನಾಗಿ ತೋರುತ್ತಿದ್ದ ಪಂಡಿತನ ಮೇಲೆ ಕಣ್ಣಿಟ್ಟು ಕೇಳಿದಳು:

"ಆತ ಕರ್ಮವನ್ನು ತೊಳೆದುಹಾಕ್ತಾನೆಯೆ?"

ದುರ್ಗಾಳ ಕೈಗಳನ್ನು ಕೊಸರಿಸುತ್ತ ಆತ ಉತ್ತರಿಸಿದ.

"ಇಲ್ಲ? ಕರ್ಮವನ್ನು ಹೇಗೆ ತೊಡೆದುಹಾಕಲಿಕ್ಕಾದೀತು?"

ದುರ್ಗಾ ಪ್ರಶ್ನಿಸುತ್ತಲೇ ಹೋದಳು:

"ಅವನಾರು ಗೊತ್ತೆ ? ಆತ ನನ್ನ ಮಗನನ್ನು ಮುಕ್ಕುತ್ತಿದ್ದಾನೆ ನೋಡು. ಅವನು ನನ್ನ ಮಗನನ್ನು ತಿನ್ನುತ್ತಿದ್ದಾನೆ. ಈ ಕೊಲೆಯನ್ನು ತಡೆಯಿರಿ ! ನಿನ್ನ ಹೊಟ್ಟೆ ತುಂಬಲು ಒಬ್ಬರು ಸಾಕಾಗದೆ ? ನಿನ್ನೆಯಿಂದ ನೀನು ನನ್ನ ಮನೆಯ ಬಳಿಯಲ್ಲೇ ಸುತ್ತುತ್ತಿರುವಿ" ಎಂದವಳೇ ಆಕೆ ಆತನ ಬಳಿಗೆ ನುಗ್ಗಿದಳು. "ನನ್ನ ಮಗನನ್ನು ನೀನು ಕೊಂದೆ" ಎಂದವಳೇ ಒಂದೇಟನ್ನು ಆತನಿಗೆ ಬಿಗಿದಳು.

ಪಂಡಿತನು ತನ್ನನ್ನು ತಾನು ರಕ್ಷಿಸಿಕೊಳ್ಳಲು ಯತ್ನಿಸಿದಾಗ ಗೋ ಮೂತ್ರದ ಪಾತ್ರೆ ಕೆಳಗೆ ಬಿದ್ದು ಉರುಳುತ್ತಾ ಹೋಯಿತು.

ಜನರ ಗುಂಪು ಅಲ್ಲಿಗೆ ನುಗ್ಗಿ ದುರ್ಗಾಳನ್ನು ಬೈಯ್ಯತೊಡಗಿತು. ಇನ್ನಾರೋ ಹೇಳಿದರು: ಅವಳು ಹುಚ್ಚಿ "ನನ್ನ ಮಗ ಸತ್ತಿದ್ದಾನೆ" ಅಂತ ಪಂಡಿತರೊಂದಿಗೆ ಒದರಾಡುತ್ತಿದ್ದಾಳೆ...

ಪಂಡಿತನೂ ಒಂದು ಹೆಜ್ಜೆ ಮುಂದೆ ಬಂದು ಹೇಳಿದ:

"ಅವಳು ಹುಚ್ಚಿ. ದೇವರೇ ಅವಳು ಹೊರಟು ಹೋಗಲಿ..."

"ದೇವರು ದೇವರು" ದುರ್ಗಾ ಒಂದೇ ಸಮನೆ ಒದರಾಡಿದಳು. ಸ್ಮರಣಶಕ್ತಿಯನ್ನೆಲ್ಲ ಸಂಗ್ರಹಿಸುತ್ತಿರುವವಳಂತೆ ಆಕೆ ಮಾತನಾಡಿದಳು:

"ದೇವರು ಕರ್ಮವನ್ನು ತೊಡೆದು ಬಿಡಬಹುದು. ಎಲ್ಲಿದ್ದಾನೆ ಆತ ?"

ಜನರ ಗುಂಪಿನಿಂದ ಏನೋ ಉತ್ತರ ಬಂತು. ಆದರೆ ದುರ್ಗಾಳ ಕಿವಿಗೆ ಕೇಳಿದುದು ಮಾತ್ರ ಇಷ್ಟು "ದೇವಸ್ಥಾನದಲ್ಲಿ."

ಆಕೆ ನದೀ ತೀರದಲ್ಲಿದ್ದ ಆ ಭವ್ಯವಾದ ದೇವಸ್ಥಾನಕ್ಕೆ ತಲೆಯನ್ನೆಲ್ಲ ಕೆದರಿಕೊಂಡು ಓಡಿದಳು. ಪಂಡಿತ ಆಕೆಯ ಪ್ರವೇಶವನ್ನು ಪ್ರತಿಬಂಧಿಸಲೆತ್ನಿಸಿದ. ಇಷ್ಟೇ ಅಲ್ಲ, ಆಕೆಯ ಸ್ಪರ್ಶ ತನಗಾದೀತೆಂದೂ ಅವಳನ್ನು ದೂರಮಾಡಲೆತ್ನಿಸುತ್ತಿದ್ದ. ಆದರೆ ದುರ್ಗಾ ಒಳನುಗ್ಗಿ ಬಿಟ್ಟಳು. ಒಳಗೆ ಮಹಿಳೆಯರನೇಕರು ಪೂಜೆ ಸಲ್ಲಿಸುತ್ತಿದ್ದರು. ಅವರಲ್ಲಿ ಆ ವ್ಯಾಪಾರಿಯ ಗರ್ವಿಷ್ಠ ಹೆಂಡತಿಯೂ ಇದ್ದಳು. ಆಕೆ ದುರ್ಗಾಳನ್ನು ಹೊರತಳ್ಳಲು ದೊಡ್ಡ ಪ್ರಯತ್ನವನ್ನೇ ಮಾಡಿದಳು. ಆದರೆ ದುರ್ಗಾ ಕೇಳುತ್ತಿದ್ದಳು :

"ನನ್ನ ದೇವರ ಬಳಿ ಬಂದಿದ್ದೇನೆ. ನಾನ್ಯಾಕೆ ಹೊರಹೋಗಬೇಕು ?"

"ಪಂಡಿತ್‌ಜೀ ಆಕೆಯನ್ನು ಹೊರದಬ್ಬು; ಇಲ್ಲದಿದ್ದರೆ ನಾನು ನನ್ನ ಗಂಡನಿಗೆ ದೂರು ಕೊಡ್ತೇನೆ" ಎಂದು ವ್ಯಾಪಾರಿಯ ಹೆಂಡತಿ ಬೆದರಿಸಿದಳು. ಆಕೆಯ ಗಂಡ ಕಟ್ಟಿಸಿದ ಮಂದಿರವಲ್ಲವೆ ?

"ನೀನೇ ಮಹಾ ಭಕ್ತೆಯಾಗಿರುವೆಯಲ್ಲವೆ ?" ಎಂದು ಅವಳು ದುರ್ಗಾಗೆ ಕುಹಕವಾಡಿದಳು. "ಎಲ್ಲಿದ್ದಾನೆ ನಿನ್ನ ದೇವರು ? ನನಗದು ತಿಳೀಬೇಕು ಕ್ಷುದ್ರ ಭಿಕ್ಷುಕಳೆ !"

ದುರ್ಗಾ ಉತ್ತರಿಸಿದಳು :

"ಓ ಇದು ನಿಮ್ಮ ದೇವರು ಹಾಗಾದರೆ ಹಾಗಿದ್ದರೆ, ಈ ದೇವರು ನಿಮಗೆ ಕಲ್ಯಾಣ ಮಾಡಲೀಂತ ಹಾರೈಸುತ್ತೇನೆ. ನಿಮ್ಮ ಶ್ರೀಮಂತರ ದೇವರು ನನಗೆ ಬೇಡ," ಎಂದು ನುಡಿದು ಕೋಪಾವಿಷ್ಟಳಾಗಿ ಪಂಡಿತನೆಡೆ ಹೊರಳಿ ಕೇಳಿದಳು : "ಬಡವರ ದೇವರು ಎಲ್ಲಿದ್ದಾನೆ ? ಅದನ್ನು ನನಗೆ ಹೇಳು !"

ಪಂಡಿತ ಹೇಳತೊಡಗಿದ :

"ತಾಯೀ ಇವನು ಎಲ್ಲರ, ಬಡವ – ಬಲ್ಲಿದರ ದೇವರು. ಅವನು ಎಲ್ಲರಿಗಾಗಿಯೂ

ಇರುವನು. ಅವನು ಎಲ್ಲರವನೂ ಹೌದು, ನೀನು ದಯವಿಟ್ಟು ಇಲ್ಲಿಂದ ಹೊರಡು."

ದುರ್ಗಾ ಗರ್ಜಿಸಿದಳು!

"ನೀನು ಸೂಳೆಮಗ – ಸುಳ್ಳುಗಾರ. ಈತ ಶ್ರೀಮಂತರ ದೇವರು. ನನ್ನ ದೇವರು ಎಲ್ಲಿದ್ದಾನೆ ಹೇಳು."

ಈ ಪಂಡಿತ ಕೂಡ ಧವಳವಸನಧಾರಿಯಾಗಿ ಅರೆ ನಗ್ನನಾಗಿದ್ದ. ಅವನನ್ನು ನಿಟ್ಟಿಸಿ ನೋಡಿ ದುರ್ಗಾ ಮುಂದೆ ನುಗ್ಗಿ ದೇವರದೊಂದು ಸಣ್ಣ ವಿಗ್ರಹವನ್ನೆತ್ತಿ ತಲೆಗೆ ಚಚ್ಚಿಕೊಳ್ಳುತ್ತಾ ಹೇಳಿದಳು: "ಇನ್ನೊಮ್ಮೆ ನೀನು ನಮ್ಮ ಮನೆಗೆ ಬಾ. ನಾನು ನಿನಗೆ ಭೋಜನ ಮಾಡಿಸಲಾರೆ. ಇದನ್ನು ಕೊಡ್ತೇನೆ."

ಪಂಡಿತನೇನೋ ಆಕೆಯೆಡೆಗೆ ಧಾವಿಸಿದ. ಆದರೆ ಅವಳು ವಿಗ್ರಹವನ್ನು ಒಡೆದು ಅದರ ಚೂರುಗಳ ಮೇಲೆ ಕುಣಿದಾಡುತ್ತ ಅರಚಿದಳು: "ಓ ಇಲ್ಲಿದ್ದಾನೆ ಬಣಜಿಗರ ದೇವರು, ಶ್ರೀಮಂತರ ದೇವರು."

ಪೂಜಾರಿಗಳು ಆಕೆಯನ್ನು ಹಿಡಿದು ಥಳಿಸುತ್ತ ಪೊಲೀಸರ ಕಡೆಗೆ ಎಳೆದುಕೊಂಡು ನಡೆಯತೊಡಗಿದರು. ಆದರೆ ಅವಳ ಉನ್ಮತ್ತವಾದ ಭೀಕರ ನಗು, ಅರಚಾಟಗಳಿಂದ ಅವಳ ತಲೆ ಸರಿಯಾಗಿಲ್ಲವೆಂದು ಅವರು ಭಾವಿಸಿದರು. ಅವಳನ್ನು ಹೊರಗಟ್ಟಿ ಹೊಡೆಯುವುದರಲ್ಲೇ ಅವರಿಗೆ ತೃಪ್ತಿ ದೊರೆಯಿತು.

ಈ ಹೊಡೆತದಿಂದ ದುರ್ಗಾ ಒಂದಿಷ್ಟು ಮೆತ್ತಗಾದಳು. ಆದರೂ ಸತ್ತ ಮಗುವಿನತ್ತ ಆಕೆಯ ಲಕ್ಷ್ಯ ಹೋಗದೆ ದೇವರನ್ನು ಹುಡುಕುವುದರಲ್ಲೇ ಅವಳ ಮನಸ್ಸು ಓಡುತ್ತಿತ್ತು.

ಅವಳು ದೇವಸ್ಥಾನದಿಂದ ದೇವಸ್ಥಾನಕ್ಕೆ ದೇವರನ್ನು ಹುಡುಕುತ್ತ ಹೋದಳು. ಅನೇಕರು ಬಯ್ದರು, ಹೊರಗಟ್ಟಿದರು. ನಗರದಲ್ಲಿ ಸ್ಥಳದಿಂದ ಸ್ಥಳಕ್ಕೆ ಸುತ್ತಾಡಿದಳು. ದಾರಿಯಲ್ಲಿ ಮಸೀದಿಯೊಂದನ್ನು ಕಂಡಳು. ಅಲ್ಲಿ ತುಂಬಾ ಜನ ಸೇರಿದ್ದರು. ಅಲ್ಲಿಗೂ ನುಗ್ಗಿದಳು. ಅವಳು ಶಾಂತವಾಗಿ ಎಲ್ಲವನ್ನೂ ನಿರೀಕ್ಷಿಸಿದಳು. ಇಡೀ ಜನಸಮೂಹವೆಲ್ಲ ಏಕಕಾಲಕ್ಕೆ ನಮಸ್ಕರಿಸುತ್ತಿತ್ತು, ಕುಳ್ಳಿರುತ್ತಿತ್ತು ಅಥವಾ ಎದ್ದೇಳುತ್ತಿತ್ತು. ಕೊನೆಗೆ ಅವರೆಲ್ಲ ಹೊರಟುಹೋದ ಬಳಿಕ ದೀರ್ಘವಾದ ಗಡ್ಡದ ವೃದ್ಧ ಮನುಷ್ಯನೊಬ್ಬ ಈಕೆಯೊಬ್ಬಳೇ ಕುಳಿತಿರುವುದನ್ನು ಕಂಡು ಯಾರೆಂದು ವಿಚಾರಿಸಲು ಬಂದ.

ಆಕೆ ಹೇಳಿದಳು:

"ನನ್ನ ದೇವರಿಗಾಗಿ ಹುಡುಕ್ತಿದ್ದೇನೆ. ಅವನೆಲ್ಲಿದಾನೇಂತ ಹೇಳ್ತೀಯಾ?"

"ನಿಮ್ಮ ದೇವರ ವಿಷಯವಾಗಿ ನನಗೇನೂ ತಿಳಿಯದು. ನಮ್ಮವನು ಅಲ್ಲಾ. ಅವನು ಎಲ್ಲೆಡೆಯಲ್ಲೂ ಇರುವನು."

ದುರ್ಗಾ ಕುತೂಹಲದಿಂದ ಎಲ್ಲಾ ಕಡೆಗೂ ನೋಡಿ ಕೇಳಿದಳು:

"ಯಾರವನು? ಎಲ್ಲಿದ್ದಾನೆ?"

ವೃದ್ಧ ಮನುಷ್ಯ ಹೇಳಿದ:

"ಅಲ್ಲಾ ಎಲ್ಲರನ್ನೂ ಕಾಪಾಡ್ತಾನೆ. ಪ್ರಪಂಚವನ್ನು ಸೃಷ್ಟಿಸಿದವನು ಅವನೆ. ನನ್ನನ್ನು, ನಿನ್ನನ್ನು ಎಲ್ಲರನ್ನೂ ಪೋಷಿಸುವವನು ಅವನೇ, ಅವನೇ ಎಲ್ಲರ ಒಡೆಯ. ಶ್ರೀಮಂತರು, ಬಡವರು ಎಲ್ಲರೂ ಅವನಿಗಿಷ್ಟ."

"ಏ ಮುದುಕನೆ ನಿನ್ನ ಬುದ್ಧಿಗೆ ಮಂಜು ಮುಸುಕಿದೆ. ದೇವರ ದಾರಿಯನ್ನು ಹೇಳಲು

ಇಷ್ಟವಿಲ್ಲವಾದರೆ ಹೇಳಬೇಡ. ಆದರೆ ಸುಳ್ಳು ಯಾಕೆ ಹೇಳುತ್ತೀ?" ಹೀಗೆನ್ನುತ್ತ ಆಕೆ ಆತನ ಉತ್ತರಕ್ಕಾಗಿಯೂ ಕಾಯದೆ ಅಲ್ಲಿಂದ ಹೊರಟು ಹೋದಳು. ತನ್ನಷ್ಟಕ್ಕೆ ತಾನೇ ನಗುತ್ತ ಪ್ರಶ್ನಿಸುತ್ತ ನಡೆದಳು.

ಸಂಜೆಯ ವೇಳೆಗೆ ಆಕೆ ಅರಚುತ್ತ, ಅಲೆದಾಡುತ್ತಾ ಸುಸ್ತಾಗಿ ಹೋಗಿದ್ದಳು. ಆದರೂ ಆಕೆ ಒಂದೆಡೆ ಉಳಿಯಲಿಲ್ಲ. ವಿಶ್ರಮಿಸಲಿಲ್ಲ. ಗಂಟೆಯೊಂದು ಬಾರಿಸುತ್ತಿತ್ತು. ಸ್ತ್ರೀ–ಪುರುಷರೆಲ್ಲ ಅಲ್ಲಿಗೆ – ಚರ್ಚಿಗೆ ಧಾವಿಸುತ್ತಿದ್ದರು. ಅವರೊಡನೆ ಅವಳೂ ತೆರಳಿ ಮುಂದಿನ ಬೆಂಚಿನ ಮೇಲೆ ಕುಳಿತುಕೊಂಡಳು. ಕಪ್ಪು ಬಟ್ಟೆಯನ್ನು ತೊಟ್ಟು ವೇದಿಕೆಯ ಮೇಲೆ ನಿಂತುಕೊಂಡು ಪಾದ್ರಿಯೊಬ್ಬ ಬೋಧಿಸುತ್ತಿದ್ದ :

"ದೇವರು ತನ್ನ ಜನರಿಗೆ ಕೊಟ್ಟಿರುವ ಕೃಪೆಗಳಲ್ಲಿ ಸಂಪತ್ತೂ ಒಂದು ಭಾಗವಾಗಿದೆ. ಶ್ರೀಮಂತರು ಅದರ ಪಾರುಪತ್ಯಗಾರರು, ಅಂದರೆ ಬಡವರಿಗೆ ಸಹಾಯ ಮಾಡುವ ದೇವರ ಸಾಧನಗಳು ಮಾತ್ರ. ಇದಕ್ಕಾಗಿ ಬಡವರು ದೇವರಿಗೆ ಕೃತಜ್ಞತೆಗಳನ್ನರ್ಪಿಸಬೇಕು ಮತ್ತು ಶ್ರೀಮಂತರ ಬಗ್ಗೆ ಹೃದಯದಲ್ಲಿ ದ್ವೇಷ ತುಂಬಿಕೊಳ್ಳಲು ಅವಕಾಶ ಕೊಡಬಾರದು."

"ದೇವರು" "ಬಡವರು" ಎಂಬ ಶಬ್ದಗಳನ್ನು ಕೇಳಿ ದುರ್ಗಾ ಮತ್ತೆ ಹುಚ್ಚಿಯಾದಳು. ಅವಳ ಭ್ರಮಿಷ್ಠ ಬುದ್ಧಿಗೆ ಕಪ್ಪು ಬಟ್ಟೆಯವನೂ ಧವಳವಸನದಲ್ಲಡಗಿರುವವನಂತೆ ಕಂಡ. ಅವಳಿಗೆ ಅಲ್ಲಿ ಬಹಳ ಹೊತ್ತು ಉಳಿಯಲಿಕ್ಕಾಗಲಿಲ್ಲ. ಪ್ರಾರ್ಥನೆಯ ಮಧ್ಯದಲ್ಲೇ ಆಕೆ ಕೂಗಿಕೊಂಡಳುಕಪ್ಪು : "ನೀನು ಅಡಗಿಕೊಂಡಿರುವುದು ನನಗೆ ತಿಳಿಯುವುದಿಲ್ಲವೆಂದು ಭಾವಿಸಿಕೋಬೇಡ, ನೀನು ಮೋಸಗಾರ. ಒಂದು ದಿನವೂ ನೀನು ಜೀವಿಸದಂತೆ ಮಾಡುವೆ," ಎಂದು ಮುನ್ನುಗ್ಗಿದಳು.

"ಬಡವರ ದೇವರು ಎಲ್ಲಿದ್ದಾನೆ?" ದುರ್ಗಾಗೆ ಮತ್ತೆ ಪ್ರಶ್ನೆ ಬಂದಾಗ ಅದನ್ನೇ ಪ್ರಶ್ನಿಸಿದಳು.

"ಅಲ್ಲಾಡಬೇಡ ನೋಡು. ಅಲ್ಲಾಡಿದರೆ ಜಾಸ್ತಿ ನೋವಾಗುತ್ತದೆ." ಎಂದು ಇಂಜೆಕ್ಷನ್ ಮಾಡುತ್ತಿದ್ದ ಯುವಕ ಡಾಕ್ಟರ್ ನುಡಿದ. ಶುಭ್ರ ಬಟ್ಟೆತೊಟ್ಟಿದ್ದ ನರ್ಸ್ ಒಬ್ಬಾಕೆ ಆಕೆಯ ಕೈಗಳನ್ನು ಹಿಡಿದಿದ್ದಳು. ಡಾಕ್ಟರ್ ಸ್ನೇಹಪರವಾದ ಮುಗುಳ್ನಗೆಯನ್ನು ದುರ್ಗಾಳತ್ತ ಬೀರಿದ. ಆಕೆ ಮತ್ತೆ ಗೊಣಗುಟ್ಟುವ ಧ್ವನಿಯಲ್ಲಿ ಕೇಳಿದಳು :

"ಬಡವರ ದೇವರ್ಯಾರು?"

"ಬಡವರ ಕೈಗಳೇ" ಎಂದು ಡಾಕ್ಟರ್ ಹೇಳುತ್ತ ಸೂಜಿಯನ್ನು ಮೆತ್ತಗೆ ಕಿತ್ತುಕೊಂಡು ಬೇರೊಬ್ಬ ಪೇಷಂಟ್ ಕಡೆಗೆ ಹೊರಟ."

ದುರ್ಗಾ ಕೈಗಳನ್ನು ಹಿಡಿದುಕೊಂಡು ಬಹುಕಾಲ ಅದರ ಕಡೆಗೇ ನೋಡಿದಳು. ❍

ಅನು : **ವೆಂಕಟರಾಜ ಪಾನಸೆ**

○ ಕೃಷನ್ ಚಂದರ್

ಬಾವುಟವನ್ನು ಕೈಗಿತ್ತರು

ಅವನು ಯಾವಾಗಲೂ ನಮ್ಮ ಗಿರಣಿಯ ಮುಂದೆ ಅಡ್ಡಾಡುವುದನ್ನು ನಾನು ನೋಡಿದ್ದೆ. ಸುಮಾರು ಹನ್ನೆರಡರ ಹರೆಯ, ನೋಡಲು ತೆಳ್ಳನೆ ಮತ್ತು ಕಪ್ಪು, ಮೋರೆ ತುಂಬ ಸಿಡುಬಿನ ಕಲೆಗಳು. ಪ್ರತಿದಿನವೂ ಅವನು ನಮ್ಮ ಗಿರಣಿಯ ಮುಂದೆ ಅಡ್ಡಾಡುತ್ತಿದ್ದ. ಬೆಳಗ್ಗೆ ಹಾಜರಿ ತೆಗೆಯುವ ಕಾಲಕ್ಕೆ, ಮಧ್ಯಾಹ್ನ ಊಟದ ಸಮಯಕ್ಕೆ, ಸಂಜೆ ಕೆಲಸ ಬಿಟ್ಟು ಮನೆಗೆ ಹೋಗುವಾಗ ನಾನು ಅವನನ್ನಲ್ಲಿ ಕಾಣುತ್ತಿದ್ದೆ. ಅವನು ಅಲ್ಲಿ ಕೆಲಸ ಹುಡುಕಲು ಹೋಗುತ್ತಿದ್ದುದಲ್ಲ; ಯಾಕೆಂದರೆ ಆತ ಕುರುಡ. ನಮ್ಮ ದೇಶದಲ್ಲಿ ಕಣ್ಣಿರುವವರಿಗೇ ಕೆಲಸ ದೊರೆಯದಿರುವಾಗ ಕುರುಡರಿಗೆಲ್ಲಿ ದೊರೆಯಬೇಕು! ಅಂಥವರಿಗೆ ಹೇಳಿದ ಕೆಲಸವೆಂದರೆ ಬಿಕ್ಕೆ ಬೇಡುವುದು.

ಆದರೆ ಆ ಕುರುಡ ಬಹಳ ಚುರುಕು ಹುಡುಗ. ಅವನು ಬೇಡುವುದನ್ನು ನಾನು ಕಂಡದ್ದೇ ಇಲ್ಲ. ಅವನಿಗೆ ಬಹಳ ಇಂಪಾದ ಕಂಠವಿತ್ತು. ಯಾವಾಗಲೂ ಕೈಯಲ್ಲೊಂದು ಹಾಡಿನ ಪುಸ್ತಕಗಳ ಕಟ್ಟನ್ನು ಹಿಡಿದುಕೊಂಡು ನಮ್ಮ ಗಿರಣಿಯ ಮುಂದೆ ಒಂದಾಣಿಗೊಂದರಂತೆ ಮಾರುತ್ತಿದ್ದ. ಪುಸ್ತಕಗಳನ್ನು ಮಾರುವಾಗ ಕೆಲಸಗಾರರಿಗೆ ಪ್ರಿಯವಾದ ಹೊಸ ಹೊಸ ಸಿನೆಮಾ ಹಾಡುಗಳನ್ನು ಹಾಡುವುದು ಅವನ ಅಭ್ಯಾಸ.

ಸಿನೆಮಾ ನೋಡುವುದೆಂದರೆ ನನಗೆ ತುಂಬಾ ಪ್ರೀತಿ. ಎಲ್ಲರಿಗೂ ಹಾಗೆಯೆ. ದಿನವಿಡೀ ಮೈ ಮುರಿದು ದುಡಿದು ಮೈಕೈಯೆಲ್ಲಾ ನೋಯುತ್ತದೆ. ಕೆಲಸವಾದ ಮೇಲೆ ಮನೆಯಲ್ಲಾದರೂ ಸುಖವಾಗಿರಬಹುದೆಂದರೆ ಸಿಕ್ಕಿದ ಸಂಬಳ ಯಾವುದಕ್ಕೂ ಸಾಲದು. ಹೀಗಿರುವಾಗ ಹೆಂಡ ಕುಡಿದೋ ಸಿನೆಮಕ್ಕೆ ಹೋಗಿಯೋ ಕಷ್ಟವನ್ನು ಮರೆಯೋಣ ಎನಿಸುವುದು ಸಹಜ. ಆದರೆ ನಾನು ಹೆಂಡ ಮುಟ್ಟುವುದಿಲ್ಲ. ಸಿನೆಮಗಳಿಗೆ ಹೋಗುತ್ತೇನೆ. ಸ್ತ್ರೀ ಪುರುಷರು ಸುಂದರೆ ಉಡುಗೆ ತೊಡುಗೆಗಳನ್ನು ಧರಿಸಿ ಮೋಟಾರ್ ಕಾರುಗಳಲ್ಲಿ ತಿರುಗಾಡಿ ಪರಸ್ಪರ ಪ್ರೇಮಿಸುವ ಚಿತ್ರಗಳನ್ನು ನಾನು ನೋಡುತ್ತೇನೆ. ಪ್ರತಿಯೊಂದು ವ್ಯಕ್ತಿಯೂ ಎಲ್ಲಾ ಸಮಯಗಳಲ್ಲಿಯೂ ಪ್ರೇಮಿಸುವುದನ್ನು ನಾನು

ಚಿತ್ರಗಳಲ್ಲಿ ಕಂಡಿದ್ದೇನೆ. ನೀವು ನೋಡುವವರು ಯಾರೇ ಇರಲಿ, ಅವರೆಲ್ಲ ಪ್ರೇಮದಲ್ಲಿ ಇರುವವರೋ, ಅಥವಾ ಇನ್ನು ಮುಂದೆ ಪ್ರೇಮಿಸುವವರೋ, ಅಥವಾ ಹಿಂದೆ ಪ್ರೇಮದಲ್ಲಿದ್ದು ಈಗ ಈ ಲೋಕವನ್ನು ಬಿಡಲು ಹೊರಟವರೋ ಆಗಿದ್ದಾರೆ. ಇದನ್ನೆಲ್ಲಾ ನೋಡುವಾಗ ನನಗೆ, ಈ ಜನರೆಲ್ಲಾ ಕೆಲಸ ಮಾಡುವುದು ಯಾವಾಗ, ಗಿರಣಿಗೆ ಹೋಗಲು ಅವರಿಗೆ ಸಮಯವೆಲ್ಲಿ ದೊರಕುತ್ತದೆ, ಇಷ್ಟು ಬೆಲೆ ಏರಿರುವಾಗ ಅಂತಹ ಸುಂದರ ಉಡುಗೆಗಳು ಎಲ್ಲಿಂದ, ಎಂದು ಆಶ್ಚರ್ಯವೆನಿಸುತ್ತದೆ. ಇಷ್ಟೆಲ್ಲ ಬೆಡಗು ಬಿನ್ನಾಣಗಳಿಂದ ಜೀವಿಸಲು ಅವರಿಗೆ ಹಣವಾದರೂ ಎಲ್ಲಿಂದ ಎಂಬುದು ನನ್ನ ಯೋಚನೆಗೆ ಬಾರದು. ನಾವು ಏಳು ಸಲ ಹುಟ್ಟಿಬಂದರೂ ಇಷ್ಟೊಂದು ಸಂಪತ್ತನ್ನು ಕೂಡಿ ಹಾಕುವುದು ಸಾಧ್ಯವಿಲ್ಲ.

ಚಿತ್ರಗಳಲ್ಲಿ ಇನ್ನೊಂದು ವಿಚಿತ್ರ ವಿಚಾರವನ್ನು ನಾನು ನೋಡಿದ್ದೇನೆ. ಹಣವಂತರು ಬಡವರನ್ನು ಪ್ರೇಮಿಸುತ್ತಾರೆ. ಮಾಲಿಕನ ಮಗ ಕೆಲಸದವನ ಮಗಳನ್ನು ಪ್ರೇಮಿಸುವುದು, ಗಿರಣಿಯ ಯಜಮಾನನೊಬ್ಬನ ಕುಮಾರಿ ಶ್ರಮಜೀವಿಯ ಪಾದ ತೊಳೆಯುವುದು, ಇದನ್ನೆಲ್ಲ ಕಂಡಿದ್ದೇನೆ. ಕೊನೆಗೆ ಗಿರಣಿ ಯಜಮಾನರೇ ಹಣದ ಮೇಲಿನ ತಮ್ಮ ಪ್ರೇಮವನ್ನೆಲ್ಲ ಬಿಟ್ಟು ದಾನಿಗಳಾಗುತ್ತಾರೆ. ಇಂತಹ ಗಿರಣಿ ಮಾಲಿಕರೂ ಅವರ ಪುತ್ರಿಯರೂ ಎಲ್ಲಿ ಕಾಣಸಿಗ ಬಹುದೆಂದು ಯಾರಾದರೂ ತಿಳಿಸಿದರಾಗುತ್ತಿತ್ತು. ವಾಸ್ತವವಾಗಿಯಾದರೆ ಒಬ್ಬ ಫೋರ್ಮನ್ ಕೂಡ ನನ್ನೊಡನೆ ಸ್ನೇಹಿತರ ರೀತಿಯಲ್ಲಿ ಮಾತನಾಡುವಷ್ಟು ದಯ ತೋರುವುದಿಲ್ಲ. ಆದರೂ ಸಿನೆಮಗಳು ಆನಂದವನ್ನು ಕೊಡುತ್ತವೆ. ಅದೂ ಕೇವಲ ನಾಲ್ಕಾಣೆಗೆ. ಅನೇಕ ಸಲ ಒಳ್ಳೆಯ ಚಿತ್ರಗಳು ಬರುತ್ತವೆ, ಹೋಗುತ್ತವೆ. ಆಗ ನಮ್ಮೊಡನೆ ನಾಲ್ಕಾಣೆ ಸಹ ಇರುವುದಿಲ್ಲ. ಅಂತಹ ಸಂದರ್ಭಗಳಲ್ಲಿ ನಾವು ಆ ಕುರುಡ ಹುಡುಗನ ಕೈಯಿಂದ ಪುಸ್ತಕ ಕೊಂಡು ಕತೆ ಓದುತ್ತಿದ್ದೆವು. ಅವನು ಹಾಡುವುದನ್ನು ಕೇಳಿ ಅನಂತರ ನಾವೇ ಹಾಡುತ್ತಿದ್ದೆವು. ಒಂದಾಣೆಗೆ ಅದು ಅಷ್ಟು ಹಾಳಲ್ಲ.

ನಮ್ಮದು ಬರಡು ಜೀವನ. ಈ ಬರಡುತನ ಎಷ್ಟು ತುಂಬಿಕೊಂಡಿದೆಯೆಂದರೆ ಎಲ್ಲಿ ಯಾದರೂ ನೃತ್ಯದ ಕಿರಣ ನಮ್ಮ ಕಣ್ಣ ಮುಂದೆ ಹಾಯಿತೆಂದರೆ ಅದನ್ನು ನೋಡಲು ಅಲ್ಲೇ ನಿಂತುಬಿಡುತ್ತೇವೆ. ಮತ್ತೆ ಆಶ್ಚರ್ಯಪಡುತ್ತೇವೆ. ಈ ಆಶಾಕಿರಣ ಎಂದಾದರೂ ನಮ್ಮ ಕೈಗೆ ಬರುವುದಿದೆಯೆ ? ಸುಂದರ ನೃತ್ಯದ ಈ ಕಿರಣ ಎಂದಾದರೂ ನಮ್ಮ ಮನೆಯ ಮುಂದೆ ಮೂಡಲಿದೆಯೆ ? ಆ ಮಧುರ ಸ್ವರ ಎಂದಾದರೂ ನಮ್ಮ ಬಾಳಿನ ಗಾನವಾಗಲಿದೆಯೆ ? ದುಡಿಯುವಾಗ ಹೀಗೆ ನಮ್ಮೊಳಗೆ ಸುಂದರ ಕನಸುಗಳನ್ನು ಹೆಣೆಯುತ್ತೇವೆ. ಆಗ ಮೇಸ್ತ್ರಿ ಬಂದು ಶಪಿಸಲು ಪ್ರಾರಂಭಿಸುತ್ತಾನೆ. ನಮ್ಮ ಕನಸುಗಳೆಲ್ಲ ಹರಿದು ಹಾರಿಹೋಗುತ್ತವೆ. ದೇಹ ಕನಸುಗಳೆರಡೂ ಎಂದಿನಂತೆಯೇ ನಗ್ನವಾಗಿ ಉಳಿಯುತ್ತವೆ.

* * *

ಅದಕ್ಕಾಗಿಯೇ ನಾವು ಒಂದು ದಿನ ಮುಷ್ಕರ ಹೂಡಿದುದು. ಕೆಂಬಾವುಟದ ಕಡೆಯವರು ಬಂದರು. ಅವರು ಹಿಂದೆಯೂ ಹಲವು ಬಾರಿ ಬಂದಿದ್ದರು. ಆದರೆ ನಾನವರ ಸಂಘವನ್ನು ಸೇರಿರಲಿಲ್ಲ. ದಿನವಿಡೀ ನಾನು ದುಡಿಯುತ್ತಿದ್ದೆ. ಸಂಜೆ ಕೆಲವೊಮ್ಮೆ ಚಿತ್ರಗಳನ್ನು ನೋಡುವುದು, ಆಮೇಲೆ ಯಾವುದಾದರೂ ಸಿನೆಮಾ ಹಾಡು ಹೇಳುತ್ತ ಮನೆಗೆ ನಡೆಯುವುದು. ಮನೆಯಲ್ಲಿ ಒಣರೊಟ್ಟಿ ತಿಂದು ಅಷ್ಟು ಕೊಟ್ಟುದಕ್ಕಾಗಿ ದೇವರಿಗೆ ಕೃತಜ್ಞತೆ ಸಲ್ಲಿಸಿ ಮಲಗಿಕೊಳ್ಳುವುದು. ಆಗ ಧಾನ್ಯಗಳ ಬೆಲೆ ಆಕಾಶಕ್ಕೇರಿತು. ದಿನನಿತ್ಯಕ್ಕೆ ಬೇಕಾದ ಇದ್ದಲು ಕಳ್ಳಸಂತೆಯಲ್ಲಿ ಮಾತ್ರ ದೊರಕುವುದು ಸಾಧ್ಯವಾಯಿತು. ನನ್ನ ಸಂಬಳ ನಾಲ್ಕು ಪಾಲಷ್ಟು ಕಡಿಮೆಯಾದಂತೆ ಕಂಡಿತು ನನಗೆ.

ನಾನು ಉಪವಾಸವೇ ಇರಬೇಕಾಯಿತು. ಮಕ್ಕಳು ಮರಿಗಳಿಗೆ ಹರಕು ಚಿಂದಿಯೇ ಗತಿ. ಮನೆ ಬಾಡಿಗೆಯನ್ನು ಕೊಡುವುದು ಕೂಡ ಕಷ್ಟವಾಯಿತು. ಈಗ ನಾನು ಸಿನೆಮಗಳಿಗೆ ಹೋಗುವುದನ್ನು ನಿಲ್ಲಿಸಿದೆ. ಈವರೆಗೆ ನಾನು ಹಳೆಯ ಹಾಡುಗಳನ್ನಾದರೂ ಹಾಡುತ್ತಿದ್ದೆ. ಕೆಲವೊಮ್ಮೆ ನಾನೇ ಹಾಡು ಕಟ್ಟುತ್ತಿದ್ದೆ. ಅದರಿಂದ ಸ್ವಲ್ಪವಾದರೂ ಮನಸ್ಸಿಗೆ ಸುಖವಾಗುತ್ತಿತ್ತು. ಆದರೆ ಈಗ ನನ್ನ ತುಟಿಗಳು ಒಣಗಿಹೋದುವು. ಹಳೆಯ ಹಾಡೂ ಇಲ್ಲ, ಹೊಸತೂ ಬಾರದು. ಕೆಲವೊಮ್ಮೆ ಕುಳಿತು ಆಲೋಚಿಸುವೆ. ಚಿತ್ರದಲ್ಲಿ ನೋಡಿದ, ಶ್ರಮಜೀವಿಯನ್ನು ಪ್ರೀತಿಸುವ ಆ ಗಿರಣಿ ಯಜಮಾನನ ಮಗಳು ವಯ್ಯಾರದಿಂದ ಈಗ ಬಂದರೆ ಅದೊಂದು ದೊಡ್ಡ ತಮಾಷೆಯೇ ಆದೀತು! ಆದರೆ ವಾಸ್ತವ ಜೀವನದಲ್ಲಿ ಅದೆಲ್ಲ ಇಲ್ಲ. ನಮ್ಮ ಗಿರಣಿ ಯಜಮಾನನ ಮಗಳು ಕಾರಿನಲ್ಲೇ ಓಡಾಡುತ್ತಾಳೆ. ಬೀದಿಯಲ್ಲಿ ಹೋಗುವಾಗ ನಮ್ಮತ್ತ ಕಣ್ಣೆತ್ತಿ ಕೂಡಾ ನೋಡಳು ಆಕೆ. ಹಾಗೆ ನೋಡಿದರೆ "ಕಣ್ಣುಗಳೆರಡು ಕೂಡಿದುವು..." ಎಂಬ ಸಿನೆಮಾ ಹಾಡನ್ನಾದರೂ ಹಾಡಬಹುದಿತ್ತು.

ಆದುದರಿಂದ ಮಜೂರರು ಮುಷ್ಕರದ ಮತ ತೆಗೆದಾಗ ನಾನೂ ಅವರೊಡನೆ ಸೇರಿಕೊಂಡೆ. ಮುಷ್ಕರವೆಂದರೆ ಹೂವಿನ ಹಾಸಿಗೆಯಲ್ಲ. ಯಾವಾಗಲೂ ದುಡಿದು ಅಭ್ಯಾಸವಾದವನಿಗೆ ಸುಮ್ಮನೆ ಕೂರುವುದೆಂದರೆ ಒಗ್ಗದು. ಮುಷ್ಕರವೆಂದೊಡನೆಯೇ ಉಟ್ಟ ಬಟ್ಟೆಯನ್ನು ಇನ್ನೂ ಸ್ವಲ್ಪ ಬಿಗಿಯಬೇಕಾಗುತ್ತದೆ. ಮುಷ್ಕರದಲ್ಲಿರುವಾಗ ಸುಖವಾಗಿ ಕಾಲ ಕಳೆಯಬಹುದೆಂದರೆ ನಮ್ಮಲ್ಲೇನಾದರೂ ಬ್ಯಾಂಕಿನಲ್ಲಿ ಕಟ್ಟಿಟ್ಟ ಹಣವಿಲ್ಲ.

ಎಲ್ಲರೂ ಹೇಳುತ್ತಾರೆ: ಮಜೂರರು ಮುಷ್ಕರ ಹೂಡಬಾರದು; ಹೆಚ್ಚು ದುಡಿಯಬೇಕು, ಹೆಚ್ಚು ಬಟ್ಟೆ ನೇಯಬೇಕು. ಅದಕ್ಕೆ ನಾವೂ ಒಪ್ಪುತ್ತೇವೆ, ಹೆಚ್ಚು ದುಡಿಯಲು, ಹೆಚ್ಚು ಬಟ್ಟೆ ನೇಯಲು ನಾವು ಸಿದ್ಧರಿದ್ದೇವೆ. ಆದರೆ ನಾವು ಹೆಚ್ಚು ನೆಯ್ದಂತೆಯೇ ಬಟ್ಟೆಯ ಬೆಲೆ ಏರುತ್ತದೆ. ಗಿರಣಿ ಮಾಲಿಕನ ಹೊಟ್ಟೆ ದೊಡ್ಡದಾಗುತ್ತಾ ಹೋಗುತ್ತದೆ. ನಮ್ಮ ಗಂಟು ಕಡಿಮೆ ಯಾಗುತ್ತ ಬರುತ್ತದೆ. ಬಂಧು, ನಮ್ಮ ಬಗ್ಗೆಯೂ ಆಲೋಚಿಸಲು ಯಾರೊಡನಾದರೂ ಸ್ವಲ್ಪ ಹೇಳು. ಹಿಂದೆ ನಾವು ನಾಲ್ಕಾಣೆ ಕೊಟ್ಟು ಒಂದು ಸಿನೆಮಾ ಆದರೂ ನೋಡುತ್ತಿದ್ದೆವು. ಇಂದು ಅದೂ ಸಾಧ್ಯವಿಲ್ಲ. ನಾವೇನು ಮಾಡಬೇಕು!

* * *

ಹಾಗೆಯೇ ನಾವು ಮುಷ್ಕರ ಹೂಡಿದೆವು. ಅದು ಮಹತ್ವದ ಮುಷ್ಕರ. ಬೆರಳೆಣಿಕೆಯಷ್ಟು ಕರಿಗಾಲುಗಳನ್ನು ಬಿಟ್ಟರೆ ಮತ್ತಾರೂ ಕೆಲಸಕ್ಕೆ ಹೋಗಲಿಲ್ಲ. ನಾವು ಬಹಳ ಉತ್ಸಾಹ ದಿಂದಿದ್ದೆವು. ಪೊಲೀಸರು ಎಲ್ಲೆಲ್ಲಿಯೂ ಇದ್ದರು. ಆದರೆ ನಾವು ನಮ್ಮ ಗಿರಣಿಯ ಹೊರಗೆ ಸಣ್ಣ ಸಣ್ಣ ಗುಂಪುಗಳಾಗಿ ಹರಟೆ ಹೊಡೆಯುತ್ತಿದ್ದೆವು. ಕುರುಡ ಹುಡುಗ ಎಂದಿನಂತೆಯೇ ಬಂದ. ಹಾಡು ಹಾಡಿದ. ಆದರೆ ಒಂದು ಪುಸ್ತಕ ಕೂಡ ಮಾರಿ ಹೋಗಲಿಲ್ಲ. ಅವನು ತನ್ನ ಮಧುರ ಸ್ವರದಲ್ಲಿ ಆಕರ್ಷಕ ರೀತಿಗಳನ್ನೆಲ್ಲ ಉಪಯೋಗಿಸಿದ. ಆದರೆ ಒಬ್ಬನೂ ಜೇಬಿನಿಂದ ಒಂದಾಣೆ ತೆಗೆಯಲಿಲ್ಲ. ಬಂಧು, ಕಾರಣ ನಿನಗೆ ಗೊತ್ತಿದೆ; ನಾವು ಮುಷ್ಕರದಲ್ಲಿದ್ದೇವೆ. ಒಂದಾಣೆಯೆಂದರೆ ಅಷ್ಟೇ ಬೆಲೆಯಿದೆ. ಎರಡು ಹೊತ್ತಿನ ಊಟಕ್ಕೆ ಬದಲಾಗಿ ಕಡಲೆ ಕಾಳನ್ನಾದರೂ ಕೊಂಡುಕೊಳ್ಳಬಹುದು, ಈ ಒಂದಾಣೆಯಿಂದ.

ಕೆಲವೊಮ್ಮೆ ಜನರಾಡಿಕೊಳ್ಳುವುದನ್ನು ಕೇಳುವಾಗ ನನಗೆ ನಗು ಬರುತ್ತದೆ: ಚಳವಳಿಗಾರರ ಮೋಸಕ್ಕೆ ಬಲಿಯಾಗಿ ಈ ಮಜೂರರು ಮುಷ್ಕರ ಹೂಡ್ತಾರೆ? ಮುಷ್ಕರದಲ್ಲಿರುವಾಗ ಮಜೂರರು ಮೃಷ್ಟಾನ್ನ ಉಣ್ಣುವುದಿಲ್ಲ ಎಂದು ಬಹುಶಃ ಅವರಿಗೆ ತಿಳಿದಿಲ್ಲ. ಒಣರೊಟ್ಟಿ

ತಿಂದು, ಕಂಠ ಶೋಷಣೆ ಮಾಡಿ, ಮುಷ್ಟಿ ಭದ್ರಮಾಡಿ ದೇಹದಲ್ಲಿರುವ ರಕ್ತವನ್ನು ಬತ್ತಿಸಿಕೊಳ್ಳುತ್ತಾರೆ. ಅವರು ಮುಷ್ಕರ ಹೂಡುವುದು ಹೀಗೆ. ತಮ್ಮ ಮಕ್ಕಳು ಹಸಿವೆಯಿಂದ ಸಾಯುವುದನ್ನು, ಹೆಂಡಂದಿರು ಗೆಡ್ಡೆ ಗೆಣಸು ಬೇಯಿಸುವುದನ್ನು ನೋಡುತ್ತಿರುತ್ತಾರೆ. ಮತ್ತೆ ಗಿರಣಿ ಬಾಗಿಲಿಗೆ ಹೋಗಿ ಹಲ್ಲು ಕಿರಿಯುತ್ತ ನಿಲ್ಲುತ್ತಾರೆ. ಆದರೆ ಒಳಗೆ ಹೋಗುವುದಿಲ್ಲ. ಹಲವಾರು ಶಕ್ತಿಗಳು ಅವರನ್ನು ಒಳಗೆ ಹೋಗಲು ಪ್ರೇರೇಪಿಸುತ್ತವೆ. ಸತ್ಯ ಹೇಳುವುದಿದ್ದರೆ ಗುಂಡು ತಾಗಿ ಸಾಯುವುದು ಮುಷ್ಕರ ಮಾಡುವುದಕ್ಕಿಂತ ಸುಲಭ.

ಆ ಕುರುಡ ಹುಡುಗನಿಗೆ ಹಾಡಿ ಸಾಕಾಯಿತು. ಆಯಾಸಗೊಂಡ ಅವನು ಹೋಗಿ ಅಲ್ಲೇ ಸಮೀಪದಲ್ಲಿದ್ದ ಒಂದು ಅಂಚೆ ಪೆಟ್ಟಿಗೆಗೆ ಒರಗಿಕೊಂಡ. ಅವನ ಕಣ್ಣುಗಳಲ್ಲಿ ಹನಿಮೂಡಿ ಬರುವ ಸ್ಥಿತಿಯಿತ್ತು. ನಮ್ಮಂತೆಯೇ ಅವನು ಚಿಂತೆಗೊಳಗಾಗಿದ್ದ. ಮೆಲ್ಲಗೆ ನಾನು ಅವನಿದ್ದೆಡೆಗೆ ನಡೆದೆ.

"ಇಂದು ಎಷ್ಟು ಪುಸ್ತಕಗಳು ಮಾರಿಹೋದುವು ?" ನಾನು ಕೇಳಿದೆ.

"ಒಂದೂ ಇಲ್ಲ."

"ಈಗ ಅವು ಇಲ್ಲಿ ಮಾರಿಹೋಗುವಂತಿಲ್ಲ."

"ಯಾಕೆ ?"

"ಈಗ ಇಲ್ಲಿ ಮುಷ್ಕರ ನಡೆದಿದೆ. ಮಜೂರರು ಕೆಲಸಕ್ಕೆ ಹೋಗೋದಿಲ್ಲ."

"ಯಾಕೆ ? ಅವರಿಗೆ ಸೌಖ್ಯವಿಲ್ಲವೇನು ?"

"ಇಲ್ಲ. ಅವರು ಸೌಖ್ಯವಾಗಿಯೇ ಇದ್ದಾರೆ. ಒಂದು ರೀತಿಯಿಂದ ಇಲ್ಲವೆಂದರೂ ಸರಿಯೇ. ಉಣ್ಣಲು ಅನ್ನವಿಲ್ಲದಿರುವಾಗ, ಉಡಲು ಬಟ್ಟೆಯಿಲ್ಲದಾಗ, ಮನಸ್ಸಿಗೆ ಸುಖವಿಲ್ಲದಾಗ, ದುಡಿಯುವುದಾದರೂ ಹೇಗೆ ?"

ನಾಲಗೆಯನ್ನು ಒಣಗಿದ ತುಟಿಗಳ ಮೇಲೆ ಓಡಿಸುತ್ತ ಹುಡುಗ ಹೇಳಿದ:

"ನಾನಿವತ್ತು ಒಂದು ಪುಸ್ತಕವನ್ನೂ ಮಾರಿಲ್ಲ."

"ಇಲ್ಲಿ ಇವತ್ತು ಮುಷ್ಕರ ನಡೆಯುತ್ತಾ ಇದೆ."

"ನಮಗೆ ಸ್ವಾತಂತ್ರ್ಯ ಬಂತೂಂತ ಹೇಳಿದರಲ್ಲ, ಆ ದಿನ ಕೂಡಾ ಒಂದು ಪುಸ್ತಕವೂ ಮಾರಿಹೋಗ್ಲಿಲ್ಲ. ಜನರೆಲ್ಲ ಸಂತೋಷದಿಂದ ನಲೀತಿದ್ದರು."

"ನೀನೇಕೆ ನಲೀಲಿಲ್ಲ ?"

"ನನಗೆ ಹಸಿವಾಗಿತ್ತು."

ನಾನು ಸುಮ್ಮನಾದೆ. ಮತ್ತೆ ಜೇಬಿನಿಂದ ಒಂದಾಣೆ ತೆಗೆದು ಅವನಿಗೆ ಕೊಟ್ಟೆ. ಆತ ಅದನ್ನು ಹಿಂದೆ ಕೊಟ್ಟ.

"ನಾನು ಕುರುಡನೇನೋ ಹೌದು. ಆದರೆ ಬೇಡುವವನಲ್ಲ. ನನ್ನ ತಂದೆ ಇದೇ ಗಿರಣಿಯಲ್ಲಿ ದುಡೀತಿದ್ದ. ಒಂದು ಅವಘಡದಿಂದ ತೀರಿಕೊಂಡ."

"ಹೇಗೆ ?"

"ಮೇಸ್ತ್ರಿ ಮಾಡಿದ ಯಾವುದೋ ತಪ್ಪಿನಿಂದ ಯಂತ್ರದೆಡೆಗೆ ಸಿಕ್ಕಿ."

ನಾನು ಹೇಳಿದೆ : "ಒಂದಾಣೆಯನ್ನು ತೆಗೆದುಕೋ."

"ಇಲ್ಲ. ನಾನು ತೆಗೆದುಕೊಳ್ಳಲಾರೆ." ಅವನ ತುಟಿಗಳು ಕೂಡಿ ಬಂದುವು.

ನಾನು ಅಲ್ಲಿಂದ ಹೊರಟುಹೋದೆ.

*   *   *

ನಾನು ಅವನನ್ನು ಪ್ರತಿದಿನವೂ ನೋಡುತ್ತಿದ್ದೆ. ಎಂದಿನಂತೆಯೇ ಅವನು ಪುಸ್ತಕಗಳನ್ನು ಹೊತ್ತುಕೊಂಡು ಹಾಡುತ್ತಿದ್ದ. ಆದರೆ ಯಾರೂ ಕೊಂಡುಕೊಳ್ಳುತ್ತಿರಲಿಲ್ಲ. ಆಯಾಸವಾದಾಗ ಅಲ್ಲೇ ಇದ್ದ ಅಂಚೆಪೆಟ್ಟಿಗೆಗೆ ಹೋಗಿ ಒರಗಿಕೊಳ್ಳುತ್ತಿದ್ದ.

ನಾನು ಹೇಳಿದೆ: "ಈಗ ಎಲ್ಲರೂ ಮುಷ್ಕರದಲ್ಲಿರೋದ್ರಿಂದ ಸಿನೆಮಾ ಹಾಡಿನಲ್ಲಿ ಯಾರಿಗೂ ಮನಸ್ಸಿಲ್ಲ. ಬೇರೆಲ್ಲಿಯಾದರೂ ಹೋಗು."

"ನಾನು ಎಲ್ಲಿಗೆ ಹೋಗಲಿ? ಬೇರೆ ದಾರಿ ಯಾವುದೂ ನನಗೆ ಗೊತ್ತಿಲ್ಲ."

ನಾನು ಹೇಳಿದೆ:

"ಕೋಟೆಗೆ ಹೋಗು. ಅಲ್ಲಿ ದೊಡ್ಡ ದೊಡ್ಡವರಿದ್ದಾರೆ. ನಿನ್ನ ಪುಸ್ತಕಗಳನ್ನು ಅಲ್ಲಿ ಮಾರಬಹುದು. ಬಾ, ನಾನಲ್ಲಿಗೆ ನಿನ್ನನ್ನು ಕರಕೊಂಡು ಹೋಗ್ತೇನೆ."

ಅವನನ್ನು ಕೋಟೆಗೆ ಕರಕೊಂಡು ಹೋದೆ. ಆದರೆ ಮರುದಿನವೇ ಆತ ಹಿಂದೆ ಬಂದ.

"ಅವರು ನೋಡೋದು ಇಂಗ್ಲಿಷ್ ಚಿತ್ರಗಳನ್ನು, ಹಿಂದೀ ಚಿತ್ರಗಳ ಹಾಡುಗಳನ್ನು ಅವರು ರೇಡಿಯೋದಲ್ಲಿ ಕೇಳ್ತಾರೆ. ನನ್ನ ಪುಸ್ತಕಗಳನ್ನು ಅವರು ಕೊಂಡುಕೊಳ್ಳೋದಿಲ್ಲ."

ಮತ್ತೆ ಆ ಕೆಂಬಾವುಟದ ಕಡೆಯವರು ಬಂದರು. ಅವರೊಡನೆ ಅನೇಕ ಗಿರಣಿಗಳಿಂದ ಮಜೂರರೂ ಬಂದಿದ್ದರು. ನಾವೆಲ್ಲ ಅವರನ್ನು ಸಂತೋಷದಿಂದ ಸ್ವಾಗತಿಸಿದೆವು; ಘೋಷಣೆ ಗಳನ್ನು ಮಾಡಿದೆವು; ಕ್ರಾಂತಿ ಗೀತೆಗಳನ್ನು ಹಾಡಿದೆವು. ನಾವು ಹಾಡುತ್ತಿದ್ದಾಗ ಆ ಕುರುಡ ನಮ್ಮತ್ತ ಬರುವುದು ಕಂಡಿತು. ರಾಗ ತಿಳಿಯುವವರೆಗೆ ಅವನು ಮೆಲ್ಲನೆ ಹಾಡಿದ. ಮತ್ತೆ ಅವನು ಆವೇಶದಿಂದ ಗಟ್ಟಿಯಾಗಿ ಹಾಡಲು ಪ್ರಾರಂಭಿಸಿದ; ನಾವು ಅವನನ್ನೇ ಅನುಸರಿಸಿದೆವು. ಅವನ ಧ್ವನಿಯಲ್ಲಿ ಮಧುರತೆಯಿತ್ತು; ಆಕರ್ಷಕ ಶಕ್ತಿಯಿತ್ತು. ಅವನ ಹಾಡನ್ನು ಎಲ್ಲರೂ ಮೆಚ್ಚುತ್ತಿದ್ದರು. ಹಾಡು ಮುಗಿದ ಮೇಲೆ ಆ ಪುಟ್ಟ ಹುಡುಗನನ್ನು ನಾವೆಲ್ಲಾ ತುಂಬಾ ಹೊಗಳಿದೆವು. ಮಜೂರರು ಅವನನ್ನು ಎತ್ತಿ ಹೆಗಲ ಮೇಲೆ ಕುಳ್ಳಿರಿಸಿದರು; ಮತ್ತೆ ಅವನ ಕೈಗೆ ಕೆಂಬಾವುಟವನ್ನಿತ್ತು ಹೇಳಿದರು:

"ಇದು ಫಜ್ಲಿ ಮಾಮನ ಮಗ. ಫಜ್ಲಿ ರಹಮಾನ್ – ನಮ್ಮ ಗಿರಣಿಯಲ್ಲಿ ದುಡೀತಿದ್ದ. ಇದು ಫಜ್ಲಿ ಮಾಮನ ಮಗ!"

ಕುರುಡ ಹುಡುಗನ ಮೋರೆಯಲ್ಲಿ ಸಂತಸದ ನಗುವೊಂದನ್ನು ನೋಡಿದೆ. ಆತ ಹೇಳಿದ:

"ಈ ಹಾಡನ್ನು ನಾನು ತುಂಬಾ ಮೆಚ್ತೇನೆ."

ನಾನು ಹೇಳಿದೆ:

"ಇದು ನಮ್ಮ ಹಾಡು."

ಆತ ಕೇಳಿದ:

"ಅವರು ಬಾವುಟವನ್ನು ನನ್ನ ಕೈಗಿತ್ತರು... ಅದು ಹೇಗೆ? ನಾನಿನ್ನೂ ಚಿಕ್ಕವನು."

"ನೀನು ಹುತಾತ್ಮನೊಬ್ಬನ ಮಗ – ಫಜ್ಲಿ ರಹಮಾನನ ಮಗ."

"ನಮ್ಮ ಬಾವುಟದ ಬಣ್ಣ ಯಾವುದು?" ಅವನು ಕೇಳಿದ

"ಕೆಂಪು."

"ಕೆಂಪು ಬಣ್ಣ ಯಾವುದರ ಹಾಗಿದೆ?"

"ನೀನು ತಿಳಿಯೆ. ನೀನು ಕೆಂಬಣ್ಣವನ್ನು ನೋಡಿಲ್ಲ. ಆದರೆ ನಾನು ಹೇಳ್ತೇನೆ: ಕೆಂಪು ಮನುಷ್ಯನ ಎದೆಯ ನೆತ್ತರಿನಂತಿದೆ. ಮಜೂರರ ದುಡಿಮೆಯ ಬಣ್ಣ ಅದು."

ಬಾವುಟವನ್ನು ಕೈಯಲ್ಲಿ ಮುಟ್ಟಿ ಅರಿತುಕೊಂಡ ಆತ.

"ಈಗ ನಾನು ಈ ಬಣ್ಣವನ್ನು ಮರೀಲಾರೆ."

"ಹೇಗೆ ?"

"ಅದನ್ನು ನಾನು ಹೇಳೋದಿಲ್ಲ" ಎಂದು ಅವನು ನಕ್ಕ. ಮತ್ತೆ ಒಂದು ಕ್ಷಣ ಕಳೆದು ಹೇಳಿದ: "ಅದು ಬಹಳ ಒಳ್ಳೆಯ ಹಾಡು. ಅದನ್ನು ಹಾಡಿದ ಮೇಲೆ ನನ್ನ ಬೇರೆ ಹಾಡುಗಳನ್ನು ಹಾಡಲು ಮನಸ್ಸೇ ಬಾರದು. ಇಂಥ ಇತರ ಹಾಡುಗಳು ನಿನಗೆ ತಿಳಿದಿವೆಯೆ ?"

ನಾನು ಸುತ್ತಲೂ ನೋಡಿದೆ. ಮತ್ತೆ ಕಿವಿಯಲ್ಲಿ ಹೇಳಿದೆ: "ಯಾರಿಗೂ ಹೇಳಬೇಡ – ನಾನು ಹಾಡುಗಳನ್ನೂ ಬರೀತೇನೆ. ಆದರೆ ಅವು ಅಷ್ಟು ಒಳ್ಳೆಯದಿಲ್ಲ. ಅವನ್ನು ಬೇರೆಯವರಿಗೆ ತೋರಿಸಲು ನಾಚಿಕೆಯಾಗ್ತದೆ."

ಅವನು ಹೇಳಿದ:

"ನೀನು ಬರೆ. ನಾನು ಹಾಡ್ತೇನೆ. ಇಂಥ ಕೆಂಪು ಗೀತೆಗಳನ್ನೆ ಬರೆ, ತಿಳೀತೇನು ?"

* * *

ಆ ದಿನ ರಾತ್ರಿ ನಾನೊಂದು ಕವನ ಕಟ್ಟಿದೆ. ಅದು ಅಷ್ಟೊಂದು ಮಧುರವಾಗಿರಲಿಲ್ಲ. ಆದರೆ ಅದು ನನ್ನ ಹೃದಯದಿಂದ ಮೂಡಿಬಂದಿತ್ತು. ಆ ಹಾಡಿನಲ್ಲಿ ನನ್ನ ಹೃದಯದ ಬೇನೆ, ಪ್ರಿಯೆಯ ಸಂಕಷ್ಟ, ಪ್ರೀತಿಯ ಮಗುವಿನ ಹಸಿವೆ ಎಲ್ಲವನ್ನೂ ಎತ್ತಿ ತೋರಿಸಿದ್ದೆ. ಮತ್ತೆ ನಾನು ಆ ಹಸಿದ ನನ್ನ ಹಾಡನ್ನು ಕುರುಡ ಮಿತ್ರನಲ್ಲಿ ಕೊಂಡುಹೋದೆ. ಅವನು ಅದಕ್ಕೆ ತನ್ನ ಕತ್ತಲೆಯ ಸಾಮ್ರಾಜ್ಯದಲ್ಲಿ ಕಂಡ ಬೆಳಕು, ಹೃದಯದ ದುಗುಡ – ಎಲ್ಲವನ್ನೂ ಸೇರಿಸಿದ. ಗೀತೆ ಖಡ್ಗ ವಾಯಿತು. ಅವನು ಅದನ್ನು ಹಾಡಿದಾಗ ಸಾವಿರ ನಗ್ನ ಖಡ್ಗಗಳು ಗಿರಣಿಯ ಮುಂದೆ ನಲಿವಂತೆ ಕಂಡಿತು. ಮಜೂರರ ಗುಂಪು ಗಿರಣಿಯತ್ತ ಮುನ್ನುಗ್ಗಿತು. ಮ್ಯಾನೇಜರ್ ಸೈನಿಕರನ್ನು ಕರೆದ.

ನಾವು ಮನೆಗೆ ಹೋದೆವು.

* * *

ಹೀಗೆ ಹಲವು ದಿನಗಳು ಕಳೆದುವು. ನಾವು ಅಲ್ಪ ಸ್ವಲ್ಪ ಕೂಡಿಟ್ಟದ್ದೆಲ್ಲ ಮುಗಿಯಿತು. ನಮ್ಮ ಆಶೆಗಳೆಲ್ಲಾ ಒಂದೊಂದಾಗಿ ಉರುಳಿದುವು. ಹಲವರು ಮಜೂರರು ಕೆಲಸಕ್ಕೆ ಹಿಂದಿರುಗು ವುದನ್ನು ಕುರಿತು ಈಗಾಗಲೇ ಆಲೋಚಿಸುತ್ತಿದ್ದರು. ಗಿರಣಿ ಮಾಲಿಕ ಒಂದಿಷ್ಟು ಬಗ್ಗಲಾರ. ಮಧ್ಯಸ್ಥಿಕೆಗೆ ಬಂದವರೂ ನಮ್ಮನ್ನೇ ತೆಗಳಿದರು. ಪತ್ರಿಕೆಗಳೆಲ್ಲ ಹಣವಂತರ ಕೈಯಲ್ಲಿ; ಅವು ನಮ್ಮ ಮೇಲೆಯೇ ಆರೋಪ ಹೊರಿಸಿದುವು. ಯಾರೂ ನಮ್ಮ ನೆರವಿಗೆ ಬರಲಿಲ್ಲ. ಮುಂದೆ ಏನಾಗುವುದೆಂದು ತವಕದಿಂದ ನಾವಿದ್ದೆವು. ಯಾವ ತೀರ್ಮಾನವೂ ಕಣ್ಣ ಮುಂದಿರಲಿಲ್ಲ. ಮತ್ತೆ, ಇಂದು ಅನೇಕ ಮಜೂರರು ಕೆಲಸಕ್ಕೆ ಹಿಂದಿರುಗುವ ನಿರ್ಧಾರ ಮಾಡಿದರು. ನಾವು ಅವರನ್ನು ತಡೆಯಲು ಪ್ರಯತ್ನಿಸಿದೆವು. ಆದರೆ ಅವರು ನಮ್ಮನ್ನು ಕೇಳಲಾರರು.

ನನಗೆ ತುಂಬಾ ದುಃಖವಾಯಿತು. ನನ್ನ ಕುರುಡ ಮಿತ್ರ ಕೂಡ ತುಂಬಾ ನೊಂದುಕೊಂಡ. ನಾವು ನಿಧಾನವಾಗಿ ಗಿರಣಿಯ ಸಮೀಪದಿಂದ ಹೊರಟೆವು. ಅವನು ಕೇಳಿದ:

"ನಾಳೆ ಮಜೂರರು ಹಿಂದಿರುಗ್ತಾರೇನು ?"

"ಹೌದು", ಎಂದು ನಾನು ನೇರವಾಗಿ ಹೇಳಿದೆ.

"ನೀನು ಕೂಡ ?"

"ಇಲ್ಲ."

"ಮತ್ತೇನು ಮಾಡುವೆ ?"

ನಾನು ಉತ್ತರಿಸಲಿಲ್ಲ.

ಅವನು ಹೇಳಿದ :

"ಅವರು ಬಾವುಟವನ್ನು ನನ್ನ ಕೈಗಿತ್ತರು."

ಅದಕ್ಕೂ ನಾನು ಮರುನುಡಿಯಲಿಲ್ಲ.

ನಾವು ಹೂ ಮಾರುವವನ ಅಂಗಡಿಯ ಬಾಗಿಲಲ್ಲಿ ಹೋಗುತ್ತಿದ್ದೆವು. ಅವನು ಅಲ್ಲಿ ಮೌನವಾಗಿ ನಿಂತ. ಬಹಳ ಹೊತ್ತು ನಿಂತ. ಮತ್ತೆ ಹೇಳಿದ :

"ನನಗೆ ಈ ಹೂಗಳೆಂದರೆ ತುಂಬಾ ಪ್ರೀತಿ. ಎಂಥ ಮಧುರ ಸುವಾಸನೆ! ಯಾರಾದರೂ ನನಗೆ ತುಂಬಾ ಹೂಗಳನ್ನು ಕೊಟ್ಟರೆ!"

ನಾನು ಹೇಳಿದೆ :

"ನನ್ನ ಜೇಬಿನಲ್ಲಿ ಎರಡು ಬಿಲ್ಲೆಗಳಿವೆ"

"ಹೋಗೋಣ. ರೊಟ್ಟಿ ಕೊಂಡುಕೊಳ್ಳೋಣ."

* * *

ಮರುದಿನ ಸೂರ್ಯ ಮೂಡುವ ಮೊದಲೇ ನಾವಿಬ್ಬರೂ ಗಿರಣಿ ಬಾಗಿಲಲ್ಲಿದ್ದೆವು. ಅವನು ಕೈಯಲ್ಲಿ ಬಾವುಟವನ್ನು ಹಿಡಿದಿದ್ದ. ಬಾಯಲ್ಲಿ ನನ್ನ ಹೊಸಗೀತವನ್ನು ಹಾಡುತ್ತಿದ್ದ. ನಾನು ಈ ಮೊದಲು ಇಷ್ಟು ಒಳ್ಳೆಯ ಹಾಡನ್ನು ಬರೆದಿದ್ದಿಲ್ಲ; ಇದಕ್ಕಿಂತ ಮೊದಲು ಅಂದಿನಷ್ಟು ಮಧುರವಾಗಿ ನಾವು ಹಾಡಿದ್ದೂ ಇಲ್ಲ. ಅದು ಕೊನೆಯ ಹುಚ್ಚು ಪ್ರಯತ್ನದಂತೆ, ಕತ್ತಲಿಗೆ ಮಣಿಯಲು ನಿರಾಕರಿಸುವ ಬೆಳಕಿನ ಕೊನೆಯ ಕಿರಣದಂತೆ, ಕೊನೆಯಿಲ್ಲದ ದುಡಿಮೆಯ ಬೆವರು ಅಂತ್ಯವಿಲ್ಲದ ಹಾಡಿನ ಹೊಳೆಯಾಗಿ ಹರಿದಂತೆ ಇತ್ತು.

ಯಾರೂ ಗಿರಣಿಯ ಒಳಗೆ ಹೋಗಲಿಲ್ಲ. ಯಾರು ಬಂದರೂ ಅವರೆಲ್ಲ ಹಾಡಿನಲ್ಲಿ ತಲ್ಲೀನರಾಗಿ ಹೋದರು. ಪರಿಸ್ಥಿತಿ ಮಾಲಿಕರಿಗೆ ವಿರೋಧವಾಗಿ ಹೋದಾಗ ಅವರ ಚೇಲರು ನಮ್ಮ ಮೇಲೆ ಬಿದ್ದರು. ನಾವದನ್ನು ಎದುರಿಸಿದೆವು. ಗುಂಡಿನ ಸುರಿಮಳೆ ಪ್ರಾರಂಭವಾಯಿತು. ಕುರುಡ ಹುಡುಗ ಬೀಳುವುದನ್ನೂ ಇನ್ನೊಬ್ಬ ಮಜೂರ ಬಾವುಟವನ್ನು ಅವನ ಕೈಯಿಂದ ತೆಗೆದುಕೊಳ್ಳುವುದನ್ನೂ ನಾನು ನೋಡಿದೆ. ನಾನು ಓಡಿಹೋಗಿ ಹುಡುಗನನ್ನು ಕೈಯಲ್ಲೆತ್ತಿಕೊಂಡೆ. ಗುಂಪಿನಿಂದ ಹೊರಬಿದ್ದೊಡನೆಯೇ ನಾನು ಅವನನ್ನೆತ್ತಿಕೊಂಡು ಆಸ್ಪತ್ರೆಯತ್ತ ಓಡಿದೆ.

ಆಸ್ಪತ್ರೆಯಲ್ಲಿ ಅನೇಕ ಮಜೂರರು ಅವನ ಸುತ್ತ ಕೂಡಿದ್ದರು. ಅವನು ಬೇಗನೆ ಕೊನೆಯುಸಿರು ಎಳೆಯುವುದು ಖಂಡಿತ ಎಂದು ಡಾಕ್ಟರ್ ಹೇಳಿದ್ದ.

ಹುಡುಗ ಕೇಳಿದ:

"ಯಾರೂ ಗಿರಣಿಯೊಳಗೆ ಹೋಗಲಿಲ್ಲವಷ್ಟೆ."

ನಾನು ಹೇಳಿದೆ:

"ಇಲ್ಲ."

ಅವನು ಉದ್ವೇಗದಿಂದ ಕೇಳಿದ :

"ಒಬ್ಬನು ಕೂಡ ?"

"ಒಬ್ಬ ಕೂಡ ಹೋಗಲಿಲ್ಲ."

ಸ್ವಲ್ಪ ಸುಧಾರಿಸಿಕೊಂಡವನಂತೆ ಅವನು ಮೆಲ್ಲನೆ ಹೇಳಿದ:

"ಅವರು ಬಾವುಟವನ್ನು ನನ್ನ ಕೈಗಿತ್ತರು."

ನನ್ನ ಕಣ್ಣುಗಳಲ್ಲಿ ನೀರು ಹರಿಯಿತು, ನರ್ಸ್ ಹುಡುಗನ ತಲೆ ತಟ್ಟಿದಳು. ಅವನ ಮೂಗು ಅರಳಿತು.

"ಎಂಥ ಮಧುರ ಪರಿಮಳ ! ಹೂಗಳೆಲ್ಲಿ ?"

ನರ್ಸ್ ಪರಿಮಳ ದ್ರವ್ಯ ಹಚ್ಚಿಕೊಂಡಿದ್ದಳು. ಅವಳು ಏನೋ ಹೇಳಲು ಪ್ರಾರಂಭಿಸಿದಳು. ನಾನು ಅವಳನ್ನು ತಡೆದು, ಸಮೀಪದಲ್ಲಿದ್ದ ಮಿತ್ರನ ಕಿವಿಯಲ್ಲಿ ಉಸುರಿದೆ : ಅವನು ಹೊರಗೋಡಿದ.

"ಹೂಗಳೆಲ್ಲಿ ?" ಅವನು ಮತ್ತೆ ಕೇಳಿದ.

ನಾನು ಹೇಳಿದೆ :

"ಹೊರಗೆ ಅಂಗಡಿಯಲ್ಲಿವೆ. ನಿನಗಾಗಿ ತರಲು ಒಬ್ಬ ಮಿತ್ರನನ್ನು ಕಳುಹಿಸಿದ್ದೇನೆ."

ಅವನು ಸುಮ್ಮನಾದ. ನಾನು ಹೊರಗೆ ಕಳುಹಿಸಿದ್ದ ಮಿತ್ರ ಮಲ್ಲಿಗೆಯ ಗೊಂಚಲೊಂದನ್ನು ತಂದು ನನ್ನ ಕೈಗಿತ್ತ. ಅದನ್ನು ನಾನು ಕುರುಡ ಹುಡುಗನ ನಡುಗುತ್ತಿದ್ದ ಪುಟ್ಟ ಕೈಗಳ ಮೇಲಿರಿಸಿದೆ.

"ಈ ಹೂಗಳು ಕೆಂಪಾಗಿವೆ. ಅಲ್ಲವೆ ? ಕೆಂಪು ಹೂಗಳು !" ಅವನು ಹೇಳಿದ.

ನರ್ಸ್ ಮತ್ತೇನೋ ಹೇಳಲು ಬಾಯಿ ತೆರೆದಳು. ನಾನು ಕಣ್ಸನ್ನೆಯಿಂದ ಅವಳನ್ನು ತಡೆದೆ.

"ಹೌದು, ನನ್ನ ಪುಟ್ಟ ಬಂಧು, ಅವು ಕೆಂಪಾಗಿವೆ. ಶುದ್ಧ ಕೆಂಪು."

ಅವನು ಪುನಃ ಕೇಳಿದ :

"ನಮ್ಮ ಬಾವುಟದಷ್ಟು ಕೆಂಪು ? ಮನುಷ್ಯನ ಎದೆಗುಂಡಿಗೆಯ ರಕ್ತದಷ್ಟು ?"

"ಹೌದು" ಕಣ್ಣೀರನ್ನು ತಡೆಯುತ್ತ ನಾನು ಉತ್ತರಿಸಿದೆ.

ಅವನು ಸಂತೋಷದಿಂದ ಉಸುರಿದ :

"ಈ ಹೂಗಳು ಬಹಳ ಸುಂದರವಾಗಿವೆ."

ಅರ್ಧಂಬರ್ಧವಾಗಿ ಮುಂದುವರಿಸಿದ :

"ಬಹಳ ಚಂದ ! ಚಂದದ ಕೆಂಪು ಹೂಗಳು ! ಈ ಹೂಗಳ ಹಿಂದೆ ಅಡಗಿಕೊಂಡಂತೆ ಭಾಸವಾಗ್ತದೆ ನನಗೆ..."

ಅವನು ಹೂಗಳನ್ನು ಕೆನ್ನೆಗೆ ಒತ್ತಿಕೊಂಡ; ಕಣ್ಣು ಮುಚ್ಚಿದ – ಮುಚ್ಚಿದ ಕಣ್ಣುಗಳನ್ನು ಮತ್ತೆ ತೆರೆಯಲಿಲ್ಲ.

ಅಲ್ಲಿದ್ದವರಲ್ಲಿ ಯಾರೋ ಗಟ್ಟಿಯಾಗಿ ಅತ್ತರು. ಇನ್ನು ಕೆಲವರು ಮೌನವಾಗಿ ಕಣ್ಣೀರು ಸುರಿಸಿದರು. ಮತ್ತೆ ಕೆಲವರು ಮುಖಗಳನ್ನು ಕೈಗಳಿಂದ ಮುಚ್ಚಿ ದುಃಖಿಸಿದರು.

ಈಗ ಅವನು ನಮ್ಮ ಮುಂದೆ ಇಲ್ಲ. ಅವನ ಗೋರಿಯನ್ನು ಇಂದು ನಾನು ಸಂದರ್ಶಿಸಿದೆ. ಆಗ ಅವನು ನನ್ನೊಡನೆ ಹೇಳಿದಂತೆ ಭಾಸವಾಯಿತು.

"ಅಣ್ಣ, ನನ್ನ ಗೋರಿಯಲ್ಲಿ ಈ ಕೆಂಪು ಹೂಗಳು ಅರಳುವುದು ಯಾವಾಗ ?"

ನಾನು ಅವನಿಗೆ ಹೇಳಿದೆ :

"ತಮ್ಮಾ, ಇವತ್ತು ನಾನು ನಿನ್ನ ಕತೆ ಹೇಳಲಿದ್ದೇನೆ. ಅಲ್ಲಿ ನಾನು ನಿಜವಾಗಿಯೂ ನಿನ್ನ ಪ್ರಶ್ನೆಯನ್ನು ಜನರ ಮುಂದಿಡ್ತೇನೆ." ○

ಅನು : **ಬಿ. ಈಶ್ವರಭಟ್**

O ಭೀಷಮ್ ಸಾಹನಿ

ಸಾಹೇಬ ಭೋಜನಕ್ಕೆ ಬಂದಾಗ

ಶಮಂತ ತಮ್ಮ ಸಾಹೇಬನನ್ನು ಭೋಜನಕ್ಕೆ ಕರೆದಿದ್ದ. ಅದರ ಸಿದ್ಧತೆಯಲ್ಲಿ ಅವನೂ ಅವನ ಹೆಂಡತಿಯೂ ತೊಡಗಿದ್ದರು. ಮುಖದಲ್ಲಿ ಇಳಿಯುತ್ತಿದ್ದ ಬೆವರನ್ನು ಒರೆಸಿಕೊಳ್ಳುವುದಕ್ಕೂ ವ್ಯವಧಾನವಿರಲಿಲ್ಲ. ಹೆಂಡತಿಯ ಸೀರೆ ಕೊಳಕಾಗಿತ್ತು. ತಲೆಯ ಗಂಟು ಕೆದರಿತ್ತು. ಮುಖದ ಪೌಡರ್ ಕರಗಿ ಗೆರೆಗಳಾಗಿದ್ದುವು. ಅವನಂತೂ ಪೇಪರು ಪೆನ್ಸಿಲ್ ಹಿಡಿದು ಸಿಗರೇಟಿನ ಮೇಲೆ ಸಿಗರೇಟು ಸೇದುತ್ತಾ, ರೂಮಿನಿಂದ ರೂಮಿಗೆ ಓಡಾಡುತ್ತಾ, ಕೈಲಿದ್ದ ಲಿಸ್ಟನ್ನು ಟಿಕ್ ಮಾಡುತ್ತಿದ್ದ.

ಐದು ಗಂಟೆಯ ವೇಳೆಗೆ ಸಿದ್ಧತೆಗೆ ಒಂದು ರೂಪ ಬಂದಂತಾಗಿತ್ತು. ಕುರ್ಚಿ, ಟೇಬಲ್ಲು, ನ್ಯಾಪ್‌ಕಿನ್, ಹೂಗೊಂಚಲು... ಎಲ್ಲಾ ವರಾಂಡದಲ್ಲಿ ಸುಂದರವಾಗಿ ಜೋಡಣೆಯಾಗಿತ್ತು. ಡ್ರಾಯಿಂಗ್ ರೂಮಿನಲ್ಲಿ ಒಂದು ಸಣ್ಣ ಬಾರಿನ ಜೋಡಣೆಯೂ ಆಗಿತ್ತು, ಇನ್ನೂ ರೂಮಿನಲ್ಲಿದ್ದ ಕೆಲವು ಸಣ್ಣ ಪುಟ್ಟ ಸಾಮಾನುಗಳ ಕಡೆಗೆ ತಿರುಗಿದರು. ಕೆಲವನ್ನು ಬೀರುವಿನ ಹಿಂದೆ, ಕೆಲವನ್ನು ಮಂಚದ ಕೆಳಗೆ ಸರಿಸಿದರು. ಇದ್ದಕ್ಕಿದ್ದಂತೆಯೇ ಶಮಂತನ ಮುಂದೆ ಸಮಸ್ಯೆಯೊಂದು ನಿಂತಿತು. ಈಗ ಅವ್ವನನ್ನು ಏನು ಮಾಡುವುದು? ಈವರೆಗೂ ಇದು ತೋಚಿರಲಿಲ್ಲ. ಅವನು ತನ್ನ ಹೆಂಡತಿಯ ಕಡೆ ತಿರುಗಿ "ಅವ್ವನನ್ನೇನು ಮಾಡುವುದು?" ಎಂದ.

ಆಕೆ ಕೆಲಸ ನಿಲ್ಲಿಸಿ ಯೋಚಿಸಿದಳು. "ಆಕೆಯನ್ನು ಪಕ್ಕದ ಮನೆಗೆ ರವಾನಿಸಿದರೆ?... ಅಲ್ಲಿಯೇ ರಾತ್ರಿಯನ್ನು ಕಳೆಯಲಿ. ನಾಳೆ ಬೆಳಗಿನಲ್ಲಿ ಕರೆತಂದರಾಯಿತು!" ಎಂದಳು. ಶಮಂತನ ಬಾಯಲ್ಲಿ ಸಿಗರೇಟು ತೂಗುತ್ತಿತ್ತು. ಹಾಗೆಯೇ ಹೆಂಡತಿಯನ್ನು ಸೂಕ್ಷ್ಮವಾಗಿ ನೋಡಿದ, "ಅದು ಸಾಧ್ಯವಿಲ್ಲ. ಆ ಪಕ್ಕದ ಮನೆಯಾಕೆಗೆ ಮಾತಿಗೆ ಅವಕಾಶ ಕೊಡಲು ಸಾಧ್ಯವೇ ಇಲ್ಲ. ಅವಳಿನ್ನು ಇಲ್ಲಿಗೇ ಬರಲು ಶುರು ಮಾಡಿದರೆ ಮುಗಿದೇ ಹೋಯಿತು... ನನ್ನ ಮಾತು ಕೇಳು. ಅವ್ವ ಈ ದಿನ ಬೇಗನೇ ಊಟ ಮಾಡಿ ತನ್ನ ಕೊಠಡಿಗೆ ಹೋಗಿಬಿಡಲಿ, ಅತಿಥಿಗಳು ಎಂಟಕ್ಕೆ ಮುಂಚೆಯೇನೂ ಬರುವುದಿಲ್ಲ" ಎಂದ.

ಸಲಹೆ ಸರಿಯೆಂದು ಆಕೆಗೂ ಅನ್ನಿಸಿತು, ಆದರೂ ಕೂಡಲೆ

"ಆಕೆಗೆ ನಿದ್ರೆ ಹತ್ತಿ ಗೊರಕೆ ಹೊಡೆಯತೊಡಗಿದರೆ, ಗತಿ ? ಭೋಜನ ಕೂಟಕ್ಕೆ ಹತ್ತಿರದಲ್ಲೇ ಅಲ್ಲವೆ, ಆಕೆಯ ಕೊಠಡಿ !" ಎಂದಳು.

"ಆಕೆಗೆ ಬಾಗಿಲು ಹಾಕಿಕೊಳ್ಳಲು ಹೇಳಿ, ಹೊರಗಿನಿಂದ ಬೀಗ ಹಾಕೋಣ... ಅದಕ್ಕಿಂತ... ಇರಲಿ ಆಕೆಯನ್ನೇ ನಿದ್ದೆ ಹೋಗಬೇಡವೆಂದು ಹೇಳೋಣ. ಆಕೆ ಕುಳಿತು ಎಚ್ಚರಾಗಿಯೇ ಇರಲಿ."

"ಆದರೆ ಆಕೆಗೆ ನಿದ್ದೆ ಹತ್ತಿದರೆ ? ಆಗ ? ಊಟ ಎಷ್ಟು ಹೊತ್ತಾದೀತೋ, ಏನೋ ? ಹೇಗಾದರೂ ನೀವು ಬಾರಿನಿಂದ ಹೊರಡಲು ಹನ್ನೊಂದಾದೀತು !"

ಶಮಂತನಿಗೆ ಸಮಸ್ಯೆಯ ಜಿಗುಟು ಅಂಟಿತು. ಸಹನೆಯೂ ಮೀರಿತು. "ಆಕೆ, ತನ್ನ ಅಣ್ಣನ ಮನೆಗೆ ಹೊರಟು ನಿಂತಾಗ ನೀನೆ ಅಡ್ಡ ಬಂದೆ. ನಿನ್ನ ಸ್ನೇಹಿತರ ಮುಂದೆ ನಿನ್ನ ಹೆಮ್ಮೆ ಕೊಚ್ಚಲು ಶುರು ಮಾಡಿದೆ. ಈಗ ನೋಡು ಏನು ಮಾಡಬೇಕು ?..."

"ಅಯ್ಯ ನಂಗೇಕೆ ಬೇಕು. ಅವ್ವ ಮಗನ ನಡುವೆ ಬಡಿವಾರ ? ನನಗೂ ಅದಕ್ಕೂ ಸಂಬಂಧವೇ ಇಲ್ಲ. ನಿಮಗೆ ಇಷ್ಟ ಬಂದಂತೆ ಮಾಡಿಕೊಳ್ಳಿ !"

ಶಮಂತ ಶಾಂತನಾಗಿಯೇ ನಿಂತ. ಇದು ಜಗಳಕ್ಕೆ ಸಮಯವಲ್ಲ. ನಿಧಾನವಾಗಿ ಚಿಂತಿಸ ಬೇಕಾದುದು. ಅದರಿಂದ ಹಾಗೆಯೇ ತಿರುಗಿ ಅವ್ವನ ಕೊಠಡಿಯನ್ನು ನೋಡಿದ. ವರಾಂಡಕ್ಕೆ ಅದರ ಬಾಗಿಲೂ ತೆರೆದುಕೊಂಡಿತ್ತು. ಹಾಗೆಯೇ ವರಾಂಡದಲ್ಲಿ ಅವನ ನೋಟ ಹರಿದಾಗ ದಾರಿ ಹೊಳೆಯಿತು. "ಇದೇ ಸರಿ !" ಎಂದ. ನೇರವಾಗಿ ಅವ್ವನ ಕೊಠಡಿಗೆ ನಡೆದ. ಅಲ್ಲಿ ಆಕೆ ಒಂದು ಮಣೆಯ ಮೇಲೆ ಕುಳಿತು ಗೋಡೆಯನ್ನು ಒರಗಿದ್ದಳು. ಮುಖದ ಮೇಲೆ ದುಪ್ಪಟ್ಟವು ಇಳಿಬಿದ್ದಿತ್ತು. ಆಕೆ ತನ್ನ ಜಪವನ್ನು ನಡೆಸಿದ್ದಳು. ಬೆಳಗಿನಿಂದಲೂ ಮನೆಯಲ್ಲಿನ ಬದಲಾವಣೆಗಳಿಂದ ಆಕೆಗೂ ಕಸಿವಿಸಿಯಾಗಿತ್ತು. ತನ್ನ ಮಗನ ದೊಡ್ಡ ಸಾಹೇಬ ಮನೆಗೆ ಬರುವವನಿದ್ದಾನೆಂತ ಎಲ್ಲವೂ ಸರಿಯಾಗಬೇಕು...

"ಅವ್ವ, ಈದಿನ ಸಂಜೆ ಊಟ ಬೇಗನೇ ಮಾಡಿಬಿಡು. ಅತಿಥಿಗಳು ಏಳೂವರೆಗೆ ಬರ್ತಾರೆ."

ಆಕೆ ನಿಧಾನವಾಗಿ ತನ್ನ ಮುಸುಕು ಸರಿಸಿ ಮಗನನ್ನು ನೋಡಿದಳು.

"ಮಗು, ಈ ದಿನ ನಾ ಊಟ ಮಾಡುವುದಿಲ್ಲಪ್ಪ. ಮನೆಯಲ್ಲಿ ಮಾಂಸ ಬೇಯಿಸಿದಾಗ ನಾ ಊಟ ಮಾಡುವುದಿಲ್ಲಾಂತ ನಿಂಗೂ ಗೊತ್ತಲ್ಲ !"

"ಅದಿರ್ಲಿ, ನಿನ್ನ ಕೊಠಡಿಗೆ ಮುಂಚೆಯೇ ಹೋಗಿಬಿಡು."

"ಆಗಲಿ ಮಗು, ಅದಕ್ಕೇನಂತೆ !"

"ಅವ್ವ, ಮತ್ತೆ ಮೊದಲು ಅವರನ್ನೆಲ್ಲಾ ಇಲ್ಲೇ ಕರೀತೀನಿ. ಆಗ ನೀ ವರಾಂಡಾದಲ್ಲಿರ ಬೇಕಾದೀತು, ನಾವೆಲ್ಲಾ ವರಾಂಡಾಕ್ಕೆ ಬಂದಾಗ, ನೀನು ಬಾತ್‌ರೂಂ ಕಡೆಯಿಂದ ನಿನ್ನ ಕೊಠಡಿಗೆ ಹೋಗುವೆಯಂತೆ."

ಒಂದು ಕ್ಷಣ ಆಕೆ ಮಗನನ್ನು ದಿಟ್ಟಿಸಿ ನೋಡಿದಳು. ನಂತರ ಮೆಲ್ಲನೆ ಅಂದಳು;

"ಆಗಲಂತೆ, ಮಗು"

"ಆಮೇಲೆ, ಅವ್ವ, ಕೂಡಲೆ ಮಲಗಿಬಿಡಬೇಡ... ನೀ ತುಂಬಾ ಗೊರಕೆ ಹೊಡೀತಿ."

"ನಾನೇನಪ್ಪ ಮಾಡಲಿ ? ಅದನ್ನ ತಪ್ಪಿಸೋಕೆ ಆಗಿಲ್ಲ !"

ಆಕೆಯ ನಾಚಿಕೆ ಸ್ಪಷ್ಟವಾಗಿತ್ತು. ಅದಕ್ಕೇ –

"ಹೋದ ಸಲ ಖಾಯಿಲೆ ಬಿದ್ದ ಮೇಲಂತೂ ಉಸಿರಾಡೋದೇ ಕಷ್ಟವಾಗಿದೆ" ಎಂದಳು.

ಶಮಂತ ಎಲ್ಲ ಸಿದ್ಧತೆಯನ್ನೂ ಮಾಡಿದಂತಾಗಿತ್ತು. ಆದರೂ ಮನಸ್ಸು ಹುಡುಕುತ್ತಿತ್ತು. ಸಿದ್ಧತೆಯೆಲ್ಲಾ ಸರಿಯಾಗಿದ್ದಂತೆ ತೋರಲಿಲ್ಲ. ಸಾಹೇಬ ವರಾಂಡಾಕ್ಕೇ ಮೊದಲು ಹೆಜ್ಜೆಯಿಟ್ಟರೆ ಏನು ಗತಿ? ಸುಮಾರು ಹತ್ತು ಜನ ಅತಿಥಿಗಳು, ಅವರೆಲ್ಲ ಬಹುಪಾಲು ನಮ್ಮವರೇ. ಅವರವರ ಹೆಂಡಿರೂ ಬರುತ್ತಾರೆ. ಯಾರಾದರೂ ಮೊದಲೇ ಬಾತ್‌ರೂಂ ಹುಡುಕಬಹುದು! ಆಗ ಏನು ಗತಿ?... ಒಂದು ಕುರ್ಚಿಯನ್ನು ತಂದು ಬಾಗಿಲ ಬಳಿ ಇರಿಸಿ "ಎಲ್ಲಿ, ಇಲ್ಲಿ ಬಾ. ಕೂತುಕೋ, ನೋಡೋಣವಂತೆ" ಎಂದು ಅವ್ವನನ್ನು ಕರೆದ.

ಆಕೆಗೆ ಇರಸುಮುರಸಾಯಿತು. ಕೈಯಲ್ಲಿದ್ದ ಜಪಸರ ಅಳ್ಳಾಡಿತು. ದುಪಟ್ಟವನ್ನು ಸರಿಯಾಗಿ ಎಳೆದುಕೊಂಡು ಕುರ್ಚಿಯಲ್ಲಿ ಕುಳಿತಳು.

"ಅಯ್ಯೋ ದೇವರೆ! ಅಲ್ಲ ಹಾಗಲ್ಲವ್ವ, ಕಾಲನ್ನು ಹಾಗೆ ಮೇಲೆ ಇಡಬೇಡವ್ವ, ಅದು ಮಂಚವಲ್ಲ. ... ಕುರ್ಚಿ... ಕುರ್ಚಿ ಕಣವ್ವ, ಅದು."

ಆಕೆ ತನ್ನ ಕಾಲುಗಳನ್ನು ಇಳಿಬಿಟ್ಟಳು.

"ಆ ಮೇಲೆ, ಅವ್ವ, ದಯವಿಟ್ಟು ನೀ ಬರೀ ಕಾಲಲ್ಲಿ ಓಡಾಡಬೇಡ. ಆ ಮರದ ಪಾದರಕ್ಷೆ ಹಾಕಿಕೊಳ್ಳಬೇಡ... ಇವತ್ತೊಂದು ದಿನ ಅದನ್ನ ಎಸೆದುಬಿಡ್ತೇನೆ."

ಆಕೆ ಸುಮ್ಮನಿದ್ದಳು.

"ಆದರೆ ಕಾಲಿಗೆ ಏನು ಹಾಕಿಕೊಳ್ತೀಯೆ?"

"ನನಗಿರೋದನ್ನೇ ಹಾಕಿಕೊಳ್ತೇನೆ... ನೀನೇನು ಹಾಕಿಕೊಳ್ತೀಯೋ ಅದೇ ಆಗಲಿ."

ಸಿಗರೇಟು ಅವನ ತುಟಿಗಳನ್ನು ತೂಗುತ್ತಿತ್ತು. ಶಮಂತ ಅವನ ತಾಯಿಯನ್ನು ಅರೆಗಣ್ಣಿನಿಂದ ನೋಡಿದ. ಆಕೆಯ ಪಾದರಕ್ಷೆಯ ಬಗ್ಗೆ ಚಿಂತಿಸಿದ. ಅವನಿಗಂತೂ ಮನೆಯಲ್ಲಿ ನೀತಿನಿಯಮಗಳು ಚೆನ್ನಾಗಿರಬೇಕು. ಆ ವಿಷಯದಲ್ಲಿ ಬೇರೆಯವರ ಮಾತಿಗೆ ಸಗ್ಗುತ್ತಲೇ ಇರಲಿಲ್ಲ. ಗೋಡೆಗೆ ಒಂದು ಮೊಳೆ ಹೊಡೆಯಬೇಕಾದರೂ ಅಷ್ಟೆ. ಮೂಲೆಗಳಿಗೆ ಮಂಚವನ್ನು ಜೋಡಿಸಬೇಕಾದರೂ ಅಷ್ಟೆ. ಕರ್ಟನ್ನಿನ ಬಣ್ಣ ಯಾವುದಿರಬೇಕು? ಹೆಂಡತಿ ಯಾವ ಸೀರೆ ಉಟ್ಟಿರಬೇಕು? ಟೇಬಲ್ಲುಗಳ ಲಕ್ಷಣ ಹೇಗಿರಬೇಕು?... ಇದರಲ್ಲೆಲ್ಲಾ ಶಮಂತ ತುಂಬ ಎಚ್ಚರಿಕೆಯ ಆಸಾಮಿ. ತನ್ನ ತಾಯಿಯನ್ನು ಒಮ್ಮೆ ತಲೆಯಿಂದ ಪಾದದ ತುದಿಯವರೆಗೂ ನೋಡಿದ. "ನಿಂಗೆ ಬಿಳಿಯ ಕಮೀಜ್, ಸಲ್ವಾರ್ ಇರಲಿ; ಹಾಕಿಕೋ ನೋಡೋಣ" ಎಂದ.

ಆಕೆ ನಿಧಾನವಾಗಿ ಎದ್ದು ತನ್ನ ಕೊಠಡಿಗೆ ಹೋದಳು.

ಶಮಂತ ಹೆಂಡತಿಯ ಕಡೆ ತಿರುಗಿ ಇಂಗ್ಲಿಷ್‌ನಲ್ಲಿ "ಅವ್ವ ತಂದು ದೊಡ್ಡ ಸಮಸ್ಯೆ! ಆಕೆಯ ಕೊರತೆಗಳಿಗೆ ಕೊನೆಯೇ ಇಲ್ಲ. ಏನಾದರೂ ಕೊಂಚ ಕೆಟ್ಟಿತೆಂದರೆ, ಸಾಹೇಬನಿಗೆ ಅಪಚಾರವಾದರೆ, ಏನಾದೀತೂಂತ ನಿನಗೇ ಗೊತ್ತು," ಎಂದ.

ಆ ವೇಳೆಗೆ ಅವನ ತಾಯಿ ಬಿಳಿ ಉಡಿಗೆಯಲ್ಲಿ ಬಂದಳು. ಕೊಂಚ ಗಿಡ್ಡಗೆ, ಕುಸಿದ ಮೈ, ಹೊಳಪುಸಾಲದ ಕಣ್ಣುಗಳು, ಕೆದರಿದ ತಲೆಯನ್ನು ಅರೆಬರೆ ಮುಚ್ಚಿದ್ದ ದುಪಟ್ಟ... ಏನೊ ಕೊಂಚ ಉತ್ತಮವಾಗಿ ಕಂಡಳು.

ಶಮಂತ ಆಸಕ್ತಿಯಿಂದ ನೋಡಿ, "ಅಷ್ಟು ಸಾಕು ಬಿಡು... ನಿನ್ನ ಬಳೆಗಳಿದ್ದರೆ ಹಾಕಿಕೊಳ್ಳವ್ವ."

"ನನ್ನ ಬಳೆಗಳೆಲ್ಲಿವೆ? ನಿಂಗೂ ಗೊತ್ತು ಮಗು, ನಿನ್ನ ಓದಿಗಾಗಿ ಎಲ್ಲಾ ಮಾರಿದೆ ನೋಡು..."

"ಅದೆಲ್ಲ ಸರಿ... ಅದನ್ನೇ ಹಾಡತೀಯಲ್ಲ! ಅದನ್ನೇ ಬೆಳೆಸಬೇಡ ಇನ್ನು. ಇಲ್ಲ – ಅಂದರೆ

ಸಾಕು. ಅದರಲ್ಲಿ ನನ್ನ ವಿದ್ಯಾಭ್ಯಾಸ ಯಾಕೆ ಬರಬೇಕು? ಒಳ್ಳೇದಕ್ಕೇ ನಿನ್ನ ಒಡವೆ ಮಾರಿದ್ದೀಯಾ, ಅಲ್ಲವೆ? ... ನಾನೇನೂ ಲೋಫರ್ ಅಲ್ಲ, ನೋಡು. ನನಗೇಂತ ಮಾಡಿದ ಖರ್ಚಿಗೆ ಎರಡರಷ್ಟು ಒಪ್ಪಿಸ್ತೇನೆ. ಆಯ್ತೆ?"

"ನನ್ನ ನಾಲಿಗೆ ಸೀದುಹೋಗಬೇಕು. ಮಗು, ತಾಯಿ ಎಲ್ಲಾದರೂ ಮಗನಿಗೇ ಸಾಲ ಕೊಡ್ತಾಳೇನು? ...ನನ್ನ ಅಭಿಪ್ರಾಯ ಹಾಗಲ್ಲಪ್ಪ, ತಪ್ಪು ತಿಳೀಬೇಡ. ನೋಡು, ನನ್ನ ಬಳೆ ಇದ್ದಿದ್ದರೆ ಯಾವಾಗಲೂ ಹಾಕಿಕೊಂಡಿರ್ತಿದ್ದೆ. ಅವು ಈಗಿಲ್ಲ. ಆಯ್ತೆ?"

ಈಗಾಗಲೇ ಐದೂವರೆ ಗಂಟೆಯಾಗಿತ್ತು. ಶಮಂತ ಇನ್ನೂ ಸ್ನಾನ ಮಾಡಿ ತಕ್ಕ ಉಡುಗೆಯಲ್ಲಿ ನಿಂತಿರಬೇಕು. ಅವನ ಹೆಂಡತಿ ತನ್ನ ಕೊಠಡಿಯಲ್ಲಿ ಸಿದ್ಧಳಾಗುತ್ತಿದ್ದಳು. ಅಲ್ಲಿಂದ ಹೆಜ್ಜೆ ಹಾಕುವುದಕ್ಕೆ ಮುಂಚೆ ತಾಯಿಗೆ ತಿಳುವಳಿಕೆ ನೀಡಿದನು.

"ಅವ್ವ ನೀ ಯಾವಾಗಲೂ ಕೂತಿರುವಂತೆ ಸುಮ್ಮನಿರಬೇಡ. ನಮ್ಮ ಸಾಹೇಬ ಬಂದು ಏನಾದರೂ ಮಾತಾಡಿಸಿದರೆ ಸರಿಯಾಗಿ ಉತ್ತರ ಕೊಡು. ನೀ ಏನು ಹೇಳಬೇಕು?... ಹೇಳ್ತಿನಿ ಕೇಳು."

"ನಾ ಕಲಿತವಳಲ್ಲ, ಮಗು, ಓದಲೂ ಆರೆ, ಬರೀಲೂ ಆರೆ. ನಿಮ್ಮಮ್ಮನಿಗೆ ಏನುಬರದೆಂದು ಬೇಕಾದರೆ ಹೇಳು – ಅದರಿಂದ ಒಳ್ಳೇದಾಗುವುದಾದರೆ," ಎಂದಳು.

ಕಾಲ ಸರಿದಂತೆ ಆಕೆಯ ಎದೆ ಜೋರಾಗಿ ಹೊಡೆದುಕೊಳ್ಳತೊಡಗಿತು. ಸಾಹೇಬ ಆಕೆಯನ್ನು ಕೇಳಿದರೆ ಏನು ಗತಿ? ಆಕೆಗೆ ಆಂಗ್ಲ ಸಾಹೇಬರೆಂದರೇ ದಿಗಿಲು, ಈತ ಅಮೇರಿಕನ್ ಬೇರೆ! ಅಮೇರಿಕದವರು ಎಂಥ ಪ್ರಶ್ನೆಗಳನ್ನು ಕೇಳಿಯಾರೆಂದು ದೇವರಿಗೇ ಗೊತ್ತು. ಆಕೆಗೆ ಕೂಡಲೇ ತನ್ನ ಗೆಳತಿಯ ಬಳಿಗೆ ಹೋಗಿಬಿಡಬೇಕೆನ್ನಿಸಿತು. ಆದರೆ ಮಗನ ಮಾತನ್ನು ಮೀರಲು ಎದೆ ಸಾಲದು. ಆ ಕುರ್ಚಿಯಲ್ಲಿ ಚಿಂತಿಸುತ್ತಾ ಹಾಗೆಯೇ ಕುಳಿತುಬಿಟ್ಟಳು.

ಶಮಂತನು ಏರ್ಪಡಿಸಿದ್ದ ಭೋಜನ ಕೂಟವು ಯಶಸ್ವಿಯಾಗಿತ್ತು. ಸಾಹೇಬನಿಗೆ ಭಾರತೀಯ ಅಡಿಗೆಯಲ್ಲಿ ಪ್ರೀತಿಯಿಂಟಾಯಿತು. ಆತನ ಪತ್ನಿಗೆ ಕರ್ಟನ್ನುಗಳು, ಸೋಫಾದ ಹೊದಿಕೆ ಮತ್ತು ಅಲಂಕಾರಗಳು ಹಿಡಿಸಿದುವು. ಇದಕ್ಕಿಂತ ತಮಗೆ ಬೇಕಾದುದೇನು? ಸಾಹೇಬನು ಮೈ ಚಳಿ ಬಿಟ್ಟು ಮಾತನಾಡತೊಡಗಿದ್ದ; ಹಲವು ಘಟನೆಗಳನ್ನು ಹೇಳಿ ನಗಿಸಿದ. ಆತನೀಗ ಲೀಲಾಜಾಲದಲ್ಲಿದ್ದ. ಆಫೀಸಿನಲ್ಲಿ ಅಷ್ಟೇ ಬಿಗಿಯಾಗಿದ್ದವನು! ಆತನ ಪತ್ನಿ ಕಪ್ಪು ಗೌನ್ ಧರಿಸಿದ್ದಳು; ನಕ್ಕಳು; ತಲೆದೂಗಿದಳು. ಮನೆಯೊಡತಿಯ ಸಂಗಡ ಸಲಿಗೆ ತೋರಿದಳು. ಅಲ್ಲಿದ್ದ ಗಂಡಸರಲ್ಲೂ ಅಷ್ಟೇ. ಅವರೆಲ್ಲಾ ತನ್ನ ಹಳೆಯ ಗೆಳೆಯರೆನ್ನುವಂತೆ ವರ್ತಿಸಿದಳು.

ಯಾರಿಗೂ ಕಾಲ ಸರಿದುದೇ ತಿಳಿದಿರಲಿಲ್ಲ; ಈಗ ಹತ್ತೂವರೆ.

ಅವರೆಲ್ಲಾ ಡ್ರಾಯಿಂಗ್ ರೂಂನಿಂದ ಹೊರಟರು. ಶಮಂತ ಅವರಿಗೆ ದಾರಿ ತೋರಿಸಿದ. ಆಗ ಉಳಿದವರೆಲ್ಲಾ ಅವನ ಹಿಂದೆ ನಡೆದರು.

ವರಾಂಡಕ್ಕೆ ಕಾಲಿಟ್ಟವನೆ, ಶಮಂತ ನಿಂತುಬಿಟ್ಟ. ಅಲ್ಲಿ ಅವನು ಕಂಡುದು ಅವನ ಕಾಲುಗಳನ್ನು ನಡುಗಿಸಿತ್ತು. ಅವನ ಮಂದಹಾಸ ಮಾಯವಾಗಿತ್ತು. ಕೊಠಡಿಯಿಂದ ಹೊರಗೆ ಅವನ 'ಅವ್ವ' ಮೊದಲಿನಂತೆಯೇ ಕುಳಿತಿದ್ದಳು. ಕಾಲುಗಳೆಂಡೂ ಸೀಟಿನ ಮೇಲಿದ್ದುವು, ಕುಳಿತಲ್ಲೇ ಜೋಲಿಹೊಡೆಯುತ್ತಿದ್ದಳು. ಅವಳ ಗೊರಕೆಯಂತೂ ಬಿರುಸಾಗಿಯೇ ಸಾಗಿತ್ತು. ತಲೆಯು ಒಂದು ಪಕ್ಕದಿಂದ ಮತ್ತೊಂದು ಪಕ್ಕಕ್ಕೆ ಹೊರಳಿದಾಗ ಗೊರಕೆಯು ಏರುತ್ತಿತ್ತು. ಆಗ ಬೆಚ್ಚಿದಂತೆ ಎಚ್ಚರಾದರೂ ಮತ್ತೆ ತಲೆಯು ತೂಗುತ್ತಿತ್ತು. ಅಂಥ ನಿದ್ರೆಯಲ್ಲಿ 'ಅವ್ವ'

ಇದ್ದಳು. ದುಪಟ್ಟವು ನೆತ್ತಿಯಿಂದ ಜಾರಿಕೊಂಡು ಹರಡಿದ್ದ ಕೂದಲು ತಲೆಯ ಬೋಳಾಗಿದ್ದ ಭಾಗವನ್ನು ತೋರುತ್ತಿತ್ತು.

ಶಮಂತನ ಸಿಟ್ಟು ನೆತ್ತಿಗೇರಿತು. ಆಕೆಯನ್ನು ಒಮ್ಮೆಲೇ ಅಲುಗಿಸಿ ಅವಳ ಕೊಠಡಿಗೆ ತಳ್ಳ ಬೇಕೆನಿಸಿತು. ಆದರೆ ಆ ಸಾಹೇಬನೂ ಅತಿಥಿಗಳೂ ಹತ್ತಿರ ನಿಂತಿದ್ದರು... ಮಾಡುವುದೇನು ? ಅವರಲ್ಲಿ ಕೆಲವು ಹೆಂಗಸರು ನಕ್ಕು ಏನೋ ಅಂದರು. ಸಾಹೇಬನು "ಪಾಪ (poor dear)" ಎಂದವು.

ಆಕೆಗೆ ದಿಗ್ಗನೆ ಎಚ್ಚರವಾಯಿತು. ತನ್ನ ನೆತ್ತಿಯ ಮೇಲೆ ದುಪಟ್ಟವನ್ನು ಎಳೆದುಕೊಂಡಳು. ಹಾಗೆಯೇ, ಕೆಟ್ಟ ರೀತಿ ಎದ್ದು ಅವರ ಮುಂದೆ ಪೆಚ್ಚಾಗಿ ನಿಂತಳು. ನೋಟ ಕೆಳಕ್ಕಿಳಿಯಿತು. ಕಾಲುಗಳು ನಡುಗುತ್ತಿದ್ದುವು. ಕೈ ಬೆರಳು ಅಲುಗುತ್ತಿತ್ತು.

"ಅವ್ವ, ಹೋಗಿ ಮಲಗಿಕೊ. ಇಲ್ಲೀ ತನಕ ಯಾಕೆ ಎಚ್ಚರಿದ್ದೀಯೆ ?..." ಹೀಗಂದು ನಾಚಿಕೆಯಿಂದ ಸಾಹೇಬನ ಮುಖವನ್ನು ನೋಡಿದ.

ಸಾಹೇಬನ ಮನಸ್ಸು ಗೆಲುವಾಗಿತ್ತು. ಒಂದು ಮುಗುಳುನಗೆ ಬೀರಿ "ನಮಸ್ತೆ" ಎಂದನು. ಇದರಿಂದ ಆಕೆ ತನ್ನೊಳಗೇ ಕುಸಿದುಹೋದಳು. ಹಿಂಜರಿಯುತ್ತಾ ಕೈ ಮುಗಿಯಲು ಯತ್ನಿಸಿದಳು. ಆದರೆ ಸರಿಹೋಗಲಿಲ್ಲ. ಆಕೆಯ ಒಂದು ಕೈ ದುಪಟ್ಟಾದಲ್ಲಿ ಸಿಕ್ಕಿಕೊಂಡಿತ್ತು. ಅದರಲ್ಲಿ ಜಪಸರವಿತ್ತು ಆದುದರಿಂದ ಹಾಗಾಯಿತು. ಶಮಂತನಿಗೆ ಗೊಂದಲವಾಯಿತು.

ಸಾಹೇಬನು ಬೇರೆ ತನ್ನ ಬಲಗೈ ಚಾಚಿದನು. ಆಕೆಯೂ ಅದನ್ನು ನೋಡಿದಳು. ಗಾಬರಿಯಿಂದ.

"ಅವ್ವಾ ಸಾಹೇಬರಿಗೆ ಕೈ ಕುಲುಕು !"

ಆದರೆ ಅದು ಹೇಗೆ ಸಾಧ್ಯ? ಬಲಗೈಯಲ್ಲಿ ಜಪಸರವಿತ್ತು, ಅದರ ಎಣಿಕೆ ನಡೆದಿತ್ತು. ಆ ಗಲಿಬಿಲಿಯಲ್ಲಿ ತನ್ನ ಎಡಗೈಯನ್ನೇ ಸಾಹೇಬನ ಬಲಗೈಯಲ್ಲಿರಿಸಿದಳು. ಹಿಂದಿನಿಂದ ಯಾರೋ ಕಿಸಕ್ಕನೆ ನಕ್ಕರು. ಶಮಂತನಿಗೆ ಕೆರಳಿತು.

"ಹಾಗಲ್ಲ ಅವ್ವಾ! ಕೈ ಕುಲುಕುವುದಕ್ಕೂ ತಿಳಿಯದೆ ನಿಂಗೆ ? ಬಲಗೈ ನೀಡು"

ಈ ವೇಳೆಗೆ ಸಾಹೇಬನು ಆಕೆಯ ಎಡಗೈಯನ್ನೆ ಮೆಲ್ಲಗೆ ಹಿಸುಕಿ "ಕ್ಷೇಮವೇ ? ಕ್ಷೇಮವೇ ?" (ಹೌ ಆರ್ ಯು) ಎನ್ನುತ್ತಿದ್ದ.

"ಹೇಳವ್ವಾ. ನಾನು ಚೆನ್ನಾಗಿದ್ದೇನೆ ವಂದನೆಗಳು ! ಎನ್ನು!"

ಆಕೆ ಏನೋ ಅಂದಳು. ಹಿಂದಿನಿಂದ ಮತ್ತೆ ಯಾರೋ ಕಿಸಕ್ಕನೆ ನಕ್ಕರು.

ಆ ಕೆಟ್ಟ ಸಮಯ ದಾಟಿಹೋಗಿತ್ತು. ಸಾಹೇಬನೇ ಆಗಬೇಕಾಗಿದ್ದ ವಿಪರೀತವನ್ನು ತಪ್ಪಿಸಿದ್ದನು. ಇದರಿಂದ ಶಮಂತನ ಅಸಮಾಧಾನ ಉರಿಯತೊಡಗಿತ್ತು.

ಸಾಹೇಬನು ಇನ್ನೂ "ಅವ್ವ"ನ ಕೈ ಹಿಡಿದಿದ್ದನು. ಆಕೆ ಸುಮ್ಮನೆ ನಿಂತಳು. ಏನೂ ತೋಚದಂತಾಗಿತ್ತು.

ಶಮಂತ "ಸರ್, ನಮ್ಮವ್ವ ಹಳ್ಳಿಯವಳು. ಹಳ್ಳಿಯಲ್ಲೇ ಈವರೆಗೂ ಬದುಕಿದವಳು. ಅದಕ್ಕೇ ಅವಳಿಗೆ ಅಷ್ಟೊಂದು ನಾಚಿಕೆಯಾಗಿದೆ" ಎಂದನು.

"ಹಾಗೇನು ?" ಎಂದು ಸಾಹೇಬನು ಖುಷಿಯಿಂದ ನೋಡಿದ; "ನನಗೆ ಹಳ್ಳಿಯವರೆಂದರೆ ಪ್ರೀತಿ, ನಿಮ್ಮವ್ವನಿಗೆ ಜಾನಪದಗೀತೆಗಳು ಬರುತ್ತಿರಬೇಕು, ಹಳ್ಳಿಯ ಕುಣಿತವೂ ತಿಳಿದಿರಬೇಕು." ಎಂದು ಅದನ್ನು ಬಯಸಿದವನಂತೆ ಆಕೆಯನ್ನು ನೋಡಿದನು.

"ಅವ್ವಾ, ಸಾಹೇಬರಿಗೆ ನಿನ್ನ ಪದ ಕೇಳಲು ಇಚ್ಛೆಯಾಗಿದೆ, ಒಂದು ಹಳೆಯ ಪದ, ಯಾವುದಾದರೂ ಒಂದು, ಹಾಡು. ನಿನಗೆ ಅಷ್ಟೊಂದು ಗೊತ್ತಲ್ಲಾ" ಎಂದ.

"ನಾ ಹಾಡಲಾರೆ" ಎಂದು ಕುಗ್ಗಿದ ದನಿಯಲ್ಲಿ ಆಕೆ ಅಂದು "ನಾ ಹಾಡಿದ್ದೆಂದಾದರೂ ಕೇಳಿದ್ದೀಯ ? ಹೇಳು" ಎಂದಳು.

"ಅವ್ವಾ, ಅತಿಥಿಗಳಿಗೆ ಯಾರಾದರೂ ಇಲ್ಲಾಂತಾರೆಯೇ ? ಹೇಳು. ನಿ ಹಾಡದಿದ್ದರೆ ಸಾಹೇಬರಿಗೆ ಅಪಮಾನವಾದೀತು. ನೋಡು. ಕಾದಿದ್ದಾರೆ."

"ಆದರೆ, ನಂಗೇನೂ ಬರದು ಮಗು ಹಾಡುವುದಕ್ಕೆ ನಂಗೆ ಬರದು"

"ಇರಲಿ, ಹಾಡವ್ವಾ... ಒಂದೆರಡು ದ್ವಿಪದಗಳನ್ನು ಅನ್ನು... ಆ ದಾಳಿಂಬೆ ಪದ...!"

ಹಾಡಿನ ಹೆಸರು ಬಂದ ಕೂಡಲೆ ಭಾರತೀಯರು ಚಪ್ಪಾಳೆ ತಟ್ಟಿದರು. ಆಕೆಯು ಹುಡುಕು ನೋಟದಿಂದ ನೋಡಿದಳು. ಮೊದಲು ಮಗನನ್ನೂ ನಂತರ ಸೊಸೆಯನ್ನೂ.

"ಅವ್ವಾ!" ಎಂದ ಮಗನಿಗೆ ಸಹನೆ ಮೀರುತ್ತಿತ್ತು. ಅವನ ದನಿಯಲ್ಲಿ ಆತಂಕವನ್ನೂ ಆಕೆ ಗುರುತಿಸಿದಳು.

ಇನ್ನು ಬೇರೆ ಹಾದಿಯೇ ಉಳಿಯಲಿಲ್ಲ. ಕುರ್ಚಿಯಲ್ಲಿ ಕುಳಿತಳು, ಒಡೆದ ಸಣ್ಣದನಿಯಲ್ಲಿ ಅವಳು ಹಾಡತೊಡಗಿದಳು. ಅದೂ ಒಂದು ಸೋಬಾನೆ ಪದ ! ಹೆಂಗಸರು ನಗೆಯಾಡಿದರು. ಎರಡು ಸಾಲುಗಳನ್ನು ಹಾಡುತ್ತಿದ್ದಂತೆಯೇ, ಆಕೆ ಸುಮ್ಮನಾದಳು.

ವರಾಂಡವು ಚಪ್ಪಾಳೆಯಿಂದ ತುಂಬಿ ಹೋಯಿತು. ಸಾಹೇಬನು ಚಪ್ಪಾಳೆ ತಟ್ಟುತ್ತಲೇ ಇದ್ದನು. ಶಮಂತನ ದುಗುಡ ಈಗ ಆನಂದಕ್ಕೆ ಹೊರಟಿತು. ಅಂದಿನ ಭೋಜನಕ್ಕೆ "ಅವ್ವ" ಹೊಸ ಕಳೆ ತಂದಿದ್ದಳು.

ಚಪ್ಪಾಳೆ ನಿಂತು ಹಳ್ಳಿಯ ಕಸಬು ಮತ್ತು ಪಂಜಾಬಿ ಪದಾರ್ಥಗಳ ಕಡೆಗೆ ಮಾತು ಬೆಳೆಯಿತು. ಸಾಹೇಬನಿಗೆ ಈ ವಿಷಯದಲ್ಲಿ ವಿವರಗಳು ಬೇಕಾಗಿದ್ದುವು.

ಶಮಂತ ಈಗ ಖುಷಿಯಿಂದ ತುಳುಕುತ್ತಿದ್ದ. ಅವನ ಕಿವಿಗಳಲ್ಲಿ ಅತಿಥಿಗಳ ಚಪ್ಪಾಳೆಯಿನ್ನೂ ತುಂಬಿಕೊಂಡಿತ್ತು. "ಅಂಥವು ನಮ್ಮಲ್ಲಿ ಬಹಳ ಇವೆ" ಎಂದು "ನಿಮಗಾಗಿ ಸಂಗ್ರಹಿಸುತ್ತೇನೆ. ಆಫೀಸಿಗೆ ತರುತ್ತೇನೆ ಸಾರ್... ನೀವು ಖಂಡಿತಾ ಮೆಚ್ಚುತ್ತೀರಿ." ಎಂದನು.

"ಇಲ್ಲ ಇಲ್ಲ ತಪ್ಪು ತಿಳಿಯಬೇಡಿ, ನನಗೆ ನಿಮ್ಮ ಮಾರುಕಟ್ಟೆಯ ಪದಾರ್ಥಗಳು ಬೇಡ." ಎಂದು ಸಾಹೇಬನು ಅಂದಾಗ ಅವನ ತಲೆಯೂ ಅಲುಗಿ ಅನುಮೋದಿಸಿತ್ತು. 'ನಾ ಹೇಳಿದ್ದು,,, ಪಂಜಾಬಿ ಸ್ತ್ರೀಯರು ಮನೆಗಳಲ್ಲಿ ತಯಾರು ಮಾಡಿದ್ದು ಅಂಥವು,' ಎಂದು ನೋಡಿದನು.

"ನಮ್ಮ ಹೆಣ್ಣು ಮಕ್ಕಳು ಗೊಂಬೆಗಳನ್ನು ಮಾಡ್ತಾರೆ. ಹೆಂಗಸರು 'ಫೂಲ್‌ಕಾರಿ' ಮಾಡ್ತಾರೆ... ಸ್ವಾಮಿ"

ಶಮಂತ "ಫೂಲ್‌ಕಾರಿ" ಒಂದು ಬಗೆಯ ಕೈಹೆಣಿಗೆಯೆಂದು ವಿವರಿಸಲು ಹೆಣಗಿ ಸುಮ್ಮನಾದ. ಮತ್ತೆ ಅವ್ವನ ಕಡೆ ತಿರುಗಿದ.

"ಅವ್ವ, ಮನೆಯಲ್ಲಿ ಹಳೆಯ ಫೂಲ್‌ಕಾರಿ ಇರಬೇಕಲ್ಲವೆ ? ಎಂದು ಕೇಳಿದನು. ಆಕೆ ಎದ್ದು ಒಳಹೋಗಿ ಒಂದನ್ನು ತಂದಳು.

ಸಾಹೇಬನು ಅದನ್ನು ಕುತೂಹಲದಿಂದ ಪರಿಶೀಲಿಸಿದ. ಅದೊಂದು ಹಳೆಯ ಪದಾರ್ಥ ಅಲ್ಲಲ್ಲಿ ದಾರಗಳು ಈಚೆಗೆ ಬಂದಿದ್ದುವು. ಕೈಯಲ್ಲಿ ಅದು ಮುದುರಿಕೊಂಡಿತ್ತು. ಶಮಂತ "ಇದು ಜಟಾ ಜೂಲಾಗಿದೆ. ಪ್ರಯೋಜನವಿಲ್ಲ. ನಿಮಗಾಗಿ ಹೊಸದನ್ನು ಹೆಣೆಸಿಕೊಡುವೆ...

ಅವ್ವಾ ಸಾಹೇಬರಿಗೆ ಒಂದು ಹೊಸ ಫೂಲ್‌ಕಾರಿ ಹೆಣೆದುಕೊಡು... ಆದೀತೆ ? ಒಂದೇ ಒಂದು ಹೆಣೆದುಕೊಡು" ಎಂದನು.

ಆಕೆ ತೆಪ್ಪಗಿದ್ದಳು. ಆಮೇಲೆ "ನನ್ನ ಕಣ್ಣು ಮೊದಲಿನಂತೆ ಕಾಣುವುದಿಲ್ಲಪ್ಪಾ. ಕಣ್ಣಿಗೆ ನೋವಾಗುತ್ತೆ." ಎಂದಳು.

"ಅವ್ವ, ಖಂಡಿತ ನಿಮಗೊಂದು ಹೆಣೆದುಕೊಡುವಳು" ಎಂದು ಶಮಂತ ನುಡಿದ. 'ನಿಮಗೆ ಅದರಿಂದ ಸಂತೋಷವಾಗ್ತದೆ' ಎಂದು ಅವ್ವನನ್ನೂ ತಿರುಗಿ ನೋಡಿದ.

ಸಾಹೇಬ ಒಪ್ಪಿದ. ಅವ್ವನಿಗೆ ವಂದಿಸಿ ಡೈನಿಂಗ್ ಟೇಬಲ್ ಕಡೆಗೆ ನಡೆದಾಗ ಉಳಿದವರೂ ಮುಂದುವರಿದರು. ಅವರು ತಮ್ಮ ತಮ್ಮ ಸ್ಥಳಗಳನ್ನು ಅಲಂಕರಿಸಿದಾಗ ಆಕೆ ಸದ್ದಿಲ್ಲದೆ ತನ್ನ ಕೊಠಡಿಯನ್ನು ಸೇರಿಕೊಂಡಳು. ಅಲ್ಲಿ ಆಕೆಯ ಕಣ್ಣುಗಳಲ್ಲಿ ಮಳೆ ಸುರಿಯಿತು. ತನ್ನ ದುಪ್ಪಟ್ಟದಿಂದ ಎಷ್ಟು ಒರೆಸಿಕೊಂಡರೂ ಅದು ನಿಲ್ಲಲಿಲ್ಲ. ಅಷ್ಟರ ಮಟ್ಟಿಗೆ ಆಕೆಯ ಜೀವಮಾನವೆಲ್ಲಾ ಭಾವುಕವಾಗಿ ಹರಿದಿತ್ತು. ಸಂಭಾಳಿಸಿಕೊಳ್ಳಲು ಪ್ರಯತ್ನಿಸಿದಳು. ಕೃಷ್ಣನ ಪ್ರತಿಮೆಯ ಮುಂದೆ ಕೈಜೋಡಿಸಿದಳು. ತನ್ನ ಮಗನ ಆಯಸ್ಸಿಗಾಗಿ ಪ್ರಾರ್ಥಿಸಿದಳು. ಆದರೂ ಕಣ್ಣೀರು ಹರಿಯುತ್ತಲೇ ಇತ್ತು.

ಈಗ ನಡುರಾತ್ರಿ, ಒಬ್ಬೊಬ್ಬರಾಗಿ ಅತಿಥಿಗಳು ಮನೆಗೆ ತೆರಳಿದ್ದರು. ಆಗ ಆಕೆ ಗೋಡೆಗೆ ಬೆನ್ನು ತಾಗಿಸಿ ಕುಳಿತೇ ಇದ್ದಳು. ಅಂದಿನ ಉದ್ರೇಕವೆಲ್ಲಾ ಈಗ ಕರಗಿತ್ತು. ಆ ಬಡಾವಣೆಯ ಮೌನವು ಆ ಮನೆಯ ಮೇಲೂ ಇಳಿದಿತ್ತು.

ಅಡಿಗೆಮನೆಯಲ್ಲಿ ತಟ್ಟೆಗಳನ್ನು ತೊಳೆಯುತ್ತಿದ್ದ ಸದ್ದು ಕೇಳಿಸುತ್ತಿತ್ತು ಆಗ ಯಾರೋ ಕದ ತಟ್ಟಿದರು. "ಅವ್ವ, ಬಾಗಿಲು ತೆಗೆ."

ಆಕೆಯ ಹೃದಯ ಕುಸಿಯಿತು. ತಾನು ಮತ್ತೇನಾದರೂ ತಪ್ಪು ಮಾಡಿರಬಹುದೆ ? ತನ್ನಿಂದ ತಪ್ಪುಗಳೇ ಆಗುತ್ತಿದ್ದುವು. "ಅಯ್ಯೋ, ವರಾಂಡಾದಲ್ಲಿ ನಿದ್ದೆ ಹೋದುದೇಕೆ ? ಅದಕ್ಕಾಗಿ ನನ್ನ ಮಗ ಕ್ಷಮಿಸಬಾರದೆ ?" ನಡುಗುವ ಕೈಗಳಿಂದ ಕದವನ್ನು ತೆರೆದಳು.

ಶಮಂತ ಜಿಗಿದು ಆವೇಶದಿಂದ ಅಪ್ಪಿಕೊಂಡನು. "ಅಮ್ಮೀ ನೀನಿಂದು ಅದ್ಭುತ ಮಾಡಿದೆ. ಸಾಹೇಬರಿಗೆ ತುಂಬ ಖುಷಿ ಕೊಟ್ಟೆ. ಅಮ್ಮೀ, ನನ್ನ ಅಮ್ಮಿ" ಎಂದನು.

ಆಕೆಯ ಮೊದ್ದು ದೇಹವೂ ಮಗನ ಅಪ್ಪುಗೆಯಲ್ಲಿ ಸಣ್ಣಗಾಯಿತು. ಕಣ್ಣುಗಳಲ್ಲಿ ನೀರು ಹರಿಯಿತು. ಅದನ್ನು ಒರೆಸಿಕೊಳ್ಳುತ್ತಾ "ಮಗು, ನನ್ನನ್ನು ಹರಿದ್ವಾರಕ್ಕೆ ಕಳಿಸಿಕೊಡು. ಬಹಳ ಸಲ ಕೇಳಿಕೊಂಡಿದ್ದೇನೆ. ಕಳುಹಿಸು" ಎಂದಳು.

ಶಮಂತನ ಮುಖ ಕಪ್ಪಿಟ್ಟಿತು. ಆಕೆಯನ್ನು ಅಪ್ಪುಗೆಯಿಂದ ಬಿಟ್ಟನು. "ಅವ್ವಾ, ಏನಂದಿ ? ಮತ್ತೆ ಅದೇ ರಾಗ ?"

ಅವನ ಸಿಟ್ಟೇರಿತ್ತು. "ಅಂದರೆ ಎಲ್ಲರ ಕೈಲಿ, ನನ್ನ 'ಅವ್ವೆ'ಯನ್ನು ಸಾಕಲಾರದವನು ಎನ್ನಬಯಸುತ್ತಿಯೇನು ?"

"ಇಲ್ಲ ಮಗು; ತಪ್ಪು ತಿಳೀಬೇಡ. ನೀನು ನಿನ್ನ ಹೆಂಡತಿ ಸುಖವಾಗಿ ಬದುಕಿರಿ. ನನ್ನ ಕಾಲ ಮುಗಿಯುತ್ತ ಬಂದಿದೆ. ನೋಡು. ಇಲ್ಲಿ ನಾನೇನು ಮಾಡಬೇಕಾಗಿದೆ, ಹೇಳು. ಇನ್ನುಳಿದಿರುವುದು ಕೊಂಚ ದಿನ ಮಾತ್ರ. ಅದನ್ನು ಧ್ಯಾನದಲ್ಲಿ ಕಳೆಯಬೇಕೂಂತ, ಅನ್ನಿಸಿದೆ. ಮಗು, ದಯವಿಟ್ಟು ನನ್ನ ಹರಿದ್ವಾರಕ್ಕೆ ಕಳುಹಿಸಿಕೊಡು."

"ನೀ ಹೊರಟುಹೋದರೆ ಸಾಹೇಬರಿಗೆ ಫೂಲ್‌ಕಾರಿ ಯಾರು ಮಾಡಿ ಕೊಡ್ತಾರೆ ಹೇಳು.

ನಿನ್ನೆದುರಿಗೇ ಅವರಿಗೆ ಭರವಸೆ ಕೊಟ್ಟಿದ್ದೀನಿ, ನೋಡು."

"ಮಗು ನನ್ನ ಕಣ್ಣು ಸರಿಯಾಗಿ ಕಾಣುತ್ತಿಲ್ಲಪ್ಪ. ಏನೂ ಮಾಡಲಾರೆ ನಾನು. ಯಾರ ಕೈಲಾದರೂ 'ಫೂಲ್‌ಕಾರಿ' ಮಾಡಿಸಬಹುದು. ಇಲ್ಲವೆ ಮಾರುಕಟ್ಟೆಯಲ್ಲಿ ಕೊಳ್ಳಬಹುದು, ಮಗು."

"ಅವ್ವಾ ನೀನೆ ಹೀಗೆ ದ್ರೋಹ ಮಾಡಬಾರದು ನನಗೆ. ಸಾಹೇಬನಿಗೆ ಇಷ್ಟವಾದರೆ ನನಗೆ ಬಡ್ತಿ ಸಿಕ್ಕೀತು."

ಆಕೆ ಕೊಂಚ ಮೌನ ತಾಳಿದಳು. ಕೂಡಲೆ "ಆತ ನಿನಗೆ ಆಫೀಸಿನಲ್ಲಿ ಮೇಲೇರಿಸಿಯಾನೆ ? ಹೇಳು. ಹಾಗೆ ಖಂಡಿತವಾಗಿ ಹೇಳಿದನೆ ? ಹೇಳು."

"ಆತ ಏನೂ ಹೇಳಲಿಲ್ಲ. ಆದರೆ ಆತನಿಗೆ ಎಷ್ಟು ಸಂತೋಷವಾಯ್ತು, ನೀನೇ ನೋಡಿದೆಯಲ್ಲಾ. ನೀ ಫೂಲ್‌ಕಾರಿ ಮಾಡುವಾಗ ತಾನೇ ಬಂದು ನೋಡುವುದಾಗಿ ಹೇಳಿದ. ಸಾಹೇಬನಿಗೆ ಸಂತೋಷವಾದರೆ ನನಗೆ ಇನ್ನೂ ಮೇಲಿನ ಸ್ಥಾನ ಸಿಕ್ಕೀತು. ನಾನೊಬ್ಬ ದೊಡ್ಡ ಅಧಿಕಾರಿಯಾಗಬಹುದು."

ಆಕೆಯ ಮುಖಚರ್ಯೆ ಬದಲಾಗತೊಡಗಿತು. ಆ ಮುಖದ ಗೆರೆಗಳಲ್ಲಿ ಸಂತೋಷ ಹರಿದಾಡಿತು. "ಹಾಗಾದರೆ ನಿನಗೆ ಆಫೀಸಿನಲ್ಲಿ ಬಡ್ತೀ ದೊರಕೀತು. ಅಲ್ಲವೆ ? ಮಗು."

"ಅದೇನೂ ಸುಲಭವಲ್ಲವ್ವ, ನಿನಗೆ ಅರ್ಥವಾಗೋಲ್ಲ, ನೋಡು. ನಾನು ಸಾಹೇಬರನ್ನು ಸಂತೋಷಪಡಿಸಿದರೆ ಮಾತ್ರ... ಅಲ್ಲದೆ ಬೇರೆಯವರೂ ಅಲ್ಲಿದ್ದಾರೆ. ಅವರಿಗೂ ಬಡ್ತಿಯ ಆಸೆಯಿದೆ. ಅದೆಲ್ಲಾ ಇಲಿಗಳ ಪಂದ್ಯ. ಆದರೆ ನನಗೇ ಮೊದಲ ಅವಕಾಶ ದೊರಕೀತು, ಅಂತ."

"ಹಾಗಾದರೆ ಆತನಿಗೇಂತ ಒಂದು ತಯಾರು ಮಾಡ್ತೇನೆ... ಹೇಗಾದರೂ ಮಾಡ್ತೇನೆ ಬಿಡು ಮಗು."

ತನ್ನೊಳಗೇ ಆಕೆ ಮಗನ ಅಭ್ಯುದಯಕ್ಕಾಗಿ ಪ್ರಾರ್ಥನೆ ಮಾಡಿದಳು.

"ಈಗ ಹೋಗಿ ಮಲಗಿಕೊಳ್ಳವ್ವ," ಎಂದು ಹೇಳಿದವನೇ ಮಗ ಬಾಗಿಲ ಕಡೆಗೆ ತಿರುಗಿದ.

– ಅನು : ಕ. ವೆಂ. ರಾಜಗೋಪಾಲ

○ ಲಕ್ಷ್ಮೀನಾಥ ಬೇಜಬರುವ

ಹುಕ್ಕ

ಸಂಜೆಯಾಗಿತ್ತು. ಕಚೇರಿಯಿಂದ ಅದೇ ಆಗ ಹಿಂದಿರುಗಿದ್ದ ಗಂಗಾರಾಮ ಡಾಂಗೊರಿಯಾ* ತಿಂಡಿ ತೀರ್ಥ ಮುಗಿಸಿ, ಮನೆಯ ಮುಂದಿನ ಹಜಾರದಲ್ಲಿ ತನ್ನ ದಣಿದ ದಡೂತಿ ದೇಹವನ್ನು ಕೈಮುರಿದ ಕುರ್ಚಿಯೊಂದರ ಮೇಲೆ ಒರಗಿಸಿ ವಿಶ್ರಮಿಸಿ ಕೊಳ್ಳುತ್ತಿದ್ದ. ಆಗ ಅವನು ತನ್ನ ಕೀರ್ತಿಯ ಪ್ರಭೆಯಲ್ಲಿ ಮೈ ಕಾಯಿಸಿಕೊಳ್ಳುತ್ತಿದ್ದ ನೆನ್ನಬೇಕು – ಕೈಯಲ್ಲಿ ಬೆಳ್ಳಿಯ ಹುಕ್ಕವಿತ್ತು; ಕಾಲುಗಳು ದಂತದ ಬುಗುಟಿನ ಮರದ ಪಾದುಕೆಗಳನ್ನು ಮೆಟ್ಟಿದ್ದವು. ಕೊರಳಲ್ಲಿ ಪವಿತ್ರ ತುಳಸಿಮಾಲೆ ನೇತಾಡುತ್ತಿತ್ತು.

ಆಗ ಯಾರೋ ಮನೆಯ ಮೆಟ್ಟಿಲು ಹತ್ತಿಬರುವ ಹೆಜ್ಜೆಯ ಸಪ್ಪಳ ಕೇಳಿಸಿತು. ಓಹೋ, ಪಂಡಿತರೆ! ಅವರು ಮೆಟ್ಟಿದ್ದ ಚಪ್ಪಲಿ ಹರಿದು ಹಾಳು ಸೂಸುತ್ತಿತ್ತು. ನಡೆದಂತೆ ಅವರ ತಲೆಯ ಜುಟ್ಟು ಅಲ್ಲಾಡುತ್ತಿತ್ತು. ಅಡಿಕೆಯ ರಸದಿಂದ ಬಣ್ಣ ಕಟ್ಟಿದ ಅವರ ತುಟಿಗಳು ಸಂತೋಷದ ನಗೆಯಾಗಿ ಬಿರಿದು, ಬಾಯಿ ತೆರೆದು ತಂಬಾಕಿನ ಚೀಲವನ್ನು ನೆನಪಿಗೆ ತರುತ್ತಿದ್ದವು.

ಗಂಗಾರಾಮ ಹಾಗೂ ಪಂಡಿತರ ನಡುವೆ ಮೋಜಿನ ಮಾತು ಕತೆ ಆರಂಭವಾಯಿತು. ಅವರಿಬ್ಬರಲ್ಲಿ ಹಿರಿಯನಾದ ಗಂಗಾರಾಮ ಅತಿಥಿ ಸತ್ಕಾರಕ್ಕಾಗಿ ತಂಬಾಕಿನ ಚಿಲುಮೆ ತರಲು ಅಪ್ಪಣೆ ಮಾಡಿದ. ಮನೆಯಾಳು ರತಿಯನಿಗೆ ಹೇಳಿದರೆ ಅವನು ಹೊತ್ತು ಮಾಡುವನೆಂದು ಮಗ ರಾಮೇಶ್ವರನನ್ನೇ ಕೂಗಿ ಕರೆದ. ಆದರೆ ಆ ಹಾಳಾದವನೋ, ಮನೆಯಲ್ಲೇ ಇರಲಿಲ್ಲ. ಐದು ವರ್ಷದ ಮಗು ಮಹೇಂದ್ರಿ ಓಡಿ ಓಡಿ ಬಂದು, 'ರಾಮೇಶ್ವರ ತಂಬಾಕು ಸೇದಲು ಫೈಸಲ್‌ನವೀಸನ ಮಗನೊಂದಿಗೆ ಅವನ ಮನೆಗೆ ಹೋಗಿದ್ದಾನೆ' ಎಂಬ ದಿಗ್ಭ್ರಮೆ ಹುಟ್ಟಿಸುವ ಸುದ್ದಿ ಕೊಟ್ಟ. ಮಗ ರಾಮೇಶ್ವರನಿಗೆ ಆ ಮಂತ್ರದ ಸೊಪ್ಪಿನ ಆನಂದದ ದೀಕ್ಷೆ ಕೊಟ್ಟವನು ಆಳು ರತಿಯನೇ ಎಂದು ಆವಿಷ್ಕಾರವಾದಾಗಲಂತೂ ಗಂಗಾರಾಮನಲ್ಲಿ ಮಹಾ ವಿಪತ್ತಿನ ಪ್ರಜ್ಞೆಯೊಂದು ರೋಷವಾಗಿ ಸಿಡಿಯಿತು. ಯಜಮಾನರ ಬೆಳ್ಳಿಯ ಹುಕ್ಕವನ್ನು ಪಾಲುಗೊಳ್ಳು

---

* 'ಡಾಂಗೊರಿಯ' ಅಸ್ಸಾಮಿನ ಶ್ರೀಮಂತವರ್ಗದ ಗೌರವ ನಾಮ.

ವುದರ ಮೂಲಕವೇ ಅವರಿಬ್ಬರ ಪ್ರಥಮ ಪಾಠ ಆರಂಭವಾಗಿದ್ದುದಂತೂ ಸುಸ್ಪಷ್ಟ.

2

ಯಜಮಾನರ ಹುಕ್ಕದ ಪಾವಿತ್ರ್ಯವನ್ನು ಕೆಡಿಸಿದ್ದೊಂದು, ಮಗನನ್ನು ಕೆಡಿಸಿದ್ದು ಮತ್ತೊಂದು – ಹೀಗೆ ಪರಿವಾರದ ಮುದಿಯಾಳು ರತಿಯ ಒಂದಲ್ಲ, ಎರಡು ಆರೋಪಗಳನ್ನು ಎದುರಿಸಬೇಕಾಗಿ ಬಂದಿತು. ಅವನನ್ನು ಆ ಕ್ಷಣ ಕೆಲಸದಿಂದ ತೆಗೆದುಹಾಕಿದ್ದಾಯಿತು. ಆದರೆ ಅದಕ್ಕೆ ಮೊದಲು ಅವನ ಬೆನ್ನು ಬೆತ್ತದ ಬಿಸಿಯನ್ನು ಚಪ್ಪರಿಸದೇ ಇರಲಿಲ್ಲ. ರತಿಯನೇನೋ ಅದಕ್ಕೆ ಅರ್ಹನಾಗಿದ್ದ, ನಿಜ. ಆದರೆ ತಪ್ಪಿಗೆ ಮುಖ್ಯ ಅಪರಾಧಿ ಯಾರೆಂದು ಯಾರೂ ಪತ್ತೆ ಮಾಡುವ ಗೋಜಿಗೆ ಹೋಗಲಿಲ್ಲ. ಖಂಡಿತವಾಗಿ ರತಿಯನಂತೂ ಅಲ್ಲ. ಸ್ವತಃ ರಾಮೇಶ್ವರನೂ ಅಲ್ಲ. ಫೈಜಲ್‌ನವೀಸನ ಮಗನಾಗಲೀ ತಂಬಾಕಿನ ವಿಲಾಸಿಗಳಾದ ಅವನ ತಂಡದಲ್ಲಿ ಬೇರೆ ಯಾರೊಬ್ಬರಾಗಲೀ ಅಲ್ಲ. ಮತ್ತೆ ಯಾರು ? ನಿಜ ಅಂದರೆ, ಅಪರಾಧಿಗಾಗಿ ಮೊದಲು ಮನೆಯಲ್ಲೇ ಹುಡುಕಬೇಕಾಗಿತ್ತು. ನಿರ್ದಾಕ್ಷಿಣ್ಯವಾಗಿ ಹೇಳುವುದಾದರೆ ಆ ಅಪರಾಧಿ ದೊಡ್ಡ ಹೊಟ್ಟೆಯೆತ್ತಿಕೊಂಡು ದೊಡ್ಡ ದಿಂಬಿಗೆ ಒರಗಿದ, ದೊಡ್ಡ ರುಮಾಲಿನ ದೊಡ್ಡ ಮನುಷ್ಯ ಅರ್ಥಾತ್ ಡಾಂಗೊರಿಯ ಗಂಗಾರಾಮನಲ್ಲದೇ ಬೇರೆ ಯಾರೂ ಅಲ್ಲ.

ಉಪದೇಶಕ್ಕಿಂತ ಉದಾಹರಣೆ ಮೇಲು ತಾನೆ! ಆ ಮಾದಕ ವಸ್ತುವಿನ ಮೇಲೆ ಬೆಳೆದ ತಂದೆಯ ಮಾಂಸದಿಂದ ಕಡೆದು ಮಾಡಿದಂತಿದ್ದ ರಾಮೇಶ್ವರ ತಾನೂ ಸುಲಭವಾಗಿ ತಂಬಾಕಿಗೆ ಮಾರುಹೋದ. ಡಾಂಗೊರಿಯಾ ಗಂಗಾರಾಮನ ಕುಲ ಪಲ್ಲವ ಹಾಗೂ ತಾಯಿ ಡಾಂಗೊರಿ ಯಾಣಿಯ ಕಣ್ಮಣಿ ರಾಮೇಶ್ವರ ಬಹುಬೇಗ ಆ ಸೀಮೆಯ ಅತ್ಯಂತ ದೊಡ್ಡ ತಂಬಾಕಿನ ರಾಜನಾದ.

3

ಕಾಲ ಕಳೆದಂತೆ, ಗಂಗಾರಾಮ ತನ್ನ ಸಂಸಾರ ಹಾಗೂ ಆಸ್ತಿಪಾಸ್ತಿಗಳ ನಿರ್ವಹಣೆಯ ಭಾರವನ್ನು ರಾಮೇಶ್ವರನಿಗೆ ಬಿಟ್ಟು ತೀರಿಕೊಂಡ. ದೇಣೆಯ ಬಾಬತ್ತಿನಲ್ಲಿ ಸಾಕಷ್ಟು ಸಾಲಗಳಿದ್ದವು. ದೇಣೆಯಲ್ಲಿ ಇದ್ದುದೆಂದರೆ ಒಂದೆರಡು ಗುಡಿಸಲುಗಳು. ಕೆಲವು ಬೊಂಬಿನ ಮೆಳೆಗಳು, ನಾಲ್ಕಾರು ಹಣ್ಣಿನ ಮರ, ಮೇಲೊಂದಿಷ್ಟು ಹರಕು ಮುರಕು. ಜತೆಗೆ, ಎಲ್ಲಕ್ಕಿಂತ ಮುಖ್ಯವಾಗಿ, ಮೃತನ ಆಜನ್ಮ ಸಂಗಾತಿಯಾಗಿದ್ದ ಬೆಳ್ಳಿಯ ಹುಕ್ಕ.

ಈ ತೆರನ ಆಸ್ತಿಯ ನಿರ್ವಹಣೆ ಮಾಡುವುದರಲ್ಲಿ ಮಗ ರಾಮೇಶ್ವರನ ದೇಹ ದಡೂತಿ ಯಾಯಿತು. ಕಾಲಿಗೆ ಆನೆಯ ನಡಿಗೆ ಬಂದಿತು. ಕತ್ತಿನ ಸುತ್ತ ಕಾಡೆಮ್ಮೆಯನ್ನು ನೆನಪಿಗೆ ತರುವಂತಹ ವಿಕಾರವಾದ ಕೊಬ್ಬಿನ ಮುದ್ದೆ ಬೆಳೆಯಿತು. ಧ್ವನಿ ಒಡಕಲ ತಮಟೆಯಂತೆ ಕರ್ಕಶವಾಯಿತು. ಗದ್ದುಗೆಯೇರಿದ ಮೇಲೆ ಅವನ ಬದುಕಿನ ಮಹದಾಶೆಯ ಬೆಳ್ಳಿಯ ಹುಕ್ಕದಲ್ಲಿ ಸಿದ್ಧಿ ಕಂಡಿತು. ಅದರಿಂದ ಧಾರಾಳವಾಗಿ ಏಳುತ್ತಿದ್ದ ಬುಗ್ಗೆ ಅವನ ಪಿತಗಳ ಮನೆಯ ಪಡಸಾಲೆಯಲ್ಲೆಲ್ಲಾ ತಂಬಾಕಿನ ದಟ್ಟ ಹೊಗೆ ಕವಿಸಿತು.

ಹಣ ಹಣವನ್ನು ಹಡೆಯುತ್ತದೆ. ರಾಮೇಶ್ವರನ ವಿಷಯದಲ್ಲಿ ಆದದ್ದೂ ಅದೇ. ಪಿತ್ರಾರ್ಜಿತ ವಾದ ಸಾಲ ಇನ್ನೂ ಹೆಚ್ಚು ಸಾಲ ಹಡೆದು, ಅದು ದೊಡ್ಡ ಮೊತ್ತವಾಯಿತು. ಸಾಲಿಗರು ಮನೆಯ ತನಕ ಬರತೊಡಗಿದರು; ಅವರ ತಗಾದೆ ಹೆಚ್ಚುತ್ತ ಹೋಯಿತು. ಹಿಂದೆಯೇ ವ್ಯಾಜ್ಯಗಳೂ ಕೋರ್ಟಿನ ಡಿಕ್ರಿಗಳೂ ಕೆಸರಿನಲ್ಲಿ ಎಮ್ಮೆಯ ಕಾಲಿಗೆ ಜಿಗಣೆ ಅಂಟಿಕೊಳ್ಳುವಂತೆ ಅಂಟಿಕೊಳ್ಳತೊಡಗಿದವು.

ತೂತಿನ ಪಾತ್ರೆಯಿಂದ ಮರಳು ಸುರಿದು ಹೋಗುವಂತೆ ರಾಮೇಶ್ವರನಿಗೆ ಪಿತ್ರಾರ್ಜಿತವಾಗಿ ಬಂದಿದ್ದ ಭೂಮಿಕಾಣಿ, ಒಡವೆ ವಸ್ತುಗಳೆಲ್ಲ ಚೂರೂ ಬಿಡದೆ ಕಳೆದುಹೋದವು. ಅವನು ಬಂದ ದೌರ್ಭಾಗ್ಯವೆಲ್ಲವನ್ನೂ ಸಮಚಿತ್ತದಿಂದ ವೇದಾಂತಿಯಂತೆ ವಿಧಿಗೆ ಆತ್ಮಾರ್ಪಣೆ ಮಾಡಿಕೊಂಡು ತಾಳಿಕೊಂಡ. ಅವನು ಅಳು ತಡೆದುಕೊಳ್ಳಲಾರದೆ ಹೋದದ್ದೆಂದರೆ ಒಂದು ಸಂದರ್ಭದಲ್ಲಿ ಮಾತ್ರ – ತಂದೆಯ ಬೆಳ್ಳಿಯ ಹುಕ್ಕದಿಂದ ಬೇರೆಯಾಗಬೇಕಾಗಿ ಬಂದಾಗ. ಆದರೆ ಮರುಕ್ಷಣ ಅವನು ಕಣ್ಣೊರಸಿಕೊಂಡ. ಆ ನಂತರ ಅವನು ಅತ್ತದ್ದನ್ನು ಯಾರೂ ನೋಡಲಿಲ್ಲ. ಬೆಳ್ಳಿಯ ಹುಕ್ಕ ಹೋಯಿತು. ಆದರೆ ಮರುದಿನವೇ ಅದರ ಸ್ಥಾನದಲ್ಲಿ ಒಂದು ತೆಂಗಿನ ಚಿಪ್ಪಿನ ಹುಕ್ಕ ಬಂದಿತು.

ಆ ಬದಲಿ ಹುಕ್ಕದ ಬೆಲೆ ಒಂದಾಣೆ, ಅಷ್ಟೇ. ಆದರೆ ಆ ಕಾರಣದಿಂದಾಗಿ ಅದು ತನ್ನ ಭವ್ಯ ಪೂರ್ವಜನ ಬಾಯಿಂದ ಬರುತ್ತಿದ್ದಷ್ಟೇ ಧಾರಾಳವಾಗಿ, ಅದೇ ಬಣ್ಣದ ಹೊಗೆ ಕಾರದೇ ಇರಲಿಲ್ಲ. ರಾಮೇಶ್ವರ ವಿವೇಕಿ, ಯಾವ ಸಂಗತಿಯೂ ಅವನನ್ನು ದುಃಖಕ್ಕೆ ಈಡು ಮಾಡುತ್ತಿರಲಿಲ್ಲ. ಬದಲು ಆ ಬೇರೊಂದು ಪ್ರಪಂಚಕ್ಕೆ ಸೇರಿದ ಆಸ್ತಿಪಾಸ್ತಿಗಳು ನಷ್ಟವಾದದ್ದರಿಂದಾಗಿ ಅವನು ಹುಕ್ಕದ ಸೇವೆಯಲ್ಲಿ ಹೆಚ್ಚು ಸಮಯ ಕಳೆಯುವುದು ಸಾಧ್ಯವಾಯಿತು. ಹೀಗೆ ಅವನ ದೌರ್ಭಾಗ್ಯಗಳು ಸಹ ಮುಸುಕು ಮುಚ್ಚಿ ಬಂದ ಅನುಗ್ರಹಗಳೇ ಆದವೆನ್ನಬಹುದು. ಕನಿಷ್ಠ, ಅವನಂತೂ ಹಾಗೆ ತಿಳಿಯುತ್ತಿದ್ದ. ಆ ಭಾವನೆಯಿಂದ ಅವನ ಭಾರ ಕಡಿಮೆಯಾಯಿತು. ಅವನ ಭಾಗ್ಯ ಪಲ್ಲಟವಾದದ್ದನ್ನು ನೋಡುತ್ತಿದ್ದವರಿಗೂ ಹಾಗೆಯೇ ಅನಿಸಿತು.

ರಾಮೇಶ್ವರ ಅಷ್ಟೊಂದು ಸಾಲ ಏಕೆ ಮಾಡಿದ ಎಂಬ ಗುಟ್ಟನ್ನು ಕಂಡುಹಿಡಿಯುವ ಚಿಂತೆಯಲ್ಲಿ ಕೆಲವರ ತಲೆ ಬೋಳಾಯಿತು. ಹುಕ್ಕದ ಬಗ್ಗೆ ಇದ್ದ ಹುಚ್ಚು ವ್ಯಾಮೋಹವನ್ನು ಬಿಟ್ಟರೆ ಬೊಟ್ಟು ಮಾಡಿ ತೋರಿಸುವಂತಹುದೇನೂ ಅವನಲ್ಲಿ ಇರಲಿಲ್ಲ. ಹುಕ್ಕ ಸಹ ಎಷ್ಟೇ ಎಡೆಬಿಡದೆ ವಟಗುಟ್ಟಿದರೂ ಅಷ್ಟೊಂದು ಸಾಲವನ್ನು ಮಳೆಗರೆಸುವಂತಿರಲಿಲ್ಲ. ಕಾರಣ ಏನೇ ಇರಲಿ ಮುಖ್ಯವಾದ ಒಂದು ಮಾತೆಂದರೆ ಪಿತ್ರಾರ್ಜಿತವಾಗಿ ಪಡೆದದ್ದರಲ್ಲಿ ರಾಮೇಶ್ವರ ಒಂದನ್ನು ಬಿಟ್ಟು ಉಳಿದೆಲ್ಲವನ್ನೂ ಕಳೆದುಕೊಂಡಿದ್ದ. ಆ ಒಂದೆಂದರೆ ಹುಕ್ಕ. ಅದು ಸಹ ಮೂಲದ ಬೆಳ್ಳಿಯದಲ್ಲ, ಅದರ ಕೈಕೆಳಗಿನ ಕೀಳು, ಆ ಭವ್ಯಪ್ರಾಪ್ತಿಯ ನೆರಳು.

ದೌರ್ಭಾಗ್ಯಗಳು ನೆರೆಯಂತೆ ನುಗ್ಗಿಬರುತ್ತವೆ. ರಾಮೇಶ್ವರನ ದೌರ್ಭಾಗ್ಯಗಳ ನೆರೆ ಅವನ ತಾಯಿ, ತಂಗಿ, ಹೆಂಡತಿಯರನ್ನು ಈ ಪ್ರಪಂಚದಿಂದ ಕೊಚ್ಚಿಕೊಂಡುಹೋಯಿತು. ಹೊರಗಿನವರಿಗೆ ಅವನು ತುಂಬಾ ಏಕಾಕಿಯಾಗಿ ಕಾಣುತ್ತಿದ್ದ. ಆದರೆ ಸ್ವತಃ ತನ್ನ ಕಣ್ಣಲ್ಲಿ ಮಾತ್ರ ಬೇರೆ ತರನೇ ಇದ್ದ. ಕಷ್ಟ ಕಾಲದಲ್ಲಿ ಮೊರೆ ಹೋಗಲು ಹುಕ್ಕ ಇನ್ನೂ ಅವನ ಕೈ ಬಿಡದ ಸಂಗಾತಿಯಾಗಿತ್ತು. ಅದನ್ನು ಕೈಯಲ್ಲಿ ಹಿಡಿದು ಆ ಪರ್ವತಾಕಾರದ ದಿವಂಗತ ಗಂಗಾರಾಮ ಡಾಂಗೊರಿಯಾನ ಮಗ ರಾಮೇಶ್ವರ ಡಾಂಗೊರಿಯಾ ಒಬ್ಬಂಟಿಯಾಗಿ ಗುರಿತಪ್ಪಿ ಅಲೆಮಾರಿಯಂತೆ ತಿರುಗುತ್ತಿದ್ದ.

4

ಇದ್ದಕ್ಕಿದ್ದಂತೆ ಒಂದು ಸಲ ರಾಮೇಶ್ವರನಿಗೂ ಪಂಡಿತರಿಗೂ ಭೇಟಿಯಾಯಿತು. ಅದೊಂದು ಮಟಮಟ ಮಧ್ಯಾಹ್ನದ ದೃಶ್ಯ. ರಾಮೇಶ್ವರ ಬೀದಿ ಬದಿಯ ಒಂದು ಮರದ ನೆರಳಿನಲ್ಲಿ ತೆಪ್ಪಗೆ ಹುಕ್ಕದ ಸುಖ ಅನುಭವಿಸುತ್ತಾ ವಿಶ್ರಮಿಸಿಕೊಂಡಿದ್ದ. ಹುಕ್ಕದ ಗುಳುಗುಳುನಾದ ಹತ್ತಿರದ ಪೊದೆಯಿಂದ ಬರುತ್ತಿದ್ದ ಮಿಡತೆಯ ಕಿಚಿಕಿಚಿ ಶಬ್ದದೊಂದಿಗೆ ಹದನಾಗಿ ಬೆರೆತು, ಒಂದು ಅಪರೂಪದ ಸ್ವರಮೇಳವನ್ನುಂಟುಮಾಡಿತ್ತು. ಆ ಕಡೆ ಕೆಲಸದ ಮೇಲೆ ಹೊರಟಿದ್ದ

ಪಂಡಿತರಿಗೆ ರಾಮೇಶ್ವರನನ್ನು ಗುರುತಿಸುವುದೇ ಕಷ್ಟವಾಯಿತು. ಅವರು ಮುರುಕು ಛತ್ರಿ ಹಿಡಿದು, ತಮ್ಮ ಸುಪರಿಚಿತವಾದ ಜುಟ್ಟನ್ನು ಅಲ್ಲಾಡಿಸುತ್ತಾ ಘಾಟಿಯ ಕಡೆ ನಡೆದಿದ್ದರು. ಮಾರನೆಯ ದಿನಕ್ಕೆ ಗೊತ್ತಾಗಿದ್ದ ಕೈಲಾಸವಾಸಿ ಗೋಸಾಯಿಯರ ಶ್ರಾದ್ಧ ನಡೆಸಿಕೊಡಲು ಅವರು ದಕ್ಷಿಣ ಘಾಟಿಯ ಮಂದಿರಕ್ಕೆ ಹೊಳೆ ದಾಟಿ ಹೋಗಬೇಕಾಗಿತ್ತು. ಮುಂದೆ ನಡೆದ ಮಾತುಕತೆಯಿಂದ ಹೊರಬಿದ್ದದೆಂದರೆ ರಾಮೇಶ್ವರನ ಗುರಿಯೂ ಅದೇ ಆಗಿತ್ತು. ಇಬ್ಬರೂ ಒಟ್ಟಿಗೆಯೇ ಹೊರಟರು.

5

ಒಂದು ಸಣ್ಣ ತೆರೆದ ನಾಟಿ ದೋಣಿ ಹಿಡಿದು ರಾಮೇಶ್ವರ ಡಾಂಗೊರಿಯಾನೂ ಪಂಡಿತರೂ ದಕ್ಷಿಣ ಘಾಟಿಯ ಮಂದಿರಕ್ಕೆ ಹೋಗಲು ಹೊಳೆ ದಾಟುತ್ತಿದ್ದರು. ಪಂಡಿತರು ಮೌನವಾಗಿ ಕುಳಿತಿದ್ದರು. ಅವರು ಮಾರನೆಯ ದಿನದ ಶ್ರಾದ್ಧದಲ್ಲಿ ತಮ್ಮ ಲಾಭದ ಲೆಕ್ಕ ಹಾಕುತ್ತಿದ್ದರು. ಅವರ ಬದಿಯಲ್ಲಿ ರಾಮೇಶ್ವರ ಡಾಂಗೊರಿಯಾ ಶಾಂತವಾಗಿ ಹುಕ್ಕ ಎಳೆಯುತ್ತ ಕುಳಿತಿದ್ದ. ಅವನು ಕನಸಿನಲ್ಲಿ ಕರಗಿಹೋದಂತಿದ್ದ. ಅವನ ಮುಖಭಾವದಿಂದ ಮನಸ್ಸಿನಲ್ಲಿ ಹರಿಯುತ್ತಿದ್ದ ವಿಚಾರದ ಸುಳಿವು ಸಿಕ್ಕುವಂತಿರಲಿಲ್ಲ.

ಆಗ ಇದ್ದಕ್ಕಿದ್ದಂತೆ ದೋಣಿಯ ದೊಡ್ಡ ಅಂಬಿಗನ ಧ್ವನಿ ಕೇಳಿ ಬಂದಿತು.

– "ನೋಡಿ ಅಯ್ಯಾ, ಅಲ್ಲಿ ಆ ಕಡೆ ದಂಡೆ ಮೇಲೆ, ಮರಗಳ ಸಾಲಿನಲ್ಲಿ ಅದೇ ನೋಡಿ, ಮಂದಿರ."

"ಹೌದೆ ? ಯಾವ ಕಡೆ ಅಂದೆಯೋ ?" ಅನ್ನುತ್ತಾ ರಾಮೇಶ್ವರ ಡಾಂಗೊರಿಯಾ – ಅರ್ಥಾತ್ ಪೂರ್ವದ ರಾಮೇಶ್ವರ ಡಾಂಗೊರಿಯಾನ ಪ್ರೇತ – ಆ ಪುಣ್ಯಸ್ಥಳವಿದ್ದ ದಿಕ್ಕಿಗೆ ದೂರದಿಂದಲೇ ಒಂದು ನಮಸ್ಕಾರ ಹಾಕಲು ಕೈಯೆತ್ತಿದ. ಆ ಪ್ರಯತ್ನದಲ್ಲಿ ಅವನ ಕೈಲಿದ್ದ ಹುಕ್ಕ ಹಿಡಿತ ತಪ್ಪಿ ನೀರಿಗೆ ಉರುಳಿತು. ಅಂಬಿಗ ಹಾಗೂ ಮುದಿಪಂಡಿತರ "ಬೇಡ ಬೇಡ" ಎಂಬ ಎಚ್ಚರಿಕೆಯ ಕೂಗನ್ನು ಲಕ್ಷಿಸದೆ, ನೀರಿಗೆ ಬಿದ್ದ ತನ್ನ ಹುಕ್ಕವನ್ನು ಎತ್ತಿ ತೆಗೆಯುವ ಹುಚ್ಚು ಪ್ರಯತ್ನದಲ್ಲಿ ರಾಮೇಶ್ವರನ ದಡೂತಿ ದೇಹ ಪ್ರವಾಹದ ಸೆಳೆತದೊಳಕ್ಕೆ ಧುಮುಕಿತು.

ನೀರಿನಲ್ಲಿ ತೇಲಿಹೋಗುತ್ತಿದ್ದಂತೆ ರಾಮೇಶ್ವರನ ಹುಕ್ಕ ಕೊಂಚ ದೂರದವರೆಗೆ ಕಣ್ಣಿಗೆ ಕಾಣಿಸುತ್ತಿತ್ತು. ಆದರೆ ರಾಮೇಶ್ವರ ಡಾಂಗೊರಿಯಾ ಮಾತ್ರ ಮತ್ತೆ ಕಣ್ಣಿಗೆ ಬೀಳಲಿಲ್ಲ.

ಸಂಜೆ ಸೂರ್ಯಾಸ್ತವಾಗುವಾಗ ದೋಣಿ ದಕ್ಷಿಣ ಘಾಟಿ ಮುಟ್ಟಿತು. ಪಂಡಿತರು ಅಂಬಿಗನಿಗೆ ನಯವಾಗಿ ಹೇಳಿದರು : "ಇದೋ ತೊಗೋಪ್ಪ. ಲೆಕ್ಕಾಚಾರ ಮುಗಿದುಬಿಡಲಿ. ದೋಣಿಯ ಅರ್ಧ ಬಾಡಿಗೆ, ಉಳಿದರ್ಧ ರಾಮೇಶ್ವರನ ಲೆಕ್ಕ. ನಾವಿಬ್ಬರೂ ಒಟ್ಟಾಗಿ ತಾನೆ ದೋಣಿ ಹಿಡಿದದ್ದು?"

"ಬಿಡಿ, ಅಯ್ಯಾ, ನೀವೇನೂ ಕೊಡಬೇಕಾಗಿಲ್ಲ," ಅಂಬಿಗ ಕಟುವಾಗಿ ಹೇಳಿ, ಆಮೇಲೆ ನಿಟ್ಟುಸಿರುಗರೆಯುತ್ತ ಸೇರಿಸಿದ, "ಈವೊತ್ತು ಕೆಟ್ಟ ದಿನ. ನಮ್ಮ ಒಬ್ಬ ಅಯ್ಯನ್ನ ಕಳಕೊಂಡ್ವಿ."

ಈ ಉದಾರ ವರ್ತನೆಗೆ ಉತ್ತರವಾಗಿ ಪಂಡಿತರು ಆಶೀರ್ವಾದದ ಮಳೆಗರೆದರು. ಅವರು ದಡ ಹತ್ತಲು ಸಿದ್ಧವಾಗುತ್ತಿದ್ದಂತೆ ನೀರಿನಲ್ಲಿ ತೇಲುತ್ತಿದ್ದ ಕಳೆ ಕಸದ ನಡುವೆ ಏನೋ ಒಂದು ವಸ್ತು ಕಣ್ಣಿಗೆ ಕಾಣಿಸಿತು. ಪಂಡಿತರು ಒಂದು ಜೊಂಡಿನ ದಂಟನ್ನು ಚಾಚಿ ಅದನ್ನು ಹತ್ತಿರ ಎಳೆದುಕೊಂಡರು. ದೇವರೇ ! ಅದು ಡಾಂಗೊರಿಯಾನ ಭಾಗ್ಯನಿರ್ಣಾಯಕ ವಾಗಿದ್ದ ಹುಕ್ಕ !

ಅನು : ಶಾ. ಬಾಲುರಾವ್

○ ಗೋಪಿನಾಥ ಮೊಹಂತಿ

ಇರುವೆಗಳು

ಒಂದಾದ ಮೇಲೊಂದರಂತೆ ಬಳಲಿದ ಆ ಎರಡು ಕಾಲುಗಳು, ನಿಧಾನವಾಗಿ ಮೇಲೆ ಮೇಲೆ ಚಲಿಸಿದವು. ಕಾಲಿನ ಮಾಂಸಖಂಡಗಳು ಕಿತ್ತುಕೊಂಡಂತಾಗಿ ಎದೆಯೊಳಗೆ ಏನೋ ಭಯಂಕರವಾಗಿ ಕುಟ್ಟಿದ ಅನುಭವವಾಯಿತು. ಸೂರಿನಿಂದ ನೇತಾಡುವ ಮಳೆಯ ಹನಿಗಳಂತೆ ಟೊಪ್ಪಿಗೆಯ ಅಂಚಿನಿಂದ ಬೆವರಿನ ಬಿಂದುಗಳು ತೂಗಿಕೊಂಡಿದ್ದವು. ಚಡ್ಡಿ, ಶರಟುಗಳು ಒದ್ದೆಯಾಗಿ ತೊಟ್ಟಿಕ್ಕುತ್ತಿದ್ದರೂ ದೇಹ ಮಾತ್ರ ಮುಂದೆ ಹೋಗುತ್ತಲಿತ್ತು – ಗಾಳಿಗೇ ಚಲಿಸುವಂತೆ. ಕೊನೆಗೆ ಬೆಟ್ಟದ ತುದಿ ಬಂತು. ರಮೇಶ ಒಂದು ಕ್ಷಣ ನಿಂತ.

ಕೆಳಗೆ ಬಲು ದೂರದಲ್ಲಿ ಉನ್ನತ ವೃಕ್ಷಗಳ ಕಾಡು ದಟ್ಟವಾಗಿ ಕಪ್ಪಾಗಿ ಕಾಣುತ್ತಿತ್ತು. ಕಣಿವೆಗಳ ಮೆಟ್ಟಿಲಿಳಿದು ಕಾಡು ಪಾತಾಳ ಲೋಕವನ್ನು ಮುಟ್ಟುವ ಹಾಗೆ ತೋರುತ್ತಿತ್ತು. ಆದರೆ ಇಲ್ಲಿ ನೀಲಿ ಆಕಾಶದ ನಡುವೆ, ಹುಲ್ಲಿನ ಅಂಚಿನಿಂದ ಸುತ್ತುವರಿಯಲ್ಪಟ್ಟ ಬೆಟ್ಟದ ಬೋಳು ನೆಲ ಸೂರ್ಯನ ಬೆಳಕಿನಲ್ಲಿ ಹೊಳೆಯುತ್ತಿತ್ತು.

ಬೆಟ್ಟ ಹತ್ತುವುದು ತಮಾಷೆಯಲ್ಲ ಅಂದುಕೊಂಡ ರಮೇಶ. ಆದರೆ ತನ್ನ ಜೊತೆಯಲ್ಲಿ ಬರುತ್ತಿದ್ದವರು ತನಗಿಂತ ಹೆಚ್ಚು ವಯಸ್ಸಾದವರು. ಅವರೊಡನೆ ತರುಣ ಅಧಿಕಾರಿಯೊಬ್ಬ ಅದನ್ನು ಹೇಳಿಕೊಳ್ಳುವುದು ಹೇಗೆ ? ಎಂದೇ, ತನ್ನ ಆಯಾಸ ವನ್ನೆಲ್ಲ ದೃಢಸಂಕಲ್ಪದಿಂದ ತಳ್ಳಿ ಹಾಕಿ, ಕೆಳತುಟಿಯನ್ನು ಹಲ್ಲು ಗಳಿಂದ ಕಚ್ಚಿ ಹಿಡಿದು ಅವರನ್ನು ಕುರಿತು ಆತ ನಗೆಯಾಡಿದ : "ಏನು ಇಷ್ಟಕ್ಕೇ ಆಯಾಸವಾಗಿ ಹೋಯಿತೆ ?" ಹಾಗೆ ಹೇಳಿ, ಸರಿಗೆಯಂತೆ ಬಿಗಿಯಾಗಿದ್ದ ತೆಳು ಶರೀರದ ರಮೇಶ ಚೂಪಾದ ಒರಟು ಕಲ್ಲುಗಳನ್ನು ಮೆಟ್ಟುತ್ತ ಸರಸರನೆ ಮುನ್ನಡೆದ.

ಉಗಿಬಂಡಿಯಂತೆ ಏದುಸಿರು ಬಿಡುತ್ತಾ ಅವನ ಜವಾನ ಬೀನು ಮೇಲೆ ಬಂದ; ಮಣ್ಣಿನ ಬಣ್ಣದ ನಾಯಿಕೊಡೆಯಂತೆ ಅವನ ರುಮಾಲು ನಿಧಾನವಾಗಿ ಮೇಲೇರುತ್ತಿತ್ತು. ಮೂಗು ಕಿವಿಗಳಲ್ಲಿ ಬಂಗಾರದ ಉಂಗುರಗಳನ್ನು ಕತ್ತಿಗೆ ಒಂದು ಫ್ಲಾಸ್ಕು ಹಾಗೂ ಒಂದು ಬಂದೂಕನ್ನೂ ನೇತುಹಾಕಿಕೊಂಡಿದ್ದ ಕಪ್ಪು ಬಣ್ಣದ ಒಬ್ಬ ಟೋಣಪ : ಅವನೇ ಬೀನು. ಆತ

ರಮೇಶನ ಬಳಿ ಬಂದು ಅವನ ಹಿಂದೆ ಒಂದು ಲಾಂಛನದಂತೆ ನಿಂತ.

ಕೆಳಗಿನಿಂದ ಮೇಳಗೀತದ ಪಲ್ಲವಿಯೊಂದು ಅಲೆಅಲೆಯಾಗಿ ಮೇಲೆ ಬಂತು – "ಬೈಲೆ ಬೈಲೆ"... ಒಬ್ಬ, ಮತ್ತೆ ಇನ್ನೊಬ್ಬ, ಮತ್ತೂ ಒಬ್ಬ – ಎಂಟು ಆಕೃತಿಗಳು ಎತ್ತರವಾಗಿ ಬೆಳೆದ ಹುಲ್ಲುಗಳ ಹಿಂದಿನಿಂದ ನಿಧಾನವಾಗಿ ಕಾಣಿಸಿಕೊಂಡರು. ಲಂಗೋಟಿ ಧರಿಸಿದ ಕೊಂಡರು. ಉದ್ದ ಕೋಲಿನ ಎರಡೂ ತುದಿಗೆ ಬುಟ್ಟಿಗಳನ್ನು ತೂಗಿ ಅವುಗಳನ್ನು ಭುಜದ ಮೇಲೆ ಹೊತ್ತು ಭಾರ ಸರಿದೂಗಿಸುತ್ತ ಅವರು ನಡೆಯುತ್ತಿದ್ದರು. ಹಾಡು ಮುಗಿಯಿತು. ಬೀನು ಅರಚಿದ, "ಸೋಮಾರಿ ಜನಗಳು, ಎಷ್ಟು ಛೀಮಾರಿ ಹಾಕಿ ನೀವು, ಅವರಂತೂ ಯಾವಾಗಲೂ ಹಿಂದೆ ಬೀಳ್ತಾರೆ."

"ನಮಗೆ ವಯಸ್ಸಾಗಿದೆ" ಎಂದು ಉತ್ತರಿಸಿದ ಒಬ್ಬ. ಅವನ ಮಾತು ಮುಗಿದ ಕೂಡಲೇ ಅವರೆಲ್ಲಾ ಒಟ್ಟಿಗೇ ನಕ್ಕರು; ಹಾಗೇ ಸ್ವಲ್ಪ ದೂರದಲ್ಲಿ ಕೂತು ಮನೆಯಲ್ಲಿ ತಯಾರಿಸಿದ ಸಿಗಾರುಗಳನ್ನು ಹೊತ್ತಿಸಲು ತೊಡಗಿದರು.

ಫ್ಲಾಸ್ಕಿನಿಂದ ಟೀ ಬಗ್ಗಿಸಿಕೊಟ್ಟ ಬೀನು. ಒಂದು ಹುಣಿಸೇ ಮರದ ಕೆಳಗೆ ಕೂತು ಟೀ ಸೀಪುತ್ತ ರಮೇಶ ಕೇಳಿದ :

"ನೀನು ಈ ದಾರಿಯಲ್ಲಿ ಮೊದಲು ಬಂದಿದ್ದೆಯಾ ಬೀನು ?"

"ಹೌದು ಸಾರ್. ಕಡೆಯ ಬಾರಿ ಎರಡು ವರ್ಷದ ಕೆಳಗೆ, ಮತ್ತೆ ಅದಕ್ಕಿಂತ ಹಿಂದೆ ಬಹಳ ಸಲ"

"ಇನ್ಯಾರಾದರೂ ಅಧಿಕಾರಿಗಳು ಈ ದಾರಿ ನಡೆದಿದ್ದರೇನು ?"

"ಬೇಕಾದಷ್ಟು ಜನ ಸರ್, ಎಷ್ಟಾದರೂ ಈ ದಾರಿ ಸಂತೆಗೆ ಹೋಗುವ ರಸ್ತೆಯಲ್ಲಿ ತಾನೆ ಇರೋದು ?"

ರಮೇಶ ಕೊಂಚ ಖಿನ್ನನಾದ. ಚಿಕ್ಕಂದಿನಿಂದಲೂ ಮಿಕ್ಕವರಿಗಿಂತ ತಾನು ಮುಂದು ಎಂಬ ಭಾವನೆ ಅವನಿಗೆ ಅತ್ಯಂತ ಸುಖ ನೀಡುತ್ತಿತ್ತು. ಅದೇ ಅವನ ಮಹತ್ವಾಕಾಂಕ್ಷೆಯೂ ಆಗಿತ್ತು. ಅವನ ಈ ಯಶಸ್ಸಿನ ಕತೆ ವೈವಿಧ್ಯಮಯವಾಗಿದ್ದ ದೀರ್ಘ ಕಥೆ. ಉತ್ತರ ಬಾಲಸೋರ್‌ನ, ಕಾಣದ, ಕೇಳದ ಹಳ್ಳಿ ಹುಡುಗನೊಬ್ಬ, ಕ್ರಮೇಣ ಬೆಳೆದು ಈಗ ಇಂದಿನ ಸ್ಥಾನ ಪಡೆದ ಕಥೆ: ಶಾಲೆಯಿಂದ ಕಾಲೇಜಿಗೆ, ಬದುಕಿನ ಕ್ರೂರ ಪಂದ್ಯದಲ್ಲಿ ಗೆಳೆಯರು ಸೋಲುತ್ತ ಹೋದದ್ದು, ಹಿಂದೆ ಬಿದ್ದದ್ದು, ಅದೃಶ್ಯವಾದದ್ದು; ವಿದ್ಯಾರ್ಥಿ ವೇತನಗಳು, ಪದಕಗಳು, ಬಹುಮಾನಗಳ ಯಶಸ್ಸಿನ ನೆನಪುಗಳು; ಮತ್ತೆ ಈಗ ಈ ನೌಕರಿ; ಗೊತ್ತರಿಯ ದವರೆಲ್ಲ ತನ್ನನ್ನು ಬಂದು ಕಾಣುವುದು; ತನ್ನ ಜವಾನನ ಡೊಗ್ಗು ಸಲಾಮು; ಜೀವವಿಮೆ ಏಜೆಂಟನ ಮೊರೆಗಳು ಹಾಗೂ ಮದುವೆಯ ಅನಿವಾರ್ಯ ಪ್ರಸ್ತಾಪಗಳು. ಜಗತ್ತು ತನ್ನನ್ನು ಗಮನಿಸದೆ, ತನಗೆ ಸಲಾಮು ಹೊಡೆಯುತ್ತದೆ. ಬದುಕಿನ ಹೋರಾಟದಲ್ಲಿ ಪಡೆದ ಆ ಮೊದಲ ಯಶಸ್ಸುಗಳು, ಮತ್ತು ಸ್ವಪ್ರತಿಷ್ಠೆಯ ಭಾವನೆ ಕ್ರಮೇಣ ಆತ್ಮವಿಶ್ವಾಸವಾಗಿ ಮಾಗಿ, ತಾನೂ ಒಬ್ಬ ಲೆಕ್ಕಕ್ಕೆ ಬರುವವ ಎಂಬ ಭಾವನೆ ಅವನಲ್ಲಿ ಈಗ ಬೆಳೆದಿತ್ತು. ತನ್ನ ತೇಜಸ್ವೀ ವ್ಯಕ್ತಿತ್ವಕ್ಕೆ ಒಂದು ಹಿನ್ನೆಲೆ ಒದಗಿಸುವವರು ಎಂಬುದರ ಹೊರತು ಅವನ ಸುತ್ತಮುತ್ತಲಿನ ಇತರ ಅಸಂಖ್ಯಾತ ಜೀವಿಗಳಿಗೆ ಬೇರೇನೂ ಬೆಲೆ ಇರಲಿಲ್ಲ.

ಆದರೆ ಪ್ರತಿ ಹೆಜ್ಜೆಗೂ ಎಡೆಬಿಡದೆ ಕಾಡುವ ಈ ಅಸಮಾಧಾನ ! ತನಗಿಂತ ಮೊದಲೇ ಜನ ಈ ಕಾರ್ಯವನ್ನು ಸಾಧಿಸಿದ್ದಾರೆ, ತನ್ನ ಮುಂದೆ ಅವರ ಹೆಜ್ಜೆ ಗುರುತುಗಳಿವೆ.

ಅವರೆದುರಿಗೆ ತಾನು ತೀರಾ ಸಣ್ಣವ. ಬೆಟ್ಟ ಹತ್ತುವಾಗಲಾದರೂ ಅವನಿಗೆ ಸ್ವಲ್ಪ ಪ್ರಫುಲ್ಲತೆಯಿಂದಿರಲು ಸಾಧ್ಯವಾಗಿತ್ತು – ನಾಗರೀಕತೆಯಿಂದ ಬಂದ ಮೊದಲಿಗನಲ್ಲವೆ ತಾನು ಈ ದಾರಿ ತುಳಿಯಲು ಎಂಬ ಭಾವನೆಯಿಂದ. ಆದರೆ ಈಗ ಆ ಕಾಲ್ಪನಿಕ ತೃಪ್ತಿಯೂ ಕೈ ಜಾರಿ ಹೋಗುತ್ತಿದೆ. ಇತ್ತ ಬೀನು ಹರಟುತ್ತಲೇ ಇದ್ದಾನೆ. ಈ ಬೆಟ್ಟದ ತುದಿಯ ಮೇಲೆ ಬಿಳೀ ಸಾಹೇಬ ಐದು ದಿನಗಳ ಕಾಲ ಠಾಣ್ಯ ಹೂಡಿದ ಸಂಗತಿಯನ್ನು ಹೃದಯಂಗಮವಾಗಿ ವರ್ಣಿಸುತ್ತಿದ್ದಾನೆ; ಅವರ ಬೇಟೆಗಳು, ವಿನೋದಾವಳಿ ಮತ್ತು ನೃತ್ಯಗಳು ಹೇಗೆ ಈ ಸ್ಥಳವನ್ನೇ ಒಂದು ನಗರವಾಗಿ ಮಾರ್ಪಾಟು ಮಾಡಿಬಿಟ್ಟಿದ್ದವು ಎಂದೆಲ್ಲಾ ಸವಿಸ್ತಾರವಾಗಿ ವಿವರಿಸುತ್ತಿದ್ದಾನೆ.

ಅದು ಕೇವಲ ಬೇರೊಂದು ಸಮಯ ಅಷ್ಟೆ. 4 ಜನ ಬಂದಿದ್ದರು, ಹೋಗಿದ್ದರು; ಕಾಡು ಮಾತ್ರ ಎಂದಿನಂತೆ ಕಪ್ಪಗೇ ಇದೆ. ಬೀನುಗೆ ನೆನಪು ಮರುಕಳಿಸಿತು. "ಈಗ ಅಂದಿನ ದಟ್ಟ ಕಾಡುಗಳಿಲ್ಲ, ಕಾಡುಪ್ರಾಣಿಗಳು ಸುಳಿದಾಡುವುದೂ ಇಲ್ಲ, ಕೊಂಡರು ಎಲ್ಲವನ್ನೂ ಸವರಿ ಹಾಕಿ ಬಿಟ್ಟಿದ್ದಾರೆ. ಇಲ್ಲಿಯೇ ಕೊಂಡರ ಹಳ್ಳಿಗಳಿದ್ದವು : ಕಾಡು ನಾಶವಾಗಹತ್ತಿದ ಹಾಗೆ ಹುಲಿಗಳು ಹಳ್ಳಿಗಳಿಗೆ ನುಗ್ಗಿ, ಜನರು ಜಾಗ ಬಿಡುವ ಪರಿಸ್ಥಿತಿ ಹುಟ್ಟಿತು."

"ಈಗ ಕಾಡುಗಳಿಲ್ಲವೆ ? ಹಾಗಾದರೆ ಇವು ಏನು ?"

"ಹೌದು, ಕತ್ತರಿಸಿದ ಮರಗಳು ಮತ್ತೆ ಬೆಳೆದು ಕಾಡಾಗುತ್ತದೆ; ಆದರೆ ಆಗಿನ ಆ ಕಾಡುಗಳು !"

ಕಾಡುಗಳಲ್ಲಿ ಕೊನೆಯಿಲ್ಲದೆ ಅಲೆಯುವ ಜನಪ್ರವಾಹ ಕುರಿತು ರಮೇಶ ಆಲೋಚಿಸಿದ. ಒಳಗೆ ನುಗ್ಗುತ್ತ, ಹಿಂದೆ ಸರಿಯುತ್ತ ಮತ್ತೆ ಪ್ರಯತ್ನಿಸುತ್ತ – ಬೆಟ್ಟದ ತೊರೆಯ ಹಾಗೆ ಸಾವಿಲ್ಲದ ಅದರ ನೋವು ನಲಿವುಗಳ ಕಿರಿದು ತೊರೆ ಈಗಲೂ ಕಲ್ಲುಗಳ ಮಧ್ಯೆ ಜುಳುಜುಳು ಸದ್ದು ಮಾಡುತ್ತ ನುಸುಳುತ್ತಿತ್ತು.

ಒಮ್ಮೆಗೇ ಕಟ್ಟೆಯೊಡೆದ ಯಾತನೆಯ ಅನುಭವದಲ್ಲಿ ರಮೇಶ ತನ್ನ ಪ್ರತ್ಯೇಕ ವೈಯಕ್ತಿಕತೆಯ ತೀವ್ರ ಪ್ರಜ್ಞೆಯನ್ನು ಕೊಂಚಮಟ್ಟಿಗೆ ಮರೆತು ನಿರಂತರ ಹರಿಯುವ ಈ ತೊರೆಯಲ್ಲಿ ಬೆರೆತು ಒಂದಾದ.

ಬಿಸ್ಕತ್ತಿನ ಚೂರುಗಳ ಸುತ್ತ ಇರುವೆಗಳ ಒಂದು ಸಣ್ಣ ಸಾಲು ಆಗಲೆ ಮುತ್ತಿಕೊಂಡಿತ್ತು. ರಮೇಶನಿಗೆ ಅಚ್ಚರಿಯಾಯಿತು. ಅವನು ತನ್ನಷ್ಟಕ್ಕೆ ನಕ್ಕ. "ಇಲ್ಲಿ ಕೂಡ ಈ ಇರುವೆಗಳು!" ಅವನ್ನು ನೋಡಿ ಬೆಟ್ಟಗಳಿಗೆ ತಾನು ನೀಡುತ್ತಿರುವ ಈ ಭೇಟಿಯ ಹಿಂದೆ ಹುದುಗಿದ ಗೂಢ ಕಾರಣಗಳ ನೆನಪಾಯಿತು ಅವನಿಗೆ.

ಆತ ಬೀನುವನ್ನು ಕೇಳಿದ "ಅಕ್ಕಿಯ ಕಳ್ಳ ಸಾಗಣೆಗಾರರನ್ನು ನಾವು ಹಿಡಿಯಬಹುದು ಅನ್ನಿಸುತ್ತದೋ ನಿನಗೆ ?"

"ಖಂಡಿತವಾಗಿ ಸಾರ್, ಹೇಗೇ ಹೋದರೂ ಅವರು ಕೊನೆಗೆ ಕಸ್ಪವಾಲ ಸಂತೆಯಲ್ಲಿ ಕಾಣಿಸಿಕೊಳ್ಳಲೇಬೇಕು. ಈಗಿನ್ನೂ ಹತ್ತುಗಂಟೆ. ಎರಡು ಗಂಟೆಗೆ ಮುಂಚೆ ನಾವು ಕಣಿವೆ ಇಳಿದು ಸಂತೆ ಸೇರಬಹುದು. ಮತ್ತೆ ಅವರು ತಪ್ಪಿಸಿಕೊಳ್ಳುವುದು ಹೇಗೆ ಸಾಧ್ಯ ? ಎಲ್ಲರನ್ನೂ ಖಂಡಿತ ಹಿಡೀತೇವೆ."

"ಒಳ್ಳೇದು, ಹಾಗಾದರೆ ತಡಮಾಡದೆ ಮುಂದುವರಿಯೋಣ." ಇಷ್ಟು ಎತ್ತರಕ್ಕೆ ಹತ್ತಿಬಂದ ಮೇಲೂ ಆರಾಮಕ್ಕೆ ಅವಕಾಶವಾಗಲಿಲ್ಲವೆಂದು ಬೀನುವಿಗೆ ಸ್ವಲ್ಪ ಮನಸ್ಸು ವ್ಯಗ್ರವಾಯಿತು. ಕೊಂಡರನ್ನು ಕುರಿತು ಎದ್ದು ನಡಿಯಿರಿ ಎಂದು ಅವನು ಅರಚಿದ. ಕೊಂಡರೂ ಕೂಡ

ಅಸಮಾಧಾನದಿಂದ ಗೊಣಗಿದರು. ವಿಶ್ರಾಂತಿಯೇ ಇಲ್ಲ – ಓಡು, ಇನ್ನೂ ಜೋರಾಗಿ ಓಡು. ತಮ್ಮ ಬುಡಕಟ್ಟಿನ ವಿಚಿತ್ರ ಭಾಷೆಯಲ್ಲಿ ಬೀನುವನ್ನೂ, ಅವನ ತಾತ ಮುತ್ತಾತಂದಿರನ್ನೂ ಶಾಪಗಳ ಸುರಿಮಳೆಯಲ್ಲಿ ಅವರು ಮುಳುಗಿಸಿದರು. ಈ ಜನಕ್ಕೆ ಅಪ್ಪಣೆ ಮಾಡುವುದೊಂದೇ ಗೊತ್ತು. 'ನೀರು ತಾ, ಕಟ್ಟಿಗೆ ತಾ ಸಾಮಾನು ಸರಂಜಾಮು ಹೊರು.' ಹೀಗೆ ಅಪ್ಪಣೆ ಮಾಡುವುದಕ್ಕಷ್ಟೆ ತಮ್ಮ ಭಾಷೆಯ ಕೆಲವು ಶಬ್ದಗಳನ್ನು ಇವರು ಕಲಿಯುತ್ತಾರೆ. ಇವರನ್ನು ಚೆನ್ನಾಗಿ ನಿಂದಿಸುವುದರಿಂದೇನೂ ಬಾಧಕವಿಲ್ಲ. ಗಡಿಯಿಂದ ಆಚೆಗೆ ಅಕ್ಕಿ ಮಾರುವವರನ್ನು ಹಿಡಿಯಲು ಹೊರಟಿರುವ ಈ ಜನ ಎಂಥ ಪೆದ್ದರಿರಬೇಕು ಎಂದು ತಮ್ಮೊಳಗೆ ಮಾತನಾಡಿ ಕೊಂಡರು, ಕೊಂಡರು. ಹಸಿವು ಎಲ್ಲ ಕಡೆಯೂ ಒಂದೇ; ಅಕ್ಕಿ ಬೇಕಾದವನಿಗೆ ಎಲ್ಲೇ ಆಗಲಿ ಅದನ್ನು ಕೊಳ್ಳುವುದಕ್ಕೆ ಹಕ್ಕಿದೆ. ಅದರಲ್ಲಿ ಅಪರಾಧವೇನಿದೆ? ಮತ್ತೆ ಅಕ್ಕಿ ಬೆಳೆಯುವವರು ತಾನೆ ಯಾರು? ಅಥವಾ ಈ ಜನಕ್ಕೆ ಕಾನೂನುಗಳೇ ಬೇರೆಯೆ? ಹೆಂಡ ಇಳಿಸುವುದು, ಕಾಡಿನ ಮರಗಳನ್ನು ಕಡಿಯುವುದು, ಅಕ್ಕಿ ಖರೀದಿ ಮಾಡುವುದು, ಭಾರದ ಹೊರೆಯನ್ನು ನಡೆದು ದಣಿದಾಗ ಕೊಂಚ ವಿಶ್ರಮಿಸಬಯಸುವುದು – ಇವೆಲ್ಲವೂ ಅಪರಾಧ ಗಳೆನ್ನುವ ಕಾನೂನುಗಳೇ ಇವರದ್ದು? ಆದರೆ ಮಾತು ಮುಂದುವರಿಸುವುದಕ್ಕೆ ಹೊತ್ತಿರಲಿಲ್ಲ. ಆ ಬೀನು, ಆ ಜವಾನ ಮತ್ತೆ ಬೈಗುಳ ಅರಚಲು ಪ್ರಾರಂಭಿಸಿದ್ದ. ಅಧಿಕಾರಿ ಬಿರುಸಾಗಿ ನಡೆಯುತ್ತಿದ್ದ. ಕೊಂಡರು ಎದ್ದರು. ಅವರ ಎಲ್ಲ ದೂರುಗಳೂ ಪಲ್ಲವಿಯಿಂದ ಕೂಡಿದ ಒಂದು ಹಾಡಿನಲ್ಲಿ ವಿಲೀನಗೊಂಡವು.

ಮುಂದೆ ದಟ್ಟ ಕಾಡಿತ್ತು. ಕಣಿವೆಯ ಕೆಳಗೆ ಸುರಂಗದಂತೆ ರಸ್ತೆ ಇಳಿದಿತ್ತು. ಕೊಂಡರ ಈ ಸಮೂಹಗಾನ ರಮೇಶನಿಗೆ ಖುಷಿ ಕೊಟ್ಟಿತು. ಎಷ್ಟು ಹಿತಕರವಾಗಿದೆ ಈ ಹಾಡು! ಏನಿರಬಹುದು ಅದರ ಅರ್ಥ? ಬಹುಶಃ ಆ ಜನಾಂಗದ ಒಂದು ದಂತಕತೆಯಿರಬಹುದು.

ರಮೇಶ ಕೂಗಿದ :

"ಬೀನು"

ಕಪಿ, ಬೈಗುಳಗಳನ್ನು ಒಳಗೆ ತುಂಬಿಕೊಂಡು ಬೀನು ಓಡಿಬಂದ. ಆರು ಹಲ್ಲುಗಳನ್ನು ಕಳೆದುಕೊಂಡ, ದಿನದಿನಕ್ಕೆ ಹೆಚ್ಚು ಬೋಳಾಗುತ್ತಿದ್ದ ತಲೆಯ, ಐವತ್ತೈದು ವರ್ಷದ ಅವನ ದೇಹಕ್ಕೆ ಸ್ವಲ್ಪ ವಿಶ್ರಾಂತಿ, ಸ್ವಲ್ಪ ಸುಖಶಾಂತಿ ಬೇಕಾಗಿದ್ದವು. ಆದರೆ ಈ ತರುಣ ಅಧಿಕಾರಿಗೆ ಎಲ್ಲದರಲ್ಲೂ ಅವಸರ. ತಾನೇ ಹೆಚ್ಚು ಅವಸರದಲ್ಲಿ ತೊಡಗಿ ಸುತ್ತಮುತ್ತಲವರಿಗೂ ಹುಚ್ಚು ಹಿಡಿಸುತ್ತಾನೆ. ಬೀನುವಿಗೆ ಈ ಕೆಲಸ ಬಿಟ್ಟರೂ ಬದುಕಿಗೆ ಬೇಕಾದಷ್ಟು ಇತ್ತು. ಆದರೆ ಈ ಕೆಲಸ ತನಗೆ ನೀಡುವ ದರ್ಪ, ಅಧಿಕಾರಗಳನ್ನು ಕಳೆದುಕೊಂಡರೆ, ಅಧಿಕಾರದ ಜೊತೆಬರುವ ನಿಗೂಢ ಶಕ್ತಿ ತನ್ನಿಂದ ತೊಲಗಲಿಕ್ಕಿಲ್ಲವೆ? ಆಗ ಸಾವಿರ ಸಾವಿರ ಕೆಲಸಕ್ಕೆ ಬಾರದವರಲ್ಲಿ ತಾನು ಒಬ್ಬನಾಗುವುದಷ್ಟೇ ಅಲ್ಲದೆ ಈಗ ಅವರ ಮೇಲೆ ತನಗಿರುವ ಪ್ರಭಾವವನ್ನೂ ಕಳೆದು ಕೊಂಡಂತಾಗುವುದಿಲ್ಲವೆ? ಇಂಥ ಅಧಿಕಾರ, ಈ ಭಯಂಕರ ಮೋಹಕ ಶಕ್ತಿ ಕಳೆದು ಹೋಗುತ್ತದೆಂಬ ಭಯವೇ ಬೀನುವನ್ನಿಂದು ಬೆಟ್ಟ ಹತ್ತುವಂತೆ ಮಾಡಿತ್ತು :

"ಬೀನು, ಈ ಜನ ಎಷ್ಟು ಚೆನ್ನಾಗಿ ಹಾಡ್ತಾರಲ್ಲ?" ಅಂದ ರಮೇಶ.

"ಹೌದು ಸರ್, ತುಂಬ ಚೆನ್ನಾಗಿ ಹಾಡ್ತಾರೆ"

"ಆದರೆ ಅವರ ಹಾಡಿನ ಅರ್ಥ ಏನು?"

ರುಮಾಲನ್ನು ಒಂದು ಕಡೆಯಿಂದ ಇನ್ನೊಂದು ಕಡೆಗೆ ಸರಿಸುತ್ತ, ಬಾಯೊಳಗಿನ

ವೀಳೆಯದೆಲೆಯನ್ನು ಇನ್ನೊಂದು ಸಲ ಜಗಿದು ಬೀನು ತುಂಬ ತಿಳಿದವನಂತೆ ವಿವರಿಸಿದ:

"ಓ ಅದು ಚೈತ್ರ ಹಬ್ಬದ ಹಾಡು."

"ಆದರೆ ಅದರ ಅರ್ಥವೇನು ?"

"ಅದೇ ಹಳೇ ಕಥೆ – ದಂಗದಾಸ್ ಮತ್ತು ದಂಗದೀಸ್ ಹಾಗೂ ಅವರ ಪರಸ್ಪರ ಪ್ರೇಮ."

"ಯಾವಾಗಲೂ ಅವರು ಇದನ್ನೇ ಹಾಡ್ತಾರೇನು ?"

"ಹೌದು ಸರ್, ಯಾವಾಗಲೂ!"

"ಬೈಲೆ ಅಂದರೇನು ? ಮಲ್ಲಿಗೆ ಹೂವೆ ?"

"ಹೌದು ಸರ್. ಹೀಗೇ ಮುಂದುವರಿಸಿದ್ರೆ, ಇನ್ನೂ ಸ್ವಲ್ಪ ದಿನಗಳಲ್ಲಿ ಅವರ ಭಾಷೆಯನ್ನ ನೀವು ಪೂರ್ತಿ ಕಲಿತ್ಬಿಡ್ತೀರಿ, ಸರ್ !"

ಈ ಉತ್ತರದಿಂದ ರಮೇಶನಿಗೆ ಖುಷಿಯಾಯಿತು, "ಅವರು ಮುದಿ ವಯಸ್ಸಿನಲ್ಲೂ ಹಾಡುಗಳನ್ನು ಹಾಡ್ತಾರೇನು ?"

"ಈ ನಮ್ಮ ನಾಡಿನಲ್ಲಿ ಯಾರೂ ಎಂದೂ ಮುದಿಯಾಗುವುದೇ ಇಲ್ಲ ಸರ್."

ರಮೇಶ ಮನದಟ್ಟು ಮಾಡಿಕೊಂಡ... ಬೈಲೆ ಅಂದರೆ ಮಲ್ಲಿಗೆ ಮತ್ತು ಕೊಂಡರು ಯಾವಾಗಲೂ ಹಾಡುವುದು ಪ್ರೇಮದ ಹಾಡುಗಳನ್ನೇ.

ರಮೇಶನಿಗೆ ಬೊಗಳೆ ಹೊಡೆದು ಅವನನ್ನು ಮಂಕುಗೊಳಿಸಿದ್ದರ ಬಗ್ಗೆ ಬೀನು ಸಂತೋಷಪಟ್ಟ".

ಕೊಂಡ ಕೂಲಿಯಾಳುಗಳು ತಮ್ಮ ಗೋಳಿನ, ಮುಗಿಯದ ದುರದೃಷ್ಟಗಳ ಕತೆಯನ್ನು ಹಾಡುತ್ತ ದಾರಿ ಸರಿದರು; ಮತ್ತೆ ದಾರಿಯುದ್ದಕ್ಕೂ ಅಧಿಕಾರಿಯ ಹಾಗೂ ಅವನ ದರಿದ್ರ ಜವಾನನ ಮೇಲೆ ಬೈಗಳು ಸುರಿಮಳೆ ಸುರಿಸುತ್ತಾ ನಡೆದರು. ಕೊಂಡರ ಅನೇಕ ಗುಂಪುಗಳು ದಾರಿಯಲ್ಲಿ ಇವರನ್ನು ಭೇಟಿಯಾದರು – ನಕ್ಕರು, ತಮಾಷೆ ಮಾಡಿದರು, ಹಾಡಿನೊಂದಿಗೆ ದನಿಗೂಡಿಸಿದರು ಮತ್ತು ತಮ್ಮ ಗೋಳಿನ ಕತೆಯ ಹಿಂದಿನ ವಿಧಿಯ ಕ್ರೌರ್ಯದ ಅನುಭವವನ್ನು ಹಂಚಿಕೊಂಡರು. ಹಾಡಿನ ಹಿಂದಿನ ಅಣಕದಲ್ಲಿ ಎಷ್ಟು ಸುಲಭವಾಗಿ ಅವರು ಪಾಲ್ಗೊಳ್ಳುತ್ತಿದ್ದರು! ಹಾಡು ಕ್ಷಣ ನಿಂತರೂ ಬೀನು ಮುಂದುವರಿಸುವಂತೆ ಅವರತ್ತ ಕೂಗಿ ಹೇಳುತ್ತಿದ್ದ, 'ಯಾರೂ ನಮ್ಮ ದೇಶದಲ್ಲಿ ಮುದುಕರಾಗುವುದಿಲ್ಲ'. ತನ್ನ ಮಾತೇ ಬೀನುವಿಗೆ ಬೇರೆ ಅರ್ಥ ಬೇರೆ ರೂಪ ಪಡೆಯಿತು. ತನ್ನ ಹೆಂಡತಿಯರಲ್ಲಿ ಅತ್ಯಂತ ಕಿರಿಯವಳನ್ನು ಆತ ನೆನೆದ. ತನ್ನ ಮೂರನೆಯ ಹೆಂಡತಿ. ಅವಳ ತಂದೆಗೆ ಅತಿ ಹೆಚ್ಚು ಕನ್ಯಾ ಶುಲ್ಕ ನೀಡಿ ಅನೇಕ ಉತ್ಸಾಹೀ ತರುಣರ ಆಶೆಗಳನ್ನು ಭಂಗಗೊಳಿಸಿ ಅವಳನ್ನಾತ ಹೊಡೆದುಕೊಂಡು ಬಂದಿದ್ದ. ಕಾಡುಗಳ ಈ ನಾಡಿನಲ್ಲಿ, ಬೇರೆಯವರಿಂದ ವಸ್ತುಗಳನ್ನು ಹಾರಿಸಿಕೊಂಡು ಬರುವುದರಲ್ಲೇ ಒಬ್ಬನ ಹೆಚ್ಚುಗಾರಿಕೆ ಅಡಕವಾಗಿತ್ತು; ಈ ವಿದ್ಯೆಯಲ್ಲಿ ಮನುಷ್ಯ, ಪ್ರಾಣಿಗಳನ್ನು ಮೀರಿಸುತ್ತಿದ್ದ. ಆದರೆ ಬೀನುವಿನ ಈ ತಂತ್ರದ ಹಿಂದೆ ಅವನ ಜೀವನದುದ್ದಕ್ಕೂ ಕಾಡಿನ ಹತಾಶೆಯ ಕಾರಣವಿತ್ತು. ಅವನಿಗೆ ತೋಪುಗಳು, ಭೂಮಿ, ಮನೆಗಳು, ಜಾನುವಾರು ಎಲ್ಲವೂ ಇದ್ದವು – ತನ್ನದೇ ಮಗುವೊಂದನ್ನು ಬಿಟ್ಟು. ವಯಸ್ಸು ಮೀರುತ್ತಿದ್ದಂತೆ ಈ ಶೂನ್ಯತೆಯ ಅರಿವು ಅವನಿಗೆ ಹೆಚ್ಚು ಹೆಚ್ಚಾಗಿ ಆಗತೊಡಗಿತು. ಕಿರಿಯ ಹೆಂಡತಿಯನ್ನು ನೆನಸಿಕೊಂಡು ತನ್ನ ಹಿರಿಯ ಹೆಂಡತಿಯರಿಬ್ಬರು ಅವಳನ್ನು ಹೇಗೆ ನಡೆಸಿಕೊಳ್ಳುತ್ತಿದ್ದಾರೋ ಎಂದು ಅವನು ಆತಂಕಗೊಂಡ. ಈ ಪ್ರದೇಶದಲ್ಲಿ ಗಂಡನೊಡನೆ ಸಮಾಧಾನ, ಸುಖ ಕಾಣದಿದ್ದರೆ ಹೆಂಡತಿ

ಅವನನ್ನು ಬಿಟ್ಟು ಹೊರಡುವಳಷ್ಟೆ? ಮತ್ತೆ ತನ್ನ ಮೊಮ್ಮಗನಾಗಿದ್ದ ಆ ತರುಣ ಚಪ್ರಾಸಿ ಬೀಸಿಯನ್ನು ಆತ ನೆನಸಿಕೊಂಡ. ತನ್ನ ಮನೆಗೆ ಆಗಾಗ್ಗೆ ಬಂದು ತನ್ನ ಅಜ್ಜಿಯನ್ನು ತಮಾಷೆ ಮಾಡಿ ಹೋಗುತ್ತಿದ್ದ ಇವನು.

"ಬೀನು"

"ಸರ್"

"ಈ ಕಳ್ಳ ಸಾಗಣೆ ಅಕ್ಕಿ ಇಲ್ಲಿಗಿಂತ ಹಿಂದೆಲ್ಲಿಯೂ ಯಾಕೆ ಪತ್ತೆಯಾಗಿಲ್ಲ? ಮದ್ರಾಸಿಗೆ ಕಳ್ಳಸಾಗಣೆ ಮಾಡಬೇಕಿದ್ದರೆ ಎಲ್ಲೋ ಅಕ್ಕಿ ಸಂಗ್ರಹಿಸಬೇಕಲ್ಲ ಮತ್ತೆ? ಆ ಸಂಗ್ರಹದ ಜಾಗದಿಂದ ತಾನೆ ಈ ವ್ಯಾಪಾರಿಗಳು ಅಕ್ಕಿ ತೆಗೆದುಕೊಂಡು ಹೋಗುತ್ತಿರಬೇಕು ಆದರೆ ಕೋರಾಪಟ್‌ನಿಂದ ನಾಲ್ಕು ದಿನ ನಡೆದಾಯಿತಾದರೂ ಎಲ್ಲೂ ಇದರ ಸುಳಿವೇ ನಮಗೆ ಕಾಣಿಸ್ತಿಲ್ವಲ್ಲ?"

"ಭಾರಿ ಪ್ರಮಾಣದಲ್ಲಿ ಸಾಗಣೆಯಾದಾಗ ಮಾತ್ರ ಸರ್ ಅದನ್ನು ಪತ್ತೆ ಹಚ್ಚೋದು ಸಾಧ್ಯ?"

ಬೇಸರದಲ್ಲಿ ಇದನ್ನು ನುಡಿದ ಬೀನು, ತಾನೇ ನೂರು ಮಣ ಅಕ್ಕಿಯನ್ನು ದುಬಾರಿ ಬೆಲೆಗೆ ಕಳ್ಳತನದಲ್ಲಿ ಮಾರಿದ್ದನ್ನು ನೆನೆದುಕೊಂಡ. ಪ್ರತಿಯೊಬ್ಬನೂ ತನ್ನ ಹಣೆಬರಹವನ್ನು ತಾನೇ ನೋಡಿಕೊಳ್ಳಬೇಕಾದಂಥ ಸಮಾಜದಲ್ಲಿ ಬೇರೆಯವರನ್ನು ಮೋಸಗೊಳಿಸಿ, ಅವರ ಕಣ್ಣಿಗೆ ಮಣ್ಣೆರಚಿ, ಇತರರ ವೆಚ್ಚದಲ್ಲಿ ಯಶಸ್ಸುಗಳಿಸುವುದು ಸಹಜ ಹಾಗೂ ನ್ಯಾಯ ಎಂದು ಬೀನು ನಂಬಿದ್ದ. ತನ್ನ ಸ್ವಾರ್ಥಕ್ಕಾಗಿ ಕಾನೂನು ಮುರಿಯುವುದು ಮತ್ತು ಅದರಿಂದಾಗಿ ಸಿಕ್ಕಿಹಾಕಿಕೊಳ್ಳಬಹುದೆಂದು ಅನಂತರ ಭಯಪಡುವುದು – ಇವು ಈ ಸ್ವಾರ್ಥ ವ್ಯವಸ್ಥೆಯ ಸಹಜ ಪರಿಣಾಮಗಳು ಎಂದಾತ ಆಲೋಚಿಸಿದ. ಮಾತಿನ ಗತಿ ಬದಲಾಯಿಸಲು ಪ್ರಯತ್ನಿಸಿದ.

"ಒಬ್ಬೊಬ್ಬರೇ ದೊಡ್ಡ ಪ್ರಮಾಣದಲ್ಲಿ ನಡೆಸಲು ಸಾಧ್ಯವಿಲ್ಲದ ವ್ಯವಹಾರ ಇದು. ಬಯಲು ಸೀಮೆಯ ಸಣ್ಣ ಗಿರಾಕಿಗಳು ಸಂತೆಯಲ್ಲಿ ಒಂದು ಹತ್ತು ಇಪ್ಪತ್ತು ಕೆ.ಜಿ. ಕೊಳ್ಳುವುದನ್ನು ನೋಡಬಹುದು. ಸ್ವಲ್ಪವೇ ದೂರದಲ್ಲಿ ಮದ್ರಾಸ್ ಗಡಿಯಿದೆ. ಅಲ್ಲಿ ವ್ಯಾಪಾರಿಗಳು ಎತ್ತಿನ ಬಂಡಿ, ಗೋಣಿ ಚೀಲ ಮತ್ತು ಗಂಟು ಗಂಟು ಹಣ ಇಟ್ಟುಕೊಂಡು ಕಾದಿರುವುದನ್ನು ಕಾಣಬಹುದು. ಬಂಡಿಗಟ್ಟಲೆ ಅಕ್ಕಿ ಮೂಟೆಗಳು ವಿಶಾಖಪಟ್ಟಣ, ಪಾರ್ವತಿಪುರ ಮತ್ತು ಇತರ ಜಾಗಗಳಿಗೆ ಹೋಗುತ್ತವೆ ಆಮೇಲೆ. ವ್ಯಾಪಾರಿಗಳಿಗೆ ವ್ಯಾಪಾರದ ಗುಟ್ಟುಗಳು ಸಹಜವಾಗಿ ಗೊತ್ತಿರಲೇಬೇಕಲ್ಲ ಸಾರ್?"

ರಮೇಶ ಗಂಭೀರನಾದ. "ವ್ಯಾಪಾರಿಗಳನ್ನು ಸೇರುವುದರ ಮೊದಲು ಈ ಅಕ್ಕಿಯ ದಾಸ್ತಾನನ್ನು ನಾವು ವಶಪಡಿಸಿಕೊಳ್ಬೇಕು."

ಅವನ ಕಣ್ಣುಗಳನ್ನು ಬೇಡಗಾರನ ವಿಚಿತ್ರ, ತೀಕ್ಷ್ಣ ಉರಿ ಬೆಳಗಿತು. ಒಂದೇ ವಿಷಯ ಅವನನ್ನು ಕಾಡುತ್ತಿತ್ತು. ನಮ್ಮ ಅಕ್ಕಿಯನ್ನು ಬೇರೆಯವರೇಕೆ ಕದಿಯಬೇಕು? ಇದು ತನ್ನ ವೈಯಕ್ತಿಕ ಹಕ್ಕಿನಲ್ಲಿ ತಲೆಹಾಕಿದಂತೆ ಅನ್ನಿಸಿ, ಇದನ್ನು ತಾನು ನಿರೋಧಿಸಬೇಕು ಎಂದು ಅವನು ನಿಶ್ಚಯಿಸಿದ.

'ನಮ್ಮ ಅಕ್ಕಿ'ಯ ಬಗ್ಗೆ ಮಾತಾಡುವಾಗ ಅವನ ಪ್ರಜ್ಞೆಯಲ್ಲಿ ಒಂದೇ ವಿಷಯ ಮಾತ್ರ ಕಾಣುತ್ತಿತ್ತು. ತಾನೊಬ್ಬ ಒರಿಯ. ತನ್ನ ಹಿಂದೆ ಒರಿಸ್ಸದ ಚರಿತ್ರೆಯೇ ಇದೆ. ಯುದ್ಧಗಳ, ಚಕ್ರಾಧಿಪತ್ಯಗಳ, ಬೇರೆಯವರಿಗೆ ಹಿಂಸೆ ನೀಡಿ ರಾಜ್ಯ ವಿಸ್ತರಿಸಿದ ಚರಿತ್ರೆ. ಅನಂತರ, ಭೂತ ಕಾಲದ ಧೂಳಿನ ರಾಶಿಯಿಂದ, ಛಿದ್ರವಾದ ಇಟ್ಟಿಗೆಗಳಿಂದ ವರ್ತಮಾನದ ಅಧಃಪತನಕ್ಕೆ ಆತ

ಬಂದು ಮುಟ್ಟಿದ; ಇದಕ್ಕೆ ನೆರೆರಾಜ್ಯಗಳೇ ಕಾರಣ ಎಂದು ಸಮಾಧಾನ ಪಡೆಯಲು ಬಯಸಿದ.

ಈ ನಾಡನ್ನು ಆ ಜನರು ತಿಂದು ಮುಗಿಸಿ ಬರೇ ಟೊಳ್ಳು ಮಾತ್ರ ಉಳಿಸಿದ್ದಾರೆ. ಈಗ ಮತ್ತೆ ಏನಿದು? ಆತ ತನ್ನನ್ನೇ ಕೇಳಿಕೊಂಡ...ಕೆಳಗೆ ಕಾಡಿನ ರಸ್ತೆಗಳಲ್ಲಿ ಅವಿತಿರುವ ತನ್ನ ಬೇಟೆಯನ್ನು ಜ್ಞಾಪಿಸಿಕೊಂಡ. ಅಕ್ಕಿಯ ಈ ಕಳ್ಳವ್ಯಾಪಾರಿಗಳನ್ನು ಬೇಟೆಯಾಡುವ ನಿರೀಕ್ಷೆಯಲ್ಲಿ ಅವನ ಬುದ್ಧಿ ಕುಡಿದವರಂತೆ ಉನ್ಮತ್ತವಾಯಿತು. 'ನಾನು ಅವರನ್ನು ಹಿಡಿಯುವುದಕ್ಕಾದರೆ' ಎಂದು ಹಲ್ಲು ಕಚ್ಚಿದ.

ಆದರೆ ಅವರನ್ನು ಹಿಡಿದರೆ ತಾನೇನು ಮಾಡಬಹುದೆಂಬುದು ಅವನಿಗೇ ಗೊತ್ತಿರಲಿಲ್ಲ.

ಇಳಿಜಾರು ದಾರಿಯಲ್ಲಿ ಬೆಟ್ಟದಿಂದ ಅವಸರವಸರವಾಗಿ ಆತ ಕೆಳಗಿಳಿಯತೊಡಗಿದ. ಅದು ಚಳಿಗಾಲದ ಕೊನೆಭಾಗ. ಈ ನಡಿಗೆಯಿಂದ ಹುಟ್ಟಿದ ಕಾವು ಅವನಿಗೆ ವಸಂತ ಕಾಲದ ಅನುಭವ ಕೊಟ್ಟಿತು. ಮರಗಳೆಲ್ಲ ಹಸಿರು, ಹೂವುಗಳಿಂದ ತುಂಬಿದ್ದವು. ಇಳಿಜಾರಿನ ಕೊನೆಯಲ್ಲಿ ಒಂದು ಹಳ್ಳಿಯಿತ್ತು. ಮಾವಿನ ತೋಪು, ಜಮೀನು, ತೆನೆ ಬಡಿಯುವ ಜಾಗ, ಸಾಲು ಸಾಲು ಮನೆಗಳು. ರಸ್ತೆಯ ಪಕ್ಕದಲ್ಲೊಬ್ಬ ಪುಟ್ಟ ಹುಡುಗ ನಿಂತಿದ್ದ. ಈ ಅಪರಿಚಿತರನ್ನು ನೋಡಿ, ಆತ ತನ್ನ ತಾಯಿಗಾಗಿ ಅಳುತ್ತಾ, ಓಡಿದ. ಅದು ಪ್ರಾರಂಭವಷ್ಟೇ. ಕಟ್ಟಿದ ಹಗ್ಗವನ್ನು ಜಗ್ಗುತ್ತಾ ಕರುಗಳು 'ಅಂಬಾ' ಎಂದು ಕೂಗಾಡಹತ್ತಿದವು. ಹೆಂಗಸರು ಮನೆಯೊಳಗೆ ಸರಿದು ದೊಡ್ಡ ದೊಡ್ಡ ಶೂನ್ಯ ಕಣ್ಣುಗಳಿಂದ ದಿಟ್ಟಿಸಿದರು. ಒಬ್ಬೊಬ್ಬರಾಗಿ ಹಳ್ಳಿಗರು ಹತ್ತಿರ ಬಂದರು. ರಮೇಶನಿಗೆ ಇವೆಲ್ಲ ಪರಿಚಿತ ದೃಶ್ಯಗಳೇ ಅನ್ನಿಸಿತು. ಅವನ ಕಾಲುಗಳು ಎಳೆಯಹತ್ತಿದವು. ಅಗಲವಾದ ಮರದ ನೆರಳಲ್ಲಿ ನಿಂತು ಅವನು ಹಿಂದೆ ನೋಡಿದ. ಕಲ್ಪನೆಯ ಭಯಾನಕ ಭೂತ ಒಂದರಂತೆ ಅವನ ಹಿಂದೆ ಬೆಟ್ಟ ನಿಂತಿತ್ತು. ಬೀನು ನಿಧಾನವಾಗಿ ಬರುತ್ತಿದ್ದ, ಏದುಸಿರು ಬಿಡುತ್ತ. ಕೊಂಡರು ಹೆಚ್ಚುಕಡಿಮೆ ಓಡೋಡುತ್ತ ಅವನನ್ನು ಹಿಂಬಾಲಿಸುತ್ತಿದ್ದರು.

"ಬೀನು, ಇಲ್ಲಿ ಕೊಂಚ ಕುಡಿಯುವ ನೀರು ಸಿಕ್ಕಬಹುದೆ ?" ಎಂದು ಅವನು ಕೇಳಿದ.

"ಖಂಡಿತವಾಗಿ ಸರ್." ಮೈಯೆಲ್ಲ ಕಣ್ಣಾಗಿದ್ದ ಬೀನು. ಸಾಮಾನು ಗಂಟನ್ನು ಬಿಚ್ಚಿ ಅವನು ಲೋಟ ಮತ್ತು ಪಾತ್ರೆ ಹಿಡಿದು ಹಳ್ಳಿಯ ಒಳಗೆ ಓಡಿದ. ಕೊಂಡರು ಕೊಂಚ ವಿಶ್ರಾಂತಿಗಾಗಿ ಕೂತರು. ರಮೇಶ ಕಾದ. ಕೆಲವೇ ಕ್ಷಣಗಳಲ್ಲಿ ಅಲ್ಲೊಂದು ಜಾಪೆ ಬಂತು. ಯಾರೋ ಒಬ್ಬ ಒಂದು ಲೋಟ ಬಿಸಿಹಾಲು ಹಿಡಿದು ನಿಂತಿದ್ದ. ಇನ್ನೂ ಒಬ್ಬ ಕಳಿತ ಬಾಳೆ ಹಣ್ಣಿನ ಗೊನೆಯನ್ನೇ ಹಿಡಿದು ತೆಲುಗು – ಒರಿಯ ಮಿಶ್ರಿತ ಭಾಷೆಯಲ್ಲಿ ರಮೇಶನೊಂದಿಗೆ ಅರಿಕೆ ಮಾಡಿಕೊಂಡ :

"ಈಗಾಗಲೇ ಬಹಳ ಹೊತ್ತಾಗಿದೆ ಸರ್; ಸೂರ್ಯ ಬಾನಿನ ತುತ್ತ ತುದಿಗೆ ಬಂದಿದ್ದಾನೆ. ತಾವು ಈ ಹಳ್ಳೀಲೇ ತಮ್ಮ ಊಟ ಹಾಗೂ ವಿಶ್ರಾಂತಿಗೆ ಉಳಿಯದೆ ಹೋದರೆ ನಮ್ಮ ಜನ ತುಂಬ ಬೇಜಾರು ಮಾಡಿಕೊಳ್ತಾರೆ, ಸರ್."

ವಿಶ್ರಾಂತಿ ! ರಮೇಶ ತನ್ನೊಳಗೇ ನಕ್ಕ. ಎಲ್ಲಿ ಹೋದರೂ ಅದೊಂದೇ ರಾಗ – ಒಂದೇ ಆಹ್ವಾನ. ಬೆಟ್ಟ, ಕಾಡುಗಳಿಂದ ಸುತ್ತಲೂ ಬಿತ್ತಲ್ಪಟ್ಟಿರುವ ಕಾರಣ, ಜನರಿಗೆ ಒಬ್ಬರನ್ನೊಬ್ಬರು ಆಶ್ರಯಿಸುವುದರ ಹೊರತು ಬೇರೆ ದಾರಿಯಿಲ್ಲವೇನೋ ಎಂಬಂತೆ. 'ಇಲ್ಲಿ ಕೊಂಚ ತಂಗಿರಿ, ಈ ರಾತ್ರಿಯನ್ನು ನಮ್ಮ ಹಳ್ಳಿಯಲ್ಲಿ ಕಳೆಯಿರಿ'. ಅಪರಿಚಿತ ಮರಗಳ ನೆರಳು. ಛಾವಣಿಗಳಿಂದ ನಿಧಾನವಾಗಿ ಮೇಲೇರುವ ಹೊಗೆ; ನಿತ್ಯದ ಬದುಕಿನ ಕರ್ಮಕಾಂಡಗಳಲ್ಲಿ ತೊಡಗಿದ ಗಂಡು ಹೆಣ್ಣುಗಳು. ಕಾಡಿನಲ್ಲಿ ಬೆಟ್ಟಗಳ ಮೇಲೆ ಎಲ್ಲೆಲ್ಲೂ ಜನ, ಎಲ್ಲಿ ನೋಡಿದರೂ ಚಿರಪರಿಚಿತ ಮಾನವ ಪ್ರಪಂಚ.

ಆದರೂ ಅವನು ಮುಂದುವರಿಯಬೇಕಿತ್ತು. ಹಾಗೆ ಮುಂದುವರಿದಂತೆ ತಾನು ಬಿಟ್ಟು ಬಂದ ಈ ಹಳ್ಳಿಯ ಆತ್ಮೀಯ ಸ್ವಾಗತ ಕ್ಷಣಕಾಲ ಸುಮಧುರ ಕಂಪಾಗಿ ಕಾಡಿ, ಅನಂತರ ಭಾವರಹಿತವಾದ ಬೀಸು ಗಾಳಿಯಲ್ಲಿ ತೇಲಿ ಹೋಗಿಬಿಡುತ್ತದೆ ಅಷ್ಟೆ.

ನೀರು ಹಿಡಿದು ತಂದ ಬೀನು. ರಮೇಶ ಅದನ್ನು ಕುಡಿದು ಹೇಳಿದ, "ಇನ್ನು ಮುಂದುವರಿಯೋಣ" ಇದ್ದಕ್ಕಿದ್ದಂತೆ ಒಬ್ಬ ವಯಸ್ಸಾದ ಹೆಂಗಸು ಅವನೆದುರು ದಾರಿಗೆ ಅಡ್ಡವಾಗಿ ನಿಂತಳು. ಕಾಲದಿಂದ ಸುಕ್ಕುಗಟ್ಟಿದ್ದ ಅವಳ ಮುಖವನ್ನು ಒಂದು ಮುಗುಳ್ನಗು ಬೆಳಗಿಸಿತ್ತು. ಅವಳು ಆದರದಿಂದ ಹೇಳಿದಳು :

"ಮಗು, ಇಷ್ಟು ಹೊತ್ತಾದ ಮೇಲೂ ಸ್ವಲ್ಪವೂ ಉಣ್ಣದೆ ಹೇಗೆ ಹೋಗ್ತಿ? ನಿನ್ನ ತಾಯಿ ನಿನ್ನನ್ನು ಹೀಗೆ ಹೋಗಲು ಬಿಡ್ತಿದ್ದಳೆ? ಈ ಹಳ್ಳಿಯಲ್ಲಿ ನಿನಗೇನು ತಾಯಂದಿರು, ಅಕ್ಕ ತಂಗಿಯರು ಇಲ್ಲ ಅಂತ ಭಾವಿಸಿದ್ದೀಯ?"

ಎಲ್ಲರೂ ಮುಗುಳ್ನಕ್ಕರು. ಆ ಮುದಿ ಹೆಂಗಸು ಕೊಂಡ – ದೋರಾ ಜಾತಿಯವಳು. ಅಂದರೆ ಕೊಂಡರ ಮತ್ತು ತೆಲುಗರ ಮಿಶ್ರ ಜಾತಿ.

ಬಿಸಿಲಿಗೆ ಬಾಡಿ ಕಂದಿ ಹೋಗಿದ್ದ ತನ್ನ ಕಣ್ಣುಗಳಿಗೆ ಇದ್ದಕ್ಕಿದ್ದಂತೆ ರಾಶಿ ರಾಶಿ ತಣ್ಣನೆಯ ನೆರಳು ಸಿಕ್ಕಿದ ಹಾಗೆ ಅನ್ನಿಸಿತು ರಮೇಶನಿಗೆ. ಆದರೆ ತನ್ನನ್ನೇ ಪುಸಲಾಯಿಸಲು ಪ್ರಯತ್ನಿಸುವಂತೆ ಅವನು ಗಟ್ಟಿಯಾಗಿ ಹೇಳಿದ :

"ಇಲ್ಲ, ಇಲ್ಲ, ನಾವು ಹೋಗ್ಬೇಕು ಮಾಡೋದಕ್ಕೆ ಬೇಕಾದಷ್ಟಿದೆ."

ಹೀಗೆ ನುಡಿದು ಅಲ್ಲಿಂದ ಕಾಲೆಳೆದುಕೊಂಡು ಆತ ಹೊರಟ. ಆ ವೃದ್ಧೆಯ ಮಾತೃ – ಮುಖದ ನೆರಳು ಅವನ ನೆನಪಿನಲ್ಲಿ ಅಚ್ಚಳಿಯದಂತೆ ಉಳಿಯಿತು. ಎಲ್ಲ ತಾಯಂದಿರ ಕಣ್ಣುಗಳಂತೆ ಅವಳ ಕಣ್ಣುಗಳೂ ಆಳವಾಗಿ ಒಳಗೆ ನೋಡುತ್ತಿರುವಂತಿದ್ದು, 'ಅಯ್ಯೋ ಪಾಪ!' ಎಂಬ ಮಾತು ಅವಳ ತುಟಿಗಳ ಮೇಲೆ ಶಾಶ್ವತವಾಗಿ ತುಡಿಯುತ್ತಿರುವಂತೆ ಕಂಡಿತು. ಅವಳಿಗೆ ಜಾತಿ, ಭಾಷೆ ಯಾವುದೂ ಇರಲಿಲ್ಲ. ಅವಳೊಬ್ಬಳು ತಾಯಿ. ತನ್ನ ಮುಂದಿದ್ದ ಕೆಲಸ ಕ್ಷಣ ಕಾಲ ಅವನಿಗೆ ಮರೆತು ಹೋಯಿತು. ಆದರೆ ತಲೆಯ ಮೇಲೆ ಅಕ್ಕಿ ಮೂಟೆಗಳನ್ನು ಹೊತ್ತು ಮಾರುಕಟ್ಟೆಗೆ ಹೋಗುವ ಜನಗಳನ್ನು ಕಂಡ ಕೂಡಲೆ ಅದರ ನೆನಪಾಯಿತು.

"ಬೀನು, ಸಂತೆ ಈಗ ಎಷ್ಟು ದೂರವಿದೆ?"

"ಕೊಂಚ ದೂರವಷ್ಟೆ ಸಾರ್, ಇನ್ನೇನು ಅಲ್ಲಿಗೆ ನಾವು ತಲಪಿದಂತೆಯೇ."

"ಹುಷಾರಾಗಿರಿ, ಇನ್ನು ಕೂಗುವುದು, ಗಲಾಟೆ ಮಾಡುವುದು, ಎಲ್ಲಾ ಬಂದ್."

ಕೊಂಡರಿಗೆ ಹಾಡು ನಿಲ್ಲಿಸಿ ನಿಶ್ಶಬ್ದವಾಗಿ ನಡೆಯುವುದಕ್ಕೆ ಬೀನು ಸೂಚನೆ ಕೊಟ್ಟ. ಕಾಡಿನಲ್ಲಿ ಬೇಟೆಗಾರರ ಹಾಗೆ ನಿಶ್ಶಬ್ದವಾಗಿ ಎಚ್ಚರಿಕೆಯಿಂದ ಅವರೀಗ ನಡೆದರು. ಹೊರಗಡೆ ದಟ್ಟ ಮೌನ. ಆದರೆ ಒಳಗೆ ಕೋಲಾಹಲದ ಅಬ್ಬರ. ತಾನು ಎಸಗಬೇಕಾದ ಕಾರ್ಯ ವಿಧಾನವನ್ನು ರಮೇಶ ಮನಸ್ಸಿನಲ್ಲೇ ಒಮ್ಮೆ ಅವಸರದಲ್ಲಿ ಪುನರಾವರ್ತನೆ ಮಾಡಿದ. ಒಂದು ದಿನದ ಮಟ್ಟಿಗೆ ಈ ಕಳ್ಳಸಾಗಣೆಯನ್ನು ನಿಲ್ಲಿಸುವುದಷ್ಟೇ ಅಲ್ಲ; ಈ ದುಷ್ಟ ಚಟುವಟಿಕೆಯ ಶಾಶ್ವತ ನಿಲುಗಡೆಗಾಗಿ ಸರಕಾರಕ್ಕೆ ತನ್ನ ವರದಿಯಲ್ಲಿ, ಸೂಚನೆಗಳನ್ನು ನೀಡಬೇಕೆಂದೂ ಆತ ನಿರ್ಧರಿಸಿದ. ಇದರಿಂದ ತನಗೆ ಮೆಚ್ಚುಗೆ ಸಿಗುವುದು ಖಂಡಿತ; ತಾನು ಮೇಲಿನವರ ಕಣ್ಣಿಗೆ ಬಿದ್ದು ಯಶಸ್ಸಿನ ಏಣಿಯ ಮೆಟ್ಟಿಲು ಹತ್ತುವ ಗತಿ ಬಿರುಸುಗೊಳ್ಳುವುದು. ಪರೀಕ್ಷೆಯಲ್ಲಿ ವಿಶೇಷ ಹೆಚ್ಚುಗಾರಿಕೆ ಸಾಧಿಸಿದ ಹಾಗೆ, ಬಹುಮಾನ ಗೆದ್ದ ಹಾಗೆ, ಇದು ಕೂಡ. ತಾನು

ಇದಕ್ಕೆ ಸಂಪೂರ್ಣ ಅರ್ಹ ಎನಿಸಿತು ಅವನಿಗೆ. ಗಡಿಯಾಚೆಗೆ ಕಾನೂನು ಬಾಹಿರವಾಗಿ ಮಾಡುವ ಕಳ್ಳಸಾಗಣೆಯ ಮೂಲವನ್ನು ಕಂಡುಹಿಡಿಯಲು ಪ್ರಯತ್ನಿಸುತ್ತಿರುವ ತನ್ನನ್ನು ಕಪ್ಪು ಆಫ್ರಿಕದ ಒಳನಾಡನ್ನು ಶೋಧಿಸಲು ಹೊರಟ ಲಿವಿಂಗ್‌ಸ್ಟನ್ನನಿಗೆ ಹೋಲಿಸಬಹುದಲ್ಲವೇ ? ತನ್ನ ಸಮರ್ಥ ಹಾಗೂ ಜಾಣ ಕಾರ್ಯಾಚರಣೆಯ ಬಗ್ಗೆ ಅವನಿಗೇ ಹೆಮ್ಮೆಯೆನಿಸಿತು.

ಕೊಂಚ ದೂರದಲ್ಲಿ, ರಸ್ತೆಯ ಬದಿಯಲ್ಲಿ ಮರದ ನೆರಳಲ್ಲಿ ಸಂಸಾರವೊಂದು ತನ್ನ ದಿನದ ಊಟದಲ್ಲಿ ತೊಡಗಿತ್ತು. ಕಡ್ಡಿ ಕೈಕಾಲುಗಳನ್ನು ಬಿರುಸಾಗಿ ಬಡಿಯುತ್ತ ಸಣ್ಣ ಮಗುವೊಂದು ಆಕಾಶಕ್ಕೆ ಮುಖಮಾಡಿ ನೆಲದಮೇಲೆ ಮಲಗಿತ್ತು. ಅದರ ತೀಕ್ಷ್ಣ ಆಕ್ರಂದನ ನೀಲಿ ಆಕಾಶವನ್ನು ಭೇದಿಸುತ್ತಿತ್ತು. ತಕ್ಷಣ ಹರಕು ಬಟ್ಟೆಗಳನ್ನು ಉಟ್ಟಿದ್ದ, ಕೆದರಿದ ಕೂದಲ ಒಣಗಿಹೋದ ಚಿಕ್ಕ ವಯಸ್ಸಿನ ಒಬ್ಬ ಹೆಂಗಸು ತನ್ನ ಊಟದೆಲೆ ಬಿಟ್ಟು ಕೈಗಳನ್ನು ತೊಳೆಯದೆ ಎದೆಯ ಮೇಲಿನ ಚಿಂದಿ ಬಟ್ಟೆಯನ್ನು ಸರಿಸಿ ಅವಸರವಸರವಾಗಿ ಮಗುವಿನ ಬಾಯಿಗೆ ತನ್ನ ಮೊಲೆಯನ್ನು ಒಡ್ಡಿದಳು. ಅವಳ ಹರುಕು ಬಟ್ಟೆಗಳಂತೆಯೇ ಒಣಗಿದ ಅವಳ ಮೊಲೆಗಳೂ ಜೋತಾಡುತ್ತಿದ್ದವು. ಕೈಯಲ್ಲಿ ತನ್ನ ಮಗುವನ್ನು ಅವಚಿಕೊಂಡು ಈ ಅಪರಿಚಿತ ಮುಖಗಳನ್ನು ಅವಳು ದಿಟ್ಟಿಸಿದಳು. ಈ ಭಂಗಿಯಲ್ಲಿ ಅವಳು ಜೀವಂತ ವ್ಯಕ್ತಿಯೇ ಅಲ್ಲವೇನೋ ಎಂಬಂತೆ, ಕೇವಲ ಕೆದರಿದ ಕೂದಲು ಮತ್ತು ದೂರ ನೋಟದ ಎರಡು ಭಾವಶೂನ್ಯ ಕಣ್ಣುಗಳು ಮಾತ್ರವೇನೋ ಎಂಬಂತೆ ತೋರುತ್ತಿದ್ದಳು. ಆ ಕಣ್ಣುಗಳಲ್ಲಿ ಯಾವ ಸುದ್ದಿಯ ಬಗ್ಗೆಯೂ ಆಸಕ್ತಿಯಿರಲಿಲ್ಲ, ಯಾರ ಪ್ರತಿಷ್ಠೆಗೂ ಬೆಲೆಯಿರಲಿಲ್ಲ. ಅವಳ ಮಟ್ಟಿಗೆ ಹೊರಗಿನ ಜಗತ್ತು ಬಹುತೇಕ ಅಸ್ತಿತ್ವದಲ್ಲೇ ಇರಲಿಲ್ಲ. ಹೊರಗಿನ ಜಗತ್ತನ್ನು ದಿಟ್ಟಿಸುತ್ತಿದ್ದಂತೆ ಕಂಡರೂ ಆಕೆ ನಿಜವಾಗಿ ನೋಡುತ್ತಿದ್ದುದು ತನ್ನ ರಕ್ತ ಮಾಂಸದ ಅಂತರಾಳದಲ್ಲಿ ಹುದುಗಿದ್ದ ಜೀವಶಕ್ತಿಯ ಅವಶೇಷಗಳನ್ನು. ಅಲ್ಲಿ ಕೊನೆಯದಾಗಿ ಹಸಿವು ಕೊರೆಯುತ್ತಿತ್ತು. ಮರಿಗಳನ್ನು ರೆಕ್ಕೆಯಿಂದ ಮುಚ್ಚಿ ರಕ್ಷಿಸುವ ಹಕ್ಕಿಯಂತೆ ತನ್ನ ಸಂತಾನವನ್ನು ಕಾಪಾಡಲಿಚ್ಛಿಸುವ ಕೊನೆಯ ಮಾತೃಪ್ರೇಮ ಮಿಡಿಯುತ್ತಿತ್ತು. ಇನ್ನೂ ಮೂರು ಜನ ಅಲ್ಲಿ ಉಣ್ಣುತ್ತ ಕೂತಿದ್ದರು. ಒಬ್ಬ ಮುದುಕ. ಮುದುಕಿ ಹಾಗೂ ಆ ತರುಣ ಹೆಂಗಸಿನ ಗಂಡ – ಮೂಳೆ, ಚರ್ಮಗಳು ಮಾತ್ರ, ಗುಳಿಬಿದ್ದ ಕಣ್ಣುಗಳು ಮತ್ತು ತಲೆಯ ಮೇಲೆ ದಟ್ಟವಾಗಿ ಬೆಳೆದ ಕೂದಲು. ಕಣ್ಣುಗಳು ಒಮ್ಮೊಮ್ಮೆ ಹೊಳೆಯುತ್ತಿದ್ದವು. ಎಲೆಗಳ ಮೇಲಣ ಹಿಡಿ ಅನ್ನವೂ ಕೂಡ ಹೊಳೆದ ಹಾಗೆ ಕಂಡಿತು. ಅವರು ಮಾಡುತ್ತಿರುವುದನ್ನು ಊಟ ಮಾಡುತ್ತಿರುವುದು ಎಂದು ಹೇಳಲು ಸಾಧ್ಯವಿರಲಿಲ್ಲ. ನಾಯಿಗಳು ಉಸಿರುಕಟ್ಟಿ, ಅನ್ನವನ್ನು ಗಬಗಬ ನುಂಗುವುದು ಎಂದೇ ವಿವರಿಸಬಹುದಿತ್ತು. ಮರದ ಕೆಳಗೆ, ಅಂಚೆಲ್ಲ ಕಿತ್ತು ಹೋದ, ಹಾಳು ಬಡಿಯುವ ಪಾತ್ರೆಗಳು ಮತ್ತು ಧಿಡೀರ್ ಏರ್ಪಡಿಸಿಕೊಂಡಿದ್ದ ಬೆಂಕಿಒಲೆ, ಇವು ಆಕಾಶದತ್ತ ಶೂನ್ಯವಾಗಿ ದಿಟ್ಟಿಸುತ್ತಿದ್ದವು. ಈ ಸಂಪೂರ್ಣ ಚಿತ್ರ ರಮೇಶನನ್ನು ತನ್ನ ನಗ್ನ ಸತ್ಯದಿಂದ ಮುತ್ತಿಕೊಂಡಿತು.

"ಬೀನು, ಯಾರಿವರು ?"

"ಕಣಿವೆಯಿಂದ ಬಂದ ತೆಲುಗರು ಸಾರ್, ಇಂಥ ಎಷ್ಟೋ ಜನ ಹಸಿವಿನಿಂದ ಬಳಲುತ್ತ ಕಾಡಲ್ಲಿ ಅಲೀತಾರೆ."

"ನಿಮ್ಮ ಮನೆ ಎಲ್ಲಿ ?" ರಮೇಶ ಅವರ ಕಡೆ ತಿರುಗಿ ಕೇಳಿದ. ಮತ್ತೆ ಎರಡು ಬಾರಿ ಪ್ರಶ್ನಿಸಿದ ಮೇಲೆ ಎಲೆಯಿಂದ ತಲೆ ಮೇಲೆತ್ತದೆ, ಪ್ರಶ್ನೆಯಿಂದ ಬೇಸರಗೊಂಡಿದ್ದೇನೆ ಎನ್ನುವಂತೆ ಆ ಮುದುಕ ಉತ್ತರಿಸಿದ :

"ಸೀಮಾಚಲಂ"

ಆ ಜಾಗ 60 ಮೈಲಿ ದೂರದಲ್ಲಿದೆ ಎಂದು ಬೀನು ವಿವರಿಸಿದ.

ರಮೇಶನಿಗೆ ನೆನಪಾಯಿತು. ಒಂದು ಕಾಲದಲ್ಲಿ ಈ ಜಾಗ ಒರಿಸ್ಸಾಕ್ಕೆ ಸೇರಿತ್ತು. ಚರಿತ್ರೆ ಅವನ ಮುಂದೆ ಒಂದು ಅಗಾಧ ಕಪ್ಪು ಬೆಟ್ಟವಾಗಿ ನಿಂತಿತು. ಬಳಿಕ ಬರಬರುತ್ತ ಆ ಬೆಟ್ಟ ಚಿಕ್ಕದಾಗುತ್ತ ಕೊನೆಗೆ ಮಣ್ಣಿನ ಸಣ್ಣ ಗುಡ್ಡವಾಗಿ, ಇದ್ದಕ್ಕಿದ್ದಂತೆ ಮಗುವಿಗೆ ಹಾಲುಣಿಸುತ್ತ, ಆಡಿಸುತ್ತ ಕೂತಿದ್ದ ಆ ತರುಣ ಹೆಂಗಸಿನ, ನಿರ್ಜೀವ ಕಣ್ಣುಗಳಲ್ಲಿ ಕರಗಿಹೋಯಿತು. ರಮೇಶನಿಗೆ ತಕ್ಷಣ ಅರ್ಥವಾಯಿತು – ಈ ಜಾಗ ಒರಿಸ್ಸಾದಲ್ಲಿ ಇಲ್ಲದೆ ಇರಬಹುದು ಆದರೆ ಈ ವಿಶಾಲ ಜಗತ್ತಿನ ಮತ್ತು ಪುರಾತನ, ಹಸಿವಿನಿಂದ ಕಂಗೆಟ್ಟ ಅದರ ಮನುಷ್ಯ ಕುಲದ ಒಂದು ಭಾಗವಂತೂ ಅದು ಖಂಡಿತ ಎಂದು.

"ಇಂಥವರೆಷ್ಟೋ ಮಂದಿ ಕಾಡುಗಳಲ್ಲಿ ಅಲೀತಿದ್ದಾರೆ ಸಾರ್. ಹಸಿವಿನಂಥ ಭಾರೀ ಹೆದರಿಕೆಯ ಎದುರು ಕಾಡುಗಳ, ಕಾಡುಮೃಗಗಳ ಹೆದರಿಕೆ ಏನೇನೂ ಅಲ್ಲ ಅನ್ನಿಸಿಬಿಟ್ಟಿದೆ ಇವರಿಗೆ," ಅಂದ ಬೀನು.

"ಹೌದ್ಹೌದು." ಕೊಂಡರು ಪ್ರತಿಧ್ವನಿಸಿದರು. ಅವರೆಲ್ಲ ಕೊಂಚ ಸಮೀಪಕ್ಕೆ ಸರಿದಿದ್ದರು ಮತ್ತು ಅವರಲ್ಲೆಲ್ಲ ಹಿರಿಯವನೊಬ್ಬ ಹೇಳಿದ, "ಹಸಿವು ಮತ್ತು ನೋವು ಮನುಷ್ಯನನ್ನು ಕಾಡಿದಾಗ ಮನುಷ್ಯರೆಲ್ಲ ಒಂದೆ. ಈಗ ನೋಡಿ ನಾವೆಲ್ಲ ಹೇಗೆ ಒಂದೇ ರೀತಿ ಹಸಿದಿದ್ದೇವೆ. ಬೀನು ಬಾಬು ಊಟದ ವ್ಯವಸ್ಥೆ ಎಲ್ಲಿ?"

ರಮೇಶ ಮಾತಾಡದೆ ಮುಂದೆ ನಡೆದ. ತನ್ನ ಮುಂದಿನ ಉದ್ದೇಶಗಳ ಬಗ್ಗೆ ಇದ್ದ ಅವನ ನಂಬಿಕೆಗಳಲ್ಲಿ ಗೊಂದಲ ಹುಟ್ಟಿದ ಅನುಭವವಾಯಿತು. ನ್ಯಾಯ ಸಮ್ಮತವಾದದ್ದನ್ನೆ ಮಾಡ ಬೇಕೆಂಬ ಅವನ ನಿರ್ಧಾರದ ಮುಂದೆ, ನ್ಯಾಯವೆಂದರೇನು ಎಂಬ ಮೂಲಭೂತ ಪ್ರಶ್ನೆ ಎದ್ದಿತು. ವಾಡಿಕೆಯ ಕಾರ್ಯವಿಧಾನಗಳ ಮತ್ತು ಸಂಪ್ರದಾಯಬದ್ಧ ರೀತಿನೀತಿಗಳ ಸೀಳುದಾರಿಯಲ್ಲೆ ಆತ ಯಾವಾಗಲೂ ನಡೆದಿದ್ದ. ಸ್ಥಾಪಿತ ಕಾನೂನುಗಳಿಗೆ ಮತ್ತು ಲಿಖಿತ ನಿಯಮಗಳಿಗೆ ಆತ ಯಾವಾಗಲೂ ತಲೆಬಾಗಿಸಿದ್ದ. ಅವುಗಳ ಹಿಂದೆ ಏನು ಅಡಗಿದೆ ಯೆಂಬುದನ್ನು ಹೆಚ್ಚು ಆಳವಾಗಿ ನೋಡಲು ಪ್ರಯತ್ನಿಸುವುದು ಸರಿಯಲ್ಲವೆಂದು ಅವನು ಭಾವಿಸಿದ್ದ. ಒಮ್ಮೊಮ್ಮೆ ನ್ಯಾಯ, ನೀತಿಗಳ ಬಗೆಗಿನ ಅವನ ಅರಿವಿನ ಮತ್ತು ಕಾನೂನಿನ ನಡುವೆ ಘರ್ಷಣೆ ಉಂಟಾಗುತ್ತಿತ್ತು. ಅಂತಹ ಸಂದರ್ಭಗಳಲ್ಲಿ ಆತ ಕಾನೂನಿನಂತೆ ನಡೆಯ ಬೇಕಾದುದು ತನ್ನ ಕರ್ತವ್ಯ ಎಂದು ಭಾವಿಸಿ ಸಮಾಧಾನಪಟ್ಟುಕೊಳ್ಳುತ್ತಿದ್ದ: ಕರ್ತವ್ಯ ಪಾಲನೆ ಯಾವಾಗಲೂ ಕಠಿಣವಾದುದಲ್ಲವೆ? ಯಂತ್ರದ ಚಲನೆಯಂತೆ ಅದು ನಿರ್ವಿಕಾರವಲ್ಲವೆ? ಹಸಿವಿನಿಂದ ಕಂಗಾಲಾದವನೊಬ್ಬ ಕದ್ದಿರಬಹುದು; ಬಹುಶಃ ಅವನ ಬಸುರಿ ಹೆಂಡತಿ ತನ್ನ ಒಂದು ವರ್ಷದ ಕೂಸನ್ನು ಕಂಕುಳಲ್ಲಿಟ್ಟು ಕಚೇರಿಯ ಜಗಲಿಯ ಮೇಲೆ ಹೊರಳಾಡಿ ಅತ್ತಿರಬಹುದು; ಅವನನ್ನು ಬಿಟ್ಟರೆ ತಮಗೆ ಯಾರೂ ಇಲ್ಲ ಎಂದು ಗೋಳಾಡಿರಬಹುದು. ಆದರೆ ಅವೆಲ್ಲ ಪ್ರಸ್ತುತವೇ ಅಲ್ಲ – ಕಳ್ಳನೊಬ್ಬ ಸೆರೆಮನೆಗೆ ಹೋಗಬೇಕು – ಅದು ಕಾನೂನು. ಇನ್ನೊಬ್ಬ ಒಂದು ಕುಂಬಳಕಾಯಿ ಕದ್ದದ್ದಕ್ಕಷ್ಟೇ ಜೈಲಿಗೆ ಹೋಗಿರಬಹುದು – ಹಿಂದೆ ಐದು ಬಾರಿ ಶಿಕ್ಷೆಗೆ ಗುರಿಯಾಗಿದ್ದ ಎಂಬ ಕಾರಣದಿಂದ. ಕರ್ತವ್ಯವು ನಿರ್ದಯ ಹಾಗೂ ಕ್ರೂರ ಎಂದು ಆತ ತೀರ್ಮಾನಿಸಿದ. ಅಲ್ಲಿ ಮೃದುತ್ವಕ್ಕೆ ಅವಕಾಶವೇ ಇಲ್ಲ. ಅವನು ಮತ್ತೆ ಹೊಸದಾಗಿ ನಿರ್ಧರಿಸಿದ – ತಾನು ಅಕ್ಕಿ ಕಳ್ಳರನ್ನು ಹಿಡಿಯಲೇಬೇಕು. ಇಷ್ಟರಲ್ಲಿ ಸಂತೆಯ ಗಲಾಟೆ

ಹತ್ತಿರವಾಯಿತು, ಕೊಳೆತ ಮೀನಿನ ವಾಸನೆಯಂತಹ ಹಸಿಚರ್ಮದ ದುರ್ನಾತ ಎಲ್ಲೆಲ್ಲೂ ಹರಡಿತು. ಕಾಡಿನ ಮರಗಳ ಹಿಂದಿನಿಂದ ಜನರ ಗುಂಪುಗಳು ಹೊರಬರಲಾರಂಭಿಸಿದವು. ಕೆಲವರ ತಲೆಯ ಮೇಲೆ ಹೊರೆಗಳಿದ್ದವು – ಮತ್ತೆ ಕೆಲವರು ಎರಡೂ ತುದಿಗೆ ಬುಟ್ಟಿ ತೂಗಿಸಿದ್ದ ಕೋಲುಗಳನ್ನು ಭುಜಗಳ ಮೇಲೆ ಹೊತ್ತಿದ್ದರು. ಪುಟ್ಟ ಮಕ್ಕಳು ಹಲವು ಇಂಥ ಬುಟ್ಟಿಗಳಿಂದ ಇಣುಕುತ್ತಿದ್ದರು. ಕಾಲು ಕಟ್ಟಿ ತಲೆಕೆಳಗಾಗಿ ತೂಗಾಡುತ್ತಿದ್ದ ಕೋಳಿಗಳು ಮತ್ತು ಇನ್ನೂ ಹಲವು ಸಾಮಗ್ರಿಗಳು ಹಾಗೂ ಅಕ್ಕಿ. ತನ್ನ ಬೇಟೆ ಹತ್ತಿರವಾದಂತೆ ರಮೇಶನಿಗೆ ಅನ್ನಿಸಿತು. ಅವನ ಎದೆಯೊಳಗೆ ಒಮ್ಮೆಲೆ ಏನೋ ಬಡಿದುಕೊಂಡಂತೆ ಭಾಸವಾಯಿತು. ಕಲ್ಲು ಮೆಟ್ಟಿಲನ್ನು ಓಡುತ್ತಲೇ ಇಳಿದು ಆತ ಕೂಗಿದ :

"ಬೀನು, ನಮಗೆ ಅವರು ಸಿಕ್ಕಿದ ಹಾಗೇ !"

ಅವರ ಎದುರು ಸಂತೆ ಕಂಡಿತು. ಜನ ಒಟ್ಟೊಟ್ಟಿಗೆ, ಇರುವೆಗಳು ಮುತ್ತಿದ್ದಂತೆ ಸೇರಿ ಕೊಂಡಿದ್ದರು. ಬಣ್ಣದ ವೈವಿಧ್ಯ, ಹಲವಾರು ಬಗೆಯ ವಾಸನೆಗಳು, ಶಬ್ದಗಳ ಝೇಂಕಾರ, ಹಸಿ ಚರ್ಮದ ವಾಸನೆ ಮೂಗಿಗೆ ಅಸಹ್ಯವಾಗಿ ಬಡಿಯುತ್ತಿತ್ತು. ಸಾಲು ಸಾಲು ಅಂಗಡಿಗಳು ಒಣಗಿದ ಮೀನಿನ ಮಾರಾಟ ಮಾಡುತ್ತಿದ್ದವು. ಪಕ್ಕದ ಕಾಡಿನಲ್ಲಿ ಭಟ್ಟಿ ಇಳಿಸುತ್ತಿದ್ದ ಸಾರಾಯಿಯ ವಾಸನೆ ಗಾಳಿಯಲ್ಲಿ ತೇಲಿಬರುತ್ತಿತ್ತು.

ಇಲ್ಲಿ ಕುಷ್ಠರೋಗಿಗಳಿದ್ದರು. ಬಿಸಿಲು ಬೊಕ್ಕೆ ತಗಲಿ, ಸೋರುವ ಹುಣ್ಣುಗಳಿಂದ ಕೂಡಿದ ನಾಯಿಗಳಂತೆ ಕಾಣುವ ಜನರಿದ್ದರು. ಅವರ ಮೈಮೇಲಣ ಹಸಿ ಹುಣ್ಣುಗಳ ಮೇಲೆ ಕಪ್ಪು ನೊಣಗಳು ಕುಳಿತಿದ್ದವು. ಅವರ ನಡುವೆ ಆರೋಗ್ಯಕಾಯರಾದ ಗಂಡಸರು ಮತ್ತು ಹೆಂಗಸರು ಜನರ ನೂಕುನುಗ್ಗಲಿನಲ್ಲಿ ದಾರಿಮಾಡಿಕೊಂಡು ಅತ್ತಿಂದಿತ್ತ ಓಡಾಡುತ್ತಿದ್ದರು. ನಿಜವಾಗಿಯೂ ಅದೊಂದು ಸಂತೆಯಂತೆ ತೋರುತ್ತಿತ್ತು.

ಇದ್ದಕ್ಕಿದ್ದ ಹಾಗೆ ರಮೇಶನ ಕಣ್ಣಿಗೆ ಸಂಪಿಗೆ ಬಣ್ಣದ ಮಾಟವಾದ ಹುಡುಗಿಯೊಬ್ಬಳು ಕಂಡಳು. ಅವಳ ಒಂದು ಕೆನ್ನೆಯ ಮೇಲೆ ಬಿಸಿಲು ಬೊಕ್ಕೆ ಹರಡಿತ್ತು. ಇನ್ನೊಂದು ಕೆನ್ನೆ ಕೆಂಪಾಗಿ ಕಂಡರೂ ಅದರ ಮೇಲೂ ಈ ರೋಗ ಕಾಣಿಸುತ್ತಿತ್ತು. ಆದರೂ ಹುಡುಗಿ ಹೂವುಗಳಿಂದ ತನ್ನನ್ನು ಸಿಂಗರಿಸಿಕೊಂಡು ನಿಧಾನವಾಗಿ ನಡೆಯುತ್ತ ಬಾಯಲ್ಲಿ ಏನೋ ಜಗಿಯುತ್ತ ಹೊರಟಿದ್ದಳು. ಮುಗುಳ್ನಗುವ ಓರೆಗಣ್ಣುಗಳಿಂದ ಸುತ್ತಮುತ್ತ ಕುಡಿನೋಟ ಬೀರುತ್ತಿದ್ದ ಆಕೆ ಇತರರನ್ನು ಒಂದು ಆಟಕ್ಕೆ ಆಹ್ವಾನಿಸುವಂತೆ ತೋರುತ್ತಿತ್ತು. ರಮೇಶ ಕಣ್ಣುಮುಚ್ಚಿ ಸಂತೆಯ ಮಧ್ಯದಲ್ಲಿ ಒಂದು ಮರಕ್ಕೆ ಆತುಕೊಂಡು ನಿಂತ. ಕಿವಿಯಲ್ಲಿ ಅಲೆಅಲೆಯಾಗಿ ಶಬ್ದಗಳು ಬಂದು ಬಡಿಯುತ್ತಿದ್ದವು. ಕಣ್ಣಲ್ಲಿ ನಗು ಚಿಮ್ಮುತ್ತಿದ್ದ, ಆದರೆ ಕೆನ್ನೆಯಲ್ಲಿ ರೋಗ ಬೆಳೆಯುತ್ತಿದ್ದ, ಆ ಹುಡುಗಿಯ ಚಿತ್ರ ಅವನ ಮನಸ್ಸಿನ ಕಣ್ಣಮುಂದೆ ರೂಪುಗೊಂಡಿತು. ಬೆಟ್ಟದ ಮೇಲೆ ಕೊಂಡರ ಹುಡುಗರು ಕುಣಿಯುತ್ತಿದ್ದರು.

ಅವನಿಗೆ ತಕ್ಷಣ ತಿಳಿಯಿತು – ದಟ್ಟ ಕಾಡುಗಳ ಮಧ್ಯೆ ಬೆಟ್ಟಗಳ ಮೇಲೆ ಮನುಷ್ಯ ವಾಸಿಸುತ್ತಾನೆ. ಭೋರಿಡುವ ಬಿರುಗಾಳಿಯನ್ನೂ, ಕ್ರೂರ ನಿರ್ದಯ ಹವಾಮಾನವನ್ನು ಎದುರಿಸಿ ನಿಂತು ಅವನ ಒಲೆಯ ಬೆಂಕಿ ಉರಿಯುತ್ತದೆ.

ಮನುಷ್ಯ 'ದಲುವ' ಭತ್ತದ ಹಾಗೆ – ನೀರು ಹೆಚ್ಚಿದಂತೆ ಸಸಿಗಳ ಬೆಳವಣಿಗೆ ಹೆಚ್ಚು. ಕೆನ್ನೆಯ ಮೇಲೆ ಬಿಸಿಲು ಬೊಕ್ಕೆ. ಕುಷ್ಠ ಹಿಡಿದ ಮುಖದಲ್ಲಿ ಮುಗುಳ್ನಗು. ಜೀವಶಕ್ತಿಯನ್ನೆಲ್ಲ ಬಳಸಿಕೊಂಡು ಹೂವೊಂದು ಅರಳಿತ್ತು. ದಳಗಳೆಲ್ಲ ಮುದುರಿ, ಹುಳುಹಿಡಿದು ಹಾಳಾಗಿದ್ದರೂ,

ಒಣಗಿ ಉದುರಿಹೋಗುವಂತಿದ್ದರೂ ಅದು ಮುಗುಳ್ನಗುತ್ತಿತ್ತು.

ಬೀನು ಫ್ಲಾಸ್ಕು ತೆಗೆದು ಟೀ ಸುರಿದ. "ಸರ್" ಅಂದ. ರಮೇಶ ಕಣ್ಣು ತೆರೆದ. ಅವನ ಸುತ್ತಲಿದ್ದ ಗುಂಪು ದೊಡ್ಡದಾಗುತ್ತಿತ್ತು. ಬೀನು ಅವನ ಕಿವಿಯಲ್ಲಿ ಉಸುರಿದ:

"ಬೇಕಾದಷ್ಟು ಅಕ್ಕಿ ಮಾರಾಟವಾಗ್ತಿದೆ. ಅಷ್ಟನ್ನೂ ಹಿಡೀಬಹುದು. ಆದರೆ ಇಲ್ಲಿ ಅಲ್ಲ. ಸಂತೆಯಿಂದ ಸ್ವಲ್ಪ ದೂರದಲ್ಲಿ ಒಂದು ಸೂಕ್ಷ್ಮ ಜಾಗವಿದೆ – ಸಣ್ಣ ಓಣಿ, ಓಣಿಯ ಕೊನೆಯಲ್ಲಿ ಚಾಪೆ ಹೊದಿಸಿದ ಒಂದು ಮನೆ ಇದೆ. ಅಲ್ಲಿ ನಾವು ಕಾಯಬಹುದು. ಬೇಟೆಯಾಡುವ ಹುಲಿಯನ್ನು ಗುಂಡಿಟ್ಟು ಹೊಡೆದ ಹಾಗೆ.

ಬೀನು ಮುಗಳ್ನಕ್ಕ.

ಎಲ್ಲರೂ ಅಲ್ಲಿಗೆ ಹೋದರು. ರಮೇಶ ಕುರ್ಚಿಯ ಮೇಲೆ ಕೂತ.

"ನಾನೀಗ ಹೋಗಿ ಈ ಕಾರ್ಯಾಚರಣೆಯ ಕೊನೆಯ ವಿವರಗಳ ಬಗ್ಗೆ ಗಮನ ಕೊಟ್ಟು ಬರ್ತೇನೆ," ಎಂದು ಬೀನುವೂ ಅಲ್ಲಿಂದ ಹೊರಟ.

ರಮೇಶ ಕೂತೇ ಇದ್ದ. ಸ್ವಲ್ಪ ದೂರದಲ್ಲಿ, ಸ್ವಲ್ಪ ಮೇಲೆ, ಗುಡ್ಡದ ಬದಿಯಲ್ಲಿ ಕೊಂಡರ ಒಂದು ಬಸ್ತಿ ಕಂಡಿತು. ಹೊರಗೆ ಚಾಪೆಗಳನ್ನು ಹಾಸಿದ್ದರು. ಜನಗಳ ಸುತ್ತಮುತ್ತ ಬಾಲಗಳನ್ನು ಆಡಿಸುತ್ತ ನಾಯಿಗಳು ಕಾದಿದ್ದವು. ಕೆಲವು ಮಕ್ಕಳು ದೊಡ್ಡದೊಂದು ಡಮರುವನ್ನು ತಮ್ಮ ಮನಸ್ಸು ತೃಪ್ತಿಯಾಗುವವರೆಗೆ ಬಾರಿಸುತ್ತಿದ್ದರು. ಒಂದು ಮನೆಯ ಬಾಗಿಲ ಬಳಿ ಹುಡುಗನೊಬ್ಬ ವಾಂತಿಮಾಡಿಕೊಳ್ಳುತ್ತಿದ್ದ. ಮುದುಕಿಯೊಬ್ಬಳು ಆತಂಕದಿಂದ ಅವನ ಬೆನ್ನು ನೇವರಿಸುತ್ತಿದ್ದಳು. ಮಲೇರಿಯಾ ಜ್ವರ ಇದ್ದಿರಬಹುದು. ಮೇಕೆಯೊಂದು ಮುರಿದ ಗೋಡೆಯ ಇಟ್ಟಿಗೆ ಗಾರೆಗಳ ರಾಶಿಯ ಮೇಲೆ ನಿಂತು ಒಂದು ಮರದ ಕೊಂಬೆಯಲ್ಲಿದ್ದ ಚಿಗುರನ್ನು ಜಗಿಯುತ್ತಿತ್ತು. ರಮೇಶ ಈ ದೃಶ್ಯವನ್ನು ಕಣ್ಣಿಟ್ಟು ನೋಡುತ್ತ ಕೂತಿದ್ದಂತೆ ಕಾಲ ಸರಿಯುತ್ತಿತ್ತು. ಆತ ತನ್ನ ಮೈಯಿಂದ ಬೆವರು ಒರೆಸಿಕೊಂಡ; ಮಾರುಕಟ್ಟೆಯ ಧೂಳನ್ನು ಮೂಗಿನಿಂದ ತೆಗೆದು ಹಾಕಲು ಪ್ರಯತ್ನಿಸಿದ. ಹಗಲು ಮಬ್ಬಾಗುತ್ತಿತ್ತು. ಚಳಿಗಾಲದ ಕೊನೆಯ ಭಾಗದ ಸಂಜೆಯಲ್ಲಿ ನೆರಳುಗಳು ಉದ್ದವಾಗ ತೊಡಗಿದ್ದವು. ಈ ಕಳೆಗುಂದಿದ ಸಂಜೆಯ ಹಿನ್ನಲೆಯಲ್ಲಿ ಸಾಮಾನ್ಯ ಬಸ್ತಿಯೊಂದರ ಪ್ರತಿದಿನದ ಬದುಕಿನ ಈ ಸರಳ ಚಿತ್ರ ಎದ್ದು ಕಾಣುತ್ತಿತ್ತು.

ಇದ್ದಕ್ಕಿದದ್ದಂತೆ ಯಾರೋ ಅಳುವುದು ಕೇಳಿಸಿತು. ಜನ ಎಲ್ಲ ಮನೆಗಳಿಂದಲೂ ಓಡುತ್ತ ಒಂದು ಅಳು ಕೇಳಿಸಿದ ಮನೆಯ ಹತ್ತಿರ ಸೇರಿದರು. ಆ ಮನೆಯ ಬಾಗಿಲಬಳಿ ಕೆಲವೇ ಕ್ಷಣಗಳಲ್ಲಿ ಒಂದು ಗುಂಪೇ ಸೇರಿತು. ಕೆನ್ನೆ ತುರಿಸಿಕೊಳ್ಳುತ್ತ, ಎದೆ ಬಡಿದುಕೊಳ್ಳುತ್ತ ಅವರೆಲ್ಲ ಘೋರವಾಗಿ ರೋದಿಸಿದರು. ಬರುಬರುತ್ತ ಅದು ಲಯಬದ್ಧವಾದ, ಕರುಣಾಪೂರಿತ ರೌದ್ರವನ್ನು ಧ್ವನಿಸುವ, ಸಾವಿನ ಸಮೂಹಗಾನವಾಗಿ ಕೇಳಿಸಿತು.

'ಅಯ್ಯೋ ! ಅಯ್ಯೋ ! ಅವನು ಸತ್ತು ಹೋದ, ಹೋಗಿಬಿಟ್ಟ.'

ಒಮ್ಮಿಂದೊಮ್ಮೆಗೇ ಬೀನು ಕಾಣಿಸಿಕೊಂಡ.

"ಎಲ್ಲ ವ್ಯವಸ್ಥೆ ಮಾಡಿದ್ದೇನೆ ಸಾರ್. ಸಂತೆಯಲ್ಲಿ ಪೈಕರಿದ್ದರು. ಆ ಎಲ್ಲ ಕಳ್ಳವ್ಯಾಪಾರಿಗಳನ್ನು ಇಲ್ಲಿಗೇ ಓಡಿಸಿಕೊಂಡು ಬರುವ ಹಾಗೆ ಅವರನ್ನು ಕೇಳಿಕೊಂಡಿದ್ದೇನೆ."

"ಬೀನು, ಅಲ್ಲಿ ಏನಾಗಿದೆ ?"

"ಅಂಥದ್ದೇನೂ ಇಲ್ಲ ಸಾರ್, ಯಾರೋ ಸತ್ತಿದ್ದಾರೆ. ಬೆಟ್ಟದ ಜ್ವರ ಇರಬಹುದು. ಅದರಲ್ಲೇನೂ ಹೊಸತಿಲ್ಲ."

ಬೀನು ರಮೇಶನ ಹಿಂದೆಯೇ ನಿಂತಿದ್ದ. ರಮೇಶ ಆ ರೋದನವನ್ನೇ ಕೇಳುತ್ತ ಕೂತಿದ್ದ. ಸದಾ ಹೊಸತು, ಸದಾ ಹಳತು. ಚಕ್ರ ತಿರುಗುತ್ತಲೇ ಇದೆ – ಬದುಕು, ಸಾವು, ಹುಟ್ಟು. ಪ್ರತಿಯೊಂದು ಚಿತ್ರವೂ ಕರಗುತ್ತದೆ. ಬದಲಾಗುತ್ತದೆ. ಅವನ ಕಣ್ಣಮುಂದೆ ತನ್ನ ಹಳ್ಳಿ, ಉತ್ತರ ಬಾಲಾಸೋರ್‌ನಲ್ಲಿರುವ ಕಾಂತಿಪುರ, ಹರಿದು ಹೋಯಿತು. ತನ್ನ ಮನೆ, ತಂದೆತಾಯಿಗಳು, ನೆರೆಹೊರೆಯವರು, ಪರಿಚಿತ ಮುದುಕರು, ಪರಿಚಿತ ಮಕ್ಕಳು, ಪರಿಚಿತ ಹುಡುಗಿಯರು. ಸ್ಮಶಾನದಿಂದ ಹಳ್ಳಿಯ ಮಧ್ಯದಲ್ಲಿ ಚಂಡಿಯ ಗುಡಿಯವರೆಗೆ ಅವನ ಮನಸ್ಸು ಹರಿಯಿತು. ಸಾವು ಹುಟ್ಟು, ಮತ್ತೆ ಸಾವು ಹುಟ್ಟು. ಆ ಹಳ್ಳಿಯಲ್ಲೂ ಶಾಂತಿ ಸಮಾಧಾನವನ್ನು ಬಯಸುವ ಜನರಿದ್ದರು. ಬದುಕಿನೊಡನೆ ಏನೂ ವಿರೋಧಗಳನ್ನು ಕಟ್ಟಿಕೊಳ್ಳದ, ಯಾರಿಗೂ ಏನೂ ನೋವುಂಟು ಮಾಡದಿದ್ದರೂ ತಮಗೆ ಆದ ನೋವನ್ನು ಅನುಭವಿಸಲು ಕಲಿತ ಜನ.

ಆ ಶೋಕ ಗೀತೆಯ ಪಲ್ಲವಿ ಮುಂದುವರಿದಿತ್ತು.

ಎಷ್ಟೋ ಜನ ಇದಕ್ಕೆ ಮೊದಲೂ ಹೋಗಿದ್ದರು – ಎಷ್ಟೋ ಜನ. ಕಾಳರಾತ್ರಿಗಳಲ್ಲಿ, ಪಂಜುಗಳನ್ನು ಹೊತ್ತಿಸಿ ಹಳ್ಳಿಯ ಜನ ಅವರನ್ನು ಕರೆಯುತ್ತಾರೆ 'ಕತ್ತಲಲ್ಲಿ ಮರಳಿ ಬನ್ನಿ, ಬೆಳಕಿನಲ್ಲಿ ಹಿಂದುರುಗಿ ಹೋಗಿ.'

ಸಾವಿನ ವಿಶಾಲ ಬಯಲು ಅವನ ಮುಂದೆ ಹಬ್ಬಿತ್ತು; ಅಲ್ಲಿ ಭಾಷೆ, ದೇಶಗಳು ಜನರನ್ನು ವಿಭಾಗಿಸುತ್ತಿರಲಿಲ್ಲ. ಅಲ್ಲಿ ಎಲ್ಲರೂ ಸಮಾನರು. ಎಲ್ಲರೂ ಅಮರರು.

ಹಿಂದೆ ನಿಂತಿದ್ದ ಬೀನು ಕೂಡ ತನ್ನ ಮನೆಯ ಬಗ್ಗೆ, ತನ್ನ ಕಿರಿಯ ಹೆಂಡತಿಯ ಬಗ್ಗೆ ಚಿಂತಿಸಿದ. ಬೀಸಿ ಬರಬಹುದೆ? ಇದ್ದಕ್ಕಿದ್ದಂತೆ ಆತ ತನ್ನ ಕೆನ್ನೆಗೆ ಒಂದೇಟು ನೀಡಿದ. ರಮೇಶ ಅವನತ್ತ ತಿರುಗಿದ. ಕೆನ್ನೆಯನ್ನು ಅಂಗೈಯಲ್ಲಿ ಉಜ್ಜಿಕೊಳ್ಳುತ್ತಿದ್ದ ಬೀನು, "ಈ ಜಾಗದಲ್ಲಿ ತುಂಬ ದೊಡ್ಡ ದೊಡ್ಡ ಸೊಳ್ಳೆಗಳಿವೆ. ಅವುಗಳ ಕಡಿತ ತುಂಬ ನೋವು ಮಾಡುತ್ತೆ." ಎಂದು ನುಡಿದ

ರಮೇಶನಿಗೆ ದಿಗಿಲಾಯಿತು. ತಾನು ಹಾಸಿಗೆಯ ಮೇಲೆ ಬಿದ್ದುಕೊಂಡು ನಡುಗುತ್ತಿರುವುದನ್ನು ಆತ ಕಲ್ಪಿಸಿಕೊಂಡ. ಕಣ್ಣು ರಕ್ತವರ್ಣಕ್ಕೆ ತಿರುಗಿತ್ತು. ಕರಡಿಯ ಹಾಗೆ ದೇಹ ಕಪ್ಪಾಗಿತ್ತು. ನೂರಮೂರು ಡಿಗ್ರಿ ತಾಪದೊಂದಿಗೆ ಪ್ರಾರಂಭವಾಗುವ ಈ ಜ್ವರ ರೋಗಿಯನ್ನು ಹುಚ್ಚನಂತೆ ಮಾಡುತ್ತಿತ್ತು, ಎಲ್ಲರನ್ನೂ ಕಚ್ಚಬೇಕು, ಬಯ್ಯಬೇಕು ಎಂದು ತೋರುವಂತೆ ಮಾಡುತ್ತಿತ್ತು.

ವಾಂತಿ, ಧಗೆ, ಇನ್ನಷ್ಟು ಧಗೆ. ಅನಂತರ ಏನು?

ಹುಟ್ಟು ಸಾವು. ಪುನಃ ಹುಟ್ಟು ಸಾವು.

ಈಗ ಕಾನೂನಿನ ನೆನಪಾಗುವುದಿಲ್ಲ. ಬರೇ ಹುಟ್ಟು, ಸಾವು, ಮಾನವ. ಎಲ್ಲವನ್ನೂ ಹೊಸ ಕಣ್ಣುಗಳಿಂದ ನೋಡುತ್ತಿರುವಂತೆ ಅನ್ನಿಸಿತು ಅವನಿಗೆ. ಜನ ನಡೆಯುತ್ತಾರೆ – ಬಹಳ ಜನ – ಕತ್ತಲಲ್ಲಿ ದಾರಿ ಕಳೆದುಕೊಳ್ಳುತ್ತ. ಆದರೆ ಹರಿಯುವ ಆ ನದಿ ಸಾಯುವುದಿಲ್ಲ. ಹರಿಯುತ್ತಲೇ ಹೋಗುತ್ತದೆ – ಅದು. ಸಂತೆ ಮುಗಿಯುತ್ತ ಬಂದಿತು. ಜನ ಚಲಿಸುತ್ತಿದ್ದರು. ಇವರಲ್ಲಿ ಪ್ರತಿಯೊಬ್ಬನೂ ತನಗೆ ವೈಯಕ್ತಿಕವಾಗಿ ಗೊತ್ತೆಂಬಂತೆ ಅವನಿಗೆ ಅನ್ನಿಸಿತು. ಮನೆಯೊಳಗೆ 'ಬೇಕು'ಗಳ ಒತ್ತಡ, ಹೊರಗೆ ಬದುಕಿನ ಶೋಷಣೆ. ಆದರೂ ಅವರು ಚಲಿಸುತ್ತಿದ್ದರು. ಜಾತಿ ಭಾಷೆಗಳಿಗೆ ಇಲ್ಲಿ ಅರ್ಥವಿಲ್ಲ. ಅವರೂ ಮನುಷ್ಯರು. ತನ್ನ ಹಳ್ಳಿಯವರು ಪರಿಚಿತ ಮನುಷ್ಯರು. ಈ ಇರುವೆಗಳ ನಿರಂತರ ಪ್ರವಾಹದಲ್ಲಿ ಒಂದು ಇರುವೆ ನಿಂತು ಮಿಕ್ಕ ಇರುವೆಗಳನ್ನು ವೀಕ್ಷಿಸಿತು. ವಿವರಣೆಗೆ ಮೀರಿದಂಥ ನಗುವೊಂದು ಅದರ ಒಣಗಿದ ತುಟಿಯ ಮೇಲೆ ರೂಪುಗೊಂಡಿತು. 'ನಾವು ಸೋದರರು. ನಮ್ಮ ಕಾಲಮೇಲೆ ನಾವು ನಡೆಯುತ್ತೇವೆ,

ನಮ್ಮ ಕೈಗಳಿಂದ ದುಡೀತೇವೆ. ನಾವೆಲ್ಲರೂ ಒಂದೇ ಭೂಮಿಗೆ – ಬಾನಿನಡಿಯ ಈ ಪುರಾತನ ಭೂಮಿಗೆ ಸೇರಿದವರು. ನಮಗೆಲ್ಲ ಒಬ್ಬನೇ ಸಾಮಾನ್ಯ ಶತ್ರು; ನಮ್ಮ ಬಾಯಿಯಿಂದ ನಮ್ಮ ತುತ್ತು ಅನ್ನವನ್ನು ಕಸಿಯುವವ; ನಮ್ಮನ್ನು ಸಾವಿಗೆ ತಳ್ಳುವವ; ಬೂದಿ ಕೆಂಡಗಳ ರಾಶಿಗಳನ್ನು ನಮ್ಮ ಮೇಲೆ ಸುರಿಯುವವ ಎಂದು ಉದ್ಗರಿಸುವಂತಿತ್ತು ಈ ಒಂದು ಇರುವೆ.

ಇರುವೆಗಳ ಸಾಲು ಮುಂದುವರಿದೇ ಇತ್ತು. ರಮೇಶನ ಮನಸ್ಸಿನಾಳದಲ್ಲಿ ಆರದ ದೀಪವೊಂದು ಮುಗುಳ್ನಗು, ಬೆಳಕುಗಳನ್ನು ಸೂಸುತ್ತಲೇ ಇತ್ತು.

ಇದ್ದಕ್ಕಿದ್ದಂತೆ ಹೊರಗೆ ಗೊಂದಲ ಪ್ರಾರಂಭವಾಯಿತು. ಪೈಕರು ಮತ್ತು ಅವರ ಹಿಂದೆ ಬುಟ್ಟಿ ಮತ್ತು ಚೀಲಗಳನ್ನು ಹೊತ್ತ ಜನ. ಒಂದೇ ಕ್ಷಣದಲ್ಲಿ ರಮೇಶ ಮೊದಲಿನಂತೆ ಅಧಿಕಾರಿ ಯಾದ, ಬಂದು ನಿಂತ ಪೈಕರ ಸಲಾಮುಗಳನ್ನು ಒಪ್ಪಿಸಿಕೊಂಡ, ಬೀನು ಮುಂದೆ ನುಗ್ಗಿ ಹೇಳಿದ :

"ಗುಂಪು ಗುಂಪಾಗಿ ಅವರನ್ನು ಎಳೆದು ಕರೆತರ್ತಿದ್ದಾರೆ."

ಪೈಕರು ಅದಕ್ಕೆ ದನಿಗೂಡಿಸಿದರು :

"ದಯವಿಟ್ಟು ನೋಡಿ ಸರ್, ಹೇಗೆ ಇವರು ಅಕ್ಕೀನ ಇಲ್ಲಿಂದ ಕಳ್ಳತನದಲ್ಲಿ ಸಾಗಿಸಿ ಕೆಳಗೆ ಬಯಲು ಸೀಮೆಗೆ ರವಾನಿಸುತ್ತಿದ್ರು ಅನ್ನೋದನ್ನ. ಈ ಬುಟ್ಟಿಗಳನ್ನು ಮತ್ತು ಈ ಚೀಲಗಳನ್ನು ನೋಡಿ. ಮೇಲೆ ಸ್ವಲ್ಪ ಮೆಣಸಿನ ಕಾಯಿ, ಅರಿಸಿನ ಮತ್ತು ಹೊಗೆಸೊಪ್ಪು. ಆದರೆ ಕೆಳಗೆಲ್ಲ ಅಕ್ಕಿ ತುಂಬಿದೆ. ಅಕ್ಕಿಯನ್ನು ದುಬಾರಿ ಬೆಲೆಗೆ ಮಾರುತ್ತಾರೆ. ಒಂದು ಹಿಡಿ ಅಕ್ಕಿಗಾಗಿ ಇವರು ಮನುಷ್ಯರ ರಕ್ತ ಮಾಂಸಗಳನ್ನೇ ತಿಂದು ಬಿಡುವಂಥ ಜನ."

ರಮೇಶ ಪುನಃ ನೋಡಿದ. ಅಸ್ಥಿಪಂಜರಗಳ ಒಂದು ಸೇನೆಯೇ ಅವನ ಮುಂದೆ ನಿಂತಿತ್ತು. ಅವುಗಳ ಪಕ್ಕೆಲುಬುಗಳು ಕಳೆಕೀಳುವ ಯಂತ್ರದ ಕಬ್ಬಿಣದ ಸಲಾಕೆಗಳಂತೆ ಎದ್ದು ಕಾಣುತ್ತಿದ್ದವು. ಬಾವಲಿಯ ಮೈಮೇಲಿನ ಚರ್ಮದಂತೆ ಎಲುಬುಗಳ ಮೇಲಣ ಚರ್ಮ ಜೋತಾಡುತ್ತಿತ್ತು. ವಿಕೃತವಾದ ಬಗ್ಗಿದ ದೇಹಗಳು; ತಲೆಯ ಮೇಲೆ ಎಣ್ಣೆಕಾಣದ ಕೂದಲಿನ ಗುಪ್ಪೆಗಳು, ಆರುತ್ತಿರುವ ದೀಪದಂತೆ ಮಿಣಗುಟ್ಟುವ ಸಣ್ಣ ಸಣ್ಣ ಕಣ್ಣುಗಳು. ಇವರೇನು ಮನುಷ್ಯರೇ ಅಥವಾ ಮನುಷ್ಯರ ಪ್ರೇತಗಳೇ ? ಒಮ್ಮೆ ಅಳುತ್ತ, ಗವಿಗಳಂತಿದ್ದ ಹೊಟ್ಟೆ, ಬಾಯಿಗಳಿಗೆ ಒಮ್ಮೆ ಬೊಟ್ಟು ಮಾಡುತ್ತ, ಎಳೆಯ ಬಳ್ಳಿಗಳ ಹಾಗಿದ್ದ ಕೃಶವಾದ ನಿಶ್ಶಕ್ತ ಕೈಗಳನ್ನು ಒಮ್ಮೆ ಅಲುಗಾಡಿಸುತ್ತ, ತಮ್ಮ ವಿಚಿತ್ರ ಭಾಷೆಯಲ್ಲಿ ಅವರು ಅಂಗಲಾಚುತ್ತಿದ್ದರು. ಅತ್ತಕಡೆ ಆ ಬಸ್ತಿಯಲ್ಲಿ, ಹೆಣವನ್ನು ಮನೆಯಿಂದ ಹೊರತಂದರು. ಜನ ಒಬ್ಬರ ಮೇಲೆ ಒಬ್ಬರು ಬೀಳುತ್ತ, ತಲೆಗಳನ್ನು ಮುಂದೆ ಚಾಚಿ, ಒಟ್ಟಿಗೆ ಅಳುತ್ತಿದ್ದರು. 'ಅಯ್ಯೋ, ಅಯ್ಯೋ, ಯಾರು ನಿನ್ನನ್ನು ಕೊಂಡು ಹೋದರು ? ಯಾರು ನಿನ್ನನ್ನು ತಿಂದರು ?'

ಇತ್ತ ಬಸ್ತಿಯ ಕೆಳಗೆ, ಇಕ್ಕಟ್ಟಿನ ಆ ಓಣಿಯಲ್ಲಿ ಈ ಜೀವಚ್ಛವಗಳು 'ಹೇ ಭಗವಂತ, ಸರ್ವ ಶಕ್ತ, ಓ ತಂದೆ' ಎಂದು ಬೇಡಿಕೊಳ್ಳುತ್ತ, ಪ್ರಾರ್ಥಿಸುತ್ತ ಎದೆ ಎದೆ ಬಡಿದುಕೊಳ್ಳು ತ್ತಿದ್ದವು. ಪೈಕರು ಘರ್ಜಿಸುತ್ತಿದ್ದರು. ಬೀನು ಅರಚುತ್ತಿದ್ದ. 'ಊಹುಂ, ಅದೆಲ್ಲ ಆಗೋದಿಲ್ಲ. ತೆಗೆಯಿರಿ ಆ ಚೀಲಗಳನ್ನ. ಅಕ್ಕಿ ತೋರಿಸಿ.'

ರಮೇಶ ಕಣ್ಣು ಮುಚ್ಚಿಕೊಂಡ. ತನ್ನೊಳಗೆ ಏನೋ ತತ್ತರಿಸಿ ಒಡೆದು ಚೂರಾದಂತೆ ಅವನಿಗೆ ಅನ್ನಿಸಿತು. ದೂರದಿಂದ ನಡೆದು ಬಂದುದರ ಪರಿಣಾಮವಾಗಿ ತನ್ನ ಮೈಮೇಲೆ ಈಗ ಏರಿಬಂದ ಹಸಿವು, ಆಯಾಸಗಳ ಪ್ರವಾಹದಲ್ಲಿ ಆತ ಮುಳುಗಿಹೋದ. ಕಣ್ಣುಗಳನ್ನು

ಮುಚ್ಚಿದರೂ, ಅವನಿಗೆ ಕಾಣುತ್ತಿದ್ದುದು ತನ್ನ ಮುಂದಣ ಜನಸಾಗರ ಮಾತ್ರ. ಹುಚ್ಚು ಹುಚ್ಚಾಗಿ, ಗೊಂದಲಮಯವಾಗಿ ಸಮ್ಮಿಳಿತವಾದ ಒಂದು ಜನಸಾಗರ. ಕೆನ್ನೆಗಳ ಮೇಲೆ ಬಿಸಿಲು ಬೊಕ್ಕೆ, ಮುಖದ ಮೇಲೆ ಮುಗುಳ್ನಗು ಮೈಮೇಲೆ ಸುಕ್ಕುಗಟ್ಟಿದ ಚರ್ಮ, ಕಣ್ಣಲ್ಲಿ ಹೊಳಪು ಎಲ್ಲ ಕಲಸು–ಮೇಲೋಗರವಾಗಿತ್ತು, ಒಂದನ್ನೊಂದು ಪ್ರತ್ಯೇಕಿಸಲು ಅಸಾಧ್ಯವಾಗಿತ್ತು; ಸತ್ತವರಿಗಾಗಿ ಕರುಣಾಜನಕ ಕೂಗು, ಬಡತನ ಮತ್ತು ಅಭಾವಗಳ ಹೃದಯವಿದ್ರಾವಕ ಗೋಳು, ಗುಳಿಬಿದ್ದ ಕಣ್ಣುಗಳಲ್ಲಿ ಬುಸುಗುಟ್ಟುವ ಬೆಂಕಿ ಮತ್ತು ಬಿರುಗಾಳಿ. ರಮೇಶ ಕಣ್ಣು ತೆರೆದು ನೋಡಿದ; ಕೂಗು ಮುಂದುವರಿದಿತ್ತು.

"ದಯೆ ತೋರಿಸಿ ಸರ್, ಕರುಣೆ ಇರಲಿ ದೇವರೆ, ನಮ್ಮ ಸ್ಥಿತಿ ನೋಡಿ ಸರ್.'

ಉದ್ದ ದೇಹದ, ಹೆಚ್ಚು ಕಡಿಮೆ ಒಣಗಿದ ತೆಂಗಿನ ಗರಿಗಳಿಂದ ನಿರ್ಮಿಸಲ್ಪಟ್ಟವನೆಂದು ಹೇಳಬಹುದಾದಂತಹ ಎಲುಬುಗೂಡಿನವನೊಬ್ಬ ರಮೇಶನೆದುರು ನಿಂತಿದ್ದ. ಎರಡು ಉದ್ದ ಕೈಗಳು ಮೇಲೆ ಹೋದವು; ನಮಸ್ಕಾರ ಮಾಡುವಂತೆ ಮೇಲೆ ಹೋಗಿ ಕೆಳಗೆ ಬಿದ್ದವು. ಯಾವ ಕ್ಷಣ ಬೇಕಾದರೂ ಅವು ಒಡೆದು ಚೂರಾಗಬಹುದಿತ್ತು! ಒಣಗಿದ ನಿಶ್ಶಕ್ತ ಧ್ವನಿಯಲ್ಲಿ ಆತ ಯಾಚಿಸಿದ, "ಕರುಣೆ ಇರಲಿ ತಂದೆ." ಯಾವುದದು ಭಾಷೆ? ರಮೇಶನಿಗೆ ತಿಳಿಯಲಿಲ್ಲ. ಆದರೆ ಅರ್ಥ ಮಾತ್ರ ಸ್ಪಷ್ಟವಾಗಿ ಆಯಿತು. ಅವನ ಕಾಲುಗಳನ್ನು ಮುಟ್ಟುವಂತೆ ನೆಲದ ಮೇಲೆ ಸಾಷ್ಟಾಂಗ ಬಿದ್ದುಕೊಂಡ ಆ ಅಸ್ಪಷ್ಟ ಆಕೃತಿ ತನ್ನ ತಲೆಯನ್ನೆತ್ತಿ ಅವನ ಮುಖವನ್ನು ನೇರವಾಗಿ ನೋಡಿತು. ಆ ನೋಟ ಯಾರೋ ಪರಿಚಿತ ವ್ಯಕ್ತಿಯೊಬ್ಬನ ನೋಟದಂತೆ ಕಂಡಿತು. ಅದು ರಮೇಶನೊಬ್ಬನಿಗೆ ಮಾತ್ರವಲ್ಲ ಎಲ್ಲರಿಗೂ ಪರಿಚಿತವಾದ ನೋಟ. ಹಸಿದ ಪ್ರತಿಯೊಬ್ಬನ ಮುಖವೂ ಪ್ರತಿಬಿಂಬಿಸುವ ನೋಟ ಅದು; ನೋಡುವವರನ್ನೇ ಪ್ರಶ್ನಾರ್ಥಕವಾಗಿ, ವಿಚಿತ್ರವಾಗಿ ನೋಡುವ ನೋಟ. ಈ ಜನರೆಲ್ಲ ತನಗೆ ಪರಿಚಿತರೇ ಅನ್ನಿಸಿತು ರಮೇಶನಿಗೆ, ತನ್ನ ಹಳ್ಳಿಯ ಜನರ ಹಾಗೆ. ಅವರ ರೂಪರೇಖೆಗಳು ಆಕೃತಿಗಳು ಅವನಿಗೆ ಕಾಣಿಸುತ್ತಿರಲಿಲ್ಲ. ಬದಲು ಅವರ ಆಂತರಿಕ ವ್ಯಕ್ತಿತ್ವ ಅವನನ್ನು ಆವರಿಸಿತು. ಅವನ ಎದುರಿಗಿನ ಆ ಆಕೃತಿ ಬಹಳ ಹಿಂದೆ ಸತ್ತು ಹೋಗಿದ್ದ ಅವನ ಮಾವ – ಅದೇ ಕೆದರಿದ ಕೂದಲು, ಅದೇ ಗಡ್ಡ ಬೋಳಿಸದ ಹುಚ್ಚನ ಮುಖ, ಮೂಳೆಗಳ ಮಧ್ಯೆ ಅವೇ ಗುಳಿಗಳು. ಆದರೆ ಇವನು ಇನ್ನೂ ಹೆಚ್ಚು ಆಯಾಸಗೊಂಡವನಂತೆ, ಇನ್ನೂ ಹೆಚ್ಚು ಹಸಿದವನಂತೆ ಸಾವಿನ ಭೀಕರ ನೋಟದಿಂದ ಹೆಚ್ಚು ಬೆದರಿದವನಂತೆ ಕಾಣುತ್ತಿದ್ದ. ಇವನಿಗಿಂತ ವಯಸ್ಸಾದ, ಮೀಸೆ ಬೆಳೆಸಿದ್ದ, ಬಗ್ಗಿ ಮುರುಟಿ ಹೋಗಿದ್ದ ಆ ಇನ್ನೊಬ್ಬ ಕಾಂತಿಪುರದ ಗತಿಗೆಟ್ಟ ಕಮ್ಮಾರನಲ್ಲದೆ ಮತ್ಯಾರು!

ಮತ್ತೆ ಈ ಮಕ್ಕಳು – ಬರೀ ಚಕ್ಕಳ, ಮೂಳೆಗಳಿಂದ ಕೂಡಿದ ಮಕ್ಕಳು. ತನ್ನ ಹಳ್ಳಿಯ ಮನೆಯ ತೋಟಕ್ಕೆ ನುಗ್ಗಿ ಪೇರಲೆ ಹಣ್ಣುಗಳನ್ನೆಲ್ಲ ಕದ್ದು ತಿಂದ ಮಕ್ಕಳಲ್ಲವೆ ಇವರು? ಹೆಂಗಸರು – ಹಾಯಿ ಹರಿದು, ಒಡೆದು, ಸೋರುವ ದೋಣಿಗಳಂತೆ ಕಾಣುವ ಈ ಹೆಂಗಸರು? ಬೆಳಿಗ್ಗೆ ಎದ್ದು ಒಲೆ ಹೊತ್ತಿಸುವುದಕ್ಕೆ ಒಣಗಿದ ಎಲೆಗಳನ್ನು ಆರಿಸಲು ಹೊರಗೋಡುವ ತನ್ನ ಊರಿನ ಹೆಂಗಸರೇ ಅಲ್ಲವೆ ಇವರು? ತಲೆ ತಗ್ಗಿಸಿ, ಕಣ್ಣು ಮುಚ್ಚಿಕೊಳ್ಳಲು ಪ್ರಯತ್ನಿಸಿದ ರಮೇಶ. ಅವನ ಬಾಯಿಯಿಂದ ಮಾತ್ರ ಮೆಲುದನಿಯಲ್ಲಿ ಎರಡು ಮಾತುಗಳು ಹೊರಟವು:

"ಹೋಗಿ, ಹೊರಟು ಹೋಗಿ."

ಬೀನುವಿಗೆ ತನ್ನ ಸಾಹೇಬ ಹೇಳುತ್ತಿದ್ದ ಮಾತನ್ನು ನಂಬಲು ಸಾಧ್ಯವಾಗಲಿಲ್ಲ. ಅವನು

ಕೇಳಿದುದು ನಿಜವೆ? ಈ ಅಧಿಕಾರಿ ನಿಜಕ್ಕೂ ಇವರನ್ನೆಲ್ಲ ಬಿಟ್ಟುಬಿಡಲು ಯೋಚಿಸುತ್ತ ಇದ್ದಾನೆಯೇ? ಆತಂಕದಿಂದ ಆತ ಮೊರೆಯಿಟ್ಟ. "ಸಾರ್, ಆದರೆ ಸಾರ್..."

ರಮೇಶ ಅವನನ್ನು ತಡೆದು ಪುನಃ ಹೇಳಿದ :

"ಅವರು ಹೋಗಲಿ ಬಿಡು, ಹೊತ್ತಾಗಿದೆ; ಹೊರಟುಹೋಗಿ."

ಅಧಿಕಾರದ ಚಿತ್ರವೊಂದನ್ನು ಕಲ್ಪಿಸಿಕೊಳ್ಳಲು ಬೀನು ತನ್ನ ನೆನಪಿನಲ್ಲಿ ಹುಡುಕಾಡಿದ. ಅದು ಖಂಡಿತ ಹೀಗಿರಲಿಲ್ಲ – ಮೃದು ಹೃದಯದ ಈ ಚಿಕ್ಕ ಹುಡುಗ ಜಗತ್ತನ್ನು ಕಂಡರಿಯ. ಈಗ ತಾನೆ ಮೀಸೆ ಕುಡಿಯೊಡೆಯುತ್ತಿರುವವ, ತೆಳ್ಳನೆಯ, ಇನ್ನೂ ಧ್ವನಿ ಯೊಡೆಯದ ಈ ಹುಡುಗ – ಇವನು ಅಧಿಕಾರಿ ಎನ್ನಿಸಿಕೊಳ್ಳುವುದು ಬಹಳ ಕಷ್ಟ ಎಂದು ಬೀನು ತೀರ್ಮಾನಿಸಿದ. ನಿಜವಾದ ಅಧಿಕಾರವೆಂದರೆ ಹುಲಿ ಇದ್ದ ಹಾಗೆ. ತನ್ನ ದೀರ್ಘ ಅನುಭವದಲ್ಲಿ ಸಾಕಷ್ಟು ಅಧಿಕಾರಿಗಳನ್ನು ನೋಡಿದ್ದ ಬೀನು. ಅವನ ವಂಕಿ ತುಟಿಯ ಮೇಲೆ ವಿಚಿತ್ರ ಭಾವವೊಂದು ಲಾಸ್ಯವಾಡಿತು – ಅರ್ಧ ಮುಗುಳ್ನಗೆಯಲ್ಲಿ ಅರ್ಧ ಗೇಲಿಯಲ್ಲಿ.

ರಮೇಶ ನಿಂತೇ ಇದ್ದ. ಅವನ ಪ್ರಜ್ಞೆಯಿಂದ ಚರಿತ್ರೆ ಈಗ ಮಾಯವಾಗಿತ್ತು. ಕಾಲ ಸ್ಥಗಿತವಾಗಿತ್ತು. ಅಲ್ಲಿ ಕಪಿಲೇಂದ್ರ ದೇವನಿರಲಿಲ್ಲ, ಪುರುಷೋತ್ತಮನಿರಲಿಲ್ಲ. ಕೊನಾರಕ್ ಇರಲಿಲ್ಲ. ಒಂದು ದೇಶದ ಅಥವಾ ರಾಷ್ಟ್ರದ ಬೆನ್ನೆಲುಬೆನ್ನಿಸಿಕೊಳ್ಳುವಂತಹ ಪ್ರತ್ಯೇಕವಾದ ವೈಶಿಷ್ಟ್ಯಪೂರ್ಣ ವ್ಯಕ್ತಿಚಿತ್ರಗಳಿರಲಿಲ್ಲ. ಇತಿಹಾಸವು ತರ್ಕ ಶೂನ್ಯವಾಗಿ ಅರ್ಥ ಶೂನ್ಯವಾಗಿತ್ತು. ಇರುವೆಗಳು, ಇರುವೆಗಳು, ಇರುವೆಗಳು, ಅವು ಬಿಟ್ಟು ಬೇರೇನೂ ಇರಲಿಲ್ಲ ಅಲ್ಲಿ. ಎಲ್ಲೆಲ್ಲೂ ಹಸಿದ ಇರುವೆಗಳು; ಬದುಕಿಗಾಗಿ, ಉಳಿವಿಗಾಗಿ, ಬಾಯಲ್ಲಿ ಆಹಾರ ಹೊತ್ತು ಹೊರಟಿರುವ ಇರುವೆಗಳು. ಈ ಅನಿಶ್ಚಿತ ಬದುಕನ್ನು ಇನ್ನೊಂದಷ್ಟು ಕಾಲ ಮುಂದುವರಿಸುವ ಸಲುವಾಗಿ ಇರುವೆ ಗೂಡುಗಳತ್ತ ಚಲಿಸುವ ಇರುವೆಗಳ ಪ್ರವಾಹ. ಬದುಕಲು ಇಚ್ಚಿಸುತ್ತದೆ ಇರುವೆ. ರಮೇಶನಿಗೆ ತಣ್ಣಗೆ ಮೈ ನಡುಗಿತು. ಚಳಿಗಾಲದ ಕೊನೆಯ ದಿನಗಳ ಅಲ್ಪಕಾಲೀನ ಸೂರ್ಯಪ್ರಕಾಶವೂ ಮಾಸಿಹೋಗಿತ್ತು. ಸುತ್ತಲೂ ತೆಳ್ಳನೆಯ ನೀಲಿ ಮಂಪರು ಹಬ್ಬಿತ್ತು. ಸಂಜೆಯಾಗಿತ್ತು. ಮಾಘಮಾಸದ ಕೊರೆಯುವ ಚಳಿ ತನ್ನ ಒಳಗೆ ಕೂಡ ಹೊಕ್ಕಂತೆ ರಮೇಶನಿಗೆ ಅನುಭವವಾಯಿತು. ❍

ಅನು : ಜಿ. ಕೆ. ಗೋವಿಂದರಾವ್

○ ಅಖ್ತರ್ ಮೊಹಿ-ಉದ್-ದೀನ್

ವಧುವಿನ ಪೋಷಾಕು

ದರ್ಜಿ ನಬೀರ್ ಶಲ್ಲಾಗೆ ಆಗಲೇ ಎಪ್ಪತ್ತು ತುಂಬಿತ್ತು. ಜೀಲಂ ನದೀ ತೀರದ ಎರಡು ಕಿಟಿಕಿಯ ಮುರುಕಲು ಮರದ ಮನೆ ಆತನ ಸ್ವಂತದ್ದೇ. ಈ ಮನೆಯ ಜಗಲಿಯಲ್ಲೇ ಆತ ಕುಳಿತು ಕೆಲಸದಲ್ಲಿ ಮಗ್ನನಾಗಿರುತ್ತಿದ್ದುದು. ಆತನ ಮೂಗಿನ ಮೇಲೆ ದಪ್ಪ ಗಾಜಿನ ಕನ್ನಡಕ ಬಿಗಿಯಾಗಿರುತ್ತಿತ್ತು. ತನ್ನ ನೆಚ್ಚಿನ ಗೀತೆಗಳನ್ನು ಮೆಲುದನಿಯಲ್ಲಿ, ಆದರೆ ಮಗುವಿನಂತೆ ತೊದಲು ನುಡಿಯಲ್ಲಿ, ಅವನು ಹಾಡುತ್ತಿದ್ದ :

ಒಂದು ಬಟ್ಟಲು ಮದಿರೆ ತಂದಿತ್ತಳವಳೆನಗೆ,
ಅಂದೆ ಹಾರಿತು ಅವಳ ಹಿಂದೆನ್ನ ಮನವು,

ನಬೀರ್ ಶಲ್ಲಾ ತನ್ನ ಜೀವನದ ಹೆಚ್ಚಿನ ವರ್ಷಗಳನ್ನು ಈ ಜಗಲಿಯಲ್ಲೇ ಕುಳಿತು ಕಳೆದಿದ್ದ. ಇವೆಲ್ಲ ಕಾಲವೂ ಆತನ ನೆನಪಿನಲ್ಲಿರುತ್ತಿದ್ದುದು ಎರಡೇ ಹಾಡುಗಳು. ಋತುಮಾನ ಭೇದವಿಲ್ಲದೆ ಅವನ್ನೇ ಮತ್ತೆ ಮತ್ತೆ ಆತ ಹೇಳುತ್ತಿದ್ದ, ಎರಡನೆಯ ಹಾಡೆಂದರೆ :

ಮಾಗಿರುವ ಪೀಚ್ ಹಣ್ಣಿನಂತವಳ ಮೈ ನುಣುಪು.
ತಾಗದಿರಲೀಕೆಯನು ಓದೇವ ಜಗದ ಬಿಸುಪು.

ಎಳೆಯ ವಯಸ್ಸಿನಿಂದಲೂ ಆತನ ಮಾತಿನಲ್ಲಿ ತನ್ನದೇ ಆದ ಒಂದು ರೀತಿಯ ತೊದಲುವಿಕೆಯಿತ್ತು. ಹಲ್ಲು ಬಿದ್ದ ಮೇಲೆ ಅದು ಇನ್ನೂ ಹೆಚ್ಚಾಯಿತು. ಆತನ ಮುಖದ ಮೇಲೆ ಬಿಳಿಯ ಕುರುಚಲು ಗಡ್ಡ ಹೆಪ್ಪುಗಟ್ಟಿದ ಮಂಜಿನ ಹನಿಗಳಂತೆ ಕಾಣುತ್ತಿತ್ತು. ಶ್ರೀಮತಿ ಶಲ್ಲಾಳ ಬಟ್ಟೆಯ ಮೇಲೆ ಅಲ್ಲಲ್ಲಿ ಬಿದ್ದಿದ್ದ ಹತ್ತಿಯ ತುಣುಕುಗಳನ್ನೇ ಆತನ ಕೆನ್ನೆಯ ಮೇಲೆ ಅಂಟಿಸಿ ದಂತಿತ್ತು ಎನ್ನಬಹುದು. ಕೈ ನಡುಗುತ್ತಿದ್ದರೂ ಆತನಿಗೆ ಕೆಲಸ ಮಾಡಿ ಸಂಪಾದಿಸಲು ಸಾಧ್ಯವಿತ್ತು; ಅಷ್ಟೇಕೆ ಗಿರಾಕಿಗಳು ಆತನಿದ್ದಲ್ಲೇ ಮುತ್ತುತ್ತಿದ್ದರು; ಯಾಕೆಂದರೆ ಆತ ಕೆಲಸದಲ್ಲಿ ಕುಶಲನಿದ್ದ; ಇತರ ಅನೇಕರಿಗಿಂತ ಎಷ್ಟೋ ಉತ್ತಮ ದರ್ಜಿ.

ನಬೀರ್ ಶಲ್ಲಾ ತನ್ನ ಮುರುಕಲು ಮನೆಯನ್ನು ಹಾಗೂ ಪತ್ನಿ ಖೋತಾನ್ ದೀದಿಯನ್ನು ಪ್ರಪಂಚದಲ್ಲಿನ ಇನ್ನೆಲ್ಲಕ್ಕಿಂತ ಹೆಚ್ಚಾಗಿ ಪ್ರೀತಿಸುತ್ತಿದ್ದ. ಪ್ರತಿ ಸಂಜೆ ಆಕೆ ಆತನ ಬೆನ್ನನ್ನು

ಮೃದುವಾಗಿ ನೀವಿ ದಿನದ ದಣಿವನ್ನು ಹೋಗಲಾಡಿಸುತ್ತಿದ್ದಳು. ತಟ್ಟೆಯ ತುಂಬಾ ಬಿಸಿ ಅನ್ನ ತಂದು ಕೊಡುತ್ತಿದ್ದಳು. ಹುಕ್ಕ ಚಿಲುಮೆಯನ್ನು ತುಂಬಿಸುತ್ತಿದ್ದಳು. ವರಾಂಡದಲ್ಲಿ ಕುಳಿತು ರಫಾಲ್* ಬಟ್ಟೆಯನ್ನು ಹೊಲಿಯುತ್ತಾ ಆತ ಹಾಡುತ್ತಿದ್ದಂತೆಯೇ, ಆಕೆ ಎದುರಿನಲ್ಲೇ ಹತ್ತಿ ಬಿಡಿಸುತ್ತಲೋ ಅಥವಾ ಚರಕದಲ್ಲಿ ನೂಲು ತೆಗೆಯತ್ತಲೋ ಇರುತ್ತಿದ್ದಳು. ನಬೀರ್ ಶಲ್ಲಾ ತುಂಟತನದಿಂದ ಹೇಳುತ್ತಿದ್ದ: "ನೀನು ಅಪ್ರೆಂಟಿಸ್, ನಾನು ಮಾಸ್ಟರ್" ಎಂದು. ಇದರಿಂದ ಚುಚ್ಚಿದಂತಾಗಿ ಖೋತನ್ ದೀದಿ, "ನಾನೇಕೆ ಅಪ್ರೆಂಟಿಸ್ ಆದೇನು? ನೀನೇ ಆಗು." ಎಂದು ಮಾರುತ್ತರ ಕೊಡುತ್ತಿದ್ದಳು.

ಖೋತಾನ್ ದೀದಿಗೆ ಮೇಲು ದವಡೆಯ ಮುಂಭಾಗದಲ್ಲಿ ಒಂದು ಹಲ್ಲು ಮಾತ್ರ ಉಳಿದಿತ್ತು; ಕೆಳ ತುಟಿ ಒಳಕ್ಕೆ ಚಾಚಿಕೊಂಡಿದ್ದುದರಿಂದ ಈ ಹಲ್ಲು ಒಂಟಿ ಮೊಳೆಯಂತೆ ಹೊರಗೆ ಇಳಿಬಿದ್ದಿತ್ತು. ಆಕೆಯ ಮುಖ ಒಣಗಿದ ಮುಲ್ಲಂಗಿಯಂತೆ ಸುಕ್ಕಾಗಿತ್ತು. ಕೂದಲು ಕೊಳಕು ಬಿಳಿಯ ಬಟ್ಟೆಯಂತೆ ಹೆಣೆದುಕೊಂಡಿತ್ತು. ಆಕೆಗೆ ಕೊನೆಯ ಹೆರಿಗೆಯಾಗಿ ಇಪ್ಪತ್ತು ವರ್ಷ ಕಳೆದಿತ್ತು. ಆದರೆ ತನ್ನ ಜೀವನದಲ್ಲಿ ಆಕೆ ಹತ್ತು ಬಾರಿ ಬಾಣಂತಿತನದ ಸೆರೆವಾಸ ಅನುಭವಿಸಿದ್ದಳು. ದುರದೃಷ್ಟವಶಾತ್ ಇಬ್ಬರು ಹೆಣ್ಣು ಮಕ್ಕಳ ವಿನಾ ಇತರರು ಯಾರೂ ಉಳಿಯಲಿಲ್ಲ. ಅವರಿಬ್ಬರೂ ಈಗ ತಮ್ಮದೇ ಮನೆಗಳಲ್ಲಿ ನೆಲಸಿ, ತಮ್ಮವರೇ ಆದ ಬಂಧುಗಳನ್ನು ಹೊಂದಿದ್ದರು. ತಮ್ಮ ಮುರುಕು ಮನೆಯಲ್ಲಿ ನಬೀರ್ ಶಲ್ಲಾ ಮತ್ತು ಆತನ ಹೆಂಡತಿ ಸಾಕಷ್ಟು ನೆಮ್ಮದಿಯಿಂದಲೇ ಇದ್ದರು. ತೀವ್ರತರದ ಆಘಾತ ಅವರನ್ನು ಎಂದೂ ಬಾಧಿಸಿರಲಿಲ್ಲ. ಹೆಣ್ಣು ಮಕ್ಕಳ ಮದುವೆಗಾಗಿ ಸಾಲ ಮಾಡಿದ್ದರು. ಆದರೆ ಕ್ರಮವಾಗಿ ಕೊನೆಯ ಪೈಸೆಯನ್ನೂ ತೀರಿಸಿದ್ದರು. ಖೋತಾನ್ ದೀದಿಗೆ ಒಂದೇ ಒಂದು ದುಃಖವಿತ್ತು, ತನ್ನ ಗಂಡು ಮಕ್ಕಳು ಯಾರೂ ಸಾಕಷ್ಟು ಕಾಲ ಬದುಕಲಿಲ್ಲ ಎಂಬುದು. ಶಲ್ಲಾ ದಂಪತಿಗಳು ಒಂದೆರಡು ಸಾವಿರ ರೂಪಾಯಿಗಳಷ್ಟಾದರೂ ಹಣದ ಗಂಟು ಮಾಡಿದ್ದಾರೆಂಬ ವದಂತಿಯಿತ್ತು. ಆದರೆ ಅವರ ನಿಜಸ್ಥಿತಿ ಗೊತ್ತಿದ್ದುದು ಅಲ್ಲಾಗೆ ಮಾತ್ರ. ಅವರಿಗೆ ಆ ಹೊತ್ತು ದುಡಿದದ್ದು ಆ ಹೊತ್ತಿಗಾಗುತ್ತಿತ್ತು, ಅಷ್ಟೆ.

ಮೂಗಿನ ಮೇಲೆ ದಪ್ಪ ಗಾಜುಗಳನ್ನೇರಿಸಿ ನಬೀರ್ ಶಲ್ಲಾ ಇಂದು ರಫಾಲ್ ಬಟ್ಟೆಯೊಂದನ್ನು ಹೊಲೆಯುತ್ತಾ ತನ್ನ ನೆಚ್ಚಿನ ಗೀತೆಯನ್ನು ಮಗುವಿನ ಅದೇ ತೊದಲು ದನಿಯಲ್ಲಿ ಹಾಡುತ್ತಿದ್ದ:

ಒಂದು ಬಟ್ಟಲು ಮದಿರೆ ತಂದಿತ್ತಳವಳೆನಗೆ,
ಅಂದೆ ಹಾರಿತು ಅವಳ ಹಿಂದೆನ್ನ ಮನವು.

ಆತನ ಪಕ್ಕದಲ್ಲಿ ಕುಳಿತ ಖೋತಾನ್ ದೀದಿ ಚರಕ ತಿರುಗಿಸುತ್ತಾ ಅದರ ಶಬ್ದದ ಗತಿಗನು ಸಾರವಾಗಿ ಮೆಲುದನಿಯಲ್ಲಿ ಹಾಡುತ್ತಿದ್ದಳು. ಸ್ವಲ್ಪ ಮುಂಚೆ ಮಳೆಯಾಗಿತ್ತು, ಆದರೆ ಹೆಚ್ಚು ಕಾಲವಲ್ಲ. ಜೀಲಂ ನದಿಯ ನೀರು ಇನ್ನೂ ಕೆಸರಾಗಿತ್ತು. ಸೆಕೆ ಸಹಿಸಲಸಾಧ್ಯವಾಗಿತ್ತು. ಆತನಿಗಂತೂ ಈ ಬೇಗೆಯಲ್ಲಿ ಕೆಲಸ ಮಾಡಲು ಮನಸ್ಸಿರಲಿಲ್ಲ. ಆದರೆ ಆತನೊಬ್ಬನ ಗಳಿಕೆಯಿಂದಲೇ ಜೀವನ ಸಾಗಬೇಕಿತ್ತು. ಇಷ್ಟವಿರಲಿ ಇಲ್ಲದಿರಲಿ ಆತ ಕೆಲಸ ಮಾಡಲೇಬೇಕಿತ್ತು. ತನ್ನ ಬೆವರು ಮತ್ತು ರಕ್ತದಿಂದಲೇ ಇತರರ ಬಟ್ಟೆಗಳು ಹಸನಾಗಬೇಕೆಂಬುದು ಆತನಿಗೆ

---

* ರಫಾಲ್ : ಶ್ರೀಮಂತರು ಉಪಯೋಗಿಸುವ ಮೆತ್ತನೆಯ ಎಳೆಗಳ ಬೆಚ್ಚಗಿನ ಬಟ್ಟೆ.

ಮನದಟ್ಟಾಗುತ್ತಿತ್ತು. ಆತನ ಮೈಯೆಲ್ಲಾ ಬೆವರುತ್ತಿತ್ತು. ಮಂಡಿಯ ಮೇಲಿದ್ದ ರಫಾಲ್ ಬಟ್ಟೆ, ಹೊಲೆಯಲು ತುಂಬಾ ತೊಂದರೆ ಕೊಡುತ್ತಿತ್ತು. ಆದರೆ ಆತ ಕೆಲಸ ಮಾಡಲೇಬೇಕಿತ್ತು.

ತನ್ನ ತೊಂದರೆಯನ್ನು ಮರೆಯಲು ಆತ ಕೆಲಸ ಮಾಡುತ್ತಿದ್ದಂತೆಯೇ ಹಾಡುತ್ತಿದ್ದ. ಒಂದು ತೇಪೆ ಹಾಕಿ ಆಯಿತು, ದಾರ ಕತ್ತರಿಸಲು ಕತ್ತರಿ ಹುಡುಕಿದ. ಎಲ್ಲೂ ಕಾಣಲಿಲ್ಲ ; – ಕೊನೆಗೆ ಹೆಂಡತಿಯನ್ನು ಕೇಳಿದ :

"ಕತ್ತರಿ ಎಲ್ಲಿ ಹಾಕಿದೆ ?"

"ಗೂಡಿನಲ್ಲಿ ಇಟ್ಟಿದ್ದೇನೆ", ಎಂದಳು ಆಕೆ.

"ಇಲ್ಲಿ ತಾ. ನನಗೆ ಬೇಕು."

ಖೋತಾನ್ ದೀದಿಗೆ ಕಾಲುಗಳಲ್ಲಿ ಕೀಲು ನೋವಿತ್ತು. ಓಡಾಡುವುದು ಹಾಗಿರಲಿ, ಎದ್ದು ನಿಲ್ಲುವುದೂ ಆಕೆಗೆ ಕಷ್ಟವಿತ್ತು. ಅವಳ ಇಷ್ಟಕ್ಕೆ ಬಿಟ್ಟಿದ್ದರೆ, ಉಳಿದ ಜೀವನವೆಲ್ಲ ಇದ್ದಲ್ಲಿಯೇ ಇರಲು ಅವಳು ಬಯಸುತ್ತಿದ್ದಳು. ಆದರೂ ಆಕೆಗೆ ತನ್ನ ಗಂಡನ ಕೋರಿಕೆಯನ್ನು ಮನ್ನಿಸದಿರುವುದು ಸಾಧ್ಯವಿರಲಿಲ್ಲ. ನೋವಿನಲ್ಲಿಯೇ ನಡೆಯುತ್ತಾ ಕತ್ತರಿ ಹುಡುಕಲಾರಂಭಿಸಿದಳು. ಗೂಡಿನಲ್ಲಿ ನೋಡಿದಳು, ಸಣ್ಣ ತಗಡು ಪೆಟ್ಟಿಗೆಯಲ್ಲಿ ನೋಡಿದಳು. ಆದರೆ ಎಲ್ಲೂ ಕತ್ತರಿ ಕಾಣಲಿಲ್ಲ. ನಬೀರ್ ಶಲ್ಲಾಗೆ ತಾಳ್ಮೆ ಮೀರಿತು. ಆತ ತನ್ನ ಕೆಲಸವನ್ನು ಮುಗಿಸಿ ಕೈಕಾಲುಗಳನ್ನು ನೀಳವಾಗಿ ಚಾಚಿ ವಿಶ್ರಮಿಸಿಕೊಳ್ಳಬೇಕೆಂದಿದ್ದ. "ಸರಿಯಾಗಿ ಹುಡುಕು", ಎಂದು ಕೂಗು ಹಾಕಿದ. ಖೋತಾನ್ ದೀದಿ ಗೂಡಿನಿಂದ ಒಂದು ಚೀಲ ತೆಗೆದಳು. ಅದರ ತುಂಬಾ ಮಕ್ಕಳ ಜೀರ್ಣವಾದ ಬಟ್ಟೆಗಳು ಹಾಗೂ ಇನ್ನು ಕೆಲವು ಹಳೆಯ ಬಟ್ಟೆಗಳಿದ್ದವು. "ಇದಲ್ಲವೆ ದುರದೃಷ್ಟ!" ಎಂದುಕೊಂಡಳು. ಖೋತಾನ್ ದೀದಿ, "ಮಕ್ಕಳು ಸತ್ತಿದ್ದಾರೆ. ಆದರೆ ಬಟ್ಟೆಗಳು ಮಾತ್ರ ಸುರಕ್ಷಿತವಾಗಿವೆ." ಒಂದೊಂದು ಮಗುವಿನ ನೆನಪೂ ಬಂತು. ಥಟ್ಟನೆ ಕಣ್ಣಿನಲ್ಲಿ ನೀರು ತುಂಬಿತು. ಬತ್ತಿದ ಕುಚಗಳಲ್ಲಿ ಜುಮಜುಮ ಎನಿಸಿತು. ಹಳೆಯ ಬಟ್ಟೆಗಳನ್ನು ಆ ಕಡೆ ಹಾಕುತ್ತಿದ್ದಂತೆಯೇ ಕೆಂಪು ಗುಲಾಬಿ ಬಣ್ಣದ ಪೈಜಾಮ ಜೊತೆಯೊಂದು ಕಣ್ಣಿಗೆ ಬಿತ್ತು. ತನ್ನ ಮದುವೆಯ ದಿನದಂದು ತಾನು ಧರಿಸಿದ್ದ ಪೈಜಾಮಗಳು ಇವು. ಬಹಳ ಹಿಂದಿನವು, ಆದರೂ ಇನ್ನೂ ಇವೆ. ಮದುವೆಯ ಉಡುಗೊರೆಯಲ್ಲಿ ಉಳಿದುದೆಲ್ಲಾ ಇಷ್ಟೆ. ಯೌವನದ ನೆನಪು ತೀವ್ರವಾದಂತೆ ಅವಳ ಹೃದಯದ ಬಡಿತ ಒಮ್ಮೆಲೆ ಜೋರಾಯಿತು.

ಖೋತಾನ್ ದೀದಿಗೆ ನಾಚಿಕೆಯೆನಿಸಿತು. ಗಂಡನಿಂದ ದೂರವಿಡಲು ಪ್ರಯತ್ನಿಸಿದರೂ ಕಣ್ಣಿಗೆ ಹೊಡೆಯುವ ಕೆಂಬಣ್ಣದ ಪೈಜಾಮ ತನ್ನೆಡೆಗೆ ಗಮನ ಸೆಳೆಯುತ್ತಿತ್ತು. ಆಕೆ ಕೆಂಪು ಕೆಂಪಾದಳು. ನವವಧುವಿನ ಹೃದಯದ ಬಡಿತ, ದೇಹದಲ್ಲೆಲ್ಲಾ ಜ್ವಾಲೆ. ಆಕೆ ಈಗ ಮದುವಣಗಿತ್ತಿ, ನಬೀರ ಶಲ್ಲಾ ಎಳೆ ಪ್ರಾಯದ ಗಂಡು. ಕಣ್ಣುಗಳ ಮುಂದೆ ಅಲೆಅಲೆಯಾಗಿ ನೆನಪುಗಳು ತೇಲಿದವು. ತನ್ನನ್ನು ಸೆಜ್ಜೆಮನೆಯಲ್ಲಿ ಬಿಟ್ಟು ದೊಡ್ಡಮ್ಮ ಹೊರಹೊರಟಿದ್ದಾರೆ. ನಬೀರ್ ಶಲ್ಲಾ ಬರುತ್ತಿದ್ದಾನೆ. ಒಂದು ಕ್ಷಣ, ನಬೀರ್ ಶಲ್ಲಾ ಮತ್ತೆ ತನ್ನೆದುರಿಗೆ ಯುವಕನಂತೆಯೇ ಕಾಣಿಸಿದ. ಆಕೆ ಪಕ್ಕಕ್ಕೆ ತಿರುಗಿ ಗಂಡನತ್ತ ನೋಡಿದಳು. ಆತ ನಕ್ಕು ತನ್ನ ಮಾಮೂಲು ಹಾಡು ಹಾಡಿದ : "ಮಾಗಿರುವ ಪೀಚ್ ಹಣ್ಣಿನಂತವಳ ಮೈ ನುಣುಪು..."

ಫೆರಾನ್ ಮತ್ತು ಪಾಶ್ಮಿನಾ ಚದ್ದರ್ ಧರಿಸಿದ್ದ ನಬೀರ್ ಶಲ್ಲಾ ನಿಜವಾಗಿಯೂ ಯುವಕನಂತೆಯೇ ಕಾಣಿಸಿದ. ಸೊಗಸಾದ ಮಸ್ಲಿನ್ ಬಟ್ಟೆಯ ಪೇಟ ಆತನ ಶಿರವನ್ನಲಂಕರಿಸಿತ್ತು. ಆಗ ತಾನೆ ವಿವಾಹ ಸಮಾರಂಭ ಮುಗಿದಿದೆ; ಮದುವಣಿಗ ಹುಮ್ಮನಸ್ಸಿನಿಂದಿದ್ದಾನೆ;

ಏನೇನೋ ಆಸೆ ತುಂಬಿದ ವಧು ಸಂಕೋಚದಿಂದ ಕಂಪಿಸುತ್ತಿದ್ದಾಳೆ. ನಬೀರ್ ಶಲ್ಲಾನ ಪ್ರೇಮಾಲಿಂಗನದ ನಿರೀಕ್ಷೆ ...

"ಪೈಜಾಮ ಹಾಕಿಕೊಳ್ಳಬಹುದಲ್ಲಾ ?" ನಬೀರ್ ಶಲ್ಲಾನ ಮೃದು ಮಾತು ಆಕೆಯ ಹಗಲುಗನಸನ್ನು ಭಂಗಗೊಳಿಸಿತು. ಖೋತಾನ್ ದೀದಿ ಮತ್ತೆ ಕೆಂಪಾದಳು. ಆಕೆ ಏನೂ ಹೇಳಲಿಲ್ಲ. "ಹಾಕಿಕೋ, ಯಾಕೆ ಸುಮ್ಮನಿದ್ದಿ ?" ನಬೀರ್ ಶಲ್ಲಾ ಮತ್ತೆ ನುಡಿದ. ತನ್ನ ಕೈಯಲ್ಲಿದ್ದ ಬಟ್ಟೆಯನ್ನು ಕೆಳಕ್ಕೆ ಹಾಕಿ ಹೆಂಡತಿಯ ಬಳಿ ಬಂದ. ಭಾವ ತುಂಬಿ ಹೇಳಿದ, "ಯಾಕೆ ಅನುಮಾನಿಸುತ್ತಿದ್ದೀಯ ? ಪೈಜಾಮ ಹಾಕಿಕೋ. ನೀನು ಒಳ್ಳೆಯ ಹುಡುಗಿ."

"ನೀನು ಭಾರಿ ದಡ್ಡ." ಎಂದು ಕೋಪದಿಂದ ನುಡಿದಳು ಹೆಂಡತಿ.

"ಯಾಕೆ ?" ಎಂದ ನಬೀರ್ ಶಲ್ಲಾ.

ಖೋತಾನ್ ದೀದಿ ಅಲ್ಲಾಡದೆ ಸುಮ್ಮನೆ ಕುಳಿತಳು. ದೇಹವನ್ನು ಸುಲಭವಾಗಿ ಚಲಿಸುವುದೂ ಆಕೆಯ ಕೈಲಾಗುತ್ತಿರಲಿಲ್ಲ.

"ನಿನ್ನಿಷ್ಟ," ಎಂದು ಧುಮುಗುಟ್ಟುತ್ತಾ ನಬೀರ್ ಶಲ್ಲಾ ಮೆಟ್ಟಲಿಳಿದು ಹೋದ. ಖೋತಾನ್ ದೀದಿಗೆ ಹಾಯೆನಿಸಿತು. ಬಟ್ಟೆಗಳನ್ನೆಲ್ಲಾ ಸೇರಿಸಿ ಗಂಟು ಕಟ್ಟಿದಳು. ಕೆಂಪು ಗುಲಾಬಿ ಬಣ್ಣದ ಪೈಜಾಮವನ್ನು ಹರಕು ಬಟ್ಟೆಗಳ ಮಧ್ಯೆ ಇಡುವ ಮುನ್ನ ಕೊನೆಗೊಂದು ಬಾರಿ ಅದರತ್ತ ನೋಡಿದಳು. ಅನಂತರ ಇಡೀ ಗಂಟನ್ನು ಗೂಡಿನೊಳಗೆ ತಳ್ಳಿದಳು. ಗಂಡ ಎಲ್ಲಿ ಎಂದು ಸುತ್ತ ನೋಡಿದಳು. ಎಲ್ಲಿ ಹೋಗಿರಬಹುದು ಎಂದು ಯೋಚಿಸಿದಳು. ಹೃದಯದಲ್ಲಿ ವಿಷಾದದ ತಂತಿ ಸಣ್ಣಗೆ ಮೀಟಿತು; ಆತ ಯಾಕೆ ಇನ್ನಷ್ಟು ಒತ್ತಾಯ ಮಾಡಬಾರದಿತ್ತು ? ಆಕೆ ಖಿನ್ನಳಾದಳು.

ನಬೀರ್ ಶಲ್ಲಾ ಎಂದಿನಂತೆ ಹಾಡಿಕೊಂಡು ಮತ್ತೆ ಬರುವ ವೇಳೆಗೆ ಸ್ವಲ್ಪ ಹೊತ್ತಾಗಿತ್ತು. ಖೋತಾನ್ ದೀದಿಗೆ ಈಗ ಸಂಕೋಚವೆನಿಸುತ್ತಿತ್ತು. ತನ್ನ ಮದುವೆಯ ಪೋಷಾಕು ಜ್ಞಾಪಕಕ್ಕೆ ಬಂದಂತೆಲ್ಲಾ ಆಕೆ ಕೆಂಪು ಕೆಂಪಗಾಗುತ್ತಿದ್ದಳು; ಯೌವನದ ನೆನಪುಗಳನ್ನು ಹತ್ತಿಕ್ಕುವುದು ಆಕೆಗೆ ಕಷ್ಟವಾಗಿತ್ತು. ಆದರೆ ನಬೀರ್ ಶಲ್ಲಾ ಖುಷಿಯಾಗಿದ್ದ. ಮೆಲುದನಿಯಲ್ಲಿ ಹಾಡುತ್ತಾ ಮೆಟ್ಟಲೇರಿದ. ಕೈಯಲ್ಲಿದ್ದ ಒಂದು ಪೌಂಡ್ ಮಾಂಸವನ್ನು ಆಕೆಗೆ ಕೊಡುತ್ತಾ ಕೇಳಿದ: "ಪೈಜಾಮ ಹಾಕಿಕೊಂಡೆಯಾ ?" ಅರೆಕ್ಷಣದ ಮೌನದನಂತರ, "ನೀನೆಂಥಾ ಮೊಂಡು ಹುಡುಗಿ !" ಎಂದ.

"ನಿನಗೆ ನಾಚಿಕೆಯಾಗುವುದಿಲ್ಲವೆ ? ಈ ವಯಸ್ಸಿನಲ್ಲಿ ಕೋತಿಯ ಹಾಗಾಡುವುದಾ ?", ಹೆಂಡತಿಯ ಆಕ್ಷೇಪಣೆ.

"ನಾಚಿಕೆ ? ನಾವು ಗಂಡ – ಹೆಂಡತಿ ಅಲ್ಲವೆ ?"

ಖೋತಾನ್ ದೀದಿ ಮಾತು ಬದಲಾಯಿಸಲು ಪ್ರಯತ್ನಿಸಿದಳು. "ಈ ಮಾಂಸ ಯಾಕೆ ?" ಎಂದು ಕೇಳಿದಳು.

"ಅಡುಗೆ ಮಾಡೋಕೆ, ಇನ್ನ್ಯಾಕೆ ?"

ಖೋತಾನ್ ದೀದಿಗೆ ಥಟ್ಟನೆ ಅರಿವಿಗೆ ಬಂತು. ತನಗಿರುವುದು ಒಂದೇ ಹಲ್ಲು, ನಬೀರ್ ಶಲ್ಲಾಗೆ ಅದೂ ಇಲ್ಲ. ಮಾಂಸದ ಸದುಪಯೋಗ ಹೇಗೆ ? ಆದರೆ ನಬೀರ್ ಶಲ್ಲಾ ಮೂರ್ಖನಲ್ಲ. "ಅದು ಮೃದುವಾಗುವವರೆಗೆ ಕುದಿಸು, ಆಗ ಕಚ್ಚಲು ಹೆಚ್ಚು ಕಷ್ಟವಾಗುವುದಿಲ್ಲ. ಅದ್ಸರಿ, ಆದರೆ ನೀನ್ಯಾಕೆ ಇನ್ನೂ ಪೈಜಾಮವನ್ನು ಹಾಕಿಕೊಂಡಿಲ್ಲ ?" ಎಂದ. ಮಗುವಿನಂತೆ ಆಕೆಯನ್ನು ಎಳೆದಾಡುತ್ತಾ ಬಲವಂತ ಮಾಡಿದ. ಕೊನೆಗೆ ಆಕೆ ಒಪ್ಪಿದಳು. ಕೆಂಪು ಗುಲಾಬಿ ಬಣ್ಣದ ಆ ಪೈಜಾಮ ಧರಿಸುವವರೆಗೆ ಹೊರಗೆ ಹೋಗಿರಲು ನಬೀರ್ ಶಲ್ಲಾಗೆ ಹೇಳಿದಳು.

ನಬೀರ್ ಶಲ್ಲಾ ಮಾಂಸದ ತುಂಡನ್ನು ಕೈಯಲ್ಲಿ ಹಿಡಿದಿದ್ದಂತೆಯೇ ರೂಮಿನ ಹೊರಗೆ ಹೋಗಿ ಮೆಟ್ಟಲಿಳಿದ. ಖೋತಾನ್ ದೀದಿ ಬಾಗಿಲು ಮುಚ್ಚಿ ಚಿಲಕ ಹಾಕಿದಳು. ಗಂಟಿನೊಳಗಿನ ಪೈಜಾಮವನ್ನು ಸದ್ದಿಲ್ಲದೆ ತೆಗೆದು ಲಾಡಿ ಹಾಕಿದಳು. ಉಡುಗೆ ಬದಲಾಯಿಸುತ್ತಿದ್ದಂತೆ ಆಕೆಯಲ್ಲಿ ಸಂಭ್ರಮದ ತರಂಗಗಳೆದ್ದವು. ಕೀಲುನೋವು ಮರೆತು ಹೋಯಿತು. ಪತಿಯೊಡನೆ ಸಮಾಗಮವನ್ನು ಕಾತರದಿಂದ ನಿರೀಕ್ಷಿಸುತ್ತಾ ಮೆಟ್ಟಲಿಳಿದಳು. ಯಾರಾದರೂ ನೋಡಿದರೆ ಏನು ಗತಿಯೆಂಬ ಶಂಕೆ! ಓ ದೇವರೆ! ಆತನಿಗೆ ಈ ವಯಸ್ಸಿನಲ್ಲಿ ಏನು ಬುದ್ಧಿ ಬರುತ್ತಿದೆ? ಓ ದೇವರೆ! ಮುಂದೇನು! ಗಲಿಬಿಲಿಗೊಂಡ ಯೋಚನೆಗಳೊಂದಿಗೆ ಆಕೆ ನಿಶ್ಶಬ್ದವಾಗಿ ಅಡುಗೆಮನೆ ಪ್ರವೇಶಿಸಿದಳು.

ನಬೀರ್ ಶಲ್ಲಾ ಮಾಂಸ ಬೇಯಿಸಲು ಒಲೆಯ ಮೇಲೊಂದು ಮಡಕೆ ಇಟ್ಟಿದ್ದ. ಒಮ್ಮೆ ಹಾಡುತ್ತಾ ಒಮ್ಮೆ ಒಲೆಯಲ್ಲಿನ ಬೆಂಕಿಯೂದುತ್ತಾ ಕುಳಿತಿದ್ದ. ತನ್ನ ಗಂಡನ ಅರಿವಿಗೆ ಬಾರದಂತೆ ಕುಳಿತರೆ ಸಾಕೆನ್ನಿಸಿತು ಖೋತಾನ್ ದೀದಿಗೆ. ಆದರೆ ಚಾಪೆಯ ದಾರವೊಂದಕ್ಕೆ ಕಾಲು ಸಿಕ್ಕಿಕೊಂಡು ಆಕೆ ದಿಢೀರನೆ ಬಿದ್ದಳು ನಬೀರ್ ಶಲ್ಲಾ ಬೆಚ್ಚಿಬಿದ್ದ. ಖೋತಾನ್ ದೀದಿ ನೆಲದ ಮೇಲೆ ಸಾಷ್ಟಾಂಗ ಬಿದ್ದಿರುವುದನ್ನು ನೋಡಿ ಗಾಬರಿಯಿಂದ ಕಿರಿಚಿದ. ಆದರೆ ಒಂದು ಕ್ಷಣದಲ್ಲಿಯೇ ಖೋತಾನ್ ದೀದಿ ತಲೆಯೆತ್ತಿ ಗಂಡನನ್ನು ನೋಡಿ ಮುಗುಳ್ನಕ್ಕಳು. ನಬೀರ್ ಶಲ್ಲಾ ಕೈ ನೀಡಿ ಆಕೆಯನ್ನು ಎಬ್ಬಿಸಿದ. "ನೋವಾಗಿಲ್ಲ ತಾನೆ?" ಎಂದು ಕಾತರದಿಂದ ಕೇಳಿದ. ನಾಚಿ ನೀರಾಗಿದ್ದ ಖೋತಾನ್ ದೀದಿ ಸುಮ್ಮನೆ ತಲೆಯಾಡಿಸಿದಳು. "ಸರಿ, ಮತ್ತೆ ಏಳು" ಎಂದು ನಬೀರ್ ಶಲ್ಲಾ ಒತ್ತಾಯಿಸಿದ. ಮತ್ತೆ ಆಕೆ ತಲೆಯಲ್ಲಾಡಿಸಿದಳು. ಖೋತಾನ್ ದೀದಿ ಪೈಜಾಮದಲ್ಲಿ ನಿಲ್ಲಬೇಕೆಂದು ಆತನ ಬಲವಂತ ಜೋರಾಯಿತು. ಆಕೆ ತಡೆಯ ಲೆತ್ನಿಸಿದಳು, ಆದರೆ ಆತ ಸಮರಕ್ಕೇ ಸಿದ್ದನಿದ್ದ. ಹೊಸದಾಗಿ ಮದುವೆಯಾದವನಂತೆ ಆಕೆಯನ್ನು ಹಿಡಿದೆಳೆದು ಪ್ರಣಯ ಚೇಷ್ಟೆ ಆರಂಭಿಸಿದ. ಖೋತಾನ್ ದೀದಿಗೆ ತಾನು ಮೊಮ್ಮಕ್ಕಳಿರುವ ವೃದ್ಧೆಯೆಂಬುದು ಮರೆತು ಹೋಯಿತು; ನಬೀರ್ ಶಲ್ಲಾಗೆ ತನ್ನೆಲ್ಲಾ ಹಲ್ಲುಗಳು ಬಿದ್ದು ಹೋಗಿರುವುದೂ ತನ್ನ ಅಳಿಯ ಕೂಡ ಮುದುಕನಾಗಿರುವುದೂ ಮರೆತು ಹೋದವು. ಅದೊಂದು ಅದ್ಭುತ ದೃಶ್ಯ. ನೆಲ ಬಿಟ್ಟೇಳಲು ಒಲ್ಲೆ ಎನ್ನುತ್ತಿರುವ ಖೋತಾನ್ ದೀದಿ ಹಾಗೂ ಆಕೆಯ ರಟ್ಟೆ, ತೋಳು ಅಥವಾ ಏನು ಸಿಕ್ಕಿದರೆ ಅದನ್ನು ಹಿಡಿದು ಎಳೆಯುತ್ತಿರುವ ನಬೀರ್ ಶಲ್ಲಾ. ಹಠಾತ್ತನೆ ಬಾಗಿಲು ತಟ್ಟಿದ ಶಬ್ದವಾಯಿತು. ಯಾರೋ ಕೆಮ್ಮಿದರು. ನಬೀರ್ ಶಲ್ಲಾ ತನ್ನ ಸ್ಥಳಕ್ಕೆ ಓಡಿ ಏನೂ ಆಗಿಲ್ಲ ಎಂಬಂತೆ ಕುಳಿತ. ಖೋತಾನ್ ದೀದಿ ಬೆವರಿನ ಮುದ್ದೆಯಾಗಿದ್ದಳು. ಬಂದವನು ಇನ್ನಾರು ಅಲ್ಲದೆ ಅವರ ದೊಡ್ಡ ಅಳಿಯನೇ ಆಗಿದ್ದ. ಅವರ ಪ್ರಣಯ ಚೇಷ್ಟೆಗಳನ್ನು ಹುಬ್ಬೇರಿಸಿ ನೋಡುತ್ತಿದ್ದ.

"ಸಲಾಂ – ಆಲೈಕುಮ್" ಎಂದ ನಬೀರ್ ಶಲ್ಲಾ. "ಬಾ ಒಳಗೆ."

ಆದರೆ ಅಳಿಯ ಮರುಮಾತಿಲ್ಲದೆ ಹಿಂತಿರುಗಿದ. ಆತನ ಮುಖ ಕೆಂಪಾಗಿತ್ತು. ಖೋತಾನ್ ದೀದಿ ಕಳ್ಳತನ ಮಾಡುವಾಗ ಸಿಕ್ಕಿಬಿದ್ದವಳಂತೆ ಮುಖ ಮಾಡಿಕೊಂಡು ಗಂಡನತ್ತ ನೋಡಿದಳು. ಆದರೆ ಆತ ಥಟ್ಟನೆ ಎದ್ದು, "ತಪ್ಪೇನು? ಇದು ನಮ್ಮ ಮನೆಯಲ್ಲವೆ? ನನ್ನ ಮನೆಯಲ್ಲಿ ನಾನು ರಾಜಕುಮಾರನಲ್ಲವೆ?" ಎಂದ. ❍

ಅನು : ಸಿ. ಸೀತಾರಾಮ್

○ ಅಮೃತಾ ಪ್ರೀತಮ್

ಹೆಣ್ಣು ಮತ್ತು ಮಧುಪಾತ್ರೆ

ಇದು ಸುಪ್ರಸಿದ್ಧ ಚಿತ್ರಕಲಾವಿದನಾದ ಸುಮೇಶ ನಂದಾನ ಕತೆ. ದಿಲ್ಲಿಯಲ್ಲಿ, ಕಳೆದ ವರ್ಷ ಅವನ ಚಿತ್ರಗಳ ಪ್ರದರ್ಶನ ನಡೆದಾಗ ನಾನು ಈ ಕತೆಯನ್ನು ಬರೆದೆ.

ಕಲೆಯ ಬಗ್ಗೆ ನನಗಿರುವ ಜ್ಞಾನ ತುಂಬಾ ಕಡಿಮೆ. ಸಂಜೆಯ ಆಕಾಶವನ್ನು ಹಾಗೂ ಮಳೆಯಿಂದ ತೊಯ್ದು ತೊಪ್ಪಡಿಯಾದ ಹಸಿರು ಗಿಡಮರಗಳನ್ನು ನೋಡಿದಾಗ ಓರ್ವನಲ್ಲಿ ಹುಟ್ಟುವ ಭಾವನೆಯಂತೆ ಅಥವಾ ಆ ಸೊಗಸಿಗೆ ಅವನ ಮನಸ್ಸು ಅರಳುವಂತೆ ಕಲಾಕೃತಿಗಳನ್ನು ನೋಡಿದಾಗ ನಾನೂ ಸ್ಪಂದಿಸುತ್ತೇನೆ, ಒಬ್ಬ ಸಾಮಾನ್ಯ ಮನುಷ್ಯನ ಹಾಗೆ. ಇಡೀ ಒಂದು ವಾರ ಪತ್ರಿಕೆಗಳ ತುಂಬ ಈ ಪ್ರದರ್ಶನದ ಬಗ್ಗೆ ಪ್ರತಿಕ್ರಿಯೆಗಳು ಪ್ರಕಟವಾಗುತ್ತಲೇ ಇದ್ದವು. ನಾನೊಮ್ಮೆ ಈ ಪ್ರದರ್ಶನ ನೋಡಲು ಹೋದೆ. ಅಲ್ಲಿ ಪ್ರದರ್ಶಿಸಲ್ಪಟ್ಟ ಕಲಾಕೃತಿಗಳನ್ನು ನೋಡುತ್ತ, ಮೆಚ್ಚಿಕೆಯ ಮಾತುಗಳನ್ನು ನನ್ನಷ್ಟಕ್ಕೇ ಹೇಳಿಕೊಳ್ಳುತ್ತಾ ಒಂದು ಸುತ್ತು ಹಾಕಿದೆ. ಆದರೆ ನನ್ನ ನೆಟ್ಟ ದೃಷ್ಟಿ ಎರಡು ಚಿತ್ರಗಳಿಂದ ಬಹಳ ಹೊತ್ತು ಕೀಳಲೇ ಇಲ್ಲ. ಒಂದರ ಶೀರ್ಷಿಕೆ ಹೀಗಿತ್ತು. "ಎಲೆ ಮತ್ತು ಮೊಗ್ಗು", ಇನ್ನೊಂದಕ್ಕೆ ಶೀರ್ಷಿಕೆ ಇರಲಿಲ್ಲ.

ಇವುಗಳಲ್ಲಿಯ ಮೊದಲನೆಯ ಚಿತ್ರದಲ್ಲಿ ಬೆಟ್ಟದ ಹೆಂಗಸರ ಗುಂಪೊಂದು ಚಹಾ ತೋಟದಲ್ಲಿ ಚಹಾದ ಎಲೆಗಳನ್ನು ಕೀಳುತ್ತಿರುವ ದೃಶ್ಯವನ್ನು ಚಿತ್ರಿಸಲಾಗಿತ್ತು. ಮುನ್ನೆಲೆಯಲ್ಲಿರುವ ಓರ್ವ ಹೆಣ್ಣನ್ನು ಕಲಾವಿದ ಕೇವಲ ಅವಳು ಪಕ್ಕದಿಂದ ಕಾಣುವಂತೆ ರೇಖಿಸಿದ್ದ. ಅವಳ ನಿತಂಬ, ಅವಳು ಮಾಂಸ ತುಂಬಿ ತುಳುಕುತ್ತಿದ್ದಾಳೆ – ಎಂದು ಸಾರುತ್ತಲಿತ್ತು. ಈ ಚಿತ್ರವನ್ನು ನಾನು ತುಂಬ ಆಸಕ್ತಿಯಿಂದ ನೋಡಿದೆ. ಅದರ ಶೀರ್ಷಿಕೆಯನ್ನು ಗಮನಿಸಿದೆ – 'ಎಲೆ ಮತ್ತು ಮೊಗ್ಗು'. ಚಹಾ ತೋಟದ ಬಗ್ಗೆ ನನಗೆ ಕೊಂಚ ಗೊತ್ತಿದೆ. ಏಕೆಂದರೆ ನಾನೊಮ್ಮೆ, ನನ್ನ ಗೆಳತಿಯೊಂದಿಗೆ ಡಾರ್ಜಿಲಿಂಗ್‌ನಲ್ಲಿರುವ ಅವರ ಚಿಕ್ಕಪ್ಪನ ಚಹಾ ತೋಟಕ್ಕೆ ಹೋಗಿದ್ದೆ. ಚಹಾದ ಗಿಡದ ತುತ್ತ ತುದಿಯಲ್ಲಿ ಒಂದು ಎಲೆ ಹಾಗೂ ಒಂದು ಮೊಗ್ಗು ಇರುತ್ತವೆ. ಕೆಳಗಡೆ

ಒರಟಾದ ದಪ್ಪಗಿನ ಎಲೆಗಳಿರುತ್ತವೆ. ಈ ಗಿಡದ ಉತ್ಕೃಷ್ಟ ಫಸಲು ಎಂದರೆ ಅದರ ತುತ್ತ ತುದಿಯಲ್ಲಿ ಇರುವ ಒಂದು ಎಲೆ ಹಾಗೂ ಒಂದು ಮೊಗ್ಗು. ಈ ತುದಿಯಲ್ಲಿರುವ ಮೊಗ್ಗಿನಿಂದ ಸಿದ್ಧಗೊಳಿಸುವ ಚಹಾ ಸರ್ವಶ್ರೇಷ್ಠವಾದುದು. ಸಾಮಾನ್ಯ ಜನರು ಉಪಯೋಗಿಸುವ ಚಹಾವನ್ನು ಕೆಳಗಿನ ಒರಟಾದ ಹಾಗೂ ದಪ್ಪಗಿನ ಎಲೆಗಳಿಂದ ಸಿದ್ಧಗೊಳಿಸಲಾಗುತ್ತದೆ. ನನ್ನ ಮನಸ್ಸನ್ನು ಸೂರೆಗೊಂಡು ಅದರಲ್ಲಿ ನಾನು ತಲ್ಲೀನಳಾಗುವಂತೆ ಮಾಡಿದ ಆ ಚಿತ್ರದ ಬಗ್ಗೆ ಮುಂದುವರಿಸುತ್ತೇನೆ.

ಆ ಹೆಂಗಸರ ಗುಂಪು ಎಲೆಗಳ ಗೊಂಚಲ ಹಾಗೆ ತೋರಿದರೆ, ಮುನ್ನೆಲೆಯಲ್ಲಿರುವ ಆ ತರುಣಿ, ಚಹಾದ ಗಿಡದ ತುತ್ತ ತುದಿಯಲ್ಲಿರುವ ಮೊಗ್ಗಿನ ಹಾಗೆ ತೋರುತ್ತಿದ್ದಾಳೆ.

ಎರಡನೆಯ ಚಿತ್ರದಲ್ಲಿ ನಾಗರಿಕತೆಯ ಒಪ್ಪಓರಣವಿಲ್ಲದ ಗುಡ್ಡಗಾಡಿನ ಹೆಂಗಸಿನ ಅಕೃತಕ ಸೌಂದರ್ಯವನ್ನು ಕಲಾವಿದ ಬಹು ಪರಿಣಾಮಕಾರಿಯಾಗಿ ಚಿತ್ರಿಸಿದ್ದ. ಆಕೆ ಬಿಗಿಯಾದ ಹಸಿರು ಚಲ್ಲಣ, ಕಪ್ಪುಪಟ್ಟಿಯ ಅಂಗಿ ಧರಿಸಿದ್ದಳು. ಬಾಲಚಂದ್ರಾಕಾರದ ಬೆಳ್ಳಿಯ ದೊಡ್ಡ ಸರವೊಂದು ಅವಳ ಕೊರಳನ್ನು ಸಿಂಗರಿಸುತ್ತಿತ್ತು, ಮಣಿಯಿಂದ ತುಂಬಿದ ಮೂಗುಬಟ್ಟು ಕಂಗೊಳಿಸುತ್ತಿತ್ತು. ಅವಳ ಪ್ರತಿಯೊಂದು ಅಂಗಾಂಗ ಲಯಬದ್ಧವಾಗಿ ಚಲಿಸುತ್ತಲಿದೆ – ಎಂದೆನಿಸುತ್ತಿತ್ತು. ತುಂಬಿದ ಮೊಲೆ, ಬಾಳೆದಿಂಡಿನಂತಹ ತೊಡೆಗಳು ಹಾಗೂ ಕಪ್ಪಗಿನ ಹೊಳೆವ ಕಣ್ಣುಗಳು ನೋಡುವವರನ್ನು ಮೋಡಿಗೊಳಿಸುತ್ತಿದ್ದವು. ಚಿತ್ರವನ್ನು ನೋಡಿ, "ಆಹ! ಎಂಥ ಚಿತ್ರ? ಎಂಥ ಹೆಣ್ಣು! ಓ! ಸೌಂದರ್ಯದ ಅಧಿದೇವತೆ, ಇವಳು! ಮಧುವಿನಿಂದ ತುಂಬಿದ ಮಧುಪಾತ್ರೆ, ಇವಳು! ಇವಳ ತಾರುಣ್ಯದ ಮಧುವನ್ನು ಕುಡಿಯಲು ಇದೇ ಆಯುಷ್ಯ ಸಾಲದು ಎನಿಸುತ್ತದೆ," ಎಂದು ನನ್ನ ಮೆಚ್ಚಿಗೆ ವ್ಯಕ್ತಪಡಿಸಿದೆ.

ನನ್ನ ಹಿಂದೆ ಆ ಚಿತ್ರದ ಕಲಾವಿದ ಬಂದು ನಿಂತಿದ್ದುದನ್ನು ನಾನು ಗಮನಿಸಿರಲಿಲ್ಲ. ಆತ ನನ್ನ ಈ ಮೆಚ್ಚಿಕೆಯ ಮಾತುಗಳನ್ನು ಕೇಳಿಸಿಕೊಂಡನೆಂದು ತೋರುತ್ತದೆ.

ಆತ ಕೇಳಿದ.

"ತಾವು ಏನಂದಿರಿ, ಮೇಡಮ್?"

ಆಗ ನಾನು ಹೊರಳಿ ನೋಡಿದೆ. ಬೂದಿ ಬಣ್ಣದ ಗಿಡ್ಡ, ನೀಳವಾದ ಕೋಟು ಹಾಗೂ ಚಿಕ್ಕದಾದ ಜಿಡ್ಡುಜಿಡ್ಡಾದ ವೆಲ್ವೆಟ್ ಟೊಪ್ಪಿಗೆ ಧರಿಸಿದ ಆತ ನನಗೆ ಓರ್ವ ಗಾರುಡಿಗನಂತೆ ತೋರಿದ. ತೆಳ್ಳಗಿನ ಗಲ್ಲ, ಗೆರೆ ಬಿದ್ದ ಹಣೆ ಹಾಗೂ ನಗೆ ತರಿಸುವಂಥ ದಪ್ಪಗಿನ ಮೂಗು. ಈ ಮೂಗು, ಅವನ ಮುಖದ ತುಂಬ ಸೂಕ್ಷ್ಮವಾದ ಭಾಗ, ಅವನು ಮಾತನಾಡಲು ಪ್ರಯತ್ನಿಸಿದಾಗ ಅಲುಗಾಡುತ್ತಿತ್ತು, ಅವನು ವಿಚಾರಗಳನ್ನು, ಬಣ್ಣಗಳನ್ನು ಮತ್ತು ವಸ್ತುಗಳನ್ನು ಈ ಮೂಗಿನಿಂದಲೇ ನೋಡುತ್ತಾನೆ ಎನ್ನುವೊಲು! ಪೈನ್ ಮರದ, ಹಸಿರು ಎಲೆಗಳ, ಕೊಳೆತ ಹುಲ್ಲಿನ, ಕತ್ತರಿಸಿದ ಕುರಿಯ ಉಣ್ಣೆಯ ಹಾಗೂ ಕಾಮವನ್ನು ಕೆಣಕುವ ಮತ್ತು ರಂಜಿಸುವ ಕುರುಬರ ಹೆಣ್ಣಿನ ವಾಸನೆ. ಅವನ ಚಿತ್ರಗಳ ತುಂಬ ಇದೆ.

ಆ ಚಿತ್ರದ ಕಡೆ ಮತ್ತೊಮ್ಮೆ ನನ್ನ ಗಮನ ಸೆಳೆಯುತ್ತ ಕೇಳಿದ:

"ತಾವು ಏನು ಅಂದಿರಿ?" ಅದಕ್ಕೆ ನಾನು "ನನ್ನ ಮಾತು ಕೇಳಿಸಿಕೊಂಡಿರಾ?" ಎಂದೆ.

ಅವನೆಂದ:

"ಹೌದು! ತಾವು ಏನು ಹೇಳಿದಿರೋ, ನಾನು ಕೂಡ ಅದನ್ನೇ ಹೇಳುವವನಿದ್ದೆ" ಎಂದು ಹೇಳಿದಾಗ, ಅವನ ಗಡ್ಡದ ಹಿಂದೆ ನಗೆ ಸೂಸಿ ಕಣ್ಣಲ್ಲಿ ತುಳುಕಿತು. ಇದರಿಂದಾಗಿ ಅವನು

ಇದ್ದಕ್ಕಿದ್ದಂತೆ ತಾರುಣ್ಯದಿಂದ ತುಂಬಿದ, ಹೊಚ್ಚ ಹೊಸ ನವ ಯುವಕನ ಹಾಗೆ ತೋರತೊಡಗಿದ.

"ಸ್ಪಷ್ಟವಾಗಿ ಅಲ್ಲದಿದ್ದರೂ ನಾನೂ ಇದನ್ನೇ ಯೋಚಿಸಿದ್ದೆ. ಯಾರೂ ಇಂಥ ವ್ಯಾಖ್ಯೆಯನ್ನು ಮಾಡಿಲ್ಲ. ಅಷ್ಟೇ ಅಲ್ಲ, ಇಂಥ ಹೆಣ್ಣನ್ನು ಚಿತ್ರಿಸಬೇಕೆಂದು ಭಾವಿಸಿದ ನನ್ನ ಕಲ್ಪನೆಯ ಬಗ್ಗೆ ನನ್ನ ಸ್ನೇಹಿತರು ನಕ್ಕಿದ್ದುಂಟು. ಆದರೆ ನನಗೆ ಈ ಭಾವೋದ್ರೇಕದಲ್ಲಿ ನಂಬುಗೆ ಇದೆ. ಈ ಭಾವೋದ್ರೇಕ ಕುರುಡಾಗಿದ್ದರೂ ಕಾಡಿನಲ್ಲಿ ಬೀಳುವ ಭಾರಿ ಮಳೆಯ ಹಾಗೆ ಶಕ್ತಿಶಾಲಿಯಾಗಿದೆ. ತಾವೂ ನನ್ನ ಈ ಚಿತ್ರಕ್ಕೆ ಶೀರ್ಷಿಕೆ ನೀಡಿದ್ದೀರಿ: "ಒಂದು ಹೆಣ್ಣು – ಒಂದು ಮಧು ಪಾತ್ರೆ" ಎಂದು. ಈ ಚಿತ್ರಕ್ಕೆ ಅದೇ ಶಿರೋನಾಮೆಯನ್ನು ಕೊಡುತ್ತೇನೆ." ಎಂದು ಆ ಕಲಾವಿದ ಅಪಾರ ಸಂತಸದಿಂದ ನುಡಿದ. ಚಿತ್ರದ ಬಗ್ಗೆ ನಾನು ಮಾಡಿದ್ದ ಸಾಮಾನ್ಯವಾದ ವ್ಯಾಖ್ಯೆ ಒಬ್ಬ ಕಲಾವಿಮರ್ಶಕನ ವ್ಯಾಖ್ಯೆಯಂಥದಾಗಿರಲಿಲ್ಲ. ಆದರೆ ಅದು ಕಲಾವಿದನನ್ನು ಯೋಚನೆಗೆ ಈಡುಮಾಡಿತ್ತು.

ಈ ಕಲಾ ಪ್ರದರ್ಶನ ಒಂದು ವಾರದವರೆಗೂ ನಡೆಯಿತು. ನಾನು ಈ ಪ್ರದರ್ಶನವನ್ನು ನೋಡಲು ಹಲವು ಸಲ ಹೋಗಿದ್ದೆ.

ಹೀಗೆ ಹೋದ ಒಂದು ದಿನ ನಾನು ಬಹಳ ಧೈರ್ಯದಿಂದ ಕಲಾವಿದನನ್ನು ಕೇಳಿಯೇ ಬಿಟ್ಟೆ: "ಎಲ್ಲಿ ಹುಡುಕಿದಿರಿ ಈ ಹೆಣ್ಣನ್ನು? ಅವಳನ್ನು ಮಾದರಿ ಆಗಿ ಇರಿಸಿಕೊಂಡು ಚಿತ್ರಿಸಲಾಗಿದೆಯೋ ಅಥವಾ ಕಲ್ಪನೆಯಿಂದಲೊ?"

ಆತನೆಂದ!

"ನನ್ನ ಈ ಚಿತ್ರಕ್ಕೆ ಅರ್ಥವನ್ನು ನೀಡಿದ ತಾವು, ಈ ಚಿತ್ರದ ಹಿಂದಿರುವ ರಹಸ್ಯವನ್ನು ಅರಿಯಲು ಯೋಗ್ಯರಾಗಿದ್ದೀರಿ. ಒಂದು ದಿನ ಈ ರಹಸ್ಯವನ್ನು ತಮಗೆ ಅವಶ್ಯ ತಿಳಿಸುತ್ತೇನೆ."

*   *   *

ಕಲಾ ಪ್ರದರ್ಶನದ ಕೊನೆಯದಿನ ಆತನನ್ನು ಕಾಣಲು ಹೋದಾಗ ಆತ ಈ ಕತೆಯನ್ನು ಹೇಳಿದ :–

"ಮೂವತ್ತು ವರ್ಷಗಳ ಹಿಂದೆ ನಾನು, ಕಾಂಗ್ರಾ ಬೆಟ್ಟಗಳಲ್ಲಿ ಹದಿನೆಂಟನೆಯ ಶತಮಾನದ ಜಾನಪದ ಕಲೆ ಹಾಗೂ ಚಿತ್ರಗಳ ಅಧ್ಯಯನ ಮಾಡಲು ಅಲೆಯುತ್ತಿದ್ದೆ. ಕಾಂಗ್ರಾ ಶೈಲಿಯ ಕಲೆಯಲ್ಲಿ ವಿಷಯೋದ್ದೀಪಕವಾದ ಸಂತಸವನ್ನು ಹೆಚ್ಚಿಸುವ ಬಣ್ಣ ಹಾಗೂ ರೇಖೆಗಳು ಇರುತ್ತವೆ. ಅನೇಕ ಆಕೃತಿಗಳನ್ನು ಚಿಕ್ಕದಾದ ಒಂದು ಭೂದೃಶ್ಯದ ಮೇಲೆ ತುಂಬಿ ತುಳುಕಿಸಿ, ಒಂದಕ್ಕೊಂದು ಸೊಗಸನ್ನು, ಚೆಲುವನ್ನು ಸೂಸುವ ಹಾಗೆ ಚಿತ್ರಿಸುವ ಸಾಮರ್ಥ್ಯ ಈ ಕಾಂಗ್ರಾ ಶೈಲಿಗಿದೆ. ಒಂದೆರೊಳಗೊಂದು ಹೊಕ್ಕು ಸಾಮರಸ್ಯವನ್ನು ಉಂಟುಮಾಡುವ ಅದ್ಭುತ ಕ್ರಿಯೆಯನ್ನು ಈ ಕಲೆಯಲ್ಲಿ ನೋಡಿದವರು ದಿಗ್ಭ್ರಮೆಗೊಳ್ಳುತ್ತಾರೆ. ನಾನು ಈ ಭೂಪ್ರದೇಶದಲ್ಲೂ ಅದನ್ನೇ ಕಂಡಿದ್ದೇನೆ. ಇದು ಚೆಲುವಾಗಿದೆ. ಶ್ರೀಮಂತವಾಗಿದೆ. ಗಾಢ ಹಾಗೂ ಉಗ್ರವಾಗಿದೆ. ನನ್ನ ಕನಸಿನ ಹೆಣ್ಣಿನ ಪರಿಪೂರ್ಣ ಮೂರ್ತಿಯನ್ನು ಈ ಚಹಾ ತೋಟದಲ್ಲಿಯೇ ಕಂಡೆ. ಅವಳ ಹೆಸರು ಟೂನಿ.

"ಯಾರವಳು ಟೂನಿ ?"

"ಅವಳ ಹೆಸರನ್ನು ಕೇಳುವ ಗೋಜಿಗೆ ನಾನು ಹೋಗಲೇ ಇಲ್ಲ. ನಾನೇ ಅವಳನ್ನು ಟೂನಿ ಎಂದು ಕರೆದೆ. ಅವಳು ಚಹಾ ತೋಟದಲ್ಲಿ ಕೆಲಸ ಮಾಡುತ್ತಿದ್ದಳು. ಅವಳು ತನ್ನ

ಬೆನ್ನಿಗೆ ಬುಟ್ಟಿ ಕಟ್ಟಿಕೊಂಡು, ತನ್ನ ಸಂಗಾತಿಗಳೊಂದಿಗೆ ಎಲೆ ಕೀಳುತ್ತ, ಹಾಗೂ ಸಂತಸದಿಂದೊಡಗೂಡಿದ ದುಃಖ ತಪ್ತ ಹಾಡೊಂದನ್ನು ಗಟ್ಟಿಯಾಗಿ ಹಾಡುತ್ತಲಿರುವುದನ್ನು ನಾನು ಬಹಳ ಸಲ ಕಂಡಿದ್ದೇನೆ, ಕೇಳಿದ್ದೇನೆ.

"ಆ ಬೆಡಗುಗಾತಿಗೆ ನಾನು ಆಗಲೇ ಮನಸೋತೆ. ನಾನು ನನ್ನ ಬಣ್ಣ, ಕುಂಚ, ಚೌಕಟ್ಟುಗಳನ್ನೆಲ್ಲ ಕೈಗೆತ್ತಿಕೊಂಡೆ. ಚೌಕಟ್ಟಿನ ಮೇಲಿದ್ದ ಕ್ಯಾನ್‌ವಾಸ್ ಮೇಲೆ ಚಿತ್ರ ಬಿಡಿಸಲಾರಂಭಿಸಿದೆ. ಹೀಗೆ ಅವಳ ಚಿತ್ರ ಸಿದ್ಧವಾಯಿತು. ಕಾಂಗ್ರಾ ಹೆಂಗಸು ಯಾವಾಗಲೂ ತನ್ನ ಬೆನ್ನಿಗೆ ಬುಟ್ಟಿಯನ್ನು ಕಟ್ಟಿಕೊಂಡೇ ಇರುತ್ತಾಳೆ, ಅದು ಚಹಾದ ಎಲೆಗಳನ್ನು ಬಿಡಿಸುವುದಕ್ಕಾದರೂ ಆಗಬಹುದು, ಅಥವಾ ಮಗುವನ್ನು ಒಯ್ಯಲೂ ಆಗಬಹುದು, ಜೀವನದುದ್ದಕ್ಕೂ ಅವಳು ಈ ಬುಟ್ಟಿಯ ಭಾರದಿಂದ ಕುಗ್ಗಿ ಹೋಗಿರುತ್ತಾಳೆ. ಅವಳ ಚಿತ್ರ ಬಿಡಿಸುವಾಗ ಒಮ್ಮೆ ಇದರ ಬಗ್ಗೆ ನಾನು ಹಾಸ್ಯ ಮಾಡಿದೆ. ಆಗ ಅವಳು 'ಇನ್ನು ಮೂರನೆಯ ಬುಟ್ಟಿಯೊಂದಿದೆ. ಅದು ದುಃಖ ದುಮ್ಮಾನಗಳ ಬುಟ್ಟಿಯಾಗಿದೆ' ಎಂದು ಹೇಳಿ ನಗುತ್ತಾ ತನ್ನ ದಾರಿಯಲ್ಲಿ ಹೊರಟುಹೋದಳು.

ನನ್ನ ಇಲ್ಲಿಯ ಕೆಲಸ ಮುಗಿಸಿ ಒಂದೆರಡು ಚಿತ್ರಗಳನ್ನು ಬಿಡಿಸಿ, ನನ್ನ ಆತಿಥೇಯರಿಗೆ ವಿದಾಯ ಹೇಳಿ, ಆ ಕಣಿವೆಯಿಂದ ಹೊರಡುವ ವಿಚಾರ ಮಾಡಿದ್ದೆ. ಕೆಲ ದಿನಗಳಿಂದ ಟೂನಿಯನ್ನು ನಾನು ಕಂಡಿರಲಿಲ್ಲ.

ಅವು ಮಳೆಗಾಲದ ದಿನಗಳು. ದಟ್ಟವಾದ ಮೋಡಗಳು ಆಕಾಶದ ತುಂಬೆಲ್ಲಾ. ಮಳೆ ಒಂದೇ ಸಮನೆ ಸುರಿಯುತ್ತಿತ್ತು. ಎಲ್ಲಾ ರೀತಿಯ ಸಂಪರ್ಕ ಮಾಧ್ಯಮಗಳು ಅಸ್ತವ್ಯಸ್ತಗೊಂಡಿದ್ದವು. ಹಳ್ಳಿಗೆ ಸಂಪರ್ಕ ನೀಡುವ ರಸ್ತೆ ನೀರಲ್ಲಿ. ಹೀಗಾಗಿ ನನಗೆ ಮತ್ತೆ ಕೆಲದಿನ ಅಲ್ಲಿರಬೇಕಾಯಿತು. ಒಂದು ವಾರದ ನಂತರ ಆಕಾಶ ಶುಭ್ರವಾಯಿತು. ಮಹಾಪೂರ ಇಳಿಯಿತು. ದಾರಿ ಕಾಣಲಾರಂಭಿಸಿತು. ವಾತಾವರಣ ಚೇತೋಹಾರಿಯಾಗಿತ್ತು. ಅರಣ್ಯದ ಆರ್ದ್ರತೆಯ ವಾಸನೆ ಹೊತ್ತು ಗಾಳಿ ಬೀಸುತ್ತಿತ್ತು. ಇನ್ನೇನು ಆ ಹಳ್ಳಿಯನ್ನು ಬಿಟ್ಟು ನಾನು ಹೊರಡುವವನಿದ್ದೆ, ಅಷ್ಟರಲ್ಲಿ ಬೆಟ್ಟದ ದಾರಿಯಲ್ಲಿ ಟೂನಿ ಬರುವುದನ್ನು ಕಂಡೆ, ಅವಳು ನನಗೆ ಶುಭಕೋರುತ್ತ ಕೇಳಿದಳು.

"ನೀವು ಹೊರಟೇಬಿಡ್ತಿರಾ ?"

"ಹೌದು ! ನಾನು ಹೊರಡಲೇಬೇಕು. ಇಲ್ಲಿಯ ನನ್ನ ಕೆಲಸ ಮುಗಿಯಿತು. ಓ ! ಇದೆಂಥ ಮಳೆ ! ಈ ಮಹಾಪೂರ ಇಳಿಯಲಾರದೆಂದೇ ಭಾವಿಸಿದ್ದೆ, ಆದರೆ ಕೊನೆಗೂ ಒಮ್ಮೆ ಕಡಿಮೆಯಾಯಿತು."

"ಅವು ಆಕಾಶದ ಕಣ್ಣೀರು, ಮೂರ್ಖಹೆಣ್ಣಿನ ಹಾಗೆ ಆಕಾಶವು ಅಳುತ್ತದೆ, ಅಳುತ್ತಲೇ ಇರುತ್ತದೆ. ಆದರೆ ಆಕಾಶ ಕೆಲ ಕಾಲದನಂತರ ಅಳುವುದನ್ನು ನಿಲ್ಲಿಸುತ್ತದೆ. ಹಾಗೂ ಬೆಳಕು ಚೆಲ್ಲಿದಹಾಗೆ ನಗುತ್ತದೆ. ಆದರೆ ಮಾನವನ ಕಣ್ಣೀರು ಅಷ್ಟು ಬೇಗ ನಿಲ್ಲುವುದಿಲ್ಲ. ಅದು ಹರಿಯುತ್ತಲೇ ಇರುತ್ತದೆ ಹೌದು ! ಹರಿಯುತ್ತಲೇ ಇರುತ್ತದೆ."

"ಅವಳು ಇಂಥ ಮಾತುಗಳನ್ನು ಆಡಬಹುದೂಂತ ನಾನು ಎಂದೂ ಕಲ್ಪಿಸಿರಲಿಲ್ಲ. ಇಂಥ ಮಾತುಗಳನ್ನು ನಾನು ಬಂಗಾಲಿ ಕಾದಂಬರಿಗಳಲ್ಲಿ ಓದಿದ ಹಾಗೆ ನೆನಪು. ಆದರೆ ಆ ಕಾದಂಬರಿಗಳನ್ನು ಟೂನಿ ನಿಜಕ್ಕೂ ಓದಿರಲಾರಳು. ಹಾಗಿದ್ದರೂ ಇಂಥ ಮಾತುಗಳನ್ನು ಅವಳು ಆಡಿದಳು. ಬಹುಶಃ ಮಾನವರು ತಮ್ಮ ಹೃದಯದ ಅಂತರಾಳದಲ್ಲಿ ಒಂದೇ ರೀತಿಯಾಗಿ ಯೋಚಿಸುತ್ತಿರಬಹುದೆಂದು ತೋರುತ್ತದೆ."

ಹೀಗೆಲ್ಲ ಯೋಚನೆ ಮಾಡಿದ ನಾನು ಮತ್ತೆ ಅವಳನ್ನು ಕೇಳಿದೆ :

" ನೀನು ಇಂಥ ಮಾತುಗಳನ್ನು ಯಾಕೆ ಹೇಳಿದೆ ?"

"ಅದರಲ್ಲೇನಿದೆ ? ಪ್ರತಿಯೊಂದು ಹೆಣ್ಣೂ ಇಂಥ ಮಾತುಗಳನ್ನೆ ತನ್ನ ಮನದಲ್ಲಿ ಯೋಚಿಸುತ್ತಾಳೆ. ಒಂದು ವೇಳೆ ಅವಳು ಈ ಮಾತುಗಳನ್ನು ಆಡದೇ ಹೋದರೂ, ಅವಳ ಅಂತರಂಗದಲ್ಲಿ ಇಂಥ ಭಾವನೆಗಳೇ ಮನೆ ಮಾಡಿಕೊಂಡಿರುತ್ತವೆ."

"ಎಂಥ ಭಾವನೆಗಳು ?"

"ಬದುಕಿನ ಮತ್ತು ಸಾವಿನ ಭಾವನೆಗಳು"

ಹೀಗೆ ಹೇಳಿದ ಆಕೆ ತನ್ನ ಕ್ಯಾನ್‌ವಾಸ್‌ನ ಕಡೆ ನೋಡಿ ಕೇಳಿದಳು:

"ಇದನ್ನು ಮಾರಾಟಮಾಡುತ್ತೀರಾ ?"

"ಹೌದು ಎಂದೆ ನಾನು.

ಅದು ಅವಳ ಚಿತ್ರವಾಗಿತ್ತು.

"ಯಾರಿಗೆ ಮಾರುತ್ತೀರಿ ?"

ಬೆಲೆಕೊಟ್ಟ ಯಾರಿಗಾದರೂ ಸರಿ."

ಮೌನವಾಗಿ ನನ್ನ ಕಡೆ ನೋಡಿದಳು, ಕೆಲ ಹೊತ್ತು ಯೋಚಿಸುತ್ತಲಿದ್ದಳು. ಅನಂತರ ಕೆಲ ಸಮಯ ಬಿಟ್ಟು ನುಡಿದಳು :

"ನಮ್ಮ ಭಾಗದ ಹೆಣ್ಣುಗಳ ಹಾಗೆ – ಬೆಲೆ ತೆತ್ತ ಯಾರಿಗಾದರೂ ಸರಿ ಅವರನ್ನು ಮಾರಲಾಗುತ್ತದೆ."

ಅದಕ್ಕೆ ನಾನು ಅಚ್ಚರಿಯಿಂದ ಕೇಳಿದೆ.

"ಹೆಣ್ಣುಮಕ್ಕಳನ್ನು ಮಾರಲಾಗುತ್ತದೆಯೇ ?"

"ಓಹೋ ಅಷ್ಟೇ ಅಲ್ಲ ಬಹಳ ಕಡಿಮೆ ಬೆಲೆಯಲ್ಲಿ ಮಾರಲಾಗುತ್ತದೆ. ನಿಮ್ಮ ಚಿತ್ರಕ್ಕಿಂತಲೂ ಕಡಿಮೆ ಬೆಲೆಯಲ್ಲಿ..."

"ಏನು ಹಾಗೆಂದರೆ ?"

"ಹಾಂ ! ಬಡ್ಡಿಯ ಸಾಲ ಕೊಡುವವರು ಇಲ್ಲಿಯ ಹೆಣ್ಣು ಮಕ್ಕಳನ್ನು ಕೊಳ್ಳುತ್ತಾರೆ. ನನ್ನ ತಂದೆ ಇಂತ ಒಬ್ಬನಿಂದ ಸಾಲ ತೆಗೆದುಕೊಂಡಿದ್ದ, ಕೆಲ ವರ್ಷಗಳ ಹಿಂದೆ, ಅದೂ ಹೆಚ್ಚಿನ ಬಡ್ಡಿಯ ಮೇಲೆ. ನಾನು ಬೆಳೆದಂತೆ ಸಾಲವೂ ಬಡ್ಡಿಯ ಸಮೇತ ಬೆಳೆಯಿತು. ಈಗ ಅದು ಆರು ಸಾವಿರ ರೂಪಾಯಿ ಆಗಿದೆ. ನಾನೀಗ ಚಹಾದ ತೋಟದಲ್ಲಿ ದುಡಿದು ಈ ಸಾಲ ತೀರಿಸಬೇಕಾಗಿದೆ. ಆದರೆ ಈ ಸಾಲ ತೀರುವುದು ಕಷ್ಟ. ಇದರಲ್ಲಿ ನನ್ನ ಜೀವನವೇ ಮುಗಿಯಬಹುದು."

"ಇಲ್ಲಿ ದುಡಿಯುವ ಎಲ್ಲಾ ಹೆಂಗಸರೂ. ಇಂಥ ಸಾಲದ ಸಂಕೋಲೆಯಲ್ಲಿ ಸಿಕ್ಕಿದವರೇ ಏನು ?"

"ಎಲ್ಲರೂ ಅಲ್ಲ. ಆದರೆ ಬಹಳಷ್ಟು ಹೆಂಗಸರು ಇಂಥ ಸಂಕೋಲೆಯಲ್ಲಿ ಸಿಲುಕಿದವರೇ ಆಗಿದ್ದಾರೆಂದು ಹೇಳಬಹುದು. ಚಹಾ ತೋಟದ ಮಾಲಿಕ ತನಗಾಗಿ ಚಹಾದ ಶ್ರೇಷ್ಠವಾದ ಎಲೆ ಹಾಗೂ ಮೊಗ್ಗನ್ನು ಆರಿಸಿಕೊಳ್ಳುತ್ತಾನೆ. ಇಲ್ಲವೆ ಅವನ್ನು ಮಹಾರಾಜನಿಗೆ ಅರ್ಪಿಸುತ್ತಾನೆ. ಚಹಾತೋಟದಲ್ಲಿ ಕೆಲಸ ಮಾಡುವ ಹುಡುಗಿಯರೊಂದಿಗೂ ಈ ಮೂಲಕ ಹೀಗೆಯೇ ವರ್ತಿಸುತ್ತಾನೆ. ಅವರನ್ನೂ ಚಹಾದ ಉತ್ಕೃಷ್ಟ ಎಲೆ ಹಾಗೂ ಮೊಗ್ಗನ್ನು ಆರಿಸಿಕೊಂಡ ಹಾಗೆ

ಆರಿಸಿಕೊಳ್ಳುತ್ತಾನೆ. ಅವನು ತುಂಬಾ ಭಯಾನಕ ಮನುಷ್ಯ. ಸೊಟ್ಟಕಾಲಿನ ನೀಚ ಅವನು; ಮುದಿಎತ್ತಿನ ಹಾಗೆ ನಡೆಯುತ್ತಾನೆ. ನಾನೊಮ್ಮೆ ಅವನ ಬಗ್ಗೆ ಚೇಷ್ಟೆ ಮಾಡಿದೆ. ಇಲ್ಲಿಯ ಹುಡುಗಿಯರು 'ಸೊಟ್ಟ ಕಾಲಿನ ಮನುಷ್ಯ' ಎಂಬ ಹಾಡನ್ನು ಕಟ್ಟಿದ್ದರು. ಕಳೆದ ವಾರ ಅವನು ತನ್ನ ತಂದೆಯ ಹತ್ತಿರ ಬಂದು ತನ್ನ ಋಣದಿಂದ ಮುಕ್ತನಾಗಲು ನನ್ನನ್ನು ತನಗೆ ಮದುವೆ ಮಾಡಿಕೊಡಬೇಕೆಂದು ಕೇಳಿದ. ನಾನು ಅವನೆಂದರೆ ತುಂಬಾ ಹೆದರುತ್ತೇನೆ."

"ನೀನ್ಯಾಕೆ ಅವನನ್ನು ಮದುವೆಯಾಗ್ಬೇಕು ?"

"ಯಾಕೆ ಬೇಡ ? ನನ್ನ ತಂದೆ, ಅವನಿಗೆ ಕೊಟ್ಟ ವಚನಕ್ಕೆ ಬದ್ಧನಾಗಿದ್ದಾನೆ. ನಾನು ನನ್ನ ತಂದೆ ಹೇಳಿದ್ದನ್ನು ಕೇಳಲೇಬೇಕೆಂಬ ಸಂಪ್ರದಾಯಕ್ಕೆ ಬದ್ಧಳಾಗಿದ್ದೇನೆ. ಋಣದಿಂದ ನನ್ನ ತಂದೆಯನ್ನು ಮುಕ್ತಗೊಳಿಸಲು ನಾನು, ಅವನನ್ನು ಮದುವೆಯಾಗಲೇಬೇಕು."

ಈ ಮಾತು ಕೇಳಿದ ನಂತರ ನಾನು ಚಿತ್ರದ ಕಡೆ ನೋಡಿದೆ. ಈ ಚಿತ್ರ ಅವಳಿಗೆ ತನ್ನ ಜೀವಂತಚಿತ್ರವೆನಿಸಿರಬಹುದು. ಈ ಕ್ಯಾನ್‌ವಾಸ್‌ನ ಚೌಕಟ್ಟಿನಲ್ಲಿ ಯಾವುದಾದರೊಂದು ಶ್ರೀಮಂತ ಮನೆಗೆ ಮಾರಲು, ಅವಳನ್ನು ಸೆರೆ ಹಿಡಿಯಲಾಗಿದೆ – ಖುದ್ದಾಗಿ ಅವಳನ್ನೇ ಮಾರಿದ ಹಾಗೆ ನಾನು ಒಮ್ಮೆಲೆ ಕೇಳಿದೆ :

"ನಾನು ನಿನ್ನನ್ನು ಮುಕ್ತಗೊಳಿಸಿದರೆ ?"

"ನೀವು, ಅದು ಹೇಗೆ ?"

"ಅವನ ಹಣವನ್ನು ಅವನಿಗೆ ಹಿಂದಿರುಗಿ" –

"ನಿಮಗೆ ಅದು ಹೇಗೆ ಸಾಧ್ಯ?"

"ನಾನು ಸಾಲವನ್ನು ತೀರಿಸುತ್ತೇನೆ. ಹಾಗೂ ನಿನ್ನ ಮದುವೆಯ ನಿಶ್ಚಿತಾರ್ಥವನ್ನು ಹಿಂದೆ ತಕ್ಕೊಳ್ಳಲು ನಿನ್ನ ತಂದೆಗೆ ಹೇಳ್ತೇನೆ," ಎಂದು ಹೇಳಿದೆ.

ನಾನು ಹೋಗೋದನ್ನು ಮುಂದಕ್ಕೆ ಹಾಕಿದೆ.

ಮರುದಿನ ಅವಳ ಮನೆಗೆ ಹೋಗಿ, ಅವಳ ತಂದೆಯನ್ನು ಕಂಡು ಟೂನಿಯ ಮದುವೆಯ ಒಪ್ಪಂದವನ್ನು ಮುರಿದುಕೊಳ್ಳಲು ಹೇಳಿದೆ. ಆ ಮುದುಕ ತನ್ನ ಕಿವಿಗಳನ್ನೇ ನಂಬದಾದ. ನನ್ನ ಮಾತು ಕೇಳಿದ ಅವನು ಹೇಳಿದ –

"ಈ ಮೊತ್ತವನ್ನು ನೀವ್ಯಾಕೆ ತೆರುತ್ತೀರಿ ? ನೀವು ಟೂನಿಯನ್ನು ಕೊಳ್ಳಲು ಇಚ್ಛಿಸ್ತೀರಾ ?"

"ಇಲ್ಲಿ ಬಹುಶಃ ಹೆಣ್ಣಿನ ಪ್ರೀತಿ ಹಾಗೂ ಬಯಕೆಗಳನ್ನು, ಕೊಳ್ಳುವುದು – ಮಾರುವುದರ ಮಾಧ್ಯಮದಲ್ಲಿಯೇ ವ್ಯಾಖ್ಯಾನಿಸಲಾಗುತ್ತದೆಂದು ತೋರುತ್ತದೆ.

ಆಗ ನಾನು –

"ಇಲ್ಲ. ನಾನು ಏನನ್ನೂ ಕೊಳ್ಳೊದಿಲ್ಲ." ಎಂದು ಹೇಳಿದವನೇ ಅಲ್ಲಿಂದ ಹೊರಟು ಹೋದೆ.

ಸಾಯಂಕಾಲ ಟೂನಿ ಬಂದು ನನ್ನನ್ನು ಕಂಡಳು. ಬಂದವಳೇ ನನ್ನನ್ನು ಕೇಳಿದಳು :

"ಸರ್, ನಾನು ನಿಮಗೆ ಬೇಡವೆ? ಏನು, ನಾನು ನನ್ನ ಚಿತ್ರಕ್ಕಿಂತಲೂ ಕೀಳಾಗಿದ್ದೇನೆಯೇ ? ಬಹುಶಃ ... ನಾನು."

ಇಷ್ಟು ಅವಳು ಮಾತನಾಡುತ್ತಲೇ ಅವಳ ಕಣ್ಣ ತುಂಬ ಕಣ್ಣೀರ ಕೋಡಿ.

ಅವಳು ಭಯದಿಂದ, ದುಃಖಿತಪ್ತಳಾಗಿ ಕಂಡಳು; ಒಂದು ಹಸುವಿನ ಹಾಗೆ. ಅವಳ ಜೀವನದ ದಾರಿಯಲ್ಲಿ ಯಾವುದೋ ಒಂದು ಪೊದೆಯ ಹಿಂದೆ ಅಡಗಿ ಕುಳಿತಿರುವ,

ಅವಳು ಅರಿಯದ ಏನೋ ಒಂದು ಅಪಾಯದಿಂದಾಗಿ ಭಯ ತಪ್ತಳಾಗಿರಬೇಕೆಂದು ಅನ್ನಿಸಿತು.

ಅದೆಷ್ಟೋ ಹೆಂಗಸರು ನನ್ನ ಜೀವನದಲ್ಲಿ ಬಂದಿದ್ದಾರೆ ಹಾಗೂ ಬಂದಂತೆಯೆ ಹೊರಟೂ ಹೋಗಿದ್ದಾರೆ. ನನ್ನ ಜೀವನದ ದಾರಿಯಲ್ಲಿ ಈ ಯಾರೊಂದಿಗೂ ಬಹಳ ದೂರ ನಾನು ನಡೆದಿಲ್ಲ. ಬಹುಶಃ ನನ್ನ ಜೀವನದ ಯಾತ್ರೆಯನ್ನು ಕೇವಲ ಓರ್ವ ಸಂಗಾತಿಯೊಂದಿಗೆ ಪೂರ್ಣಗೊಳಿಸಲಾರೆ. ಆದರೆ ಅವಳ ಕಡೆ ನೋಡಿದಾಗ, ಆ ಹೆಣ್ಣು ಮಾತ್ರ ನನ್ನ ಯಾತ್ರೆಯುದ್ದಕ್ಕೂ ಇರಬಲ್ಲಳು ಎಂದೆನಿಸಿತು. ಇವಳು ಧೂಳು ತುಂಬಿದ ನನ್ನ ಜೀವನದ ದಾರಿಯಲ್ಲಿ ನಡೆಯಬಲ್ಲಳು ಎಂಬ ವಿಶ್ವಾಸಮೂಡಿತು.

ಅವಳೂ ನನ್ನತ್ತ ಅಕ್ಕರೆಯ ಕಣ್ಣುಗಳಿಂದ ನೋಡುತ್ತಿದ್ದಳು. ಆ ಕಣ್ಣುಗಳ ಮಾತಿನಲ್ಲಿ, ನಗುವಿನಲ್ಲಿ ಯಾವುದೋ ಒಂದು ನಿಗೂಢ ಯಾತನೆಯಿತ್ತು. ನಾನವಳಿಗೆ ಹೇಳಿದೆ:

"ನನ್ನ ಜೀವನದಲ್ಲಿ ಬಂದ ಪ್ರತಿಯೊಂದು ಹೆಣ್ಣು ಒಂದು ಮಧು ಪಾತ್ರೆ, ಆ ಬಟ್ಟಲಿನಲ್ಲಿ ತುಂಬಿದ ಮಧುವನ್ನು ಕುಡಿದು ಮತ್ತೆ ಹೊಸದನ್ನು ತುಂಬಿಕೊಳ್ಳುತ್ತಲಿದೆ."

"ಅದೇಕೆ ಸರ್ ? ನಿಮ್ಮ ಈ ತೃಷೆ ಎಂದೂ ಹಿಂಗಲಿಲ್ಲವೇ ?" ಎಂದು ಅವಳು ಕೇಳಿದಳು.

ಅವಳ ದೇಹದಿಂದ ಸ್ರವಿಸಿದ ಬಿಸಿ ನನ್ನತ್ತ ಸಾಗಿ ಬಂತು. ದೂರದಿಂದ ಕುರಿ ಹಿಂಡಿನ ವಾಸನೆ ಬರುತ್ತಲಿತ್ತು. ದೂರದಲ್ಲಿ, ತುಂಬ ಎತ್ತರದಲ್ಲಿದ್ದ ಮೊಗ್ಗುಗಳನ್ನು, ಹಾಡುತ್ತಿರುವ ಹೆಂಗಸೊಬ್ಬಳು ಕೀಳುತ್ತಿರುವುದು ಕಾಣಿಸುತ್ತಲಿತ್ತು. ನನ್ನ ಸಮಸ್ತ ದೇಹ ಒಂದು ರೀತಿಯ ಖುಷಿಯಿಂದ ತೊನೆದಾಡಿತು.

"ನೀನು ಈ ಚಹಾ ತೋಟದಲ್ಲಿರುವ ಅತ್ಯಂತ ಪ್ರೀತಿಪಾತ್ರವಾದ ಮೊಗ್ಗು, ಟೂನಿ. ಓರ್ವ ಸುದೈವಿಯಾದವನು ನಿನ್ನಲ್ಲಿರುವ ಮಧುವನ್ನು ಕುಡಿಯುತ್ತಾನೆ."

ಹಾಗೆ ಹೇಳುತ್ತ ಅವಳನ್ನು ಚುಂಬಿಸಿದೆ. ಅದರಲ್ಲಿ ಅರಣ್ಯದ ಕಂಪು, ಕುರಿ ಹಟ್ಟಿಯ ವಾಸನೆ ಮತ್ತು ಪೈನ್ ಎಲೆಗಳ ಪರಿಮಳ ಎಲ್ಲ ಮಿಳಿತವಾಗಿದ್ದವು. ಎಲ್ಲ ಬಣ್ಣಗಳೂ ಒಂದು ಬಣ್ಣದಲ್ಲಿ ಕರಗಿ ಹೆಪ್ಪುಗಟ್ಟಿದ್ದವು. ಎಲ್ಲ ಧ್ವನಿಗಳು ಒಂದು ಧ್ವನಿಯಲ್ಲಿ ಸಮಾವೇಶಗೊಂಡಿದ್ದವು...

ನಾನು ಈ ಗುಂಗಿನಲ್ಲಿರುವಾಗಲೇ ಅವಳು – "ನಿಮ್ಮ ಈ ತುಟಿಗಳು ಇನ್ನು ಮೇಲೆ ಬೇರೆ ಬಟ್ಟಲನ್ನು ಮುಟ್ಟಲಾರವು – ಎಂದು ನನಗೆ ವಚನ ಕೊಡಿ. ಹೌದು, ನನ್ನದಲ್ಲದೆ ಇನ್ನಾವ ಬೇರೆ ಬಟ್ಟಲನ್ನೂ..." ಎಂದಳು.

"ಅವಳ ಈ ನಿರ್ಧಾರ ಅಚಲವಾಗಿತ್ತು. ಅವಳ ತಂದೆ ತಾಯಿ ಇದಕ್ಕೆ ಒಪ್ಪಿದರು. ನಾನು ಹಣದ ವ್ಯವಸ್ಥೆಗಾಗಿ ಪಟ್ಟಣಕ್ಕೆ ಹೊರಟೆ..."

ಕೆಲಹೊತ್ತು ಕಲಾವಿದ ಮೌನವಾದ. ಅವನ ಕಣ್ಣುಗಳು ನಿಸ್ತೇಜವಾಗಿದ್ದವು, ಅವನ ಮೂಗು ವಕ್ರವಾಗಿ ಸ್ಪಂದಿಸಿತು.

"ಆನಂತರ ಏನಾಯ್ತು ? ಯಾಕೆ ಮೌನವಾಗಿದ್ದೀರಿ ?" ಎಂದೆ.

ಅವನು ತನ್ನ ಆ ಚಿತ್ರದತ್ತ ನೋಡಿ ಹೇಳಿದ :

"ಅದೃಷ್ಟ, ನನ್ನ ಮಧು ಬಟ್ಟಲನ್ನು ನನ್ನ ಕೈಯಿಂದ ಕಸಿದುಕೊಂಡಿತು."

"ಸಾಲಕೊಟ್ಟವನನ್ನು ಮದುವೆಯಾಗಲು ಅವಳ ತಂದೆ – ತಾಯಿ ಒತ್ತಾಯ ಮಾಡಿದರೇನು ?" ಎಂದು ನಾನು ಕೇಳಿದೆ. ಅದಕ್ಕೆ ಆತ ಹೇಳಿದ :

"ಹೌದು ! ನಾವು ಮಾಡಿದ ವ್ಯವಸ್ಥೆ ಅವನಿಗೆ ಗೊತ್ತಾಯಿತು. ಸಾಯಂಕಾಲ ಅವನು,

ಟೂನಿಯ ತಂದೆಯ ಹೆಬ್ಬೆಟ್ಟಿನ ಸಹಿ ಇರುವ ಕಾಗದ ಪತ್ರ ತೆಗೆದುಕೊಂಡು, ಊರಪ್ರಮುಖ ಹಾಗೂ ಇತರರೊಂದಿಗೆ ಅವಳ ಮನೆಗೆ ಬಂದ. ಅವಳನ್ನು ಮದುವೆಯಾಗುವಂತೆ ಒತ್ತಾಯ ಮಾಡಲಾಯಿತು. ಅಂದೇ ರಾತ್ರಿ ಟೂನಿ ವಿಷ ಕುಡಿದು ಇಹಲೋಕ ತ್ಯಜಿಸಿದಳು. ತೋಟದಲ್ಲಿ ಒಂದು ವಿಷಮಯ ಸಸ್ಯ ಬೆಳೆಯುತ್ತದೆ. ಇದನ್ನು ತಂದು ಅರೆದು ರಸ ಮಾಡಿದಳು. ತನ್ನ ಕೈಯಿಂದಲೇ ದಿಬ್ಬಣ ಬರುವ ಹೊತ್ತಿಗೆ ಅದನ್ನು ಕುಡಿದಳು... ನಾನು ಮಾರನೆಯ ದಿನವೇ ಹಣದೊಂದಿಗೆ ತಿರುಗಿ ಬಂದೆ. ಆಗ ಟೂನಿ ಸತ್ತಿರುವುದನ್ನು ಕಂಡೆ. ಅವಳು ನನ್ನವಳಾಗಿದ್ದಳು. ಅವಳ ಮೇಲೆ ಬಾಗಿ ಅವಳ ತಣ್ಣಗಾದ ತುಟಿಗಳ ಅನುರಾಗವನ್ನು ಸ್ಪರ್ಶಿಸಿದೆ.

"ಅದು ಮೂವತ್ತು ವರ್ಷಗಳಷ್ಟು ಹಿಂದಿನ ಮಾತು. ಅವಳು ನನ್ನಿಂದ ವಚನ ತೆಗೆದುಕೊಂಡಿದ್ದಳು. ಅದನ್ನು ಗೌರವದಿಂದ ಕಾಯ್ದುಕೊಂಡು ಬಂದಿದ್ದೇನೆ," ಎಂದಾಗ ಆತನ ತುಟಿಗಳು ಕಂಪಿಸಿದವು, ಕಣ್ಣೀರು ಆತನ ಗಡ್ಡದ ಮೇಲೆ ಹರಿಯಿತು.

ಈ ಕಥೆ ಹೇಳಲು ಆತ ಆರಂಭಿಸಿದಾಗ ರಾತ್ರಿ ಎಂಟು ಗಂಟೆಯಾಗಿತ್ತು. ಪ್ರದರ್ಶನ ನೋಡಲು ಬಂದವರೆಲ್ಲ ಹೊರಟು ಹೋಗಿದ್ದರು. ರಾತ್ರಿ ಆಳವಾಗುತ್ತಲಿತ್ತು. ಕಾವಲುಗಾರ ಬಾಗಿಲು ಹಾಕಲು ಬಂದ. ನಾನು ನನ್ನ ಕೈ ಅಲುಗಾಡಿಸಿ, ನಮಗೆ ಆತಂಕ ಮಾಡಬೇಡ ಎಂದು ಅವನಿಗೆ ಸನ್ನೆ ಮಾಡಿದೆ.

ಈ ಕಥೆ ಕೇಳಿ ವರ್ಷಗಳು ಕಳೆದಿವೆ. ಇದನ್ನು ಕೇಳಿದ ವಾರದಲ್ಲಿಯೇ ಬರೆದು ಮುಗಿಸಿದ್ದೆ, ಹೆಸರು ಹಾಗೂ ಸ್ಥಳ ಬದಲಿಸಿ. ಆದರೆ ಆಗ ಇದನ್ನು ಪ್ರಕಟಿಸಲು ಚಿತ್ರಕಾರ ಒಪ್ಪಿಗೆ ನೀಡಲಿಲ್ಲ. ಆತ ಹೀಗೆಂದು ಹೇಳಿದ್ದ –

"ನನ್ನ ಜೀವನದ ಕೊನೆಯುಸಿರಿನವರೆಗೂ ಈ ಬಟ್ಟಲನ್ನು ಕುಡಿಯಲು ಬಿಡಿ. ಆ ಮೇಲೆ ನೀವು, ನನ್ನ ಹೆಸರನ್ನು ಸೇರಿಸದೆ ಈ ಕಥೆ ಪ್ರಕಟಿಸಿ."

ನೀವು ಕಳೆದ ವಾರ ಪತ್ರಿಕೆಯಲ್ಲಿ ಓದಿರಬಹುದು – ಸುಪ್ರಸಿದ್ಧ ಚಿತ್ರ ಕಲಾವಿದ ಸುಮೇಶ ನಂದಾ ತಮ್ಮ ಕೊನೆ ಉಸಿರನ್ನೆಳೆದರು – ಎಂಬ ಸುದ್ದಿಯನ್ನು. ಆ ಕಲಾವಿದನ ಕಲಾಕೃತಿಗಳ ಹೊಗಳಿಕೆ, ಪ್ರಶಂಸೆಗಳಿಂದ ತುಂಬಿ ತುಳುಕಿದವು – ಪತ್ರಿಕೆಗಳು. ಕಲಾವಿಮರ್ಶಕರು, ಕಲಾವಿದನ ಫೋಟೋದ ಹಿನ್ನೆಲೆಯಲ್ಲಿ ಆತನ ಚಿತ್ರವೊಂದನ್ನು ಪ್ರಕಟಿಸಿದ್ದರು. ಕಲಾವಿದ ಯಾವ ಕೋಣೆಯಲ್ಲಿ ತನ್ನ ಕೊನೆ ಉಸಿರನ್ನೆಳೆದಿದ್ದನೋ ಆ ಕೋಣೆಯ ಗೋಡೆಯ ಮೇಲೆ ಒಂದು ಚಿತ್ರ ತೂಗಾಡುತ್ತಿತ್ತು – ಅದೇ – 'ಒಂದು ಹೆಣ್ಣು – ಒಂದು ಮಧುಪಾತ್ರೆ!'

ನಾನು ಈ ಕಥೆಯಲ್ಲಿ ಏನನ್ನೂ ಸೇರಿಸಿಲ್ಲ, ಅದು ಆತನ ಕೊನೆಯ ಬಯಕೆಯಾಗಿತ್ತು!

○

ಅನು : **ಪಂಚಾಕ್ಷರಿ ಹಿರೇಮಠ**

ಒಂದು ಪತ್ರ

ತನ್ನ ಅಂತ್ಯವನ್ನು ಸಮೀಪಿಸುತ್ತಿರುವ ಜೀವವನ್ನು ಸುಂದರ ನೆನಹುಗಳು ಪ್ರಫುಲ್ಲಗೊಳಿಸುವಂತೆ, ಮುಂಜಾವಿನ ಬೂದು ಬಣ್ಣದ ಬಾನಿನಲ್ಲಿ ನಕ್ಷತ್ರಗಳಿನ್ನೂ ಅಲ್ಲಲ್ಲಿ ಮಿನುಗುತ್ತಿದ್ದವು. ವೃದ್ಧನೊಬ್ಬ, ಆ ಕೊರೆಯುವ ಚಳಿಯಲ್ಲಿ ಮೈ ರಕ್ಷಿಸಿಕೊಳ್ಳುವು ದಕ್ಕಾಗಿ ಚಿಂದಿಯಾದ ತನ್ನ ದೊಗಲೆ ಮೇಲಂಗಿಯನ್ನು ಆಗಾಗ್ಗೆ ಮೈ ಮೇಲೆಳೆದುಕೊಳ್ಳುತ್ತಾ, ಪಟ್ಟಣವನ್ನು ಹಾದು ಹೋಗುತ್ತಿದ್ದ. ಪ್ರತ್ಯೇಕವಾಗಿ ನಿಂತಿದ್ದ ಕೆಲವು ಮನೆಗಳಿಂದ ಕೇಳಿಬರುತ್ತಿದ್ದ ಬೀಸುವ ಕಲ್ಲಿನ ಶಬ್ದವೂ ತಮ್ಮ ಕೆಲಸದ ಮಧ್ಯೆ ಹಾಡುತ್ತಿದ್ದ ಹೆಂಗಳೆಯರ ಕೋಮಲ ದನಿಯೂ ನಿರ್ಜನವಾದ ತನ್ನ ಹಾದಿಯನ್ನು ಕ್ರಮಿಸಲು ಅವನಿಗೆ ನೆರವಾಗಿದ್ದವು. ಆಗಾಗ್ಗೆ ನಾಯಿಯೊಂದರ ಬೊಗಳುವಿಕೆಯನ್ನೋ ಮುಂಚಿತವಾಗಿ ಕೆಲಸಕ್ಕೆ ಹೊರಟ ಕಾರ್ಮಿಕನೋರ್ವನ ದೂರದ ಹಜ್ಜೆ ಸಪ್ಪಳವನ್ನೋ ಏನೋ ಗೊಂದಲದಿಂದಾಗಿ ಸಮಯಕ್ಕೆ ಮುಂಚೆಯೇ ಎಚ್ಚರಗೊಂಡ ಪಕ್ಷಿಯ ಚೀರಾಟವನ್ನೋ ಬಿಟ್ಟರೆ, ಇಡೀ ನಗರವೇ ಮಸಣ ಮೌನದಿಂದ ಅವೃತಗೊಂಡಿತ್ತು. ಬಹಳಷ್ಟು ನಿವಾಸಿಗಳಿನ್ನೂ ನಿದ್ರಾದೇವಿಯ ತೋಳ್ತೆರೆಯಲ್ಲೇ ಇದ್ದರು. ಚಳಿಗಾಲದ ಶೈತ್ಯದಿಂದಾಗಿ ಹೆಚ್ಚು ಹೆಚ್ಚು ಗಾಢವಾಗುತ್ತಾ ಇದ್ದ ನಿದ್ರೆಯದು. ಕಾರಣ, ಎಲ್ಲ ವಸ್ತುಗಳ ಮೇಲೂ ತನ್ನ ಆಧಿಪತ್ಯವನ್ನು ಹೊರಿಸಲು ಚಳಿರಾಜ ನಿದ್ರಾಂಗನೆಯನ್ನು ಉಪಯೋಗಿಸಿದ್ದ – ಕಪಟ ಸ್ನೇಹಿತನೊಬ್ಬ ತನ್ನ ಮೋಸಕ್ಕೆ ಬಲಿಯಾಗಲಿರುವ ವ್ಯಕ್ತಿಯನ್ನು ಮುಗುಳುನಗೆಯಿಂದ ಲಾಲಿಸಿ ನಂಬಿಸುವಂತೆ! ಆ ವೃದ್ಧನು, ಕೆಲವೊಮ್ಮೆ ನಡುಗುತ್ತಿದ್ದರೂ, ಒಂದು ನಿರ್ದಿಷ್ಟ ಗುರಿ ಹೊಂದಿದವನಾದ್ದರಿಂದ, ನಗರದ ಬಾಗಿಲು ದಾಟಿ ನೇರವಾದ ಒಂದು ರಸ್ತೆಗೆ ಬರುವವರೆಗೆ, ಬೀಸುಗಾಲು ಹಾಕುತ್ತಾ ಸಾಗಿದ. ಈ ಹಾದಿಯಲ್ಲಿ ಅವನೀಗ ಸ್ವಲ್ಪ ನಿಧಾನವಾಗಿ ನಡೆಯುತ್ತಾ ತನ್ನ ಹಳೆಯ ಊರುಗೋಲಿನ ಸಹಾಯದಿಂದ ಮುಂದುವರಿದ.

ಹಾದಿಯ ಒಂದು ಕಡೆ ಮರಗಳ ಸಾಲೂ ಮತ್ತೊಂದು ಕಡೆ ನಗರದ ಸಾರ್ವಜನಿಕ ಉದ್ಯಾನವನವೂ ಇತ್ತು. ಕತ್ತಲಿನ್ನೂ ದಟ್ಟವಾಗಿತ್ತು. ಗಾಳಿಯು ನೇರವಾಗಿ ರಸ್ತೆಯ ದಿಕ್ಕಿನಲ್ಲೇ

ಬೀಸುತ್ತಿದ್ದುದರಿಂದ ಚಳಿ, ತೀವ್ರವಾಗಿಯೇ ಇತ್ತು. ರಸ್ತೆಯ ಮೇಲೆ, ಹೆಪ್ಪುಗಟ್ಟಿದ ಹಿಮದಂತೆ ಬೆಳಗಿನ ನಕ್ಷತ್ರಗಳಿಂದ ಮಂದವಾದ ಬೆಳಕು ಬೀಳುತ್ತಿತ್ತು. ಉದ್ಯಾನವನದ ಕೊನೆಯಲ್ಲಿದ್ದ ಒಂದು ಸುಂದರವಾದ, ನವೀನ ಶೈಲಿಯ ಕಟ್ಟಡದ ಮುಚ್ಚಿದ ಕಿಟಿಕಿ ಬಾಗಿಲುಗಳ ಸಂದುಗಳ ಮೂಲಕ ಬೆಳಕು ಮಿನುಗುತ್ತಿದ್ದಿತು.

ಆ ಕಟ್ಟಡದ ಮರದ ಕಮಾನನ್ನು ವೀಕ್ಷಿಸಿದ ವೃದ್ಧನು, ಯಾತ್ರಿಕ ಮೊದಲ ಬಾರಿ ತನ್ನ ಪ್ರಯಾಣದ ಗುರಿಯನ್ನು ನೋಡಿದಂತೆ, ಸಂತೋಷದಿಂದ ಉಬ್ಬಿಹೋದನು. ಆ ಕಮಾನಿನಿಂದ ಹಳೆಯ ಹಲಗೆಯೊಂದು "ಅಂಚೆ ಕಛೇರಿ" ಎಂದು ಹೊಸದಾಗಿ ಬರೆದ ಅಕ್ಷರದೊಂದಿಗೆ ನೇತಾಡುತ್ತಿತ್ತು. ವೃದ್ಧನು ನಿಶ್ಶಬ್ದವಾಗಿ ಒಳಹೊಕ್ಕು ಪಡಸಾಲೆಯಲ್ಲಿ ಪದ್ಮಾಸನ ಹಾಕಿ ಕುಳಿತನು. ತಮ್ಮ ದೈನಂದಿನ ಕೆಲಸದಲ್ಲಿ ನಿರತರಾಗಿದ್ದ ಇಬ್ಬರು, ಮೂವರು ಜನರ ಧ್ವನಿ ಅಸ್ಪಷ್ಟವಾಗಿ ಗೋಡೆಯನ್ನು ಹಾದು ಕೇಳಿಬರುತ್ತಿತ್ತು.

"ಪೋಲೀಸ್ ಸೂಪರಿಂಟೆಂಡೆಂಟ್", ಒಂದು ದನಿಯು ಒಳಗಿನಿಂದ ಕರ್ಕಶವಾಗಿ ಕರೆಯಿತು. ಆ ದನಿಗೆ ವೃದ್ಧನು ವಿಚಲಿತನಾದರೂ, ಮತ್ತೆ ಸಂಬಾಳಿಸಿಕೊಂಡು ಕಾಯುತ ಕುಳಿತ. ಅವನಲ್ಲಿದ್ದ ನಿಷ್ಠೆ ಮತ್ತು ಪ್ರೀತಿ ಅವನನ್ನು ಬೆಚ್ಚಗಿಡದೆ ಹೋಗಿದ್ದರೆ, ಆ ಕ್ರೂರವಾದ ಚಳಿಯನ್ನು ತಡೆಯಲು ಅವನಿಂದ ಆಗುತ್ತಿರಲಿಲ್ಲ. ಒಳಗಿನಿಂದ ಗುಮಾಸ್ತನು ಕಾಗದಗ ಮೇಲಿದ್ದ, ಅಂಗ್ರೇಜಿ ವಿಳಾಸಗಳನ್ನು ಒಂದೊಂದಾಗಿ ಓದಿ ಕಾಯುತ್ತಾ ನಿಂತಿದ್ದ ಅಂಚೆಯವನಿಗೆ ಅವುಗಳನ್ನು ಎಸೆಯುತ್ತಿದ್ದಂತೆ, ಒಂದು ಹೆಸರಾದ ಮೇಲೆ ಮತ್ತೊಂದ ಹೆಸರು ಪ್ರತಿಧ್ವನಿಸುತ್ತಿತ್ತು. ಕಮೀಷನರ್, ಸೂಪರಿಂಟೆಂಡೆಂಟ್, ದಿವಾನ್‌ಸಾಹೇಬ್, ಎಂದು ಹೆಸರುಗಳನ್ನು ಅತಿ ವೇಗದಿಂದ ಓದುವುದನ್ನೂ ಅಷ್ಟೇ ವೇಗದಿಂದ ಕಾಗದಗಳನ್ನು ಎಸೆಯುವುದನ್ನೂ ಗುಮಾಸ್ತನು ದೀರ್ಘ ಕಾಲದ ತನ್ನ ಅನುಭವದಿಂದ ಸಂಪಾದಿಸಿದ್ದ.

ಈ ಕ್ರಮದ ನಡುವೆ ಒಳಗಿನಿಂದ ಒಂದು ಕೀಟಲೆ ಧ್ವನಿಯು ಕೇಳಿ ಬಂತು. "ಕೋಚ್‌ಮನ್ ಅಲೀ."

ವೃದ್ಧನು ಎದ್ದು ನಿಂತು, ಕೃತಜ್ಞತೆಯಿಂದ ಸ್ವರ್ಗದ ಕಡೆಗೆ ದೃಷ್ಟಿಹರಿಸಿ ಮುಂದೆ ನಡೆದು ಬಾಗಿಲ ಮೇಲೆ ತನ್ನ ಕೈಯನ್ನು ಇಟ್ಟು ಉದ್ಗರಿಸಿದ.

"ಗೋದುಲ್ ಭಾಯಿ !"

"ಹೌದು, ಯಾರಲ್ಲಿ ?"

"ನೀನು ಕೋಚ್‌ಮನ್ ಅಲೀಯ ಹೆಸರನ್ನು ಕರೆದೆ ಅಲ್ಲವೆ ? ನಾನಿಲ್ಲೇ ಇದ್ದೇನೆ. ನನ್ನ ಕಾಗದಕ್ಕಾಗಿ ಬಂದಿದ್ದೇನೆ."

ಗುಮಾಸ್ತ ಅಂಚೆ ಮಾಸ್ತರನಿಗೆ ಹೇಳಿದ :

"ಅವನೊಬ್ಬ ಹುಚ್ಚ. ಬಾರದೆ ಇರುವ ತನ್ನ ಕಾಗದಕ್ಕಾಗಿ ದಿನನಿತ್ಯ ನಮ್ಮನ್ನು ಪೀಡಿಸ್ತಾನೆ."

ಐದು ದೀರ್ಘ ವರ್ಷಗಳಿಂದ ಕುಳಿತು ಅಭ್ಯಾಸವಾಗಿದ್ದ ತನ್ನ ಜಾಗಕ್ಕೆ (ಬೆಂಚಿಗೆ) ಮುದುಕ ನಿಧಾನವಾಗಿ ಹಿಂತಿರುಗಿದ.

ಅಲಿಯು, ಒಮ್ಮೆ ಚತುರ ಶಿಕಾರಿಯಾಗಿದ್ದ. ಬುದ್ಧಿ ಬೆಳೆದಂತೆ, ಶಿಕಾರಿಯ ಮೇಲಿನ ಅವನ ಒಲವೂ ಬೆಳೆಯಿತು. ಕೊನೆ ಕೊನೆಗೆ ಶಿಕಾರಿಯಿಲ್ಲದೆ ಒಂದು ದಿನ ಕಳೆಯುವುದೂ ಅವನಿಗೆ ಅಸಾಧ್ಯವಾಗತೊಡಗಿತು, ಅಫೀಮು ತಿನ್ನುವವನಿಗೆ ಒಂದು ದಿನದ ಪಾಲನ್ನೂ ತ್ಯಜಿಸಲಾಗದಂತೆ. "ಬೇರೆಯವರ ಕಣ್ಣುಗಳಿಗೆ ಕಾಣದೇ ಹೋಗುವ ಮಣ್ಣಿನ ಬಣ್ಣದ ತಿತ್ತಿರ

ಪಕ್ಷಿಯನ್ನು ಯಾವಾಗ ಅಲೀ ನೋಡಿದನೋ, ಆಗ, ಆ ಬಡ ಹಕ್ಕಿಯು ಅಲೀಯ ಚೀಲದಲ್ಲಿ ಬಿದ್ದ ಹಾಗೆಯೇ," ಎಂದು ಎಲ್ಲರೂ ಹೇಳುತ್ತಿದ್ದರು. ಅಲೀಯ ತೀಕ್ಷ್ಣ ಕಣ್ಣುಗಳಿಗೆ ನೆಲಕ್ಕೆ ಕಚ್ಚಿನಿಂತ ಮೊಲವೂ ಕಾಣಿಸುತ್ತಿತ್ತು. ಕಂದು ಬಣ್ಣದ ಪೊದೆಯ ಹಿಂದೆ ಅವಿತಿಟ್ಟುಕೊಂಡ ಪ್ರಾಣಿಗಳನ್ನು ಗುರುತಿಸುವಲ್ಲಿ ಬೇಟೆನಾಯಿಗಳೂ ಅಸಮರ್ಥವಾದಾಗ, ಅಲೀಯ ಹದ್ದಿನ ಕಣ್ಣುಗಳು, ಆ ಪ್ರಾಣಿಯ ಕಿವಿಯ ಭಾಗವನ್ನು ಕಾಣುತ್ತಿದ್ದವು. ಮರು ಕ್ಷಣದಲ್ಲಿಯೇ ಅದು ಸತ್ತುಬಿದ್ದಿರುತ್ತಿತ್ತು. ಇದಲ್ಲದೆ, ಅವನು ತನ್ನ ಮೀನುಗಾರ ಮಿತ್ರರೊಂದಿಗೆ ಆಗಾಗ್ಗೆ ಮೀನುಹಿಡಿಯಲು ಹೊರಹೋಗುತ್ತಿದ್ದನು.

ಆದರೆ, ಜೀವನದ ಸಂಧ್ಯಾಕಾಲ ಸಮೀಪಿಸುತ್ತಿದ್ದಂತೆ, ಅವನು ತನ್ನ ಹಳೆಯ ಹಾದಿಯನ್ನು ಬಿಟ್ಟು ಹೊಸ ತಿರುವನ್ನು ತೆಗೆದುಕೊಂಡನು. ಅವನ ಏಕೈಕ ಪುತ್ರಿ ಮಿರಿಯಮಳು ಒಬ್ಬ ಸೈನಿಕನನ್ನು ಮದುವೆಯಾಗಿ ಪಂಜಾಬಿನಲ್ಲಿದ್ದ ಅವನ ಠಾಣ್ಯಕ್ಕೆ ಹೊರಟು ಹೋದಳು. ಅವನು ತನ್ನ ನಿಸ್ಸಾರವಾದ ಬದುಕನ್ನು ತಳ್ಳುತ್ತಿದ್ದುದೇ ಆ ಮಗಳಿಗಾಗಿ. ಮದುವೆಯಾದಂದಿನಿಂದ ಇಂದಿನವರೆಗೆ ಅವಳ ಬಗ್ಗೆ ಅಲೀಗೆ ಏನು ಸುದ್ದಿಯೇ ತಿಳಿದಿರಲಿಲ್ಲ. ಈಗ ಅವನಿಗೆ ಪ್ರೀತಿ ಮತ್ತು ಅಗಲುವಿಕೆಯ ಅರ್ಥ ಮನದಟ್ಟಾಯಿತು. ಅವನು ಇನ್ನೆಂದೂ ಬೇಟೆಗಾರನ ಸುಖವನ್ನು ಅನುಭವಿಸಲಾರದಾದ; ಹೆತ್ತವರಿಂದ ಅಗಲಿದ ಎಳೆಯ ತಿತ್ತಿರಹಕ್ಕಿಗಳು ಗಾಬರಿಯಿಂದ ಕಂಗೆಡುವುದನ್ನು ಕಂಡು ನಗಲಾರದಾದ.

ಬೇಟೆಗಾರನ ಹುಟ್ಟುಗುಣ ಅವನ ರಕ್ತ ಮತ್ತು ಮಾಂಸಗಳಲ್ಲಿಯೇ ಇದ್ದರೂ ಮಿರಿಯಮಳು ಅವನಿಂದ ದೂರ ಹೋದಾಗಿನಿಂದ ಎಂತಹ ಒಂಟಿತನವು ಅವನನ್ನು ಆವರಿಸಿತ್ತೆಂದರೆ, ಈಗ ಅವನು ಬೇಟೆಯನ್ನು ಮರೆತು ಹಸಿರು ಕಾಳುಗಳ ಗದ್ದೆಗಳನ್ನು ನೋಡಿ ಮೈಮರೆಯುತ್ತಿದ್ದ. ಅತ್ಯಂತ ಆಳವಾಗಿ ಆಲೋಚಿಸಿ, ಇಡೀ ಜಗತ್ತೇ ಪ್ರೀತಿಯ ಮೇಲೆ ಕಟ್ಟಲ್ಪಟ್ಟಿದೆ ಮತ್ತು ಅಗಲುವಿಕೆಯ ಶೋಕದಿಂದ ಯಾರೂ ತಪ್ಪಿಸಿಕೊಳ್ಳಲಾರರು, ಎಂಬ ತೀರ್ಮಾನಕ್ಕೆ ಅವನು ಬಂದ. ಈ ಅರಿವು ಮೂಡಿದ ಬಳಿಕ ಒಂದು ಮರದ ಕೆಳಗೆ ಕುಳಿತು ಅತಿ ದುಃಖದಿಂದ ಅವನು ಕಣ್ಣೀರುಗರೆದ. ಆ ದಿನದಿಂದ ಪ್ರತಿ ಬೆಳಗಿನಲ್ಲಿ ನಾಲ್ಕು ಗಂಟೆಗೇ ಎದ್ದು ಆತ ಅಂಚೆ ಕಛೇರಿಗೆ ನಡೆದು ಹೋಗುತ್ತಿದ್ದ. ತನ್ನ ಇಡೀ ಜೀವಮಾನದಲ್ಲಿ ಆತ ಒಂದು ಕಾಗದವನ್ನೂ ಪಡೆದಿರಲಿಲ್ಲ. ಆದರೆ ನಂಬಿಕೆ ಮತ್ತು ಭರವಸೆಯಿಂದ ಹುಟ್ಟಿದ ಅಚಲ ನಿಷ್ಠೆಯಿಂದಾಗಿ ಅವನು ತನ್ನ ಅಭ್ಯಾಸವನ್ನು ತ್ಯಜಿಸದೆ, ಅಂಚೆ ಕಛೇರಿಗೆ ಯಾವಾಗಲೂ ಮೊದಲಿಗನಾಗಿ ಬರುತ್ತಿದ್ದ.

ವಿಶ್ವದಲ್ಲೇ ಅತ್ಯಂತ ಆಕರ್ಷಣೀಯವಾದ ಅಂಚೆ ಕಛೇರಿ ಅವನ ಪಾಲಿಗೆ ಒಂದು ಯಾತ್ರಾಸ್ಥಳವಾಯಿತು. ಅವನು ಯಾವಾಗಲೂ ಒಂದು ನಿರ್ದಿಷ್ಟದ ಮೂಲೆಯಲ್ಲಿ, ಒಂದು ನಿರ್ದಿಷ್ಟ ಜಾಗವನ್ನೇ ಆರಿಸಿಕೊಳ್ಳುತ್ತಿದ್ದ. ಅವನ ಸ್ವಭಾವವನ್ನು ತಿಳಿದ ಇತರ ಜನರು ಅಂದಿನಿಂದ ಅವನ ಬಗ್ಗೆ ನಗಲಾರಂಭಿಸಿದರು. ಅಂಚೆಯವರು ಅವನೊಂದಿಗೆ ಆಟವಾಡ ಲಾರಂಭಿಸಿದರು. ಅವನಿಗೆ ಯಾವುದೇ ಕಾಗದವಿಲ್ಲದಿದ್ದರೂ ಅವರು ಅವನ ಹೆಸರನ್ನು ಕರೆದು, ಅವನು ಹಾರಿ ಬಾಗಿಲ ಬಳಿ ಬರುವುದನ್ನು ನೋಡಿ ಆನಂದಿಸುತ್ತಿದ್ದರು. ಆದರೆ ಎಣೆಯಿಲ್ಲದ ನಿಷ್ಠೆ ಮತ್ತು ಅಪರಿಮಿತವಾದ ತಾಳ್ಮೆಯಿಂದ ಅವನು ದಿನನಿತ್ಯ ಬಂದು, ಯಾವಾಗಲೂ ಖಾಲಿ ಕೈಗಳಿಂದ ಹಿಂತಿರುಗುತ್ತಿದ್ದ.

ಅಲೀಯು ಕಾಯುತ್ತಾ ಕುಳಿತಿರುವಾಗ, ಹಲವು ಜವಾನರು ತಮ್ಮ ಸಂಸ್ಥೆಗಳ

ಕಾಗದಗಳಿಗಾಗಿ ಅಂಚೆ ಕಛೇರಿಗೆ ಬರುವರು. ಅವರು ತಮ್ಮ ಮಾಲಿಕರುಗಳ ಅನ್ಯಾಯವನ್ನು ಕುರಿತು ಚರ್ಚಿಸುವುದನ್ನು ಅಲೀಯು ಕೇಳುವನು. ಶುಭ್ರವಾದ ಪೇಟಗಳನ್ನು ಧರಿಸಿ, ಕಾಲುಗಳಿಗೆ ಚರಗುಟ್ಟುವ ಬೂಟುಗಳನ್ನು ಸಿಕ್ಕಿಸಿಕೊಂಡು ಚುರುಕಾಗಿ ಕಾಣುತ್ತಿದ್ದ ಈ ಜವಾನರು ಯಾವಾಗಲೂ ತಮ್ಮ ಅನಿಸಿಕೆಗಳನ್ನು ಹೊರಗೆಡಹಲು ಕಾತರರಾಗಿರುತ್ತಿದ್ದರು. ಈ ಮಧ್ಯೆ ಬಾಗಿಲನ್ನು ತೆರೆಯಲಾಗುತ್ತದೆ. ಒಳಗಡೆ ಒಂದು ಕುಂಬಳಕಾಯಿಯಷ್ಟೇ ವಿಷಣ್ಣವಾದ ಹಾಗೂ ಅವರ್ಣನೀಯವಾದ ತಲೆಯುಳ್ಳ ಒಬ್ಬ ವ್ಯಕ್ತಿಯಾಗಿದ್ದ ಅಂಚೆಮಾಸ್ತರನು, ತನ್ನ ಕುರ್ಚಿಯ ಮೇಲೆ ಕುಳಿತಿರುತ್ತಾನೆ. ಅವನ ಮುಖದಲ್ಲಿ ಚೈತನ್ಯದ ಒಂದು ಸುಳಿವು ಕೂಡ ಮಿನುಗುತ್ತಿರಲಿಲ್ಲ. ಸಾಮಾನ್ಯವಾಗಿ ಅಂತಹ ಮನುಷ್ಯರೇ ಹಳ್ಳಿಯ ಶಾಲಾ ಮಾಸ್ತರರೋ, ಆಫೀಸ್ ಗುಮಾಸ್ತರೋ ಅಂಚೆ ಮಾಸ್ತರರೋ ಆಗಿರಲು ಅರ್ಹರಾಗಿರುತ್ತಾರೆ.

ಒಂದು ದಿನ ವಾಡಿಕೆಯಂತೆ ಅಲ್ಲೇ ಕುಳಿತಿದ್ದ. ಬಾಗಿಲು ತೆರೆದಾಗ ತನ್ನ ಜಾಗದಿಂದ ಕದಲಲಿಲ್ಲ.

'ಪೋಲೀಸ್ ಕಮೀಷನರ್' ಗುಮಾಸ್ತ ಕರೆದ, ಒಬ್ಬ ತರುಣ ತನ್ನ ಪತ್ರಗಳಿಗಾಗಿ ಬಿರುಸಾಗಿ ಮುಂದೆ ಸಾಗಿದ. 'ಸೂಪರಿಂಟೆಂಡೆಂಟ್' ಮತ್ತೋರ್ವ ಜವಾನ ಬಂದ. ಹೀಗೆಯೇ ಆ ಗುಮಾಸ್ತ, ವಿಷ್ಣುವಿನ ಭಕ್ತನಂತೆ ತನಗೆ ಸಾಂಪ್ರದಾಯಿಕವಾಗಿದ್ದ ಸಹಸ್ರನಾಮ ಗಳನ್ನು ಪುನರುಚ್ಚರಿಸಿದ.

ಅವರೆಲ್ಲರೂ ಹೊರಟು ಹೋಗಿದ್ದರು. ಅಲೀಯೂ ಎದ್ದುನಿಂತು, ಅಂಚೆಕಛೇರಿಯು ಯಾವುದೋ ಒಂದು ಅಮೂಲ್ಯ ಸ್ಮಾರಕವಸ್ತುವನ್ನು ಹೊಂದಿದೆಯೋ ಎಂಬಂತೆ, ಅದಕ್ಕೆ ನಮಸ್ಕರಿಸಿ, ಶತಮಾನದಷ್ಟು ಹಿಂದಿನದೆಂಬಂತಿದ್ದ ತನ್ನ ದೀನಾಕೃತಿಯೊಂದಿಗೆ ಹೊರಟುಹೋದ.

ಅಂಚೆ ಮಾಸ್ತರ ಪ್ರಶ್ನಿಸಿದ :

"ಆ ಮನುಷ್ಯ ಹುಚ್ಚನೇನು ?"

"ಯಾರು ಸರ್ ? ... ಹೌದು," ಗುಮಾಸ್ತ ಉತ್ತರಿಸಿದ.

"ಮಳೆ ಇರಲಿ, ಚಳಿ ಇರಲಿ – ಏನಿದ್ದರೂ ಪರವಾಗಿಲ್ಲ, ಅವನು ಕಳೆದ ಐದು ವರ್ಷಗಳಿಂದ ಪ್ರತಿನಿತ್ಯ ಇಲ್ಲಿ ಇರುತ್ತಾನೆ. ಆದರೆ ಅವನಿಗೆ ಹೆಚ್ಚೇನೂ ಕಾಗದಗಳು ಬರುವುದಿಲ್ಲ."

"ನನಗೆಲ್ಲಾ ಅದು ಅರ್ಥವಾಗುತ್ತದೆ. ಅವನಿಗೆ ದಿನನಿತ್ಯ ಕಾಗದ ಬರೆಯಲು ಯಾರಿಗೆ ತಾನೆ ಸಮಯವಿದೆ ?"

"ಆದರೆ ಅವನ ಮೆದುಳು ಕೊಂಚ ಕೆಟ್ಟುಹೋಗಿದೆ ಸರ್. ಹಿಂದಿನ ದಿನಗಳಲ್ಲಿ ಆತ ಅನೇಕ ಪಾಪಕೃತ್ಯಗಳನ್ನು ಮಾಡಿದ್ದ. ಬಹುಶಃ ಪವಿತ್ರವಾದ ಒಂದು ಪರಿಸರದಲ್ಲೇನಾದರೂ ಆತ ರಕ್ತಹರಿಸಿದ್ದಿರಬಹುದು. ಅದರ ಫಲ ಈಗ ಅನುಭವಿಸುತ್ತಿದ್ದಾನೆ." ಅಂಚೆಯವನು ತನ್ನ ಮಾತಿಗೆ ಸಮರ್ಥನೆಯಾಗಿ ಈ ಕಾರಣವನ್ನು ಸೃಷ್ಟಿಸಿ ಹೇಳಿದ.

ಅಂಚೆ ಮಾಸ್ತರನು ಹೇಳಿದ :

"ಹುಚ್ಚರು ವಿಚಿತ್ರ ಮನುಷ್ಯರು."

"ಹೌದು, ಒಮ್ಮೆ ನಾನು ಅಹಮದಾಬಾದಿನಲ್ಲಿ ಒಬ್ಬ ಹುಚ್ಚನನ್ನು ನೋಡಿದ್ದೆ. ಅವನು ಚಿಕ್ಕ ಚಿಕ್ಕ ಮಣ್ಣು ಗುಡ್ಡೆಗಳನ್ನು ಮಾಡುತ್ತ ಇರುತ್ತಿದ್ದ, ಬೇರೇನನ್ನೂ ಮಾಡುತ್ತಿರಲಿಲ್ಲ. ಮತ್ತೊಬ್ಬ ಯಾವಾಗಲೂ ಒಂದು ಬಂಡೆಯ ಮೇಲೆ ನೀರು ಸುರಿಯುವುದಕ್ಕಾಗಿ ಪ್ರತಿ ದಿನ ನದಿ ತೀರಕ್ಕೆ ಹೋಗುತ್ತಿದ್ದ..."

ಮತ್ತೋರ್ವ ದನಿಗೂಡಿಸಿದ :

"ಅಯ್ಯೋ ಅದೆಲ್ಲ ಏನೂ ಅಲ್ಲ. ದಿನದುದ್ದಕ್ಕೂ ಹಿಂದೂ ಮುಂದೂ, ದಾಪುಗಾಲು ಹಾಕುತ್ತಾ ನಡೆಯುತ್ತಿದ್ದ ಹುಚ್ಚನೊಬ್ಬ ನನಗೆ ಗೊತ್ತಿದ್ದ. ಮತ್ತೊಬ್ಬ ಆವೇಶದಿಂದ ಪದ್ಯ ಹೇಳುವುದನ್ನು ನಿಲ್ಲಿಸುತ್ತಲೇ ಇರಲಿಲ್ಲ. ಮೂರನೆಯವನೊಬ್ಬ ತನ್ನ ಕಪಾಲಕ್ಕೆ ತಾನೇ ಹೊಡೆದುಕೊಂಡು ಅನಂತರ ತನಗಾರೋ ಹೊಡೆದರೂಂತ ಅಳಲು ಶುರು ಮಾಡ್ತಿದ್ದ."

ಹೀಗೆ ಅಂಚೆ ಕಛೇರಿಯ ಪ್ರತಿಯೊಬ್ಬರೂ ಬುದ್ಧಿಭ್ರಮಣೆಯ ಬಗ್ಗೆ ಮಾತನಾಡಲಾರಂಭಿಸಿದರು. ಕಾರ್ಮಿಕ ವರ್ಗದ ಎಲ್ಲ ಜನರೂ ಯಾವುದಾದರೊಂದು ಚರ್ಚೆಯೊಳಗೆ ಭಾಗವಹಿಸಿ ತಮ್ಮ ಕೆಲಸದ ನಡುವೆ ಕೆಲನಿಮಿಷಗಳ ವಿಶ್ರಾಂತಿ ತೆಗೆದುಕೊಳ್ಳುವ ಸ್ವಭಾವದವರಾಗಿರುತ್ತಾರೆ. ಕೊಂಚ ಸಮಯದವರೆಗೆ ಆಲಿಸಿ, ಅಂಚೆ ಮಾಸ್ತರನು ಎದ್ದು ನಿಂತು ಹೇಳಿದ :

"ಹುಚ್ಚರು ತಮ್ಮಿಂದಲೇ ನಿರ್ಮಿತವಾದ ಒಂದು ಪ್ರಪಂಚದಲ್ಲಿ ವಾಸಿಸುವಂತೆ ತೋರ್‍ತದೆ. ಬಹುಶಃ ಅವರಿಗೆ ನಾವು ಹುಚ್ಚರ ಹಾಗೆ ಕಾಣುತ್ತೇವೆ. ಹುಚ್ಚರ ಪ್ರಪಂಚ ಹೆಚ್ಚು ಕಡಿಮೆ ಕವಿಯ ಪ್ರಪಂಚದ ಹಾಗೆ ಅಂತ ನನ್ನೆಣಿಕೆ..."

ಸಾಮಾನ್ಯವಾದ ಕವನಗಳನ್ನು ಬರೆಯುತ್ತಿದ್ದ ಓರ್ವ ಗುಮಾಸ್ತನೆಡೆಗೆ ದೃಷ್ಟಿಬೀರುತ್ತಾ ಅಂಚೆ ಮಾಸ್ತರನು ಈ ಕೊನೆಯ ಮಾತುಗಳನ್ನು ನುಡಿದು ನಕ್ಕ. ಬಳಿಕ ಅವನು ಹೊರಟು ಹೋದ. ಕಛೇರಿಯು ಮತ್ತೆ ಸ್ತಬ್ಧವಾಯಿತು.

ಅನೇಕ ದಿನಗಳವರೆಗೆ ಅಲೀ ಅಂಚೆ ಕಛೇರಿಗೆ ಬಂದಿರಲಿಲ್ಲ. ಅದರ ಕಾರಣವನ್ನು ಊಹಿಸಲು ಬೇಕಾದಷ್ಟು ಸಹನೆ ಅಥವಾ ಸಹೃದಯತೆ ಯಾರಿಗೂ ಇರಲಿಲ್ಲ. ಆದರೂ, ಆ ಮುದುಕನನ್ನು ತಡೆಹಿಡಿದಿರುವುದು ಏನು, ಎಂದು ತಿಳಿಯಲು ಎಲ್ಲರೂ ಕಾತರಗೊಂಡಿದ್ದರು. ಕಡೆಗೊಮ್ಮೆ ಅವನು ಮತ್ತೆ ಬಂದ. ಅವನಿಗೆ ಉಸಿರಾಡಲೂ ತೊಂದರೆಯಾಗುತ್ತಿತ್ತು. ಅವನ ಮುಖದ ಮೇಲೆ ಅಂತ್ಯ ಸಮೀಪಿಸುತ್ತಿದ್ದುದರ ಸ್ಪಷ್ಟ ಸೂಚನೆಯಿತ್ತು. ಆ ದಿನ ಅವನಿಗೆ ತನ್ನ ಅಸಹನೆಯನ್ನು ತಡೆದಿರಲು ಆಗಲಿಲ್ಲ.

ಅಂಚೆ ಮಾಸ್ತರರನ್ನು ಆತ ಬೇಡಿದ :

"ಮಾಸ್ತರರೇ ನನ್ನ ಮಿರಿಯಮಳಿಂದ ಏನಾದರೂ ಕಾಗದವಿದೆಯೇ ?"

ಅಂಚೆ ಮಾಸ್ತರನು ಪೇಟೆಗೆ ಹೊರಡುವ ಆತುರದಲ್ಲಿದ್ದ.

"ಒಳ್ಳೆ ಕೀಟದ ತರಹ ನೀನು," ಅವನು ಉದ್ಗರಿಸಿದ.

"ನನ್ನ ಹೆಸರು ಅಲೀ," ಅನ್ಯಮನಸ್ಕನಾಗಿಯೇ ಅಲೀ ಉತ್ತರಿಸಿದ.

"ಗೊತ್ತು ಗೊತ್ತು ನಾವೇನು ನಿನ್ನ ಮಿರಿಯಮಳ ಹೆಸರನ್ನು ದಾಖಲೆ ಮಾಡಿದ್ದೇವೆಂದು ತಿಳಿದಿರುವೆಯೇನು ?"

"ಹಾಗಾದರೆ ದಯವಿಟ್ಟು ಅದನ್ನು ಬರೆದುಕೊಳ್ಳಿ. ನಾನಿಲ್ಲಿ ಇಲ್ಲದೇ ಇರುವ ಸಂದರ್ಭದಲ್ಲಿ ಕಾಗದವೇನಾದರೂ ಬಂದರೆ ಆ ದಾಖಲೆಯಿಂದ ಸಹಾಯವಾಗ್ತದೆ." ತನ್ನ ಜೀವನದ ಮುಕ್ಕಾಲು ಭಾಗವನ್ನೆಲ್ಲಾ ಬೇಟೆಯಲ್ಲೇ ಕಳೆದಿದ್ದ ಹಳ್ಳಿಯವನಿಗೆ ಮಿರಿಯಮಳ ಹೆಸರು ಅವಳ ತಂದೆಯೊಬ್ಬನನ್ನು ಬಿಟ್ಟರೆ ಮತ್ತ್ಯಾರಿಗೂ ಒಂದು ನಯಾ ಪೈಸೆಯಷ್ಟು ಬೆಲೆಯೂ ಇಲ್ಲದ ವಸ್ತುವೆನ್ನುವುದು ಹೇಗೆ ತಿಳಿಯಬೇಕು ?

ಅಂಚೆ ಮಾಸ್ತರನು ತನ್ನ ಸಹನೆ ಕಳೆದುಕೊಳ್ಳುವುದರಲ್ಲಿದ್ದ.

ಅವನು ಕಿರಿಚಿದ :

"ನನಗೇನು ಬುದ್ಧಿಯಿಲ್ಲವೆ ?"

"ಹೋಗು ಹೋಗು. ನಿನ್ನ ಕಾಗದವೇನಾದರೂ ಬಂದಲ್ಲಿ ನಾವೇನು ಅದನ್ನು ತಿಂದುಬಿಡುತ್ತೇವೆಯೇ ?" ಎಂದು ಹೇಳಿ ಅವಸರದಿಂದ ಹೊರಟು ಹೋದ. ಅಲೀ ನಿಧಾನವಾಗಿ ಹೊರಬಂದ. ಪ್ರತಿಯೊಂದು ಹೆಜ್ಜೆಗೂ ಅಂಚೆ ಕಛೇರಿಯ ಕಡೆಗೆ ತಿರುಗಿ ನೋಡುತ್ತಾ ಅವನ ಕಣ್ಣುಗಳು ಅಸಹಾಯತೆಯ ಕಣ್ಣೀರಿನಿಂದ ತುಂಬತೊಡಗಿದವು. ಇನ್ನೂ ನಿಷ್ಠೆಯುಳಿದಿದ್ದರೂ ಅವನ ತಾಳ್ಮೆ ಮುಗಿದುಹೋಗಿತ್ತು. ಅವನು ಇನ್ನು ಹೇಗೆ ತಾನೇ ಮಿರಿಯಮಳಿಂದ ಕಾಗದ ನಿರೀಕ್ಷಿಸಬಲ್ಲ ?

ಒಬ್ಬ ಗುಮಾಸ್ತ ತನ್ನ ಹಿಂದೆ ಬರುತ್ತಿದ್ದ ಸದ್ದು ಕೇಳಿ, ಅವನೆಡೆಗೆ ತಿರುಗಿ, ಅಲೀ "ತಮ್ಮಾ" ಎಂದು ಕರೆದ. ಗುಮಾಸ್ತ ಅಚ್ಚರಿಗೊಂಡರೂ ಸಭ್ಯನಾದ್ದರಿಂದ ಕೇಳಿದ :

"ಏನು ?"

"ಇಲ್ಲಿ ...ಇದನ್ನು ನೋಡು."

ಅಲೀ ಒಂದು ಹಳೆಯದಾದ ತಗಡಿನ ಡಬ್ಬಿಯನ್ನು ತೆಗೆದು ಅದರಲ್ಲಿದ್ದ ಐದು ಚಿನ್ನದ ನಾಣ್ಯಗಳನ್ನು ಅಚ್ಚರಿಗೊಂಡಿದ್ದ ಗುಮಾಸ್ತನ ಕೈಯಲ್ಲಿ ಹಾಕಿ ಮಾತು ಮುಂದುವರಿಸಿದ :

"ಅಷ್ಟೊಂದು ಗಾಬರಿಯಾಗ್ಬೇಡ ಅವುಗಳಿಂದ ನನಗೆ ಪ್ರಯೋಜನವಿಲ್ಲ ನಿನಗಾದರೂ ಪ್ರಯೋಜನವಾದೀತು. ನೀನು ನನಗೊಂದು ಕೆಲಸ ಮಾಡುವಿಯಾ ?"

"ಏನದು ?"

"ಅಲ್ಲಿ...ಮೇಲೆ...ಏನು ಕಾಣ್ತದೆ ?" ಎಂದು ಅಲೀ ಆಕಾಶದ ಕಡೆಗೆ ಕೈತೋರಿಸಿ ಕೇಳಿದ.

"ಸ್ವರ್ಗ"

"ಅಲ್ಲಾ ಅಲ್ಲಿದ್ದಾನೆ. ಅವನ ಸಮಕ್ಷಮದಲ್ಲಿ ನಾನು ಈ ಹಣವನ್ನು ನಿನಿಗೆ ಕೊಡ್ತಿದ್ದೇನೆ. ನನ್ನ ಮಿರಿಯಮಳ ಕಾಗದ ಬಂದಾಗ ಆಗ ನೀನು ನನಗದನ್ನು ತಲುಪಿಸ್ಬೇಕು."

"ಆದರೆ, ಎಲ್ಲಿಗೆ ? ನಾನೆಲ್ಲಿಗೆ ತಲಪಿಸಲಿ ?" ಎಂದು ಸಂಪೂರ್ಣವಾಗಿ ದಿಗ್ಭ್ರಾಂತನಾದ ಗುಮಾಸ್ತ ಪ್ರಶ್ನಿಸಿದ.

"ನನ್ನ ಸಮಾಧಿಗೆ"

"ಏನು ?"

"ಹೌದು. ಇದು ನಿಜ. ಈ ದಿನವೇ ನನ್ನ ಕೊನೆಯ ದಿನ. ನಾನು ಮಿರಿಯಮಳನ್ನು ಕಡೆಗೂ ನೋಡಲಿಲ್ಲ. ಅವಳಿಂದ ಒಂದು ಕಾಗದವನ್ನೂ ಪಡೆಯಲಿಲ್ಲ."

ಐದು ಚಿನ್ನದ ನಾಣ್ಯಗಳನ್ನು ಜೇಬಿಗೆ ಸೇರಿಸಿ ಗುಮಾಸ್ತ ನಿಧಾನವಾಗಿ ತನ್ನ ದಾರಿಯಲ್ಲಿ ಹೊರಟಾಗ, ಅಲೀ ಕಣ್ಣುಗಳಲ್ಲಿ ನೀರಾಡಿತು.

ಅಲೀ ಮತ್ತೆಂದೂ ಕಾಣಸಿಗಲಿಲ್ಲ. ಯಾರೊಬ್ಬರೂ ಅವನ ಬಗ್ಗೆ ವಿಚಾರಿಸುವಷ್ಟು ತೊಂದರೆ ತೆಗೆದುಕೊಳ್ಳಲಿಲ್ಲ.

ಹೀಗಿರುವಲ್ಲಿ ಒಂದು ದಿನ ಅಂಚೆ ಮಾಸ್ತರನಿಗೆ ತೊಂದರೆಯೊದಗಿತು. ಬೇರೊಂದು ಪಟ್ಟಣದಲ್ಲಿದ್ದ ಅವನ ಮಗಳು ಖಾಯಿಲೆ ಮಲಗಿದ್ದಳು. ಅವಳ ಬಗ್ಗೆಯ ಸುದ್ದಿಗಾಗಿ ಅವನು ಕಾತರಗೊಂಡಿದ್ದ. ಅಂಚೆ ಎಲ್ಲವೂ ಒಳಗಡೆ ತರಲ್ಪಟ್ಟವು ಮತ್ತು ಕಾಗದಗಳೆಲ್ಲವನ್ನೂ ಮೇಜಿನ ಮೇಲೆ ಗುಡ್ಡೆ ಹಾಕಲಾಯಿತು. ತಾನು ನಿರೀಕ್ಷಿಸಿದ ಬಣ್ಣ ಮತ್ತು ಗಾತ್ರದ ಲಕೋಟೆಯನ್ನು ನೋಡಿ, ಅಂಚೆ ಮಾಸ್ತರನು ಅದನ್ನು ತಕ್ಷಣ ಎಳೆದುಕೊಂಡನು. ಆದರದು ಕೋಚ್‌ಮನ್

ಅಲೀಯ ವಿಳಾಸವನ್ನು ಹೊಂದಿತ್ತು. ಮೈಯಲ್ಲಿ ವಿದ್ಯುತ್ ಹರಿದಂತೆ ಅವನು ಆ ಕಾಗದವನ್ನು ಕೆಳಕ್ಕೆ ಬಿಟ್ಟನು. ಅವನ ದುಃಖ ಮತ್ತು ಕಾತರತೆಯಲ್ಲಿ ಅಧಿಕಾರಿಯ ಗರ್ವದ ಮನೋಭಾವ ಅವನನ್ನು ಬಿಟ್ಟು ಹೋಗಿ, ಅವನ ಹೃದಯವನ್ನು ಬರಿಯದಾಗಿ ಮಾಡಿದ್ದವು. ಮುದುಕ ಅಲೀ ಕಾಯುತ್ತಿದ್ದ ಕಾಗದವೇ ಇದು ಎಂದು ಅವನಿಗೆ ತಕ್ಷಣ ತಿಳಿಯಿತು; ಇದು ಅವನ ಮಗಳು ಮಿರಿಯಮಳದೇ ಇರಬೇಕು.

"ಲಕ್ಷ್ಮೀದಾಸ್," ಅಂಚೆ ಮಾಸ್ತರ ಕರೆದ. ಅಲೀ ಹಣ ಕೊಟ್ಟ ಗುಮಾಸ್ತನ ಹೆಸರು ಅದು.

"ಸರ್"

"ಈ ಕಾಗದ ನಿನ್ನ ಮುದುಕ ಅಲೀಗೆ ಬಂದಿದೆ. ಈಗೆಲ್ಲಿದ್ದಾನೆ ಅವನು ?"

"ನಾನು ಕಂಡು ಹಿಡೀತೇನೆ ಸರ್."

ಆ ದಿನ ಅಂಚೆ ಮಾಸ್ತರನಿಗೆ ಅವನ ಮಗಳಿಂದ ಕಾಗದ ಬರಲಿಲ್ಲ. ರಾತ್ರಿಯೆಲ್ಲಾ ಯೋಚಿಸಿ, ಯೊಚಿಸಿ, ಮೂರು ಗಂಟೆಗೆ ಎದ್ದು ಕಛೇರಿಯಲ್ಲಿ ಕುಳಿತುಕೊಳ್ಳಲು ಹೊರಟ.

"ಅಲೀ ನಾಲ್ಕು ಗಂಟೆಗೆ ಬಂದಾಗ ನಾನೇ ಕೊಡ್ತೇನೆ". ಎಂದು ಅವನು ಮನಸ್ಸಿನಲ್ಲಿಯೇ ಅಂದುಕೊಂಡ.

ಅಂಚೆ ಮಾಸ್ತರನೀಗ ಅಲೀಯ ಹೃದಯ ಮತ್ತು ಅಂತರಾತ್ಮವನ್ನೆಲ್ಲ ಅರಿತುಕೊಂಡಿದ್ದ. ಕೇವಲ ಒಂದು ರಾತ್ರಿಯನ್ನು ತನ್ನ ಮಗಳ ಸುದ್ದಿಗಾಗಿ ಕಾತರದಿಂದ ಕಳೆದಮೇಲೆ, ಕಳೆದ ಐದು ವರ್ಷಗಳಿಂದ ಅದೇ ರೀತಿಯ ಕಾತರತೆಯಿಂದ ರಾತ್ರಿಗಳನ್ನು ಕಳೆದ ಆ ಬಡ ಮುದುಕ ಅಲೀಯ ಬಗ್ಗೆ ಅವನ ಹೃದಯ ಕರುಣೆಯಿಂದ ತುಂಬಿ ಹೋಯಿತು. ಐದು ಗಂಟೆ ಹೊಡೆಯುವ ವೇಳೆಗೆ ಅವನಿಗೆ ಮೆಲ್ಲನೆ ಬಾಗಿಲು ತಟ್ಟಿದ ಸದ್ದು ಕೇಳಿಸಿತು. ಖಂಡಿತವಾಗಿ ಅದು ಅಲೀಯದೇ, ಮಾಸ್ತರನು ಭ್ರಮಿಸಿದ. ತಕ್ಷಣ ತನ್ನ ಕುರ್ಚಿಯಿಂದೆದ್ದು; ಪಿತೃಹೃದಯದ ತೊಳಲಾಟವನ್ನು ಅರಿತು, ಬಾಗಿಲನ್ನು ಅಗಲವಾಗಿ ತೆರೆದ.

ಹೊರಗಡೆ, ತನ್ನ ವಯಸ್ಸಿನಿಂದಾಗಿ ಎರಡರಷ್ಟು ಬಾಗಿ ನಿಂತ ಮುದುಕನಿಗೆ ಕಾಗದ ಕೊಡುತ್ತಾ ಆತ ಹೇಳಿದ.

"ಅಣ್ಣಾ ಅಲೀ ಒಳಗೆ ಬಾ."

ಅಲೀ ತನ್ನ ಕೋಲಿನ ಮೇಲೆ ಒರಗಿ ನಿಂತಿದ್ದ. ಲಕ್ಷ್ಮೀದಾಸ, ಅವನನ್ನು ಬಿಟ್ಟು ಹೋದಾಗಿನದೇ ಚಿತ್ರ. ಅವನ ಮುಖವನ್ನು ಕಣ್ಣೀರು ತೋಯಿಸುತ್ತಿತ್ತು. ಆದರೆ ಆಗ ಸ್ವಲ್ಪ ಗಡುಸಾಗಿದ್ದ ಅವನ ಮುಖ ಲಕ್ಷಣ, ಈಗ ಕರುಣಾಪೂರ್ಣವಾಗಿ ಮೃದುವಾಗಿತ್ತು. ಅವನು ತನ್ನ ಕಣ್ಣುಗಳನ್ನು ಮೇಲೆತ್ತಿದ. ಅವುಗಳಲ್ಲಿ ಒಂದು ವಿಲಕ್ಷಣ ಬೆಳಕಿತ್ತು. ಅದನ್ನು ನೋಡಿ ಅಂಚೆ ಮಾಸ್ತರನು ಅಂಜಿಕೆ ಮತ್ತು ಆಶ್ಚರ್ಯಗಳಿಂದ ಹಿಂದೆ ಸರಿದ. ಬೇರೊಂದು ಕಡೆಯಿಂದ ಕಛೇರಿಯ ಕಡೆಗೆ ಬರುತ್ತಿದ್ದ ಲಕ್ಷ್ಮೀದಾಸ ಅಂಚೆ ಮಾಸ್ತರನ ಮಾತುಗಳನ್ನು ಕೇಳಿಸಿಕೊಂಡಿದ್ದ. "ಯಾರದು ಸರ್ ? ಮುದುಕ ಅಲೀಯೆ ?" ಅವನು ಕೇಳಿದ. ಆದರೆ ಅಂಚೆ ಮಾಸ್ತರ ಅವನನ್ನು ಲೆಕ್ಕಿಸಲಿಲ್ಲ. ಅಲೀ ಒಮ್ಮೆಲೇ ಮಾಯವಾಗಿದ್ದ. ದೊಡ್ಡದಾಗಿ ತೆರೆದ ಕಣ್ಣುಗಳಿಂದ ಅವನು ಅಲೀ ಮಾಯವಾದ ಬಾಗಿಲ ಕಡೆಗೇ ನೋಡುತ್ತಿದ್ದ. ಅವನೆಲ್ಲಿ ಹೋಗಿರಬಹುದು ? ಕಡೆಗೊಮ್ಮೆ ಲಕ್ಷ್ಮೀದಾಸನತ್ತ ತಿರುಗಿ, "ಹೌದು, ನಾನು ಅಲೀಯೊಂದಿಗೆ ಮಾತನಾಡ್ತಿದ್ದೆ," ಎಂದು ಹೇಳಿದ.

"ಮುದುಕ ಅಲೀ ಸತ್ತು ಹೋಗಿದ್ದಾನೆ ಸರ್. ಆದರೆ ಅವನ ಕಾಗದ ನನಗೆ ಕೊಡಿ."

ಏನು ! ಆದರೆ ಯಾವಾಗ ? ಖಂಡಿತವಾಗಿಯೂ ಹೌದೇ ಲಕ್ಷ್ಮೀದಾಸ್ ?"

ಹೌದು ! ಖಂಡಿತವಾಗಿ, "ಆಗ ತಾನೇ ಬಂದ ಒಬ್ಬ ಅಂಚೆಯವನು ಹೇಳಿದ... ಮೂರು ತಿಂಗಳ ಹಿಂದೆ ಅಲೀ ಸತ್ತುಹೋದ."

ಅಂಚೆ ಮಾಸ್ತರನಿಗೆ ದಿಗ್ಭ್ರಮೆ, ಮಿರಿಯಮಳ ಕಾಗದವಿನ್ನೂ ಬಾಗಿಲ ಬಳಿ ಬಿದ್ದಿತ್ತು. ಅಲೀಯ ಪ್ರತಿಬಿಂಬವನ್ನೂ ಅವನ ಕಣ್ಣು ಮುಂದೆ ನಿಂತಿತ್ತು. ಅಲೀಯೊಂದಿಗೆ ನಡೆದ ಕೊನೆಯ ಭೇಟಿಯ ಬಗ್ಗೆ ಲಕ್ಷ್ಮೀದಾಸ ಹೇಳಿದುದನ್ನು ಆತ ಕೇಳಿದ. ಆದರೆ ಬಾಗಿಲ ಬಡಿತದ ಸದ್ದಿನ ಬಗೆಗಾಗಲೀ ಅಲೀಯ ಕಣ್ಣೀರಿನ ಬಗೆಗಾಗಲಿ ಆತನಿಗೆ ಅನುಮಾನ ವಿರಲಿಲ್ಲ. ಅವನಿಗೆ ದಿಕ್ಕೆ ತೋರದಂತಾಗಿತ್ತು. ತಾನು ನಿಜವಾಗಿಯೂ ಅಲಿಯನ್ನು ನೋಡಿದ್ದೆನೆ ? ಅಥವಾ ತನ್ನ ಊಹೆಯೇ ತನ್ನನ್ನು ಮೋಸಗೊಳಿಸಿತ್ತೇ ? ಅಥವಾ ಬಾಗಿಲು ಬಡಿದದ್ದು ಬಹುಶಃ ಲಕ್ಷ್ಮೀದಾಸನಿರಬಹುದೆ ?

ದಿನನಿತ್ಯದ ಕ್ರಮ ಶುರುವಾಯಿತು. ಗುಮಾಸ್ತ ವಿಳಾಸಗಳನ್ನು ಓದತೊಡಗಿದನು – ಪೊಲೀಸ್ ಕಮಿಷನರ್, ಸೂಪರಿಂಟೆಂಡೆಂಟ್, ಲೈಬ್ರರಿಯನ್ – ಮತ್ತೆ ಅಷ್ಟೇ ಕುಶಲತೆಯಿಂದ ಆ ಕಾಗದಗಳನ್ನು ಆತ ಹೊರಗೆಸೆದ.

ಆದರೆ ಅಂಚೆ ಮಾಸ್ತರನೀಗ ಪ್ರತಿಯೊಂದು ಪತ್ರದಲ್ಲಿಯೂ ಬೆಚ್ಚಗಿನ ಹೃದಯವೊಂದು ಮಿಡಿಯುತ್ತಿದೆಯೆನೋ ಎಂಬಂತೆ ಅವುಗಳನ್ನು ವೀಕ್ಷಿಸತೊಡಗಿದ್ದ. ಅವುಗಳು ಬರಿಯ ಕಾಗದಗಳು ಮತ್ತು ಲಕೋಟೆಗಳೆಂದು ಆತನೀಗ ಭಾವಿಸಲಾರನಾದ. ಒಂದು ಪತ್ರದಲ್ಲಿ ಎಷ್ಟೊಂದು ಮಾನವೀಯ ಮೌಲ್ಯವಿದೆ ಎಂಬುದನ್ನು ಆತ ಕಂಡುಕೊಂಡಿದ್ದ. ಆ ಸಂಜೆ ಲಕ್ಷ್ಮೀದಾಸ ಮತ್ತು ಅಂಚೆ ಮಾಸ್ತರನು ನಿಧಾನವಾಗಿ ಅಲೀಯ ಸಮಧಿಯ ಕಡೆ ನಡೆದು ಹೋಗುತ್ತಿದ್ದುದನ್ನು ಯಾರಾದರೂ ನೋಡಿರಬಹುದು. ಅವರು ಕಾಗದವನ್ನು ಸಮಾಧಿಯ ಮೇಲಿಟ್ಟು ಹಿಂತಿರುಗಿದರು.

"ಲಕ್ಷ್ಮೀದಾಸ್, ಇಂದು ಮುಂಜಾನೆ ನೀನೇ ಕಛೇರಿಗೆ ಮೊದಲು ಬಂದವನೆ ?"

"ಹೌದು ಸರ್, ನಾನೇ ಮೊದಲನೆಯವನು."

"ಹಾಗಾದರೆ ಹೇಗೆ... ಇಲ್ಲ... ನನಗೆ ಅರ್ಥವಾಗೋದಿಲ್ಲ...?"

"ಏನು ಸರ್ ?"

"ಏನಿಲ್ಲ, ಬಿಡು," ಎಂದು ಚುಟುಕಾಗಿ ಅಂಚೆಮಾಸ್ತರನು ಉತ್ತರಿಸಿದ. ಲಕ್ಷ್ಮೀದಾಸನನ್ನು ಆತನ ಮನೆಗೆ ಕಳುಹಿಸಿ ತಾನು ಕಛೇರಿಯನ್ನು ಹೊಕ್ಕ. ಅವನಲ್ಲಿ ಹೊಸದಾಗಿ ಎಚ್ಚೆತ್ತ ತಂದೆಯ ಹೃದಯ, ಅಲೀಯ ಕಾತರತೆಯನ್ನು ಗುರುತಿಸಲಾಗದೆ ಹೋದುದಕ್ಕೆ ಅವನನ್ನು ನಿಂದಿಸುತ್ತಿತ್ತು. ಅವನೀಗ ಮತ್ತೊಂದು ರಾತ್ರಿಯನ್ನು ಕಾತರತೆಯಿಂದ ಕಳೆಯಬೇಕಾಗಿದ್ದಿತು. ಅನುಮಾನ ಮತ್ತು ಪಶ್ಚಾತಾಪದಿಂದ, ಇದ್ದಿಲಿನ ಒಲೆಯ ಬೆಳಕಿನ ಮುಂದೆ ಅವನು ನಾಳೆಯನ್ನು ನಿರೀಕ್ಷಿಸುತ್ತಾ ಕುಳಿತ.

ಅನು : ರಾಜ್ಯಶ್ರೀ ಗರುಡನಗಿರಿ

○ ಅಣ್ಣಾಭಾವು ಸಾಠೆ

ಬರಬಾದ್ಯಾ ಕಂಜಾರಿ

"ನಡೀರಿ – ನನ್ನ ಕಿವಿ ಕೊಯ್ದು ಹಾಕಿರಿ ನಾನೇನ ಅಂಜಾಕಿಲ್ಲ."

ಬರಬಾದ್ಯಾ ಕೂಗಿಕೊಂಡ. ದೃಢ ನಿರ್ಧಾರದಿಂದ ಅಲ್ಲಿಯೇ ಆತ ಕುಕ್ಕರಿಸಿದ. ತನ್ನ ಭುಜಗಳನ್ನು ತಟ್ಟಿಕೊಂಡು ಒಂದು ಸಲ ಗಿರಕಿ ಹೊಡೆದ. ಎದುರಿಗಿದ್ದ ದೊಡ್ಡ ದೊಡ್ಡ ಪಂಚ – ಸರಪಂಚರು ಆಶ್ಚರ್ಯ ಚಕಿತರಾದರು.

ಸ್ವತಃ ಬರಬಾದ್ಯಾ "ಕಿವಿ ಕೊಯ್ಯೋದರಿಂದ ನಾನು ಅಂಜಾಕಿಲ್ಲ" ಎಂದು ಹೇಳಿಯೇಬಿಟ್ಟ. ಪಂಚರು ಈ ವಿಷಯದಲ್ಲಿ ತಮ್ಮ ಅಂತಿಮ ನಿರ್ಣಯ ತಿಳಿಸಿದರು. ಬರಬಾದ್ಯಾನ ಕಿವಿ ಕೊಯ್ಯುವ ಸಿದ್ಧತೆಗಳು ನಡೆಯತೊಡಗಿದವು.

ಒಂದು ಕಡೆಯಿಂದ ಬಿ.ಬಿ.ಸಿ.ಐ. ರೈಲು ಬಂಡಿ ಚರ್ಚ್ ಗೇಟ್ ನಿಲ್ದಾಣದತ್ತ ಭರದಿಂದ ಓಡುತ್ತಿತ್ತು. ಇನ್ನೊಂದೆಡೆ ಜಿ.ಐ.ಪಿ. ರೈಲು ಕಲ್ಯಾಣದತ್ತ ತಿರುಗುತ್ತಿತ್ತು ಅವೆರಡು ಲೈನುಗಳನ್ನು ಜೋಡಿಸುವ ಇನ್ನೊಂದು ಲೈನು ಸನಿಹದಲ್ಲೇ ಇದ್ದಿತ್ತು. ನಡು ನಡುವೆ, ವಿದ್ಯುತ್ ಚಾಲಿತ ರೈಲುಗಳು ಅಲ್ಲಿಯೂ ವೇಗವಾಗಿ ಓಡುತ್ತಿದ್ದವು.

ರೈಲ್ವೆ ಲೈನುಗಳು ಹೀಗೆ ಮೂರೂ ಕಡೆಗಳಿಂದ ಸುತ್ತುವರಿದ ಈ ಸ್ಥಳದಲ್ಲಿ ಸಾವಿರಾರು ಸಣ್ಣ ಸಣ್ಣ ಗುಡಿಸಲುಗಳು ಒಂದಕ್ಕೊಂದು ಆತುಕೊಂಡು ನಿಂತಂತೆ ಪಸರಿಸಿದ್ದವು. ಅವುಗಳ ಪಕ್ಕದಲ್ಲಿ ಸಾಲಾಗಿ ನಿಂತಿದ್ದ ಟಾಟಾ ಪವರ್ ಸ್ಟೇಶನ್ನಿನ ರಾಕ್ಷಸಾ ಕಾರದ ವಿದ್ಯುತ್ ಟವರುಗಳು ಹತ್ತಿರದ ಸಮುದ್ರದ ಒತ್ತಿನ ನೀರನ್ನು ದಾಟಿ, ಎದುರಿಗೆ ಕಾಣುತ್ತಿರುವ ಸಹ್ಯಾದ್ರಿ ಬೆಟ್ಟದಲ್ಲಿ ಮರೆಯಾಗು ತ್ತಿದ್ದವು. ಈ ಅಸಂಖ್ಯ ಟವರ್‌ಗಳು ದಂಡಿನ ಸಿಪಾಯಿಗಳಂತೆ ತೋರುತ್ತಿದ್ದವು. ಹತ್ತಿರದಲ್ಲಿಯೇ ಇದ್ದ ಟಾಟಾ ಪವರ್ ಸ್ಟೇಶನ್ ಹುಲಿಯ ಗರ್ಜನೆಯಂತೆ ಸಪ್ಪಳ ಮಾಡುತ್ತಿತ್ತು. ಆ ತಂತಿಗಳನ್ನು ನೋಡಿದಾಗ ಜಗತ್ತಿಗೆ ವಿದ್ಯುತ್ ಪೂರೈಕೆಯ ಸಾಧನೆ ಎಂತಹ ಮಹಾನ್ ಕಾರ್ಯ! ಎಂತಹ ಆತ್ಮತ್ಯಾಗ! – ಎನಿಸುತ್ತಿತ್ತು.

ಎಡ ಬದಿಯಲ್ಲಿ ತುಳಸಿ ಕೆರೆಯ ನೀರನ್ನು ಹೊತ್ತ ಪೈಪುಗಳು ಅನೇಕ ಉಪನಗರಗಳನ್ನು ಹಿಂದಕ್ಕೆ ಹಾಕುತ್ತ

ಮಹಾನಗರವನ್ನು ಸೇರುತ್ತಿದ್ದವು. ಮತ್ತೊಂದು ಬದಿಯಿಂದ ತಾನಸಾ ಮತ್ತು ಕಾನಸಾ ಕೆರೆಗಳಿಂದಲೂ ನೀರು ಪೂರೈಕೆ ಪೈಪುಗಳು ಊರನ್ನು ಸೇರುತ್ತಿದ್ದವು.

ಮೂರು ಕಡೆಯಿಂದ ರೈಲು, ಎರಡು ಕಡೆಯಿಂದ ನೀರು ಪೂರೈಕೆ ಪೈಪುಗಳು, ಮೇಲುಗಡೆಯಿಂದ ಟಾಟಾ ವಿದ್ಯುತ್ ಪೂರೈಕೆಯ ರಾಕ್ಷಸಾಕಾರದ ತಂತಿಗಳು – ಅವುಗಳ ಕೆಳಗೆ ಸಾವಿರಾರು ಜನರ ಗೂಡುಗಳು ಇವೆಲ್ಲ ದೃಶ್ಯ ನೋಡುತ್ತಾ ನಿಂತಿದ್ದವು. ಆ ಗೂಡುಗಳು ತಮ್ಮ ಸುತ್ತಮುತ್ತಲಿನ ಆಧುನಿಕ ಜಗತ್ತಿನ ಓಡಾಟ ನೋಡುತ್ತ ಅಂಜಿದಂತೆ ಮುದುರಿಕೊಂಡಿದ್ದವು.

ಸಿಕ್ಕ, ಸಿಕ್ಕ ಸ್ಥಳದಲ್ಲಿ ಸಿಕ್ಕ ಸಿಕ್ಕಂತೆ ಜನ ಗೂಡುಗಳನ್ನು ಕಟ್ಟಿಕೊಂಡಿದ್ದರು. ಕಿಕ್ಕಿರಿದು ತುಂಬಿದ ಸಿಟಿ ಬಸ್ಸಿನಲ್ಲಿ ನಿಲ್ಲಲು ಜಾಗ ಸಿಗದವರಂತೆ ಅವುಗಳ ಸ್ಥಿತಿಯಾಗಿದ್ದಿತು.

ಅದರಲ್ಲಿಯ ಒಂದು ಗುಡಿಸಿಲಿನಲ್ಲಿ ಬರಬಾದ್ಯಾ ತನ್ನ ಸಂಸಾರವನ್ನು ಸಾಗಿಸುತ್ತಿದ್ದ. ಆತನ ಕೋಮಿನ ಜನವೂ ಆ ಪ್ರದೇಶದಲ್ಲಿಯೇ ಇದ್ದರು. ಅಂದರೆ ಅಲ್ಲಿ ಕೇವಲ ಕಂಜಾರಿ ಜಾತಿಯ ಜನವಷ್ಟೇ ವಾಸಿಸುತ್ತಿದ್ದಿಲ್ಲ. ಹರಿಣ ಶಿಕಾರಿ, ಚಿಕ್ಕಲಗೇರರು, ಬಿಕ್ಕೆ ಬೇಡುವವರು, ಡೊಂಬರು, ವಡ್ಡರು, ಘಿಸಾಡಿ, ಗಾರುಡಿಗರು, ಹೀಗೆ ಅನೇಕ ಜಾತಿಯ ಜನ ಅಲ್ಲಿ ವಾಸಿಸುತ್ತಿದ್ದರು. ಡಾಂಬರು ಕಾಗದ, ಹಳೆಯ ತಗಡು, ಕೊಳೆತುಹೋದ ಹಲಗೆಗಳಿಂದಲೇ ಈ ಗುಡಿಸಿಲುಗಳು ನಿರ್ಮಾಣಗೊಂಡಿದ್ದವು.

ಜಗತ್ತಿಗೇ ಬೇಡವೆನಿಸಿದ ವಸ್ತುಗಳನ್ನು ತಂದೇ, ಅವುಗಳಿಂದಲೇ ಇಲ್ಲಿಯ ಜಗತ್ತನ್ನು ಈ ಜನ ನಿರ್ಮಿಸಿದ್ದರು.

ಇಂತಹ ಜಗತ್ತಿನಲ್ಲಿ ನೂರಾರು ಅಲ್ಲ ಸಾವಿರಾರು ಜನ ಇರುತ್ತಿದ್ದರು. ಅರ್ಥಾತ್, ಅವರೂ ಆಧುನಿಕ ಜಗತ್ತಿಗೆ ಬೇಡವಾದ ವಸ್ತುಗಳಂತೆ ಜೀವಿಸುತ್ತಿದ್ದರು.

ಅಲ್ಲಿ ನೀರನ್ನು ಪೂರೈಸುವ ನಲ್ಲಿಗಳಿರಲಿಲ್ಲ. ಬಹಿರ್ದೆಶೆಗೆ ಹೋಗಲು ಪಾಯಖಾನೆ ಗಳಿರಲಿಲ್ಲ. ಅಲ್ಲಿದ್ದದ್ದು ಕೇವಲ ದಾರಿದ್ರ್ಯ, ಕತ್ತಲು, ಕ್ರೌರ್ಯ, ಅಜ್ಞಾನ, ದುಷ್ಟ ದುರ್ಗಂಧ.

ಸುಸಂಸ್ಕೃತ ಜಗತ್ತು ಅಲ್ಲಿಂದ ಕೇವಲ ಅರ್ಧ ಮೈಲಿನ ಆಚೆಯೇ ನಿಂತುಕೊಂಡಿತ್ತು. ಅದು ಕೂಡ ಮುಂದಕ್ಕೆ ಹೋಗುತ್ತಿರಲಿಲ್ಲ. ಅದರ ಹಾದಿಯನ್ನು ಯಾರೋ ತಡೆದು ನಿಲ್ಲಿಸಿದಂತಿತ್ತು.

ಈ ಹೊಲಸು ಬಸ್ತಿಯಲ್ಲಿ ವಾಸಿಸುವ ಯಾವನಿಗೂ ಕೆಲಸಗಾರನಾಗುವ ಅಧಿಕಾರ ಪ್ರಾಪ್ತವಾಗಿರಲಿಲ್ಲ. ಯಾರೂ ತನ್ನ ಕೈ ಬಲದಿಂದ ಜೀವನ ಸಾಗಿಸುತ್ತಿರಲಿಲ್ಲ. ಆದರೆ ಹಾಗೆ ದುಡಿದು ಜೀವನ ಸಾಗಿಸುವ ಇಚ್ಛೆ ಅವರಲ್ಲಿ ತುಂಬಿಕೊಂಡಿತ್ತು. ಯಾವ ಹಾದಿ ಕಾಣಿಸುತ್ತದೋ ಅದೇ ಹಾದಿ ಹಿಡಿದುಕೊಂಡು ತಮ್ಮ ಜೀವನ ಸಾಗಿಸುತ್ತಿದ್ದರು ಆ ಜನ. ಖೂನಿ, ಕಳವು, ದರೋಡೆ, ಲೂಟಿ ಈ ಹಾದಿಗಳಷ್ಟೇ ಅವರಿಗೆ ಕಾಣಸಿಗುತ್ತಿದ್ದವು. ಆದರೆ ಆ ಜನ ಕೇವಲ ಅವುಗಳನ್ನಷ್ಟೇ ಅವಲಂಬಿಸಿರಲಿಲ್ಲ. ತಮ್ಮ ಜೀವನದ ಸಮಸ್ಯೆಯನ್ನು, ಹೊಣೆಗಾರಿಕೆಯನ್ನು ಪ್ರಚಲಿತ ಆಡಳಿತಗಾರರ ತಲೆಯ ಮೇಲೆ ಅವರು ಹೊರಿಸಿರಲಿಲ್ಲ.

ಆ ಜನಗಳಲ್ಲಿ ಕೆಲವರ ಹೊಟ್ಟೆಯನ್ನು ಹೊರೆಯುವ ಜವಾಬ್ದಾರಿ ಕೋತಿಗಳ ಮೇಲಿದ್ದಿತು. ಅವರಲ್ಲಿ ವಾಸಮಾಡುತ್ತಿದ್ದ ಪ್ರಾಮಾಣಿಕ ಪ್ರಾಣಿ ಅದೊಂದೇ. ಅವರು ಹೇಳಿದಂತೆ ಅದು ಲಾಗ ಹೊಡೆಯುತ್ತಿತ್ತು, ಕುಣಿಯುತ್ತಿತ್ತು. ರಾಮನ ಕಾಲದ ಆ ಪ್ರಾಣಿ ಮನೆಮನೆಯ ಮುಂದೆ ನಿಂತು ಬಿಕ್ಕೆ ಬೇಡಿ ತನ್ನ ಯಜಮಾನನ ಹೊಟ್ಟೆ ಪ್ರಶ್ನೆಯನ್ನು ಬಗೆಹರಿಸುತ್ತಿತ್ತು. ಉಳಿದವರಲ್ಲಿ

ಕೆಲವರು ತಮ್ಮ ಹೊಟ್ಟೆಯ ಜವಾಬುದಾರಿಯನ್ನು ಕತ್ತೆಗಳ ಮೇಲೆ ಹೊರಿಸಿದ್ದರು. ಸಣ್ಣಜನರ ದೃಷ್ಟಿಯಲ್ಲಿ ಬುದ್ಧಿಯಿಲ್ಲದ ಈ ಪ್ರಾಣಿ ತನ್ನ ಯಜಮಾನನ ಸಲುವಾಗಿ ಬೇಕಾದಷ್ಟು ಬಟ್ಟೆಯನ್ನು ಹೊತ್ತುಕೊಂಡು ಓಡಾಡುತ್ತಿತ್ತು. ಅದರಿಂದ ಅದರ ಮಾಲಿಕನ ಸಂಸಾರ ಸಾಗುತ್ತಿತ್ತು. ಅಂತಹ ಒಂದು ಕತ್ತೆಯನ್ನು ಕಾಪಾಡುವುದಕ್ಕಾಗಿ ಬೇಲದಾರನ ಮೂರು ಮಕ್ಕಳು ತಮ್ಮ ತಮ್ಮಲ್ಲಿ ಸ್ಪರ್ಧೆ ನಡೆಸುತ್ತಿದ್ದರು.

ಇತರ ಕೆಲವರು ಸೇಂದಿ ಗಿಡದ ಎಲೆಗಳನ್ನು ತಂದು ಅವುಗಳಿಂದ ಪೊರಕೆ ಮಾಡಿ ಮುಂಬಯಿ ನಗರದ ಧೂಳನ್ನು ಝಾಡಿಸುತ್ತಿದ್ದರು. ಕೆಲವರು ತೆಂಗಿನ ಸಿಪ್ಪೆಗಳನ್ನು ಹಿಂಜಿ ಅದರಿಂದ ನೂಲನ್ನು ತೆಗೆದು ಹೊರಸುಗಳನ್ನು ಮಾಡಿ ಮಾರುತ್ತಿದ್ದರು. ಇಷ್ಟೆಲ್ಲ ಮಾಡಿದರೂ ಅವರ ಹೊಟ್ಟೆ ತುಂಬುತ್ತಿರಲಿಲ್ಲ – ಮಹಾ ಸಾಗರದಲ್ಲಿ ಒಂದು ಹಿಡಿ ಸಕ್ಕರೆ ಹಾಕಿದಂತಾಗುತ್ತಿತ್ತು! ಆ ಬಸ್ತಿಯ ಚಿಕ್ಕ ಮಕ್ಕಳು ಅಲ್ಯುಮಿನಿಯಂ ಡಬರಿಗಳನ್ನು ಹಿಡಿದುಕೊಂಡು 'ಕವಳಾ ತಾಯಿ' ಎಂದು ಬೆಳಗು – ರಾತ್ರಿ ಭಿಕ್ಷೆಗೆ ಹೊರಡುತ್ತಿದ್ದರು. ಈ ಹುಡುಗರು ಹಳಸಿದ ಅನ್ನ – ಹುಳಿ ಹಿಡಿದುಕೊಂಡು ಬಸ್ತಿಗೆ ಹಿಂತಿರುಗುತ್ತಿದ್ದರು. ಬಸ್ತಿಯಲ್ಲಿಯೇ ಇದ್ದ ಬೆಕ್ಕುಗಳು ಸಹ ಅದನ್ನು ಮೂಸುತ್ತಿರಲಿಲ್ಲ. ಅವಕ್ಕೂ ಗೊತ್ತಾಗಿರಬೇಕು – ಈ ಅನ್ನ ಕೇವಲ ಇಂತಹವರಿಗೇ ಮೀಸಲು ಎಂಬುದು.

ಇನ್ನು ಕೆಲವರು ಇಡೀ ದಿನ ಮುಂಬಯಿ ನಗರದ ತುಂಬೆಲ್ಲ ಓಡಾಡಿ ಸಿಕ್ಕಿದ್ದನ್ನು ಹೊಟ್ಟೆಗೆ ತುರುಕುತ್ತಿದ್ದರು. ಕೆಲವರು, ಹಳಸಿದ ಪಲ್ಲೆ, ಕೆಟ್ಟ ಅನ್ನ, ಸತ್ತ ಬಾತುಕೋಳಿ, ಕೋಳಿ, ಅಲ್ಲಲ್ಲಿ ಬಿದ್ದ ಮೊಟ್ಟೆ, ಮೊದಲಾದುವನ್ನು ತರುತ್ತಿದ್ದರು. ಅವರಿಗೆ ಜೀವಂತ ವಸ್ತುಗಳತ್ತ ಗಮನವೇ ಇರುತ್ತಿರಲಿಲ್ಲವೇನೋ ಎಂದು ತೋರುತ್ತಿತ್ತು. ಕೇವಲ ನಿರ್ಜೀವ ವಸ್ತುಗಳೇ ಅವರಿಗೆ ಸೇರುತ್ತಿದ್ದವು. ಅರ್ಥಾತ್ ಅವರು ಕೂಡ ನಿರ್ಜೀವಿಗಳಾಗಿಯೇ ಇದ್ದರು.

ಆದರೆ, ಅವರೂ ಹಾಡುತ್ತಿದ್ದರು. ಮಾತಾಡುತ್ತಿದ್ದರು, ನಡೆಯುತ್ತಿದ್ದರು – ಬದುಕಿಗಾಗಿ ಹೋರಾಡುತ್ತಿದ್ದರು – ಪ್ರಾಮಾಣಿಕತನದಿಂದ ಬದುಕಬಯಸುತ್ತಿದ್ದರು.

ಬರುಬಾದ್ಯಾನು ಇಂತಹ ಜನರಲ್ಲಿಯೇ ಒಬ್ಬನಾಗಿದ್ದ. ಆತ ಹೊಟ್ಟೆ ಪಾಡಿಗಾಗಿ ಕಿವಿಯೊಳಗಿನ ಕೊಳೆಯನ್ನು ತೆಗೆಯುವ ಉದ್ಯೋಗ ಮಾಡುತ್ತಿದ್ದ. ಹಾದಿಯಲ್ಲಿ ಬರಹೋಗುವ ಜನರನ್ನು ಯಾಚಿಸಿ ಅವರನ್ನು ಕೂಡಿಸಿಕೊಂಡು, ಅವರ ಕಿವಿಯೊಳಗೆ ಕಡ್ಡಿಗಳನ್ನು ಹಾಕಿ ಕೊಳೆ ತೆಗೆಯುತ್ತಿದ್ದ. ಅದಕ್ಕಾಗಿ ಆತನಿಗೆ ಒಂದು ಕಿವಿಗೆ ಎರಡು ಪೈಸೆ ಕೂಲಿಸಿಗುತ್ತಿತ್ತು. ಆದರೆ ಆತ ತುಂಬಾ ಪ್ರಾಮಾಣಿಕನಾಗಿದ್ದನು. 'ಬಾರದ್ಯಾ' ಆರು ಅಡಿ ಎತ್ತರವಾಗಿದ್ದ, ಪೈಲ್ವಾನನಂತೆ ದಷ್ಟಪುಷ್ಟ ದೇಹ. ಬಣ್ಣ ಸಾದಗಪ್ಪು. ಅಗಲವಾದ ಕುತ್ತಿಗೆ. ಕಿವಿಗಳು ಅಗಲವಾಗಿ ಉದ್ದವಾಗಿದ್ದವು. ಉಬ್ಬಿದ ಗಲ್ಲ, ದೊಡ್ಡ ಕಣ್ಣು, ದಪ್ಪ ಹುಬ್ಬುಗಳು, ಕಲ್ಲಿ ಮೀಸೆ – ಅವು ಕೂಡ ಈ ದೇಹಕ್ಕೆ ಸಾಟಿ ಎನಿಸುವಂತಿದ್ದವು. ಆತ ಎಲೆ ಅಡಿಕೆ ತಿನ್ನುತ್ತಿದ್ದುದರಿಂದ ಅದರ ಬಣ್ಣ ಮೀಸೆಗಳಲ್ಲಿ ತೂರಿಬಂದು, ಅವುಗಳೂ ಕೆಂಚು ಬಣ್ಣಕ್ಕೆ ತಿರುಗಿದ್ದವು. ಕೆರೆಯ ಕೋಡಿ ಬಿಳಿಯ ಪಾಚಿ ದಟ್ಟೈಸಿದಂತೆ, ಆತ ತಿಂದ ಎಲೆಗಳ ಪಾಚಿ ಆತನ ಮೀಸೆಗಳಿಗೆ ತಗಲಿಕೊಳ್ಳುತ್ತಿದ್ದವು.

ಇದಲ್ಲದೆ ಆತ ದೊಡ್ಡದೊಂದು ರುಮಾಲನ್ನ ತಲೆಗೆ ಸುತ್ತಿಕೊಳ್ಳುತ್ತಿದ್ದ. ಮೊಣಕಾಲಿನ ವರೆಗೂ ಜೋತುಬೀಳುವ ಶರ್ಟು, ಕೆಳಗಡೆ ಎರಡು ಪದರಿನ ಲುಂಗಿ, ಕಾಲಲ್ಲಿ ರಬ್ಬರಿನ ಬೂಟುಗಳು, ಈ ರೀತಿಯಾಗಿತ್ತು ಬರಬಾದ್ಯಾನ ಠೀವಿ. ಬಸ್ತಿಯ ಜನರೆಲ್ಲ ಆತನಿಗೆ ಹೆದರುತ್ತಿದ್ದರು. ಬರಬಾದ್ಯಾ ಯಾವಾಗಲೂ ತನ್ನ ಶರ್ಟಿನ ತೋಳುಗಳನ್ನು ಮೇಲಕ್ಕೆ

ಏರಿಸಿಕೊಂಡೇ ನಡೆದಾಡುತ್ತಿದ್ದ. ಆತನ ಮೊಳಕ್ಕೆ ಮೈಮೇಲಿನ ಕೂದಲ ರಾಶಿ ದೂರದಿಂದಲೇ ಕಾಣುತ್ತಿತ್ತು. ಕಿವಿಯಲ್ಲಿ ಅತ್ತರನ್ನು ಹಚ್ಚಿದ ಹತ್ತಿಯ ತುಂಡು ಜನರಿಗೆಲ್ಲ ಕಾಣುತ್ತಿತ್ತು. ಹಳೆ ಕಾಲದ ಮೇಸ್ತ್ರರು ತಮ್ಮ ಕಿವಿಯಲ್ಲಿ ಪೆನ್ಸಿಲ್ಲು ಇಟ್ಟುಕೊಳ್ಳುವಂತೆ ಬರಬಾದ್ಯಾ ತನ್ನ ಕಿವಿಯಲ್ಲಿ ಕೊಳೆ ತೆಗೆಯುವ ಕಬ್ಬಿಣದ ಕಡ್ಡಿಯನ್ನು ಇಟ್ಟುಕೊಳ್ಳುತ್ತಿದ್ದ. ಅದೇ ಕಡ್ಡಿಯಿಂದ ತನ್ನ ಗಿರಾಕಿಗಳ ಕಿವಿಗಳನ್ನು ಕೊರೆಯುತ್ತಿದ್ದ. ಆತನ ಬಗಲಲ್ಲಿ ಒಂದು ಚರ್ಮದ ಪೆಟ್ಟಿಗೆ. ಆ ಪೆಟ್ಟಿಗೆಯನ್ನು ಆತ ಅಲಂಕರಿಸಿದ್ದ. ಆ ಪೆಟ್ಟಿಗೆಯಲ್ಲಿ ಒಂದು ಚಿಮಟಗಿ. ಸ್ವಲ್ಪ ಹತ್ತಿ ಒಂದು ಸಣ್ಣ ಎಣ್ಣೆಯ ಬಾಟಲಿ – ಇಷ್ಟು ಸಾಮಗ್ರಿಗಳಿದ್ದವು.

ಈ ರೀತಿಯಾಗಿ ಬರಬಾದ್ಯಾ ಜನರ ಕಿವಿಗಳನ್ನು ಕೊರೆದು ಸ್ವಚ್ಛಗೊಳಿಸಿ ತನ್ಮೂಲಕ ತನ್ನ ಇಬ್ಬರು ಹೆಣ್ಣು ಮಕ್ಕಳಾದ 'ನಿಲ್ಲಿ' ಮತ್ತು 'ದುಲ್ಲಿ' ಹಾಗೂ ಹೆಂಡತಿ ಹೀಗೆ ನಾಲ್ಕು ಹೊಟ್ಟೆಗಳನ್ನು ಹೊರೆಯುತ್ತಿದ್ದ. ಆದರೆ ಆತನ ಹೆಂಡತಿ ಹಾಗೂ ಇಬ್ಬರು ಹೆಣ್ಣು ಮಕ್ಕಳು ಖಾಲಿಯಾಗಿ ಕೂಡುತ್ತಿರಲಿಲ್ಲ. ಅವರೆಲ್ಲರೂ ಸೇಂದಿ ಗಿಡದ ಎಲೆ ತಂದು ಅವನ್ನು ಹಸನುಗೊಳಿಸಿ ಹುರಿಗೊಳಿಸಿ, ಅವುಗಳಿಂದ ಪೊರಕೆಗಳನ್ನು ಮಾಡಿ ಮಾರುತ್ತಿದ್ದರು. ಆದುದರಿಂದ ಬರಬಾದ್ಯಾ ಹೊಟ್ಟೆಗೆ ಎಂದೆಂದೂ ಕಡಿಮೆ ಮಾಡಿಕೊಳ್ಳುತ್ತಿರಲಿಲ್ಲ. ಹೊಟ್ಟೆ ತುಂಬಾ ತಿನ್ನುತ್ತಿದ್ದುದರಿಂದಲೇ ತನ್ನ ದೇಹಪುಷ್ಟಿಯನ್ನು ಆತ ಕಾಪಾಡಿಕೊಂಡು ಬಂದಿದ್ದ. ಶರೀರದಿಂದ ಆಜಾನುಬಾಹು, ತಲೆತಿರುಕ, ಬಾಯಿಗೆ ಬಂದಂತೆ ಬೈಗಳನ್ನು ಬಿಗಿಯುವವ. ಆದುದರಿಂದ ವಸತಿಯ ಜನವೆಲ್ಲ ಆತನಿಗೆ ಅಂಜುತ್ತಿದ್ದರು. ಕೆಲವರಂತೂ ಬಗ್ಗಿ 'ರಾಮ್ ರಾಮ್' ಎಂದು ನಮಸ್ಕರಿಸುತ್ತಿದ್ದರು.

ಬರಬಾದ್ಯಾ ಯಾರ ಉಪದೇಶಕ್ಕೂ ಕಿವಿಗೊಡುತ್ತಿರಲಿಲ್ಲ. ಆತನ ತಲೆ ತಿರುಗಿತೆಂದರೆ ತೀರಿತು, ತನ್ನ ಕೈಗೋಲನ್ನು ಎತ್ತುತ್ತಿದ್ದ. ಆಗ ಇಡೀ ವಸತಿ ಹೆದರಿ ನಡುಗುತ್ತಿತ್ತು. ಆತ ತನ್ನ ಕೋಲಿನಿಂದ ಯಾರದಾದರೂ ಝೋಪಡಿಯ ಚಪ್ಪರವನ್ನು ಬಾರಿಸುವುದೇ ತಡ, ಆ ಝೋಪಡಿಯ ಮಾಲಿಕ ಕೈಕಟ್ಟಿಕೊಂಡು ಬರಬಾದ್ಯಾನಿಗೆ ಶರಣು ಬರುತ್ತಿದ್ದ.

ಬರಬಾದ್ಯಾನ ಹಿರಿಮಗಳು 'ನಿಲ್ಲಿ' ಅದೇ ತಾನೇ ದೊಡ್ಡವಳಾಗಿದ್ದಳು. ಬಾಯಲ್ಲ ಬೀಡಾ ಜಗಿಯುತ್ತಾ ಅತ್ತಿಂದಿತ್ತ ತಲೆತಗ್ಗಿಸಿ ಓಡಾಡುವಳು. ಆಕೆ ಯಾರನ್ನೂ ಲೆಕ್ಕಕ್ಕೆ ತೆಗೆದುಕೊಳ್ಳುತ್ತಿರಲಿಲ್ಲ. ಯಾರ ಕಡೆಗೂ ಕಣ್ಣೆತ್ತಿ ನೋಡುತ್ತಿರಲಿಲ್ಲ. ಬಾಯಲ್ಲಿ ಜಗಿಯುತ್ತಿದ್ದ ಬೀಡಾದ ಕೆಂಬಣ್ಣ ಆಕೆಯ ತುಟಿಗಳನ್ನು ಆವರಿಸಿದಾಗ ಆಕೆ ಇನ್ನಷ್ಟು ಆಕರ್ಷಕಳಾಗಿ ಕಾಣುತ್ತಿದ್ದಳು.

ಕೆಲವು ನಿರುದ್ಯೋಗೀ ತರುಣರು 'ನಿಲ್ಲಿ'ಯನ್ನು ಕಂಡು ಚಡಪಡಿಸುತ್ತಿದ್ದರು. ಬಾಯಲ್ಲಿ ಜೊಲ್ಲು ಸುರಿಸುತ್ತಿದ್ದರು. ಕಲ್ಯಾಣದ 'ಹಾಜಿಮಲಂಗ'ನಿಗೆ ಹರಕೆ ಹೊರುತ್ತಿದ್ದರು. ಈ 'ನಿಲ್ಲಿ' ನನ್ನವಳಾಗಲಿ ಎನ್ನುವುದೊಂದೇ ಇಚ್ಛೆ ಅವರದು. ಆದರೆ ಯಾವ ದೇವರೂ ಇವರ ಹರಕೆಯನ್ನು ಒಪ್ಪಿಕೊಳ್ಳುತ್ತಿರಲಿಲ್ಲ. ಕಣ್ತುಂಬ ನೋಡಬೇಕೆಂದರೂ ನಿಲ್ಲಿ ಸಿಗುತ್ತಿರಲಿಲ್ಲ. ಈ ತರುಣರು ಆಕೆಯ ಸುತ್ತಮುತ್ತ ತಿರುಗುತ್ತಿದ್ದರು. ಆಗ ನಿಲ್ಲಿ ತನ್ನ ಬಾಯಲ್ಲಿಯ ಬೀಡಾದಿಂದ ಬಂದ ಕೆಂಪು ಬಣ್ಣದ ಉಗಳನ್ನು "ಥೂ !" ಎಂದು ಉಗಿದು ಬಿಡುತ್ತಿದ್ದಳು. ಇಷ್ಟೂ ಮೀರಿ ಯಾವನಾದರೊಬ್ಬ ಆಕೆಯನ್ನು ಕೆಣಕಿದ್ದೇ ಆದಲ್ಲಿ ಬರಬಾದ್ಯಾನ 'ಕೋಲು' ಆ ಹುಡುಗನ ಇಡೀ ಝೋಪಡಿಯನ್ನೇ ನೆಲಸಮ ಮಾಡಿಬಿಡುತ್ತಿತ್ತು.

ಒಂದು ಮಧ್ಯಾಹ್ನ ಎಲ್ಲರೂ ತಮ್ಮ ಹೊಟ್ಟೆಪಾಡಿನ ಧಂಧೆಗಾಗಿ ಹೊರ ಹೋಗಿದ್ದರು. ಕೆಲವರು ತಿರುಗಿ ವಸತಿಯತ್ತ ಬರುತ್ತಿದ್ದರು. ಬಿಸಿಲು ಧಗಧಗಿಸುತ್ತಿತ್ತು. ಕೆಲ ಹೆಂಗಸರು

ಪೊರಕೆಗಳನ್ನು ಹೆಣೆಯುತ್ತಿದ್ದರು. ಮುದಿಹೆಂಗಸರೂ ತಂತಮ್ಮ ಗುಡಿಸಲುಗಳನ್ನು ಕಾಯುತ್ತಿದ್ದರು. ಸಣ್ಣ ಸಣ್ಣ ಮಕ್ಕಳು ತಮ್ಮ ತಂದೆ-ತಾಯಂದಿರು ಬರುವುದರೊಳಗೆ, ತಮ್ಮ ಎಲೆ ಅಡಿಕೆ ಜಗಿಯುವ ಚಟವನ್ನು ಮುಗಿಸಿಕೊಳ್ಳತೊಡಗಿದ್ದರು. ಕೆಲ ಹುಡುಗರು ಜಿಣಿ – ಫಣಿ ಆಟ ವಾಡುತ್ತಿದ್ದರು. ಇನ್ನು ಕೆಲವರು ಬೈಗಳ ಸ್ಪರ್ಧೆ ನಡೆಸುತ್ತಿದ್ದರು. ಇಡೀ ವಸತಿ ಒಣಗಿದ ಹೊಲದಂತೆ ಕಾಣುತ್ತಿತ್ತು. ಬಿಸಿಲು ಬೇರೆ ಅವರನ್ನು ಹಂಗಿಸುತ್ತಿತ್ತು. ಇಡೀ 'ವಸತಿ'ಯೇ ಬಿಸಿಯುಸಿರನ್ನೂ ಬಿಡುತ್ತಿದ್ದಂತೆ ಭಾಸವಾಗುತ್ತಿತ್ತು. ಸತ್ತ ಕೋಳಿ – ನೀರು ಕೋಳಿಗಳ ಪುಚ್ಛಗಳು ಗಾಳಿಗೆ ಅತ್ತಿತ್ತ ಹಾರುತ್ತಿದ್ದವು. ಗುಡಿಸಲುಗಳ ಚಪ್ಪರದ ಎಲೆ ಗಾಳಿಗೆ ಪಟ ಪಟ ಬಡಿದುಕೊಳ್ಳುತ್ತಿದ್ದವು. ಸಣ್ಣ ಸುಳಿಗಾಳಿಗೂ ಆ ಎಲೆಗಳು ನಡುಗುತ್ತಿದ್ದವು. ಗುಡಿಸಲುಗಳ ಬಾಗಿಲುಗಳು ಬಿಸಿಲಿಗೆ ಕಾದ ಕೆಂಡಗಳಾಗಿದ್ದವು. ಅಲ್ಲಲ್ಲಿ ಬೂದಿಯ ಸಣ್ಣ ಸಣ್ಣ ದಿನ್ನೆಗಳು ನಿಂತುಕೊಂಡಿದ್ದವು. ಹುಲ್ಲಿನ ಮೇಲೆ, ಹುಲಿಯೊಂದು ಮಲಗಿದಂತೆ, ಬರಬಾದ್ಯಾ ತನ್ನ ಗುಡಿಸಲಲ್ಲಿ ಅಡ್ಡ ಬಿದ್ದು ನಿದ್ದೆ ಹೊಡೆಯತೊಡಗಿದ್ದ. ಆತನ ಹೆಂಡತಿ 'ಚಹ' ಮಾಡುತ್ತಿದ್ದಳು. ನಿಲ್ಲಿ ಮತ್ತು ದುಲ್ಲಿ ಆಕೆಯ ಅಕ್ಕಪಕ್ಕ ಕುಳಿತುಕೊಂಡಿದ್ದರು.

"ಬರಬಾದ್ಯಾ ಏನ ಮಾಡೂಕ ಹತ್ತೀದ್ದಿ" ಎನ್ನುತ್ತ ಆತನ ನೆರೆ ಗುಡಿಸಲಿನ ದಲ್ಲಾರಾಮ ಬರಿ ತಲೆಯಿಂದಲೇ ಬರಬಾದ್ಯಾನ ಬಳಿ ಬಂದು ಕೇಳಿದ. ಬರಬಾದ್ಯಾ ಮಲಗಿದ್ದಲ್ಲಿಂದಲೇ ಗುರ್ರ್ ಎಂದ.

"ಏನಲೇ – ಏನಂತೀದಿ ?"

ಎಲ್ಲ ದೃಷ್ಟಿಯಿಂದಲೂ ದಲ್ಲಾರಾಮ, ಒಬ್ಬನೇ ಬರಬಾದ್ಯಾನಿಗೆ ಸರಿಸಮ ಎನಿಸಿಕೊಂಡಿದ್ದ. ಆದರೂ ಬರಬಾದ್ಯಾ ಆತನಿಗೆ ಅಂಜುತ್ತಿರಲಿಲ್ಲ, ದಲ್ಲಾರಾಮ ಮಾತಿಗೆ ಶುರು ಮಾಡಿದ :

"ಬರಬಾದ್ಯಾ ಒಂದು ಮಾತು ಕೇಳಲ್ಯಾ ?"

"ಅದರಾಗೇನೈತಿ ಕೇಳು. ಹಿಂಗ್ಯಾಕ ಬಾಗಿಲದಾಗ ನಿಂತುಕೊಂಡಿ ? ಒಳಗ ಬಾ ಕೂಡು" ಎಂದು ಬರಬಾದ್ಯಾ ಮಲಗಿಕೊಂಡೇ ಉತ್ತರಿಸಿದ.

ದಲ್ಲಾರಾಮ ಒಳಗಡೆ ಬಂದು, ಬರಬಾದ್ಯಾನ ಬಳಿಯಲ್ಲಿ ಕುಳಿತು ಗಂಭೀರವಾಗಿ ಕೇಳಿದ:

"ನಿನ್ನ ಮಗಳು ನಿಲ್ಲೀನ್ನ ನನ್ನ ಮಗ ಸೈದ್ಯಾನಿಗೆ ಕೇಳೋಣಾಂತ..."

"ಅದಕ್ಕೆ ನೀ ಎಷ್ಟು ಕೊಡತಿ ?"

"ನೀನೇ ಹೇಳು – ಎಷ್ಟು ಬೇಕು ಅಂತ" ದಲ್ಲಾರಾಮ ಉತ್ತರಿಸಿದ.

"ಇದು ನೋಡು, ಐದುನೂರು ರೂಪಾಯಿ, ಮತ್ತೆ...

"ಸಾಕು ಸಾಕು – ಏನಪಾ – ಐದು ನೂರು ಅಂದ್ರೆ – ಮತ್ತೆ ಮುಂದೆ ಮಾತೇ ಆಡಬ್ಯಾಡ."

ಬರಬಾದ್ಯಾ ಮಲಗಿದ್ದವನು ಎದ್ದು ಕುಳಿತು ಹೇಳಿದ "ಯಾಕಲೇ ಭಾಡ್ಯಾ ಮಾತಾಡಬ್ಯಾಡ ಅಂತಿ ?" ನಿಲ್ಲಿಯ ಮುಖವನ್ನು ಮೇಲೆತ್ತಿ ತೋರಿಸುತ್ತಾ "ಈಕೀನ್ನ ನೋಡು, ರಾಜಕುಮಾರಿ ಇದ್ದಾಂಗ ಕಾಣಿಸ್ತಾಳೆ."

"ಅಲ್ಲವೇ ಭಡವಾ, ನನ್ನ ಸೈದ್ಯಾ ಏನ ಕಮ್ಮಿ ಇದ್ದಾನೇನು ? ರಾಜಕುಮಾರ ಅವ್ನೆ." ದಲ್ಲಾರಾಮ ಮೂಗನ್ನು ಮುಂದೆ ಮಾಡಿ ಮರುಪ್ರಶ್ನೆ ಹಾಕಿದ.

"ಹೋಗಲೇ ಮಗನೆ – ಸೈದ್ಯಾ ರಾಜಕುಮಾರನಂತೆ, ಮುಖ ನೋಡಿದರೆ ಕೋತಿ ಇದ್ದಾಂಗ ಐತೆ." ಬರಬಾದ್ಯಾ ತನ್ನ ಭಾವೀ ಅಳಿಯನನ್ನು ಹೀಗಳೆದು ಹೇಳಿದ.

ಆಗ ದಲ್ಲಾರಾಮ ಹೇಳಿದ:

"ಅದೇನೇ ಇರಲಿ ನಾನು ಎರಡು ನೂರು ರೂಪಾಯಿ ಕೊಡತೀನಿ ನೋಡಪ್ಪ."

"ಏನಂದಿ ? ಎರಡು ನೂರು – ಆಗಲಿ ಬಿಡು – ಒಪ್ಪಿದೆ" ಎಂದು ಬರಬಾದ್ಯಾ ತನ್ನ ಕೈಯನ್ನು ದಲ್ಲಾರಾಮನ ಕೈಗಿರಿಸಿ ಭಾಷೆ ನೀಡಿದ.

ಕೂಡಲೇ ದಲ್ಲಾರಾಮ ಗುಡಿಸಿಲಿನಿಂದ ಹೊರಬಿದ್ದು "ಅರೆ ಇಧರ್ ಆವ್ – ಇಧರ್ ಆವ್" ಎಂದು ಕೂಗುತ್ತಾ ಸುತ್ತಮುತ್ತಲಿನ ಜನರನ್ನು ಕೂಗಿ "ಬರಬಾದ್ಯಾ ತನ್ನ ಮಗಳು 'ನಿಲ್ಲಿ'ನ್ನ ನನ್ನ ಮಗ ಸೈದ್ಯಾಗೆ ಕೊಡಮಾಡಿದ್ದಾನೆ," ಎಂದು ಜಾಹೀರು ಮಾಡಿದ. ಅಲ್ಲಿ ಕೂಡಿದ್ದವರಿಗೆಲ್ಲ ಪಾನ್–ಬೀಡಾ ಹಂಚಲಾಯಿತು.

ಮರುದಿನ ಕೋಮಿನ ಜನ ಕೂಡಿದರು. ವಸತಿಯ ಪುಢಾರಿಗಳೆಲ್ಲ ಬಂದರು. ಅವರ ಸಮಕ್ಷಮದಲ್ಲಿ ದಲ್ಲಾರಾಮ ಬರಬಾದ್ಯಾನಿಗೆ ಎರಡು ನೂರು ರೂಪಾಯಿ ಕೊಟ್ಟ. ಆತನ ಮಗ ಬಡಕಲು ದೇಹದ, ಎತ್ತರ ನಿಲುವಿನ, ಕೊಕ್ಕರೆ ಕುತ್ತಿಗೆಯ ಸೈದ್ಯಾ 'ವರ'ನಾದ.

ಅರಿಸಿಣ ಪುಡಿ ಹಚ್ಚಲಾಯಿತು – ಆಯಿತು ಲಗ್ನವು ಆಯಿತು.

ತಾರುಣ್ಯವನ್ನು ಹೊರಸೂಸುತ್ತಾ ನವಿಲಿನಂತೆ ಥಲ್ ಪಲ್ ಕುಣಿದಾಡುವ ತನ್ನ ಸೌಂದರ್ಯಕ್ಕೆ ಹೆಮ್ಮೆಪಡುತ್ತಿದ್ದ ನಿಲ್ಲಿ ದಲ್ಲಾರಾಮನ ಸೊಸೆಯಾದಳು – ಸೈದ್ಯಾನ ಹೆಂಡತಿಯಾದಳು.

ಈ ಕೋಮಿನಲ್ಲಿ ಹುಡುಗಿ ಕೊಟ್ಟ ಮನೆಯಲ್ಲಿಯೇ ಕೊನೆಗಾಲದವರೆಗೂ ಇರಲೇ ಬೇಕೆನ್ನುವ ಕಾನೂನು ಇದ್ದಿತು. ಅಂದರೆ ವಾಸ್ತವವಾಗಿ ಆಕೆ ಕೊಟ್ಟ ಮನೆಯಲ್ಲಿಯೆ ಸಾಯಬೇಕಿತ್ತು. ಹಾಗೆ ಸಾಯೋದಕ್ಕೇನೆ ನಿಲ್ಲಿ ದಲ್ಲಾರಾಮನ ಮನೆಗೆ ಹೋದಳು – ಹೋದಳು ಎಂದರೆ, ಪಕ್ಕದ ಸಾಲಿನಲ್ಲಿದ್ದ ಗುಡಿಸಲಿಗೆ ಹೋದಳು. ಆಕೆಯ ಮೇಲೆ ಬರಬಾದ್ಯಾನ ಅಧಿಕಾರ ಕೊನೆಗಂಡಿತು.

ನಿಲ್ಲಿ ಸಂಸಾರ ಮಾಡತೊಡಗಿದಳು – ತಿಂಗಳುಗಳು ಉರುಳತೊಡಗಿದವು – ಸೈದ್ಯಾನಿಗೆ ಜ್ವರ ಬರಲಾರಂಭಿಸಿತು, ಆತನ ಶರೀರ ಕ್ಷೀಣಿಸತೊಡಗಿತು. ಆತ ಕೆಮ್ಮುತ್ತಿದ್ದ. ಆತನ ನಿದ್ರೆ ಹಾರಿಹೋಗಿತ್ತು. ದಲ್ಲಾರಾಮ ಆತನನ್ನು ಕರೆದುಕೊಂಡು ದವಾಖಾನೆಗೆ ಹೋದ. ಡಾಕ್ಟರರು ರೋಗಿಯನ್ನು ಪರೀಕ್ಷಿಸಿ "ಈತನಿಗೆ ಕ್ಷಯ ರೋಗ ಅಂಟಿಕೊಂಡಿದೆ" ಎಂದು ಹೇಳಿದರು. "ಈತನನ್ನು ಒಣಹವೆಯಲ್ಲಿರಿಸಬೇಕು. ಹವೆ ಬದಲಾವಣೆಗಾಗಿ ಈತನನ್ನು ಬೇರೆ ಊರಿಗೆ ಕಳುಹಿಸಿ" ಎಂದು ಹೇಳಿದರು.

ಆದರೆ ದಲ್ಲಾರಾಮನಿಗೆ ಬೇರೆ ಊರೇ ಇರಲಿಲ್ಲ. ಅದೂ ಅಲ್ಲದೆ ಆತನ ಬಳಿ ದುಡ್ಡೂ ಇರಲಿಲ್ಲ. ಆದ್ದರಿಂದ ಸೈದ್ಯಾನನ್ನು ಎಲ್ಲಿಗೆ ಕಳುಹಿಸಬೇಕು, ಹೇಗೆ ಕಳಿಸಬೇಕು? ಆತ ತಳಮಳಿಸತೊಡಗಿದ. ಸೈದ್ಯಾನನಿಗೆ ತನಗೆ ಕ್ಷಯ ರೋಗವಾಗಿದೆ ಎಂಬುದು ಗೊತ್ತಾಯಿತು. ತಾನಿನ್ನು ಬದುಕಲಾರೆ ಎಂದು ತಿಳಿದುಕೊಂಡ. ಕೇವಲ ಆರನೆ ತಿಂಗಳು ಬೆಳಕು ಕಾಣುವಾಗ ಸೈದ್ಯಾ ಅಂತಿಮವಾಗಿ ಕಣ್ಣು ಮುಚ್ಚಿದ.

ನಿಲ್ಲಿ ವಿಧವೆಯಾದಳು. ಆಕೆಯ ತಾರುಣ್ಯ ದಂಡವಾಯಿತು. ತನಗೆ ವಿಧಿ ಮೋಸ ಮಾಡಿತು ಎಂದುಕೊಂಡಳು. ಆಕೆ ವಿಧವೆಯಾದರೂ, ಅತ್ತೆ ಮನೆಯಲ್ಲಿಯೇ ಉಳಿಯ ಬೇಕಿತ್ತು. ತಾನು ಸಾಯುವವರೆಗೆ ಅತ್ತೆ ಮನೆಯಲ್ಲಿ ವಾಸಮಾಡಬೇಕು. ಏನೇ ಬಂದರೂ ಅತ್ತೆ ಮನೆಯಲ್ಲಿಯೇ ಸಾಯಬೇಕಾದುದು 'ಧರ್ಮ', ಅದಕ್ಕೆ ಅವಳೇನು ಮಾಡಬಲ್ಲಳು ? ಈ ಕೋಮಿನ ನಿಯಮವೇ ಹಾಗಿದ್ದಿತು.

ತನ್ನ ಮಗಳು ವಿಧವೆಯಾದದ್ದನ್ನು ಕಂಡು ಬರಬಾದ್ಯನಿಗೆ ಅತ್ಯಂತ ದುಃಖವಾಯಿತು. ಆದರೆ ಅವನೇನು ಮಾಡಬಲ್ಲವನಾಗಿದ್ದ? ಎರಡು ನೂರು ರುಪಾಯಿ ತೆಗೆದುಕೊಂಡು ಆತ ತನ್ನ ಕೈ ತೊಳೆದುಕೊಂಡಿದ್ದ. ಆತನಿಗೆ ನಿಲ್ಲಿಯ ಮೇಲೆ ಯಾವ ಅಧಿಕಾರವೂ ಉಳಿದಿರಲಿಲ್ಲ. ಆಕೆ ಕೇವಲ ದಲ್ಲಾರಾಮನ ಸೊಸೆಯಾಗಿದ್ದಳು – ಸೊತ್ತಾಗಿದ್ದಳು.

ನಿಲ್ಲಿ ಅತ್ತೆಯ ಮನೆಯಲ್ಲಿಯೇ ಕಾಲಕಳೆಯತೊಡಗಿದಳು. ಆದರೆ ಆಕೆಯ ತಾರುಣ್ಯ ಅವಳನ್ನು ಹಿಂಡುತ್ತಿತ್ತು. ತನ್ನ ಮನಸ್ಸನ್ನು ಕಲಕುತ್ತಿದ್ದ ಕೋಮಲ ಭಾವನೆಗಳ ಹೊಯ್ದಾಟದಿಂದಾಗಿ ಅವಳಿಗೆ ನಿದ್ರೆಯೇ ಬರುತ್ತಿರಲಿಲ್ಲ. ಆಕೆ ಮನದಲ್ಲಿಯೇ ಕೊರಗುತ್ತಿದ್ದಳು. ಆಕೆ ಖಿನ್ನಮನಸ್ಕಳಾಗತೊಡಗಿದಳು. ಯಾವುದೋ ಜ್ವಾಲೆ ತನ್ನ ಕೆನ್ನಾಲಿಗೆ ಚಾಚಿ ಆಕೆಯನ್ನು ಸುಡುತ್ತಿತ್ತು. ಆಕೆಗೆ ಅದರ ಝಳ ತಾಗತೊಡಗಿತ್ತು.

ತಾನಿನ್ನು ಈ ಮನೆಯಲ್ಲಿ ಎಷ್ಟು ದಿನ ಹೀಗೆ ಬಾಳಬೇಕು? ಈ ಜನ್ಮವನ್ನು ಕಳೆಯುವುದೆಂತು? ಇಂತಹ ಚಿಂತೆಗಳಿಂದ ಆಕೆ ದಹಿಸಿ ಹೋಗುತ್ತಿದ್ದಳು. ಅರಳುವ ಮಲ್ಲಿಗೆ ಹೂವಿನ ಮೇಲೆ ಕಾದಕೆಂಡವಿಟ್ಟಂತಾಗಿತ್ತು.

ಎದುರು ಸಾಲಿನ ಗುಡಿಸಿಲಿನಲ್ಲಿ ವಾಸಮಾಡುತ್ತಿದ್ದ 'ಹೈದರ್ಯಾ' ಆಕೆಯನ್ನು ತದೇಕ ಚಿತ್ತದಿಂದ ರೆಪ್ಪೆ ಹಾರಿಸದೇ ನೊಡುತ್ತಾ ನಿಲ್ಲುತ್ತಿದ್ದ. ನಿಲ್ಲಿ ಕೂಡ ಆತನತ್ತ ದೃಷ್ಟಿ ಹೊರಳಿಸಿದಾಗ, ಅವಳ ಮೈ 'ಝುಂ' ಎನ್ನುತ್ತಿತ್ತು. ಆಕೆಯ ಹೃದಯದಲ್ಲಿ ಯಾವುದೋ ತೆರೆ ಅಪ್ಪಳಿಸಿದಂತೆ ಆಕೆಗೆ ಅನ್ನಿಸುತ್ತಿತ್ತು.

ಮುಂದೆ ಮುಂದೆ, 'ಹೈದರ್ಯಾ'ನನ್ನು ನೋಡಿದಾಗಲೆಲ್ಲಾ. ನಿಲ್ಲಿಯ ಮೈಯಲ್ಲಿ ವಿದ್ಯುತ್ ಸಂಚಾರವಾದಂತೆ ಭಾಸವಾಗುತ್ತಿತ್ತು. ಆದ್ದರಿಂದ ಆಕೆ ಹೈದರ್ಯಾನ ಬಗೆಗೆ ಚಿಂತಿಸತೊಡಗಿದಳು.

ಒಂದು ಕತ್ತಲೆಯ ರಾತ್ರಿ – ನಿಲ್ಲಿ ವಸತಿಯಿಂದ ಕಾಣೆಯಾದಳು. ಮರುದಿನ ಬೆಳಿಗ್ಗೆ ಈ ಸುದ್ದಿ ಹರಡಿದಂತೆ, ವಸತಿಯ ತುಂಬ ಕೋಲಾಹಲವೇ ಎದ್ದಿತು.

ಅಜ್ಞಾನ, ದಾರಿದ್ರ್ಯ, ಅಸಹಾಯಕತೆ, ಹಾಗೂ ತಾರುಣ್ಯ ಇವುಗಳ ಭಯಾನಕ ಮಿಶ್ರಣದಿಂದ ಒಂದು ಹಾಲಾಹಲ ನಿರ್ಮಾಣವಾಯಿತು. ಈ ಹಾಲಾಹಲವೇ 'ನಿಲ್ಲಿ'ಯನ್ನು ವಸತಿಯಿಂದ ದೂರ ಸೆಳೆದೊಯ್ದಿತು.

ಬೆಳಿಗ್ಗೆ ಬರಬಾದ್ಯಾ ಎದ್ದು ಸಂಡಾಸದ ಬಳಿ ತನ್ನ ಬಟ್ಟೆಗಳನ್ನು ಒಗೆಯುತ್ತಿದ್ದ. ಶರ್ಟನ್ನು ಒಗೆದು ಒಣಹಾಕಿದ್ದ. ತನ್ನ ರುಮಾಲನ್ನು ನೀರಿನಲ್ಲಿ ಒದ್ದೆ ಮಾಡಿ ಎರಡು ಸಲ ಕಲ್ಲಿನ ಮೇಲೆ ಬಡಿದು ಒಣ ಹಾಕುವುದರಲ್ಲಿದ್ದ.

ಅಷ್ಟರೊಳಗೆ ವಸತಿಯಲ್ಲಿ ಕೂಗಾಟ ಜೋರಾಗತೊಡಗಿತ್ತು. "ದಯ್ಯ ಸತ್ತು ಹೋದ–ಹಾಳಾಗಿ ಹೋದ" ಎಂಬ ಕೂಗು ಜೋರಾಗತೊಡಗಿತು. ದುಲ್ಲಿ ಓಡುತ್ತಾ ಅಪ್ಪನ ಬಳಿ ಬಂದು ಒದರಿದಳು :

"ಅಪ್ಪಾ, ದಲ್ಲಾ ನಮ್ಮ ನಮ್ಮ ಮನೆ ಕೆಡವಿ ಹೋದ."

ಕೂಡಲೇ ಬರಬಾದ್ಯಾ ತನ್ನ ಲುಂಗಿಯನ್ನು ಮೇಲಕ್ಕೆ ಸಿಕ್ಕಿಸಿ, ಒಂದೇ ನೆಗೆತಕ್ಕೆ ಗುಡಿಸಲು ಬಳಿ ಬಂದ. ಬಿರುಗಾಳಿಯಂತೆ ಬಂದ. ಗುಡಿಸಲಿನಿಂದ ತನ್ನ ಕೈ ಕೋಲನ್ನು ಹೊರತೆಗೆದ. ಆತನ ಗುಡಿಸಲು ಅಕ್ಷರಶಃ ನೆಲಸಮವಾಗಿದ್ದಿತು. ಒಂದು ಸಲ ಬರಬಾದ್ಯಾ ದಲ್ಲಾರಾಮನತ್ತ ದುರುಗುಟ್ಟಿನೋಡಿದ, ಮಾತನ್ನೇನು ಆಡಲಿಲ್ಲ. ತನ್ನ ಕೈ ಕೋಲಿನಿಂದ ಸರ ಸರ ದಲ್ಲಾರಾಮನ ಮೇಲೆ ಏಟು ಹಾಕತೊಡಗಿದ. ಕ್ಷಣಾರ್ಧದಲ್ಲಿ ದಲ್ಲಾರಾಮ ಭೂಮಿಯ

ಮೇಲೆ ಬಿದ್ದ. ನಿಮಿಷದಲ್ಲಿಯೇ ಕೋಲಾಹಲದ ಧ್ವನಿ ಇಡೀ ವಸತಿಯನ್ನೇ ವ್ಯಾಪಿಸತೊಡಗಿತು. ದಲ್ಲಾರಾಮನ ಬಳಗದವರು ಕೈ ಗೋಲುಗಳನ್ನು ಹಿಡಿದುಕೊಂಡು ಬಂದು ಬರಬಾದ್ಯಾನ ಮೇಲೆ ಮುಗಿಬಿದ್ದರು. 20 – 25 ಜನರ ಮಧ್ಯೆ ಸಿಕ್ಕಿ ಹಾಕಿಕೊಂಡ ಬರಬಾದ್ಯಾನ ಮೈಯಲ್ಲಿ ದೆವ್ವ ಸಂಚಾರವಾದಂತಾಗಿತ್ತು. ಆತ ಒಬ್ಬೊಬ್ಬನನ್ನಾಗಿ ತನ್ನ ಕೋಲಿನಿಂದ ಹೊಡೆಯುತ್ತ ಉರುಳಿಸ ತೊಡಗಿದ. ಆತನ ಮೈ ಮೇಲೂ ಕೋಲಿನ ಏಟುಗಳು ಬೀಳುತ್ತಲೇ ಇದ್ದವು. ಆದರೂ ಬರಬಾದ್ಯಾ ಹೋರಾಡುತ್ತಿದ್ದ. ಕೆಲ ಗುಡಿಸಲುಗಳನ್ನು ನೆಲ ಸಮ ಮಾಡತೊಡಗಿದ್ದ. ಆತನಿಗೆ ಬೀಳುವ ಹೊಡೆತ ನೋಡಿ ಆತನ ಮಗಳು 'ದುಲ್ಲಿ' ಅಳತೊಡಗಿದಳು. ಆತನ ಹೆಂಡತಿ ಬಾಯಿ ಬಡಿದುಕೊಳ್ಳತೊಡಗಿದಳು. ಬರಬಾದ್ಯಾನ ಹೊಡೆತದಿಂದ ನೆಲದ ಮೇಲೆ ಬಿದ್ದವರ ಹೆಂಡಂದಿರೂ ಬಾಯಿ ಬಡಿದುಕೊಳ್ಳತೊಡಗಿದರು. ಚೀರಾಟ, ಕೂಗಾಟದ ಧ್ವನಿ ಬೆಳೆಯತೊಡಗಿತು.

ಕೊನೆಯಲ್ಲಿ ಹತ್ತೂ ಕಡೆಯಿಂದ ಹೊಡೆತ ತಿಂದ ಬರಬಾದ್ಯಾ ದಣಿದು ರಕ್ತ ಸುರಿಸುತ್ತಾ ನೆಲಕ್ಕೆ ಬಿದ್ದ. ಹೊಡೆದಾಟ ನಿಂತಿತು. ಆದರೆ ಅಳುವ – ಧ್ವನಿ ನಿಂತಿರಲಿಲ್ಲ. ಬದಬಾದ್ಯಾನ ಹೆಂಡತಿ "ನನ್ನ ಗಂಡ ಸತ್ತನರೋ ?"ಎಂದು ಕೂಗುತ್ತಿದ್ದಳು.

ಸಾಯಂಕಾಲವಾಯಿತು. ಆ ವಸತಿಯ ಮೇಲೆ ಪಸರಿಸಿದ್ದ. ಬೆಳಕು ಮಾಯವಾಯಿತು. ದಟ್ಟ ಕತ್ತಲು ವ್ಯಾಪಿಸಿತು. ಸಾವಿರಾರು ಜೀವಿಗಳು ಆ ಅಂಧಕಾರದಲ್ಲಿ 'ಗಡಪ್' ಆಗಿದ್ದವು. ಆದರೆ ಮಾನವೀಯತೆಗೆ ಸಹಾಯ ಮಾಡುವ ಉದ್ದೇಶದಿಂದ, ಮಿಣಿ ಮಿಣಿ ಉರಿಯುವ ಚಿಮಣಿ ದೀಪಗಳು ಬೆಳಗತೊಡಗಿದವು.

ಬರಬಾದ್ಯಾನ ವಿಚಾರಣೆಗಾಗಿ ಪಂಚಾಯಿತಿ ಸದಸ್ಯರು ಕೂಡಿದರು. ಅದರಲ್ಲಿ ದೊಡ್ಡ ದೊಡ್ಡ ಪಂಚರಿದ್ದರು. ಅವರು ಬೇರೆ ಬೇರೆ ಗುಡಿಸಿಲುಗಳಿಂದ ಬಂದಿದ್ದರು. ಪಂಚ, ಸರಪಂಚ, ಇಡೀ ಜೀವನದುದ್ದಕ್ಕೂ ಈ ಜಮಾತಿನ ನ್ಯಾಯ ನಿರ್ಣಯದ ಗುತ್ತಿಗೆ ಹೊತ್ತವರು ಎಲ್ಲರೂ ಬಂದರು. ಇವರಲ್ಲದೆ ಬೇರೆ ಜನ ಅಲ್ಲಿರಲಿಲ್ಲ. ಭಾರತೀಯ ಸಂಸ್ಕೃತಿಯ ಹೊಣೆಹೊತ್ತವರು – ಸಹಾಯಕರು, ವಾರಸುದಾರರು ಮುಂತಾದವರು ಯರೂ ಇರಲಿಲ್ಲ. ಅವರ ಜಗತ್ತಿಗೆ, ಆ ಸಂಸ್ಕೃತಿಗೆ ಈ ಜಗತ್ತಿನ ಪರಿಚಯವಿರಲಿಲ್ಲ. ಆದರೆ, ಏಷ್ಯಾ ಖಂಡದ ಒಂದು ದೊಡ್ಡ ದೇಶದ – ಭಾರತದ ಒಂದು ಪ್ರಾಂತದ ರಾಜಧಾನಿ ಮುಂಬಾಪುರಿಯ ಬಳಿಯಲ್ಲಿಯೇ ಈ ಜಗತ್ತು ಇದ್ದಿತು.

ಜಗತ್ಪ್ರಸಿದ್ಧ ಲೇಬರ್ ಕ್ಯಾಂಪಿನ ಬಳಿ – ಈ ಪಡ ಭೂಮಿಯಲ್ಲಿ ಬರಬಾದ್ಯಾನ ವಿಚಾರಣೆ ನಡೆಯತೊಡಗಿತು. ತಲೆಗೆ ಪಟ್ಟಿ ಕಟ್ಟಿಕೊಂಡಿದ್ದ ದಲ್ಲಾರಾಮ ಎದುರುಗಡೆ ಎದೆ ಸೆಟೆಸಿ ನಿಂತಿದ್ದ. ಆತನ ಅಹಂಭಾವ – ಉದ್ಧಟತನ ತಿಲ ಮಾತ್ರವೂ ಕಡಿಮೆಯಾಗಿರಲಿಲ್ಲ. ಸರ್ವತ್ರ ನಿಶ್ಶಬ್ದತೆ ವ್ಯಾಪಿಸಿತ್ತು.

ಪಂಚರಲ್ಲಿ ಒಬ್ಬರು ಪ್ರಶ್ನೆ ಕೇಳಿದರು :

"ಹಂ – ಏ ಬರಬಾದ್ಯಾ ಹೇಳು. ನಿನ್ನ ಮಗಳು ಹೈದರ್ಯಾನ ಕರಕೊಂಡು ಓಡಿಹೋದಳೋ ಇಲ್ಲೋ ?"

ಬೈಗಳ ಮಾತಿನಲ್ಲಿಯೇ ಬರಬಾದ್ಯಾ ಉತ್ತರಿಸಿದ :

"ಬೋಳೀಮಗನೇ ನಾನು ಹೇಳಿದ್ನೇನು – ಓಡಿ ಹೋಗಲಿಕ್ಕೆ – ನನಗೇನು ಗೊತ್ತು ?"

ಆ ಪಂಚಾಯತಿ ಸದಸ್ಯನ ಎದೆ ಧಸ್ಸೆಂದಿತು. ನಿಲ್ಲಿ ದೊಡ್ಡ ಅನ್ಯಾಯ ಮಾಡಿದ್ದಳು. ಮಾನವ ಜನ್ಮದಿಂದ ನಡೆದುಬಂದ ನೀತಿಯನ್ನು ಆಕೆ ಮುರಿದಿದ್ದಳು. ಗಂಡ ಸತ್ತರೂ ಅತ್ತೆ

ಮನೆಯಲ್ಲಿಯೇ ಉಳಿಯಬೇಕೆನ್ನುವ ಕಾನೂನನ್ನು ಆಕೆ ಮುರಿದಿದ್ದಳು. ಹೀಗಿದ್ದೂ ಈ ಸೈತಾನ ಬರಬಾದ್ಯಾ ಪಂಚರಿಗೆ ಎದುರುತ್ತರ ಹೇಳುತ್ತಿದ್ದ – ಪಂಚಾಯತಿ ಸದಸ್ಯರಿಗೆ ಬೈಯುತ್ತಿದ್ದ. ಇದೆಲ್ಲ ಪಂಚಾಯತಿ ಸದಸ್ಯರಿಗೆ ತೀರ ವಿಚಿತ್ರವೆನಿಸತೊಡಗಿತು. ಸುತ್ತಮುತ್ತ ಸೇರಿದ ಜನರಿಗೂ ಬರಬಾದ್ಯಾನ ಬಗೆಗೆ ಕೋಪ ಉಕ್ಕೇರತೊಡಗಿತು. ಆಗ ಬರಬಾದ್ಯಾ ತನ್ನ ಕೈಗೋಲಿನಿಂದ ಎದುರು ಕಲ್ಲಿಗೆ ಏಟನ್ನು ಕೊಟ್ಟ. ಮತ್ತೆ ಕೂಡಿದ ಜನ ಸ್ತಬ್ಧರಾದರು. ಪುನಃ ಪಂಚರಲ್ಲೊಬ್ಬ ಕೇಳಿದ.

"ಏ ಭಡವಾ – ನಿಲ್ಲಿ ಓಡಿ ಹೋದಳೋ ಇಲ್ಲೋ ?"

"ನಿಮ್ಮಪ್ಪ ಭಡವಾ – ಸುವ್ವರ್ ನನ್ನ ಮಗನೇ – ಆ ಹರಾಮ್ ಖೋರ್ ಸೈದ್ಯಾ ಸತ್ತ – ನರಕಕ್ಕೆ ಹೋದ – ಅದಕ್ಕೆ ನನ್ನ ನಿಲ್ಲಿ ಓಡಿ ಹೋಗಿರಬೇಕು," ಎಂದು ನಿಷ್ಠುರವಾಗಿ ಬರಬಾದ್ಯಾ ನುಡಿದ. ಆಗ ಮತ್ತೊಬ್ಬ ಪಂಚ ಜಿಗಿದು ಮುಂದೆ ಬಂದು ಕೇಳಿದ:

"ಅಂತೂ ನಿನ್ನ ಮಗಳು ನಿಲ್ಲಿ ಓಡಿ ಹೋದಳು ಅನ್ನೋದನ್ನ ಒಪ್ಪತಿಯಲ್ಲಾ ?"

"ಸೈದಾ ಸತ್ತ ಅನ್ನೋದನ್ನ ನೀನು ಒಪ್ಪುತೀಯಾ ?"

"ಒಪ್ಪತೀನಿ"

"ಹಾಗಿದ್ದರೆ, ನನ್ನ ನಿಲ್ಲೀನೂ ಹೋದಳು ಅಂತ ನಾನು ಒಪ್ಪತೇನಿ ?

"ಒಪ್ಪಿದಿಯಾ ಹಾಗಾದರೆ ಎರಡು ನೂರು ರೂಪಾಯಿ ದಂಡ ತುಂಬು" ಎಂದು ಮತ್ತೊಬ್ಬ 'ಪಂಚ' ಹುಕುಂ ನೀಡಿದ.

"ಸೈದ್ಯಾ ಯಾಕೆ ಸತ್ತ ಅನ್ನೋದನ್ನ ಮೊದಲು ನನಗೆ ಹೇಳು," ಬರಬಾದ್ಯಾ ಗುಡುಗಾಡಿದ.

ಆಗ ಇನ್ನೊಬ್ಬ ಪಂಚ ಕೇಳಿದ : "ದಲ್ಲಾರಾಮ ಹೇಳು – ಸೈದ್ಯಾ ಹೇಗೆ ಸತ್ತ ಅಂತ." ದಲ್ಲಾರಾಮ ಎದ್ದು ನಿಂತು ಕೈ ಜೋಡಿಸಿಕೊಂಡು, "ನಾನು ನಿಮ್ಮ ಮಗ ಸ್ವಾಮೇರಾ" ಎಂದು ಪ್ರಾರಂಭಿಸಿದ. ಸರ್ವಸದಸ್ಯರೂ ಆತನನ್ನು ಮೆಚ್ಚಿಕೊಂಡರು. ದಲ್ಲಾರಾಮ ಮುಂದುವರೆಸಿದ :

"ನನ್ನ ಮಗನಿಗೆ ಕೆಟ್ಟ ರೋಗ ಬಂತು. ಡಾಕ್ಟರರು ಅತನನ್ನು ಬೇರೆ ಊರಿಗೆ ಕಳಿಸಲು ಹೇಳಿದರು. ಆದರೆ ನಾವು ಕಂಜಾರಿ ಜಮಾತಿನವರು ನಮಗೆ ಊರೂ ಇಲ್ಲ ಗೀರೂ ಇಲ್ಲ. ಇದ್ದದ್ದೆ ಊರು. ಆದ್ದರಿಂದ ನನ್ನ ಮಗ ಸತ್ತು ಹೋದ. ಆದರೆ ಅದಕ್ಕಾಗಿ – ನಿಲ್ಲಿ ಓಡಿಹೋಗಬೇಕಿತ್ತೇ ?"

ದಲ್ಲಾರಮ ಇಷ್ಟು ಹೇಳಿ ಕುಳಿತುಕೊಂಡ. ಆಗ ಬರಬಾದ್ಯಾ ಎದ್ದು ನಿಂತು ಗಡಸು ಧ್ವನಿಯಲ್ಲಿ ನುಡಿದ :

"ನಿನ್ನ ಮಗ ಸಾಯದೇ ಬದುಕಿ ಉಳಿದಿದ್ದರೆ ನನ್ನ ನಿಲ್ಲಿ ಓಡಿ ಹೋಗತಿದ್ದಳೇನು ? ಹೇಳು"

"ಅವ ಜೀವದಿಂದಿದ್ದರ, ಓಡಿಹೋಗೋ ಧೈರ್ಯ ಆಕೆಗೆಲ್ಲಿ ಬರುತ್ತಿತ್ತು?" ಎಂದು ದಲ್ಲಾರಾಮ ಉತ್ತರಿಸಿದ.

"ಹಾಗಿದ್ದರ ದಂಡದ ಹಣ ಎರಡು ನೂರು ರೂಪಾಯಿ ನೀನೇ ತುಂಬು" ಎಂದು ಬರಬಾದ್ಯಾ ಕೂಗಿ ಹೇಳಿದ.

ಭಲೆ ಮಗನೇ ಬ್ಯಾರಿಸ್ಟರನ ಮಗನಾಂಗ ಮಾತನಾಡಿದಿ ನೋಡು" ಎಂದು ಪಂಚರಲ್ಲಿ ಒಬ್ಬ ಉತ್ತರಿಸಿದ.

ಕೂಡಲೇ ಬರಬಾದ್ಯಾ ಆತನ ಮೀಸೇ ಎಳೆದು:

"ನೀನು ಮ್ಯಾಜಿಸ್ಟರನ ಮೊಮ್ಮಗ ಬಂದಿದಿ ನನಗ ದಂಡಾ ತುಂಬು ಅಂತ ಹೇಳಾಕ. ಹೋಗಲೇ" ಎಂದು ತನ್ನ ಉದ್ದಟತನವನ್ನು ತೋರಿಸಿಯೇ ಬಿಟ್ಟ.

ಆಗ ಇನ್ನೊಬ್ಬ ಪಂಚ ಬಗಲಲ್ಲಿ ಕೋಲನ್ನು ಇರಿಸಿಕೊಂಡು – ಕುಂಟುತ್ತಾ ಮುಂದೆ ಬಂದ. ಆತ ಮೊದಲನೇ ಮಹಾಯುದ್ಧದಲ್ಲಿ ಜರ್ಮನಿ ಕೈಸರನಿಗೆ ತನ್ನ ಕಾಲುಗಳನ್ನು ಅರ್ಪಿಸಿ ಬಂದವನು. ಆತ ಬರಬಾದ್ಯಾನ ಬಳಿ ಬಂದು ಹೇಳಿದ :

"ಬರಬಾದ್ಯಾ ಇದು 'ಪಂಚಾಯತಿ'. ಸರಳವಾಗಿ ನಿನಗೆ ಹೇಳೋದೇನಿದೆ ಹೇಳು"

"ನಾನು ದಂಡ ಕೊಡೋದಿಲ್ಲ"

ನಿಶ್ಚಿತ ಸ್ವರದಲ್ಲಿ ಬರಬಾದ್ಯಾ ಹೇಳಿಬಿಟ್ಟ.

ಆಗ ಆ ಕುಟುಂಬ ಪಂಚ ದಲ್ಲಾರಾಮನತ್ತ ಹೊರಳಿ, "ಏಯ್ ದಲ್ಲಾರಾಮ ಈ ಬರಬಾದ್ಯಾ ಹಂದಿ ಮಗ ಇದ್ದಾನ. ಈತನ ಕಿವಿ ಕತ್ತರಿಸಲೇಬೇಕು." ಎಂದು ಹೇಳಿದ.

ಅದನ್ನು ಕೇಳಿ ಕೆರಳಿದ ಬರಬಾದ್ಯಾ ಗುಡುಗಾಡಿದ :

"ನೀ ನಾಯಿ ಉಚ್ಚೆ ಕುಡಿವನೋ ಸರಿಯಾಗಿ ಮಾತನಾಡು – ಇಲ್ಲಾಂದ್ರೆ ನಿನ್ನ ಉಳಿದದ್ದೊಂದು ಕಾಲೂ ಕಿತ್ತ ಹಾಕಿ ಬಿಡ್ತೇನಿ."

ಕುಂಟ ಪಂಚ ಸ್ವಲ್ಪ ಮೆತ್ತಗಾದ. ಆದರೂ ಮಾತು ಮುಂದುವರಿಸಿದ:

"ಇಲ್ಲಿ ಪಂಚರಿದ್ದಾರೆ, ನೀನು ಸ್ವಲ್ಪ ಬಾಯಿ ಬಿಗಿ ಹಿಡಿದು ಮಾತನಾಡು"

"ನಾನು ಸರಿಯಾಗಿಯೇ ಮಾತಾಡ್ತ ಇದ್ದೀನಿ" ಎಂದು ಬರಬಾದ್ಯಾ ಎತ್ತರದ ಧ್ವನಿಯಲ್ಲಿ ಹೇಳಿದ.

"ಹಾಗೆಯೇ ಪಂಚಾಯಿತಿಯ ಎಲ್ಲ ಸದಸ್ಯರನ್ನು ಉದ್ದೇಶಿಸಿ ಪ್ರಶ್ನಿಸಿದ :

"ಪಂಚ ಮಹಾಶಯರೇ ಕೇಳ್ರಿ – ನಿಮ್ಮ ನಿಮ್ಮ ಹೆಣ್ಣು ಮಕ್ಕಳ ಗಂಡಂದಿರು ಸತ್ತು ಹೋಗಿ, ನಿಮ್ಮ ಮಕ್ಕಳು ಓಡಿ ಹೋಗಿದ್ದರೆ ನೀವೇನು ಮಾಡ್ತಿದ್ದಿರಿ – ಮೊದಲು ಇದಕ್ಕೆ ಉತ್ತರ ಹೇಳ್ರಿ."

"ನಾವೇನು ಮಾಡ್ತಿದ್ವಿ, ನಾವು ಬೆಪ್ಪಗೆ ಕೂಡತಿದ್ವಿ," ಎಂದು ಎಲ್ಲ ಸದಸ್ಯರು ಒಂದೇ ಉತ್ತರ ನೀಡಿದರು.

ಆಗ ಬರಬಾದ್ಯಾ ಒಬ್ಬ ಪಂಚನ ಎದುರು ನಿಂತು ಸವಾಲು ಹಾಕಿದ :

"ನಿನ್ನ ಐದೂ ಹೆಣ್ಣು ಮಕ್ಕಳು ವಿಧವೆಯರಾಗಿ ಓಡಿ ಹೋಗಿದ್ದರೆ, ನೀನೂ ಒಂದು ಸಾವಿರ ರೂಪಾಯಿ ದಂಡ ತುಂಬತಿದ್ಯಾ ?"

"ಅಷ್ಟೊಂದು ಹಣ ನಾನೆಲ್ಲಿಂದ ತರಬಹುದು ? ಕಷ್ಟದ ಕೆಲಸ" ಎಂದು ಆ ಪಂಚ ಉತ್ತರಿಸಿದ.

"ಹಾಗಿದ್ದರ ನನಗೆ ದುಡ್ಡು ತುಂಬು ಅಂತ ಹೆಂಗ ಹೇಳತೀಲೆ ಕಳ್ಳನನ್ನ ಮಗನೇ" ಬರಬಾದ್ಯಾ ಧ್ವನಿ ಎತ್ತರಿಸಿ ಹೇಳಿದ. ಮತ್ತೆ ಮುಂದುವರಿದು "ನಾನು ಒಂದು ಕಾಸೂ ದಂಡ ತುಂಬೂದಿಲ್ಲ – ಈ ಬೋಳೀ ಮಗ ದಲ್ಯಾ ಸ್ವಲ್ಪ ದುಡ್ಡು ಖರ್ಚು ಮಾಡಿ ಮಗನ ರೋಗ ಗುಣಪಡಿಸ್ಬಹುದಿತ್ತು – ಆತನನ್ನು ಉಳಿಸ್ಬೋದಿತ್ತು. ಆತ ಉಳಿದಿದ್ರೆ, ನನ್ನ ಮಗಳು ನಿಲ್ಲಿ ಓಡಿ ಹೋಗ್ತಿರ್ಲಿಲ್ಲ" ಎಂದು ಹೇಳಿ ಬರಬಾದ್ಯಾ ತನ್ನ ಮೀಸೆಯನ್ನು ತಿರುವುತ್ತಾ ಸಡ್ಡು ಹೊಡೆದು ನಿಂತುಕೊಂಡ.

"ಹಾಗಿದ್ದರೆ, ನಾವು ನಿನ್ನ ಕಿವಿ ಕತ್ತರಸ್ತೇವಿ, ಜಮಾತಿನಿಂದ ಬಹಿಷ್ಕಾರ ಹಾಕತೇವಿ. ಹುಕ್ಕಾಪಾಣಿ ನಿಲ್ಲಸ್ತೇವಿ."

ಪಂಚರ ನಿರ್ಣಯ ಕೇಳಿ ಬರಬಾದ್ಯಾ ಎತ್ತರದ ಧ್ವನಿಯಲ್ಲಿ ಗುಡುಗಿದ :

"ಭಾಡ್ಯಾಗೊಳ್ರಾ. ನೀವೆಲ್ಲಾ ನರಕಕ್ಕೆ ಹೋಗ್ತೀರಿ – ಕತ್ತರಿಸಿರಿ ನನ್ನ ಕೀವಿನ್ನ ನಾನೇನೂ ನಿಮಗೆ ಸೊಪ್ಪು ಹಾಕೂದಿಲ್ಲ."

ಆಗ. ಒಬ್ಬ ಪಂಚ, ಹಜಾಮರ ಕತ್ತಿಯನ್ನು ಮಸೆದು ಎದ್ದು ನಿಂತು ಹೇಳಿದ :

"ಬರಬಾದ್ಯಾ ಹಟ ಮಾಡಬೇಡ – ಪಂಚರಿಗೆ ಶರಣು ಬಾ – ಸುಮ್ಮನೆ ದಂಡ ತುಂಬಿ ಬಿಡು – ಇಲ್ಲವಾದರೆ, ನಿನ್ನನ್ನು ಮುಗಿಸಿಯೇ ಬಿಡ್ತೀವಿ."

"ನನ್ನ ತಲೆ ತಿರುಗಿಸಬ್ಯಾಡ್ರಿ – ನನ್ನನ್ನ ಹೆದರಿಸ ಬ್ಯಾಡ್ರಿ, ನಾನು ಹಾಟೇಲಿನ್ಯಾಗ ಚಹ ಕುಡಿದು ಬಾಳತೀನಿ. ನಿಮ್ಮ ಪಂಗತಿಯಲ್ಲಿ ಊಟಾನೂ ಮಾಡೋದಿಲ್ಲ – ಬಹಿಷ್ಕಾರದ ಅಂಜಕೀ ಹಾಕಬೇಡ್ರಿ" ಬರಬಾದ್ಯಾ ತಿರಸ್ಕಾರ ಪೂರ್ಣವಾಗಿ ಉತ್ತರಿಸಿದ.

"ಸರಿ ಮತ್ತೆ ತಡಮಾಡಬೇಡ್ರಿ. ಕತ್ತರಿಸಿ ಬಿಡ್ರಿ ಆತನ ಕಿವಿಗಳನ್ನ – ಕಿವಿ ಇಲ್ಲದೆ ಓಡಾಡ್ಲಿ." ಪಂಚರು ಕೊನೆ ನಿರ್ಣಯ ನೀಡಿದರು. ಕೂಡಿದವರಲ್ಲೊಬ್ಬ ನಾಯಿಯನ್ನು ಕರೆದುಕೊಂಡು ಬಂದ. ಆ ನಾಯಿಗೆ ಕುಂಕುಮ ಬಳಿಯಲಾಯಿತು. ಆಗ ಕೂಡಿದ ಜನವೆಲ್ಲ "ಇನ್ನು ಬರಬಾದ್ಯಾ ಕಿವಿ ಕಳೆದುಕೊಳ್ಳುವುದು ಖಂಡಿತ" ಎಂದು ತಿಳಿದುಕೊಂಡರು.

ಮುಖ್ಯ ಪಂಚ ಕೊನೆಯ ಆಜ್ಞೆ ನೀಡಿದ : "ಸರಿಯಾಗಿ ಆತನ ಕಿವಿಕೊಯ್ಯಿರಿ."

ಆಗ ಒಬ್ಬ ಕಂದೀಲನ್ನು ಮೇಲಕ್ಕೆತ್ತಿ ಹಿಡಿದ. ಇನ್ನೊಬ್ಬನು ಹಜಾಮನ ಕತ್ತಿಯಿಂದ ಬರಬಾದ್ಯಾನ ಕಿವಿ ಕತ್ತರಿಸಿ ಬಿಟ್ಟ – ರಕ್ತ ಸುರಿಯತೊಡಗಿತು. ಕೂಡಿದ ಜನವೆಲ್ಲ ದುಃಖಿತ ರಾದರು. ಆಗ ಪಂಚನೊಬ್ಬ ಕೂಗಿ ಹೇಳಿದ : "ಇಂದಿನಿಂದ ಬರಬಾದ್ಯಾಗೆ ವಸತಿಯಲ್ಲಿ ಸ್ಥಳವಿಲ್ಲ. ಆತನಿಗೆ ಯಾರೂ ನೀರು ನಿಡಿ ಕೊಡತಕ್ಕದ್ದಲ್ಲ. ರೋಟಿ – ಬೇಟಿ ವ್ಯವಹಾರ ಬಂದ್."

ಕೂಡಿದ ಜನವೆಲ್ಲ ತಂತಮ್ಮ ಗುಡಿಸಲುಗಳಿಗೆ ಮರಳತೊಡಗಿದರು. ಬರಬಾದ್ಯಾನೂ ತನ್ನ ಗುಡಿಸಲಿಗೆ ಬಂದು ತನ್ನಷ್ಟಕ್ಕೇ ಹೇಳತೊಡಗಿದ : "ಈ ಬೋಳಿ ಮಕ್ಕಳಿಗೆ ನನ್ನ ಕಿವಿ ಕೊಯ್ದದ್ದರಿಂದ ಏನು ಸಿಕ್ಕಿತು ? ಇವರ ಹೆಂಡಂದಿರೆಲ್ಲ ರಂಡೆಯರಾಗಲಿ. ನಾನು ಬರಬಾದ್ಯಾ – ಈ ಪಂಚರ ಎಲ್ಲ ಕಿವಿಕತ್ತರಿಸ್ದೇ ಹೋದ್ರೆ, ನಾನು ನಮ್ಮಪ್ಪಗೇ ಹುಟ್ಟಿಲ್ಲ."

ಇಡೀ ವಸತಿ ನಿದ್ರೆ ಮಾಡುತ್ತಿತ್ತು. ಆದರೆ ಬರಬಾದ್ಯಾನಿಗೆ ನಿದ್ರೆ ಬರುತ್ತಿರಲಿಲ್ಲ. ಆತ ಬಡಬಡಿಸತೊಡಗಿದ್ದ. ಆತ ಪಂಚರ ನಿರ್ಣಯವನ್ನು ಧಿಕ್ಕರಿಸಿದ್ದ. ಈ ಮೊದಲು ಹೀಗೆ ಎಂದೂ ನಡೆದಿರಲಿಲ್ಲ. ಪಂಚರ ವಿರುದ್ಧ ಬಂಡೇಳುವುದು ಸುಲಭಸಾಧ್ಯವಾದ ಮಾತಾಗಿರಲಿಲ್ಲ. ಆದರೆ ಬರಬಾದ್ಯಾ ಬಂಡೆದ್ದಿದ್ದ. ಈ ಬಂಡನ್ನು ತನ್ನ ವಿಜಯವೆಂದು ತಿಳಿದುಕೊಂಡಿದ್ದ. ಮಧ್ಯರಾತ್ರಿ ಕಳೆದುಹೋಗಿತ್ತು. ಆನಂತರ ಆತನನ್ನು ನಿದ್ರೆ ಆವರಿಸಿತು. ರಾತ್ರಿಯ ಕೀಟಗಳ ಕಿರ್ ಅನ್ನುವ ಧ್ವನಿ ವಸತಿಯ ತುಂಬ ವ್ಯಾಪಿಸತೊಡಗಿತ್ತು. ಎಲ್ಲ ಜನರೂ ಮಲಗಿದ್ದರು. ಆದರೆ ಅವರ ಮನಸ್ಸುಗಳು ಮಾತ್ರ ಮಾತಾಡತೊಡಗಿದ್ದವು. ಸಂಕಟದ ನಿಟ್ಟುಸಿರನ್ನು ಬಿಡುತ್ತಿದ್ದವು. ○

ಅನು : ವೆಂ. ಮು. ಜೋಶಿ

○ 'ಚಲಂ'

ಹೂವೊಂದು ಅರಳಿತು

ಅರ್ಧರಾತ್ರೆ. ಅಡವಿಯಲ್ಲೊಂದು ಹೂ ಅರಳಿತು. ಸುತ್ತಲಿನ ಕತ್ತಲೆಯನ್ನು ಕಂಡು ಭಯಪಟ್ಟು ಅದು 'ಅಮ್ಮಾ' ಎಂದು ಅತ್ತಿತ್ತು. ಎಲೆಗಳೂ, ತೊಟ್ಟುಗಳೂ ಆ ಎಳೆಯ, ಬಿಳಿಯ ಹೂವನ್ನು ಹತ್ತಿರಕ್ಕೆ ಬರಸೆಳೆದುಕೊಂಡು, ಭಯವೇನೂ ಇಲ್ಲವೆಂದು ಧೈರ್ಯ ಹೇಳುತ್ತ, ಅದನ್ನು ತೂಗಾಡಿಸಿದುವು.

"ಎಲ್ಲಿ ?" ಎಂದು ಕೇಳಿತು ಹೂ.

"ಯಾರು ?" ಎಂದು ಕೇಳಿತು ತಾಯಿಬಳ್ಳಿ ಕತ್ತಲಿನಲ್ಲಿಯೇ.

"ನಿನ್ನ ಬಳಿಗೆ ನನ್ನ ಕರೆತಂದನಲ್ಲಾ, ಆತ."

"ಯಾರು ಕರೆತಂದರು ? ನಾನೇ ನಿನ್ನನ್ನು, ನನ್ನ ಈ ಮುದ್ದು ಕಣ್ಮಣಿಯನ್ನು, ನನ್ನ ಬಂಗಾರವನ್ನು, ನನ್ನ ಮುದ್ದು ಮರಿಯನ್ನು ತಂದುಕೊಂಡೆ."

"ನೀನೇನಾ ?! ನಾನು ಯಾರೋ ಅಂದುಕೊಂಡಿದ್ದೆ. ಅಲ್ಲಿನ ಕ್ಷೇತ್ರಗಳ ಮಧ್ಯೆ ನನ್ನ ಕೈ ಹಿಡಿದುಕೊಂಡು, ಆಡುತ್ತ, ನಗುನಗುತ್ತ ಹಾಗೆಯೇ ತೇಲಿಕೊಂಡು ಬಂದು ನನ್ನನ್ನು ಇಲ್ಲಿ ಇಳಿಸಿದ್ದು ನೀನೇನಾ, ಹಾಗಾದರೆ ? ನೀನೇ ನನಗೆ ಕಾಣಿಸ್ತಾ ಇಲ್ಲವಲ್ಲ. ಒಂದ್ಸಲ ನನ್ನ ಕಣ್ಮುಂದೆ ಬಾ, ಕಾಣಿಸಿಕೋ, ನೋಡೋಣ."

"ಬೆಳಗಾಗಲಿ, ಆಗ ನನ್ನ ನೋಡುವಿಯಂತೆ. ಈಗ ಮಲಗಿಕೋ."

"ಭಯವಾಗುತ್ತೆ. ಕೆಳಕ್ಕೆ ಬಿದ್ದು ಹೋಗ್ತೇನೆಯೋ ಏನೋ ?"

"ಇಲ್ಲಿ ನೋಡು, ನಿನ್ನನ್ನು ನಾನು ಹಿಡಿದುಕೊಂಡಿದ್ದೇನೆ, ಅಲ್ವೇ ?"

"ಅಮ್ಮಾ ! ಹಸಿವಾಗುತ್ತೆ."

ಹೂವಿನ ಬಾಯಿಯೊಳಕ್ಕೆ ಬೆಚ್ಚನೆಯ, ಸಿಹಿಯಾದ ಹಾಲು ಬಂದಿತು. ಅದು ಇಡಿಯ ಮೈಯಲ್ಲಿ ಸಂತೋಷವನ್ನೇ ತುಂಬಿಸಿತು.

"ಬಂದೆಯಾ ?" ಎನ್ನುತ್ತ, ಅದನ್ನು ತನ್ನ ಮೈಯಲ್ಲಿಟ್ಟು ಕೊಂಡು ತೂಗಾಡಿಸಿತು ಗಾಳಿ.

"ಅಮ್ಮಾ! ಅದೇನು, ನನ್ನ ಹಿಂದೆ ಹಾಗೆ ಹರಿದಾಡುತ್ತಾ ಇದೆ ?"

"ಓ, ಅದೇನೂ ಅಲ್ಲ; ಅದೊಂದು ಹಾವು. ತನ್ನ ಹೊಟ್ಟೆಯ ಪಾಡಿಗೋಸ್ಕರ ತಿರುಗುತ್ತಿದೆ."

"ಅದು ನನ್ನನ್ನು ತಿಂದು ಹಾಕುತ್ತೆಯೇ ?"

"ನಿನ್ನನೇಕೆ ತಿನ್ನುತ್ತೆ? ಅದು ತುಂಬಾ ಒಳ್ಳೆಯದು. ಹಕ್ಕಿಮರಿಗಳನ್ನು ಅದು ತಿನ್ನುತ್ತೆ. ನಮ್ಮ ತಂಟೆಗೆ ಅದು ಬರೋದಿಲ್ಲ."

ದೊಡ್ಡ ದೊಡ್ಡ ಮರಗಳ ಹಿಂಭಾಗದಲ್ಲಿ ಚಂದ್ರೋದಯವಾಗುತ್ತದೆ. ತನ್ನ ಕಣ್ಣುಗಳನ್ನು ದೊಡ್ಡದಾಗಿ ಬಿಡಿಸಿಕೊಂಡಿತು ಹೂ. ಮರಗಳ ತುದಿಗಳು ಹೊಳೆಯುತ್ತಿವೆ. ಸಂದುಗಳಿಂದ ಬೆಳದಿಂಗಳು ನೆಲದ ಮೇಲಕ್ಕೆ ಸಾಲುಸಾಲಾಗಿ ಹರಿದುಬರುತ್ತಿದೆ. ಕತ್ತಲೆಯನ್ನು ಅದು ಬದಿಗಳಿಗೆ ತಳ್ಳುತ್ತಿದೆ. ಸುತ್ತಮುತ್ತಲಿನ ಅಡವಿಯನ್ನು ಕಂಡು –

"ನೋಡು ಅಮ್ಮಾ, ಇಲ್ಲಿ ನೋಡು," ಎಂದು ಚಪ್ಪಾಳೆ ತಟ್ಟುತ್ತ ಹೂ ಹೇಳಿತು.

ನಿದ್ದೆ ಕಣ್ಣಿನಿಂದಲೇ ಹಾಡುತ್ತದೆ ತಾಯಿ ಬಳ್ಳಿ.

ತಲೆಯೆತ್ತಿ ತಾಯಿಯ ಕಡೆ ನೋಡಿತು ಹೂ.

"ಅಮ್ಮಾ! ನೀನು ಎಷ್ಟು ಅಂದವಾಗಿ ಇದ್ದೀಯಾ!"

ತನ್ನ ಕಣ್ಣಿಗೆ ಕಾಣದಿರುವಂತೆ ತಾಯಿಯನ್ನು ಬಳ್ಳಿಗಳು ಕತ್ತಲೆಯೊಳಕ್ಕೆ ಹೆಣೆದುಕೊಂಡಿವೆ. ಪರಿಮಳಗಳ ಮಧ್ಯೆ ಎಲೆಗೊಂಚಲುಗಳು ಕೆದರಿಕೊಂಡು ಕಪ್ಪು ನೆರಳಿನಲ್ಲಿ ತೂಗಾಡುತ್ತಿವೆ.

"ಯಾರನ್ನಮ್ಮಾ ಹಾಗೆ ಅಪ್ಪಿಕೊಂಡು ಹೆಣೆದುಕೊಂಡಿದ್ದೀಯಾ? ಆತ ಯಾರು? ಗಂಭೀರವಾಗಿ ಹಾಗೆ ನಿಂತಿದ್ದಾನೆ ನಿನ್ನ ಭಾರ ಹೊತ್ತುಕೊಂಡು. ಯಾರಾತ ?"

"ನಿನ್ನ ತಂದೆ, – ಅಪ್ಪ!"

"ಅಮ್ಮಾ, ಅಮ್ಮಾ, ಅಮ್ಮಾ! ಯಾರು ಹಾಗೆ ಕಿರಕಿರನೆ ಸದ್ದು ಮಾಡುತ್ತಿದ್ದಾರೆ. ಅಮ್ಮಾ? ಹಿಡಿದುಕೋ ನನ್ನ."

"ಅವು ಕಪಿಗಳು, ನಿನ್ನಪ್ಪನಿಗಾಗಿ ಅವು ಬರುತ್ತವೆ. ಅವು ನಿನಗೇನೂ ಮಾಡುವುದಿಲ್ಲ."

"ಹಾಗಾದರೆ, ಅಪ್ಪನು ಅವುಗಳನ್ನು..."

ತನ್ನ ಹೆಸರು ಯಾರೋ ಕೂಗುತ್ತಿದ್ದಾರೆ. ಬೆಳದಿಂಗಳಿನಲ್ಲಿ ತೇಲಾಡುತ್ತ, ತನ್ನ ಸುತ್ತಲೂ ಅವರು ಗುಂಪುಗೂಡಿಕೊಂಡು ಬರುತ್ತಿದ್ದಾರೆ, ಪುಷ್ಪ ಕಿನ್ನರರು! ತನಗೆ ಅವರ ಪರಿಚಯ ಉಂಟು.

"ಹುಟ್ಟಿದೆಯಾ? ನೀನು ಇಲ್ಲಿ ಹುಟ್ಟಿದ್ದೀಯಾ?"

– ಸುತ್ತಲೂ ಗುಂಪುಗೂಡಿಕೊಂಡು, ಹೂವನ್ನವರು ತೊಳೆಯತೊಡಗಿದರು. ಅದರ ಎಸಳುಗಳಲ್ಲಿ ಸಣ್ಣ ಅಂಕುಡೊಂಕುಗಳನ್ನು ಅವರು ಅಂದವಾಗಿ ತಿದ್ದಿ ತೀಡಿದರು, ಮಂಜಿನ ಮುತ್ತುಗಳ ಹಾರಗಳನ್ನು ತೊಡಿಸಿದರು. ಅವರ ಹಿಂದೆ ತನಗೆ ಕಾಣದಂತೆಯೇ ನೆರಳಿನಲ್ಲಿ ನಿಂತಿರುವವರು ಯಾರು? ತನಗೆ ಗೊತ್ತು, ಅವರು ಯಾರೆಂಬುದು! ಎಂದಿನಿಂದಲೂ, ಅನಂತ ಕಾಲದಿಂದಲೂ, ಅನೇಕ ರೂಪಗಳಲ್ಲಿ, ಅನೇಕ ಲೋಕಗಳಲ್ಲಿ, ಆನಂದಮಯವಾದ ಅನೇಕ ಭಾವನೆಗಳಿಂದ, ತನ್ನೊಡನೆ ಕೈಕೂಡಿಸಿಕೊಂಡು, ತನ್ನನ್ನೆಂದೂ ಬಿಡದೆ ತನ್ನೊಂದಿಗೇ ಬರುತ್ತಿರುವ ಆ ನೆರಳು ಯಾರು?

ತನ್ನ ತಲೆಯ ಮೇಲಿನಿಂದ, ಅಲ್ಲಿನ ಕತ್ತಲೆಯೊಳಗಿನಿಂದ ಇಂಪಾದ ಕರೆ. ದೂರದಲ್ಲಿ ಯಾವುದಕ್ಕಾಗಿಯೋ ಅರಚಾಟ. ಅದನ್ನು ಎಲೆಗಳೆಲ್ಲವೂ ನಿಂತು ಕಿವಿಗೊಟ್ಟು ಕೇಳುತ್ತಿವೆ. ಸಣ್ಣಸಣ್ಣ ಅಲೆಗಳ ಮೂಲಕ ಗಾಳಿಯು ಪುಳಕಿತಗೊಳಿಸುತ್ತಿದೆ.

ಯಾರು ? ಯಾರು ? ಎಷ್ಟು ಹುಡುಕಿದರೂ ಕಾಣದವರು, ಯಾರವರು ?

"ಅಮ್ಮಾ, ಅಮ್ಮಾ, ಅದು ಯಾರು ?"

'ಕೋಗಿಲೆ."

"ಅದು ಯಾರನ್ನ ಕರೀತಿದೆ ?"

"ತನ್ನ ನಲ್ಲನನ್ನು"

"ಅವನು ಯಾಕೆ ಬರ್ತಾ ಇಲ್ಲ ?"

"ಕತ್ತಲಾಗಿದೆಯಲ್ಲಾ."

"ಮತ್ತೆ ಹಾಗೆಯೇ ಕೂಗು ಅಂತ ಹೇಳು."

"ಕರೆಯುತ್ತೆ."

"ಎಷ್ಟು ಅಂದವಾಗಿದೇಮ್ಮಾ ಈ ಲೋಕ! ನಾನು ಇಷ್ಟು ದಿನವೂ ಇಲ್ಲಿಗೆ ಬಾರದೆ, ಇದ್ದದ್ದು ಎಲ್ಲಿ ?"

ಹೂವಿಗೆ ಎದುರಾಗಿ ಅಂಧಕಾರದ ಪೂರ್ವಶಾಖೆಯಲ್ಲಿ ಉಜ್ವಲಿಸುವ ದೊಡ್ಡ ಕಾಂತಿ ಪುಷ್ಪವೊಂದು ವಿಕಾಸಗೊಂಡು ಜ್ವಲಿಸುತ್ತಿದೆ. ಹಗುರವಾಗಿ ಆವರಿಸಿಕೊಂಡು ಬಂದು ನಗಿಸುವ ಕತ್ತಲೆ ತೆರೆಯೊಳಗಿನಿಂದ ಅದು ತನ್ನ ಬೆಳಕು ಕೈಗಳನ್ನು ಹೂವಿನ ಕಡೆಗೆ ಚಾಚುತ್ತದೆ.

ಉತ್ಸವಗಳು, ವಾದ್ಯಗಳು, ಕೂಗುಗಳು, ಸಂತಸದ ವಾತಾವರಣ. ಕಸಗುಡಿಸುತ್ತಿದ್ದಾರೆ. ತೋರಣಗಳನ್ನು ಕಟ್ಟುತ್ತಿದ್ದಾರೆ. ಜಯಜಯಕಾರಗಳನ್ನು ಮಾಡುತ್ತಿದ್ದಾರೆ. ಪ್ರತಿಯೊಂದು ಮೋಡಕ್ಕೂ ವರ್ಣಾಲಂಕಾರ ಮಾಡುತ್ತಿದ್ದಾರೆ. ಆತುರತೆಯಿಂದ, ಸಂತೋಷವನ್ನು ತಡೆಯ ಲಾರದೆ ಅನಿಲಕುಮಾರನು ಧೂಳನ್ನು ಝಾಡಿಸುತ್ತ, ಏಳಿರೆಂದು ಎಲ್ಲರನ್ನೂ ಎಬ್ಬಿಸುತ್ತ, ತರಗೆಲೆಗಳನ್ನು ದೂರಕ್ಕೆ ತಳ್ಳಿಹಾಕುತ್ತ, ಈ ಕಡೆ ಆ ಕಡೆ ಓಡಾಡತೊಡಗಿದ್ದಾರೆ. ಮರಗಳು ಗಾಳಿಯೊಳಕ್ಕೆ ಬಾಯ್ದೆರೆದುಕೊಂಡು ಮೊದಲ ಭೋಜನವನ್ನು ಅರಗಿಸುತ್ತಿವೆ.

ಕಾಂತಿ, ಕಾಂತಿ, ಪ್ರಪಂಚದಲ್ಲೆಲ್ಲ ಕಾಂತಿ. ಆಕಾಶದಲ್ಲೆಲ್ಲ ಆನಂದವನ್ನು ತುಂಬಿಸುತ್ತಿರುವ ಕಾಂತಿ, ಅಲೆಯಲೆಯಂತಿರುವ ಕಾಂತಿ ಲೋಕದ ಮೇಲೆ ವಿಸ್ತಾರವಾಗಿ ಹಬ್ಬಿಕೊಳ್ಳುತ್ತದೆ.

ಲೋಕದ ರೂಪವೇ ಬದಲಾಯಿಸಿದೆ. ಚಂದಮಾಮನು ನಗುನಗುತ್ತ ನಮಸ್ಕರಿಸಿ ಆಕಾಶ ದೊಳಕ್ಕೆ ಅರ್ಧ ಕರಗಿಹೋಗಿದ್ದಾನೆ. ಲೋಕಾಧಿಪತಿಯಂತೆ ಹೊಳೆಯುತ್ತಿದ್ದ ಬೆಳ್ಳಿ ಚುಕ್ಕೆ ಶುಕ್ರನು ಭಯಗ್ರಸ್ತನಾಗಿ ಯಾವ ಮೂಲೆಗೋ ಸೇರಿಕೊಂಡಿದ್ದಾನೆ. ಮೋಡಗಳು ನಾಚಿಕೆಯಿಂದ ತಮ್ಮ ಬಣ್ಣಗಳನ್ನು ತೊಳೆದುಕೊಂಡು, ಬೆಳ್ಳನೆಯ ಮೈಗಳಿಂದ ಅಕ್ಕಪಕ್ಕ ಗಳಲ್ಲಿಯೇ ಮುದುಡಿಕೊಂಡಿವೆ.

ದೇದೀಪ್ಯಮಾನವಾದ ಕಾಂತಿಯಿಂದ ಕೆಂಪೇರಿ, ಕಶ್ಮಲವನ್ನೂ, ಅಂಧಕಾರವನ್ನೂ, ಅಲ್ಪತ್ವವನ್ನು ಎಲ್ಲಿಯೂ ಸಹಿಸಿಕೊಳ್ಳದೆ, ಕ್ಷಮಿಸದೆ ಇರುವ ದಿವ್ಯನಿರ್ಮಲ ತೇಜಸ್ಸುಗಳನ್ನು ಚಿಮ್ಮಿಕೊಂಡು ಹೊರವಂಟನು ಮಾರ್ತಾಂಡನು.

ಪಕ್ಷಿಗಳೆಲ್ಲವೂ ರೆಕ್ಕೆಗಳನ್ನು ಚಾಚಿಕೊಂಡು ಹಾರಾಡುತ್ತಿವೆ. ಮೃಗಗಳು ಮೈ ಮುರಿದುಕೊಂಡು ಕದಲಿ ಓಡಾಡುತ್ತಿವೆ. ಪವನ ಕುಮಾರರು ಮರಗಳ ಎಲೆಕೊನೆಗಳಲ್ಲಿ ಕುಳಿತುಕೊಂಡು ಭಯಭೀತರಾಗಿ ನೋಡುತ್ತಿದ್ದಾರೆ.

ಸಮಸ್ತವನ್ನೂ ಮರೆತು, ಕಣ್ತೆರೆದುಕೊಂಡು ನೋಡುತ್ತಿದ್ದ ಹೂವಿನ ಮೇಲಕ್ಕೆ, ತನ್ನ ಕಿರಣವೊಂದನ್ನು ತೀಕ್ಷ್ಣವಾಗಿ ಸೂರ್ಯನು ಬಿಸುಟನು.

'ಅಬ್ಬಬ್ಬಾ! ಸತ್ತೆ!' ಎಂದು ಕಣ್ಣು ಮುಚ್ಚಿಕೊಂಡಿತು ಆ ಕನ್ಯೆ. ಮೈಯೆಲ್ಲಾ ನಡುಗಿತು.

ಪೆಟ್ಟು ತಿಂದಂತೆ ಮೈಮರೆಯಿತು. ತನ್ನ ಇಡಿಯ ಮೈ ಕೆಂಪಡರಿತು. ಒಂದು ಸಲ ತನ್ನ ಬುಡದಿಂದ, ನೆಲದೊಳಗಿನಿಂದ ಸೀಳಿಕೊಂಡು ತನ್ನೊಳಕ್ಕೆ ತಂದು ಸುರಿಯಲಾದ ಅಮೃತದಿಂದ ತಾನೆಲ್ಲಾ ಮೈತುಂಬಿಕೊಂಡಿತು.

'ಅಮ್ಮಾ' ಎಂದು ಅದೊಂದು ಕೂಗು ಹಾಕಿತು. ಅದು ಭಯವಲ್ಲ, ಸಂತೋಷವಲ್ಲ, ಸಾವೂ ಅಲ್ಲ, ಹುಟ್ಟೂ ಅಲ್ಲ, ಅದರ ನವ ಯೌವನ ಅದು.

ಆ ಎಳೆಬಿಸಿಲು, ಬೆಳದಿಂಗಳು, ಕೆಳಗಡೆ ಹುಲ್ಲಿನ ಹೊಸಹೊಸತನ, ಆಕಾಶದಲ್ಲಿನ ನೀಲವರ್ಣದ ನುಣುಪು, ತನ್ನ ತಂದೆಯ ಕೊಂಬೆಗಳ ಬಲ, ಕೋಗಿಲೆಯ ಕಂಠಧ್ವನಿಯಲ್ಲಿನ ವಿನಯ, ಗಾಳಿಯಲ್ಲಿನ ಅರ್ಥರಹಿತವಾದ ತುಂಟತನ, ತನ್ನ ತಾಯಿಯ ಬೇರುಬೆರಳುಗಳ ಕೆಳಗಡೆಯಿಂದ ಅನರ್ಗಳವಾದ ನಾದ – ಇವೆಲ್ಲವೂ ತನ್ನೊಳಕ್ಕೆ ಪ್ರವಹಿಸಿದುವು.

ತನ್ನ ದಳಗಳಲ್ಲಿ ಥಳಥಳಗಳು, ತನ್ನ ಎಸಳುಗಳಲ್ಲಿನ ನಾರಿನ ನುಣ್ಣನೆಯ ಉಬ್ಬು, ತನ್ನ ಗಂಟುಗಳಿಂದ ಒಡೆಯಲು ಸಿದ್ಧವಾಗಿರುವ ಮದ ಸೌರಭ, ತನ್ನ ತೊಟ್ಟಿನಲ್ಲಿ ವಿಶಾಲವಾಗಿ ಬೆಳೆಯುತ್ತಿರುವ ಬಲ, ತನ್ನ ಇಡಿಯ ಮೈಯಲ್ಲಿ ತಡೆಯಿಲ್ಲದೆ, ಕೊನೆಗಾಣದೆ ಮತ್ತು ಕಾರಣವಿಲ್ಲದೆ ಬೆಳೆಯುತ್ತಿರುವ ಕಾಂತಿ.

ಅಕಸ್ಮಾತ್ತಾಗಿ ತನ್ನನ್ನು ಮುಳುಗಿಸುತ್ತ, ಸೀಳುತ್ತ ಮೇಲಕ್ಕೆ ಹೊರಳಿ ಬರುತ್ತಿರುವ ಸಮುದ್ರದ ಅಲೆಗಳಂತೆ, ಮೂರ್ಛೆಗಳಿಗೆ ಎಡೆಗೊಡುವಂತಹ ಪರಿಮಳ. ತನ್ನನ್ನು ತನ್ನ ತಾಯಿಯನ್ನು, ಗಾಳಿಯನ್ನು, ಆಕಾಶವನ್ನು ತುಂಬಿಸಿ, ಹೊರಳುತ್ತ, ಅಲೆಯಲೆಯಾಗಿ, ಜ್ವಾಲೆಗಳಾಗಿ ತನ್ನಲ್ಲಿಂದ ಅರಳಿ ಹೊರಬರುತ್ತಿರುವ ಪರಿಮಳಗಳು.

ತಡೆಯಲಾರದೆ ಅದು ಫಕ್ಕನೆ ನಕ್ಕಿತು. ಬಿಸಲಿಗೇ ಕಾಂತಿಯನ್ನು ನೀಡಿತು ಆ ನಗು.

ಆ ಅಮಲಿಗೆ ಆ ಮಾಧುರ್ಯಕ್ಕೆ ಆಕಾಶವೇ ಕಾಳಕ್ಕಿಳಿದು ಬರ ಬೇಡವೇ ? ಈ ಸುದ್ದಿಯನ್ನು ಗಾಳಿಯ ಮೂರು ಲೋಕಗಳಲ್ಲಿಯೂ ಪ್ರಕಟಿಸಬೇಡವೆ ? ಆ ಕಾಂತಿಯೆಲ್ಲವೂ ಒಂದಾಗಿ ತನಗೆ ಆರತಿಯಾಗಬೇಡವೆ ? ಈ ಮರಗಳು, ಪಕ್ಷಿಗಳು, ಕೀಟಗಳು, ಮೃಗಗಳು, ಅನಂತಾಕಾಶ, ಸೂರ್ಯಚಂದ್ರರು – ಈ ಲೋಕವೇ ತನ್ನ ಪರಿಮಳ ಸೌಭಾಗ್ಯವನ್ನು ಪಡೆಯುವುದಕ್ಕಾಗಿ ಸೃಷ್ಟಿಯಾಗಿಲ್ಲವೆ ?

ತನ್ನ ಮುಂದೆ ತನಗೆ ಸರಿಸಮನಾದವರು ಇನ್ನು ಯಾರಿದ್ದಾರೆ ?

ಗಲಾಟೆಯೊಂದಿಗೆ, ಹುಚ್ಚು ಕುಣಿತದೊಂದಿಗೆ ಅದು ಚಪ್ಪಾಳೆ ತಟ್ಟಿತು. ಕಣ್ಣುಗಳ ಒಳಗಿನಿಂದ ಕಾಂತಿಕಿಡಿಗಳನ್ನೆಸೆಯಿತು. ಆ ಕಡೆಯಲ್ಲಿ ಯಾರು ಹೋದರೂ, ಅದು ಎಲೆಗಳ ಹಿಂದೆ ಅವಿತುಕೊಂಡು ಬಗ್ಗಿ ನೋಡುತ್ತ, ಫಕಫಕನೆ ಅದು ನಗುತ್ತಿತ್ತು. ತನ್ನ ಎಸಳುಗಳನ್ನು ತೂಗಾಡಿಸಿತು, ಎಲ್ಲಿಯೂ ಕೊನೆಗಾಣದಿರುವ ಭಾಗ್ಯದಂತೆ ತನ್ನ ಪರಿಮಳವನ್ನು ಅದು ಪ್ರಪಂಚದ ಮೇಲೆ ಹೊರಚೆಲ್ಲಿತು.

ಸಂಗೀತಗಳೊಂದಿಗೆ, ಕುಣಿತಗಳೊಂದಿಗೆ, ತತ್ತರದ ತೂರಾಟಗಳೊಂದಿಗೆ, ತೂಗಾಟ ಗಳೊಂದಿಗೆ ಸುತ್ತಲೂ ಮಧುಪ ಒಡನಾಡಿಗಳು ಸೇವೆ ಸಲ್ಲಿಸುತ್ತ ಹಿಂಬಾಲಿಸಿ ಬರುತ್ತಿದ್ದಾಗ, ಹೂವುಗಳನ್ನು ಲೆಕ್ಕಿಸದೆ, ಅವುಗಳ ಕಡೆಗೆ ತಲೆಯೆತ್ತಿಯೂ ನೋಡದೆ, ಗರ್ವದಿಂದ, ಯೌವನದ ಮದದಿಂದ ಮೈತುಂಬ ಹಚ್ಚನೆಯ ಪುಷ್ಪರಜವನ್ನು ಚೆಲ್ಲಿಕೊಂಡು ಹೊರಟು ಹೋಗುತ್ತಿದ್ದನು ಮಧುಪನು.

ಬಿಸಿಲಿನಲ್ಲಿ ಆ ಪರಾಗ ಧೂಳಿಯೊಳಗಿನಿಂದ ಶೋಭಿಸುತ್ತಿದ್ದ ಆತನ ದೇಹ,

ಸೊಂಡಿಲಿನಂತಹ ಆತನ ಕ್ರೂರವಾದ ಕುಟುಕು ಮುಳ್ಳು, ರಕ್ತದಂತೆ ಹೆಪ್ಪಾಗಿದ್ದ ಕಣ್ಣುಗಳು, ಗಾಳಿಯನ್ನೇ ಶೂಲದಂತೆ ಚುಚ್ಚುತ್ತಿದ್ದ ದೊಡ್ಡ ಮೀಸೆಗಳು, – ಇವೆಲ್ಲವುಗಳನ್ನು ನೋಡಿ ನಡುಗಿತು ಹೂವು.

"ಅಮ್ಮಾ! ಯಾರು ಅದು?" ಎಂದು ಕೇಳುತ್ತ ಅದು ತನ್ನ ತಾಯಿಯ ಎಲೆ ಹಸಿರು ಸೆರಗಿನಲ್ಲಿ ಸೇರಿಕೊಂಡಿತು.

ತಾಯಿಯು ಮುಗುಳ್ನಕ್ಕು ಮಗಳ ತಲೆಯನ್ನು ನೇವರಿಸಿತು.

'ನಿನ್ನ ತಂಟೆಗೇನೂ ಆತ ಬರುವುದಿಲ್ಲ' ಎಂದು ತಾಯಿ ತಮಾಷೆ ಮಾಡುತ್ತ ಕೊಂಕು ನುಡಿಯಿತು.

"ಬರುವುದಿಲ್ಲವೇ? ಅದೆಷ್ಟು ಸೊಕ್ಕು?" ಎನ್ನುತ್ತ ಎಲೆಗಳ ಮಧ್ಯದಿಂದ ಅರ್ಧ ಬಾಗಿ ನೋಡಿ, ತನ್ನ ಪರಿಮಳವನ್ನು ಹೊರಚೆಲ್ಲಿತು ಹೂ. ಉಸಿರಾಡಲು ಸಾಧ್ಯವಾಗದಂತೆ ಮುಖಕ್ಕೆ ಅಡ್ಡವಾಗಿ ಬಂದು ನಿಂತು, ರೆಕ್ಕೆಗಳ ಬಲವನ್ನೇ ಸೆಳೆದು ಹಾಕುತ್ತಿದ್ದ ಆ ಪರಿಮಳದ ಆಕರ್ಷಣೆಯಿಂದ ತಲೆ ತಿರುಗಿದಂತಾಗಿ ನಿಂತುಕೊಂಡನು ಮಧುಪನು.

"ಅಮ್ಮಾ! ನಿಂತುಕೊಂಡೇಬಿಟ್ಟ" ಎಂದಿತು ಹೂವು ಭಯ ಭೀತಿಯಿಂದ.

ಆದರೆ, ತಡೆಯಲಾಗದೆ, ನಿಲ್ಲಲಾಗದೆ, ತನಗೆ ಆಗುತ್ತಿದ್ದುದು ಅದೇನು ಬಾಧೆ, ಮಧುರವಾದ ಮತ್ತೇರಿಸುತ್ತಿದ್ದುದು ಅದೇನು ವೇದನೆ?! ಅದೇನೋ ತನಗರಿವಾಗದೆಯೇ, ತನ್ನನ್ನು ಭಯಪಡಿಸುತ್ತಿದ್ದ, ತನ್ನನ್ನು ಅತುರ ಪಡಿಸುತ್ತಿದ್ದ ಆಕಾಂಕ್ಷೆ ಅದು.

ತಿರುಗಿದನಾತ, ತನ್ನ ಕಡೆಗೇ!

ತನ್ನ ಅನುಚರರಿಗೆಲ್ಲರಿಗೂ, ಹೋಗಿರಿ ಎಂದು ಹೇಳಿ ಕಳಿಸಿಬಿಟ್ಟನಾತ. ಮತ್ತೆ ಇನ್ನೊಂದು ಸಲ ಹೊಸ ಹೂಧೂಳಿಯನ್ನು ಆತನ ಮೈ ಮೇಲೆಲ್ಲಾ ಚೆಲ್ಲಿ ಆತನನ್ನಲಂಕರಿಸಿ ಹಾರಿಹೋದರು, ಆ ಮಿತ್ರರೆಲ್ಲರೂ, ಸುತ್ತಲೂ ಇದ್ದ ಎಲೆಗಳ ಮೇಲೆ ಬಾಗಿಕೊಂಡು ಅವರು ನಗುತ್ತಿದ್ದಾರೆ, ಪುಂಡಪೋಕರಿಗಳು.

ತನ್ನ ಕಡೆಗೆ ಹಾರಿಬರುತ್ತಿದ್ದನಾತ. ತನಗೆ ಯಾರು ಎದುರಾಗಬಲ್ಲರು ಎನ್ನುವಂತೆ, ಧೈರ್ಯದಿಂದ, ಆತ ಬಲವಾಗಿ ಹಾರಿಬರುತ್ತಾನೆ. ಆ ಬಿಸಿಲಿನಲ್ಲಿ ಹೊಳೆಯುತ್ತ, ತೇಲಿಕೊಂಡು, ಗಾಳಿಯನ್ನು ಸೀಳಿಕೊಳ್ಳುತ್ತ, ಅನಿವಾರ್ಯವಾಗಿ ಆತನು ಬರುತ್ತಿದ್ದಾನೆ.

ನಾಚಿಕೆ, ನಾಚಿಕೆ, ನಾಚಿಕೆ!

ತನ್ನ ಹೆಮ್ಮೆ, ತನ್ನ ಆತಿಥ್ಯ, ತನ್ನ ವಿಜೃಂಭಣೆ, – ಇವು ಯಾವುದೂ ಉಳಿದಿಲ್ಲ. ಅನ್ನು ಇನ್ನೂ ಒಳಹೊಕ್ಕು ಬಚ್ಚಿಟ್ಟುಕೊಂಡಿತು.

ಬರುತ್ತಿದ್ದಾನೆಂದು ಭಯ, ಸಂತೋಷ.

ತೀರಾ ಬರುವುದೇ ಇಲ್ಲವೇನೋ ಎಂದು ದಿಗಿಲು, ನ್ಯೂನತೆ.

ಬರುತ್ತಿದ್ದಾನೆಂದು ಹೆಮ್ಮೆ ನಾಚಿಕೆ.

ಏನಿದು ಇಷ್ಟೊಂದು ಸ್ವಾತಂತ್ರ್ಯ?

ಏನಿದು ಇಷ್ಟೊಂದು ಆಲಸ್ಯ?

ತಾನಲ್ಲದೆ ಮತ್ತೇನೂ ಕಾಣಬರದಂತಾಗಿ, ತನ್ನ ಸುತ್ತಲೂ ಸುತ್ತುತ್ತ, ಆತ ತನ್ನನ್ನು ಬೇಡಿಕೊಳ್ಳಬೇಕು, ಹಾಡಬೇಕು.

ತಾನು ಮಾತ್ರ ಆತನಿಗೆ ಎಟುಕದ ಹಾಗೆ, ಎಲೆಗಳ ಮಧ್ಯೆ ತಪ್ಪಿಸಿಕೊಂಡು ಕಾಡುತ್ತಿರಬೇಕು.

ನಿರ್ಲಕ್ಷ್ಯದಿಂದ, ಸುಲಭವಾಗಿ ಎಲೆಗಳನ್ನು ಒತ್ತಿಹಿಡಿದು, ತನ್ನನ್ನು ನಾಲ್ಕು ಜನರ ಮುಂದೆ ಆತ ಬಯಲಿಗಿಟ್ಟ. ಓರೆಗಣ್ಣಿನಿಂದ ನೋಡುತ್ತ, "ಹೋಗಾಚೆ, ಧೂರ್ತ!" ಎಂದಿತು ಹೂ. ಆದರೆ, ಅದು ತನ್ನ ಕಂಠ ಸ್ವರವೇ ಆಗಿತ್ತೆ? ಅದರಲ್ಲಿದ್ದುದು ಅದೆಂತಹ ಮಾಧುರ್ಯ! ಅದರ ಆಹ್ವಾನದ ಧೋರಣೆಯೇನು? ತಾನೆಷ್ಟು ಪ್ರಯತ್ನಿಸಿದರೂ ತನಗೆ ಒಳಗಾಗದ, ತನ್ನ ಹೃದಯದಲ್ಲಿನ ಆ ನರಳಾಟವೇನು?

ಮೈ ಜುಮ್ಮೆನಿಸುವ ಆ ನಿರಂತರ ಪ್ರೇಮಗೀತೆಯನ್ನು ದೀರ್ಘ ಸ್ವರದಿಂದ ಆಲಾಪಿಸುತ್ತ, ತನ್ನ ಸುತ್ತಲೂ ಆತ ತಿರುಗುತ್ತಿದ್ದಾನೆ. ಮುಂಗಾಲುಗಳನ್ನು ತನ್ನ ಕಡೆಗೆ ಚಾಚಿಕೊಂಡಿದ್ದಾನೆ. ರೆಕ್ಕೆಗಳ ಮೇಲೆ ಬಣ್ಣ ಬಣ್ಣಗಳಿಂದ ಹೊಳೆಯುತ್ತಿದೆ, ಬಿಸಿಲು. ಆತನ ಮೈ ಮೇಲೆ ಇರುವ ಪುಷ್ಪರಜದ ಮಾದಕವಾದ ವಾಸನೆಯು ತಲೆತಿರುಗಿಸುತ್ತಿದೆ.

ಉಕ್ಕೇರಿ ಬರುವ ಪ್ರವಾಹದಂತೆ, ತನಗಿನ್ನೇನೂ ತೋಚದಂತೆ ತನ್ನನ್ನು ಮುಳುಗಿಸಿಬಿಟ್ಟದೆ ಆ ಮಧುರಗೀತೆ. ಅದು ಸಮುದ್ರದ ಭೋರ್ಗರೆತದಂತೆ, ರಕ್ತದ ಒತ್ತಡದಂತೆ ತನ್ನನ್ನು ಮುಳುಗಿಸಿಬಿಟ್ಟಿದೆ.

ಕೇಳುತ್ತಿದ್ದಾನೆ, ನಗುತ್ತಿದ್ದಾನೆ, ತಲೆತಗ್ಗಿಸಿ ಮುಂಗಾಲುಗಳಿಂದ ಬೇಡಿಕೊಳ್ಳುತ್ತಿದ್ದಾನೆ: "ನಿನಗಾಗಿಯೇ ನಾನು ಅನಂತ ಕಾಲದಿಂದಲೂ ಅರಸುತ್ತ ಬಂದಿದ್ದೇನೆ. ನನ್ನ ಐಶ್ವರ್ಯವನ್ನು ನಿನ್ನ ಪಾದಗಳ ಮುಂದೆ ತಂದು ಸುರಿಯುತ್ತೇನೆ. ತಲೆಯೆತ್ತಿ ಒಂದು ಸಲ ನನ್ನ ಕಡೆ ನೋಡು," ಎನ್ನುತ್ತಿದ್ದಾನೆ ಆತ.

ಎಲ್ಲಾ ಅಬದ್ಧಗಳು. ಆದರೂ, ಎಂತಹ ಮಾಧುರ್ಯಮಯವಾದ ಅಸತ್ಯಗಳು.

ನೀನು ಒಬ್ಬಾಕೆಯೇ ನನಗೆ ಬೇಕಾದದ್ದು ಎನ್ನುತ್ತಾನಾತ. ಆದರೆ ಆ ಕುಸುಮರಜವೆಲ್ಲಾ ಎಲ್ಲಿಂದ ಬಂದಿತೋ? ಧೂರ್ತ!

ಬಿಳುಪಾದ ಎಸಳುಗಳನ್ನು ಹೊಳಪಿಸಿ, ಕಿರುನಗೆಯನ್ನು ಸೂಸಿ, ಗಾಳಿಯ ಸಹಾಯದಿಂದ ಎಲೆಗಳ ಮಧ್ಯೆ ಹೂ ಅವಿತುಕೊಂಡಿತು.

ಬಲಹೀನವಾಗಿ, ಮೃದುವಾಗಿ ಕೊಂಬೆಗಳಲ್ಲೂ ಬಚ್ಚಿಟ್ಟುಕೊಳ್ಳುತ್ತಿರುವ ತನಗಾಗಿ, ಆತನು ಇನ್ನೂ ಏಕೆ ಬರುತ್ತಿಲ್ಲ? ಹಾಗೆಯೇ ಆತ ಹೊರಟು ಹೋಗುವುದಿಲ್ಲ, ಅಲ್ಲವೇ? ಹೊಳೆಯುತ್ತ, ರೆಕ್ಕೆಗಳ ತೂಗಾಟದಿಂದ ಲೆಕ್ಕವಿಲ್ಲದಷ್ಟು ಹೂವುಗಳ ಮಧ್ಯೆ ಮೂರು ಲೋಕಗಳಲ್ಲೂ ಸುಲಭವಾಗಿ ಸಂಚಾರ ಮಾಡಬಲ್ಲವನಾದ ಆತ – ಪ್ರತ್ಯೇಕವಾಗಿ ತನಗಾಗಿಯೇ, – ತನ್ನ ಮುಂದೆ ಬೇಡಿಕೊಳ್ಳುತ್ತಿದ್ದಾನೆ.

"ಹೋಗು!" – ಎಂದಿತು ಹೂವು, ಹೊರಟು ಹೋಗುತ್ತಾನೋ ಏನೋ ಎಂಬ ಭಯದಿಂದಲೇ.

ಆ ಮಾತಿನಿಂದ ಆಕೆ ಇನ್ನೂ ತನ್ನದೇ ಸ್ವತ್ತು ಎನ್ನುವ ಹಾಗೆ, ತನಗೇ ಅಧಿಕಾರವು ದೊರೆತ ಹಾಗೆ, ಸಂಕೋಚವಿಲ್ಲದೆ ವಿಹರಿಸಲು ಅದು ತನ್ನದೇ ರಾಜ್ಯಸೀಮೆ ಎಂಬ ಹಾಗೆ ಮಧುಪನು ತನ್ನ ಹರಿತವಾದ ಉಗುರುಗಳಿಂದ ಮೃದು ಪತ್ರಗಳಿಗೆ ಏನಾದೀತೆಂಬುದರ ಪರಿವೆಯಿಲ್ಲದೆಯೇ, ಆ ಹೂವಿನ ಮೇಲೆ ಬಂದೆರಗಿದನು.

"ಅಮ್ಮಾ!" ಎಂದು ಅದು ದೊಡ್ಡ ಕೂಗು ಹಾಕಿತು, ತನ್ನ ಪ್ರಾಣವೇ ಹೋಯಿತೇನೋ ಎಂಬಂತೆ. ಅಮ್ಮನು ಮಾತನಾಡಲಿಲ್ಲ. ತನ್ನನ್ನು ಅಮ್ಮ ಬಿಟ್ಟುಬಿಟ್ಟಳೆ? ಎಲ್ಲರೂ ತನ್ನ ಕೈ ಬಿಟ್ಟರೆ? ಇದೇ ಕೊನೆಯಾಯಿತೆ? ತನ್ನ ಪ್ರಾಣವೇ ಹಾರಿಹೋಗುತ್ತಿದೆಯಲ್ಲಾ!

ತನ್ನ ಅನುಮತಿಯನ್ನೇನೂ ಪಡೆಯದೆಯೇ, ನಿರ್ದಯೆಯಿಂದ, ಕ್ರೂರವಾಗಿ, ಉಗುರುಗಳಿಂದ ಸೀಳಿ, ತಲೆಯನ್ನು ತೂರಿಸಿ, ತನ್ನಲ್ಲುಂಟೆಂದು ತಾನೆಂದೂ ಅರಿಯದೆ ಇದ್ದ ತನ್ನ ಗರ್ಭ ಕುಹರಾಂತರಾಳವನ್ನು ತನ್ನ ಕುಟುಕು ಮುಳ್ಳಿನಿಂದ ಭೇದಿಸಿ, ತನ್ನಲ್ಲಿದ್ದ ಮಧುವನ್ನೆಲ್ಲ ಹೀರಿಕೊಳ್ಳುತ್ತಿದ್ದಾನೆ.

ಮೈ ಸೀಳಿಹೋಗುತ್ತಿದೆ, ರಕ್ತವನ್ನೇ ಆತ ಕುಡಿಯುತ್ತಿದ್ದಾನೆ, ಹಿಂಗಾಲುಗಳಿಂದ ಪಕ್ಕೆಗಳನ್ನು ಸೆಳೆದೆಳೆದುಕೊಂಡು, ಹರಿಯುತ್ತಿದ್ದಾನೆ. ಇನ್ನು ತಾನು ಬದುಕುವುದಾದರೂ ಹೇಗೆ ? ಮುಖವನ್ನೆತ್ತಿಕೊಂಡಿರುವುದಾದರೂ ಹೇಗೆ ?

ಆದರೆ ಅದು ಅಪ್ರಯತ್ನವಾಗಿಯೇ ಪಕಳೆಗಳಿಂದ ಆತನನ್ನು ಮುಚ್ಚಿ ಬಚ್ಚಿಟ್ಟುಕೊಂಡಿತು. ಬಾಗಿಕೊಂಡಿದ್ದ ಆ ಸಣ್ಣ ನಡುವನ್ನು ತನ್ನ ಕುಸುಮ ಪಾಶಗಳಿಂದ ಆಲಿಂಗಿಸಿಕೊಂಡು, ತನ್ನ ಹತ್ತಿರಕ್ಕೆ ಸೆಳೆದುಕೊಂಡಿತು. ತನ್ನಲ್ಲಿದ್ದ ಹಚ್ಚನೆಯ ಪರಿಮಳದ ಗಂಧವನ್ನೆಲ್ಲಾ ಆತನ ಇಡಿಯ ಮೈಮೇಲೆ ಚೆಲ್ಲಿತು. ತನ್ನನ್ನು ತಾನೇ ಆತನಿಗೆ ಸಮರ್ಪಿಸಿಕೊಂಡಿತು.

ಇನ್ನು ತನ್ನನ್ನು ಬಿಟ್ಟು ಹೋಗಕೂಡದೆಂದು ಆತನನ್ನು ಬೇಡಿಕೊಂಡಿತು. ತಾನು ಆತನದೇ ಎಂದು ಹೇಳಿಕೊಂಡಿತು. ಆತನಿಗಿಂತಲೂ ಹೆಚ್ಚಾದುದು ತನಗಿನ್ನೇನೂ ಇಲ್ಲವೆಂದೂ ತಿಳಿಸಿತು.

ಇನ್ನೂ, ಇನ್ನೂ, ಇನ್ನೂ, ತನ್ನಲ್ಲಿ ಇನ್ನೇನೂ ಉಳಿಯದೆ ಇರುವಂತೆ, ತನ್ನ ಇಡಿಯ ಪ್ರಾಣವನ್ನೇ, ತನ್ನ ಆತ್ಮವನ್ನೆ ಸ್ವಾಹಾ ಮಾಡಿಬಿಡುವಂತೆ ಗುಟ್ಟಾಗಿ ಆತನಿಗೆ ತಾನು ಹೇಳಿಕೊಂಡಿತು.

ಝಲ್ಲೆಂದಿತು ತನ್ನ ಮೈ. ತಾನು ಕಂಡ ಸಾವಿರ ಮಂದಿ ಸೂರ್ಯರು ತನ್ನ ಕಣ್ಣ ಮುಂದೆಯೇ ಭಗ್ಗೆಂದು ಉರಿದರು. ರಾತ್ರೆಯಲ್ಲಿ ನಕ್ಷತ್ರಗಳೆಲ್ಲವೂ ತನ್ನ ಸುತ್ತುಮುತ್ತಲೂ ಧಗಧಗಿಸುತ್ತ ಕುಣಿಯುತ್ತಿದ್ದುವು. ಸಮುದ್ರಗಳು ಭೋರ್ಗರೆಯುತ್ತಿದ್ದುವು. ಈ ಆನಂದವನ್ನು, ಈ ಬಾಧೆಯನ್ನು, ಈ ಪ್ರೀತಿಯನ್ನು, ಈ ಮಾಧುರ್ಯವನ್ನು ಸಹಿಸಿಕೊಂಡಿರುವುದಾದರೂ ಹೇಗೆ!

ಗುಂಡಿಗೆಯು ಒಡೆಯದೇ ? ನಾಳಗಳು ಸೀಳಿ ಹೋಗುವುದಿಲ್ಲವೇ ? ತನ್ನ ಎಸಳುಗಳೇ ಹರಿದು, ಚೂರಾಗಿ, ಉದುರಿಹೋಗುವುದಿಲ್ಲವೇ ?

ತಡೆಯಲಾರದೆ ಆತನನ್ನು ಹಿಡಿದುಕೊಂಡಿತು. ಹತ್ತಿರಕ್ಕೆ ಸೆಳೆದುಕೊಂಡು ಮುಸುಕುಹಾಕಿತು. ತಾನು ಮೂರ್ಛೆ ಹೋಯಿತು.

ಆತ ತನ್ನನ್ನು ಬಿಟ್ಟುಬಿಟ್ಟ. ಕರುಣಾಮಯ, ಮಧುರ ಮೂರ್ತಿ. ತನ್ನನ್ನು ಬಿಟ್ಟು ಬಿಟ್ಟು, ತನ್ನ ಕಣ್ಣುಗಳೊಳಕ್ಕೆ ದಿಟ್ಟಿಸಿ ನೋಡುತ್ತ, ನಸುನಕ್ಕನಾತ. ತಾನು ಏನು ತಾನೇ ಮಾಡಲು ಸಾಧ್ಯ ? ಕಣ್ಣುಗಳೊಳನೋಟದ ಆ ಮಂದಹಾಸವು ತುಂಬಾ ಹಾಯಾಗಿತ್ತು, ಸಂತುಷ್ಟಿದಾಯಕವಾಗಿತ್ತು.

ಯಾರು ಈತ ? ತಾನು ಈ ಋಣವನ್ನು ತೀರಿಸಿಕೊಳ್ಳುವುದಾದರೂ ಹೇಗೆ ?

ನಮ್ರತೆಯ ಭಾವನೆಯಿಂದ ಅದು ನಮಸ್ಕರಿಸಿತು.

ತನ್ನ ಮೇಲೆ ಕಾಲುಗಳನ್ನೂರಿಕೊಂಡು, ಸುಲಭವಾಗಿಯೇ ಗಾಳಿಯೊಳಕ್ಕೊಮ್ಮೆ ಒಂದು ನೂಕು ನೂಕುತ್ತ, ಕತ್ತಲೆಯಲ್ಲಿನ ಮಿಂಚಿನಂತೆ ಹೊಳೆಯುತ್ತ, ರೆಕ್ಕೆಗಳನ್ನು ಚಾಚಿಕೊಂಡು, ಹಿಂದಕ್ಕೆ ತನ್ನ ಕಡೆಗೆ ಒಮ್ಮೆಯಾದರೂ ದೃಷ್ಟಿಯನ್ನು ಹಾಯಿಸದಂತೆ, ಆತ ಹೊರಟೇಹೋದ. ಆತನ ನೆಚ್ಚಿದ ಗೆಳೆಯರನ್ನು ಒಂದೇ ಝೇಂಕಾರದಿಂದ ಕರೆಯುತ್ತ, ಅವರ ಸಂಗಡ ಉಲ್ಲಾಸ ಪೂರ್ವಕವಾಗಿ ನಗುನಗುತ್ತ, ತನ್ನ ಅಸ್ತಿತ್ವವನ್ನೇ ಮರೆತು ಆತ ನಿಷ್ಕ್ರಮಿಸಿದ. ಆತನ ಹಿಂದೆಯೇ

ಇದ್ದು, ಆತನಿಗೆ ಅಡ್ಡವಾಗುತ್ತಿದ್ದ ತನ್ನ ಹೃದಯವನ್ನೇ ತಳ್ಳಿಹಾಕುತ್ತ, ತನಗೆ ತಿಳಿಯದ, ತಾನು ತಲಪಲಾಗದ ನೀಲ ವರ್ಣದ ಲೋಕಗಳೊಳಕ್ಕೆ ಎಲೆ ಹಸುರು ಕಾಂತಿಗಳ ಮಧ್ಯದಿಂದ ಹಾರಿಹೋಗತೊಡಗಿದನಾತ. ಕಣ್ಣಿಗೆ ಕಾಣುತ್ತಿದ್ದಷ್ಟು ದೂರದವರೆಗೆ ತಲೆ ತಗ್ಗಿಸಿ, ಬಾಗಿಸಿಕೊಂಡು ನೋಡಿದ್ದಾಯಿತು. ತನಗಾದರೋ ? ಕದಲು-ಮೆದಲುವುದು ಕೂಡ ಸಾಧ್ಯವಿರಲಿಲ್ಲ.

ಎಲೆಗಳ ತೆರೆಯ ಮರೆಯಲ್ಲಿ ಲಜ್ಜೆಯಿಂದ ಬೆಳೆದ ಕನ್ಯೆಯಾದ ತಾನು, ಲೋಕದ ಕಣ್ಣುಗಳ ಮುಂದೆಯೇ. ಲಜ್ಜೆಯನ್ನು ತ್ಯಜಿಸಿ, ಆತನನ್ನು ಏನೆಂದು, ಹಿಂಬಾಲಿಸಿಕೊಂಡು ಹೋಗಲು ಸಾಧ್ಯವಾದೀತು ?

ತನಗೇ ಒಂದು ವೇಳೆ ರಕ್ಕೆಗಳು ಇದ್ದಿದ್ದ ಪಕ್ಕದಲ್ಲಿ ಏನಾಗುತ್ತಿತ್ತೋ ? ಇನ್ನು ಯಾವ ಕಡೆಗೂ ನೋಡದಂತೆಯೇ, ತಾಯಿಯನ್ನೂ ತಂದೆಯನ್ನೂ ಎಲೆಗಳನ್ನೂ ಸ್ನೇಹಿತರನ್ನೂ, ಸಮಸ್ತವನ್ನೂ ಮರೆತು, ಆತನ ಹಿಂದೆಯೇ ಹೋಗಿ ಆತನಿಗೆ ಸಹಚರಿಣಿ ಆಗಿ ಸೇವೆ ಸಲ್ಲಿಸದೆ ಇರುತ್ತಿದ್ದೆನೆ ?

ಆದರೆ, ತಾನು ಅಬಲೆ.

ತನ್ನ ಸುತ್ತಮುತ್ತಲೂ ಸಣ್ಣ ಸಣ್ಣ ವನಕನ್ಯೆಯರು ಸೇರಿಕೊಂಡು, ಹಾಡುಗಳನ್ನು ಹೇಳುತ್ತಿದ್ದಾರೆ, ಹೃತ್ಪೂರ್ವಕವಾಗಿ ಹರಸುತ್ತಿದ್ದಾರೆ, ಲಾಲಿಸುತ್ತಿದ್ದಾರೆ.

ತನ್ನ ಮೈಯ ಕಡೆಗೆ ತಾನೇ ಹೆಮ್ಮೆಯಿಂದ ನೋಡಿಕೊಂಡಿತು. ಎಷ್ಟೋ ಸಾಫಲ್ಯದಿಂದ, ತುಂಬುತನದಿಂದ ಗಾಢತೆಯಿಂದ ತನ್ನ ಮೈ ಭಾರವೇರಿತ್ತು. ತನ್ನ ಕಡೆ ನೋಡಿಕೊಂಡುದರಿಂದ, ತನ್ನ ಸಂತಸವು ಉಕ್ಕೇರಿತು.

ಸೂರ್ಯನು ಮೇಲಕ್ಕೆದ್ದು, ದೊಡ್ಡ ಮರಗಳ ಎಲೆಗಳ ನೆರಳುಗಳನ್ನು ಶಾಖ ಪಡಿಸುತ್ತಿದ್ದಾನೆ. ಗಿಳಿಗಳು ಗುಂಪುಗುಂಪಾಗಿ ಎಲೆ ಹಸುರು ಬಣ್ಣದ ಮಿಂಚುಗಳಂತೆ ಹಾರಿ ಹೋಗುತ್ತಿವೆ. ಬಣ್ಣದ ಚಿಟ್ಟೆಗಳು ಪಾನ ಮತ್ತತೆಯಿಂದ ಬಿಸಿಲಿನಲ್ಲಿ ಇಕ್ಕೆಲಗಳಿಗೂ ತೂರಾಡಿ ಕೊಂಡು ಹೋಗುತ್ತಿವೆ. ತಮ್ಮ ಬಣ್ಣಬಣ್ಣದ ರೆಕ್ಕೆಗಳನ್ನು ಹೆಮ್ಮೆಯಿಂದ ಗಾಳಿಯಲ್ಲಿ ಚಾಚಿಕೊಂಡು, ಗರುಡನು ಸೋಮಾರಿಯಾಗಿ ಮೋಡಗಳ ಮಧ್ಯೆ ತೇಲಾಡಿಕೊಂಡು ಹೋಗುತ್ತಿದ್ದಾನೆ.

ಮೆಲ್ಲಮೆಲ್ಲನೆ ಸಣ್ಣದಾಗುತ್ತಿದ್ದ ನೆರಳುಗಳನ್ನು ಸೋಮಾರಿತನದಿಂದ ನೋಡಿಕೊಂಡಿರುತ್ತ ಭೂಮಿಯೊಳಗಿನಿಂದ ತನ್ನೊಳಕ್ಕೆ ಶಕ್ತಿಯನ್ನು ಬಲವಾಗಿ ಸೆಳೆದುಕೊಳ್ಳುತ್ತ, ಹೂವು ತನ್ನ ಸ್ಥಾನದಲ್ಲೇ ಶಾಂತವಾಗಿ ಕುಳಿತುಕೊಂಡಿದೆ. ತನ್ನ ಅಂದವೆಲ್ಲವೂ ಹೋದರೂ ಏನಾಯಿತು ? ಪರಿಮಳವಿಲ್ಲದಿದ್ದರೆ ತಾನೇ ಏನು ? ಕೇಸರಗಳು ಮುರಿದು, ಸಡಿಲಗೊಂಡು ತನ್ನ ಎಸಳುಗಳ ಮೇಲೆಯೇ ಬಾಗಿಕೊಂಡಿದ್ದರೇನಾಯಿತು ? ಮಧುಪಗಳು ಆಕಾಂಕ್ಷೆಯಿಂದ ತನ್ನ ಕಡೆ ನೋಡದಿದ್ದರೆ ತಾನೇ ಏನಂತೆ ? ಈಗ ತನ್ನ ನೋಟ ತನ್ನೊಳಕ್ಕೇ... ತನ್ನ ಜೀವಿತದ ಅರ್ಥವೇ ಬದಲಾಯಿಸಿಬಿಟ್ಟಿದೆ.

ತನ್ನೊಳಗೆ ಹೊಸ ಪ್ರಾಣವು ಕದಲುತ್ತಿದೆ. ತನಗೆ ಬೇಕಾದ ಸ್ಥಳಕ್ಕೋಸ್ಕರ ಹುಡುಕಾಡುತ್ತ, ತನ್ನೊಡಲಿನ ಪಕ್ಕಗಳನ್ನು ಈ ಕಡೆ ಆಕಡೆ ಸಾಗಸೆಳೆಯುತ್ತದೆ. ಮಧುಪನು ತನ್ನ ಮೈ ತುಂಬಾ ಎರಚಿದ್ದ, ಚೆದರಿ ಬಿದ್ದಿದ್ದ ಪರಾಗ ಧೂಳಿಯಿಂದ ಹಚ್ಚಹಸುರಾಗಿ ಕೆಳಜಾರಿ ಹೋಗಿದ್ದ ತನ್ನ ಎಲೆಗಳನ್ನು ಬಿಸಿಲಿಗಿಡುವುದಕ್ಕೊಪ್ಪಿಸಿ, ತನ್ನ ಸುತ್ತುಮುತ್ತಲೂ ಸಂಭವಿಸುತ್ತಿದ್ದ ಸೃಷ್ಟಿ ಉತ್ಸವ ಕಾರ್ಯದಲ್ಲಿ ತಾನೂ ಓರ್ವ ಮುಖ್ಯ ಪಾತ್ರಧಾರಿಣಿಯೆಂಬ ಹೆಮ್ಮೆಯಿಂದ, ತನಗೆ ಇನ್ನೇನು ತಾನೆ ಆಗಬೇಕಾಗಿದೆ ಎಂಬ ಸ್ಥಿಮಿತ ಮನೋಭಾವದಿಂದ, ನಿರ್ಲಕ್ಷ್ಯತನದಿಂದ,

ಸೃಷ್ಟಿಲೀಲೆಯನ್ನು – ಕ್ಷಣಕಾಲವಾದರೂ ನಿಲ್ಲದೆಯೇ ಅಲೆಗಳ ಮೇಲೆ ನಿರಂತರವೂ ಕುಣಿದಾಡುತ್ತಿದ್ದ ಸೃಷ್ಟಿ ಲೀಲೆಯನ್ನು – ಅದು ನೋಡುತ್ತಾ ಇತ್ತು.

ಗಾಳಿಯ ಮೇಲೆ ಬಿಸಿಲಿನ ಹುಚ್ಚುಕುಣಿತ ನಡೆಯುತ್ತಿದೆ.

ಆಕಾಶದಲ್ಲಿ ಮಧ್ಯೆ ಧಗಧಗಿಸುತ್ತ ಉರಿಯುತ್ತಿದ್ದ ಭಾಸ್ಕರನ ಕಣ್ಣಿಗೆ ಬಿದ್ದಿತು, ಈ ಹೂ–ಮಾತೆ. ಕ್ರೂರ ದೃಷ್ಟಿಯನ್ನು ಬೀರುತ್ತ ಎದುರಿನಲ್ಲೇ ನಿಂತಿತ್ತು ಕಾಲ. ಪರಿಮಳ ಇಲ್ಲದ, ಮಧು ಇಲ್ಲದ, ಬಣ್ಣಗೆಟ್ಟಿದ್ದ ಆ ಹೂವಿನ ಅವಶ್ಯಕತೆಯೇನೂ ಇಲ್ಲವೆಂದು ಸೃಷ್ಟಿಯು ತನ್ನ ತಲೆಯಲ್ಲಾಡಿಸಿತು. ಎಸಳುಗಳು ಬಾಡಿ, ಬಣ್ಣಗೆಟ್ಟವು, ಅವುಗಳಲ್ಲಿ ಮಡಿಕೆಗಳುಂಟಾದುವು. ಕೇಸರಗಳು ಒಂದೊಂದಾಗಿಯೇ ಸಡಿಲಗೊಂಡು, ಕೆಳಗಡೆ ಇದ್ದ ಎಲೆಗಳ ಮೇಲೆ ಖಿನ್ನ ಮನೋಭಾವದಿಂದ ಪುಡಿಪುಡಿಯಾಗಿ ಉದುರಿದವು ಮತ್ತು ಬೀಸು ಗಾಳಿಯ ಒತ್ತಡಕ್ಕೆ ಸಿಕ್ಕಿ ಕೆಳಕ್ಕೆ ಬಿದ್ದು ದೂಳಿನಲ್ಲಿ ಬೆರೆತುಹೋದವು. ಆದರೆ ಹೂವು ತನ್ನ ದೃಷ್ಟಿಯನ್ನು ತನ್ನ ಗರ್ಭದ ಕಡೆಗೆ ತಿರುಗಿಸಿಕೊಂಡು ತನ್ನನ್ನೂ, ತನ್ನ ಅಂದವನ್ನೂ ಮರೆಯಿತು, ಮತ್ತು ಪ್ರಪಂಚವನ್ನೇ ಮರೆತುಬಿಟ್ಟಿತು.

ಮೋಡಗಳ ಅಂಚಿನ ಬಣ್ಣಗಳನ್ನು ತನ್ನ ಸಂಗಡ ಕರೆದುಕೊಂಡು, ಮರಗಳ ತುತ್ತ ತುದಿಯ ಮೇಲಿದ್ದ ಗರುಡ ಪಕ್ಷಿಗಳಿಂದ ಕಡೆಯ ಸಲ ಬೀಳ್ಕೊಡುಗೆಯನ್ನು ಪಡೆದುಕೊಂಡು ಸೂರ್ಯನು ಯಾವಾಗ ಹೊರಟು ಹೋದನೋ ಎಂಬುದನ್ನು, ವಾಯುಕುಮಾರರು ಶಾಂತಿಗೀತೆಗಳನ್ನು ಹಾಡಿ ಕೊಂಬೆಗಳ ಮೇಲೆ ಯಾವಾಗ ಕುಳಿತುಕೊಂಡರೋ ಎಂಬುದನ್ನು, ಒಂದು ಕ್ಷಣವಾದರೂ ವಿಶ್ರಾಂತಿಯಿಲ್ಲದೆ ಹಿಂದಿರುಗಿದ ಜೀವಿಗಳೆಲ್ಲವೂ ಅಲ್ಲಲ್ಲಿಯೇ ತಮ್ಮ ಪರಿಸರಗಳೆಲ್ಲವನ್ನೂ ಬಿಟ್ಟುಬಂದು ನೆರಳು ತಾಣಗಳಲ್ಲಿ ಯಾವಾಗ ಸೇರಿಕೊಂಡುವೋ ಎಂಬುದನ್ನು, ತನ್ನ ತಲೆಯ ಮೇಲಿನ ಎಲೆ ಗೊಂಚಲುಗಳಲ್ಲಿ ಹಕ್ಕಿಗಳು ಮತ್ತು ಮಂಗಗಳು ತಮ್ಮ ಮಾತು ಯಾವಾಗ ಮುಗಿಸಿ ಮೌನವಾದವೋ ಎಂಬುದನ್ನು ಸ್ವಲ್ಪ ಮಟ್ಟಿಗಾದರೂ ಕೂಡ ಆ ಹೂವು ಗಮನಿಸಲೇ ಇಲ್ಲ. ಹುಡುಕಿ, ಹುಡುಕಿಕೊಂಡು ಬಂದು ಮೂಲೆ ಮೂಲೆಗಳಲ್ಲಿ ಅವಿತುಕೊಂಡಿದ್ದ ಬೆಳಕನ್ನು ಸಾವಿರ ನಾಲಗೆಗಳ ಮೂಲಕ ನುಂಗಿ ಹಾಕುತ್ತಿದೆ ಕತ್ತಲೆ.

ಮೊದಲನೆಯ ನಕ್ಷತ್ರದ ಮಿಣುಕು ಮಿಣುಕು ಬೆಳಕಿನೊಳಗಿಂದ ಜಾರಿಬಂದ ಕಾಂತಿ ರೇಖೆಯ ಮೇಲೆ ಕುಳಿತುಕೊಂಡು, ಬಂದು ನಿಂತನಾತ ತನ್ನ ಕಣ್ಣ ಮುಂದೆ.

ತನ್ನನ್ನು ಹೆಸರು ಹಿಡಿದೇ ಕೂಗಿದನು.

"ಯಾರು ?" ಎಂದು ಕೇಳಿತು ಹೂವು. ಆದರೆ ಅದಕ್ಕೆ ಗೊತ್ತಿತ್ತು ಯಾರೆಂಬುದು. ಅದು ಗಡಗಡನೆ ನಡುಗಿತು. ಅಳುತ್ತಳುತ್ತಲೇ ಅದು ಸುತ್ತ ಮುತ್ತಲೂ ದೃಷ್ಟಿ ಹಾಯಿಸಿತು.

"ಬಾ" ಎಂದು ಕರೆದನಾತ.

"ನನ್ನ ಪಾಪಚ್ಚಿ ?" ಎಂದು ಅದು ಕೇಳಿತು.

"ನಿನ್ನ ಪ್ರಾಣವನ್ನು ನಿನ್ನ ಪಾಪಚ್ಚಿಗೆ ಕೊಟ್ಟು ಬಿಟ್ಟು, ನನ್ನ ಸಂಗಡ ಹೊರಟು ಬಾ" – ಎಂದು ಆತ ನಗುನಗುತ್ತ ಹೇಳಿದ.

"ನಾನು ಹೇಗೆ ಬರಲೀ !" ಎಂದು ಅದು ಕಡೆಯ ಸಲ ಉದ್ಗರಿಸುತ್ತ ಅಸಹಾಯತೆಯನ್ನು ಸೂಚಿಸತೊಡಗಿತು.

ತನ್ನ ಕೈಯನ್ನು ಹಿಡಿದುಕೊಂಡು, ಸಮೀಪಕ್ಕೆ ಬಂದು, ಆತ ಕಣ್ಣೀರನ್ನು ಒರೆಸಿದ.

"ಇಲ್ಲಿ ನೋಡು" ಎಂದನಾತ.

ಲೋಕದಲ್ಲೆಲ್ಲಾ ದೊಡ್ಡ ಬೆಳಕು. ಅದು ಎಲ್ಲಾ ರೂಪಗಳನ್ನೂ, ಎಲ್ಲ ಭಿನ್ನತೆಗಳನ್ನೂ, ತನ್ನಲ್ಲಿಯೇ ಕರಗಿಸಿಕೊಳ್ಳುತ್ತಿದ್ದ. ಮೆತ್ತನೆಯ ಬೆಳಕಾಗಿತ್ತು. ನೆಲದ ಮೇಲೆ ಬಿದ್ದಿದ್ದ ತರಗೆಲೆಗಳಿಂದ ಮೊದಲುಗೊಂಡು ಆಕಾಶದಲ್ಲಿನ ನಕ್ಷತ್ರಗಳವರೆಗೆ ಎಲ್ಲವನ್ನೂ ಒಂದುಗೂಡಿಸುತ್ತಿದ್ದ ದಿವ್ಯ ಕಾಂತಿ ಅದು. ಎಲ್ಲವೂ, ಎಲ್ಲವೂ, ಆ ಬೆಳಕೆಲ್ಲವೂ ಆತನೇ. ಎಲ್ಲ ಕಡೆಯೂ ಆತನೇ.

ಹೊಟ್ಟೆಯಲ್ಲಿದ್ದ ಕಣ್ಣುಗಳ ತುಂಬುತನದಿಂದ, ತನಗೆ ಬೇಕಾದುದನ್ನು ಹಿಡಿದುಕೊಂಡು, ಸೀಳಿ ತಿನ್ನುತ್ತಲೋ, ಕತ್ತಲೆಯಲ್ಲಿ ಬಚ್ಚಿಟ್ಟು ಕೊಳ್ಳುತ್ತಲೋ, ಮಕ್ಕಳಿಗೆ ರಸಸ್ವಾದನೆಯನ್ನು ಮಾಡಿಸುತ್ತಲೋ, ಸಾಯಿಸುತ್ತಲೋ, ಅಳುತ್ತಲೋ, ನಗುತ್ತಲೋ, ಕೋಪದಿಂದ ನೂಕುತ್ತಲೋ, ಆನಂದದಿಂದ ತೂಗಾಡುತ್ತಲೋ – ಪ್ರತಿ ಮೂಲೆಯಲ್ಲೂ ಆತನೇ ತನಗೆ ಕಾಣಿಸಿದಂತಾಯಿತು. ತನ್ನ ಪಾಪಚ್ಚಿಯನ್ನು ಲಾಲಿಸುತ್ತ, ಅದಕ್ಕೆ ಪಾನೀಯಾಹಾರವನ್ನು ಕುಡಿಸುತ್ತ ಇದ್ದ ಆತ.

"ಬಾ" ಎಂದು ಮತ್ತೆ ಕರೆದನಾತ.

ನಗುನಗುತ್ತ, ತನ್ನ ವಾರ್ಧಕ್ಯವನ್ನು, ನಿರರ್ಥಕವನ್ನು, ಒಣತನವನ್ನು, ಎಲ್ಲವನ್ನೂ ಕಳೆದುಕೊಂಡು, ತನ್ನ ಬಾಲ್ಯ, ಯೌವನ, ಬಲ, ಸಂತೋಷ, ಮಾತೃತ್ವ, ಪ್ರೇಮ, – ಇವೆಲ್ಲವನ್ನೂ ಆತನ ಮುಂದೆ ಸಮರ್ಪಿಸಿತು, ನಮಸ್ಕರಿಸಿತು.

ಆತನ ಕೈಯನ್ನು ಹಿಡಿದುಕೊಂಡು, ಅನಂತಾಕಾಶದೊಳಕ್ಕೆ ಒಮ್ಮೆ ತನ್ನನ್ನೆ ನೂಕಿಕೊಂಡು ನುಗ್ಗಿತು.

ಇನ್ನೇನೂ ಭಯವೆನ್ನುವುದು ಇಲ್ಲ. ಯವ ವಿಷಾದವೂ ಇಲ್ಲ. ಸಂದೇಹವೇನೂ ಇಲ್ಲ. ಸಮಸ್ತ ಪ್ರಪಂಚದೊಂದಿಗೆ, ಕಾಲದೊಂದಿಗೆ ಆತನು ತನಗೆ ಅತಿಸನ್ನಿಹಿತನು. ಆತನ ಬೆರಳುಗಳನ್ನು ಹಿಡಿದುಕೊಂಡಿರುವ ತನ್ನನ್ನ ಇನ್ನು ಮೇಲೆ ಯಾವ ಮೂಲೆಯಲ್ಲಿ, ಯಾವ ರೂಪದಲ್ಲಿ ನಿಲ್ಲಿಸಿದರೂ ಆ ಹೊಸತನವೇನೂ ಇರದು. ತನಗೋಸ್ಕರವಾಗಿ ಆತನ ಕೈಗಳು ಚಾಚಿಕೊಂಡಿರುತ್ತವೆ. ಕಿರುನಗೆಗಳು ಆಕರ್ಷಕವಾಗಿ ತಲೆದೋರಿ ಇರುತ್ತವೆ. ಅಲ್ಲಿ ತನ್ನ ಆಗಮನಕ್ಕಾಗಿ ಒಳ್ಳೆಯ ಅಮೂಲ್ಯವಾದ ಸ್ವಾಗತವಿರುತ್ತದೆ.

ಆಕಾಶದಲ್ಲಿ ತೇಲಿಕೊಂಡು ಹೋಗುತ್ತ, ಭಕ್ತಿಪೂರ್ವಕವಾಗಿ ಆತನ ಮುಖದ ಕಡೆ ನೋಡುತ್ತ, ಅದು – ತನ್ನ ಆನಂದವನ್ನು ಅಡಗಿಸಿಕೊಳ್ಳಲಾರದೆ, – ಫಕ್ಕನೆ ನಕ್ಕಿತು. ❍

ಅನು : **ವಾಸುದೇವ**

○ ಜಯಕಾಂತನ್

ಹಗಲು ಹೊತ್ತಿನ ಒಂದು ಪ್ಯಾಸೆಂಜರ್ ಗಾಡಿಯಲ್ಲಿ

ಎರಡನೆ ಮಹಾಯುದ್ಧದ ಕಾಲ. ಆಗ ಯುದ್ಧ ನಡೆಯುತ್ತಿತ್ತು; ಇನ್ನೂ ಮುಗಿದಿರಲಿಲ್ಲ. ಆದರೆ ದಂಡಿಗೆ ಹೋಗಿದ್ದ ಅಮ್ಮಾಸಿ ಊರಿಗೆ ಹಿಂತಿರುಗಿದ್ದ. ಆತನ ಇಚ್ಛೆಗೆ ವಿರುದ್ಧವಾಗಿ ಆತನನ್ನು ಮನೆಗೆ ಕಳಿಸಿದ್ದರು. ಇನ್ನು ಸೈನ್ಯಕ್ಕೆ ಆತನಿಂದ ಉಪಯೋಗವಿಲ್ಲವಂತೆ.

ಆತ ಈಗ ಸೈನಿಕ ಬದುಕು ಅಗಿದು ಎಸೆದ ಸಿಪ್ಪೆ.

ಆತನ ಬರವನ್ನು ನಿರೀಕ್ಷಿಸಿ ಸ್ವಾಗತಿಸಲು ಅಥವಾ ಸಂತಸದಿಂದ ಬೀಗಲು ಯಾರೂ ಇರಲಿಲ್ಲ. ಅದನ್ನು ಆತನೂ ಬಲ್ಲ. ಆದರೂ ಬೇರೆ ದಾರಿ ಇಲ್ಲದೆ, ತಾನು ಬೇಡವೆಂದು ಒದರಿ ಬಿಟ್ಟು ಹೋಗಿದ್ದ ಆ ಅಸ್ಪೃಶ್ಯ ಕೊಂಪೆಗೆ ಆತ ಹಿಂತಿರುಗಬೇಕಾಯಿತು.

ಅಮ್ಮಾಸಿ ಯುದ್ಧವನ್ನು ಮದುವೆಯಾಗಿ, ಸೈನ್ಯವನ್ನೇ ಮಾವನ ಮನೆಯಾಗಿ ಮಾಡಿಕೊಂಡಿದ್ದ...

ಪರದೇಶಗಳಲ್ಲಿ ಅಲ್ಲಿನ ಜನರೊಂದಿಗೆ ಬೆರೆಯುವ ಅನುಭವವನನ್ನು, ತನ್ನ ಜಾತಿ ಯಾವುದೆಂದು ತಿಳಿದ ಮೇಲೆ 'ದೂರ ನಿಲ್ಲು' ಎಂದು ತಾರತಮ್ಯ ಮಾಡದ ವಿಶಾಲ ಜಗತ್ತಿನೊಂದಿಗೆ ಬಾಂಧವ್ಯ ಪಡೆದಿದ್ದ ಸೈನಿಕ ಜೀವನವನ್ನು ಆತ ಇಷ್ಟಪಟ್ಟುದರಲ್ಲಿ ಆಶ್ಚರ್ಯವೇನೂ ಇಲ್ಲ.

ಹಿಂದುಳಿದ ಭಾರತದಲ್ಲಿ ತುಳಿಯಲ್ಪಟ್ಟಿದ್ದ ತನ್ನ ಸಮಾಜದ ಬದುಕಿನ ಸಣ್ಣತನವನ್ನು ದ್ವೇಷಿಸಿಯೇ ಅಮ್ಮಾಸಿ ದಂಡಿಗೆ ಸೇರಿದ್ದ; ಹದಿನೆಂಟನೇ ವಯಸ್ಸಿನಲ್ಲಿಯೇ ಸಮುದ್ರ ದಾಟಿ ಪರದೇಶಗಳಿಗೆ ಹೋಗುವ ಭಾಗ್ಯ ಪಡೆದಿದ್ದ.

ಆದರೂ ಯುದ್ಧ ನಿಂತ ತರುವಾಯ ಆತ ತನ್ನ ಹಿಂದಿನ ಬಾಳಿಗೇ ಮರಳಬೇಕಾಯಿತು. ಆದರೆ ಪ್ರಪಂಚವನ್ನೇ ಸುತ್ತಿ, ಆತ ಸಂಗ್ರಹಿಸಿ ತಂದ ಅನುಭವ ಜ್ಞಾನ ಅವನ ಸಮುದಾಯದವರಿಗೆ ಬೇಕಿರಲಿಲ್ಲ. ಅವರದನ್ನು "ಆ" ಎಂದು ಬಾಯ್ತೆರೆದು ಕೊಂಡು ಕೇಳಬಹುದಾದ ಮರ್ಮ ಕಥೆಗಳೆಂದು, ಮತ್ತು ಅವೆಲ್ಲ ಆತನ ಬೆನ್ನ ಹಿಂದೆ ನಕ್ಕುಬಿಡಬಹುದಾದ ಸುಳ್ಳು ಸುದ್ದಿಗಳೆಂದು ಭಾವಿಸಿದ್ದರು.

ಹೀಗೆ, ಅವರೊಂದಿಗೆ ಅಂಟಿಯೂ ಅಂಟದಂತೆ ಜೀವನ ನಡೆಸುತ್ತಿದ್ದ ಅಮ್ಮಾಸಿಗೆ, ಎರಡನೇ ಮಹಾಯುದ್ಧ ಮತ್ತೊಂದು ಸುಸಂದರ್ಭ ಒದಗಿಸಿತು. ನಲವತ್ತು ವರ್ಷ ವಯಸ್ಸಿನ ತರುವಾಯ ತನಗೆ ಮತ್ತೆ ಸೈನಿಕ ಜೀವನ ಲಭಿಸಿದ ಸಂತೋಷದಲ್ಲಿ ಆತ ತನ್ನ ಕೊಂಪೆಗೆ ಒಂದು ನಮಸ್ಕಾರ ಹಾಕಿ ಮಿಲಿಟರಿ ಗಾಂಭೀರ್ಯದಿಂದ ನಡೆದುಬಿಟ್ಟ.

ಯುದ್ಧ ರಂಗದಲ್ಲಿ ಆಟೋಮ್ಯಾಟಿಕ್ ಬಂದೂಕನ್ನು ಎದೆಗೇರಿಸಿ ಶತ್ರುವಿನ ಮೇಲೆ ಗುಂಡು ಹಾರಿಸುತ್ತಿದ್ದಾಗ, ಆತ ಶತ್ರುವಿನ ಗುಂಡು ತಗಲಿ ಗಾಯಗೊಂಡ. ಕೆಲವು ತಿಂಗಳು ಮಿಲಿಟರಿ ಆಸ್ಪತ್ರೆಯಲ್ಲಿದ್ದ. ಇನ್ನು ಮುಂದೆ ಆತ ಸೈನ್ಯಕ್ಕೆ ನಿಷ್ಪ್ರಯೋಜಕನೆಂದು ಡಾಕ್ಟರುಗಳು ಹೇಳಿದರು.

ಈಗ 'ಅಟೆನ್‌ಷನ್'ನಲ್ಲಿ ನಿಲ್ಲಲು ಸಹ ಆತನಿಗೆ ಸಾಧ್ಯವಿಲ್ಲ. ಬಂದೂಕನ್ನು ಎರಡೂ ಕೈಗಳಲ್ಲಿ ಹಿಡಿದು ಎದೆಗಪ್ಪಿಕೊಂಡು ಗುಂಡು ಹಾರಿಸುವಾಗ ಶರೀರ ಮತ್ತು ಕೈಗಳು ಅದುರುತ್ತಿದ್ದಂತೆ ಈಗ ಎದ್ದು ನಿಂತರೆ ಆತನ ಬರಿಯ ಶರೀರವೇ ನಡುಗುತ್ತಿತ್ತು.

ಸಿಪಾಯಿಯ ಗಾಂಭೀರ್ಯದಿಂದ ಊರು ಬಿಟ್ಟು ಹೋದ ಅಮ್ಮಾಸಿ, ತಲೆ ನಡುಗುತ್ತ, ಶರೀರ ಅದುರುತ್ತ ಬೆನ್ನು ಬಾಗಿ ಊರಿಗೆ ಹಿಂತಿರುಗಿದಾಗ, ತನಗೆ ನಮಸ್ಕಾರ ಮಾಡಿ ಬರಮಾಡಿಕೊಳ್ಳಲು ಯಾರೂ ಇಲ್ಲವೆಂದು ಆತನಿಗೆ ಗೊತ್ತಿತ್ತು. ಆದರೂ ಆತ ಬಂದಿದ್ದ.

ಆ ಊರಿನ ರೈಲ್ವೆ ಸ್ಟೇಷನಿನಲ್ಲಿ ಪ್ಯಾಸೆಂಜರ್ ಗಾಡಿಗಳು ಮಾತ್ರವೇ ನಿಲ್ಲುತ್ತವೆ. ಅದೂ ಹಗಲು ಹೊತ್ತಿನ ಪ್ಯಾಸೆಂಜರ್ ಗಾಡಿಗಳು ಮಾತ್ರ ನಿಲ್ಲುತ್ತವೆ. ಆದರೆ, ಕೆಲವು ವೇಳೆ ಅನೇಕ ಕಾರಣಗಳಿಂದಾಗಿ, ಆ ಹಗಲು ಹೊತ್ತಿನ ಪ್ಯಾಸೆಂಜರ್ ಗಾಡಿ ಹಿಂದೆ ಬಿದ್ದು ರಾತ್ರಿ ವೇಳೆ ಬಂದುಬಿಡುತ್ತಿದ್ದುದೂ ಉಂಟು. ಅಂಥ ಅನಿವಾರ್ಯ ಸಂದರ್ಭಗಳಲ್ಲಿ ಅಲ್ಲಿ ರಾತ್ರಿಯ ಪ್ಯಾಸೆಂಜರ್ ಗಾಡಿಯೂ ನಿಲ್ಲುವುದುಂಟು.

ಅಂಥ ಒಂದು ಅನಿವಾರ್ಯ ವೇಳೆಯಲ್ಲಿ – ನಿನ್ನೆ ರಾತ್ರಿ – ಬಡಗಲಿನಿಂದ ಬಂದ ಆ ಪ್ಯಾಸೆಂಜರ್ ಗಾಡಿ, ಒಬ್ಬನೇ ಪ್ರಯಾಣಿಕನಾದ ಅಮ್ಮಾಸಿಯನ್ನು ಮಾತ್ರ ಇಳಿಸಿ, ಆ ರೈಲ್ವೇ ಸ್ಟೇಷನಿನಲ್ಲಿ ಉಳಿದಿದ್ದ ಅಲ್ಪ ಸ್ವಲ್ಪ ಬೆಳಕನ್ನೂ ಗುಡಿಸಿ ಸುತ್ತಿಕೊಂಡು ಹೊರಟು ಹೋಯಿತು. ಜಗತ್ತಿನಿಂದಲೇ ಬೇರ್ಪಟ್ಟ ಒಂಟಿ ಮನುಷ್ಯನಾಗಿ ಆತ ಆ ಕತ್ತಲೆಯಲ್ಲಿ ನಾಲ್ಕು ಕಡೆಗೂ ನೋಡುತ್ತ ನಿಂತ.

ತರುವಾಯ, ಪರಿಚಯವಿಲ್ಲದ ಊರಿನಲ್ಲಿ ತಿರುಗಾಡುವವನಂತೆ ತನ್ನ ಕ್ಯಾನ್‌ವಾಸ್ ಚೀಲವನ್ನು ಹೆಗಲಿಗೇರಿಸಿಕೊಂಡು ತನ್ನ ಹುಟ್ಟೂರಿನ ನಾಲ್ಕೈದು ಬೀದಿಗಳಲ್ಲಿ ಬರಿದೇ ಅಲೆದಾಡಿದ. ಊರಿನಿಂದ ಹೊರಗಿದ್ದ, ಹಲವು ವರ್ಷಗಳಿಂದಲೂ ಪ್ರತ್ಯೇಕಪಡಿಸಿದ್ದ ತನ್ನ ಕೊಂಪೆಯನ್ನು ದೂರದಿಂದಲೇ ನೋಡಿದ. ಮನಸ್ಸಿಲ್ಲದಿದ್ದರೂ ಆತ ಅತ್ತ ನಡೆಯುತ್ತಿರುವುದು ಗಮನಕ್ಕೆ ಬಂದಾಗ ಒಂದು ನಿಮಿಷ ತಡೆದು ನಿಂತ. ಕೊಂಪೆಯ ಎಲ್ಲೆಯಾಗಿದ್ದ ಕಾಲುವೆಯ ತೂಬಿನ ಬಳಿಗೆ ಬಂದಾಗ ಮುಂದಕ್ಕೆ ನಡೆದು ಹೋಗಿ ಅಲ್ಲಿ ಯಾರನ್ನು ನೋಡಿ, ಯಾರ ಜತೆಗೆ ಬಾಂಧವ್ಯ ಬೆಳೆಸುವುದೆಂದೂ ಆಲೋಚಿಸುವುದಕ್ಕಾಗಿ ತನ್ನ ಚೀಲ ಇಳಿಸಿ ಕಾಲುವೆಯ ತೂಬಿನ ಮೇಲೆ ಕುಳಿತುಕೊಂಡ.

ಆತನ ಕಾಲಕೆಳಗೆ ಕಾಲುವೆಯ ನೀರು ಜುಳಜುಳು ಸದ್ದು ಮಾಡುತ್ತ ಹರಿಯುತ್ತಿತ್ತು. ತಲೆಯ ಮೇಲೆ ಜೀರುಂಡೆಗಳು ಜೀಂಕರಿಸುತ್ತಿದ್ದವು. ದಾರಿಯ ಎರಡೂ ಕಡೆಗಳಲ್ಲಿ ಕತ್ತಲೆಯಲ್ಲಿ ನಿಂತಿದ್ದ ಮರಗಳಿಗೆ ಮಿಣುಕು ಹುಳುಗಳು ಮುತ್ತಿಗೆ ಹಾಕಿದ್ದವು. ದೂರದಲ್ಲಿ ಕೊಂಪೆ, ಕಿರು ಬೆಳಕು, ಮನೆಗಳ ಮೇಲೆ ಹೊಗೆ ಕಾಣಿಸಿತು. ಮಕ್ಕಳು ಅಳುವ ಸದ್ದು,

ಮುದುಕಿಯೊಬ್ಬಳ 'ಒಪ್ಪಾರಿ' (ಶೋಕ ಗೀತೆ) ಕೇಳಿಸಿದವು.

ಅದೇ ತೂಬಿನ ಮೇಲೆ ಆತ ಎಷ್ಟು ಬಾರಿ ಕುಳಿತಿಲ್ಲ! ಜುಳು ಜುಳು ಹರಿಯುವ ಆ ನೀರಿನಲ್ಲಿ ತನ್ನ ತಾಯಿ ಹುಲ್ಲು ಹೊರೆಯನ್ನು ಜಾಲಿಸುವಾಗ, ಬರಿಯ ಕೌಪೀನ ಧರಿಸಿದ ಸಣ್ಣ ಹುಡುಗನಾಗಿದ್ದ ಆತ ಕಬ್ಬಿನ ತುಂಡಿನ ಸಹಿತ ಅಲ್ಲಿ ನಿಂತುಕೊಂಡಿರುತ್ತಿದ್ದುದು ನೆನಪಿಗೆ ಬಂತು. ಆಗ ಆತನ ತಾಯಿಗಿದ್ದ ಆಸೆಯೆಂದರೆ, ತನ್ನ ಮಗ ಒಂದು ಲಗ್ನ ಮಾಡಿಕೊಂಡು, ನಾಲ್ಕು ಜನರಂತೆ ವ್ಯವಸಾಯ ಕೆಲಸ ಮಾಡಿಗೋ ಅಥವಾ ದನ ಮೇಯಿಸಿಕೊಂಡೋ ಜೀವನ ನಡೆಸಬೇಕೆಂಬುದು. ಆ ಆಸೆಗಳನ್ನೆಲ್ಲ ಆತ ಮಣ್ಣು ಪಾಲು ಮಾಡಿಬಿಟ್ಟ. ಮೊದಲನೇ ಮಹಾಯುದ್ಧದ ಕಾಲದಲ್ಲಿ ಆತ ಸೈನ್ಯಕ್ಕೆ ಸೇರಿದ. ಆತ ಸೈನ್ಯದಲ್ಲಿದ್ದಾಗ ತಾಯಿ ಸತ್ತು ಹೋದಳೆಂಬುದು ಹಿಂತಿರುಗಿದ ನಂತರವಷ್ಟೆ ಆತನಿಗೆ ತಿಳಿಯಿತು. ತಾಯಿಗಾಗಿ ಆತ ದುಃಖಿಸಲೂ ಇಲ್ಲ.

ಅಮ್ಮಾಸಿಗೆ ಮರಣವೆಂಬುದು ತೀರಾ ಅಲ್ಪ ವಿಷಯ. ಮರಣದ ಘೋರ ರೂಪಗಳನ್ನು ಬಹಳ ಹತ್ತಿರದಿಂದ ಕಂಡಿದ್ದಾನೆ. ಆದರೆ ಈಗ ಯಾವುದಕ್ಕೂ ಬೇಡದವನಾಗಿ ಜೀವನ ನಡೆಸುವುದು ಅತ್ಯಂತ ದುಸ್ಸಹವೆನ್ನಿಸಿತು. ಯುದ್ಧದಲ್ಲಿ ತಾನು ಸತ್ತಿದ್ದರೆ ಎಷ್ಟು ಚೆನ್ನಾಗಿರುತ್ತಿತ್ತು ಎಂದು ಆತ ಚಿಂತಿಸಿದ. ಈಗ ಆತನಿಗೆ ಯಾರಿದ್ದಾರೆ ? ಆತ ಯಾರಿಗಾಗಿ ಬಾಳಬೇಕು ? ಈಗ ಆತನ ಜೇಬಿನಲ್ಲಿ ಹಲವು ನೂರು ರೂಪಾಯಿಗಳಿವೆ. ಆ ಹಣವನ್ನಿಟ್ಟುಕೊಂಡು ಮಾಡುವುದೇನು ?

ಐವತ್ತು ವರ್ಷ ವಯಸ್ಸಿನೊಳಗಾಗಿ ಒಂದೊದಗಿದ ಮುಪ್ಪು ಮತ್ತು ಈ ದಿಕ್ಕುಗೆಟ್ಟ ಶೂನ್ಯ ಸ್ಥಿತಿಯನ್ನು ಅನುಭವಿಸುವುದಕ್ಕಿಂತ ಸಾವು ಸೊಗಸಾದ ಕಲ್ಪನೆಯಾಗಿತ್ತು ಆತನಿಗೆ.

ಆಗ, ಕಡಾಣಿಗಳಿಗೆ ಚಕ್ರ ತಿಕ್ಕುವಾಗ ಉಂಟಾಗುವ ಸಂಗೀತ ಮತ್ತು ಗಾಲಿಗಳು ಹಳ್ಳ ದಿನ್ನೆಗಳ ಮೇಲೆ ಏರಿಳಿಯುವಾಗ ಉಂಟಾಗುತ್ತಿದ್ದ ತಾಳದ ಸದ್ದಿನೊಂದಿಗೆ ದೂರದಿಂದ ಗಾಡಿಯೊಂದು ಕೊಂಪೆಯತ್ತ ಬರತೊಡಗಿತ್ತು.

ಗಾಡಿ ಹತ್ತಿರ ಬರುತ್ತಿದ್ದಾಗ, ಅದರಲ್ಲಿದ್ದ ಹೆಣ್ಣು "ಐ! ಸುಮ್ಮಿರು... ಅದೋ ಅಲ್ಯಾರೋ ಇರುವಂಗವ್ನೆ" ಎಂದು ತನ್ನ ಬಗ್ಗೆ ಎಚ್ಚರಿಸಿದ ದನಿಯಿಂದ, ಅದು ಹರೆಯದ ಚೆಲ್ಲಾಟವಿರಬೇಕೆಂದು ಅಮ್ಮಾಸಿ ಊಹಿಸಿದ, ಸಣ್ಣಗೆ ಕೆಮ್ಮಿ ತನ್ನ ಇರುವಿಕೆಯನ್ನು ಸೂಚಿಸಿದ.

"ಯಾರು ಅವ್ನು, ತೂಬಿನ್ಮ್ಯಾಲ್ ಕೂತಿರೋವ್ನು ?" ಎಂದು ಗಾಡಿಯವ ಕೇಳಿದ.

"ಪರ ಊರಿನವ್ನು. ಮಡುವಾಂಗೆರೆಗೆ ಹೋಗೋವ್ನು" ಎಂದು ಉತ್ತರಿಸಿದ ಅಮ್ಮಾಸಿ.

ಗಾಡಿ ಮುಂದೆ ಹೋಯಿತು. ಗಾಡಿಯ ಸದ್ದನ್ನೂ ಮೀರಿಸಿ ಹೆಣ್ಣಿನ ನಗುವಿನ ದನಿ ಅಮ್ಮಾಸಿಯ ಕಿವಿ ಮುಟ್ಟಿತು... ಅವರ ಮಾತಿನಿಂದ, ಅವರು ಪ್ರಣಯದ ಮತ್ತಿನಲ್ಲಿ ಮಾತ್ರವಲ್ಲದೆ ಒಂದಿಷ್ಟು ಹೆಂಡದ ಮತ್ತಿನಲ್ಲಿಯೂ ಇದ್ದಾರೆಂಬುದನ್ನು ಅರ್ಥ ಮಾಡಿಕೊಂಡ ಅಮ್ಮಾಸಿ "ಹ್ಞೂ! ಪ್ರಾಯ" ಎಂದು ಗೊಣಗಿದ.

'ನಾನು ಬರಿದೇ ಏನನ್ನೋ ಅರಸಿ, ಈ ಬದುಕನ್ನೂ ಅಲಕ್ಷಿಸಿ ಅಲೆದಾಡಿ ಏನು ಫಲ ಕಂಡೆ ?' ಎಂಬ ಆಲೋಚನೆ ಆತನ ಮನಸ್ಸಿನಲ್ಲಿ ಸುಳಿಯಿತು.

ಇದೀಗ ಸ್ವಲ್ಪ ಮೊದಲು ಗಾಡಿಯಲ್ಲಿ ತನ್ನನ್ನು ದಾಟಿ ಹೋದ ಹರೆಯದ ಲವಲವಿಕೆ, ತನ್ನದೇ ಗತಕಾಲದಂತೆ, ತನ್ನನ್ನು ನೋಡಿ ಅಣಕಿಸಿದಂತೆ ಆತನಿಗೆ ಅನ್ನಿಸಿತು.

"ಆಹ್! ಪ್ರಾಯ. ಅದೆಲ್ಲಾ ಮುಗಿಯಿತಲ್ಲ! ನನಗೂ ಇತ್ತು... ಹದಿನೆಂಟರ ಪ್ರಾಯ,

ಇಪ್ಪತ್ತರ ಪ್ರಾಯ, ಮೂವತ್ತು, ನಲವತ್ತು, ಹ್ಞೂ! ಆಗ ಅದನ್ನು ಲಕ್ಷ್ಯಕ್ಕೆ ತೆಗೆದುಕೊಳ್ಳದೇ ನಾನು ಓಡಿದೆ. ಮನುಷ್ಯರು ಎಷ್ಟು ಮಟ್ಟಿಗೆ ಜಾತಿ ಮತ ಅಂತ ಬೇರೆ ಮಾಡಿಟ್ಟರೂ ದೇವರು ಎಲ್ಲರಿಗೂ ಕೊಟ್ಟಿರುವ ಪ್ರಾಯವನ್ನು, ತಾರುಣ್ಯವನ್ನು ಝಾಡಿಸಿ ಒದ್ದು ಎಷ್ಟು ವೇಗವಾಗಿ ಓಡಿದೆ... ನಾನು. ನಾನು ಓಡುತ್ತಿದ್ದ ವೇಳೆಯಲ್ಲೇ ಅದೂ ನನ್ನಿಂದ ದೂರ ಓಡುತ್ತಿತ್ತೆಂಬುದು ಆಗ ನನಗೆ ತಿಳಿದಿತ್ತೆ? ನಾನು ಓಡುವುದಕ್ಕೆ ವಯಸ್ಸಿನ ಅಹಂಭಾವ ಕಾರಣವಾಗಿತ್ತಷ್ಟೆ! ಓಡಿ ಓಡಿ ದಣಿದ ನಂತರ ಈಗ ಗೊತ್ತಾಗುತ್ತಿದೆ, ಆಹಾಂ ಅದು ಹೊರಟು ಹೋಯಿತಲ್ಲಾ ಅಂತ. ಏನು ಲಾಭ?" ಎಂದು ತನ್ನಷ್ಟಕ್ಕೆ ತಾನೇ ವ್ಯಥೆಪಡುತ್ತ ಗೊಣಗಿಕೊಂಡ ಅಮ್ಮಾಸಿ.

– ಹೌದು; ಕಳೆದುಕೊಂಡ ಒಂದು – 'ಇದೆ' ಎಂಬ ನೆನಪಿನಲ್ಲಿಯೇ, ಕಳೆದುಕೊಳ್ಳುವಾಗ ಅದನ್ನು ಕಳೆದುಕೊಳ್ಳುತ್ತಿದ್ದೇವೆಂಬುದನ್ನು ಅರಿಯದಿದ್ದರೂ, ಪೂರ್ತ ಕಳೆದುಕೊಂಡಮೇಲೆ 'ಕಳೆದುಕೊಂಡೆವಲ್ಲ' ಎಂಬ ನೆನಪಿನಲ್ಲಿಯೇ, ಕಳೆದುಹೋದದ್ದು – ಅದು ಯಾವುದಾಗಿದ್ದರೂ – ಎಷ್ಟು ಮಹತ್ವದ್ದಾಗಿ ಬಿಡುತ್ತದೆ! ಮಹತ್ತಾದುದು ಎಂಬುದರ ಅರ್ಥವೂ ಅದೇ...

ಅಮ್ಮಾಸಿ ಕೊಂಪೆಗೆ ಹೋಗಲು ಮನಸ್ಸಿಲ್ಲದೆ ರಾತ್ರಿ ತುಂಬಾ ಹೊತ್ತಿನವರೆಗೆ ಕಾಲುವೆಯ ತೂಬಿನ ಮೇಲೆಯೇ ಕುಳಿತಿದ್ದ. ಈಗಲೂ ಕೊಂಪೆಯಿಂದ ಜನರು ಮಾತಾಡುವ ಸದ್ದು, ನಾಯಿಗಳ ಬೊಗಳಾಟ ಕೇಳಿಸುತ್ತಲೇ ಇದ್ದವು.

ಕೊಂಪೆಗೆ ಸೇರಿದ ಮುಂಡಾಸಿನವನೊಬ್ಬ ಬಾಯಿಯಲ್ಲಿ ಚುಟ್ಟದ ಬೆಂಕಿಕೊಳ್ಳಿಯೊಂದಿಗೆ, ಗಾಳಿಯನ್ನು ದುರ್ವಾಸನೆಗೊಳಿಸುವ ಹೊಗೆಯ ಸಹಿತ, ಕತ್ತಲೆಯಲ್ಲಿ ಭಯವನ್ನು ಓಡಿಸಲು ದೊಡ್ಡ ದನಿಯಲ್ಲಿ ಹಾಡುತ್ತ ಬಂದ. ತೂಬಿನ ಮೇಲಿದ್ದ ಆಕೃತಿಯನ್ನು ನೋಡಿದ ಕೂಡಲೇ "ಯಾರದು ?" ಎಂದು ಭಯದ ದನಿಯಲ್ಲಿ ಕೇಳಿ, ಹಾಡು ನಿಂತಂತೆ ತಾನೂ ನಿಂತ.

"ನಾನೂ ಮನುಷ್ಯನೇ, ಹೆದರ್ಕೊಬೇಡ" ಎಂದು ಎದ್ದು ನಿಂತ ಅಮ್ಮಾಸಿ ನೆಲಕ್ಕೆ ತನ್ನ ಬೂಟುಗಳನ್ನು ಉಜ್ಜಿ ಸದ್ದು ಮಾಡಿದ.

ಮುಂಡಾಸಿನವನು ಅಮ್ಮಾಸಿಯನ್ನು ಗುರುತು ಹಿಡಿಯುವುದಕ್ಕೋಸ್ಕರ ಹತ್ತಿರ ಬಂದು "ಯಾರು ?" ಎಂದ. ಆಗ ಅಮ್ಮಾಸಿ ತನ್ನ ತಂಗಿ ಕಾಸಾಂಬುವಿನ ನೆನಪಾಯಿತು. ಆಕೆಯ ಗಂಡ ಸಡೈಯಾಂಡಿಯ ಹೆಸರು ಹೇಳಿ, ಅವರನ್ನು ಕಾಣಲು ಪರ ಊರಿನಿಂದ ಬಂದಿರುವುದಾಗಿ ಹೇಳಿದ.

"ಸಡೈಯಾಂಡಿಗೆ ರೈಲ್ವೆ ಪೋರ್ಟರ್ ಕೆಲ್ಸ ಸಿಕ್ಕದೆ; ಅವ್ನು ಹೆಂಡ್ತೀನೂ ಕರ್ಕೊಂಡು ಪಟ್ಟಣಕ್ಕೊದ್ನಲ್ಲ ... ನಿಂಗೆ ಗೊತ್ತಿಲ್ವಾ?" ಎಂದು ಆತ ಹೇಳಿದಾಗ ಅಮ್ಮಾಸಿಗೆ ಭಾರಿ ನಿರಾಶೆ ಯಾಯಿತು. ಆತ ಕಾಸಾಂಬುವನ್ನಾಗಲೀ ಆಕೆಯ ಗಂಡ ಸಡೈಯಾಂಡಿಯನ್ನಾಗಲೀ ನಿರೀಕ್ಷಿಸಿ ಬಂದಿರಲಿಲ್ಲ. ಆದರೂ, ಕೊಂಪೆಯೊಳಕ್ಕೆ ಹೋಗದೆ ಹಿಂತಿರುಗುವುದಕ್ಕೆ ಅದೇ ಒಂದು ಕಾರಣವಾಯಿತು ಆತನಿಗೆ. "ಪಟ್ಟಣದಲ್ಲಿ ಎಲ್ಲಿದ್ದಾರೆ ಅಂತ ಗೊತ್ತೆ ?" ಎಂದು ವಿಚಾರಿಸಿದ.

"ಎಳುಂಬೂರ್ ಸ್ಟೇಷನ್‌ನಲ್ಲಿ ಪೋರ್ಟರ್ ಕೆಲ್ಸ ಮಾಡ್ತಾನಂತೆ ಸಡೈಯಾಂಡಿ, ಅಲ್ಲಿಗೋದ್ರೆ ನೋಡ್ಬೋದು" ಎಂದು ಹೇಳಿ ಮುಂಡಾಸಿನವನು ಕೊಂಪೆಯ ಕಡೆಗೆ ಹೊರಟು ಬಿಟ್ಟ.

ಅಮ್ಮಾಸಿ ಅಲ್ಲಿಯೆ ನಿಂತು ತುಂಬಾ ಹೊತ್ತಿನವರೆಗೆ ಕೊಂಪೆಯನ್ನು ದಿಟ್ಟಿಸಿ ನೊಡುತ್ತಿದ್ದು, ತನ್ನ ಕ್ಯಾನ್‌ವಾಸ್ ಚೀಲವನ್ನು ಬೆನ್ನಿಗೇರಿಸಿಕೊಂಡು ರೈಲ್ವೆ ಸ್ಟೇಷನ್ ಕಡೆಗೆ ಹೆಜ್ಜೆ ಹಾಕಿದ.

ಪ್ರೀತಿ ತೋರಿಸಲು, ಆದರಿಸಲು ಯಾರೂ ಇಲ್ಲದ ಒಬ್ಬೊಂಟಿಯಾದ ತನಗೆ ಇದ್ದ ಒಂದೇ

ಒಂದು ಬಂಧುವೆಂದರೆ ತನ್ನ ತಂಗಿ ಮತ್ತು ಆಕೆಯ ಗಂಡ. ಆಕೆಯ ಮಕ್ಕಳು ಸಹ ಎಂಬ ಆಲೋಚನೆ ತಲೆಯಲ್ಲಿ ಹೊಳೆದ ಕೂಡಲೇ, ಆತನ ನಡೆಗೆ ಒಂದು ಹೊಸ ಚೈತನ್ಯ ಬಂತು.

ಮಾರನೆಯ ಬೆಳಗ್ಗೆ, ಸೂರ್ಯೋದಯದ ಬಹಳ ಹೊತ್ತಿನ ತರುವಾಯ ಕೆಲವು ಗಂಟೆಗಳಕಾಲ ತಡವಾಗಿ – ಹಗಲು ಹೊತ್ತಿನಲ್ಲೇ ಬಂದಿತು ಆ ಪ್ಯಾಸೆಂಜರ್ ಗಾಡಿ.

ಗಾಡಿಗೆ ಹತ್ತಿ ನಿಂತ ಅಮ್ಮಾಸಿ ತನ್ನ ಊರನ್ನು, ದೂರದಲ್ಲಿ ಕಾಣಿಸುತ್ತಿದ್ದ ಕೊಂಪೆಯನ್ನು, ಕಾಲುವೆಯ ತೂಬನ್ನು ದಿಟ್ಟಿಸಿ ನೋಡಿದ.

ಆತನ ಕೊಂಪೆಯ ಕೌಪೀನಧಾರಿ ಮಕ್ಕಳು, ಮೈ ಮೇಲೆ ಬಟ್ಟೆಯಿಲ್ಲದ, ಕೊಳೆಯ ಲಂಗ ಧರಿಸಿದ ಕಪ್ಪು ಮೈಯಿನ ಬಾಲಕಿಯರು, ಅ ಊರಿನಲ್ಲಿ ಬೆಳೆಯುವ ವಸ್ತುಗಳಾದ ತಾಟಿನುಂಗು, ವೀಳದಲೆ, ಎಳೆ ಸೌತೆಕಾಯಿ ಮುಂತಾದವುಗಳನ್ನು ಮಾರಾಟ ಮಾಡುತ್ತ ಅತ್ತಿತ್ತ ಓಡಾಡುತ್ತಿದ್ದುದನ್ನು ಮಂದಹಾಸದಿಂದ ನೋಡುತ್ತಿದ್ದ ಅಮ್ಮಾಸಿಗೆ, ಅವರಿಂದ ಏನಾದರೂ ಕೊಳ್ಳಬೇಕೆನಿಸಿತು.

ಜೇಬಿಗೆ ಕೈ ಹಾಕಿ ಚಿಲ್ಲರೆ ತೆಗೆಯುತ್ತ, ಎಳೆ ಸೌತೆಕಾಯಿ ಮಾರುತ್ತಿದ್ದ ಹುಡುಗಿಯೊಬ್ಬಳನ್ನು ಆತ ಕರೆದಾಗ, ರೈಲು ಚಲಿಸಲಾರಂಭಿಸಿತು. ಕೂಡಲೇ ಆತ ಕೈಗೆತ್ತಿಕೊಂಡಿದ್ದ ಚಿಲ್ಲರೆಯನ್ನು ಆ ಹುಡುಗರು ಮತ್ತು ಹುಡುಗಿಯರತ್ತ ಎಸೆದ.

ಅವರು ಉತ್ಸಾಹದಿಂದ ಚಿಲ್ಲರೆ ಆರಿಸಿಕೊಂಡು ತಲೆ ಎತ್ತಿ ನೋಡುವಷ್ಟರಲ್ಲಿ ಗಾಡಿ ಚಲಿಸಿತ್ತು. ಅಮ್ಮಾಸಿ ಮಗುವಿನಂತೆ ಕುತೂಹಲದಿಂದ ಬಾಯ್ತೆರೆದು ನಕ್ಕ. ಅವರೂ ಮಂದಹಾಸದಿಂದ ಈ ಸಿಪಾಯಿಗೆ ಸೆಟೆದು ನಿಂತು ಸಲಾಂ ಹೊಡೆದರು.

ಹುಟ್ಟಿದ ಮಣ್ಣಿಗೆ ವಿದಾಯ ಹೇಳುವವನಂತೆ, ನಡುಗುತ್ತಿದ್ದ ಅಮ್ಮಾಸಿ. ತಲೆಯ ಸಮೀಪಕ್ಕೆ ಕೈ ಎತ್ತಿ ಆತ ಸಲಾಂ ಮಾಡಿದ. ಅವನ ಕಣ್ಣುಗಳಲ್ಲಿ ನೀರು ತುಂಬಿಕೊಂಡಿತು...

ಗಾಡಿಯಲ್ಲಿ ಹೆಚ್ಚು ಜನರಿರಲಿಲ್ಲ. ಅಮ್ಮಾಸಿಯ ತಲೆಯ ಮೇಲ್ಗಡೆ ಸಾಮಾನಿರಿಸುವ ಹಲಗೆಯ ಮೇಲೆ ಕಾಲುಗಳಿಗೆ ಸಾಕ್ಸ್ ಧರಿಸಿದ್ದ, ಟೊಂಕಕ್ಕೆ ಕಟ್ಟಿದ್ದ ಪಂಚೆಯ ಮೇಲೆ ಹಸಿರು ಬಣ್ಣದ ಸಿಂಗಾಪುರದ ಬೆಲ್ಟ್ ಹಾಕಿದ್ದ ಹಳ್ಳಿಯ 'ಸೊಗಸುಗಾರ'ನೊಬ್ಬ ಬೀಡಿ ಹೊಗೆ ಬಿಡುತ್ತ ಮಲಗಿದ್ದ. ಅಮ್ಮಾಸಿಯ ಎದುರು ಬೆಂಚಿನಲ್ಲಿ ಒಬ್ಬಳು ತಾಯಿ. ತೊಡೆಯ ಮೇಲೆ ನಿದ್ರಿಸುತ್ತಿದ್ದ ಹೆಣ್ಣು ಮಗುವಿನೊಂದಿಗೆ, ಹಿಂದಕ್ಕೆ ಒರಗಿಕೊಂಡು ಆಕೆಯೂ ನಿದ್ರಿಸುತ್ತಿದ್ದಳು.

ಅಮ್ಮಾಸಿ ಆಕೆಯನ್ನು ದಿಟ್ಟಿಸಿ ನೋಡಿದ. ಸಣ್ಣ ವಯಸ್ಸಿನ ಒಬ್ಬ ಬ್ರಾಹ್ಮಣ ವಿಧವೆ ಆಕೆ. ತೀವ್ರ ಕ್ಷಯ ರೋಗದಿಂದ ಹಿಂಡಿ ಹಿಪ್ಪೆಯಾದ ಆಕೆಯ ಶರೀರ ಎಲುಬಿನ ಗೂಡಿನಂತಿತ್ತು. ಗಂಟಲಿನಲ್ಲಿ ಜೀವ ತುಡಿಯುತ್ತಿರುವಂತೆ ಕಾಣಿಸಿತು.

ಒಣ ಮರಕ್ಕೆ ಹಬ್ಬಿಕೊಂಡ ಹಸಿರು ಬಳ್ಳಿಯಲ್ಲಿ ಅರಳಿದ ಒಂಟಿ ಹೂವಿನಂತೆ ಆಕೆಯ ತೊಡೆಯ ಮೇಲೆ ಮಲಗಿದ್ದ ಮಗು ನಿದ್ದೆಯಲ್ಲಿ ಮುಖ ಅರಳಿಸಿ ನಕ್ಕಿತು.

ರೈಲು ನಿಧಾನವಾಗಿ ಚಲಿಸುತ್ತಿದ್ದಾಗ ಗಾಡಿಗೆ ಹತ್ತಿದ ಟಿಕೆಟ್ ಕಲೆಕ್ಟರ್, ಬಾಗಿಲಿನಲ್ಲೇ ತುಸು ಹೊತ್ತು ನಿಂತು ಸಿಗರೇಟ್ ಸೇದಿ ಹೊರಗೆ ಬಿಸುಟು ನಿಧಾನವಾಗಿ ಬಂದು ಅಮ್ಮಾಸಿಯ ಪಕ್ಕದಲ್ಲಿ ಕುಳಿತ. ಒಂದಿಷ್ಟು ಹೊತ್ತು ಯಾವುದೋ ಆಲೋಚನೆಯಲ್ಲಿ ಮುಳುಗಿದ್ದ ಆತ. ಗಾಡಿ ಹತ್ತಿರದ ಸ್ಟೇಶನನ್ನು ಸಮೀಪಿಸುತ್ತಿರುವುದನ್ನು ಗಮನಿಸಿ, ಅಮ್ಮಾಸಿಯ ತಲೆಯ ಮೇಲ್ಭಾಗದ ಹಲಗೆಯಲ್ಲಿ ಮಲಗಿದ್ದ ಸೊಗಸುಗಾರನತ್ತ ಟಿಕೆಟಿಗಾಗಿ ಕೈ ಚಾಚಿದ ಅಮ್ಮಾಸಿಯೂ ತನ್ನ ಕೋಟಿನ ಜೇಬಿಗೆ ಕೈ ಹಾಕಿ ಟಿಕೇಟನ್ನು ಹೊರಕ್ಕೆ ತೆಗೆದ.

ಅವುಗಳನ್ನು ತೆಗೆದುಕೊಂಡು, ಹಿಂದುಗಡೆ ಸಹಿಹಾಕಿದ ನಂತರ, ನಿದ್ರಿಸುತ್ತಿದ್ದ ಆ ಬ್ರಾಹ್ಮಣ ವಿಧವೆಯನ್ನು ಎಚ್ಚರಗೊಳಿಸುವುದಕ್ಕಾಗಿ ಕೈಯಲ್ಲಿದ್ದ ಪೆನ್ಸಿಲಿನಿಂದ ಹಲಗೆಯ ಮೇಲೆ ಕುಟ್ಟಿದ ಟಿಕೆಟ್ ಕಲೆಕ್ಟರ್.

ಆ ತಾಯಿ ಮನಸಿಕವಾಗಿ, ದೈಹಿಕವಾಗಿ ಎಷ್ಟು ವೇದನೆಯನ್ನು ಅನುಭವಿಸುತ್ತಿದ್ದಳೋ ?... ಚೈತನ್ಯವಿಲ್ಲದ ತನ್ನ ಬತ್ತಿದ ಕಣ್ಣುಗಳನ್ನು ಒಂದು ಬಾರಿ ತೆರೆದು ನೋಡಿ, ಮತ್ತೆ ಹಾಗೇ ಸೊರಗಿ ಕಣ್ಣುಗಳನ್ನು ಮುಚ್ಚಿಕೊಂಡಳು. ಒಳಗೆ ಹಿಂಡುತ್ತಿದ್ದ ನೋವನ್ನು ಸಹಿಸಲಾರ ದವಳಂತೆ ತುಟಿಗಳನ್ನು ಕಚ್ಚುತ್ತ ಹುಬ್ಬು ಗಂಟಿಕ್ಕಿ 'ದೇವರೇ' ಎಂದು ನರಳಿದಳು ಆಕೆ.

"ಅಮ್ಮಾ ಇಲ್ನೋಡಿ... ಟಿಕೆಟ್ ಕೇಳ್ತಾ ಇದ್ದಾರೆ" ಎಂದು ಕನಿಕರದಿಂದ ಆಕೆಯನ್ನು ಎಚ್ಚರಗೊಳಿಸಿದ ಅಮ್ಮಾಸಿ.

ನೆಟ್ಟಗೆ ಕುಳಿತುಕೊಳ್ಳಲಾಗದೆ ಹಾಗೇ ಕಣ್ತೆರೆದ ಆಕೆ "ಟಿಕೆಟ್ಟೇ" ಎಂದು ಸಣ್ಣ ದನಿಯಲ್ಲಿ ಕೇಳಿದಳು.

"ಟಿಕೆಟ್ ಇಲ್ವೆ? ಬರೋ ಸ್ಟೇಷನ್ನಲ್ಲಿ ಇಳಿದ್ಬಿಡಮ್ಮಾ" ಎಂದು ನಿರ್ದಾಕ್ಷಿಣ್ಯವಾಗಿ ಹೇಳಿ, ಹೊರಗಡೆ ಇಣುಕಿ ನೋಡತೊಡಗಿದ ಟಿಕೆಟ್ ಕಲೆಕ್ಟರ್.

ಅಮ್ಮಾಸಿ ಆಕೆಯ ಪರಿತಾಪದ ಸ್ಥಿತಿಯನ್ನು ಸೂಕ್ಷ್ಮವಾಗಿ ಗಮನಿಸುತ್ತಿದ್ದ. ಮುಂದಿನ ಸ್ಟೇಷನ್ ಸಮೀಪಿಸುತ್ತಿತ್ತು. ಆಕೆ ತೀರಾ ಪ್ರಯಾಸದಿಂದ ಏಳಲು ಪ್ರಯತ್ನಿಸಿದಾಗ, ತೊಡೆಯ ಮೇಲೆ ಮಲಗಿದ್ದ ಆಕೆಯ ಎರಡು ವರ್ಷ ವಯಸ್ಸಿನ ಮಗು ಎದ್ದು ಕುಳಿತು ಕಣ್ಣುಜ್ಜಿಕೊಳ್ಳುತ್ತ, ಹಸಿವು, ನಿದ್ದೆಗೇಡು ಹಾಗೂ ಕಿರಿಕಿರಿಯಿಂದಾಗಿ ಅಳತೊಡಗಿತು.

"ಎಲ್ಲಿಯವರೆಗೆ ಹೋಗ್ಬೇಕು" ಎಂದು ಅಮ್ಮಾಸಿ ಆಕೆಯನ್ನು ಕೇಳಿದ.

"ಪಟ್ಟಣಕ್ಕೆ ಹೋಗ್ಬೇಕಪ್ಪಾ" ಎಂದು ಆಕೆ ನಿಟ್ಟುಸಿರುಬಿಟ್ಟಳು.

" ಸಾರ್ ಪಟ್ಟಣಕ್ಕೆ ಒಂದು ಟಿಕೆಟ್ ಬರೆದು ಕೊಡಿ ...ನಾನು ಹಣ ಕೊಡುತ್ತೇನೆ" ಎಂದು ತನ್ನ ಕೋಟಿನ ಜೇಬಿನಿಂದ ಉಬ್ಬಿಕೊಂಡಿದ್ದ ಚರ್ಮದ ಪರ್ಸನ್ನು ಹೊರತೆಗೆದ ಅಮ್ಮಾಸಿ.

ಟಿಕೆಟ್ ಕಲೆಕ್ಟರ್ ಆತನನ್ನು ಒಂದು ನಿಮಿಷ ನೋಡಿ, ಆತನ ಔದಾರ್ಯವನ್ನು ಮೆಚ್ಚಿಕೊಂಡವನಂತೆ ಮುಗುಳ್ನಕ್ಕು, ನಿಂತಕಡೆಯೇ ಒಂದು ಕಾಲನ್ನು ಬೆಂಚಿನ ಮೇಲಿರಿಸಿ ಮಂಡಿಯ ಮೇಲೆ ರಶೀದಿ ಪುಸ್ತಕವನ್ನಿಟ್ಟುಕೊಂಡು ರಶೀದಿ ಬರೆದ.

ಆ ವಿಧವೆ ಅಮ್ಮಾಸಿಯನ್ನು ನೋಡಿ "ನಿಮ್ಮ ಮಕ್ಕಳು ಮರಿಗಳೆಲ್ಲ ದೀರ್ಘಾಯುಷ್ಯವಂತ ರಾಗಿರಲಪ್ಪಾ" ಎಂದು ಒಣಗಿದ ಕಡ್ಡಿಗಳಂತಿದ್ದ ತನ್ನ ಕೈ ಬೆರಳುಗಳನ್ನು ಜೋಡಿಸಿ ಕೃತಜ್ಞತೆಯಿಂದ ಆತನಿಗೆ ನಮಸ್ಕರಿಸಿದಳು. ಆ ಮಗು ಮತ್ತೆ ತನ್ನ ತಾಯಿಯ ತೊಡೆಯಲ್ಲಿ ಮುಖ ಹುದುಗಿಸಿಕೊಂಡಿತು.

ಆ ಆಶೀರ್ವಚನಗಳನ್ನು ಕೇಳಿ, ಒಂದು ಕ್ಷಣ ಆಲೋಚಿಸಿ, ತಲೆ ತಗ್ಗಿಸಿ ತನ್ನೊಳಗೇ ನಕ್ಕ ಅಮ್ಮಾಸಿ.

ಟಿಕೆಟ್ ಕಲೆಕ್ಟರ್ ಒಂದು ಕಡೆಯಿಂದ ಕೆಳಗಿಳಿದ ಕೂಡಲೇ, ಮತ್ತೊಂದು ಕಡೆಯಿಂದ ಮುದಿ ಭಿಕ್ಷುಕ ದಂಪತಿಗಳು ಗಾಡಿಗೆ ಹತ್ತಿದರು.

ಆ ಭಿಕ್ಷುಕ ದಂಪತಿಗಳು – ಬೆಂಚುಗಳಲ್ಲಿ ಸ್ಥಳವಿದ್ದರೂ – ಟಿಕೆಟ್ ಇಲ್ಲದ್ದರಿಂದ ಪ್ರಯಾಣ ಮಾಡಲು ಹಕ್ಕಿಲ್ಲದವರಾದ ತಾವು ಬೆಂಚಿನ ಮೇಲೆ ಕುಳಿತುಕೊಳ್ಳಬಾರದೆಂಬ ಭಾವನೆಯಿಂದ ಒಂದು ಮೂಲೆಯಲ್ಲಿ ಕುಕ್ಕರಗಾಲಿನಲ್ಲಿ ಕುಳಿತರು. ಭಿಕ್ಷುಕ ಊರುಗೋಲನ್ನು ಒಂದು

ಪಕ್ಕಕ್ಕಿರಿಸಿ, ಗಂಟಿನಿಂದ ಕಡಲೆಕಾಯಿ ತೆಗೆದು ಅರ್ಧಭಾಗವನ್ನು ಹೆಂಡತಿಗೆ ಕೊಟ್ಟ. ಇಬ್ಬರೂ ಕಡಲೆಕಾಯಿ ಬಿಡಿಸಿ ತಿನ್ನಲು ಪ್ರಾರಂಭಿಸಿದರು.

ಆ ಸಣ್ಣ ಸ್ಟೇಷನ್ ಬಿಟ್ಟು ಹೊರಟ ರೈಲು ದೀರ್ಘ ಶಿಳ್ಳೆಹಾಕಿ ತನ್ನ ವೇಗವನ್ನು ಹೆಚ್ಚಿಸಿಕೊಂಡಿತು.

ಒಂದು ದೊಡ್ಡ ಜಂಕ್ಷನಿನಲ್ಲಿ ಈ ಪ್ಯಾಸೆಂಜರ್ ಗಾಡಿ ತುಂಬ ಹೊತ್ತು ನಿಂತಿತು...

ಪ್ರಜ್ಞೆಯಿಲ್ಲದವಳಂತೆ ಸೊರಗಿ ಬಿದ್ದುಕೊಂಡಿದ್ದ ತಾಯಿಯ ತೊಡೆಯ ಮೇಲೆ ಮಲಗಿದ್ದ ಮಗು ಎಚ್ಚರವಾಗಿ ಕಣ್ತೆರದು ನೋಡಿತು. ಕಿಟಕಿಯಂಚಿನಲ್ಲಿ ಹೊರಗೆ ಬಿಸ್ಕಟ್ ಪೊಟ್ಟಣಗಳ ತಟ್ಟೆನೊಂದಿಗೆ ನಿಂತಿದ್ದ ವ್ಯಕ್ತಿಯನ್ನು ನೋಡಿದ ಕೂಡಲೇ ತಾಯಿಯ ಗದ್ದವನ್ನು ಹಿಡಿದೆಳೆದು "ಅಪ್ಪಚ್ಚಿ ...ಅಮ್ಮಾ ಅಪ್ಪಚ್ಚಿ" ಎಂದು ಹೊರಕ್ಕೆ ಕೈ ತೋರಿಸುತ್ತ ಅಳತೊಡಗಿತು.

ಮಗುವಿಗೆ ಏನಾದರೂ ಕೊಂಡು ಕೊಡಬೇಕೆನ್ನಿಸಿತು ಅಮ್ಮಾಸನಿಗೆ. ತನ್ನ ಹುಟ್ಟು ಹಾಗೂ ಅವರ ಕುಲವನ್ನು ಚಿಂತಿಸಿ ಮನಸ್ಸಿನೊಳಗೇ ಆತಂಕಪಟ್ಟುಕೊಂಡು ಮಗುವಿನತ್ತ ಮುಗುಳ್ನಗೆ ಬೀರಿದ. ಮಗು ಆತನ ಮುಖ ನೋಡಿ "ಹ್ಞೂ... ಅಪ್ಪಚ್ಚಿ" ಎಂದು ದೊಡ್ಡ ಸ್ವರದಲ್ಲಿ ಅಳತೊಡಗಿತು.

ಆಗಷ್ಟೇ ಪ್ರಜ್ಞೆ ಬಂದವಳಂತೆ ತಾಯಿ ಕಣ್ತೆರೆದಳು.

"ಅಮ್ಮಾ ಮಗು ಅಳ್ತಾ ಇದೆ; ಏನಾದ್ರೂ ಕೊಂಡು ಕೊಡಲೇ ?" ಎಂದು ವಿನಯದಿಂದ ಹಾಗೂ ಪ್ರೀತಿಯಿಂದ ಕೇಳಿದ ಅಮ್ಮಾಸಿ. ಆಕೆ ತುಂಬಿದ ಕಣ್ಣುಗಳಲ್ಲಿ ಸಮ್ಮತಿ ಸೂಚಿಸಿದಳು.

ಅಮ್ಮಾಸಿ ಗಾಡಿಯಿಂದಿಳಿದು ಪ್ಲಾಟ್‌ಫಾರ್ಮಿನ ಸ್ಟಾಲಿಗೆ ಹೋಗಿ ಒಂದು ಬನ್ನು ಮತ್ತು ಒಂದು ಲೋಟ ಹಾಲು ತೆಗೆದುಕೊಂಡು ಹಿಂತಿರುಗುವಾಗ, ಥಟ್ಟನೆ ಏನೋ ನೆನಪಾದವನಂತೆ ಮತ್ತೊಂದು ಬನ್ನು ಕೊಂಡು, ಅದನ್ನು ಒಂದು ಕಾಗದದಲ್ಲಿ ಸುತ್ತಿ ಜೇಬಿನಲ್ಲಿಟ್ಟುಕೊಂಡ. ಮತ್ತೂ ಒಂದು ಲೋಟ ಹಾಲು ತೆಗೆದುಕೊಂಡು ನಡುಗುವ ಕೈಗಳಲ್ಲಿ ಎರಡೂ ಲೋಟಗಳ ಸಹಿತ ಗಾಡಿಯ ಕಡೆನಡೆಯತೊಡಗಿದ.

ನೋಡುವವರಿಗೆ 'ಈತ ಈ ಮುದಿ ವಯಸ್ಸಿನಲ್ಲಿ ಯಾಕೆ ಇಷ್ಟು ಶ್ರಮಪಡುತ್ತಾನೆ ?' ಎನ್ನಿಸಬಹುದು. ಆದರೆ ಅನ್ಯರಿಗಾಗಿ ಪಡುವ ಶ್ರಮದಿಂದ ದೊರಕುವ ಶಕ್ತಿ ಅತನಿಗೆ ಮಾತ್ರ ಗೊತ್ತಷ್ಟೇ !

ಗಾಡಿಯೊಳಕ್ಕೆ ಬಂದು ಲೋಟವನ್ನು ಬೆಂಚಿನ ಮೇಲಿರಿಸಿ, ಮಂದಹಾಸ ಬೀರುತ್ತ ಮಗುವಿನ ಕೈಗೆ ಒಂದು ಬನ್ ಕೊಟ್ಟ. ಮಗು ಸಂತೋಷದಿಂದ ಅದನ್ನು ಪಡೆದುಕೊಂಡು ಎರಡೂ ಕೈಗಳಲ್ಲಿ ಹಿಡಿದುಕೊಂಡು ತಿನ್ನತೊಡಗಿತು.

ಆಗ ಆ ತಾಯಿ ಕಣ್ತೆರೆದು ಆತನನ್ನು ನೋಡಿದಳು, ಆತ ಆತಂಕ ಪಟ್ಟುಕೊಂಡೇ ಒಂದು ಬನ್ನನ್ನು ಆಕೆಯ ಕಡೆಗೆ ನೀಡಿದ. ಆಕೆ 'ಬೇಡ' ಎಂದು ತಲೆಯಾಡಿಸಿದಳು.

"ಈ ಹಾಲನ್ನಾದರೂ ಕುಡೀರಮ್ಮಾ, ತುಂಬಾ ಸುಸ್ತಾಗಿದ್ದೀರಲ್ಲ ?" ಎಂದು ಹಾಲನ್ನು ಆಕೆಯ ಕೈಗಿತ್ತ.

ನಡುಗುತ್ತಿದ್ದ ಕೈಗಳಿಂದ ಅದನ್ನು ತೆಗೆದುಕೊಂಡು ಆಕೆ ತೀರಾ ಬಾಯಾರಿದ್ದವಳಂತೆ ಗಟಗಟನೆ ಕುಡಿದಳು. ಆಕೆಗೆ ಹಿಂಗದ ಹಸಿವು, ಅಪಾರ ದಾಹ ಹಾಗೂ ತುಂಬಾ ನಿಶ್ಶಕ್ತಿಯಾಗಿದೆ. ಎಂಬುದನ್ನರಿತ ಅಮ್ಮಾಸಿ ಮಗುವಿಗೆಂದು ತಂದಿದ್ದ ಹಾಲನ್ನೂ ಆಕೆಯ ಲೋಟಕ್ಕೆ ಸುರಿದ. ಆಕೆ ಅದರಲ್ಲೂ ಅರ್ಧದಷ್ಟನ್ನು ಕುಡಿದು, 'ಸಾಕು' ಎಂದು ತಲೆಯಾಡಿಸಿ,

ಆಯಾಸ ಹೆಚ್ಚಾದವಳಂತೆ ಮತ್ತೆ ಹಿಂದಕ್ಕೊರಗಿ ಕಣ್ಣು ಮುಚ್ಚಿದಳು.

ಮಗು ತನ್ನ ತಾಯಿಗೆ ತೊಂದರೆ ಕೊಡದಿರಲೆಂದು ಅದನ್ನು ಎತ್ತಿ ತನ್ನ ಬಳಿ ಕುಳ್ಳಿರಿಸಿಕೊಂಡು ಬನ್ನನ್ನು ಮುರಿದು ಹಾಲಿನಲ್ಲಿ ಅದ್ದ ಅದಕ್ಕೆ ತಿನ್ನಿಸತೊಡಗಿದ ಅಮ್ಮಾಸಿ. ತುಂಬಾ ಸ್ನೇಹದಿಂದ ಮಗು ಆತನ ತೊಡೆಯ ಮೇಲೆ ಕುಳಿತು ಬನ್ ತಿನ್ನತೊಡಗಿತು. ಮಗುವನ್ನೆತ್ತಿಕೊಂಡು ಗಾಡಿಯಿಂದಿಳಿದು ಹಾಲಿನ ಲೋಟಗಳನ್ನು ಕೊಡಲು ಹೋದಾಗ ಸ್ಟಾಲಿನಲ್ಲಿ ಮಗುವಿಗೆ ಒಂದು ಲೋಟ ಹಾಲು ಕೊಂಡು ಕುಡಿಸಿದ. ತಾನೂ ಒಂದು ಕಪ್ ಟೀ ಕುಡಿದ. ತುಂಬಾ ದಿನಗಳ ಪರಿಚಯವಿದ್ದಂತೆ ಮಗು ಆತನ ಜತೆಗೆ ನಗುತ್ತ ಆಟವಾಡ ತೊಡಗಿತು. ಆತ ಮಗುವಿಗೆ ಒಂದು ಆಟದ ಬೊಂಬೆಯನ್ನು ತೆಗೆದುಕೊಟ್ಟ. ಅದುಮಿದರೆ 'ಕ್ವಾಕ್ ಕ್ವಾಕ್' ಎಂದು ಸದ್ದು ಮಾಡುತ್ತಿದ್ದ ಆ ಬಾತುಕೋಳಿಯ ಬೊಂಬೆ ಮಗುವಿನ ಸಂತೋಷವನ್ನು ಮತ್ತಷ್ಟು ಹೆಚ್ಚಿಸಿತು. ಅಮ್ಮಾಸಿ ಮಗುವಿನ ಆಟ ನೋಡುತ್ತ ಜಗತ್ತನ್ನೇ ಮರೆತಿದ್ದಾಗ ಗಾಡಿ ಹೊರಡುವ ಸೂಚನೆಯ ಗಂಟೆ ಬಾರಿಸಿತು. ಮಗುವನ್ನೆತ್ತಿಕೊಂಡು ಓಡಿ ಬಂದು ಗಾಡಿಗೆ ಹತ್ತಿದ ಅಮ್ಮಾಸಿ. ಅತನಿಗೆ ಹರೆಯ ಹಿಂತಿರುಗಿದಷ್ಟು ಉತ್ಸಾಹ ಬಂದುಬಿಟ್ಟಿತು.

ಆ ಜಂಕ್ಷನಿನಲ್ಲಿ ತುಂಬಾ ಹೊತ್ತು ನಿಂತಿದ್ದ ಆ ಪ್ಯಾಸೆಂಜರ್ ಗಾಡಿ ನಿಧಾನವಾಗಿ ಹೊರಟುಬಿಟ್ಟಿತು.

ಹಸಿವು ನೀಗಿದ ಲವಲವಕೆಯಿಂದ, ಆಟದ ಬೊಂಬೆ ಸಿಕ್ಕಿದ ಸಂತೋಷದಿಂದ ಪರಿಚಯವಿಲ್ಲದ ಆ ಹೊಸ ವ್ಯಕ್ತಿಯ ಎದೆಯಲ್ಲಿ ಮುಖ ಹುದುಗಿಸಿ, ಅತನ ಗದ್ದವನ್ನು ಹಿಡಿದೆಳೆದು ನಗುತ್ತ ಆಟವಾಡುತ್ತಿದ್ದ ತನ್ನ ಕಂದವನ್ನು ನೋಡಿ ಆ ತಾಯಿ ಮುಗುಳ್ನಕ್ಕಳು.

ಅಮ್ಮಾಸಿ ಆಕೆಯ ಜತೆಗೆ ಮಾತಿಗೆ ಪ್ರಾರಂಭಿಸಿದ. "ಪಟ್ಟಣದಲ್ಲಿ ಎಲ್ಲಿಗೆ ಹೋಗ್ತೀರಮ್ಮಾ?"

ಆಕೆ ಅದಕ್ಕೆ ಉತ್ತರ ಹೇಳುವ ಮೊದಲು ವಿಷಾದದ ನಿಟ್ಟುಸಿರು ಬಿಟ್ಟಳು. ಬತ್ತಿದ ಬೆರಳುಗಳಿಂದ ಹಣೆಯಲ್ಲಿ ಮೂಡಿದ್ದ ಬೆವರು ಹನಿಗಳನ್ನು ಒರೆಸಿಕೊಂಡು ಕ್ಷೀಣ ದನಿಯಲ್ಲಿ ಹೇಳಿದಳು :

"ಪಟ್ಟಣದಲ್ಲಿ ಪರಿಚಯದವರಿದ್ದಾರೆ ...ನನ್ನ ಸ್ನೇಹಿತ ...ಯಾವಾಗಲೋ ಒಮ್ಮೆ ಊರಿಗೆ ಬಂದಿದ್ದಾಗ 'ನುಂಗಂಬಾಕದಲ್ಲಿದ್ದೇನೆ' ಎಂದಿದ್ದಳು. ಅಡ್ರೆಸ್ಸು ಸರಿಯಾಗಿ ತಿಳಿಯದು. ಅಷ್ಟು ದೊಡ್ಡ ಪಟ್ಟಣದಲ್ಲಿ ಎಲ್ಲೀಂತ ಹುಡುಕೋದು ಅಂತಿದ್ದೆ ...ಅದರೆ ಹೋಗಿ ಸೇರೋದೆ ಇಲ್ವೇನೋ ಅನ್ನಿಸುತ್ತೆ ಈಗ" ಎನ್ನುವಾಗ ಆಕೆಯ ಗಂಟಲು ಕಟ್ಟಿದಂತಾಗಿ ಕಣ್ಣುಗಳಲ್ಲಿ ನೀರು ಬಂತು.

"ಯಾಕಮ್ಮಾ ಹಾಗಂತೀರಾ? ನೀವು ಎಲ್ಲಿಗೆ ಹೋಗ್ಬೇಕೋ ಅಲ್ಲಿಗೆ ನಿಮ್ಮನ್ನು ಕರೆದೊಯ್ತೇನೆ" ಎಂದು ಧೈರ್ಯ ಹೇಳಿದ ಅಮ್ಮಾಸಿ.

ಆತನ ಒಳ್ಳೆಯತನಕ್ಕೆ ಮನಸ್ಸಿನಲ್ಲೇ ಕೃತಜ್ಞತೆ ಸೂಚಿಸಿದ ಆಕೆಗೆ, ತಾನು ತಬ್ಬಲಿ ಮಾಡಿಹೋಗುತ್ತಿರುವ ತನ್ನ ಕಂದನ ಬಗೆಗೆ ಕರುಣೆ ಉಕ್ಕಿ ಬಂದಿತು.

ಆಕೆ ಥಟ್ಟನೆ ಆತನಿಗೆ ಹೇಳಿದಳು, "ಅಪ್ಪಾ ನೀವು ಯಾರೋ ಏನೋ ದೇವರೇ ನಿಮ್ಮನ್ನು ಕಳಿಸಿದ್ದಾನೆ... ಈ ಕ್ಷಣದಲ್ಲಿ ನನಗೆ ಆಶ್ರಯದಾತ, ಬಂಧು, ಒಡಹುಟ್ಟಿದ ಸೋದರ ಎಲ್ಲ ನೀವೇ..."

ಆ ಮಾತುಗಳನ್ನು ಕೇಳಿ ಅಮ್ಮಾಸನಿಗೆ ಮೈ ಝುಮ್ಮೆಂದಿತು.

ತಾಯಿಯ ನೆನಪನ್ನೇ ಮರೆತಿದ್ದ ಆ ಮಗು ತನ್ನ ಕೈಯಲ್ಲಿದ್ದ ಬೊಂಬೆಯನ್ನು ಆತನ

ಕಿವಿಯ ಬಿಳಿ ಅದುಮಿ ಸದ್ದು ಮಾಡಿತು. ಆತ ತಲೆ ನಡುಗಿಸುತ್ತ, ಸದ್ದು ತಾಳಲಾಗದವನಂತೆ ಕಿವಿ ಮುಚ್ಚಿಕೊಂಡುದ್ದನ್ನು ನೋಡಿ ಅದು ಚಪ್ಪಾಳೆ ತಟ್ಟಿ ನಕ್ಕಿತು. ಮಗುವಿನೊಂದಿಗೆ ಆಟವಾಡುತ್ತಿದ್ದ ಅಮ್ಮಾಸಿಯನ್ನು ಆ ತಾಯಿ ದೀರ್ಘ ನೋಟದಿಂದ ಅಳೆದಳು.

ಆಕೆ ತನ್ನೊಡನೆ ಏನೋ ಹೇಳಿ ಮನಸ್ಸು ಹಗುರ ಮಾಡಿಕೊಳ್ಳಲು ಅಥವಾ ಏನನ್ನೋ ಕೇಳಿ ಸಹಾಯ ಪಡೆಯಲು ತವಕಿಸುತ್ತಿದ್ದಾಳೆಂಬುದನ್ನು ಅರ್ಥಮಾಡಿಕೊಂಡ ಅಮ್ಮಾಸಿ, ಆ ಸಹಾಯ ಮಾಡುವುದಕ್ಕೆ ಸಿದ್ಧನಾಗಿರುವಂತೆ ಆಕೆಯ ಮುಖವನ್ನೇ ಕನಿಕರದಿಂದ ನೋಡುತ್ತಿದ್ದ.

ಈವರೆಗೆ ಯಾರೂ ಆತನ ಬಗ್ಗೆ ತೋರಿಸದಿದ್ದಂಥ ಅಕ್ಕರೆಯಿಂದ ಆ ಮಗು ಅತನ ತೊಡೆಯ ಮೇಲೇರಿ ಕುಳಿತು, ಅತನ ಅಂಗಿಯನ್ನು ಹಿಡಿದೆಳೆದು, ಆತನ ಹೃದಯವನ್ನೇ ತನ್ನೆಡೆಗೆ ಸೆಳೆದುಕೊಳ್ಳತೊಡಗಿತ್ತು.

ಮಗುವಿನ ತಾಯಿ ಆತನ ಜತೆಗೆ ಮತ್ತೆ ಮಾತಿಗೆ ತೊಡಗಿದಳು : "ಅಪ್ಪಾ ನನಗೆ ನನ್ನವರು ಅನ್ನುವವರೂ ಯಾರೂ ಇಲ್ಲ" ಎನ್ನುತ್ತ ಬಿಕ್ಕಿ ಬಿಕ್ಕಿ ಅತ್ತಳು. ತುಸು ಹೊತ್ತು ದುಃಖಿಸಿದ ನಂತರ ಮುಖ ಒರೆಸಿಕೊಂಡಳು. ಗದ್ಗದಿತ ಕಂಠದಿಂದ ಆಕೆ ಹೇಳಿದಳು:

"ಹೋದವರ್ಷ, ಈಕೆ ಹುಟ್ಟಿದ ಒಂದು ವರ್ಷದೊಳಗೇ ತಂದೆಯನ್ನು ನುಂಗಿ ಹಾಕಿದಳು" ಎಂದು ಆಕೆ ತಿರಸ್ಕಾರದಿಂದ ನುಡಿದಾಗ ಅಮ್ಮಾಸಿ ಮಗುವನ್ನು ಎದೆಗೆ ಅಪ್ಪಿಕೊಂಡು "ಮಗೂನ ಯಾಕಮ್ಮಾ ಬೈತೀರಿ ?" ಎಂದ. ಆಕೆ ತಲೆ ತಗ್ಗಿಸಿಕೊಂಡು ಗೊಣಗಿದಳು : "ಪಾಪ ಆ ಕಂದ ಏನು ಮಾಡುತ್ತೆ ? ಅವರಿಗೆ ಸಾಯುವ ಶರೀರವೇ... ಮದುವೆ ಯಾದಾಗಲೇ ಅವರಿಗೆ ವಯಸ್ಸು ದಾಟಿತ್ತು... ನನ್ನ ತಂದೆ ಬಡವರು ! ವರದಕ್ಷಿಣೆಗೆ ಮಾರ್ಗವಿಲ್ಲದೆ ನನ್ನನ್ನು ಮೂರನೇ ಮದುವೆಗೆ ಕೊಟ್ಟರು. ಮರುವರ್ಷ ನನ್ನ ತಂದೆ ಹೋಗಿಬಿಟ್ಟರು. ಇವಳ ತಂದೆ ನನ್ನನ್ನು ಚೆನ್ನಾಗಿಯೇ ನೋಡಿಕೊಂಡರು... ದೇವರಿಗೆ ಸಹಿಸಲಾಗಲಿಲ್ಲ... ಕುರುಡು ದೇವರು." ಎಂದು ಆಕೆ ಹಲ್ಲು ಮುಡಿ ಕಚ್ಚಿಕೊಂಡಳು.

ಅನಂತರ ಮೂಗಿನ ಸಿಂಬಳ ಒರೆಸಿಕೊಂಡು ಮತ್ತೆ ಮುಂದುವರೆಸಿದಳು :

"ಇವಳ ತಂದೆಗೆ ಹೋಟೆಲಿನಲ್ಲಿ ಕೆಲಸ. ಅವರಿಗೆ ಕ್ಷಯರೋಗ ಬಂತು. ಆಮೇಲೆ ಯಾರೂ ಕೆಲಸಕ್ಕಿಟ್ಟುಕೊಳ್ಳೋದಿಲ್ಲ ಅಂದುಬಿಟ್ಟರು. ನಾಲ್ಕು ಮಕ್ಕಳನ್ನು ಹೆತ್ತೆ. ಒಂದೊಂದಾಗಿ ಮಣ್ಣಿಗೆ ಹಾಕಿದೆ. ಕೊನೆಯಲ್ಲಿ ಇದು ! ಇದೂ ಇಲ್ಲದೇ ಇರುತ್ತಿದ್ದರೆ ತೊರೆಯಲ್ಲೋ ಕೊಳದಲ್ಲೋ ಬಿದ್ದು ಪ್ರಾಣ ಬಿಡುತ್ತಿದ್ದೆ... ತಾಳೋಕಾಗಲ್ಲಾಪ್ಪ... ಈ ರೋಗದ ಹಿಂಸೆ ತಾಳೋಕಾಗಲ್ಲ ! ಇನ್ನೂ ಬದುಕಿರುವುದು ಅಂದರೇನು ? ಹೀಗೆ ಇಷ್ಟಿಷ್ಟೇ ಸಾಯುವುದಕ್ಕಿಂತ ಒಂದೇ ಬಾರಿ ಕಣ್ಣು ಮುಚ್ಚೋಣವೆಂದರೆ ಈ ಮಗುವಿನದೊಂದು ಪೀಡೆ ನನಗೆ ! ಅವರಿಂದ ನನಗೆ ದೊರಕಿದ ಸಂಪತ್ತು ನೋಡಿದಿರಾ ? ಈ ಪೀಡೆ ಮತ್ತು ಪ್ರಾಣಸಂಕಟ !" ಕೋಪ ಮತ್ತು ವಿರಕ್ತಿಯಿಂದಾಗಿ ಆಕೆಯ ಶರೀರ ಸಣ್ಣಗೆ ಕಂಪಿಸತೊಡಗಿತು. ಉಸಿರು ಸಿಕ್ಕಿಕೊಂಡಂತಾಗಿ ಆಕೆ ಮೌನವಾದಳು.

ಆ ಪ್ಯಾಸೆಂಜರ್ ಗಾಡಿ ಸಾಕಷ್ಟು ಗದ್ದಲವೆಬ್ಬಿಸಿಸುತ್ತ ಓಡುತ್ತಿತ್ತಾದರೂ, ಆ 'ಡಬ್ಬಿ'ಯಲ್ಲಿ ಒಂದು ಬಗೆಯ ಗಂಭೀರ ಶಾಂತಿ ನೆಲೆಸಿರುವಂತಿತ್ತು. ಕಣ್ಣು ಮುಚ್ಚಿಕೊಂಡು ಒರಗಿದ್ದ ಆಕೆಯ ತಲೆ ಗಾಡಿಯ ಕುಲುಕಾಟಕ್ಕೆ ತಕ್ಕಂತೆ ಒಮ್ಮೆ ಎಡಕ್ಕೆ, ಒಮ್ಮೆ ಬಲಕ್ಕೆ ವಾಲುತ್ತಿದ್ದುದನ್ನು ನೋಡಿದ ಅಮ್ಮಾಸಿ 'ಆಕೆ ಸಾಯುತ್ತಿರಬಹುದೇ ?' ಎಂದು ಒಂದು ಕ್ಷಣ ದಿಗಿಲುಗೊಂಡ.

ಹಾಗೇನಾಗಲಿಲ್ಲ. ಆಕೆ ವೇದನೆಯೊಂದಿಗೆ ತುಟಿಗಚ್ಚಿ ಹೋರಾಡುತ್ತ, ಒಂದು ಬಗೆಯ ವಿರಕ್ತಿಯ ನಗೆಯೊಂದಿಗೆ ಕಣ್ಣು ತೆರೆದಳು.

"ಹೆಣ್ಣು ಜನ್ಮ ಎತ್ತಲೇಬಾರದು. ಹಾಗೆ ಹೆಣ್ಣಾಗಿ ಹುಟ್ಟಿದರೂ ಬಡವರ ಮನೆಯಲ್ಲಿ ಹುಟ್ಟಬಾರದು," ಎಂದವಳು, ಮತ್ತೇನನ್ನೋ ಯೋಚಿಸಿ, ತಾನು ಹೇಳಿದುದನ್ನು ನಿರಾಕರಿಸುವವಳಂತೆ ತಲೆ ಆಡಿಸಿದಳು. "ಬಡತನದಲ್ಲಿ ಹುಟ್ಟಿದರೆ ತಾನೆ ಏನಂತೆ? ನೀವು ಯಾವ ಜಾತಿಯೋ ಯಾವ ಕುಲವೋ! ನಿಮ್ಮ ಜಾತಿಯಲ್ಲಿ ಬಡ ಕುಟುಂಬದಲ್ಲಿ ಹುಟ್ಟಿದ ಹೆಣ್ಣು ಸಹ ಆಕೆಗೆ ತಕ್ಕ ರೀತಿಯಲ್ಲಿ ಬಾಳುವುದಿಲ್ಲವೆ? ಹೆಣ್ಣಾಗಿ ಹುಟ್ಟಿದರೂ, ಬಡತನದಲ್ಲಿ ಹುಟ್ಟಿದರೂ ನಮ್ಮ ಜಾತಿಯಲ್ಲಿ ಹುಟ್ಟಬಾರದಪ್ಪ, ಅದಕ್ಕಿಂತ ಕೊಂಪೆಯಲ್ಲಿ ಹುಟ್ಟಬಹುದು..." ಹೀಗೆಂದು ಆಕೆ ಹೇಳುತ್ತಿರುವಾಗ, ನಿನ್ನೆ ರಾತ್ರಿ ಗಾಡಿಯಲ್ಲಿ ಹೋಗುತ್ತಿದ್ದ ಕೊಂಪೆಯ ಹೆಣ್ಣಿನ ನಗು ಅಮ್ಮಾಸಿಯ ಕಿವಿಯಲ್ಲಿ ಪ್ರತಿಧ್ವನಿಸಿತು.

"ಎಂಥ ಪಾಪ ಮಾಡಿದೆನೊ! ಹೆಣ್ಣಾಗಿ ಹುಟ್ಟಿ, ಒಂದು ಹೆಣ್ಣು ಮಗುವನ್ನು ಹೆತ್ತಿದ್ದೇನೆ! ಇನ್ನು ಏನೆಲ್ಲ ಅನುಭವಿಸಬೇಕಿದೆಯೋ" ಎಂದು ಆಕೆ ಕಣ್ಣು ತುಂಬಿಕೊಂಡು ನಿಟ್ಟುಸಿರಿಟ್ಟಳು. ಅಮ್ಮಾಸಿ ತನ್ನ ತೊಡೆಯ ಮೇಲೆ ಕುಳಿತಿದ್ದ ಮಗುವಿನ ನುಣ್ಣನೆಯ ಕೂದಲನ್ನು ನೇವರಿಸುತ್ತ ಹೇಳಿದ :

"ಹ್ಞೂ, ನೀವು ಜೀವಿಸಿದಂಥ ಕಾಲವೇ ಈ ಮಗು ಜೀವಿಸುವಾಗಲೂ ಇರುತ್ತದೆಯೇ?"

"ಕಾಲದ ಮೇಲೆ ಹಾಕಿದರಾಯ್ತೇನಪ್ಪ, ಮನುಷ್ಯ ಮಾಡೋ ಅನ್ಯಾಯಕ್ಕೆ! ನಾನು ಹಳ್ಳಿಯಲ್ಲಿ ಹುಟ್ಟಿದವಳು. ಪಟ್ಟಣಕ್ಕೆ ಬಂದ ನಂತರ ಜಾತಿ, ಆಚಾರ ಇವೆಲ್ಲ ಅರ್ಥವಿಲ್ಲದವು ಅಂತ ಚೆನ್ನಾಗಿ ತಿಳಿಯುತ್ತೆ. ಆದರೂ ಆಚಾರಗಳನ್ನು ಯಾರು ಧೈರ್ಯವಾಗಿ ಕೈಬಿಡುತ್ತಾರೆ ಹೇಳಿ? ನೀವೇನೂ ನನಗೆ ಪರಿಚಿತರಲ್ಲ. 'ಅಯ್ಯೋ ಪಾಪ ಈಕೆ ಮೂರ್ಛೆ ಹೋಗಿದ್ದಾಳೆ' ಎಂದುಕೊಂಡು ಹಾಲು ತಂದುಕೊಟ್ಟಿರಿ... ನಾನೂ ಕುಡಿದೆ.

"ಇದನ್ನೇ ನಾಲ್ಕು ಜನರ ಮಧ್ಯೆ ನನ್ನಿಂದ ಮಾಡೋಕೆ ಸಾಧ್ಯವೇ? ಮಾಡುತ್ತಿದ್ದೇನೆ? 'ದೂರಸರಿ' 'ದೂರಸರಿ' ಎಂದು ಮಡಿಮಾಡುತ್ತಿದ್ದೆ. ಏನು ಕಾರಣ? ಏನು ಕಾರಣ ಅಂತ ನನಗೇ ತಿಳಿಯದು – ನಾಲ್ಕು ಮಂದಿ ಏನನ್ನುತ್ತಾರೊ ಎಂಬ ಭಯದ ಕಾರಣವಿರಬಹುದು. ಈ ನಾಲ್ಕು ಮಂದಿಯ ಭಯವೇ ಎಲ್ಲರಿಗೂ! ನನ್ನಂಥ ಗತಿಗೆಟ್ಟ ಸ್ಥಿತಿಯಲ್ಲಿದ್ದರೆ ನಾಲ್ವರಲ್ಲಿ ಮೂರುಮಂದಿ ಹೀಗೆಯೇ ನಡೆದುಕೊಳ್ಳುತ್ತಿದ್ದರು; ಇಲ್ಲದಿದ್ದರೆ ಜಾತಿಯನ್ನು, ಆಚಾರವನ್ನು – ಯಾವುದೋ ಕಾರಣಕ್ಕಾಗಿ ಎಲ್ಲರೂ ಮನಃಪೂರ್ವಕವಾಗಿ... ಸತ್ಯಕ್ಕಾಗಿ ಒಪ್ಪಿಕೊಂಡಿದ್ದರೆ, ಅದು ಎಂದೋ ಬದಲಾಗಿರ್‍ತಿತ್ತು. ಪ್ರತಿಯೊಬ್ಬರೂ ಅದನ್ನು ಕೇವಲ ನೆಪಕ್ಕಾಗಿ ಒಪ್ಪಿಕೊಂಡಿರೋದರಿಂದಲೇ ಅದು ಇನ್ನೂ ಉಳಿದುಕೊಂಡು ನನ್ನಂಥ ದರಿದ್ರರ ಕೊರಳನ್ನು ಹಿಚಿಕ್ತಿದೆ."

ಸ್ವಲ್ಪ ಹೊತ್ತಿಗೆ ಮುಂಚೆ ಹಾಲು ಕುಡಿದುದರಿಂದ ಉಂಟಾದ ಚೈತನ್ಯದಿಂದ, ಸಂಜೆಯ ತಂಪುಗಾಳಿಯಿಂದ ಆಕೆಗೆ ಕೆಲವು ನಿಮಿಷಗಳವರೆಗೆ ಮಾತಾಡುವ ಶಕ್ತಿ ಬಂದಿತ್ತು. ಆದರೆ ಮಾತನಾಡಿದ ತರುವಾಯ ಆಕೆಗೆ ಉಸಿರು ಸಿಕ್ಕಿಕೊಂಡಿತು. ಇಷ್ಟು ಹೊತ್ತು ಮಾತನಾಡಿದ ನಂತರವೂ, ಆತನೊಂದಿಗೆ ಹೇಳಬೇಕೆನ್ನಿಸಿದುದನ್ನು ಹೇಳಲಾಗಲಿಲ್ಲವಲ್ಲ ಎನ್ನಿಸಿತು ಅಕೆಗೆ. ಅವಸರವಸರವಾಗಿ ಒಂದಿಷ್ಟು ನೆಟ್ಟಗೆ ಕುಳಿತಳು.

"ಇಷ್ಟೆಲ್ಲಾ ಮಾತನಾಡುತ್ತೀಯಲ್ಲ, ನೀನಾದರೂ ಜಾತಿಯ ಬಂಧನ ಮೀರಿ ಏನಾದರೂ ಮಾಡಬಹುದಿತ್ತಲ್ಲ – ಅಂತ ಕೇಳಬಹುದು. ಹೌದು, ಇಲ್ಲಿಯವರೆಗೆ ನಾನು ಹಾಗೆ ಮಾಡಲಿಲ್ಲ. ಹಾಗೇನಾದರೂ ಮಾಡುವಂತೆ ನನ್ನನ್ನು ಬೆಳೆಸಲೂ ಇಲ್ಲ...ಆದರೆ, ನಾನು ಮಾಡ್ತೇನೆ... ಹೌದು ನನಗೆ ದೊರೆತ ಶಿಕ್ಷೆಯೇ ನನ್ನ ಮಗಳಿಗೂ ದೊರಕಬಾರದಲ್ಲ! ನಾನು ಖಂಡಿತ

ಅದನ್ನು ಮಾಡುವವಳೇ" ಎಂದು ದೃಢ ತೀರ್ಮಾನದೊಂದಿಗೆ ಹೇಳಿ, ಯಾರ ಮೇಲೋ ಸೇಡು ತೀರಿಸಿಕೊಳ್ಳುವವಳಂತೆ ತುಟಿ ಕಚ್ಚಿಕೊಂಡಳು.

ಈ ಮಧ್ಯೆ ರೈಲು ಅನೇಕ ಸಣ್ಣ ಪುಟ್ಟ ಸ್ಟೇಷನುಗಳಲ್ಲಿ ನಿಂತು, ಅವುಗಳನ್ನು ದಾಟಿ ಓಡುತ್ತಿತ್ತು.

ಆಕೆ ಇದ್ದಕ್ಕಿದ್ದಂತೆ ಎದೆಯನ್ನು ಒತ್ತಿ ಹಿಡಿದುಕೊಂಡು ವಾಂತಿ ಮಾಡಿಕೊಂಡಳು. ಎರಡು ಗಂಟೆಗೆ ಮುಂಚೆ ಕುಡಿದ ಹಾಲು ಜೀರ್ಣವಾಗದೆ ಪೂರ್ತಿ ಹೊರಬಂದಿತು. ತನ್ನ ತೊಡೆಯ ಮೇಲೆ ಕುಳಿತಿದ್ದ ಮಗುವನ್ನು ಬೆಂಚಿನ ಮೇಲೆ ಕುಳ್ಳಿರಿಸಿ, ಅಮ್ಮಾಸಿ ಆಕೆಯ ತಲೆಯನ್ನು ಗಟ್ಟಿಯಾಗಿ ಹಿಡಿದುಕೊಂಡ. ಮೂಲೆಯಲ್ಲಿ ಕುಳಿತಿದ್ದ ಭಿಕ್ಷುಕ ಮುದುಕಿ ಎದ್ದು ಓಡಿ ಬಂದಳು. ಆಕೆಯ ಕೈಯಲ್ಲಿದ್ದ ತಗಡಿನ ಡಬ್ಬಿಯಲ್ಲಿ ನೀರು ತರುವಂತೆ ಹೇಳಿದ ಅಮ್ಮಾಸಿ. ಮುದುಕಿ ಬಾತ್‌ರೂಮಿನಿಂದ ನೀರು ತಂದು ಆಕೆಯ ಮುಖ ಒರೆಸಿ, ಎರಡು ಗುಟುಕು ನೀರು ಕುಡಿಸಲು ಪ್ರಯತ್ನಿಸಿದಳು. ನೀರು ಬಾಯಿಯಿಂದ ಹೊರ ಬಂದಿತು. ನೀರಿನ ಜತೆಯಲ್ಲಿ ರಕ್ತಧಾರೆ ಬಾಯಿಯಿಂದಲೂ ಮೂಗಿನಿಂದಲೂ ಚಿಮ್ಮಿ ಬಂದಿತು.

"ಅಯೋ ರಕ್ತ ಬರತ್ತಲ್ಲ!" ಎಂದು ಆ ಮುದುಕಿ ಗಾಬರಿಗೊಂಡಳು. ಅಮ್ಮಾಸಿ ತನ್ನ ಕೋಟಿನಿಂದ ರಕ್ತ ಒರೆಸಿ, ಆ ಬೆಂಚಿನ ಮೇಲೆ ಅಕೆಯನ್ನು ಮೆಲ್ಲಗೆ ಒರಗಿಸಿದ. ಆಕೆಯ ಕೈಕಾಲು ತಣ್ಣಗಾಗಿದ್ದವು. ಮಲಗಿಸುವಾಗ ಆಕೆಯ ಬೆನ್ನು ಮಾತ್ರ ಒಂದಿಷ್ಟು ಬೆಚ್ಚಗಿದ್ದುದನ್ನು ಗಮನಿಸಿದ ಅಮ್ಮಾಸಿ. ಆಕೆಯನ್ನು ಮಲಗಿಸಿದ ಬಳಿಕ ಮಗುವನ್ನು ಆಕೆಯ ಸಮೀಪದಲ್ಲಿ ಕುಳ್ಳಿರಿಸಿದ. ಮಗು ತಾಯಿಯ ಎದೆಯಲ್ಲಿ ಮುಖ ಹುದುಗಿಕೊಂಡು ಅಮ್ಮಾಸಿಯ ಕಡೆ ನೋಡಿ ನಕ್ಕಿತು.

ಮಗುವಿನ ತಾಯಿ ಅಮ್ಮಾಸಿಯ ಕಡೆಗೆ ಕೈಚಾಚಿದಳು. ಬೆಂಚಿನ ಪಕ್ಕದಲ್ಲಿ ಕುಳಿತಿದ್ದ ಅಮ್ಮಾಸಿಯ ಕೈಗಳನ್ನು ಬಿಗಿಯಾಗಿ ಹಿಡಿದುಕೊಂಡು ಮೆಲ್ಲನೆ ಹೇಳಿದಳು : "ನೀವು ಯಾರಾಗಿದ್ದರೂ ಸರಿ, ನನಗೆ ದೇವರ ಸಮಾನ; ಮುಂದಿನ ಸ್ಟೇಷನ್‌ನಲ್ಲಿ ಈ ದೇಹ ಇಳಿಸಿ ಮಾಡಬೇಕಾದ್ದನ್ನು ಮಾಡಿರಿ, ಮಾಡುವಿರಾ ?" ಎಂದು ಕೇಳಿದಾಗ, ಎಷ್ಟೋ ಮರಣಗಳನ್ನು ಕಂಡಿದ್ದ ಅಮ್ಮಾಸಿಯು ಸಹ ಕಣ್ಣೀರನ್ನು ತಡೆದುಕೊಳ್ಳಲಾರದೆ ಮುಖ ಮುಚ್ಚಿಕೊಂಡ.

"ಸಹಾಯ ಅಂತ ಕೇಳದಿದ್ದರೂ ಮಾಡುವಂಥ ಮನುಷ್ಯರು ನೀವು...ತುಂಬಾ ಹೊತ್ತಿನಿಂದ ಹೇಳಿಬಿಡಬೇಕು ಅನ್ನಿಸುತ್ತಿದ್ದುದನ್ನ ನಾನು ಹೇಳಿ ಬಿಡುತ್ತೇನೆ... ಇವಳನ್ನು... ನನ್ನ ಮಗುವನ್ನು ..." ಕಣ್ಣುಗಳಲ್ಲಿ ತುಂಬಿದ ಕಣ್ಣೀರು ಉಕ್ಕಿ ಕಿವಿಯಂಚಿನಲ್ಲಿ ಹರಿಯಿತು. "ನಿಮ್ಮ ಮಗಳು ಅಂತ ಸಾಕಿರಿ. ಇವಳು ಚೆನ್ನಾಗಿ ಬಾಳ್ತಾಳೆ ಅನ್ನೋ ನಂಬಿಕೆ ನನಗೆ ಬಂದಿದೆ. ನನ್ನ ಮಗುವನ್ನು ನಿಮ್ಮ ಮಕ್ಕಳಲ್ಲಿ ಒಂದೂಂತ ಸಾಕುತ್ತೀರಪ್ಪ?" ಎಂದು ಅರಳಿದ ಮುಖದಿಂದ, ಆತನ ಕೈಗಳನ್ನು ಹಿಡಿದುಕೊಂಡೇ ಕೇಳಿದಳು ಆ ತಾಯಿ.

ಆಕೆಯ ಕೈ ಆತನ ಮಣಿಕಟ್ಟನ್ನು ಭದ್ರವಾಗಿ ಹಿಡಿದುಕೊಂಡಿತ್ತು...

ಮುಖದಲ್ಲಿ ಕಿರುನಗೆ ಮರೆಯಾಗುವ ಮೊದಲು ಆಕೆ ಕಣ್ಣು ಮುಚ್ಚಿಕೊಂಡಳು. ನಿಧಾನವಾಗಿ ಆಕೆಯ ಬಾಯಿ ತೆರೆದುಕೊಂಡಿತು. ತುಟಿಯ ಮೇಲೆ ಒಂದು ನೊಣ ಬಂದು ಕುಳಿತಾಗ ಆಕೆಯ ಜೀವ ಹಾರಿತೆಂಬುದನ್ನು ಅರ್ಥಮಾಡಿಕೊಂಡ ಅಮ್ಮಾಸಿ ಎದ್ದು ತಲೆಬಾಗಿಸಿ ನಿಂತ...

ಒಂದು ಸಣ್ಣ ಸ್ಟೇಷನಿನಲ್ಲಿ ಗಾಡಿ ನಿಂತಾಗ, ಭಿಕ್ಷುಕ ಮುದುಕಿಯ ಅಳು ಗೊರಲು ಕೇಳಿ

ಅಲ್ಲಿ ಗುಂಪು ಸೇರಿತು. ಗುಂಪನ್ನು ಅತ್ತಿತ್ತ ಸರಿಸುತ್ತ ರೈಲ್ವೆ ಅಧಿಕಾರಿಯೊಬ್ಬ ಅಲ್ಲಿಗೆ ಬಂದ.

ಮಾರನೆಯ ದಿನ ಮಧ್ಯಾಹ್ನ ಆ ಸಣ್ಣ ರೈಲ್ವೆ ಸ್ಟೇಷನಿನಲ್ಲಿ, ಮಗುವನ್ನೆತ್ತಿಕೊಂಡು ತೆಂಕಲಿನಿಂದ ಬರುವ ಪ್ಯಾಸೆಂಜರ್ ಗಾಡಿಗಾಡಿ ಕಾಯುತ್ತಿದ್ದ ಅಮ್ಮಾಸಿ.

ತನ್ನ ತಾಯಿಗೆ ಮಾಡಲಾಗದಿದ್ದ ಸಂಸ್ಕಾರಕ್ರಿಯೆಗಳನ್ನು ನಿನ್ನೆ ಒಬ್ಬ ತಾಯಿಗೆ ಮಾಡಿಬಿಟ್ಟು, ಬದುಕಿನಲ್ಲಿ ತನಗೆ ದೊರಕಿದ ನಿಧಿಯಂತೆ ಆ ಮಗುವನ್ನು ರಾತ್ರಿ ಇಡೀ ತನ್ನ ಎದೆಗೆ ಅಪ್ಪಿಕೊಂಡು ಜೋಪಾನ ಮಾಡಿ ಸ್ಟೇಷನಿನಲ್ಲಿ ಕಾದಿದ್ದ ಅಮ್ಮಾಸಿ.

ಅಂದು ಸರಿಯಾದ ವೇಳೆಗೇ ಆ ಪ್ಯಾಸೆಂಜರ್ ಗಾಡಿ ಬಂದಿತು. ತಲೆ ಮತ್ತು ಶರೀರ ನಡುಗುತ್ತಿದ್ದ ಅಮ್ಮಾಸಿ ಮಗು ಹಾಗೂ ಕೈಚೀಲ ಎರಡನ್ನೂ ಎತ್ತಿಕೊಂಡು ಹೋಗಲಾಗದೆ, ಮೊದಲು ಕಿಟಕಿಯ ಬಳಿ ಕುಳಿತಿದ್ದ ಒಬ್ಬ ಹೆಂಗಸಿನ ಕೈಗೆ ಮಗುವನ್ನು ಕೊಟ್ಟು, ಅನಂತರ ಚೀಲವನ್ನು ಎತ್ತಿಕೊಂಡು ಗಾಡಿಯನ್ನೇರಿದ.

ಗಾಡಿಯಲ್ಲಿದ್ದವರೆಲ್ಲರೂ 'ಈ ಮುದುಕನಿಗೂ ಈ ಮಗುವಿಗೂ ಏನು ಸಂಬಂಧ' ಎಂದು ಭಾವಿಸಿಕೊಂಡವರಂತೆ ಅವರತ್ತ ನೋಡುತ್ತಿದ್ದರು.

ಕಿಟಕಿಯ ಮೂಲಕ ಮಗುವನ್ನು ಒಳಕ್ಕೆ ಕರೆದುಕೊಂಡಾಕೆ "ಮಗು... ಮಗಳೋ ಮೊಮ್ಮಗಳೋ ?" ಎಂದು ಕೇಳಿದಳು.

ಮಕ್ಕಳೇ ಇರದಿದ್ದ ಅಮ್ಮಾಸಿ ಏನೂ ಆಲೋಚಿಸದೆ ಥಟ್ಟನೆ "ಮೊಮ್ಮಗಳು" ಎಂದ.

ಮಗುವಿನ ಕೆನ್ನೆಯನ್ನು ಅಕ್ಕರೆಯಿಂದ ಮೆಲ್ಲನೆ ತಟ್ಟಿ "ಹೆಸರೇನು ?" ಎಂದು ಕೇಳಿದಳು ಆ ಹೆಂಗಸು.

ಆಗ ರೈಲು ಶಿಳ್ಳೆ ಹಾಕಿತು. 'ಮಗುವಿನ ತಾಯಿಯ ಬಳಿ ಅದರ ಹೆಸರು ಕೇಳಲು ಮರೆತೆನಲ್ಲ' ಎಂದುಕೊಂಡ ಅಮ್ಮಾಸಿ. ರೈಲಿನ ಶಿಳ್ಳೆನಿಂತ ಕ್ಷಣದಲ್ಲಿ ಆಕೆಯ ಹೆಸರನ್ನು "ಪಾಪಾತ್ತಿ!" (ಹಾರುಗಿತ್ತಿ) ಎಂದು ಹೇಳಿದ.

"ಪಾಪಾತ್ತಿ ಅವಳಿಗೆ ತಕ್ಕಂಥ ಹೆಸರೇ" ಎಂದು ಮೆಚ್ಚಿಗೆ ಸೂಚಿಸಿದಳು ಆ ಹೆಂಗಸು.

ತಕ್ಕಂಥ ಹೆಸರೋ ಇಲ್ಲವೋ, ಇನ್ನು, ಮುಂದೆ ಅದು ಒಂದು ಹೆಸರು ! ○

ಅನು : 'ಪರಂಜ್ಯೋತಿ'

○ ತಗಳಿ ಶಿವಶಂಕರ ಪಿಳ್ಳೆ

ಕುರುಡನ ಸಂತೃಪ್ತಿ

ಪಪ್ಪುನಾಯರ್ ಭಾರ್ಗವಿಯನ್ನು ತನ್ನವಳನ್ನಾಗಿ ಸ್ವೀಕರಿಸಿದ. ಅವನು ಹುಟ್ಟು ಕುರುಡ. ಅವಳ ಬಗ್ಗೆ ಊರಿನ ಜನರಿಗೆ ಒಳ್ಳೆಯ ಅಭಿಪ್ರಾಯವಿಲ್ಲ. ಕೆಟ್ಟ ಹೆಸರು ಪಡೆದ ಆ ಮನೆಗೆ ಅವನು ಹೋಗಿ ಬರುವುದರಲ್ಲಿ ಯಾರಿಗೂ ಯಾವ ಸಂಶಯವೂ ಉಂಟಾಗಿರಲಿಲ್ಲ. ಅವನು ಕುರುಡನಲ್ಲವೇ ? ಭಾರ್ಗವಿಯ ತಾಯಿಗೆ ಪುರಾಣ ಕಥೆಗಳನ್ನು ಕೇಳುವುದೆಂದರೆ ತುಂಬ ಆಸಕ್ತಿ. ತನಗೆ ಗೊತ್ತಿದ್ದ ಕಥೆಗಳನ್ನೆಲ್ಲ ಪಪ್ಪುನಾಯರ್ ಹೇಳುತ್ತಿದ್ದ. ಪಪ್ಪುನಾಯರ್ ಭಾರ್ಗವಿಯ ಮನೆಗೆ ಹೋಗಿ ಬರುತ್ತಿರುವ ವಿಚಾರದಲ್ಲಿ ಅವನ ತಾಯಿ ಎರಡು ಸಲ ಸಿಟ್ಟುಗೊಂಡು ವಿರೋಧಿಸಿದ್ದಳು. ಕೊನೆಗೆ ಭಾರ್ಗವಿ ಗರ್ಭಿಣಿಯಾದಳು. ಪಪ್ಪು ನಾಯರ್ ಆಕೆ ಗರ್ಭಿಣಿಯಾದದ್ದು ತನ್ನಿಂದ ಎಂದು ಒಪ್ಪಿಕೊಂಡ.

"ಅವನನ್ನು ಈ ಮನೆಗೆ ಸೇರಿಸೋದಿಲ್ಲ" – ಅವನ ತಾಯಿ ಹೇಳಿದಳು. ಪಪ್ಪುನಾಯರ್‌ಗೆ ಅದೂ ಒಂದು ರೀತಿಯ ಸಮಾಧಾನವೇ : 'ಯಾವಾಗ್ಲೂ ನಾನು ನನ್ನ ತಮ್ಮನ ಕೈ ಹಿಡಿದುಕೊಂಡೇ ನಡೆಯೋದಕ್ಕಾದೀತಾ? ನನ್ನನ್ನ ನೋಡಿಕೊಳ್ಳೋದಕ್ಕೆ ಯಾರಾದರೊಬ್ಬರು ಬೇಕು.'

ಅವನ ತಾಯಿ ಕೇಳಿದಳು "ನೀನು ಏನು ದುಡಿದು ತಂದು ಅವಳಿಗೆ ಹಾಕ್ತೀಯ?"

"ನಾನೇನೂ ತಂದುಹಾಕಬೇಕಾಗಿಲ್ಲ. ಅವಳು ಯಾರ ಮನೇಲಾದ್ರೂ ಕೊಟ್ಟ ಕುಟ್ಟಿಯೋ ಮನೆ ಕಸಗುಡಿಸಿಯೋ ಹೊಟ್ಟೆ ಹೊರೀತಾಳೆ."

"ನಿನ್ನ ಗತಿ ?"

"ಅವಳು ನನ್ನನ್ನೂ ಸಾಕ್ತಾಳೆ."

"ಅವಳು ಮೂರು ಸಲ ಕದ್ದು ಬಸುರಿಯಾಗಿ ಮೈಯಿಳಿದವಳು."

"ಅದೆಲ್ಲ ಸುಳ್ಳು! ಅವಳಿಗೆ ಸಮನಾದ ಹೆಣ್ಣು ಈ ಜಗತ್ತಿನಲ್ಲೇ ಇಲ್ಲ."

ಹಾಗೆ; ಅವನು ತನ್ನ ಮನೆಯಿಂದ ಹೊರ ಬಂದವನು ಮತ್ತೆ ಮರಳಲಿಲ್ಲ.

ಭಾರ್ಗವಿ ಮನೆ ಕೆಲಸಕ್ಕಿದ್ದದ್ದು ಒಬ್ಬ ಬ್ರಾಹ್ಮಣನ ಮನೆಯಲ್ಲಿ. ದಿನಕ್ಕೆರಡು ಹೊತ್ತು ಊಟ, ತಿಂಗಳಿಗೆ ಒಂದು ಕೊಳಗ ಭತ್ತ ಆ ಮನೆಯಿಂದ ಸಿಕ್ಕುತ್ತಿತ್ತು. ಇದರ ಜೊತೆಗೆ ಒಂದೆರಡು ಮನೆಗಳಲ್ಲಿ ಭತ್ತ ಕುಟ್ಟುವ ಕೆಲಸವೂ ಇತ್ತು.

ಪಪ್ಪುನಾಯರನ್ನು ಅವಳು ತುಂಬಾ ಚೆನ್ನಾಗಿ ನೋಡಿಕೊಳ್ಳುತ್ತಿದ್ದಳು. ಅವಳು ಗಂಜಿ ಬೇಯಿಸಿ, ಅದರಲ್ಲಿದ್ದ ಅನ್ನದ ಭಾಗವನ್ನು ಅವನಿಗೆ ಕೊಟ್ಟು, ಉಳಿದ ಗಂಜಿ ನೀರನ್ನು ತಾನು ಕುಡಿದು ತೃಪ್ತಳಾಗುತ್ತಿದ್ದಳು. ಅವನಿಗೆ ವಿಧೇಯಳಾಗಿ ಅವಳು ನಡೆದುಕೊಳ್ಳುತ್ತಿದ್ದಳು. ಅವಳು ಹೆಚ್ಚು ಮಾತನಾಡುತ್ತಿರಲಿಲ್ಲ. ಅವಳ ಕಷ್ಟದ ಜೀವನ, ಅವಳ ಮುಖದ ಕಾಂತಿಯನ್ನು ಹಾಳುಗೆಡವಿತ್ತು. ಕಣ್ಣುಗಳು ಒಳಕ್ಕೆ ಹೋಗಿದ್ದು ಕೆನ್ನೆಗಳು ಬಾಡಿದ್ದವು. ತಲೆಗೂದಲು ಉದುರಿ ತೆಳುವಾಗಿಹೋಗಿತ್ತು. ಇಪ್ಪತ್ತು ವಯಸ್ಸಿನ ಭಾರ್ಗವಿ ಮೂವತ್ತು ದಾಟಿದವಳಂತೆ ಕಾಣಿಸುತ್ತಿದ್ದಳು. ಒಮ್ಮೆಯೂ ಅವಳು ಮನಸ್ಸಂತೋಷಗೊಂಡು ನಕ್ಕದ್ದಿಲ್ಲ. ಒಮ್ಮೊಮ್ಮೆ ಪರಿಹಾಸದಿಂದೊಡಗೂಡಿದ ನಗು, ಅವಳ ಒಣಗಿದ ತುಟಿಗಳಲ್ಲಿ ಕಾಣಿಸಿಕೊಳ್ಳುತ್ತಿತ್ತು – ಒಳ್ಳೆಯ ಸ್ಥಿತಿಯಲ್ಲಿ ಬಾಳುತ್ತಿದ್ದ ತನ್ನ ಜೊತೆಗಾತಿಯರನ್ನು ಕಂಡಾಗ.

ಹೆಚ್ಚಾಗಿ ಅವಳು ನಾಲ್ಕು ಮೊಳದ ಲುಂಗಿ ಸುತ್ತಿಕೊಂಡು ದಿನಗಳೆಯುತ್ತಿದ್ದಳು. ಬದಲಿಸುವುದಕ್ಕೆ ಬೇರೆ ವಸ್ತ್ರವಿರಲಿಲ್ಲ. ಆದರೆ ತಾನು ಅರೆನಗ್ನಳಾಗಿದ್ದೇನೆಂದು ನಾಚಿಕೊಂಡು ಅವಳು ಮನೆಯೊಳಗೇ ಕುಳಿತಿರುತ್ತಿರಲಿಲ್ಲ.

ಆ ಉತ್ಸಾಹರಹಿತ, ಮಂಕುಕವಿದ ವಾತಾವರಣದೊಳಕ್ಕೆ ನಾಲಗೆಗೆ ವಿಶ್ರಾಂತಿಯನ್ನು ಕೊಡದ ಲಘುಚಿತ್ತನಾದ ಪಪ್ಪುನಾಯರ್ ಪ್ರವೇಶಿಸಿದ್ದ. ಅವನ ಜೊತೆಯಲ್ಲೂ ಅವಳು ಹೆಚ್ಚು ಮಾತನಾಡುತ್ತಿರಲಿಲ್ಲ.

ಪಪ್ಪುನಾಯರ್ ಹೇಳುತ್ತಿದ್ದ:

"ನಿನ್ನ ಹೊಟ್ಟೇಲಿರೋದು ಗಂಡು ಮಗು, ಅವನು ಭೂಮಿಗೆ ಬಂದು ಬೆಳೆದು ದೊಡ್ಡವನಾದ ಮೇಲೆ ನಮಗೆ ರಾಮಾಯಣ ಓದಿ ಹೇಳ್ತಾನೆ."

ಅದನ್ನು ಕೇಳಿದಾಗ ಅವಳು ಹೇಳುತ್ತಿದ್ದಳು :

"ನನಗೆ ಹೆಣ್ಣು ಮಗೂನೇ ಇರ್ಲಿ."

ಭಾರ್ಗವಿ ಹೆತ್ತದ್ದು, ಗಂಡು ಮಗುವನ್ನು. ನಾಯರ್‌ನ ಸಂತೋಷಕ್ಕೆ ಇತಿಮಿತಿಯಿರಲಿಲ್ಲ. ಅವನು ಆ ಕೋಣೆಯಿಂದ ಹೊರಗೆ ಬರುತ್ತಲೇ ಇರಲಿಲ್ಲ. ಆ ಮನೆಗೆ ಬರುತ್ತಿದ್ದ ಹೆಂಗಸರ ಹತ್ತಿರ ಹೇಳುತ್ತಿದ್ದ: "ಹೆಣ್ಣು ಬೇಕೂಂತಿದ್ಲು ಭಾರ್ಗವಿ; ಆದರೆ ನನ್ನ ಆಸೆಯೇ ಈಡೇರ್‍ತು.

ಅವನಿಗೆ ಆ ಮಗುವನ್ನು ಯಾವಾಗಲೂ ತನ್ನ ತೊಡೆಯ ಮೇಲೆ ಮಲಗಿಸಿಕೊಳ್ಳ ಬೇಕೆನ್ನುವ ಆಸೆ. ಅವನು ಆ ಮಗುವಿನೊಡನೆ ಕೇಳುತ್ತಿದ್ದ :

"ಮಗಾ, ನೀನು ಬೆಳೆದು ದೊಡ್ಡವನಾದ ಮೇಲೆ ನನಗೆ ರಾಮಾಯಣ ಓದಿ ಹೇಳ್ತೀಯಾ ?"

ಆ ಅಂಧನ ಮುಖ ಸಂತೋಷದಿಂದ ಸುಪ್ರಸನ್ನವಾಗುತ್ತಿತ್ತು. ಅವನು ಆಗಾಗ ಕೇಳುತ್ತಿದ್ದ :

"ಭಾರ್ಗವೀ ನೀನು ಇವನಿಗೆ ಒಂದು ಮುತ್ತು ಕೊಡೋದಿಲ್ವಾ ?"

ಆ ಮಾತನ್ನು ಕೇಳಿದಾಗ ಭಾರ್ಗವಿ ಹೇಳುತ್ತಿದ್ದಳು : "ನಿಮ್ಮ ಬಾಯೊಳಗೆ ನಾಲಗೆ ಒಂದು ನಿಮಿಷ ಕೂಡ ಸುಮ್ಮನಿರೋದಿಲ್ಲ ಅಲ್ವಾ ?"

"ಲೇ, ನಮಗೆ ಅದೃಷ್ಟದ ಕಾಲ ಕೂಡಿಬಂದಿದೆ ಕಣೇ, ನನಗಿನ್ನೇನು ಬೇಕು ? ಅವನು

ನನ್ನನ್ನ ಕಾಶಿ, ರಾಮೇಶ್ವರಕ್ಕೆಲ್ಲ ಕರಕೊಂಡು ಹೋಗ್ತಾನೆ – ಅಲ್ವೇನಪ್ಪಾ ?"

ಪಪ್ಪುನಾಯರ್ ಮಗುವಿನ ಮೈಮೇಲೆ ಕೈಯಾಡಿಸಿ ಅದಕ್ಕೆ ಒಂದು ಮುತ್ತುಕೊಟ್ಟ. ಅಶ್ವಥಿ–ಮಖ–ಮೂಲ–ಕೇತುವಿಗೆ ಏಳು – ಹೀಗೆಲ್ಲ ಅವನು ಮಗುವಿನ ನಕ್ಷತ್ರ, ರಾಶಿ ಮುಂತಾದ ದಶಾಸಂಧಿಗಳನ್ನು ಲೆಕ್ಕಹಾಕುತ್ತಿದ್ದ.

"ಯೌವನದಲ್ಲಿ ಶುಕ್ರನಿದ್ದಾನೆ. ಇವನು ಅದೃಷ್ಟವಂತ. ಭಾರ್ಗವೀ ! ಇವನಿಗೆ 'ಗೋಪಿಕಾರಮಣ' ಅಂತ ಹೆಸರಿಡಬೇಕು"

"ಓಮನ ತಿಂಗಳ್ ಕಿಡಾವೋ" (ಪ್ರೀತಿಯ ಚಂದ್ರನ ಶಿಶುವೋ) ಎನ್ನುವ ಜೋಗುಳದ ಹಾಡನ್ನು ಭಾರ್ಗವಿ ಕಲಿತುಕೊಳ್ಳಬೇಕೆಂದು ಅವಳಿಗೆ ಹೇಳಿದ.

ಆ ಮಗುವಿಗೆ ಅವಳಿಟ್ಟ ಹೆಸರು 'ರಾಮು' ಎಂದು. ಅವನು ಕೇಳಿದ :

"ನೀನು ಯಾಕೆ 'ಗೋಪಿಕಾರಮಣ' ಅಂತ ಹೆಸರಿಡಲಿಲ್ಲ ?"

ಅವಳು ಹೇಳಿದಳು "ಓ ಭಿಕ್ಷೆ ಬೇಡೋದಕ್ಕೆ ಹುಟ್ಟಿದ ಮಗೂಗೆ...!"

"ಹಂಗನ್ನ ಬ್ಯಾಡ ಕಣೇ ! ಅವನಿಗೆ ಕೇಸರಿಯೋಗ ಉಂಟು."

ಅವಳು ಆ ಜೋಗುಳದ ಹಾಡನ್ನು ಕಲಿಯಲೂ ಇಲ್ಲ.

ಆ ಮಗು ಅವನ ತೊಡೆಯ ಮೇಲೆ ಅಳುತ್ತಿದ್ದಾಗ ಅವನು ಗಾಬರಿಯಾಗಿ ಭಾರ್ಗವಿಯನ್ನು ಕರೆಯುತ್ತಿದ್ದ. ಅವಳು ಹಲ್ಲು ಕಡಿಯುತ್ತ ಗರ್ಜಿಸುತ್ತಿದ್ದಳು : "ಇದಕ್ಕೆ ಅಳೋದೊಂದೇ ಗೊತ್ತು!"

ಭಾರ್ಗವಿ ಆ ಮಗುವನ್ನು ಹೊಡೆದಳು. ಪಪ್ಪುನಾಯರ್ ನಡುಗಿಹೋದ. ಅವಳು ಕೆಲಸಕ್ಕೆ ಹೋದರೆ ಬರುತ್ತಿದ್ದದ್ದು ಸಾಯಂಕಾಲಕ್ಕೆ. ಮಗುವಿನ ಗಂಟಲು ಒಣಗಿಹೋಯಿತು ಎಂದು ಅವನು ಅಸಮಾಧಾನದಿಂದ ಗೊಣಗಿಕೊಂಡಿರುತ್ತಿದ್ದ.

ಹೃದಯ ಮುಟ್ಟುವಂತಿತ್ತು, ಅವನ ವಾತ್ಸಲ್ಯ.

"ನನ್ನ ಮಗ ತುಂಬ ಅದೃಷ್ಟವಂತ. ಅವನ ಬಲಗಡೆ ಮೊಲೆಯ ಕೆಳಗೆ ಒಂದು ಮಚ್ಚೆ ಇದೆ. ತಾವರೆ ಹಾಗೆ. ಅದು ಭಗವಂತನ ಅನುಗ್ರಹ ಮುದ್ರೆ."

ಅಕ್ಕಪಕ್ಕದ ಹೆಂಗಸರ ಹತ್ತಿರ ಅವನು ಕೇಳುತ್ತಿದ್ದ :

"ಇವನು ನೋಡೋದಕ್ಕೆ ನನ್ನ ಹಾಗೇನೇ ಕಾಣಿಸ್ತಾನಾ ?"

ಆ ಹೆಂಗಸರ ಕಣ್ಣುಗಳು ನೀರಾಡುತ್ತಿದ್ದುವು. ತನ್ನನ್ನು ಆವರಿಸಿದ್ದ ಅಂಧಕಾರದಲ್ಲೂ ಆ ಮಚ್ಚೆಯನ್ನು ಆತ ಕಾಣುತ್ತಿದ್ದ. ಆ ಮಗು ತನ್ನ ಹಾಗೆಯೇ ಇದೆ ಎಂದು ಅವನು ತಿಳಿದಿದ್ದಾನೆ. ಒಬ್ಬಳು ಒಮ್ಮೆ ಕೇಳಿದಳು :

"ನಿನಗೆ ಕಣ್ಣು ಕಾಣಿಸುತ್ತಾ ?"

"ನನ್ನ ಮಗ ನನಗೆ ಕಾಣಿಸ್ತಾನೆ."

ಅವನು ಆ ಮಗುವನ್ನು ನೋಡಿಕೊಂಡೂ ಇದ್ದ. ಮಗುವಿಗೆ ಮುತ್ತು ಕೊಡುತ್ತಿದ್ದಾಗ ಅವನು ಹೇಳುತ್ತಿದ್ದ :

"ಲೋ ಕಳ್ಳಾ, ನಿನ್ನ ನಗು !"

ಮಗುವಿನ ನಿಶ್ಶಬ್ದವಾದ ಮಂದಸ್ಮಿತ ಮುಖವನ್ನು ಅವನು ಕಾಣುತ್ತಿದ್ದ.

ಊರಿನ ಹೆಂಗಸರು ಭಾರ್ಗವಿಯನ್ನು ಕುರಿತು "ಅವಳೊಬ್ಬಳು ಮಹಾ ಪಾಪಿ. ಆ ಮಗು ಅವನ ಹಾಗುಂಟಾ ?" ಎಂದು ಮಾತನಾಡಿಕೊಳ್ಳುತ್ತಿದ್ದರು.

ರಾಮನಿಗೆ ಅನ್ನಪ್ರಾಶನದ ಕಾಲ ಸಮೀಪಿಸಿತು. ಪಪ್ಪುನಾಯರಿಗೆ ಆ ಕಾರ್ಯವನ್ನು ತನ್ನ ಕೈಗಳಿಂದಲೇ ಮಾಡಬೇಕೆನ್ನುವ ಆಗ್ರಹವಿತ್ತು. ಆದರೆ ಭಾರ್ಗವಿ ಅದಕ್ಕೊಪ್ಪಲಿಲ್ಲ. ಪಪ್ಪುನಾಯರ್ ಹೊಟ್ಟೆಬಾಕನೆಂದು ತನ್ನ ತಾಯಿಯ ಹತ್ತಿರ ಅವಳು ಹೇಳಿದಳು.

ಅದಕ್ಕೆ ಅವಳ ತಾಯಿ ಹೇಳಿದಳು : "ನಿಜ, ಬೇರೆ ಯಾರಿಂದಲಾದರೂ ಮಾಡಿಸಬೇಕು. ಮಗು ಹೊಟ್ಟೆಬಾಕನಾಗಿ ದೊಡ್ಡ ಹೊಟ್ಟೆಯೊಂದಿಗೆ ಬೆಳೆಯಬಾರದು."

"ನನಗೇ ಗೊತ್ತಿರ್ಲಿಲ್ಲ, ನಾನು ತುಂಬ ಊಟ ಮಾಡ್ತೀನಿ ಅಂತ" ಎಂದು ಹೇಳುತ್ತ ಪಪ್ಪುನಾಯರ್ ಆ ಮಾತುಕತೆಯ ನಡುವಿನಲ್ಲೂ ನಕ್ಕ.

ಮಗು ಬೆಳೆಯಿತು. ಆ ಕುಟುಂಬದ ಸ್ಥಿತಿ ಚಿಂತಾಜನಕವಾಯಿತು. ಏನನ್ನೋ ಕದ್ದಳೆನ್ನುವ ಕಾರಣಕ್ಕಾಗಿ ಭಾರ್ಗವಿಯನ್ನು ಅವಳು ಕೆಲಸ ಮಾಡುತ್ತಿದ್ದ ಮನೆಯಿಂದ ಬಿಡಿಸಿ ಕಳುಹಿಸಿದರು.

"ಮಗುವಿಗೆ ಹೊಟ್ಟೆಗೆ ಕೊಡದೆ ಬಳಲಿಸಬೇಡ. ನನ್ನ ಒಂದು ಹೊತ್ತಿನ ಊಟ ಅವನಿಗೆ ಹಾಕು" ಪಪ್ಪುನಾಯರ್ ಭಾರ್ಗವಿಯ ಹತ್ತಿರ ಹೇಳಿದ.

ಅದು ಕರ್ಕಾಟಕ ಮಾಸ. ಪಾರಂಪರಿಕವಾಗಿ ಅಭಾವದ ಕಾಲ. ಅವರು ಒಲೆ ಹಚ್ಚಿ ಮೂರು ದಿನಗಳಾಗಿದ್ದುವು. ತಡಗಣಿ ಸೊಪ್ಪು ಬೇಯಿಸಿ ಒಂದು ದಿನ ತಿಂದರು. ತೌಡು ನೆನೆ ಹಾಕಿ ತಿಂದುಕೊಂಡು ಎರಡನೇ ದಿನ ಕಳೆದರು. ಮೂರನೇ ದಿನ ತೆಂಕುಮನೆ ಕೇಶವನ್ ನಾಯರ್ ಅವಳಿಗೆ ಎರಡೂವರೆ ಆಣೆ ಕೊಟ್ಟ. ಅದರಲ್ಲಿ ಅಕ್ಕಿ ತಂದು ಗಂಜಿ ಬೇಯಿಸಿ, ಭಾರ್ಗವಿ, ಅವಳ ತಾಯಿ ಮತ್ತು ಮಗು ಕುಡಿದರು. ಪಪ್ಪುನಾಯರ್ ಜಗಲಿಯಲ್ಲಿ ಕುಳಿತು ಮೂಡುಮನೆ ರಾಘವನ ಹತ್ತಿರ ರಾಮಾಯಣ ಓದಿಸಿ ಕೇಳುತ್ತಿದ್ದ. ಅಡಿಗೆಮನೆಯ ಗಲಾಟೆಯನ್ನು ಅವನು ಕೇಳಿಸಿಕೊಳ್ಳಲಿಲ್ಲ.

ಅಂದು ರಾತ್ರಿ ಅವನು ಉಲ್ಲಾಸದಿಂದ 'ಕುಚೇಲವೃತ್ತ'ವನ್ನು ಹಾಡುತ್ತಿದ್ದ. ಹಸಿವಿನಿಂದ ಹೊಟ್ಟೆ ಹಿಂಡುತ್ತಿದ್ದ ಕಾರಣದಿಂದ ಅರ್ಧರಾತ್ರಿ ಕಳೆದರೂ ಅವನಿಗೆ ನಿದ್ದೆ ಬಂದಿರಲಿಲ್ಲ. ತಾಳ ಹಾಕಿಕೊಂಡು ಆತ ಪದ್ಯ ಹಾಡುತ್ತಿದ್ದುದು ನೆರೆಹೊರೆಯವರಿಗೂ ಕೇಳಿಸುತಿತ್ತು.

ಭಾರ್ಗವಿ ಸಿಟ್ಟುಗೊಂಡು ಹೇಳಿದಳು : "ಥೂ ! ಇದೆಂಥಾದ್ದಿದು ?"

"ದೇವರ ಕೀರ್ತನೆ ಹಾಡುವುದಲ್ಲವೆ ?" ಎನ್ನುತ್ತಾ ಅವನು ದೊಡ್ಡದಾಗಿ ಹಾಡುವುದನ್ನು ನಿಲ್ಲಿಸಿ, ನಿಶ್ಶಬ್ದವಾಗಿ ದೇವರ ಸ್ತುತಿ ಮಾಡತೊಡಗಿದ.

ಭಾರ್ಗವಿ ಮತ್ತೆ ಗರ್ಭಿಣಿಯಾದಳು.

"ಈ ಸಲ ನೀನು ಹೆರೋದು ಹೆಣ್ಣು." ಪಪ್ಪುನಾಯರ್ ಭಾರ್ಗವಿಯ ಹತ್ತಿರ ಹೇಳುತ್ತಿದ್ದ.

ದೊಡ್ಡ ಮಗ ಸ್ವಲ್ಪ ಸ್ವಲ್ಪ ಮಾತಾಡುವಂತಾದ. ಅವನು 'ಅಮ್ಮಾ' ಎಂದು ಕರೆಯುತ್ತಿದ್ದ. 'ಅಜ್ಜೀ' ಎಂದು ಕರೆಯುತ್ತಿದ್ದ. ಆದರೆ 'ಅಪ್ಪಾ' ಎನ್ನುವ ಪದದ ಮೂಲ ಶಬ್ದಗಳು ಕೂಡ ಅವನ ನಾಲಿಗೆಯಿಂದ ಹೊರಬರುತ್ತಿರಲಿಲ್ಲ.

"ಮರಿ, ನೀನು ಯಾಕೋ ಅಪ್ಪಾ ಅಂತ ಕರೆಯೋದಿಲ್ಲ ?"

ಆದರೆ ಅದು ಉಚ್ಚರಿಸಲು ಕಷ್ಟವಾದ ಶಬ್ದ ಎಂದು ಆತ ತನ್ನನ್ನು ತಾನೇ ಸಮಾಧಾನ ಪಡಿಸುತ್ತಿದ್ದ.

ಭಾರ್ಗವಿ ಈ ಸಲ ಗರ್ಭಿಣಿಯಾದಾಗ ಅನೇಕ ರೀತಿಯ ರೋಗಗಳು ಕಾಣಿಸಿಕೊಂಡವು. 'ಈ ಕಷ್ಟವೆಲ್ಲ ಮಾಯವಾಗುತ್ತೆ ಎಂದು ಪಪ್ಪುನಾಯರ್ ಆವರ್ತಿಸುತ್ತಿದ್ದ. ರಾಮ ಎಡೆಬಿಡದೆ ಅವನ ತಾಯಿಗೆ ಅಂಟಿಕೊಂಡಿರುತ್ತಿದ್ದ. ಪಪ್ಪುನಾಯರ್ ಹತ್ತಿರ ಅವನು ಹೋಗುತ್ತಲೂ

ಇರಲಿಲ್ಲ. "ಅಮ್ಮನ ಹೊಟ್ಟೇಲಿ ನಿನ್ನ ತಂಗಿ ಇದಾಳೆ ಕಣೋ. ಆ ಹೊಟ್ಟೆಗೆ ಒಂದು ಮುತ್ತು ಕೊಡು" – ಎಂದು ಅವನು ರಾಮನ ಹತ್ತಿರ ಹೇಳುತ್ತಿದ್ದ.

ಭಾರ್ಗವಿ ಹೆತ್ತಳು. ಹೆಣ್ಣುಮಗು. ಮೊದಲಿನಂತೆ ಅವನು ಆ ಮಗುವಿನ ರಾಶಿ – ನಕ್ಷತ್ರಗಳನ್ನು ಲೆಕ್ಕ ಹಾಕಿದ. ಹದಿನಾಲ್ಕನೆಯ ವಯಸ್ಸಿನಲ್ಲಿ ಆ ಹೆಣ್ಣು ಮಗುವಿಗೆ ಪತಿಯೋಗ ಉಂಟೆಂದು ಹೇಳಿದ.

"ನನ್ನ ಮಗಳು ಅವಳ ತಾಯಿಯ ಹಾಗೇನೇ ಇದ್ದಾಳೆ – ಅಲ್ವಾ ಕುಟ್ಟಿ ಅಕ್ಕಾ ?" ಪಪ್ಪುನಾಯರ್ ಪಕ್ಕದ ಮನೆಯಾಕೆಯ ಹತ್ತಿರ ಕೇಳಿದ. ಆಕೆ ಮನಸಾ ನಕ್ಕಳು. ಆ ನಗು ಆಕೆಯ ಮುಖವನ್ನು ವ್ಯಾಪಿಸಿತು.

ಆಕೆ ಹೇಳಿದಳು :

"ಹ್ಞ! ಹಾಗೇ ಇದೆ"

ಆ ಮಗುವಿನ ಪಿತೃತ್ವವನ್ನೂ ಸೂಕ್ಷ್ಮವಾಗಿ ಆಸುಪಾಸಿನ ಸ್ತ್ರೀಯರು ನಿರ್ಣಯಿಸಿದರು.

ಎರಡು ಮಕ್ಕಳಾದುವು. ಆ ಮನೆಯ ದಾರಿದ್ರ್ಯವೂ ಹೆಚ್ಚಿತು. ಭಾರ್ಗವಿಯ ಆರೋಗ್ಯ ಕೆಟ್ಟಿತು. ಕೆಲಸಕ್ಕೆ ಹೋಗುವುದಕ್ಕೆ ಅವಳಿಗೆ ಸಾಧ್ಯವಾಗುತ್ತಿರಲಿಲ್ಲ.

'ನಮ್ಮ ದಾರಿದ್ರ್ಯವೆಲ್ಲ ಮಾಯವಾಗುತ್ತೆ.'

ಪಪ್ಪುನಾಯರ್ ಭಾರ್ಗವಿಯನ್ನು ಸಮಾಧಾನಪಡಿಸಿದ. ಅವಳು ಆ ಮಹಾದುರಿತದಿಂದ ಪಾರಾಗಲು ಆತ್ಮಹತ್ಯೆ ಮಾಡಿಕೊಳ್ಳುತ್ತೇನೆಂದು ಹಟತೊಟ್ಟಳು. ಮಕ್ಕಳು ಅನಾಥರಾಗುತ್ತಾರೆ ಎಂದೂ ಆತ್ಮಹತ್ಯೆ ತಿಳಿಗೇಡಿತನವೆಂದೂ ಪಪ್ಪುನಾಯರ್ ವಾದಿಸಿದ. ಭಾರ್ಗವಿಯ ಕಣ್ಣಿನಿಂದ ಒಂದೇ ಒಂದು ಹನಿ ನೀರು ತೊಟ್ಟಿಕ್ಕಲಿಲ್ಲ. ಅವಳು ದುಸ್ಸಹವಾದ ಸಂದರ್ಭಗಳಲ್ಲಿ ಹಲ್ಲು ಕಡಿಯುತ್ತಿದ್ದಳು. ಗುಳಿಬಿದ್ದ ಅವಳ ಕಣ್ಣುಗಳು ಅಮಾನುಷವಾದ ಕಾಂತಿಯಿಂದ ಪ್ರಕಾಶಿಸು ತ್ತಿದ್ದುವು. ದಿನದಿಂದ ದಿನಕ್ಕೆ ಕ್ಷೀಣಳಾಗುತ್ತ ಬಂದಳು. ಒಮ್ಮೆ ಅವಳು ಕೇಳಿದಳು :

"ನೀನು ಹೋಗಿ ಭಿಕ್ಷೆ ಬೇಡಿಕೊಂಡು ಬರಬಾರ್ದಾ ?"

"ಲೇ ಅದು ಮಾಡಬೇಕಾದದ್ದೇ ಕಣೇ ! ಆದರೆ ಆ ಕೆಲಸಕ್ಕೆ ಊರು ಬಿಟ್ಟು ಬೇರೆ ಕಡೆ ಹೋಗಬೇಕು. ಈ ಮಕ್ಕಳನ್ನು ಬಿಟ್ಟು ಹೆಂಗೆ ಹೋಗೋದು ಅಂತಿದೀನಿ ಅಷ್ಟೆ."

ಭಾರ್ಗವಿ ಪುನಃ ಗರ್ಭಿಣಿಯಾದಳು. ಈ ಸಲ ಅವಳು ಸಂಪೂರ್ಣವಾಗಿ ಹಾಸಿಗೆ ಹಿಡಿದಳು. ಒಲೆ ಹಚ್ಚದೆ ದಿನಗಳುರುಳುತ್ತಿದ್ದವು. ಪಪ್ಪುನಾಯರ್ ರಾಮನನ್ನು ಮಧ್ಯಾಹ್ನಕ್ಕೆ ಹತ್ತಿರದ ಬ್ರಾಹ್ಮಣರ ಮನೆಗೆ ಕಳುಹಿಸುತ್ತಿದ್ದ. ಅವರು ಕೊಡುತ್ತಿದ್ದ ಗಂಜಿಯನ್ನು ತಂದು ತಾಯಿಮಕ್ಕಳು ಕುಡಿಯುತ್ತಿದ್ದರು. ಉಳಿದಿದ್ದರೆ ಮಾತ್ರ ಪಪ್ಪುನಾಯರ್ ಅದರಲ್ಲಿ ಪಾಲು ಗೊಳ್ಳುತ್ತಿದ್ದ. ಅವನು ಹೇಳುತ್ತಿದ್ದ :

"ನನಗೆ ರಾಮಾಯಣ ಕೇಳ್ತಿದ್ರೆ ಅನ್ನ ನೀರು ಏನೂ ಬೇಡ."

ಹಾಗೆ, ಹಗಲಿಡಿ ಅವನು ರಾಮಾಯಣ ಓದಿಸಿ ಕೇಳುತ್ತಿದ್ದ. ರಾತ್ರಿಯಲ್ಲಿ ಹಗಲು ಕೇಳಿದ ಸಾಲುಗಳನ್ನು ಬಾಯಿಪಾಠ ಮಾಡುತ್ತಿದ್ದ.

ಮಕ್ಕಳು ಹಸಿವು ತಾಳಲಾರದೆ ಅಳುತ್ತಿದ್ದುವು. ಅವಳು ಮೌನವಾಗಿರುತ್ತಿದ್ದಳು. ಪಪ್ಪುನಾಯರ್ ಹೇಳುತ್ತಿದ್ದ: "ಈ ದುಃಖವೆಲ್ಲ ಮಾಯವಾಗುತ್ತೆ."

ಇಂಥ ಸ್ಥಿತಿಯಲ್ಲಿ ಮಕ್ಕಳನ್ನು ನೋಡಿಕೊಳ್ಳುವವರು ಯಾರು ? ಅವರಪಾಡಿಗೆ ಅವರನ್ನು ಬಿಡಲಾಗಿತ್ತು. ರಾಮ ಹಗಲೆಲ್ಲೂ ಕಾಣಿಸುತ್ತಿರಲಿಲ್ಲ. ಅವರಿವರ ಬಾಗಿಲಿನಲ್ಲಿ ನಿಂತು ಭಿಕ್ಷೆ

ಬೇಡುತ್ತಿದ್ದ. ಆ ಹೆಣ್ಣು ಮಗುವಿಗೆ ಕಾಯಿಲೆಯುಂಟಾಯಿತು. ಅವನು ಪಕ್ಕದ ಮನೆಯಿಂದ ಅಕ್ಕಿ ಬೇಡಿ ತಂದು ಗಂಜಿ ಬೇಯಿಸಿ ಆ ಮಗುವಿಗೆ ಕೊಡುತ್ತಿದ್ದ. ರಾಮ ಸಂಜೆಯ ಹೊತ್ತಿಗೆ ಮನೆಗೆ ಬರುತ್ತಿದ್ದ. ಪಪ್ಪುನಾಯರ್ ಅವನ ಹತ್ತಿರ ಭಜನೆ ಮಾಡುವುದಕ್ಕೆ ಹೇಳುತ್ತಿದ್ದ. ಅವನು ಅದನ್ನು ಕಿವಿಯ ಮೇಲೆ ಹಾಕಿಕೊಳ್ಳುತ್ತಿರಲಿಲ್ಲ. ಪಪ್ಪುನಾಯರ್ ಅವನನ್ನು ಕರೆದು ಹತ್ತಿರ ಕೂರಿಸಿಕೊಂಡು ಪುರಾಣ ಕಥೆಗಳನ್ನು ಹೇಳುವುದಕ್ಕಾರಂಭಿಸುತ್ತಿದ್ದ. ಅವನು ಅಲ್ಲಿಂದ ಓಡಿಹೋಗುತ್ತಿದ್ದ. ನಾಯರ್ ಕಥೆ ಹೇಳಿಕೊಂಡೇ ಇರುತ್ತಿದ್ದ. ಅಡಿಗೆಮನೆಯಲ್ಲಿ ಅವನ ಶಬ್ದ ಕೇಳಿದಾಗಲೇ ರಾಮ ಅಲ್ಲಿಂದ ಹೊರಟು ಹೋಗಿದ್ದಾನೆ ಎಂದು ನಾಯರ್‌ಗೆ ತಿಳಿಯುತ್ತಿದ್ದುದು.

ಈ ಸಲ ಭಾರ್ಗವಿ ಹೆತ್ತ ಮಗು ಗಂಡು. ಅದು ನಾಲ್ಕು ದಿನಗಳಿದ್ದು ತೀರಿಕೊಂಡಿತು.

ಅದು ಒಂದು ರೀತಿಯಲ್ಲಿ ಒಳ್ಳೆಯದೇ ಆಯಿತು; ಸಾಕಲು ಆಗುತ್ತಿತ್ತೆ? – ಎಂದು ಪಪ್ಪುನಾಯರ್ ಸಮಾಧಾನಪಟ್ಟುಕೊಂಡ. ಅವನು ಭಾರ್ಗವಿಯ ಹತ್ತಿರ ಹೇಳಿದ :

"ಮಕ್ಕಳನ್ನು ಸಾಕಬೇಕಾದ ಹೊಣೆಗಾರಿಕೆ ನನ್ನದೂ ಉಂಟು. ನಮಗೆ ಈಗ ಎರಡು ಮಕ್ಕಳಿವೆ. ಅವರು ಹೇಗಾದ್ರೂ ಜೀವನ ಮಾಡಿಕೊಳ್ತಾರೆ. ಇನ್ನು ಮೇಲೆ ನಮಗೆ ಮಕ್ಕಳು ಬೇಡ."

ರಾಮನಿಗೆ ಆರು ವರ್ಷಗಳು ತುಂಬಿದುವು. ಅವನನ್ನು ಸ್ಕೂಲಿಗೆ ಕಳಿಸಬೇಕೆಂದು ಪಪ್ಪುನಾಯರ್ ನಿಶ್ಚಯಿಸಿದ. ಮುಂದಿನ ಜೂನ್ ತಿಂಗಳಿನಲ್ಲಿ ಅವನನ್ನು ಹತ್ತಿರದ ಸ್ಕೂಲಿಗೆ ಸೇರಿಸಿದ.

ಬ್ರಾಹ್ಮಣ ಗೃಹದಲ್ಲಿ ಕೈಬಿಟ್ಟುಹೋಗಿದ್ದ ಕೆಲಸ ಮತ್ತೆ ಭಾರ್ಗವಿಗೆ ಸಿಕ್ಕಿತು. ತೀರಿಕೊಂಡ ಮಗುವಿನ ಭಾಗ್ಯದಿಂದ ಅವಳಿಗೆ ಮತ್ತೆ ಕೆಲಸ ಸಿಕ್ಕಿದ್ದು ಎಂದು ನಾಯರ್ ಹೇಳಿದ. ಹಾಗೆ ಅಲ್ಲಿ ಒಂದು ಹೊತ್ತಿನ ಆಹಾರಕ್ಕೆ ದಾರಿಯುಂಟಾಯಿತು. ಆದರೆ ನಾಯರ್‌ಗೆ ಅದರಿಂದ ಯಾವ ಪ್ರಯೋಜನವೂ ಆಗಲಿಲ್ಲ. ಅವನು ಉಪವಾಸ ಮಾಡಿಕೊಂಡೇ ಕಾಲ ಕಳೆಯುತ್ತಿದ್ದ. ಮಧ್ಯಾಹ್ನಕ್ಕೂ ಸಂಜೆಗೂ ಊಟ ತಂದು ತಾಯಿ ಮಕ್ಕಳು ಊಟ ಮಾಡುತ್ತಿದ್ದರು. ನಾಯರ್, ರಾಮಾಯಣದ ಶ್ಲೋಕಗಳನ್ನು ಹೇಳಿಕೊಂಡು ಜಗುಲಿಯ ಮೇಲೆ ಕುಳಿತಿರುತ್ತಿದ್ದ. ಯಾವಾಗಲಾದರೂ ಒಂದು ಸಲ, ಏನಾದರೂ ಇದ್ದರೆ ಅವನ ಹೊಟ್ಟೆಗೆ ಹಾಕುತ್ತಿದ್ದರು. ಒಮ್ಮೆಯೂ ಅವನು ತನಗೆ ಆಹಾರ ಬೇಕು ಎಂದು ಕೇಳಿದವನಲ್ಲ.

ರಾಮ, ಸ್ಕೂಲಿಗೆ ಹೋಗಲಿಲ್ಲ. ಹೋಗಬೇಡವೆಂದು ಅವನ ತಾಯಿ ಹೇಳಿದಳು. ಆ ಖರ್ಚನ್ನು ನಿರ್ವಹಿಸುವುದಕ್ಕೆ ಅವಳಿಗೆ ಶಕ್ತಿಯಿರಲಿಲ್ಲ. ನಾಯರ್ ಅದೂ ಸರಿಯೆಂದು ತೀರ್ಮಾನಿಸಿದ. ಆದರೆ ಮಕ್ಕಳಿಗೆ ವಿದ್ಯಾಭ್ಯಾಸ ಮಾಡಿಸಬೇಕು. "ಅವನಿಗೆ ಆರು ವರ್ಷ ಅಷ್ಟೇ ತಾನೆ? ಬರುವ ವರ್ಷ ಕಳುಹಿಸಿದರಾಯ್ತು" ಎಂದು ಹೇಳಿದ.

ಆ ಮಕ್ಕಳು ಅವನನ್ನು ಇದುವರೆಗೆ ಅಪ್ಪ ಎಂದು ಕರೆದಿಲ್ಲ. ಪಪ್ಪುನಾಯರ್ ತಡವರಿಸಿಕೊಂಡು ಹೆಜ್ಜೆಯಿಡುವುದನ್ನು ನೋಡಿ ಅವರು ನಗುತ್ತಿದ್ದರು.

'ಮಗಳೇ ಇಲ್ಲಿ ಬಾ' ಎಂದು ಅವನು ಕೈ ನೀಡುತ್ತಿದ್ದ. ಆ ಮಗಳು ಹತ್ತಿರ ಬರುತ್ತಿರಲಿಲ್ಲ. ದೂರ ನಿಂತುಕೊಂಡು ಅವನನ್ನು ಅಣಕಿಸುತ್ತಿದ್ದಳು. ಒಂದು ಸಲ ರಾಮನ ಹತ್ತಿರ "ವೀಳ್ಯದೆಲೆ ತಗೊಂಡು ಬಾಪ್ಪ" ಎಂದ.

ರಾಮನ್ ವೀಳ್ಯದೆಲೆಗೆ ಸುಣ್ಣ ಹಚ್ಚಿಕೊಟ್ಟ. ಅಡಿಕೆ ಬದಲು ಕಲ್ಲು ಚೂರುಗಳನ್ನಿಟ್ಟುಕೊಟ್ಟ. ಪಪ್ಪುನಾಯರ ಬಾಯಿ ಬೆಂದುಹೋಯಿತು. ರಾಮ ಚಪ್ಪಾಳೆ ತಟ್ಟಿ ನಗುತ್ತಿದ್ದ. ನಾಯರೂ ಗಟ್ಟಿಯಾಗಿ ನಕ್ಕ. ಒಂದು ದಿನ ಕೋಲೂರಿಕೊಂಡು ತಡವರಿಸಿಕೊಂಡು ಜಗಲಿಯಿಂದ

ಅಂಗಳಕ್ಕಿಳಿದ. ತಾಯಿಯ ಹತ್ತಿರ ಜಗಳವಾಡಿಕೊಂಡು, ಅಡಿಗಮನೆಯಿಂದ ಹೊರಗೆ ಬಂದ ರಾಮ, ನಾಯರ್ ಊರಿಕೊಂಡಿದ್ದ ಕೋಲಿಗೆ ಒಂದು ಏಟು ಕೊಟ್ಟ. ಪಾಪ ನಾಯರ್ ಮುಗ್ಗರಿಸಿ ನೆಲಕ್ಕೆ ಬಿದ್ದ. ಆದರೂ ಬಂದವರು ಹೋದವರ ಹತ್ತಿರ ರಾಮನ ಈ ಚೇಷ್ಟೆಗಳನ್ನೆಲ್ಲ ಹೇಳಿಕೊಂಡು ಆತ ಸಂತೋಷಪಡುತ್ತಿದ್ದ.

ಹಾಗೆ ಎರಡು ವರ್ಷಗಳು ಕಳೆದವು. ರಾಮನನ್ನು ಸ್ಕೂಲಿಗೆ ಕಳುಹಿಸಲಿಲ್ಲ. ಎಷ್ಟೋ ಸಲ ಭಾರ್ಗವಿಯ ಹತ್ತಿರ ಆ ವಿಷಯವನ್ನು ಪ್ರಸ್ತಾಪಿಸಿದ್ದ, ಅವಳು ಹೇಳುತ್ತಿದ್ದಳು "ನಿನ್ನ ನಾಲಿಗೆ ಚುರುಕಾಗಿದೆ. ಏನು ಬೇಕಾದರೂ ಹೇಳ್ತೀಯ ?

"ಅಲ್ಲಾ ನಾನು ಹೇಳೋದು ಸರಿ ತಾನೆ ?"

ಅವಳು ಮಾತನಾಡುತ್ತಿರಲಿಲ್ಲ. ಅಲಕ್ಷ್ಯವಾಗಿ ಅವಳ ಪಾಡಿಗೆ ಅವಳು ಹೋಗುತ್ತಿದ್ದಳು. ರಾಮ ಕೆಲವು ಸಣ್ಣ ಪುಟ್ಟ ಕಳ್ಳತನಗಳನ್ನು ಮಾಡಿದ ಸುದ್ದಿ ಕೇಳಿಬಂದಿತ್ತು. "ನೀನು ಮಾಡಿದ್ದು ಸರಿಯೇನೋ ?"

"ಅದನ್ನ ನಾನು ನೋಡಿಕೊಳ್ತೀನಿ" ರಾಮ ಹೇಳಿದ.

"ಸಣ್ಣ ಹುಡುಗರಲ್ವಾ ? ಪ್ರಾಯಕ್ಕೆ ಬಂದಾಗ ಒಳ್ಳೆಯವರಾಗುತ್ತಾರೆ" ಎಂದು ಪಪ್ಪುನಾಯರ್ ಸಮಾಧಾನಪಟ್ಟುಕೊಂಡ.

ಭಾರ್ಗವಿ ಮತ್ತೂ ಗರ್ಭಿಣಿಯಾದಳು. ಅದು ಪಪ್ಪುನಾಯರ್‌ಗೆ ಆಶ್ಚರ್ಯವನ್ನುಂಟು ಮಾಡಿತು. ಅವನು ಭಾರ್ಗವಿಯ ಹತ್ತಿರ ಕೇಳಿದ :

"ಇದೇನು ಭಾರ್ಗವಿ ?"

ಅವಳು ಏನೂ ಮಾತಾಡಲಿಲ್ಲ. ಅಷ್ಟು ಹೊತ್ತಿಗಾಗಲೇ ರಾಮನನ್ನು ಯಾರ ಮನೆಯಲ್ಲೋ ಕೆಲಸಕ್ಕಿರಿಸಿದ್ದಳು. ಪಕ್ಕದ ಮನೆಯ ಕುಟ್ಟಿಯಮ್ಮನ ಹತ್ತಿರ ನಾಯರ್ ದೂರಿಕೊಂಡ :

"ಅವನನ್ನ ಹಾಗೆ ಇನ್ನೊಬ್ಬರ ಮನೆಯಲ್ಲಿರಿಸಿದ್ದು ಸರೀನಾ ? ಅವನು ಸ್ಕೂಲಿಗೆ ಹೋಗಿ ವಿದ್ಯಾವಂತನಾಗಬಾರ್ದಾ ?"

"ಹೌದು ಕಣೋ..." ಕುಟ್ಟಿಯಮ್ಮ ಅರ್ಧೋಕ್ತಿಯಲ್ಲೇ ವಿರಮಿಸಿದಳು. ಭಾರ್ಗವಿಯ ದುರಾಚಾರಗಳನ್ನು ಕುಟ್ಟಿಯಮ್ಮಾ ಪ್ರತ್ಯಕ್ಷವಾಗಿ ಕಂಡಿದ್ದಳು. ಆ ಕುರುಡನಿಗೆ ಅವರು ಮಾಡಿರುವ ದ್ರೋಹ, ಅಪಚಾರಗಳನ್ನು ಕಂಡು ಕುಟ್ಟಿಯಮ್ಮನ ಹೃದಯ ನೋವನ್ನನು ಭವಿಸಿದೆ. ಆ ಕುರುಡ ಹಸಿವಿನಿಂದ ಬಳಲುತ್ತಿದ್ದಾಗ ಅವಳು ಅನ್ನ ಸಾರು ಮಾಡಿ ಊಟ ಮಾಡುತ್ತಿದ್ದುದನ್ನು ಕುಟ್ಟಿಯಮ್ಮ ಕಣ್ಣಾರೆ ನೋಡಿದ್ದಾಳೆ. ಅದನ್ನು ಕಂಡು ಅತ್ತದ್ದೂ ಉಂಟು. ಅಷ್ಟೇ ಅಲ್ಲದೆ ಅವನ ತಾಯಿಯ ಮಾತಿನಂತೆ ತಾಯಿಗೂ ಮಗನಿಗೂ ರಾಜಿ ಮಾಡಿಸಲು ಮಧ್ಯಸ್ಥಿಕೆಯನ್ನು ವಹಿಸಿಕೊಂಡು ಅವಳೀಗ ಬಂದಿದ್ದಾಳೆ. ಈ ಚಿಂತಾಜನಕವಾದ ಚರಿತ್ರೆ ಊರಿಗೆಲ್ಲ ಗೊತ್ತಾಗಿ ಜನರೆಲ್ಲ ಮಾತನಾಡಿಕೊಳ್ಳುತ್ತಿದ್ದಾರೆ. ಇಷ್ಟಾದರೂ ಆ ಮನೆಯಲ್ಲಿ ಏನೆಲ್ಲ ನಡೆಯುತ್ತಿದೆ – ಎನ್ನುವುದನ್ನು ಯಾರೂ ಅನುಕಂಪದಿಂದ ಅವನ ಕಿವಿಗೆ ಹಾಕುತ್ತಿಲ್ಲ. ಆ ನಿತ್ಯವಾದ ಅಂಧಕಾರದಲ್ಲಿ ಲೋಕದ ಭಯಾನಕ ಮುಖಗಳು ಅವನಿಂದ ಹಾಗೆ ಮರೆಯಾಗಿದ್ದವು. ಅವನಿಗೆ ಆ ನರಕಯಾತನೆಗಳನ್ನನುಭವಿಸುವುದಕ್ಕೆ ಶಕ್ತಿ ಎಲ್ಲಿಂದ ಬಂದೀತು ? ಎಂದು ಲೋಕ ಭಯಪಟ್ಟಿತು. ಭಾರ್ಗವಿಯ ಬಗ್ಗೆ ಅವನು ತೋರಿಸುತ್ತಿದ್ದ ಉಪಮಾತೀತವಾದ ವಾತ್ಸಲ್ಯವೂ ಲೋಕವನ್ನು ರೋಮಾಂಚನಗೊಳಿಸಿತು. ಏನೇ ಆದರೂ

ಅವನ ಅಲುಗಾಡದ ಆಶಾಭಾವನೆ ಎಲ್ಲರನ್ನೂ ಬೆರಗುಗೊಳಿಸುವಂತದ್ದಾಗಿತ್ತು. ಆದುದರಿಂದ ಆರಾಧನಾರ್ಹವೂ ಸ್ವಾರ್ಥರಹಿತವೂ ಆದ ಅವನ ತ್ಯಾಗಕ್ಕೆ ಲೋಕ ತಲೆಬಾಗಿತು. ಭಾರ್ಗವಿಯನ್ನು ಕುರಿತು ಒಂದೇ ಒಂದು ಕೆಟ್ಟ ಶಬ್ದವನ್ನೂ ಅವನು ಬಳಸಿಲ್ಲ. ಆ ಸ್ಥಿತಿಯಲ್ಲಿ ಅವನು ಈ ನಿಷ್ಠುರ ಸತ್ಯವನ್ನು ಹೇಗೆ ಇದಿರಿಸಿಯಾನು ?

ಅವನಿಗೆ ಅದನ್ನೆಲ್ಲ ತಿಳಿಸಲು ಕುಟ್ಟಿಯಮ್ಮನಿಂದ ಸಾಧ್ಯವಾಗದೆ ಹೋಯಿತು. ಪಪ್ಪುನಾಯರ್ ಹೇಳಿದ :

"ನನ್ನ ಮಗ ತುಂಬಾ ಚೂಟಿಯಾಗಿದ್ದಾನೆ. ಅವನು ಒಂದು ದೊಡ್ಡ ಕಛೇರಿಯಲ್ಲಿ ನೌಕರಿ ಮಾಡ್ತಿದಾನೆ. ಅವನು ಓದು ಬರಹ ಕಲೀತಾನೆ."

"ಪಪ್ಪುನಾಯರೇ ಅವನು ನಿನ್ನ ಮಗನಲ್ಲ"

"ಅಲ್ಲ. ಅವನು ಈಶ್ವರನ ಮಗ. ಈ ಲೋಕವೆಲ್ಲಾ ಅವನ ಮಾಯೆಯಲ್ವಾ ?"

ಅನಂತರ ಕುಟ್ಟಿಯಮ್ಮ ಏನನ್ನೂ ಹೇಳಲಿಲ್ಲ. ಅದಕ್ಕೆ ತಕ್ಕ ಶಕ್ತಿ ಅವಳಿಗಿರಲಿಲ್ಲ.

ಭಾರ್ಗವಿ ಒಂದು ಗಂಡು ಮಗುವನ್ನು ಹೆತ್ತಳು. ನಾಯರ್ ಆ ಮಗು ಹುಟ್ಟಿದಾಗ ತುಂಬ ಸಂತೋಷಪಟ್ಟ. ಇವನು ತನ್ನ ಜೊತೆಗಾರನಾಗ್ತಾನೆ ಎಂದು ಹೇಳಿದ.

ಮತ್ತೂ ಒಂದು ದಿನ ಕುಟ್ಟಿಯಮ್ಮ ಅಲ್ಲಿಗೆ ಬಂದಳು. ಆಕೆ ಹೇಳಿದಳು :

"ನಿನಗೆ ಕಣ್ಣು ಕಾಣಿಸದೇ ಇರೋದೇ ನಿನ್ನ ಭಾಗ್ಯ. ಈ ಪ್ರಪಂಚದ ದುರಿತ ಅನಾಚಾರಗಳೊಂದೂ ನಿನಗೆ ಕಾಣಿಸೋದಿಲ್ಲ."

"ಈ ಪ್ರಪಂಚದಲ್ಲಿ ಯಾವ ದುರಿತಗಳೂ ಇಲ್ಲ. ಇನ್ನು ದಾರಿದ್ರ್ಯ... ಅದೂ ಮಾಯವಾಗುತ್ತದೆ. ದುಃಖ ಇದ್ದರೆ ಸುಖವೂ ಇರುತ್ತದೆ ಕುಟ್ಟಿಯಮ್ಮಾ !"

"ಅದಲ್ಲ ಕಣೋ,... ಮತ್ತೆ..."

"ನನಗೆ ಯಾವ ದುಃಖವೂ ಇಲ್ಲ. ನನ್ನ ದೇವರು ನನಗೆ ಯಾವ ದುಃಖಾನೂ ತಂದೊಡ್ಡಿಲ್ಲ. ಇನ್ನು ನನ್ನ ಮಕ್ಕಳನ್ನು ಕುರಿತು ನನಗಿರೋದು ಒಂದೇ ಒಂದು ಚಿಂತೆ. ರಾಮನನ್ನು ಸ್ಕೂಲಿಗೆ ಕಳಿಸೋದಕ್ಕಾಗಲಿಲ್ಲವಲ್ಲಾ ಅನ್ನೋದು."

ಆ ಮಕ್ಕಳನ್ನ ನಿನ್ನ ಕಣ್ಣಿಂದಲೇ ನೀನು ನೋಡೋ ಹಾಗಿದ್ದರೆ ನಿನಗೆ ಈ ಚಿಂತೆ ಖಂಡಿತ ಇರ್ತಿರಲಿಲ್ಲ."

"ನನ್ನ ಮಕ್ಕಳನ್ನ ನಾನು ಕಣ್ಣಾರೆ ನೋಡ್ತಿದ್ದೀನಿ."

"ಹಾಗಾದ್ರೆ ಆ ಮಕ್ಕಳ ತಂದೆ ನೀನೇನಾ ?"

ಹಾಗೆ ಕೇಳಿದ ಕುಟ್ಟಿಯಮ್ಮನ ಹೃದಯ ಬಡಿದುಕೊಳ್ಳಲಾರಂಭಿಸಿತು. ಅವಳಿಗೆ ತಿಳಿಯದೆಯೇ ಆ ಪ್ರಶ್ನೆ ಅವಳ ಬಾಯಿಯಿಂದ ಹೊರಬಂದಿತ್ತು. ಪಪ್ಪುನಾಯರ್ ಅದಕ್ಕೆ ಥಟ್ಟನೆ ಉತ್ತರ ಕೊಡಲಾರದೆ ತಡವರಿಸುತ್ತಿದ್ದುದು ಮರುಕ್ಷಣದಲ್ಲಿಯೇ ಹೇಳಿದ:

"ಅವು ಏನೂ ತಿಳಿಯದ ಮಕ್ಕಳು."

"ನೀನಗೇನು ಗೊತ್ತಿದೆ ಪಪ್ಪುನಾಯರೇ ?"

"ಅದಿರಬಹುದು ಕುಟ್ಟಿಯಕ್ಕಾ. ಈಗಿನ ಮಗು... ಅದು... ನಾನೇನು ಮೂರ್ಖನಲ್ಲ ಕುಟ್ಟಿಯಕ್ಕಾ. ಕಣ್ಣಿಲ್ಲದವರಿಗೆ ಜಾಸ್ತಿ ಬುದ್ಧಿಯಿದೆ. ನನಗೆ ಕೆಲವು ಸಂಗತಿಗಳು ಗೊತ್ತಿವೆ. ಒಂದು ದಿನ ರಾತ್ರಿ, ಮನೆಯೊಳಗೆ ನಾಣ್ಯಗಳ ಶಬ್ದ ಕೇಳಿದ್ದೇನೆ."

"ನೀನು ಈ ಜಗಲಿ ಮೇಲೆ ಕೂತಿರ್ತೀಯೆ. ಅವಳು ರಾಕ್ಷಸಿ."

ಪಪ್ಪುನಾಯರ್ ಮೌನವಾಗಿದ್ದ.

"ಆದರೇನಂತೆ ? ತಂದೆಯಿಲ್ಲದ ಮಕ್ಕಳು ಅಂತ ಅವರನ್ನು ಈ ಪ್ರಪಂಚ ಕರೆಯದೆ ಇದ್ದರೆ ಸಾಕು."

"ಆ ಮಕ್ಕಳು ನಿನ್ನನ್ನು ಯಾವಾಗ್ಲಾದ್ರೂ ಅಪ್ಪಾ ಅಂತ ಕರೆದದ್ದುಂಟಾ ?"

"ಅದಲ್ಲ. ನಾನು ಅವರನ್ನು ಪ್ರೀತಿಯಿಂದ ಕಾಣ್ತಿದ್ದೀನಿ. ಇಲ್ಲಿ ನೋಡು ನನ್ನ ರಾಮನೂ, ದೇವಕಿಯೂ ನನ್ನ ಮುಂದೇನೆ ಇದ್ದಾರೆ. ಅವರು ನನ್ನ ಪ್ರೀತಿಯ ಮಕ್ಕಳು. ಚಿನ್ನದ ಕೊಡಗಳು. ಅವರು ನನ್ನ ಮಕ್ಕಳು. ಅವರಿಗಾಗಿ ನಾನೇನಾದ್ರೂ ಮಾಡಬೇಡ್ವಾ ?"

"ಅವಳು ನಿನ್ನನ್ನು ವಂಚಿಸ್ತಾ ಬಂದಿದ್ದಾಳೆ."

"ಪಾಪ ! ಅವಳು ಅಂಥವಳಲ್ಲ. ನನಗೋಸ್ಕರ ಎಷ್ಟು ಸಲ ಉಪವಾಸ ಮಾಡಿದ್ದಾಳೆ ಗೊತ್ತಾ ? ಅವಳು ತಪ್ಪು ಮಾಡಿರಬಹುದು. ಅದೇ ಅವಳ ಉಪಜೀವನ ಮಾರ್ಗವಾಗಿರ ಬಹುದು. ಜೊತೇಲಿ ಬಾಳೋದಕ್ಕೆ ಯಾರಾದರೂ ಒಬ್ಬರು ಬೇಕು. ಅಂಥ ಒಂದು ಉಪಕಾರ ಮಾಡೋದಕ್ಕೆ ನನ್ನಿಂದ ಸಾಧ್ಯ ಆಯ್ತಲ್ಲ !"

ಆ ಮಾತಿಗೆ ಏನು ಹೇಳಬೇಕೆನ್ನುವುದು ಕುಟ್ಟಿಯಮ್ಮನಿಗೆ ತಿಳಿಯಲಿಲ್ಲ. ಆ ಹೃದಯ ವಿಶ್ವದಷ್ಟೇ ವಿಶಾಲವಾದದ್ದಾಗಿತ್ತು. ಅವನು ಕಣ್ಣು ಕಾಣಿಸದೆ ಕತ್ತಲೆಯಲ್ಲಿ ತಡವರಿಸಿಕೊಂಡು ಜೀವಿಸುವವನಲ್ಲ. ಅವನ ಒಳಗಣ್ಣುಗಳು ಚಿತ್‌ಪ್ರಭೆಯಿಂದ ಪ್ರಕಾಶಗೊಂಡಿವೆ. ಅನೇಕ ಬ್ರಹ್ಮಾಂಡಗಳು ಅಣುಗಳಂತೆ ಆ ಪ್ರಕಾಶದಲ್ಲಿ ಸುತ್ತಾಡುತ್ತಿವೆ.

ಕುಟ್ಟಿಯಮ್ಮ ಏನೂ ಮಾತನಾಡದೆ ಅಲ್ಲಿಂದ ಹೊರಟು ಹೋದಳು. ಆ ರಾತ್ರಿಯೂ ಅವನು "ಕುಚೇಲ ವೃತ್ತ"ವನ್ನು ಹಾಡುತ್ತಿದ್ದುದು ನೆರೆಹೊರೆಯವರಿಗೆ ಕೇಳಿಸುತ್ತಿತ್ತು. ❍

ಅನು : **ಡಾ|| ಬಿ. ಕೆ. ತಿಮ್ಮಪ್ಪ**

○ ಮುಲ್ಕ್‌ರಾಜ್ ಆನಂದ್

ಸುಳ್ಳುಗಾರ

ನನ್ನ ಹಳ್ಳಿಯ ವೃದ್ಧ ಬೇಟೆಗಾರ ಲಾಭೂ ಒಬ್ಬ ಹುಟ್ಟಾ ಸುಳ್ಳುಗಾರ. ಹೀಗಾಗಿ ಅವನು ನಮ್ಮ ಸುತ್ತಮುತ್ತಲ ಪ್ರದೇಶಗಳಲ್ಲಿ ಒಳ್ಳೆಯ ಕಥೆಗಾರ ಎಂಬ ಕೀರ್ತಿ ಪಡೆದಿದ್ದ. ಹುಟ್ಟಿನಿಂದ ಕೆಳಜಾತಿಗೆ ಸೇರಿದ ಜಾಡಮಾಲಿಯಾದರೂ ಪ್ರತಿಯೊಬ್ಬರಲ್ಲೂ ಅವನ ಬಗ್ಗೆ ಗೌರವ, ಆದರ ಇತ್ತು. ಜನ, ಅವನು ಆಲದ ಮರದ ಕಟ್ಟೆಯ ಬುಡದಲ್ಲಿ ಕುಳಿತುಕೊಳ್ಳುವುದನ್ನು ಸಹಿಸುವಷ್ಟು ಗೌರವ ಕೊಡುತ್ತಿದ್ದರು. ಹಳ್ಳಿಯ ಇತರ ಹುಡುಗರ ಜೊತೆಯಲ್ಲಿ ಅವನ ಅಲೌಕಿಕ ಕಥೆಗಳನ್ನು ಕೇಳಿದ ಅನಂತರ ಪ್ರತಿ ಸಾರಿಯೂ ಸ್ನಾನ ಮಾಡುವಂತೆ ನನ್ನ ತಾಯಿ ನನ್ನನ್ನು ಒತ್ತಾಯಪಡಿಸದೇ ಇದ್ದದ್ದೂ ಇದೇ ಕಾರಣದಿಂದಾಗಿ.

ಲಾಭೂ ಒಡಕಲು ಶರೀರದ ಪುಟ್ಟ ಮನುಷ್ಯ. ಅಂಬಿನ ವೇಗದ, ಭಲ್ಲೆಯ ಮೊನಚಿನ ಲಾಭೂ ಕಡವೆ, ಹರಿಣಗಳ ಬೆನ್ನಟ್ಟಿ ಕಡಿದಾದ ಬೆಟ್ಟಗುಡ್ಡಗಳನ್ನೂ ಮಿಂಚಿನಂತೆ ಏರುತ್ತಾ ದಟ್ಟವಾದ ಪೊದೆಗಳನ್ನು ವಾಯುವಿನಂತೆ ಸವರಿಕೊಂಡು ಹೋಗುತ್ತಿದ್ದ ರೀತಿ ಅವನ ಚುರುಕುತನ, ವೇಗಗಳನ್ನು ಸಾರಿ ಹೇಳುತ್ತಿತ್ತು. ಅವನು ಸುಬೇದಾರ್ ದೀಪ್ ಸಿಂಗ್ ಮನೆಯಲ್ಲಿ ಕೆಲಸಕ್ಕಿದ್ದ ಬೇಟೆಗಾರ. ಆಗಾಗ್ಗೆ ಯಾರಾದರೂ ಆಂಗ್ಲ ಅಧಿಕಾರಿಯೋ ಅಥವಾ ಶ್ರೀಮಂತ ವ್ಯಾಪಾರೋದ್ಯಮಿಯೋ ಸುಬೇದಾರ್ ದೀಪ್ ಸಿಂಗನ ಅತಿಥಿಯಾಗಿ ಬಂದಾಗ ಅವರ ಜೊತೆ ಅವನು ಶಿಕಾರಿಗೆ ಹೋದದ್ದೂ ಉಂಟು. ನಮ್ಮ ಹಳ್ಳಿಯ ಗುಡ್ಡಗಳ ಕಡಿದಾದ ಕಲ್ಲುಬಂಡೆಗಳನ್ನು ತೀವ್ರಗತಿಯಲ್ಲಿ ಏರುತ್ತಾ, ಅಶ್ವಾರೋಹಿಯಾದ ತನ್ನ ಧಣಿ ಸುಬೇದಾರ್ ದೀಪ್ ಸಿಂಗ್‌ನನ್ನೂ ಹಿಂದೆ ಮಾಡಿ ಅವನು ಸಾರಂಗಗಳನ್ನು ಬೇಟೆಯಡುತ್ತಿದ್ದ ರೀತಿ ಲಾಭೂನ ಮಳೆಗಾಳಿಗೆ ತೆರೆದುಕೊಂಡ ದೃಢಕಾಯದಲ್ಲಿನ ಅಪಾರ ಶಕ್ತಿಗೆ ಸಾಕ್ಷಿ ಎನಿಸುತ್ತಿತ್ತು. ಈ ದೈಹಿಕ ಶಕ್ತಿ ಮತ್ತು ವಿಸ್ಮಯಕಾರಿ ಚುರುಕುತನಗಳೇ ಅವನು ಬೇಟೆಗಾರನಾಗಲು ಪ್ರೇರಣೆಯಾಗಿದ್ದಿರಬೇಕು. ಹೃದಯಸ್ಪರ್ಶಿಯಾದ ಹಾಡುಗಬ್ಬ ಒಂದರ ಮೊದಲ ಸ್ವರಗಳನ್ನು ಪಲುಕಿಸಿದಾಗ ಅಥವಾ ಎದೆ ನಡುಗಿಸುವಂಥ ಶಿಕಾರಿಯ ಕಥೆಗಳ ಕೊನೆಯ

ಸಾಲುಗಳನ್ನು ಹೇಳುವಾಗ ಲಾಭೂನ ಕಪ್ಪು ಮುಖ ತೀವ್ರ ಸಂವೇದನೆಯಿಂದ ಪ್ರಜ್ವಲಿಸುತ್ತಿತ್ತು; ತುಟಿಗಳು ಕಂಪಿಸುತ್ತಿದ್ದವು. ಅವನ ದುರಂತ ಗೀತೆಗಳು, ಅಲೌಕಿಕ ಕಥೆಗಳು ನನ್ನನ್ನು ಮಂತ್ರಮುಗ್ಧನಾಗಿಸಿದ್ದವು. ಬಾಲ್ಯದಲ್ಲಿ ನಾನು ಅವನ ಶಿಷ್ಯನೇ ಆಗಿದ್ದೆ. ಅವನು ನನಗೆ ಮೊಲಗಳ ಜೊತೆ ಓಡುವುದನ್ನೂ, ಬೇಟೆನಾಯಿಗಳ ಜೊತೆ ಶಿಕಾರಿಯಾಡುವುದನ್ನೂ ಕಲಿಸಿಕೊಟ್ಟಿದ್ದ. ವನ್ಯಮೃಗಗಳ ಜಾಡು ಹಿಡಿಯುವುದನ್ನೂ ಸುಡು ಬೇಸಗೆಯಲ್ಲಿ ಮನೆಯಲ್ಲಿ ಉಳಿಯುಗೇ ಹೊರಗೆ ಹೋದುದಕ್ಕೆ ಅಪ್ಪನ ಮುಂದೆ ಏನಾದರೊಂದು ಕುಂಟು ನೆಪ ಹೇಳಲು ಕಾಗಕ್ಕ ಗುಬ್ಬಕ್ಕನ ಕಥೆ ಕಟ್ಟುವುದನ್ನೂ ಅವನು ನನಗೆ ಕಲಿಸಿದ್ದ.

ನಾನು ಪ್ರತಿಯೊಂದನ್ನೂ ಹೇಗೆ, ಏನು ಎತ್ತ ಎಂದು ಪ್ರಶ್ನಿಸುತ್ತಿದ್ದ ವಿದ್ಯಾರ್ಥಿಯಾಗಿದ್ದುದರಿಂದ ಅವನ ಕಲಿಕೆಯೂ ಸೋದಾಹರಣವಾಗಿರುತ್ತಿತ್ತು.

ನಾನು ಹೇಳುತ್ತಿದ್ದೆ : "ಲಾಭೂ ಗುಡ್ಡ ಅರ್ಧಂಬರ್ಧ ಹತ್ತುತ್ತಿರುವಾಗ ಬೇಟೆಯ ಜಾಡು ಹಿಡಿಯುವುದು ಖಂಡಿತ ಸಾಧ್ಯವಿಲ್ಲ."

"ಅಚ್ಛಾ..." ಅವನು ಉತ್ತರಿಸುತ್ತಿದ್ದ, "ನಾನು ತೋರಿಸ್ತೇನೆ, ಕದಲದೆ ನಿಂತು ಸುತ್ತ ಕಿವಿಗೊಡು."

ನಾನು ಹಾಗೇ ಮಾಡಿದೆ. ಒಂದು ಸಣ್ಣ ಉರುಟು ಕಲ್ಲು ಉರುಳಿ ಬಿದ್ದ ಸದ್ದು ಕೇಳಿಸಿತು. ಅವನು ಕಲ್ಲು ಉರುಳಿ ಬಂದ ದಿಕ್ಕಿನಲ್ಲಿ ಮೇಲಿದ್ದ ಕೋಚುಗಲ್ಲಿನತ್ತ ಛಂಗನೆ ಓಡಿದ. ಇಲ್ಲಿ ಸಿಕ್ಕ ಒಂದು ಪುಟ್ಟ ಕಲ್ಲಿನ ಮೇಲೆ ಒಂದು ಪಾದ ಊರುತ್ತಾ ಮೇಲಿನ ಪುಟ್ಟ ಬಂಡೆಯ ಮೇಲೆ ಇನ್ನೊಂದು ಕಾಲನ್ನು ಊರುತ್ತಾ ಅವನು ಮೇಯುತ್ತಿದ್ದ ಕುರಿ ಮಂದೆ ಮಧ್ಯೆ ಜಾಗ ಮಾಡಿಕೊಂಡು, ಬೆನ್ನಟ್ಟಿ ಬರುತ್ತಿರುವ ಬೇಟೆಗಾರನಿಂದ ತಪ್ಪಿಸಿಕೊಳ್ಳಲು ಸುಭದ್ರ ತಾಣ ಎಂದು ಭಾವಿಸಿ ಟಗರೊಂದು ಆಶ್ರಯ ಪಡೆದಿದ್ದ ಗವಿಯಿದ್ದ ಕೊರಕಲಿನತ್ತ ಸರಸರ ನಡೆದಿದ್ದ.

"ಆಯಿತು," ನಾನು ಹೇಳಿದೆ, "ಈ ಟಗರಿನ ಜಾಡು ಹಿಡಿಯುವುದೇನೋ ನಿನಗೆ ಸಾಧ್ಯವಾಯಿತು, ನಿಜ. ಆದರೆ ಸುಬೇದಾರನ ಜೊತೆ ಶಿಕಾರಿಯಾಡುತ್ತಿದ್ದಾಗ ನೋಡಿದೆ ಎಂದು ನೀನು ಹೇಳುವ ಆ ದೈತ್ಯ ಟಗರಿನ ಕಂತೆ ಪುರಾಣವನ್ನು ಮಾತ್ರ ನಾನು ನಂಬೋದಿಲ್ಲ."

ಆತ ದೃಢ ಸ್ವರದಲ್ಲಿ ಹೇಳಿದ :

"ದೇವರಾಣೆಗೂ ಅದು ನಿಜ."

"ಸುಬೇದಾರನನ್ನು ಕೇಳು. ಅವನು ಹೇಳ್ತಾನೆ. ಆ ಭಯಾನಕ ಪಿಶಾಚಿಯನ್ನು ಅವನು ನನ್ನ ಜೊತೆಯೇ ನೋಡಿದ. ಅದು ಆನೆಯಷ್ಟು ಭಾರಿ ದೇಹದ ಒಂದು ಮೃಗ. ಅದರ ಕಣ್ಣುಗಳು ಕೋಳಿಮೊಟ್ಟೆ ಗಾತ್ರದವು. ಮಸೀದಿಯ ಪೂಜಾರಿ ಮೌಲ್ವಿ ಷಾ ದಿನ್ ಅವರಿಗಿದೆಯಲ್ಲ, ಅಷ್ಟು ಉದ್ದದ ಗಡ್ಡ ಇತ್ತು ಅದಕ್ಕೆ. ಆನೆಯ ಕಿವಿಗಳಷ್ಟೇ ಅಗಲವಾದ, ಆದರೆ ಪಟಪಟ ಆಡದೆ ಸುಬೇದುದಾರನ ಕುದುರೆಯ ಕಿವಿಗಳಂತೆ ನಿಮಿರಿ ನಿಂತ ದೊಡ್ಡ ಕಿವಿಗಳು. ಅದರ ಮೂಗು ನಮ್ಮ ಪಾದ್ರಿ ಸಾಹೇಬರ ಹೆಂಡತಿಯ ಮೂಗಿನ ಥರ. ಚೌಕಟ್ಟಾಗ ದವಡೆಗಳು. ಅದು ನಮ್ಮ ಸುಬೇದಾರರತ್ತ ನಕ್ಕಾಗ ಕಂಡದ್ದು ದೇವಸ್ಥಾನದ ಹೊರಗೆ ಬಿದ್ದಿರುವ ಅಮೃತಶಿಲೆಯ ಚಕ್ಕೆಗಳಂಥ ಹಲ್ಲುಗಳು.

"ಅದು ಹಠಾತ್ತನೆ ದೇವಿ ಪರ್ವತದ ಹತ್ತಿರ ಕಾಣಿಸಿಕೊಂಡಿತು. ಆ ವೇಳೆಗೆ ನಾನು ಮತ್ತು ಸುಬೇದಾರ್ ಬೇಟೆಯನ್ನು ಹುಡುಕುತ್ತಾ ಸುಮಾರು ಹನ್ನೆರಡು ಸಾವಿರ ಅಡಿ ಎತ್ತರ ಏರಿದ್ದೆವು. ಸದಾಕಾಲ ನಮಗಾಗಿ ಗಾಳಿಯಲ್ಲಿ ಪಿಶಾಚಿಗಳ ಪ್ರಪಂಚ ಹಠಾತ್ತನೆ ಎಚ್ಚರ

ಗೊಂಡಂತಾಯಿತು. ಧಣಧಣ ಸದ್ದು-ಕಲ್ಲುಗಳು, ಬಂಡೆಗಳು ಪರಸ್ಪರ ಘರ್ಷಿಸಿದಂಥ ಧಣಧಣ ಸದ್ದು-ಸುಯ್ಯೆಂದು ಹುಯ್ಲಿಡುವ ಗಾಳಿಯ ಶಿಳ್ಳು, ಗುಡುಗುಡಿಸುವ ಗುಡುಗು, ಸಿಡಿಲು, ಬೆಟ್ಟದ ಆ ಬದಿಯಲ್ಲೆ ಸ್ಫೋಟಗೊಂಡಂಥ ಭಯಾನಕ ಸದ್ದು. ಅಷ್ಟು ದೂರದಲ್ಲಿ ದೈತ್ಯಾಕೃತಿ ಕಾಣಿಸಿತು. ದೈತ್ಯಾಕೃತಿ ಭೂಮಿಯ ಹೊಟ್ಟೆ ಬಗೆದುಕೊಂಡು ಹೊರಬಂದಂತೆ ಕ್ರಮೇಣ ಮೇಲಕ್ಕೇಳಲಾರಂಭಿಸಿತು. ಕಣ್ಣು ಮುಚ್ಚಿ ಕಣ್ಣು ತೆರೆಯುವುದರೊಳಗಾಗಿ ಆ ದೈತ್ಯ ನಮ್ಮೆದುರು ಪ್ರತ್ಯಕ್ಷವಾಯಿತು. ದಿಗ್‌ಭ್ರಾಂತರಾದ ನಮ್ಮೆದುರಿಗೆ ನಿಂತ ಅದು ಕೋಳಿಮೊಟ್ಟೆ ಗಾತ್ರದ ಕಣ್ಣುಗಳನ್ನು ಪಿಳ ಪಿಳ ಪಿಳುಕಿಸುತ್ತ ನಮ್ಮನ್ನು ಮತ್ತಷ್ಟು ವಿಸ್ಮಯಗೊಳಿಸಲೋ ಎಂಬಂತೆ ಚಟ್ಟನೆ ಸೀನು ಹಾಕಿತು. ಅದರ ಸೀನಿನ ಸದ್ದಿಗೆ ಪರ್ವತ ಬಿರುಕುಬಿಟ್ಟಿತು. ಅದು ಒಂದು ಕ್ಷಣದಲ್ಲಿ ತನ್ನ ಮುಂಗಾಲನ್ನು ನೆಲಕ್ಕೆ ಅಪ್ಪಳಿಸುತ್ತಾ ಹೊರಟುಹೋಯಿತು.

"ಪರ್ವತ ಗಡ ಗಡ ನಡುಗಿದಂತೆ, ಸುಬೇದಾರ್ ಭಯದಿಂದ ಥರ ಥರ ತಲ್ಲಣಿಸಿದ. ಆದರೆ ನಾನು ಮಾತ್ರ ನಿಂತಲ್ಲೇ ನಿಂತಿದ್ದೆ ಫಕಫಕನೆ ನಗುತ್ತಾ. ಟಗರು ಸಂಕುಲದ ಭೂತ – ದೈವದ ಪ್ರತಿರೂಪವೋ ಎಂಬಂಥ ಈ ದೈತ್ಯಾಕಾರದ ಅದ್ಭುತವನ್ನು ಕಂಡ ಸಂತೋಷದಿಂದ ನಗುತ್ತಿದ್ದೆ. ಕಣ್ಣಲ್ಲಿ ಆನಂದಬಾಷ್ಪ ತುಳುಕುವವರೆಗೆ ನಗುತ್ತಾ ನಿಂತಿದ್ದೆ, ನಿಂತ ಜಾಗದಿಂದ ಚೂರೂ ಕದಲದೆ."

ಕ್ಷಣ ನಿಲ್ಲಿಸಿ ಲಾಭೂ ಮತ್ತೆ ಹೇಳಿದ :

"ಮಗು, ನನ್ನ ಮಾತು ಕೇಳು. ಇಷ್ಟರಲ್ಲೇ ಒಂದು ದಿನ ನಿನಗೆ ಅದನ್ನು ತೋರಿಸ್ತೇನೆ."

"ಲಾಭೂ ನೀನು ಹೇಳಿದ್ದು ಸತ್ಯ ಅಂತ ನನಗೆ ಅನಿಸೋದಿಲ್ಲ."

ರಾಕ್ಷಸಾಕಾರದ ಆ ಅದ್ಭುತ ಪ್ರಾಣಿಯ ಬಗ್ಗೆ ವಿಸ್ಮಯಗೊಂಡರೂ ಪೂರ್ತಿ ನಂಬದೆ ಸಂಶಯದ ದನಿಯಲ್ಲಿ ನಾನು ಹೇಳಿದೆ.

"ನಿಜಕ್ಕೂ...? ಹುಚ್ಚು ಹುಡುಗ..." ಎಂದ ಲಾಭೂ ಮಾತು ಮುಂದುವರಿಸಿದ :

"ಲಡಕ್‌ನಲ್ಲಿ ಜಾಲಿ ಜಾನ್ ಸಾಹೇಬರ ಜೊತೆ ಶಿಕಾರಿಗೆ ಹೋದಾಗ ಒಂದು ದಿವ್ಯ ದೃಶ್ಯವನ್ನು ನೋಡುವ ಸೌಭಾಗ್ಯ ನನಗೆ ಲಭಿಸಿತ್ತು. ನಿಜಕ್ಕೂ ದೇವರು ದೊಡ್ಡವನು. ನೂರು ನಮಸ್ಕಾರ ಅವನಿಗೆ. ಆ ಅದ್ಭುತ ನೋಟಕ್ಕೆ, ಆ ಮಹಾನ್ ದೃಶ್ಯಕ್ಕೆ ಹೋಲಿಸಿದರೆ ಇದು ಏನೇನೂ ಅಲ್ಲ." ಎಂದವನೇ ಲಾಭೂ ತಾನು ಅಂದು ಕಂಡ ಬೃಹತ್ ಸರ್ಪದ ಅದ್ಭುತ ಕಥೆಯನ್ನು ಹೇಳಲಾರಂಭಿಸಿದ. ಈ ಸರ್ಪರೂಪಿಯ ಕಥೆಯನ್ನು ನನ್ನಿಂದ ನಂಬಲಿಕ್ಕೆ ಆಗಲಿಲ್ಲ. ಏಕೆಂದರೆ, ಅದು ಅಷ್ಟು ಅಸಂಭವನೀಯವಾಗಿತ್ತು.

"ಓಹ್, ನೀನೊಬ್ಬ ಮೂರ್ಖ, ಲಾಭೂ ನೀನು ಸುಳ್ಳುಗಾರ. ಎಲ್ಲರೂ ನಿನ್ನನ್ನು ಸುಳ್ಳ ಎಂತಲೇ ಹೇಳ್ತಾರೆ. ನಾನೂ ನಿನ್ನನ್ನು ನಂಬೋದಿಲ್ಲ. ನಿನ್ನ ಕಥೆಗಳನ್ನ ನಂಬೋದು ನನ್ನ ಪೆದ್ದುತನಕ್ಕೆ ಸಾಕ್ಷಿ ಅಂತ ಅಮ್ಮ ಹೇಳ್ತಾಳೆ" ಎಂದೆ.

ತನ್ನ ಆತ್ಮಪ್ರತಿಷ್ಠೆಗೆ ಬಿದ್ದ ಪೆಟ್ಟನ್ನು ಸಹಿಸದೆ ಲಾಭೂ ಹೇಳಿದ:

"ಸರಿ ಆಯಿತು ಬಿಡು. ನನ್ನ ಕಥೆಗಳನ್ನ ನಂಬದೇ ಹೋದ್ಮೇಲೆ ಅದನ್ನ ಕೇಳಲು ನನ್ನ ಹತ್ತಿರ ಯಾಕೆ ಬರ್ತೀಯಾ ? ಹೋಗು. ಇಲ್ಲಿಂದ ಹೊರಟ್ಹೋಗು. ಇನ್ನು ಮೇಲೆ ನಾನು ನಿನಗೆ ಏನೂ ಹೇಳಿಕೊಡೋಲ್ಲ. ಖಂಡಿತ, ನಿನ್ನನ್ನು ಶಿಕಾರಿಗೆ ಜೊತೆಯಲ್ಲಿ ಕರ್ಕೊಂಡು ಹೋಗಲ್ಲ."

"ಬೇಡ; ನಾನೂ ನಿನ್ನ ಜೊತೆ ಮಾತಾಡೊಲ್ಲ."

ನಾನು ಹಠ ಬಿಡದೆ ದುಃಖದ ಉಮ್ಮಳದಿಂದ ಹೇಳಿದೆ.

ನನ್ನ ಖುಷಿಗಾಗಿ ಕಥೆಗಳನ್ನು ಹೇಳಿದ ಲಾಭೂ ಜೊತೆ ನಾನಾಗಿ ಜಗಳ ತೆಗೆದಿದ್ದೆ. ನನ್ನ ಮೇಲೆ ನನಗೆ ಸಿಟ್ಟು ಬಂತು. ಆ ಸಿಟ್ಟಿನಲ್ಲೆ ಮನೆಗೆ ಓಡಿದೆ.

ಸ್ವಲ್ಪ ದಿನ ಲಾಭೂ ಕಾಣಿಸಲಿಲ್ಲ. ಅವನು ಸುಬೇದಾರ್ ಜೊತೆ ಶಿಕಾರಿಗೆ ಪ್ರವಾಸ ಹೋಗಿದ್ದ. ಶಿಕಾರಿ ಪ್ರವಾಸ ಮುಗಿದ ಮೇಲೂ ಅವನು ಹಳ್ಳಿಗೆ ವಾಪಸಾಗಲಿಲ್ಲ. ಏಕೆಂದರೆ ಸುಬೇದಾರ್ ದೀಪ್ ಸಿಂಗ್‌ನ ಹಿರಿಯ ಮಗ, ಸೇನೆಯಲ್ಲಿ ಲೆಫ್ಟಿನೆಂಟ್ ಆಗಿರುವ ಕುಲದೀಪ್ ಸಿಂಗ್ ಲಾಭೂನನ್ನು ಹಿಮಾಲಯದ ಮೂಲಕ ನೇಪಾಳಕ್ಕೆ ಹೋಗುವ ಪ್ರವಾಸಕ್ಕೆ ತನ್ನ ಜೊತೆ ಕರೆದುಕೊಂಡು ಹೋಗಿದ್ದ.

ಲಾಭೂ ಇಲ್ಲದಿರುವುದು ನನಗೆ ತುಂಬ ಬೇಸರವುಂಟುಮಾಡಿತು. ಈ ಮಧ್ಯೆ ಲಾಭೂನ ಗೈರುಹಾಜರಿಯಲ್ಲಿ ಅವನ ಚಾರಿತ್ರ್ಯಕ್ಕೆ ಮಸಿ ಬಳಿಯುವಂಥ ಹಲವಾರು ಮಾತುಗಳು ನನ್ನ ಕಿವಿಗೆ ಬಿದ್ದಿದ್ದವು. ಸುಬೇದಾರ್, ಸುಬೇದಾರನಲ್ಲಿ ಕೆಲಸಕ್ಕಿದ್ದವರು ಹಾಗೂ ಒಮ್ಮೊಮ್ಮೆ ನನ್ನ ತಂದೆಯ ಬಾಯಿಂದಲೂ ಲಾಭೂನ ಚಾರಿತ್ರ್ಯಕ್ಕೆ ಕಳಂಕ ತರುವಂಥ ಮಾತುಗಳನ್ನು ಕೇಳಿದ್ದೆ. ಜಾತಿಯಲ್ಲಿ ಲಾಭೂಗಿಂತ ಉಚ್ಚರಾದರೂ ಗುಣದಲ್ಲಿ ಅವನಷ್ಟು ಸಜ್ಜನರಲ್ಲದ ಈ ಜನರ ನಿಂದನೆಯ ಬಾಯಿಗೆ ಬೀಗ ಇರಲಿಲ್ಲ.

"ಲಾಭೂನೇ. ಅವನೇನಿದ್ದರೂ ಅಡವಿಯ ಕೊಳದ ಹತ್ತಿರವೋ ಅಥವಾ ಸುರಕ್ಷಿತವಾದ ರಸ್ತೆ ಬದಿಯಲ್ಲೋ ನಿಂತು ಯಾವುದಾದರೂ ದುರದೃಷ್ಟ ಪ್ರಾಣಿಯನ್ನು ಬೇಟೆಯಾಡುವ ಶಿಕಾರಿ" ಎಂದ ಸುಬೇದಾರ್. ಆತ ಮತ್ತೆ ಮಾತು ಮುಂದುವರಿಸಿದ :

"ಅವನು ಕೆಲಸಕ್ಕೆ ಬಾರದ ತನ್ನ ಹಳೆ ಕೋವಿನಿಂದ ಗುರಿ ನೋಡದೆ ಸುಮ್ಮಗೆ ಗುಂಡು ಹಾರಿಸ್ತಾನೆ ಅಷ್ಟೆ. ಬೇಟೆ ಜಾಡು ಹಿಡಿಯುವುದು ಹೊರತು ಬೇರಾವುದಕ್ಕೂ ಅವನು ಏನೂ ಪ್ರಯೋಜನವಿಲ್ಲ."

"ಹೌದು. ಅವನೊಬ್ಬ ನಿಷ್ಪ್ರಯೋಜಕ, ಜಂಬಗಾರ, ಸುಳ್ಳುಗಾರ. ನನ್ನ ಬಳಿ ಇದ್ದಾಗ ಅವನಿಂದ ಸಾಧ್ಯವಾದದ್ದೆಲ್ಲ ಒಂದೇ ಒಂದು ಮೊಲವನ್ನು ಬೇಟೆಯಾಡುವುದು ಮಾತ್ರ. ಆ ಮೊಲದ ಶಿಕಾರಿಯಲ್ಲೂ ಕಾಲಿಗೆ ಪೆಟ್ಟು ಮಾಡಿಕೊಂಡ" – ಎಂದರು ನನ್ನ ಅಪ್ಪ.

ನಾನು ಇದನ್ನು ನಂಬಲಿಲ್ಲ. ಆದರೆ, ನನ್ನನ್ನು ತನ್ನಿಂದ ದೂರ ಇರಿಸಿ ಅಪಮಾನಗೊಳಿಸಿದ್ದ ಲಾಭೂ ಬಗ್ಗೆ ನನಗೆ ಸಿಟ್ಟು. ಎಂಥದೋ ಹಠ. ಅವನ ಅಸಾಮರ್ಥ್ಯವನ್ನು ಸಾರಿ ಹೇಳುವ ಈ ಕಥೆಗಳು ನಿಜ ಎಂದು ಅವನ ಬಾಯಿಂದಲೇ ಕೇಳಿ ತಿಳಿದುಕೊಳ್ಳುವ ಹಠದಲ್ಲಿ ನಾನೂ ಲಾಭೂನ ವಾಪಸಿಗಾಗಿ ಕಾತರದಿಂದ ಕಾದೆ. ನನ್ನ ಅಪ್ಪ ಮತ್ತು ಸುಬೇದಾರ ಹೇಳಿದಷ್ಟು 'ಕೆಟ್ಟ ಬೇಟೆಗಾರ ನೀನು' ಎಂದು ಅವನನ್ನು ತಿಳಿಯಲು ನಾನು ಕಾಯುತ್ತ ಕುಳಿತೆ.

ವಾಪಸ್ಸು ಬಂದಾಗ ಲಾಭೂ ಕುಂಟುತ್ತಿದ್ದ. ಕಾಯಿಲೆಯಾಗಿರುವಂತೆ ಕಾಣುತ್ತಿದ್ದ. ಈ ನಿಸ್ತೇಜ ಮುಖದ ನಿರುತ್ಸಾಹಿ ಲಾಭೂನನ್ನು ಕಂಡು ನನಗೆ ತುಂಬ ವ್ಯಥೆಯಾಯಿತು. ಲಾಭೂನಲ್ಲಿ ಆಗಿದ್ದ ಬದಲಾವಣೆ ಕಂಡು ದಿಗ್‌ಭ್ರಮೆಗೊಂಡಿದ್ದ ನನಗೆ ಅವನ ವಿರುದ್ಧ ಕೇಳಿದ ಕೆಟ್ಟ ಕಥೆಗಳೆಲ್ಲ ಮರೆತುಹೋದವು. ಅವನೀಗ ಮುದುಕರಿಗೆ, ಮಕ್ಕಳಿಗೆ, ಎಲ್ಲರಿಗೂ ಕಥೆ ಹೇಳುವ ಅದ್ಭುತ ಮಾತುಗಾರನಾಗಿರಲಿಲ್ಲ. ಅವನೀಗ ನರಳುತ್ತಾ ದಿನವಿಡೀ ಹಾಸಿಗೆಯಲ್ಲಿ ಮಲಗಿರುವ, ಸದಾಕಾಲ ಮಣಮಣ ಗೊಣಗುವ ಪ್ರಾಣಿಯಾಗಿದ್ದ. ಸಂಜೆಹೊತ್ತು ಒಮ್ಮೊಮ್ಮೆ ಕೈಯಲ್ಲಿ ದೊಡ್ಡದೊಂದು ದೊಣ್ಣೆ ಹಿಡಿದು ಹೊರಗೆ ಒಂದಿಷ್ಟು ಹೊತ್ತು ಅಡ್ಡಾಡುತ್ತಿದ್ದ ಅಷ್ಟೇ.

ನನಗೆ ಅವನ ಹತ್ತಿರ ಹೋಗಲೂ ಹೆದರಿಕೆಯಾಗುತ್ತಿತ್ತು. ಏಕೆಂದರೆ ಯಾವಾಗಲೂ ಅವನ ಕಣ್ಣಲ್ಲಿ 'ದೂರ ಇರು' ಎನ್ನುವಂತಹ ಸಿಟ್ಟು ಧಗಧಗಿಸುತ್ತಿತ್ತು. ಆದರೆ ಹಳ್ಳಿಯವರಿಗೆ ಲಾಭೂನಲ್ಲಾದ ಈ ಬಗ್ಗೆ ಏನೂ ಅನಿಸಿದಂತೆ ಕಾಣಲಿಲ್ಲ. ಅವರು ಹೇಳಿದ್ದನ್ನು ಕೇಳಿದ್ದೇನೆ: "ನಮಗೀಗ ಅವನನ್ನು ಕಾಣಲು, ಅವನ ಕಥೆಗಳನ್ನು ಕೇಳಲು ತಾಳ್ಮೆಯಿಲ್ಲ. ಆದ್ದರಿಂದ ಈಗ ತನಗೆ ತಾನೇ ಕಥೆಗಳನ್ನು ಹೇಳಿಕೊಂಡು ದಿನ ನೂಕುತ್ತಿದ್ದಾನೆ ಮೂರ್ಖ."

ಆದರೆ ಲಾಭೂಗೆ ನಾನು ಋಣಿಯಾಗಿದ್ದೆ. ಏಕೆಂದರೆ ಶಿಕಾರಿಯ ಆ ಕಲ್ಪನಾ ವಿಲಾಸ ಗಳೊಂದಿಗೆ ಬಾಂಧವ್ಯವಿರುವ ಯಾವುದೋ ಒಂದು ಗುಣ ನನ್ನ ಸ್ವಭಾವದಲ್ಲಿದೆ ಎಂದು ನನಗೆ ಗೊತ್ತಾಗಿತ್ತು.

ಒಂದು ದಿನ ನಾನು ಲಾಭೂನನ್ನು ಕಾಣಲು ಹೋದೆ. ಲಾಭೂ ತನ್ನ ಗುಡಿಸಲ ಹತ್ತಿರ ಅರ್ಧಂಬರ್ಧ ಹರಿದ ಹಗ್ಗದ ಮಂಚದ ಮೇಲೆ ಮಲಗಿದ್ದ.

"ಮಾಸ್ಟರ್ ಲಾಭೂ ಕೊನೆಗೂ ನೀನು ವಾಪಸು ಬಂದೆ" – ಎಂದೆ.

"ಹೌದು. ಹೌದು, ಮಗು, ನಾನು ಹಳ್ಳಿಗೆ ವಾಪಸಾಗಿ ಕೆಲವು ದಿನಗಳಾದವು. ನಿನ್ನನ್ನೇ ಎದುರು ನೋಡುತ್ತಿದ್ದೆ. ಇಷ್ಟು ದಿನ ನೀನೂ ಬರಲಿಲ್ಲ. ಆದರೆ ಮಗು ನಿನಗೆ ಗೊತ್ತಲ್ಲ, ಸತ್ತವನು ತನ್ನ ಮನೆಗೂ ವಾಪಾಸಾಗಲಾರ? ನನ್ನ ಈ ಕಾಲು ನೋಯುತ್ತಿದೆ. ಹಿಂದಿನಂತೆ ನಡೀಲಿಕ್ಕಾಗೋಲ್ಲ..."

ಲಾಭೂ ನಮ್ಮಿಬ್ಬರ ಹಿಂದಿನ ಜಗಳವನ್ನು ಮರೆತಿದ್ದಾನೆ. ಅವನೀಗ ಎಂದಿನಂತೆ ಮಾತನಾಡಿಸುವ ಸಜ್ಜನ ಎಂದುಕೊಂಡು ನಾನು ಕೇಳಿದೆ:

"ನಿನ್ನ ಕಾಲಿಗೆ ಏನಾಯಿತು? ಬೆಟ್ಟದ ತುದಿಯಿಂದ ಅಥವಾ ಎಲ್ಲಿಂದಲಾದರೂ ಬಿದ್ದೆಯೇನು?"

"ಇಲ್ಲ"

ಬಳಲಿದ ದನಿಯಲ್ಲಿ ಆತ ಹೇಳಿದ. ತುಂಬ ಹೊತ್ತು ಮೌನವಾಗಿದ್ದ,

"ಹಾಗಾದರೆ ಏನಾಯಿತು?"

ನಾನು ಮತ್ತೆ ಕೇಳಿದೆ.

"ಗೊತ್ತಾ ಮಗು...?"

ಮೊದಲು ನಿರುತ್ಸಾಹದಿಂದ, ಹಿಂಜರಿಯುತ್ತಾ ಮಾತು ಆರಂಭಿಸಿದ ಲಾಭೂ, ಕೆಲವೇ ನಿಮಿಷಗಳಲ್ಲಿ, ಹಿಂದಿನ "ಕಥೆಗಾರ ಲಾಭೂ" ಆದ. ನಗುತ್ತಾ, ಹುಬ್ಬು ಕುಣಿಸುತ್ತಾ ಪರಿಚಿತ ಶೈಲಿಯಲ್ಲಿ ಹೇಳಿದ –

"ಸುಬೇದಾರನ ಹಿರಿಯ ಮಗ ಕುಲದೀಪ ಸಿಂಗನ ಸಂಬಳದ ಆಳಾಗಿ ಅವನ ಮತ್ತು ಅವನ ಕೆಲ ಮಿತ್ರರ ಜೊತೆ ಶಿಕಾರಿ ಪ್ರವಾಸಕ್ಕೆ ಹೋದೆ. ಕುಲು ಕಣಿವೆ ಮೂಲಕ ನಾವು ನೇಪಾಳಕ್ಕೆ ಹೋದೆವು. ಅವರಿಗೆ ಈ ಪ್ರಾಂತ್ಯವಾಗಲೀ ಅಥವಾ ವಿಶ್ವದಲ್ಲಿ ಎಲ್ಲೇ ಆಗಲಿ ಶಿಕಾರಿ ಆಡಿದ ಅನುಭವ ಇರಲಿಲ್ಲ. ನಾನು ನನಗೆ ತಿಳಿದ ಜಾಡಿನಲ್ಲಿ ಹಾಗೂ ಸ್ಥಳೀಯ ಶಿಕಾರಿಗಳು ಹೇಳಿದ ಜಾಡಿನಲ್ಲಿ ಅವರನ್ನು ನಡೆಸಿಕೊಂಡು ಹೋದೆ. ಆ ಹುಡುಗ, ಕುಲದೀಪ ಇದ್ದಾನಲ್ಲ. ದೇವರಿಗೆ ಗೊತ್ತು ಸೇನೆಯಲ್ಲಿ ಅವನು ಏನು ಕಡಿಯುತ್ತಾನೊ? ನನಗಂತೂ ತಿಳೀದು. ಅವನಿಂದ ಗುರಿ ಸಾಧ್ಯವೇ ಇಲ್ಲ. ಯಾವ ಅಳತೆಯಿಂದಲೂ ಗುರಿ ಇಟ್ಟು ಗುಂಡು ಹಾರಿಸುವುದು ಅವನಿಗೆ ಬರದು. ನಾನು ನನ್ನ ತೋರುಗೋಲಿನಿಂದ ಪ್ರಾಣಿ ಇರುವ ಜಾಗ

ತೋರಿಸುತ್ತಿದ್ದೆ. ಪ್ರಾಣಿ ಅವಿತುಕೊಂಡಿದ್ದ ಜಾಗ ಕಣ್ಣಳತೆಯ ದೂರದಲ್ಲಿರುತ್ತಿತ್ತು. ಆದರೆ, ಅಡ್ಡಾದಿಡ್ಡಿಯಾಗಿ ಗುರಿ ಇಟ್ಟೋ ಅಥವಾ ಕಾಲ ಸಪ್ಪಳದಿಂದಲೋ ಎಲ್ಲ ಹಾಳು ಮಾಡಿಬಿಡುತ್ತಿದ್ದರು. ನಾನು ಸಿಟ್ಟಿನಿಂದ ಹುಬ್ಬುಗಂಟಿಕ್ಕುತ್ತಿದ್ದೆ. ಮರುಕ್ಷಣದಲ್ಲೇ ಭುಜ ಕೊಡಹುತ್ತಿದ್ದೆ. ಅವರು ಎಷ್ಟೇ ಆಗಲಿ ಹುಡುಗರಲ್ಲವೆ? ನೂರಾರು ತೋಟಾಗಳು ಖರ್ಚಾದುವಾದರೂ ಹುಡುಗರು ಒಂದು ಪ್ರಾಣಿಯನ್ನೂ ಕೆಡವಲಿಲ್ಲ. ಪ್ರತಿದಿನ, ಇವತ್ತು ಒಂದಾದರೂ ಬೇಟೆ ಸಿಗುವಂತೆ ಮಾಡು' ಅಂತ ನನ್ನನ್ನ ಗೋಗರೆಯುತ್ತಿದ್ದರು.

"ಬೇಟೆಯ ಮಜ ಸಿಗುವುದು ಸ್ವಂತ ಕೈಯಿಂದ ಗುಂಡಿಟ್ಟು ಕೊಂದಾಗಲೇ. ಪರರು ಕೊಂದ ಬೇಟೆ ಎಂದಿಗೂ ಪರಮಾಯಿಷಿ ಊಟವಾಗದು ಎಂದು ನಾನು ಮೊದಮೊದಲು ಹೇಳಿದೆ. ಕೊನೆಗೆ ಅವರ ಬಗ್ಗೆ ಮರುಕ ಬಂತು. ಬೇರೆ ಬೇರೆ ಪ್ರಾಣಿಗಳಿಂದ ಕೂಡಿದ ಒಂದು ದೊಡ್ಡ ಬೇಟೆಯ ಸರಕನ್ನು ಅವರಿಗೆ ಶಿಕಾರಿ ಮಾಡಿಕೊಡುವ ಮನಸ್ಸು ಮಾಡಿದೆ. ನಾನು ನನ್ನ ಕೋವಿಯಿಂದ ಹನ್ನೆರಡು ಹುಲಿಗಳನ್ನೂ, ಹದಿನೈದು ಚಿರತೆಗಳನ್ನೂ ಬೇಟೆಯಾಡಿದೆ, ಏಳು ದಿನಗಳಲ್ಲಿ, ಕಡವೆ, ಸಾರಂಗ ಹರಿಣಗಳಿಗಂತೂ ಲೆಕ್ಕವಿಲ್ಲ.

"ಎಂಟನೆಯ ದಿನ ನಾವೊಂದು ರಾಕ್ಷಸಾಕಾರದ ಮೃಗವನ್ನು ಕಂಡೆವು. ಕರಡಿಯ ದೇಹ, ಹಿಮಸಾರಂಗದ ಮುಖ, ಮೇಕೆಯ ಕಾಲುಗಳು ಹಾಗೂ ಸೊಕ್ಕಿದ ಗೂಳಿಯ ಬಾಲ ಇದ್ದ ರಾಕ್ಷಸಾಕಾರದ ಪ್ರಾಣಿ ಅದು. ಅದರ ಮೈ ಚರ್ಮ ಸುಬೇದಾರ ದೀಪ್ ಸಿಂಗರ ಹೆಂಡತಿಯನ್ನು ಕಾಣಲು ಯಾವಾಗಲಾದರೂ ಬರುತ್ತಿದ್ದ ಬೂಂದಿಯ ರಾಣಿ ತೊಡುತ್ತಿದ್ದ ರೇಷ್ಮೆಯ ಅವಕುಂಠನದಂತಿತ್ತು. ಇದನ್ನು ಕಂಡು ಕುಲದೀಪ್ ಸಿಂಗ್ ಮತ್ತು ಅವನ ಗೆಳೆಯರು ಹೆದರಿ ಕಂಗಾಲಾದರು. ಇದು ಪಿಶಾಚಿ – ಪ್ರಾಣಿರೂಪದಲ್ಲಿ ಕಾಣಿಸಿಕೊಳ್ಳುವ ಪಿಶಾಚಿ. ಇದು ಕಾಣಿಸಿಕೊಂಡ ಕೆಲವೇ ಕ್ಷಣಗಳಲ್ಲಿ ಅದರ ಉಸಿರು ರಾತ್ರಿಯ ಗಾಳಿಯಲ್ಲಿ ಬೆರೆತು ಸುತ್ತಲ ಜೀವನ ವಿಷಮಯವಾಗುತ್ತದೆ ಎಂದು ಹೇಳಿದರು.

"ಅದನ್ನು ತತ್‌ಕ್ಷಣ ಗುಂಡಿಟ್ಟು ಕೊಲ್ಲಬೇಕೆಂಬುದು ಅವರೆಲ್ಲರ ಅಭಿಪ್ರಾಯವಾಗಿತ್ತು. ನನಗೆ ಹಾಗೆನಿಸಲಿಲ್ಲ. ಅದು ಯಾರೋ ಮಾಂತ್ರಿಕನ ಮಾಟದಿಂದ ಅದ್ಭುತರೂಪ ತಾಳಿರುವ ನೇಪಾಳದ ರಾಜಕುಮಾರಿ ಎಂದೇ ನನಗೆ ಅನ್ನಿಸಿತು. ಅದನ್ನು ಜೀವಂತ ಹಿಡಿದು, ನನ್ನ ವಧುವಾಗಿ ಮನೆಗೆ ಕರೆತರಬೇಕೆಂಬುದು ನನ್ನ ಆಸೆಯಾಗಿತ್ತು."

ಅವಳು ಎಷ್ಟು ಸುಂದರಳಾಗಿದ್ದಳು ಮತ್ತು ಅವಳನ್ನು ಮಂತ್ರಶಕ್ತಿಯಿಂದ ಆಕೆಯ ಪೂರ್ವರೂಪಕ್ಕೆ ಪರಿವರ್ತಿಸಲು ತಾನು ಹೇಗೆ ನಿರ್ಧರಿಸಿದೆ ಎಂಬುದನ್ನೂ ಲಾಭೂ ರಂಗುರಂಗಾಗಿ ವರ್ಣಿಸಿದ. ಆಮೇಲೆ ಕಥೆಯನ್ನು ಮುಂದುವರಿಸಿದ:

"ಅವಳಿಗೆ ನಾನು ಹೇಳಿದೆ. ರಾಜಕುಮಾರಿ, ನಾನು ನಿನ್ನ ಪ್ರೀತಿಸ್ತೀನಿ" ಅವಳು ನಾಚಿ ಕೆಂಪಾದಳು. ಅಷ್ಟರಲ್ಲಿ ಯಾರೋ ಅವಿವೇಕಿ, ಬಹುಶಃ ಸುಬೇದಾರನ ಮಗ ಇರಬೇಕು, ಗುಂಡು ಹಾರಿಸಿದ. ಒಂದರ ಹಿಂದೆ ಒಂದಾಗಿ ನುಗ್ಗಿ ಬಂದ ಗುಂಡಿನ ಸುರಿಮಳೆಗೆ ಹೆದರಿ ಅವಳು ಗಾಳಿಯಲ್ಲಿ ಗಾಳಿಯಾಗಿ ಕೈಲಾಸ ಪರ್ವತದತ್ತ ಓಡಿದಳು.

"ನನ್ನ ಪ್ರಿಯತಮೆಯನ್ನು ಉಳಿಸಬೇಕು. ಹೇಗಾದರೂ ಅವಳನ್ನು ಪಡೆಯಬೇಕು ಎಂದು ದೃಢ ಸಂಕಲ್ಪ ಮಾಡಿದ್ದ ನಾನು ಬೆಟ್ಟದಿಂದ ಬೆಟ್ಟಕ್ಕೆ ಜಿಗಿಯುತ್ತ ನನ್ನ ರಾಜಕುಮಾರಿಯ ಬೆನ್ನು ಹತ್ತಿದೆ. 'ನಿಲ್ಲು' ಎಂದು ಅವಳನ್ನು ಕೂಗಿದೆ. ಆದರೆ ಕುಲದೀಪ ಮತ್ತು ಗೆಳೆಯರ ಗುಂಡಿನ ದಾಳಿ ಅವಳ ಮೇಲೆ ಕಣ್ಣಿಟ್ಟಿದ್ದ ಮಾಂತ್ರಿಕನನ್ನು ಎಚ್ಚರಗೊಳಿಸಿರಬೇಕು. ಆ ದುಷ್ಟ

ಮಾಂತ್ರಿಕ ನನ್ನನ್ನು ಕೊಲ್ಲಲು ನನ್ನ ಮೇಲೆ ಒಂದು ಹಿಮವತ್ಪರ್ವತವನ್ನೇ ಎಸೆದ.

"ನಾನೊಮ್ಮೆ ಬಿಸಿ ಉಸಿರು ಹೊರಸೂಸಿದೆ. ಮಾಂತ್ರಿಕ ನನ್ನತ್ತ ಪ್ರಯೋಗಿಸಿದ ಹಿಮವತ್ಪರ್ವತ ಸಹಸ್ರಾರು ತುಣುಕುಗಳಾಗಿ ಹೊಳೆವ ತಾರೆಗಳಂತೆ ಆಕಾಶದಲ್ಲಿ ಜೋಲಾಡಿದವು.

"ಆಮೇಲೆ ಮಾಂತ್ರಿಕ ಕಾಲನ್ನು ನೆಲಕ್ಕೆ ಅಪ್ಪಳಿಸಿ ನನ್ನನ್ನು ಜೀವಂತ ಹೂಳಲು ಗುಂಡಿ ತೆಗೆದ. ನಾನು ಭೂಮಿಯ ಆ ಬಿರುಕನ್ನು ಜಿಗಿದೆ. ಒಂದೇ ಜಿಗಿತಕ್ಕೆ ಬಿರುಕನ್ನು ದಾಟಿ ಸಾವಿಲ್ಲದ ಲಾಮಾನ ನಾಡಿನಲ್ಲಿರುವ ಶಿಖರವೊಂದರ ಮೇಲೆ ಬಂದು ನಿಂತಿದ್ದೆ.

"ಈ ವೇಳೆಗೆ ಮಾಂತ್ರಿಕ, ಜಗತ್ತಿನ ಆ ಅಖಂಡ ರೂಪರಾಶಿಯನ್ನು ಯಾವುದೋ ಗುಹೆಯಲ್ಲಿ ಅಡಗಿಸಿಟ್ಟಿದ್ದ. ಈ ಅನುಪಮ ಸೌಂದರ್ಯದ ಹಿಂದೆ ಸಾವಿನ ನೆರಳು ಆಡುತ್ತಿದ್ದುದನ್ನು ಈಗ ಅರಿತ ನಾನು ರಾಜಕುಮಾರಿಯ ಮೋಹ ಬಿಟ್ಟು ಮತ್ತೊಮ್ಮೆ ಜಿಗಿದೆ – ಹಿಮಾಲಯದ ಮೇಲಿಂದ ಹುಟ್ಟೂರಿಗೆ..."

"ಪರ್ವತವನ್ನು ಒಂದೇ ಜಿಗಿತದಲ್ಲಿ ದಾಟಿ ನಮ್ಮ ನೆಲಕ್ಕೆ ಬಂದು ನಿಂತಾಗ ನಿನ್ನ ಕಾಲಿನ ನರ ಹೊರಳಿತ್ತು ... ಅಲ್ಲವೇ ?" – ನಾನು ಕೇಳಿದೆ.

ಲಾಭೂ ಹಿಂದಿನ ತುಂಟತನ – ವಿನೋದಗಳಿಂದ ಕಣ್ಣಾಲಿಗಳನ್ನು ಕುಣಿಸುತ್ತಾ, ನಗುತ್ತಾ ಕೇಳಿದ –

"ನಾನು ನಿನಗೆ ಮೊದಲು ಈ ಕಥೆ ಹೇಳಿದ್ದಾ ?" ○

ಅನು : ಬಿ. ವಿ. ವೈಕುಂಠರಾಜು

ಪಾಕಿಸ್ತಾನ

O ಸಾದತ್ ಹಸನ್ ಮಂಟೋ

ಹುತಾತ್ಮರನು ಮಾಡಿ...

ನಾನು ಗುಜರಾತ್‌ನ ಕಾಥೇವಾಡದವ. ಹುಟ್ಟು ಮತ್ತು ವೃತ್ತಿಗಳಿಂದ ಬನಿಯಾ. ಆದರೆ ಕಳೆದ ವರ್ಷ ಉಪಖಂಡದ ವಿಭಜನೆಯ ಮಾತುಕತೆಗಳು ಆರಂಭವಾದಾಗ ನಾನು ಸುಮಾರು ದಿನಗಳ ಕಾಲ ವೃತ್ತಿಯಿಂದ ಎರವಾದೆ.

ಎರವಾದೆ ಎಂದೆನಲ್ಲವೆ? ಅಂದರೆ ಹೆಚ್ಚು ಕಡಿಮೆ ಹಾಗೆ ಎಂದು ಹೇಳಲೆ? ಏಕೆಂದರೆ ಆ ಪರಿಸ್ಥಿತಿಯಲ್ಲೂ ಚೆನ್ನಾಗಿ ನಿಭಾಯಿಸಿಕೊಂಡು ಹೋಗಲು ಸಾಧ್ಯವಾಯಿತು. ನಾನು ಗುಟ್ಟಾಗಿ ಒಂದು ಚಿಕ್ಕ ಚಿಕ್ಕ ವ್ಯಾಪಾರ ನಡೆಸುತ್ತಿದ್ದೆ – ಕೊಕೇನ್ ವ್ಯಾಪಾರ. ಅದರಲ್ಲಿ ನನಗಂತೂ ಏನೂ ನಷ್ಟವಾಗಲಿಲ್ಲ. ಕಡೆಗೂ ರಾಜಕಾರಣಿಗಳು ಒಂದು ನಿರ್ಧಾರಕ್ಕೆ ಬಂದರು. ದೇಶ ವಿಭಜನೆಯಾಯಿತು. ಸಾವಿರಾರು ಜನ ಗಡಿದಾಟಲು ತಮ್ಮ ಮನೆಗಳನ್ನು ಬಿಟ್ಟರು. "ಪಾಕಿಸ್ತಾನವನ್ನಾದರೂ ನೋಡೋಣ" ಅಂತ ನನ್ನಷ್ಟಕ್ಕೆ ಅಂದುಕೊಂಡೆ. ಪಾಕಿಸ್ತಾನವನ್ನು ಪವಿತ್ರ ಭೂಮಿ ಎನ್ನುತ್ತಾರಲ್ಲ? ಜೀ ಹುಜೂರ್ ಎನ್ನುವ ಒಳ್ಳೆಯ ಹುಡುಗನಿಗೆ ಅಲ್ಲಿ ಏನಾದರೂ ಒಳ್ಳೆಯದು ಆಗಲೇಬೇಕು.

ಒಂದು ದೊಡ್ಡ ರೀತಿಯಲ್ಲಿ ವ್ಯಾಪಾರ ಮಾಡೋಣ ಎನ್ನುವ ಉದ್ದೇಶದಿಂದ ನಾನು ಇಲ್ಲಿಗೆ ಬಂದೆ. ಲಾಹೋರಿಗೆ ಬಂದವನೇ ಪರಿಸ್ಥಿತಿಯನ್ನು ಚೆನ್ನಾಗಿ ನಿರುಕಿಸಿದೆ. ನಿರಾಶ್ರಿತರ ಆಸ್ತಿಪಾಸ್ತಿ ಮಂಜೂರು ಮಾಡುವ ವ್ಯವಹಾರ ಮಾಡಲು ನಿಶ್ಚಯಿಸಿದೆ. ನಿಮಗೆ ಅರ್ಥವಾಗಲಿಲ್ಲವೆ? ಪ್ರಿಯ ಓದುಗ, ಆ ಕುರಿತು ಕೊಂಚ ವಿವರಣೆ ನೀಡುತ್ತೇನೆ. ಲಕ್ಷಾಂತರ ರೂಪಾಯಿ ನಗದು ಆಸ್ತಿಪಾಸ್ತಿ ಬಿಟ್ಟು ಬಂದ ಒಬ್ಬ ಅನಾಥ ನಿರಾಶ್ರಿತನಂತೆ ನಾನು ನಾಟಕವಾಡಿದೆ. ಗಡಿಯಿಂದ ನುಸುಳಿ ಬರುವಾಗ ಅದಕ್ಕೆ ಸಂಬಂಧಿಸಿದ ಕಾಗದಪತ್ರಗಳು ಕಳೆದುಹೋದುವು ಎಂದೆ. ಹೀಗಾಗಿ ಪವಿತ್ರ ಭೂಮಿಯಲ್ಲಿ ಆ ಲಕ್ಷಾಂತರ ರೂಪಾಯಿಗಳ ನಷ್ಟಕ್ಕೆ ಪರಿಹಾರವಾಗಿ ಯಾವುದಾದರೊಂದು ರೂಪದ ಎಸ್ಟೇಟ್ ಸಿಗಬೇಕು ಎಂದೆ.

ಇದಕ್ಕೆ ಸರಿಯಾದ ಅಧಿಕಾರಿಗಳನ್ನು ಹಿಡಿದು ಅವರನ್ನು ಬೇಕಾದಷ್ಟು ಹಾಡಿ ಹೊಗಳಿ ಮಾಲೀಸು ಮಾಡಬೇಕಾದ

ಅಗತ್ಯವಿತ್ತು. ಈ ಪ್ರಾಚೀನ ಕಲೆಯಲ್ಲಿ ನಾನಂತೂ ನಿಷ್ಣಾತ. ಸ್ವಲ್ಪ ಸಮಯದಲ್ಲೇ ನನಗೆ ಸಾಕಷ್ಟು ದೊಡ್ಡದಾದ ಮನೆ ಮಂಜೂರಾಯಿತು. ನಾನು ತತ್‌ಕ್ಷಣ ಅದನ್ನು ಒಳ್ಳೇ ಲಾಭಕ್ಕೆ ಮಾರಿದೆ. ಹೊಸಹೊಸದಾಗಿ ಅನಾಥ ನಿರಾಶ್ರಿತನ ಪಾತ್ರ ವಹಿಸುತ್ತ ಸಿಕ್ಕಸಿಕ್ಕಲ್ಲಿ ಮನೆ ಮತ್ತು ಅಂಗಡಿಗಳನ್ನು ಮಾಡಿಕೊಂಡೆ.

ವೃತ್ತಿ ಏನೇ ಇರಲಿ ಪರಿಶ್ರಮವೇ ಯಶಸ್ಸಿಗೆ ಕ್ಷಿಪ್ರ ಹಾದಿ. ನಾನು ನಿಮಗೆ ಹೇಳುತ್ತೇನೆ. ನಾನಂತೂ ನನ್ನ ಈ ಹೊಸ ವೃತ್ತಿಯಲ್ಲಿ ಅಪಾರ ಪರಿಶ್ರಮವಹಿಸಿದೆ. ಇಲ್ಲೊಂದಿಷ್ಟು ಲಂಚ, ಅಲ್ಲಿ ಒಂದೆಡೆ ಪೇಟೆಯಲ್ಲಿ ರಾತ್ರಿಯ ಸುಖ, ಮತ್ತೊಂದೆಡೆ ಸಂಜೆ ನಾಚ್. ನನಗಂತೂ ವ್ಯಾಪಾರದ ಎಲ್ಲ ಗುಟ್ಟುಗಳೂ ಗೊತ್ತಿದ್ದವು. ಸ್ವಲ್ಪ ಸಮಯದಲ್ಲೇ ಪ್ರತಿಯೊಬ್ಬ ಅಧಿಕಾರಿಯನ್ನು ನನ್ನ ಕೈಯಿಂದ ಆಡಿಸತೊಡಗಿದೆ ಮತ್ತು ಪ್ರತಿ ನಗರದ ಬೀದಿಗಳನ್ನು ಸುತ್ತಿ ನನ್ನ ಹೆಸರಿಗೆ ಮಾಡಿಸಿಕೊಳ್ಳಬಹುದಾದ ನಿರಾಶ್ರಿತರ ಆಸ್ತಿ ಇದೆಯೇ ಎಂದು ಹುಡುಕಿದೆ.

ಯಶಸ್ಸು ಯಶಸ್ವಿಯಾಗುವಂತೆ ಇನ್ನಾವುದೂ ಆಗುವುದಿಲ್ಲ. ಒಂದು ವರ್ಷದಲ್ಲಿ ಎರಡೂವರೆ ಲಕ್ಷ ರೂಪಾಯಿಗಳನ್ನು ಮಾಡಿದೆ. ಮನುಷ್ಯ ಯಾವುದನ್ನೆಲ್ಲ ಬಯಸಬಹುದೋ ಅದೆಲ್ಲ ನನ್ನಲ್ಲಿತ್ತು. ಒಂದು ಸುಂದರ ಸೌಧ, ಬ್ಯಾಂಕಿನಲ್ಲಿ ಭಾರೀ ಹಣ, ಬೇಕಾದಷ್ಟು ಆಳುಕಾಳುಗಳು, ಪ್ಯಾಕರ್ಡ್‌ಕಾರು. ಅಷ್ಟೇ ಅಲ್ಲ, ಹಗಲೂ ರಾತ್ರಿ ಹಣ ತರುವ ಅನೇಕ ಕಾರ್ಖಾನೆಗಳು ಮತ್ತು ಅಂಗಡಿಗಳೂ ನನ್ನದಾಗಿದ್ದವು.

ಇವೆಲ್ಲ ಇತ್ತು. ಆದರೂ ಹೃದಯದಲ್ಲಿ ಎಲ್ಲೋ ಒಂದು ಕಡೆ ಏನೆಂದು ಹೇಳಲಾರದ ನೋವು ಇತ್ತು. ನಾನು ಕೊಕೇನ್ ವ್ಯಾಪಾರ ಮಾಡುತ್ತಿದ್ದಾಗಲೂ ಈ ನೋವು ಆಗಾಗ ಕಾಣಿಸಿಕೊಳ್ಳುತ್ತಿತ್ತು. ಈಗಂತೂ ವಿಪರೀತಕ್ಕಿಟ್ಟುಕೊಂಡಿತು. ಎದೆಯಲ್ಲಿ ಏನೋ ಒಂದು ಭಾರವಾಗಿ ಕುಳಿತಂಥ ಅನುಭವ. ನಾನು ಎಲ್ಲ ಬಿಟ್ಟು ವಿರಾಮವಾಗಿ ಯೋಚಿಸಿದೆ. ಎಲ್ಲಿ ಏನು ತಪ್ಪಾಗಿದೆ ?

ಏನೇ ಆದರೂ ನಾನೊಬ್ಬ ಚುರುಕು ಆಸಾಮಿಯಾಗಿದ್ದೆ. ನನ್ನ ತಲೆಯಲ್ಲಿ ಒಂದು ಪ್ರಶ್ನೆ ಹೊಕ್ಕಿಬಿಟ್ಟಿತೆಂದರೆ ಅದಕ್ಕೆ ಪರಿಹಾರ ದೊರಕಿದ ಹೊರತು ನನಗೆ ವಿಶ್ರಾಂತಿಯೆಂಬುದು ಇರುತ್ತಿರಲಿಲ್ಲ. ಹೀಗಾಗಿ ನಾನು ಚಿಂತೆಯಲ್ಲಿ ಮುಳುಗಿದೆ.

ಹೆಣ್ಣಿನ ತೊಂದರೆಯೇನಾದರೂ... ಅಥವಾ ಅದಿಲ್ಲವೆಂದೇನಾದರೂ... ಇರಬಹುದು. ಇದ್ದರೂ ಇರಬಹುದು. ಬಹಳ ದಿನಗಳಿಂದ ನನ್ನದೇ ಎನ್ನುವಂಥ ಹೆಣ್ಣು ನನಗೆ ಇರಲಿಲ್ಲ. ನನ್ನ ಹೆಂಡತಿ ಗುಜರಾತ್‌ನ ಕಾಥೇವಾಡದಲ್ಲಿ ಸತ್ತು ಎಷ್ಟೋ ದಿನಗಳಾದವು. ಆದರೆ ನನ್ನ ಮಟ್ಟಿಗೆ ಹೆಣ್ಣುಗಳ ಬರವಿರಲಿಲ್ಲ. ಉದಾಹರಣೆಗೆ, ಆ ತೋಟದ ಮಾಲಿಯ ಹೆಂಡತಿಯೇ ಇದ್ದಳು. ನಮ್ಮ ನಿಮ್ಮ ನಡುವಣ ಮಾತು. ನನಗೆ ಹೆಣ್ಣಿನಲ್ಲಿ ಬೇಕಾಗಿರುವುದೆಂದರೆ ತುಂಬು ಯೌವನ. ಶಿಕ್ಷಣ ಮತ್ತು ಮನೆತನ ? ಛೀ ಛೀ... ಅಂಥ ಚಿಲ್ಲರೆ ವಿಷಯಗಳನ್ನು ನಾನು ಲಕ್ಷಿಸುವುದೇ ಇಲ್ಲ.

ನಾನು ಮೊದಲೇ ಹೇಳಿದ್ದೆನಲ್ಲ. ಎಷ್ಟೇ ಆದರೂ ನಾನು ಚುರುಕು ಆಸಾಮಿ. ಒಂದು ಸಮಸ್ಯೆಯ ಆಳಕ್ಕಿಳಿಯದ ಹೊರತು ನಾನು ವಿರಮಿಸುವವನೇ ಅಲ್ಲ. ಕಾರ್ಖಾನೆಗಳು ಭರದಿಂದ ನಡೆದಿವೆ. ಅಂಗಡಿಗಳಲ್ಲಿ ರಭಸದ ವ್ಯಾಪಾರ. ದುಡ್ಡು ತನ್ನಷ್ಟಕ್ಕೆ ಅಗಣಿತಗೊಳ್ಳುತ್ತಿದ್ದ ಹಾಗೆ ಕಾಣುತ್ತಿತ್ತು. ಹೀಗಾಗಿ ಬದಲಾವಣೆಗೆ ನನಗೆ ಒಂದಿಷ್ಟು ಕಾಲಾವಕಾಶ ಸಿಕ್ಕಿತು. ಯೋಚನೆಯಲ್ಲಿ ಮಗ್ನನಾದೆ. ಇತ್ತೀಚೆಗೆ ನಾನು ಯಾವೊಂದೇ ಒಳ್ಳೇ ಕೆಲಸವನ್ನು ಮಾಡಲಿಲ್ಲ.

ಅದಕ್ಕೆಂದೇ ಆ ಹೇಳಲಾರದ ನೋವು ಕಾಣಿಸಿಕೊಂಡಿದೆ ಎಂಬ ತೀರ್ಮಾನಕ್ಕೆ ಬಂದೆ.

ಗುಜರಾತ್‌ನ ಕಾಥೇವಾಡದಲ್ಲಿ ನಾನು ಬೇಕಷ್ಟು ಒಳ್ಳೇ ಕೆಲಸ ಮಾಡಿದ್ದೆ. ಉದಾಹರಣೆಗೆ, ನನ್ನ ಗೆಳೆಯ ಪಾಂಡುರಂಗ ಸತ್ತಾಗ ಅವನ ಉಪಪತ್ನಿಯನ್ನು ಇಡೀ ಎರಡು ವರ್ಷ ನೋಡಿಕೊಂಡೆ. ವಿನಾಯಕನ ಮರಗಾಲು ಮುರಿದು ತುಂಡಾದಾಗ ನಲವತ್ತು ರೂಪಾಯಿಗಳನ್ನು ಕೊಟ್ಟು ಅವನಿಗೆ ಹೊಸ ಮರಗಾಲು ತಂದಿದ್ದೆ. ಆ ಸೂಳೆ ಜಮುನಾಬಾಯಿಗೆ ಒಂದು ರೋಗ ಕಾಣಿಸಿಕೊಂಡಾಗ ಆಕೆಯ ಡಾಕ್ಟರಿಗೆ ಆರು ತಿಂಗಳ ಕಾಲ ನಾನೇ ಫೀಸು ಕೊಟ್ಟಿದ್ದೆ.

ಆದರೆ ಇದೆಲ್ಲ ಗುಜರಾತ್‌ನ ಕಾಥೇವಾಡದ ಮಾತಾಯಿತು. ಈ ಪವಿತ್ರ ಭೂಮಿಗೆ ಬಂದಾಗಿನಿಂದ ನಾನು ಒಂದೇ ಒಂದು ಒಳ್ಳೇ ಕೆಲಸ ಮಾಡಿದ್ದಿಲ್ಲ. ಆ ಹೇಳಲಾಗದ ನೋವಿಗೆ ಇದೇ ಕಾರಣ ಎನ್ನುವುದೀಗ ನನಗೆ ಖಚಿತವಾಯಿತು.

ಬಡವರಿಗೆ ದಾನ ಕೊಟ್ಟರೆ ಸರಿಯಾಗಬಹುದು ಎಂದು ಮೊದಲು ಯೋಚಿಸಿದೆ. ಆದರೆ ಪೇಟೆಯಲ್ಲಿ ಉದ್ದಕ್ಕೆ ನಡೆದಂತೆ ಬೀದಿ ಬೀದಿಗಳಲ್ಲಿ ಪ್ರತಿ ಇಬ್ಬರಲ್ಲಿ ಒಬ್ಬ ಭಿಕ್ಷುಕನಾಗಿದ್ದಾನೆ ಎಂಬುದು ನನಗೆ ಮನವರಿಕೆಯಾಯಿತು. "ಇಂಥ ಎಷ್ಟು ದರಿದ್ರರಿಗೆ ಅನ್ನ ಬಟ್ಟೆ ಕೊಡಲು ಬಂದೀತು ?" ಎಂದು ಯೋಚಿಸಿದೆ.

ಒಂದು ಉಚಿತ ಪಾಕಶಾಲೆ ತೆರೆದುಬಿಟ್ಟರೆ ಹೇಗೆ ? ಎನಿಸಿತು. ಆದರೆ ನನಗೆ ನಾನೇ ಹೇಳಿಕೊಂಡೆ : 'ಒಂದು ಉಚಿತ ಪಾಕಶಾಲೆಯಿಂದೇನು ಪ್ರಯೋಜನ ? ಅಷ್ಟೆಲ್ಲ ಚಪಾತಿಗಳನ್ನು ಮಾಡಲು ಹಿಟ್ಟು ಯಾರು ಕೊಡುತ್ತಾರೆ ? ಕಾಳಸಂತೆಯಲ್ಲಿ ನಾನು ಹಿಟ್ಟು ಖರೀದಿ ಮಾಡಿದರೆ ಒಂದು ಕೈಯಲ್ಲಿ ಬಡವರಿಗೆ ಅನ್ನ ಕೊಡುತ್ತ ಇನ್ನೊಂದು ಕೈಯಲ್ಲಿ ಪಾಪ ಮಾಡಿದಂತೆ ಆಗುತ್ತದೆ. ಇಲ್ಲ, ಇಲ್ಲಿ ನಿಮ್ಮ ಜೀ ಹುಜೂರನಿಂದ ಇದಾವುದೂ ಸಾಧ್ಯವಿಲ್ಲ.'

ಬಹಳಷ್ಟು ತಲೆಕೆಡಿಸಿಕೊಂಡ ಮೇಲೆ ಬೀದಿಪಾಲಾದವರು, ದೊಡ್ಡ ದೊಡ್ಡ ಬಂಗಲೆಗಳಲ್ಲಿ ಇರುವವರು – ಹೀಗೆ ಎಲ್ಲರೂ ಅಸುಖಿಗಳೇ ಎಂಬ ತೀರ್ಮಾನಕ್ಕೆ ಬಂದೆ. ನಡೆದಾಡುವವನಿಗೆ ತನ್ನ ಬೂಟಿನ ಅಟ್ಟೆ ಕಟ್ಟಿಸುವ ಚಿಂತೆ, ಕಾರಲ್ಲಿ ಓಡಾಡುವವನಿಗೆ ತನ್ನದು ಎರಡು ವರ್ಷದಷ್ಟು ಹಳೆಯ ಮಾಡೆಲ್ ಕಾರಲ್ಲ ಎಂಬ ಚಿಂತೆ !

ನನಗಂತೂ ಸಂಕಷ್ಟ ಮತ್ತು ತೊಂದರೆಗಳ ತಳವಿಲ್ಲದ ಹಳ್ಳದಲ್ಲಿ ಬಿದ್ದಿದ್ದೇನೆ ಎನ್ನುವಷ್ಟು ಯೋಚನೆಯಾಯಿತು. ದಾನ ಮಾಡುವುದು ಅಷ್ಟೇನೂ ಒಳ್ಳೇ ಕೆಲಸವಲ್ಲ ಎಂದು ನನಗೆ ನಾನೇ ಅಂದುಕೊಂಡೆ. ಪ್ರಿಯ ಓದುಗ ನೀನು ಈ ಮಾತನ್ನು ಒಪ್ಪಲಿಕ್ಕಿಲ್ಲ. ಆದರೆ ನೀನು ಎಂದಾದರೂ ನಿರಾಶ್ರಿತರ ಶಿಬಿರವನ್ನು ನೋಡಿದ್ದಿಯಾ ? ನಾನಂತೂ ನೋಡಿದ್ದೇನೆ. ಈ ದುರ್ಭಾಗ್ಯ ನಿರಾಶ್ರಿತರು ದಾನ ಧರ್ಮಗಳ ಕಾರಣದಿಂದಾಗಿ ತೀರಾ ಹಾಳಾಗಿದ್ದಾರೆ ಎಂಬ ವಿಷಾದದ ತೀರ್ಮಾನಕ್ಕೆ ನಾನು ಬಂದಿದ್ದೇನೆ. ಇಸ್ಪೀಟಾಡುವುದು, ಜೂಜಿನಲ್ಲಿ ಕಾಲ ಕಳೆಯುವುದು ಮತ್ತು ಒಬ್ಬರೊಬ್ಬರನ್ನು ಬಯ್ಯುವುದು ಹೊರತಾಗಿ ಇವರು ದಿನಪೂರ್ತಿ ಬೇರೇನನ್ನೂ ಮಾಡುವುದೇ ಇಲ್ಲ. ಈ ನಿರುಪಯೋಗಿ ಸೋಮಾರಿಗಳಿಂದ ಸರಕಾರಕ್ಕೆ ಯಾವ ಬಲ ಬಂದೀತು ? ಹೀಗಾಗಿ ದಾನ ಮಾಡುವುದನ್ನು ಒಳ್ಳೆಯ ಕಾರ್ಯವೆಂದು ಎಣಿಸಲಾಗದು ಎಂದು ನಾನು ಅಂದುಕೊಂಡೆ.

ಕಾಲರಾ ರೋಗಗಳಿಂದ ಆಸ್ಪತ್ರೆಗಳು ತುಂಬಿ ತುಳುಕುತ್ತಿದ್ದವು. ಒಂದು ಆಸ್ಪತ್ರೆಯನ್ನೇಕೆ ಕಟ್ಟಿಸಬಾರದು ಎಂಬ ವಿಚಾರ ಹೊಳೆಯಿತು. ಆ ಕುರಿತು ಇನ್ನಷ್ಟು ಆಳವಾಗಿ ಯೋಚಿಸಿದೆ. ಇಡೀ ಯೋಜನೆಯನ್ನು ಸಿದ್ಧಪಡಿಸಿ, ಆಸ್ಪತ್ರೆ ಕಟ್ಟಡ ಕಟ್ಟಲು ಟೆಂಡರ್ ಕರೆದೆ. ಅರ್ಜಿ

ಶುಲ್ಕವನ್ನೆಲ್ಲ ಸಂಗ್ರಹಿಸಿ ನನ್ನದೇ ಒಂದು ಚಿಕ್ಕ ನಿರ್ಮಾಣ ಸಂಸ್ಥೆ ಹುಟ್ಟುಹಾಕಿ ನನಗೆ ಟೆಂಡರ್ ಕೊಟ್ಟುಕೊಳ್ಳೋಣ ಎಂದು ಬಗೆದೆ. ಆದರೆ ಕಡೇ ಗಳಿಗೆಯಲ್ಲಿ ನನಗೆ ವಿವೇಕೋದಯ ವಾಯಿತು. ಆಸ್ಪತ್ರೆ ಕಟ್ಟಿಸಿ ಕೆಲಸಕ್ಕೆ ಬಾರದವರ ಜೀವ ಉಳಿಸಿ ಈಗಾಗಲೇ ಭಾರಿ ಪ್ರಮಾಣದ ಸಂಖ್ಯೆಯಲ್ಲಿರುವ ಜನಸಮುದಾಯಕ್ಕೆ ನಾನು ಇನ್ನಷ್ಟು ಹೊರೆ ಹೆಚ್ಚಿಸುತ್ತೇನಷ್ಟೆ.

ಹಾಗೆಯೇ ಮಸೀದಿ ಕಟ್ಟಿಸುವ ವಿಚಾರವನ್ನು ಬಿಟ್ಟುಕೊಟ್ಟೆ. ತೃಪ್ತಿಕೊಡುವಂಥ ಒಂದು ಸತ್ಕಾರ್ಯ ಯಾವುದೆಂದು ಪತ್ತೆಯೇ ಆಗುವುದಿಲ್ಲವೇನೋ ಎಂದು ಹತಾಶನಾಗುತ್ತಿರುವ ಹೊತ್ತಿನಲ್ಲಿ ದೇವರು ಮುಕ್ತಿಯ ದಾರಿ ತೋರಿಸಿದ. ಅದೂ ನನ್ನ ಮೂಗಿನ ಕೆಳಗೇ. ಜನಸಂಖ್ಯೆ ಹೆಚ್ಚಿರುವುದಕ್ಕಿಂತ ಅದನ್ನು ಕಡಿಮೆಗೊಳಿಸುವ ಕೆಲಸವನ್ನು ಅತ್ಯಂತ ಶ್ರದ್ಧೆಯಿಂದ ನಾನು ಮಾಡಬೇಕು ಎಂಬ ಭವ್ಯ ವಿಚಾರ ನನಗೆ ಫಕ್ಕನೆ ಹೊಳೆಯಿತು. ಈ ಉಜ್ವಲ ಕಲ್ಪನೆಯ ಗುರಿ ಸಾಧಿಸಲು ನಾನೇನು ಮಾಡಬೇಕು ಎಂಬ ಚಿಂತೆ ನನ್ನನ್ನು ಕಾಡತೊಡಗಿತು.

ಒಬ್ಬರಾದ ಮೇಲೊಬ್ಬರಂತೆ ಬಡವರನ್ನು ಕಾಣುವುದು. ನೀವು ಆತ್ಮಹತ್ಯೆ ಮಾಡಿಕೊಳ್ಳಿ, ಇದರಿಂದ ನಿಮ್ಮ ಜನರಿಗೆ ಒಳಿತಾಗುವುದು ಮತ್ತು ನಿಮ್ಮ ದೌರ್ಭಾಗ್ಯವೂ ಕೊನೆಗಾಣುವುದು ಎಂದು ಅವರ ಮನವೊಲಿಸುವುದು – ಇದು ಮೊದಲಿಗೆ ನಾನು ಯೋಚಿಸಿದ ರೀತಿ. ಆದರೆ ನೀವು ನಂಬುತ್ತೀರಾ? ನನ್ನ ಸಲಹೆಯಂತೆ ನಡೆದುಕೊಳ್ಳಲು ಯಾರೊಬ್ಬರೂ ಇಷ್ಟಪಡುತ್ತಿಲ್ಲ.

ಉದಾಹರಣೆಗೆ ಹೇಳುವುದಾದರೆ, ಕಾಲುಹಾದಿಯಲ್ಲಿ ಬಿದ್ದಿದ್ದ ಆ ಹಳೆಯ ಹಣ್ಣು ಹಣ್ಣು ಮುದುಕಿ. ಮನವೊಲಿಸುವಂಥ ನನ್ನ ವಿಚಾರಗಳನ್ನು ಕೇಳುವ ಸ್ಥಿತಿಯಲ್ಲೇ ಇರಲಿಲ್ಲ ಆಕೆ. ಆಕೆಯನ್ನು ಎತ್ತಿ, ಕಾರಿನಲ್ಲಿ ಹಾಕಿಕೊಂಡು, ರೈಲು ಹಳಿಗಳ ತನಕ ಒಯ್ದು, ಬರುತ್ತಿದ್ದ ಒಂದು ರೈಲುಗಾಡಿಯ ದಾರಿಯಲ್ಲಿ ಅಡ್ಡವಾಗಿ ಉರುಳಿಸಿದೆ. ಆದರೆ ಆ ಅನಿಷ್ಟ ಮುದುಕಿ ಮಿಂಚಿನಂತೆ ಎದ್ದು ನನಗೆ ಹಿಡಿಶಾಪ ಹಾಕುತ್ತ ಕತ್ತಲ ಗರ್ಭದೊಳಕ್ಕೆ ಓಡಿಬಿಡಬೇಕೆ? ಕೃತಜ್ಞತೆಯ ಒಂದು ಮಾತನ್ನೂ ನಾನು ಕೇಳಲಿಲ್ಲ.

ನಾನೂ ಬೇಕಾದ್ದೆಲ್ಲ ಪ್ರಯತ್ನಿಸಿದೆ. ನಗರದ ಬಹುತೇಕ ಎಲ್ಲ ಕಾಲು ಹಾದಿಗಳಲ್ಲಿ ಬಾಳೇಹಣ್ಣು ಮತ್ತು ಮಿಣಕೆ ಹಣ್ಣಿನ ಸಿಪ್ಪೆಗಳನ್ನು ಚೆಲ್ಲಾಡಿದೆ. ಯಾರಾದರೊಬ್ಬ ಭಿಕ್ಷುಕ ಜಾರಿಬಿದ್ದು ಕತ್ತು ಮುರಿದುಕೊಂಡಾನು ಎನ್ನುವ ದೂರದ ಭರವಸೆ ನನ್ನದು. ಆದರೆ ಯಾವ ಪ್ರಯೋಜನವೂ ಪ್ರತ್ಯಕ್ಷವಾಗಿ ಆಗಲಿಲ್ಲ.

ಕಟ್ಟಕಡೆಗೆ, ನಾನು ಬಾಳೆಹಣ್ಣು ಮತ್ತು ಮಿಣಕೆ ಹಣ್ಣಿನ ಸಿಪ್ಪೆಗಳನ್ನು ಹಿಡಿದುಕೊಂಡು ಓಡಾಡುತ್ತಿದ್ದಾಗ, ನಗರ ಮಧ್ಯಭಾಗದಲ್ಲಿದ್ದ ಒಂದು ಹಳೆಯ ಸೌಧ ಕಣ್ಣಿಗೆ ಬಿತ್ತು. ನೂರಾರು ಸಣ್ಣ ಸಣ್ಣ ಕೋಣೆಗಳು, ಬೀಳುವ ಗೋಡೆಗಳು ಮತ್ತು ಸೋರುವ ಛಾವಣಿ. ನನ್ನ ಎಲ್ಲ ಪ್ರಾರ್ಥನೆಗಳ ಫಲ. ಎಲ್ಲ ಸತ್ಕಾರ್ಯಗಳನ್ನು ಮೀರುವ ಸತ್ಕಾರ್ಯವೊಂದನ್ನು ನಾನೀಗ ಮಾಡಬಲ್ಲೆ. ಮೊದಲ ಮುಂಗಾರು ಮಳೆ ಬೀಳುತ್ತಿದ್ದಂತೆಯೇ ಆ ಸೌಧದ ಛಾವಣಿಗಳೆಲ್ಲ ಕುಸಿಯುತ್ತವೆ ಎಂದು ನನ್ನ ಅನುಭವದ ಕಣ್ಣುಗಳು ಪತ್ತೆಹಿಡಿದವು. ಹತ್ತುಸಾವಿರ ರೂಪಾಯಿ ಕೊಟ್ಟು ಆ ಬಂಗಲೆಯನ್ನು ಕೊಂಡೆ. ಅರೆಬರೆ ಅನಾಥರಾದ ಒಂದು ಸಾವಿರ ಮಂದಿಗೆ ತಲಾ ಒಬ್ಬರಿಗೆ ತಿಂಗಳಿಗೆ ಐದು ರೂಪಾಯಿಗಳ ಲೆಕ್ಕದಲ್ಲಿ ಬಾಡಿಗೆಗೆ ಕೊಟ್ಟೆ. ಎರಡು ತಿಂಗಳ ಮುಂಗಡ ಪಡೆದೆ. ಎಷ್ಟಾಯಿತೆಂದು ನೀವೇ ಲೆಕ್ಕಾಚಾರ ಮಾಡಿ.

ಎರಡು ತಿಂಗಳು ಕಳೆಯುತ್ತಿದ್ದಂತೆಯೇ ಮುಂಗಾರು ಮೊದಲಿಟ್ಟು ನನ್ನ ಬಂಗಲೆಯ

ಛಾವಣಿಗಳು ಕುಸಿದವು. ಗಂಡಸರು, ಹೆಂಗಸರು ಮತ್ತು ಮಕ್ಕಳೆನ್ನದೆ ಏಳುನೂರು ಮಂದಿ ಕಟ್ಟಡದ ಅವಶೇಷಗಳಲ್ಲಿ ಸಿಕ್ಕಿ ಸತ್ತುಹೋದರು.

ಹೇಳಲಾಗದ ಆ ನೋವು ಕೊಂಚ ಕಡಿಮೆಯಾಗಿದೆ. ಜನಸಂಖ್ಯೆಯನ್ನು ಏಳುನೂರರಷ್ಟು ತಗ್ಗಿಸಿದೆ; ವ್ಯವಹಾರದಲ್ಲಿ ಏನೂ ಕೈಕಚ್ಚಿಸಿಕೊಳ್ಳದೇ ಅವರಿಗೆ ಪವಿತ್ರ ಹುತಾತ್ಮ ಪಟ್ಟ ಕೊಡಿಸಿದೆ. ಒಂದೇ ಹೊಡೆತಕ್ಕೆ ಇದನ್ನೆಲ್ಲ ಸಾಧ್ಯವಾಗಿಸುವುದು ಬನಿಯಾನ ಮಗನಿಗೆ ಮಾತ್ರ ಸಾಧ್ಯ.

ಈಗ ನಾನು ನನ್ನ ಬಿಡುವಿನ ಬಹುಪಾಲು ವೇಳೆಯನ್ನು ಎಲ್ಲೆಲ್ಲಿ, ಯಾವಾಗ ಸಾಧ್ಯವೋ ಅಲ್ಲಲ್ಲಿ ಆವಾಗಾವಾಗ ಜನಸಂಖ್ಯೆಯನ್ನು ಕಡಿಮೆಗೊಳಿಸುವ ಸತ್ಕ್ರಿಯೆಯಲ್ಲಿ ಕಳೆಯುತ್ತೇನೆ. ಪ್ರತಿದಿನ ಇಬ್ಬರು ಅಥವಾ ಮೂವರು ದರಿದ್ರರಿಗೆ ಹುತಾತ್ಮ ಪದವಿ ಪಡೆಯಲು ನೆರವು ನೀಡುತ್ತೇನೆ.

ನಾನೊಂದು ದೊಡ್ಡ ಕಟ್ಟಡವನ್ನೂ ಕಟ್ಟಿಸುತ್ತಿದ್ದೇನೆ. ಎರಡು ಲಕ್ಷ ರೂಪಾಯಿಗಳ ಕಂಟ್ರಾಕ್ಟ್ ನನ್ನ ಕಂಪೆನಿಗೇ ಸಿಕ್ಕಿದೆ. ಎಪ್ಪತ್ತೈದು ಸಾವಿರವನ್ನು ನೇರವಾಗಿ ಜೇಬಿಗಿಳಿಸುತ್ತೇನೆ. ಕಟ್ಟಡಕ್ಕೆ ವಿಮೆ ಇಳಿಸಿದ್ದೇನೆ ಕೂಡಾ. ಮೂರನೇ ಅಂತಸ್ತು ಕಟ್ಟಿ ಮುಗಿಸುವ ಹೊತ್ತಿಗೆ ಇಡೀ ಕಟ್ಟಡ ದೊಡ್ಡದಾಗಿ ಶಬ್ದ ಮಾಡುತ್ತ ಕುಸಿದು ಬೀಳುತ್ತದೆಂದು ನನ್ನ ಅನುಭವದ ಅಂದಾಜು. ಅದಕ್ಕೆ ತಕ್ಕ ಸಿಮೆಂಟನ್ನೆ ಬಳಸಿದ್ದೇನೆ ನೋಡಿ. ಕಟ್ಟಡ ನಿರ್ಮಾಣಕ್ಕಾಗಿ ದುಡಿಯುತ್ತಿರುವ ಮುನ್ನೂರು ಮಂದಿಯೂ ಹುತಾತ್ಮರಾಗುತ್ತಾರೆಂಬುದರಲ್ಲಿ ನನಗೆ ತುಂಬ ವಿಶ್ವಾಸವಿದೆ. ಅಕಸ್ಮಾತ್ ಯಾರಾದರೊಬ್ಬ ಬದುಕಿದ ಎನ್ನಿ, ಅವನು ಎಲ್ಲರಿಗಿಂತ ಮಹಾಪಾಪಿ. ಅಲ್ಲಾ ಅವನಿಗೆ ಹುತಾತ್ಮ ಪಟ್ಟ ಕರುಣಿಸಲಿಲ್ಲ ಎಂದಷ್ಟೇ ಅರ್ಥ. ○

ಅನು : ಸೂ. ರಮಾಕಾಂತ

○ ಅಶ್ಫಖ್ ಅಹ್ಮದ್

ಗ್ಯಾಮೋ

ಅವನು ಇಟ್ಟಿಗೆ ಚೂರುಗಳ ರಾಶಿಯೊಂದರ ಮೇಲೆ ಕುಳಿತಿದ್ದ. ಅರ್ಧ ತಲೆ ಎತ್ತಿದ್ದ ಬಂಗಲೆಯ ಕಾಂಪೌಂಡಿನಲ್ಲಿದ್ದ ಆ ಇಟ್ಟಿಗೆ ಚೂರುಗಳನ್ನು ಮೊದಲು ಉದ್ದ ಹಿಡಿಯುಳ್ಳ ಸುತ್ತಿಗೆಗಳಿಂದ ಸಣ್ಣ ಪುಡಿಯನ್ನಾಗಿ ಮಾಡಿ ಆಮೇಲೆ ಸಿಮೆಂಟಿನ ಜೊತೆ ಬೆರೆಸಲಾಗುತ್ತಿತ್ತು. ಅದನ್ನು ಕಂದಕಗಳಲ್ಲಿ ಸುರಿದು, ಮೇಲೇಳಲಿದ್ದ ಕಟ್ಟಡಕ್ಕೆ ಭದ್ರ ಅಡಿಪಾಯ ನಿರ್ಮಿಸುತ್ತಿದ್ದರು. ಇನ್ನೂ ಪೂರ್ತಿಯಾಗದ ಕಂಬಗಳ ಮೇಲ್ಭಾಗದಿಂದ ಕಬ್ಬಿಣದ ಸರಳುಗಳ ಹಂದರ ಎದ್ದು ಕಾಣುತ್ತಿತ್ತು. ಸತತ ಮಳೆಯಿಂದಾಗಿ ಅವು ತುಕ್ಕು ಹಿಡಿದು ಕಂದು ಬಣ್ಣಕ್ಕೆ ತಿರುಗಿದ್ದವು. ಬಂಗಲೆಯ ನಿವೇಶನದ ಸುತ್ತ ಇದ್ದ ಮನೆಗಳಲ್ಲಿ ವಾಸಿಸುತ್ತಿದ್ದ ಪುಟ್ಟ ಮಕ್ಕಳು ಈ ಸರಳುಗಳಿಗೆ ಹಗ್ಗ ಕಟ್ಟಿ ಉಯ್ಯಾಲೆ ಮಾಡಿಕೊಂಡಿದ್ದರು. ಇದರಿಂದಾಗಿ ಕೆಲವು ಸರಳುಗಳು ಬಗ್ಗಿ ಕಂಬಗಳ ಬುಡವನ್ನೇ ಮುಟ್ಟಿದ್ದವು. ಭುಜದ ಎತ್ತರ ಇದ್ದ ಅರೆಬರೆ ಗೋಡೆಗಳ ಇಟ್ಟಿಗೆಗಳನ್ನು ಸುತ್ತಮುತ್ತಲಿನ ಬಾಣಸಿಗರು ಆಗೊಂದು ಈಗೊಂದರಂತೆ ಕೊಂಡೊಯ್ದು ತಮ್ಮ ಭವ್ಯ ಪಾಕಶಾಲೆಗಳಲ್ಲಿ ಹೊಸ ಒಲೆಗಳನ್ನು ಕಟ್ಟಲು ಉಪಯೋಗಿಸಿದ್ದರು. ಹೀಗಾಗಿ ಆ ಬಂಗಲೆ ಪೂರ್ಣ ರೂಪ ಪಡೆಯುವ ಮೊದಲೇ ಪಾಳುಬೀಳತೊಡಗಿತ್ತು.

ಈ ಬಂಗಲೆಯ ಒಂದು ಪಕ್ಕದಲ್ಲಿ ನಿಯಾಜ್ ಸಾಹೇಬನ ದೊಡ್ಡ ಮನೆ. ಅವನ ಹೆಂಡತಿ ತನ್ನ ಬೆಡ್‌ರೂಂನಲ್ಲಿದ್ದ ಡ್ರೆಸ್ಸಿಂಗ್ ಟೇಬಲ್‌ನಿಂದ ಒಂದು ಕೆಂಪು ರಿಬ್ಬನ್‌ಅನ್ನು ಕೈಗೆತ್ತಿಕೊಂಡು ಸರ್ಕಸ್ಸಿನ ರಿಂಗ್‌ಮಸ್ಟರ್ ಚಾವಟಿಯನ್ನು ಬೀಸುವಂತೆ ಅದನ್ನು ಜಾಡಿಸಿ, ಹಾರಾಡುತ್ತಿದ್ದ ತನ್ನ ತಲೆಗೂದಲಿಗೆ ಕಟ್ಟಿಕೊಂಡಳು. ಅನಂತರ ಪಕ್ಕದಲ್ಲೆ ಇದ್ದ ದೊಡ್ಡ ಕಿಟಕಿಗೆ ಹಾಕಿದ್ದ ಬಣ್ಣಬಣ್ಣದ ಪರದೆಯನ್ನು ಸರಿಲೆಂದು ರೇಷ್ಮೆಯ ದಾರಕ್ಕೆ ಕಟ್ಟಿದ ಚೆಂಡನ್ನು ಎಳೆದಳು. ಕಿಟಕಿಯಿಂದ ಹೊರಗಡೆ ನೋಡಿದಾಗ, ಅದಕ್ಕೆ ಸರಿ ಇದಿರಾಗಿ ಇಟ್ಟಿಗೆಯ ಚೂರುಗಳ ರಾಶಿಯೊಂದರ ಮೇಲೆ ಕುಳಿತಿದ್ದ ಅವನು ಅವಳ ಕಣ್ಣಿಗೆ ಬಿದ್ದ. ಬೇಗಂ ನಿಯಾಜ್ ಜಿಗುಪ್ಸೆಯಿಂದ ಮುಖ ಸಿಂಡರಿಸಿಕೊಂಡು ಪರದೆಯ ಇನ್ನೊಂದು

ಚೆಂಡನ್ನು ಎಳೆದಳು. ಬಣ್ಣದ ಪರದೆ ಮತ್ತೆ ಕಿಟಕಿಯನ್ನು ಮುಚ್ಚಿತು. ಕೋಪದಿಂದ ಹಲ್ಲು ಕಡಿಯುತ್ತಾ ಡ್ರೆಸ್ಸಿಂಗ್ ಟೇಬಲ್‌ನ ಮುಂದಿದ್ದ ಸ್ಟೂಲಿನ ಮೇಲೆ ಕುಳಿತು ಅವಳು ಘೂತ್ಕರಿಸಿದಳು :

"ಥೂ, ಈ ಬಡವರ ಸಂತತಿಗೆ ಧಿಕ್ಕಾರ! ಎಷ್ಟು ಹಠಮಾರಿತನ, ಎಷ್ಟೊಂದು ಕಿರುಕುಳ ಕೊಡ್ತಾರೆ! ಅವರ ಅಪ್ಪ ಅಮ್ಮಂದಿರಿಂದ ಏನು ಕಲಿತಾರೋ ಅದಕ್ಕಿಂತ ಒಂದು ಹೆಜ್ಜೆ ಮುಂದಿಡೋಲ್ಲ. ಆ ಬೋಳೀಮಗ ಬೆಳ್ಳಂಬೆಳಗ್ಗೇನೇ ಬಂದು ಸುಮ್ಮನೆ ದ್ವೇಷ ಸಾಧಿಸೋಕೆ ಅಲ್ಲಿ ಕೂತಿದ್ದಾನ."

ತನ್ನ ಪ್ರೀತಿಯ ಹೆಂಡತಿಯ ಮನವೊಲಿಸಲು ನಿಯಾಜ್ ದೊಡ್ಡದಾಗಿ ಹಲ್ಲುಕಿರಿದ. ಹಾಸಿಗೆಯ ಮೇಲೆ ಮಲಗಿಕೊಂಡೇ ತನ್ನ ಕೈಯನ್ನು ದಿಂಬಿನ ಕೆಳಗೆ ಹಾಕಿ ಸಿಗರೇಟಿಗಾಗಿ ತಡಕಾಡಿದ. ಬೇಗಮಳು ಮುನಿಸಿನಿಂದ ಮೂತಿಯನ್ನು ಸೊಟ್ಟ ಮಾಡಿ ಅಂದಳು :

"ಆ ಹುಡುಗನ ಅಪ್ಪನನ್ನು ಕರೆದು ತನ್ನ ಮಗನಿಗೆ ಒಂದಿಷ್ಟು ಬುದ್ಧಿಹೇಳುವಂತೆ ಕೇಳೋದಕ್ಕೂ ನಿಮಗೆ ಆಗೋದಿಲ್ವೆ? ನಿಮ್ಮ ಕೈಕೆಳಗಿನವರಿಗೆ ನೀವು ತುಂಬಾ ಸಲಿಗೆ ಕೊಟ್ಟು ಬಿಡುತ್ತೀರಾ."

ನಿಯಾಜ್ ಸಿಗರೇಟನ್ನು ಹೊತ್ತಿಸಿ ಕಡ್ಡಿಯನ್ನು ಉಫ್ ಎಂದು ಆರಿಸಿದ. ಹೆಂಡತಿಯ ಮಾತಿಗೆ ಉತ್ತರ ಕೊಡುವ ಮೊದಲು ಸಿಗರೇಟಿನ ಉರಿಯುವ ತುದಿಯನ್ನು ಕ್ಷಣಕಾಲ ದಿಟ್ಟಿಸಿ ನೋಡಿದ.

"ರಾಣಿಯರು ಏನು ಇಷ್ಟಪಡ್ತೀರೋ ಅದೆಲ್ಲಾ ನಡೆಯುತ್ತೆ. ಬೇಗಂ ಸಾಹಿಬಾ, ಅವನಿಗೆ ಛೀಮಾರಿ ಹಾಕೋದಿಕ್ಕೆ ಹೇಳಿದೀಯ. ನಾನು ಅದಕ್ಕಿಂತ, ಒಳ್ಳೆ ಕೆಲ್ಸಾನೆ ಮಾಡ್ತೀನಿ. ಅವನನ್ನು ದೂರ ಎಲ್ಲಿಗಾದರೂ ವರ್ಗ ಮಾಡ್ತೀನಿ. ಅದೃಷ್ಟವಶಾತ್ ಒಂದು ಪ್ರಾಂತ್ಯದಿಂದ ಇನ್ನೊಂದಕ್ಕೆ ಕೆಲಸದವರನ್ನು ವರ್ಗ ಮಾಡೋದಕ್ಕೆ ಈಗ ಯಾವ ನಿರ್ಬಂಧವೂ ಇಲ್ಲ."

ಬೇಗಮಳು ತಾಳ್ಮೆಗೆಟ್ಟು ತನ್ನ ತಲೆಗೂದಲಿಗೆ ಕಟ್ಟಿದ್ದ ರಿಬ್ಬನನ್ನು ಜೋರಾಗಿ ಎಳೆದು ನೆಲದ ಮೇಲೆ ಬಿಸುಟಳು. ಅವಳ ಕೂದಲು ಭುಜದ ಮೇಲೆ ಇಳಿಬಿದ್ದಿತು. ತಾರುಣ್ಯ ತುಂಬಿದ ಅವಳ ಮುಖವನ್ನು ಒಂದು ಚೌಕಟ್ಟಿನಂತೆ ಅಲಂಕರಿಸಿದ ಈ ಕೇಶರಾಶಿ, ಕೋಪದಿಂದ ಕೆಂಡ ಕಾರುತ್ತಿದ್ದ ಅವಳ ಕಣ್ಣುಗಳ ಕಾಂತಿಯನ್ನು ಇನ್ನಷ್ಟು ಹೆಚ್ಚಿಸಿತು.

ನಿಯಾಜನು ತನ್ನ ತುಟಿಗಳನ್ನು ಸವರಿಕೊಳ್ಳುತ್ತಾ ಅವಳತ್ತ ಆಸೆಗಣ್ಣಿನಿಂದ ಹೇಳಿದ:

"ನೋಟದಿಂದಲೇ ಜನರನ್ನ ಸಾಯಿಸಬಹುದಾದ್ರೆ ನಿನ್ನ ಕಣ್ಣುಗಳು ನಿಜಕ್ಕೂ ಅಪಾಯಕಾರಿ. ನನ್ನ ಮೇಲೆ ಈ ದೃಷ್ಟಿ ಬೀಳೋಲ್ಲ ಅಂದುಕೊಂಡಿದೀನಿ."

ಬೇಗಮಳಿಗೆ ಈ ಹಾಸ್ಯ ರುಚಿಸಲಿಲ್ಲ. ಅವಳು ಇನ್ನಷ್ಟು ರೇಗಿ ಗುಡುಗಿದಳು:

"ಈ ಪಿಶಾಚಿ ನಿನ್ನೆ ನನಗೇನು ಮಾಡಿತೋ ಅದು ನಿಮಗೂ ಆಗಬೇಕಿತ್ತು. ಆಗ ನಿಮಗೂ ಗೊತ್ತಾಗ್ತಿತ್ತು 'ಹಿಟ್ಟು ಬೇಳೆಗಳ ದರ'. ಅವಮಾನದ ಕಹಿರುಚಿಯನ್ನು ಆಗ ನೀವು ಅನುಭವಿಸ್ತಿದ್ರಿ. ಏನೋ ತುಂಬಾ ಸಂಯಮದಿಂದ ನಾನು ಕೋಪಾನ ನುಂಗಿಕೊಂಡೆ. ಇಲ್ಲದಿದ್ರೆ ನಮ್ಮ ಪ್ಲೂಟೋನ ಅವನ ಮೇಲೆ ಛೂ ಬಿಟ್ಟು ಅವನ ಮನೆಯವರು ಮಾಂಸದ ಮುದ್ದೇನ ವಾಪಸು ತೊಗೊಂಡು ಹೋಗೋ ಹಾಗೆ ಮಾಡ್ತಾ ಇದ್ದೆ."

ನಿಯಾಜ್ ಹಾಸಿಗೆಯ ಮೇಲೆಯೇ ತಿರುಗಿ ಸಿಗರೇಟಿನ ಹೊಗೆಯನ್ನು ಒಮ್ಮೆ ಜೋರಾಗಿ ಎಳೆದು, "ಆಯ್ತು. ರೇಗಬೇಡ. ಇವತ್ತೇ ಅವರಪ್ಪನನ್ನು ಕರೆದು ಹೀಗಾಯ್ತು ಅಂತ ಕೇಳ್ತೇನೆ.

ಅವನನ್ನ ವರ್ಗ ಮಾಡೋದಕ್ಕೆ ಆರ್ಡರ್ ಕೊಡ್ತೇನೆ. ಆ ದರಿದ್ರ ನನ್ಮಗ ಇವತ್ಸಂಜೇನೇ ಗಂಟು ಮೂಟೆ ಕಟ್ಟೋಹಾಗೆ ಮಾಡ್ತೇನೆ" ಎಂದ.

"ಅವನನ್ನ ವರ್ಗ ಮಾಡದಿದ್ರೆ...?" – ಸವಾಲೆಸೆಯುವ ಧ್ವನಿಯಲ್ಲಿ ಬೇಗಂ ಪ್ರಶ್ನಿಸಿದಳು.

"ಆಗ ಮಹಾರಾಣಿಯೋರು ನಮಗೆ ಈ ಮನೇಗೆ ಹೆಜ್ಜೆ ಇಡೋದಕ್ಕೆ ಅನುಮತಿ ಕೊಡದಿರ್ಲಿ."

ಬೇಗಮಳಿಗೆ ಈ ಉತ್ತರ ಸಮಾಧಾನ ಕೊಟ್ಟಿತು. ಅವಳು ನೆಲದ ಮೇಲೆ ಬಿದ್ದಿದ್ದ ರಿಬ್ಬನಿಗೆ ಕೈ ಹಾಕಿದಳು.

* * *

ಖಯಾಮನ ಅಪ್ಪ ಖ್ವಾಜ ಸಾಹೇಬ್ ಕಛೇರಿಯೊಂದರಲ್ಲಿ ಕೆಲಸ ಮಾಡುತ್ತಿದ್ದ. ಪ್ರತಿದಿನ ಬೆಳಿಗ್ಗೆ ಕಚೇರಿಗೆ ಹೊರಡುವ ಮುನ್ನ ಅವನು ತನ್ನ ಪ್ಯಾಂಟಿನ ತುದಿಗೆ ಕ್ಲಿಪ್‌ಗಳನ್ನು ಹಾಕಿಕೊಂಡು ಸೈಕಲ್ ಹತ್ತುತ್ತಿದ್ದ. ಸಂಜೆ ಅವನು ಚೀಲವೊಂದನ್ನು ಹಿಡಿದು ತರಕಾರಿ ತರಲು ಹೊರಹೋಗುತ್ತಿದ್ದ. ಅವನ ಜೊತೆ ಖಯಾಮನೂ ಆಗಾಗ ಹೋಗುತ್ತಿದ್ದ. ಆದರೆ ಅವನು ಅಲ್ಲಲ್ಲಿ ಅಂಗಡಿಗಳ ಮುಂದೆ ನಿಂತು ತನಗೆ 'ಅದು ಬೇಕು, ಇದು ಬೇಕು' – ಎಂದು ಅವರಪ್ಪನನ್ನು ಪೀಡಿಸುತ್ತಿದ್ದ. ಆಗ ಖ್ವಾಜಾ ಸಾಹೇಬ್ ರೇಗಿ, ಮಗನ ರಟ್ಟೆ ಹಿಡಿದು ದರದರನೆ ಎಳೆಯುತ್ತಾ ದಾರಿಯುದ್ದಕ್ಕೂ ಅವನನ್ನು ಬಯ್ಯುತ್ತಾ ಮನೆಗೆ ಕರೆತರುತ್ತಿದ್ದ. ಮನೆಯಲ್ಲಿ ತನ್ನ ಹೆಂಡತಿಯೆದುರು ಮಗನನ್ನು ದೂರಿ ಇನ್ನೊಮ್ಮೆ ಎಲ್ಲಿಗೂ ಅವನನ್ನು ಕರೆದುಕೊಂಡು ಹೋಗುವುದಿಲ್ಲ, ಎಂದು ಹೇಳುತ್ತಿದ್ದ. ಖಯಾಮನ ತಾಯಿ ಮಗನ ತಲೆ ಸವರುತ್ತಾ, "ಒಳ್ಳೆ ಹುಡುಗರು ಹೀಗೆಲ್ಲಾ ಮಾಡೋಲ್ಲಾ. ಅವರು ದೊಡ್ಡವರು ಹೇಳ್ದಂಗೆ ಕೇಳ್ತಾರೆ. ಅಸದ್‌ನನ್ನು ನೋಡು. ಅವನು ಅವರ ಅಪ್ಪ ಅಮ್ಮ ಹೇಳಿದ್ದನ್ನ ಎಷ್ಟು ಚೆನ್ನಾಗಿ ಕೇಳ್ತಾನೆ. ಅವನನ್ನು ಕಂಡರೆ ಎಲ್ರಿಗೂ ಇಷ್ಟ. ಅವನೆಷ್ಟು ಒಳ್ಳೆ ಹುಡುಗ ಅಂತ ಎಲ್ಲರೂ ಅಂತಾರೆ" – ಎನ್ನುತ್ತಿದ್ದಳು.

ಆಗ ಖಯಾಮ್ ವಾದಿಸುತ್ತಿದ್ದ: "ಅವರಪ್ಪ ಅವನಿಗೆ ಒಂದು ಗಿಣೀನ ತಂದುಕೊಟ್ಟಿದ್ದಾರೆ. ನನ್ನ ಹತ್ತಿರ ಗಿಣಿ ಎಲ್ಲಿದೆ ?"

"ಗಿಣೀನ ಇಟ್ಕೊಂಡು ಏನ್ಮಾಡ್ತೀಯ ? ಅದಕ್ಕೆ ಕೋಪ ಬಂದರೆ ನಿನ್ನ ಬೆರಳನ್ನ ಕಚ್ಚಿಬಿಡತ್ತೆ. ರಕ್ತ ಬರತ್ತೆ. ಅದರ ಪಂಜರದ ಬಾಗಿಲನ್ನು ತೆರೆದಿದ್ದರೆ ಅದು ಹಾರಿ ಹೋಗಿಬಿಡುತ್ತೆ. ಮತ್ತೆ ಬರೋದೇ ಇಲ್ಲ."

"ಹಾಗಾದ್ರೆ ಒಂದು ನಾಯಿಮರೀನ ತಂದ್ಕೊಡು, ಜಿಮ್ಮಿ ಹತ್ರ ಇರೋ ಅಂಥದ್ದು."

"ನಾಯೀನ ಎಲ್ಲಿ ಇಡ್ತೀಯ ? ಜಿಮ್ಮಿ ದೊಡ್ಡ ಮನೇಲಿದಾನೆ. ಅಲ್ಲಿ ಎಲ್ಲ ನೋಡ್ಕೊಳ್ಳೋಕೆ ಮನೆ ತುಂಬ ಜವಾನರಿದ್ದಾರೆ. ನಾವಾದ್ರೂ ನಾಯಿಮರೀನ ಸಾಕೋಕಾಗುತ್ಯೇ ?"

"ಅದನ್ನ ಸರಪಳಿ ಹಾಕಿ ಕಟ್ತೀನಿ. ನಾನು ಕುಡಿಯೋ ಹಾಲಿನಲ್ಲಿ ಅರ್ಧ ಅದಕ್ಕೆ ಕೊಡ್ತೀನಿ. ಸ್ಕೂಲಿನಿಂದ ಬಂದ ಮೇಲೆ ಅದನ್ನು ಹೊರಕ್ಕೆ ಕರೆದುಕೊಂಡು ಹೋಗ್ತೀನಿ. ಅದು ದೊಡ್ಡದಾದ ಮೇಲೆ ಕಳ್ಳರನ್ನು ಕೊಂದುಹಾಕುತ್ತೆ."

ಖಯಾಮನ ತಾಯಿ ಅವನನ್ನು ಸಮಾಧಾನ ಮಾಡುತ್ತಾ, ಹೇಳುತ್ತಿದ್ದಳು :

"ನೋಡಪ್ಪಾ, ನಾಯಿನ ಮನೇಲಿ ಸಾಕಬಾರ್ದು. ಅದು ತಟ್ಟೆ ತಪ್ಪಲೇಲೆಲ್ಲ ಬಾಯಿ ಹಾಕಿ ಬಿಡುತ್ತೆ. ಅದಕ್ಕೆ ಕೋಪ ಬಂದು ಬಿಟ್ರೆ ನಿನ್ನ ಕೈಯೋ ಕಾಲೋ ಕಡಿದು ಬಿಡುತ್ತೆ.

ಅದೇನಾದರೂ ಪಕ್ಕದ ಮನೆಯವರ ಕೋಳಿಯನ್ನು ಕೊಂದರೆ ನಾವು ಅವರಿಗೆ ದುಡ್ಡು ಕೊಡ್ಬೇಕಾಗುತ್ತೆ. ನಮ್ಮ ಹತ್ರ ದುಡ್ಡು ಎಲ್ಲಿದೆ ಹೇಳು ? ಇಂಥ ಪ್ರಾಣೀನ ಸಾಕೋದ್ರಿಂದ ಏನು ಉಪಯೋಗ ?"

"ಹಾಗಾದರೆ ನನಗೊಂದು ಬೆಕ್ಕಿನ ಮರೀನ ತಂದ್ಕೊಡು. ನಾನು ಅದರ ಕತ್ತಿಗೆ ರಿಬ್ಬನ್ ಕಟ್ಟಿ..." ಎಂದು ಹೊಸ ಕಥೆ ಶುರುಮಾಡುತ್ತಿದ್ದ.

ಇಷ್ಟು ಹೊತ್ತಿಗೆ ಖಯಾಮನ ತಂದೆಗೆ ತಾಳ್ಮೆ ಕೆಡುತ್ತಿತ್ತು. "ಬಾಯ್ಮುಚ್ತೀಯೋ ಇಲ್ಲವೊ, ಬೆಕ್ಕಿನ್ಮಗನೇ..." ಎಂದು ಅವನು ಕೂಗುತ್ತಿದ್ದ. ಖಯಾಮ ಬೆದರಿ ಗೋಡೆಗೆ ಆತು ನಿಲ್ಲುತ್ತಿದ್ದ.

* * *

ಖಯಾಮನ ಸೋದರಮಾವ ಇಂಡೋನೇಷ್ಯಾದಲ್ಲಿದ್ದ. ಇದಕ್ಕೆ ಮೊದಲು ಕರಾಚಿಯಲ್ಲಿದ್ದ ಅವನಿಗೆ ಈಗ ಇಂಡೋನೇಷ್ಯಕ್ಕೆ ವರ್ಗವಾಗಿತ್ತು. ಖಯಾಮನ ತಂದೆ ಒಂದೊಂದು ದಿನ ತಾವಿದ್ದ ಮಹಡಿ ಮೇಲಿನ ಮನೆಯಿಂದ ಸಂಜೆ ವೇಳೆ ಕೆಳಗಿಳಿದು ಬಂದು ಹತ್ತಿರದ ಬುಕ್–ಬೈಂಡರ್‌ನ ಅಂಗಡಿಗೆ ಹೋಗಿ ಹುಕ್ಕ ಸೇದುತ್ತಾ ತನ್ನ ಭಾವನಿದ್ದ ಇಂಡೋನೇಷ್ಯದ ಬಗ್ಗೆ ಮಾತನಾಡುತ್ತಿದ್ದ :

"ಅಲ್ಲಿ ಎರಡೇ ಆಣೆಗೆ ಒಂದು ಸೇರು ಕಾಳುಮೆಣಸು ಸಿಗುತ್ತೆ. ಒಂದು ಆಣೆಗೆ ಒಂದು ಸೇರು ಜೀರಿಗೆ, ನಾಲ್ಕೇ ಆಣೆಗೆ ಒಂದು ಸೇರು ಮಾಂಸ ಸಿಗುತ್ತೆ. ಒಂದೇ ರೂಪಾಯಿಗೆ ಇಡೀ ಬುಟ್ಟಿ ತುಂಬ ಹಣ್ಣುಗಳು..."

ಖಯಾಮನ ತಾಯಿ ತನ್ನ ಪಕ್ಕದ ಮನೆಯವರ ಜೊತೆ ಕೊಚ್ಚಿಕೊಳ್ಳುತ್ತಿದ್ದಳು:

"ನನ್ನ ಅಣ್ಣ ಇಂಡೋನೇಷ್ಯದಿಂದ ಕಾಗದ ಬರೆದಿದ್ದಾನೆ. ಅವನು ಅಲ್ಲಿ ಬಂಗಲೇಲಿ ವಾಸ ಮಾಡ್ತಾನೆ. ಐದು ಜನ ಜವಾನರು. ಅವನು ಮುಂದಿನ ತಿಂಗಳು ಕಾರು ಕೊಂಡ್ಕೊಂಡು ಇಲ್ಲಿಗೆ ತರ್‍ತಾನಂತೆ. ಅವನು ಎರಡು ರೇಡಿಯೋ ಕೊಂಡ್ಕೋಂಡಿದ್ದಾನೆ. ಒಂದು ಅವನಿಗೆ, ಒಂದು ನನಗೆ. ಅವನ ಹತ್ರ ಎಲೆಕ್ಟ್ರಿಕ್ ಹೊಲಿಗೆ ಮೆಷೀನೂ ಇದೆ. ಅದು ಬಟ್ಟೆಗಳನ್ನು ಅದರಷ್ಟಕ್ಕದೇ ಹೊಲಿದುಬಿಡುತ್ತೆ. ಅಲ್ಲಿ ಎಲ್ಲವೂ ತುಂಬಾ ಅಗ್ಗ. 50–60 ರೂಪಾಯಿ ಸಂಬಳ ಬಂದರೂ ಸಾಕು, ಆರಾಮವಾಗಿರ್ಬಹುದು..."

ಈ ಮಾತು ಕೇಳುತ್ತಿದ್ದ ಖಯಾಮ್ ಖುಷಿಯಾಗಿ ಚಪ್ಪಾಳೆ ತಟ್ಟುತ್ತಾ, "ಅಮ್ಮಾ, ಅಲ್ಲಿಂದ ನನಗೊಂದು ಬೆಕ್ಕನ್ನು ತರಿಸಿಕೊಡು. ಅಲ್ಲಿ ಅದೂ ತುಂಬಾ ಅಗ್ಗವಾಗೇ ಸಿಗತ್ತೆ ಅಲ್ವಾ? ಅದರ ಕುತ್ತಿಗೆಗೆ ನಾನು ರಿಬ್ಬನ್ ಕಟ್ಟಿ, ಅದಕ್ಕೆ ಎರಡು ಕಾಲ್ನಲ್ಲಿ ನಡೆಯೋದನ್ನ ಹೇಳಿಕೊಡ್ತೀನಿ" ಎನ್ನುತ್ತಿದ್ದ.

ಅವರಮ್ಮ ಹೇಳುತ್ತಿದ್ದಳು : "ನಿನಗಾಗಿ ನನ್ನಾಣೆಗೂ ಏನು ಬೇಕಾದ್ರೂ ಮಾಡ್ತೀನಪ್ಪಾ. ಆದರೆ ಅದು ಇಲ್ಲಿಗೆ ಬರೋದಾದ್ರೂ ಹೇಗೆ ?"

"ನೀನು ಮಾವನಿಗೆ ಕಾಗದ ಬರೆದುಬಿಡಮ್ಮಾ. ಅವನು ಬೆಕ್ಕನ್ನ ಒಂದು ಡಬ್ಬದಲ್ಲಿ ಹಾಕಿ ಪೋಸ್ಟ್‌ನಲ್ಲಿ ಕಳಿಸ್ತಾನೆ. ಪೋಸ್ಟ್‌ಮ್ಯಾನ್ ಇಲ್ಲಿಗೆ ತಂದ್ಕೊಡ್ತಾನೆ."

ಖಯಾಮನ ಅಮ್ಮನಿಗೆ ನಗು ತಡೆಯಲಾಗುತ್ತಿರಲಿಲ್ಲ, "ಅಯ್ಯೋ ಮುಂಡೇದೇ, ಆ ಬೆಕ್ಕು ಹೊಟ್ಟೆಗಿಲ್ದೆ ಸತ್ತು ಹೋಗಲ್ವೇ ? ಉಸಿರಾಡೋಕೂ ಜಾಗ ಇಲ್ದೆ ಅದು ಹಾಗೇ ಸತ್ತುಬಿದ್ದಿರುತ್ತಷ್ಟೇ" – ಎನ್ನುತ್ತಿದ್ದಳು ಮುದ್ದಿನಿಂದ.

ಆದರೂ ಖಯಾಮ್ ಬಿಡುತ್ತಿರಲಿಲ್ಲ. "ಡಬ್ಬದಲ್ಲಿ ತೂತುಗಳನ್ನು ಮಾಡಿ, ಗಾಳಿ

ಓಡಾಡೋ ಹಾಗೆ ಮಾಡ್ಲಿ. ಅದರಲ್ಲೇ ಒಂದು ಬಾಟ್ಲು ಹಾಲು ಇಟ್ಟರೆ ಬೆಕ್ಕು ಕುಡಿಯೋಲ್ವೇ? ಹಾಗಂತ ಮಾವನಿಗೆ ಬರಿ" ಎನ್ನುತ್ತಿದ್ದ.

ಖಯಾಮನ ತಾಯಿ ಅವನನ್ನು ಇನ್ನಷ್ಟು ಮುದ್ದಿನಿಂದ ಅಪ್ಪಿಕೊಂಡು ಅವನ ತಲೆ ಸವರುತ್ತಿದ್ದಳು, ಪ್ರೀತಿಯಿಂದ.

ಒಂದು ದಿನ ಖಯಾಮನ ಅಪ್ಪ ಆಫೀಸಿನಿಂದ ಬರುತ್ತಿದ್ದಂತೆ, ಅವನ ಹೆಂಡತಿ ಬಟ್ಟೆ ಒಗೆಯುತ್ತಿದ್ದವಳು ಎದ್ದು ಬಂದು ಕೇಳಿದಳು –

"ಏನ್ರಿ, ಇವತ್ತು ಖಯಾಮ ಏನು ಮಾಡ್ದ ಗೊತ್ತೆ?"

ಖ್ವಾಜಾ ಸಾಹೇಬ ಮಗ ಏನು ಮಾಡಿಬಿಟ್ಟನೋ ಎಂಬ ಆತಂಕದಿಂದ ಪ್ರಶ್ನಿಸಿದ :

"ಏನು?"

"ನಾನು ನನ್ ಅಣ್ಣನಿಗೆ ಕಾಗದ ಬರೀತಿದ್ದೆ. ಆಗ ಖಯಾಮ ಒಂದು ಚೀಟಿ ತಂದು ಇದನ್ನೂ ಮಾವನಿಗೆ ಕಳುಹಿಸು ಎಂದ. ಅದನ್ನು ಓದಿದೆ. ಎಷ್ಟು ಚೆನ್ನಾಗಿ ಬರೆದಿದ್ದಾಂದ್ರೆ! ನಿಜ್ವಾಗ್ಲೂ, ನೀವು ಕೂಡಾ ಅದಕ್ಕಿಂತ ಚೆನ್ನಾಗಿ ಬರೀಲಾರಿರಿ."

"ಏನು ಬರಿದಿದಾನೆ?" – ಎಂದ ಖ್ವಾಜಾ ಸಾಹೇಬ ಸೈಕಲ್ ಕ್ಲಿಪ್‌ಗಳನ್ನು ಪ್ಯಾಂಟಿನ ಕಾಲುಗಳಿಂದ ತೆಗೆಯುತ್ತಾ.

"ಅವನು ಹೀಗೆ ಬರೆದಿದ್ದಾನೆ: ಪ್ರೀತಿಯ ಮಾವ, ನಾನು ನಿನ್ನನ್ನು ತುಂಬಾ ಜ್ಞಾಪಿಸಿ ಕೊಳ್ಳುತ್ತಿರುತ್ತೇನೆ. ಬೇಗ ವಾಪಸು ಬಾ. ನನಗೊಂದು ಬೆಕ್ಕನ್ನು ತಗೊಂಡು ಬಾ. ಆಟದ ಬೆಕ್ಕಲ್ಲ, ನಿಜವಾದ ಉದ್ದ ಕೂದಲಿರುವ ಬೆಕ್ಕು" – ಎಂದು ಮಗನ ಕಾಗದ ಓದಿದ ಖ್ವಾಜಾ ಸಾಹೇಬನ ಹೆಂಡತಿ ಜೋರಾಗಿ ನಗತೊಡಗಿದಳು. ಖ್ವಾಜಾ ಸಾಹೇಬ ಮುಖ ಗಂಟಿಟ್ಟುಕೊಂಡು ಹಾಸಿಗೆಯ ಮೇಲೊರಗಿದ. ಅವನ ಹೆಂಡತಿ ಒಗೆದ ಬಟ್ಟೆಗಳ ರಾಶಿಯನ್ನು ಪಕ್ಕಕ್ಕೆ ತಳ್ಳಿ ಸ್ಟೂಲನ್ನು ಎಳೆದುಕೊಂಡು ಅವನ ಪಕ್ಕದಲ್ಲಿ ಕುಳಿತಳು.

"ಏನಾದರೂ ಕಾಗದಗಳು ಬಂದವೇ?" – ಖ್ವಾಜಾ ಸಾಹೇಬ ಕೇಳಿದ.

"ಇಲ್ಲ," ಎಂದು ಚಿಕ್ಕ ಹುಡುಗಿಯಂತೆ ತಲೆಯಲ್ಲಾಡಿಸಿದ ಅವಳು ತುಂಟತನದಿಂದ ಅವನ ಮಂಡಿಯ ಮೇಲೆ ಕೈಯೂರಿ, "ಅಯ್ಯೋ ದೇವರೇ, ಅದೇಕೆ ಹಾಗೆ ಮುಖ ಊದಿಸಿಕೊಂಡು ಕೂತಿದ್ದೀರಾ? ಖಯಾಮನ ಕಾಗದ ಓದಿದರೂ ನಗು ಬರಲಿಲ್ವೇ?" ಎಂದು ಕೇಳಿದಳು.

"ಎಲ್ಲಾ ಹಾಳಾಗಿ ಹೋಗಲಿ. ಪರಿಸ್ಥಿತಿ ಹೇಗಾಗಿಬಿಟ್ಟಿದೆ ಅಂದ್ರೆ, ನಗು ಅನ್ನೋದು ಕೇವಲ ಕನಸು ಅಷ್ಟೆ!" – ಎಂದ ಖ್ವಾಜಾ ಸಾಹೇಬ.

ಅವನ ಹೆಂಡತಿಗೆ ಚುಚ್ಚಿದಂತಾಗಿ, "ಪರಿಸ್ಥಿತಿ ಮನೆ ಹಾಳಾಯ್ತು. ಆದ್ರೆ ನನ್ನ ಖಯಾಮನನ್ನು ಬಯ್ಯೋದೇಕೆ? ಕೆಲವು ಬಾರಿ ನೀವು ಯೋಚನೇನೆ ಮಾಡದೆ ಮಾತಾಡ್ತೀರಾ" ಎಂದಳು.

ಖ್ವಾಜಾ ಸಾಹೇಬ – "ಸ್ವಲ್ಪ ಸುಮ್ಮನಿರು ಮರಿಯಮ್. ನನಗೆ ತುಂಬಾ ಸುಸ್ತಾಗಿದೆ" ಎಂದ.

ಮರಿಯಮ್ ಸುಮ್ಮನಾದಳು. ಖ್ವಾಜಾ ಸಾಹೇಬ ಉಟ್ಟ ಬಟ್ಟೆಯನ್ನು ತೆಗೆಯದೆ ಹಾಸಿಗೆಯಲ್ಲಿ ಮುದುರಿ ಮಲಗಿದ.

* * *

ಖಯಾಮನ ಮಾವ ಇಂಡೋನೇಷ್ಯಾದಲ್ಲಿದ್ದ ಪಾಕಿಸ್ತಾನದ ರಾಯಭಾರಿ ಕಚೇರಿಯಲ್ಲಿನ ತನ್ನ ಉದ್ಯೋಗಾವಧಿ ಮುಗಿದ ಮೇಲೆ ಕರಾಚಿಗೆ ಬಂದ. ಅಲ್ಲಿಂದ ತನ್ನ ಹೊಸ ಹುದ್ದೆಗಾಗಿ

ಲಾಹೋರ್‌ಗೆ ಹೊರಟ. ತನ್ನ ತಂಗಿಗಾಗಿ ಅವನು ರೇಡಿಯೋ ಅಥವಾ ಹೊಲಿಗೆ ಯಂತ್ರ ತರದಿದ್ದರೂ ಅನೇಕ ಉಡುಗೊರೆಗಳನ್ನು ತಂದಿದ್ದ – ಬೇಸಿಗೆಯಲ್ಲಿ ಉಡಲು ಬಟ್ಟೆ ಮತ್ತು ಇಂಡೋನೇಷ್ಯದ ಜಾನಪದ ನೃತ್ಯಗಳನ್ನು ಚಿತ್ರಿಸಿದ್ದ ಮರದ ಅಂದದ ಬೊಂಬೆಗಳು. ತನ್ನ ಭಾವನಿಗಾಗಿ ಸೂಟ್ ಬಟ್ಟೆ, ದಂತದ ಹಿಡಿ ಇದ್ದ ವಾಕಿಂಗ್ ಸ್ಟಿಕ್ ತೆಗೆದ. ನಂತರ ಖಯಾಮನಿಗಾಗಿ ತಾನು ಕೊಡುಗೆಯನ್ನು ನೀಡಲು ರಟ್ಟಿನ ಪೆಟ್ಟಿಗೆ ತೆಗೆದಾಗ ತುಂಬುಗೂದಲಿನ ಪುಟಾಣಿ ಬೆಕ್ಕೊಂದು ಮೆಲ್ಲನೆ ಹೊರಬಂದು ಸೂಕ್ಷ್ಮವಾಗಿ ಒಂದೆರಡು ಬಾರಿ ಸೀನಿ, ಯಾರ ಪರಿವೆಯೂ ಇಲ್ಲದೆ ಮೈಮುರಿದು ನಿಂತಿತು. ಖಯಾಮ ಸಂತೋಷದಿಂದ ಉಬ್ಬಿಹೋದ. ಮಾವನ ಸೊಂಟ ಹಿಡಿದು ಮೈಮರೆತು ಕುಣಿದಾಡಿದ. ಖ್ವಾಜಾ ಸಾಹೇಬ ರೇಗಿ, "ಕತ್ತೆ! ಅದೇನು ಅಷ್ಟೊಂದು ಅವಾಂತರ" ಎಂದ.

ಖಯಾಮನ ತಾಯಿ, "ಅಷ್ಟೊಂದು ಗಲಾಟೆ ಮಾಡಬೇಡ ಮಗು, ಮಾವನಿಗೆ ಬೇಜಾರಾಗುತ್ತೆ" ಎಂದಳು.

ಖಯಾಮನ ಮಾವ ತಾನು ತಂದಿದ್ದ ಬೆಕ್ಕಿನ ಗುಣಗಾನ ಮಾಡತೊಡಗಿದ. "ಇದೊಂದು ಸೊಗಸಾದ ಬೆಕ್ಕು. ಸಯಾಮಿ ಜಾತಿಯದು. ಇದು ಒಬ್ಬ ಯೂರೋಪಿಯನ್ ಕರ್ನಲ್ ಬಳಿ ಇತ್ತು. ಖಯಾಮನ ಕಾಗದ ನೋಡಿದ ಮೇಲೆ ಅವನಿಂದ ಇದನ್ನು ಕೊಂಡುಕೊಂಡೆ. ಈ ಬೆಕ್ಕಿನ ತಲೆಯನ್ನೊಮ್ಮೆ ಸವರಿದ. ಅಷ್ಟು ಹೊತ್ತಿಗಾಗೆ ಸರಿಯಾಗಿ ಬೆಕ್ಕು ಮೂಗು ಕಿವಿ ಕಪ್ಪಗಿದೆ ಅಲ್ಲವೇ ? ಅದೇ ಇದರ ವೈಶಿಷ್ಟ್ಯ" ಎಂದ.

ಅಮ್ಮನ ಸೆರಗಿನಲ್ಲಿ ಸೇರಿಕೊಂಡಿದ್ದ ಖಯಾಮ ಮೆಲ್ಲನೆ ಮುಂದೆ ಸರಿದು ಧೈರ್ಯ ಮಾಡಿ ಬೆಕ್ಕಿನ ತಲೆಯನ್ನೊಮ್ಮೆ ಸವರಿದ. ಅಷ್ಟು ಹೊತ್ತಿಗೆ ಸರಿಯಾಗಿ ಬೆಕ್ಕು ದೊಡ್ಡ ಬಾಯಿ ತೆಗೆದು ಆಕಳಿಸಿದಾಗ ಖಯಾಮ ಬೆಚ್ಚಿ ಹಿಂದಕ್ಕೆ ಹಾರಿದ. ಎಲ್ಲರಿಗೂ ನಗು ಬಂದಿತು. ಅವನ ಮಾವ ಖಯಾಮನನ್ನು ಕರೆದು, "ಬಾರೋ, ಹತ್ತಿರಕ್ಕೆ ಬಾ. ಅದೇನೂ ಮಾಡಲ್ಲ. ಅದು ನಿನ್ನ ಸ್ನೇಹಿತ ಅಲ್ವೆ. ಅದರ ಹೆಸರನ್ನೂ ನಿನಗೆ ಹೇಳಿದ್ದೀನಿ. ನಿನಗೇನು ಮಾಡಲ್ಲ ಬಾ" ಎಂದು ಧೈರ್ಯ ತುಂಬುವಂತೆ, ಹೇಳಿದ. ಹಾಗೆ ಹೇಳುತ್ತಾ ಅವನು ಬೆನ್ನು ಸವರಿದಾಗ ಅದು ಬೆಚ್ಚಗೆ ಮುದುಡಿ ಕುಳಿತುಕೊಂಡಿತು.

ಖಯಾಮನ ತಾಯಿ ತನ್ನ ಅಣ್ಣನನ್ನು ಕೇಳಿದಳು :

"ಸಿದ್ದಿಕ್, ಈ ಸೀಮೆ ಬೆಕ್ಕುಗಳೂ ನಮ್ಮ ಬೆಕ್ಕುಗಳ ಥರಾನೆ ಮಿಯಾಂವ್ ಅನ್ನುತ್ತವೆಯೇ ?"

"ಛೆ, ಛೆ ಎಲ್ಲಾದರೂ ಉಂಟೇ ?" ವಿದೇಶಿ ಬೆಕ್ಕುಗಳನ್ನು ಮರದ ರೆಂಬೆಗಳಿಂದ ಮಾಡಿರ್ತಾರೆ. ಅವುಗಳ ಬೆನ್ನಿನ ಮೇಲೆ ನೀನು ಕೈ ಉಜ್ಜಿದರೆ ಮರದ ಹೊಟ್ಟು ಉದುರುತ್ತದೆ! ಅಯ್ಯೋ ಪೆದ್ದೀ !" ಎಂದು ಖ್ವಾಜಾ ಸಾಹೇಬ ಹೆಂಡತಿಯನ್ನು ವ್ಯಂಗ್ಯವಾಗಿ ಛೇಡಿಸಿದ.

" ಈ ಸಯಾಮಿ ಬೆಕ್ಕುಗಳು ಒಂದು ಬಾರಿ ಮಾತ್ರ ಮರಿ ಹಾಕುತ್ತವೆ, ಅಷ್ಟೇ" – ಎಂದ ಖಮಾಯನ ಮಾವ.

"ಓಹೋ ! ಹಾಗಾದರೆ ಈ ಮಾರ್ಜಾಲ ನಿಜಕ್ಕೂ ಸನ್ಯಾಸಿಯೇ !" ಎಂದು ಖ್ವಾಜಾ ಸಾಹೇಬ ತುಂಟನಗೆ ಬೀರಿದ.

"ಅಯ್ಯೋ ದೇವರೇ ! ಒಂದೇ ಮರೀನೇ ? ಅದೇನಾದರೂ ಸತ್ತುಹೋದರೆ ತಾಯಿ ಬೆಕ್ಕಿಗೆ ಎಷ್ಟು ದುಃಖವಾಗುತ್ತೆ ಅಲ್ವೆ" ಎಂದಳು ಮರಿಯಮ್.

ಖ್ವಾಜಾ ಸಾಹೇಬ ಹೇಳಿದ :

"ತಾಯಿ ಬೆಕ್ಕಿಗೂ ಮನುಷ್ಯರಿಗೂ ಬೇಕಾದಷ್ಟು ವ್ಯತ್ಯಾಸಗಳಿವೆ. ಬೆಕ್ಕಿನ ಮರೀಗೆ ಚಿನ್ನದ ಸರಾನೂ ಇರೋದಿಲ್ಲ. ಡೆಪ್ಯೂಟಿ ಕಲೆಕ್ಟರ್ ಆಗೋ ಆಸೇನೂ ಇರೋಲ್ಲ. ಹೀಗಾಗಿ ಮರಿ ಸತ್ತಾಗ ತಾಯಿ ಬೆಕ್ಕು ಸ್ವಲ್ಪ ಬೇಸರ ಮಾಡಿಕೊಂಡ್ರೂ ಆಮೇಲೆ ಮರೆತುಬಿಡುತ್ತೆ. ಆದರೆ ಮನುಷ್ಯ ಮಗು ಸತ್ತರೆ, ಮದುವೆಯಾಗಬಲ್ಲ ಒಬ್ಬ ವರ ಸತ್ತ ಹಾಗೆ. ಒಬ್ಬ ಡೆಪ್ಯೂಟಿ ಕಲೆಕ್ಟರ್ ಸತ್ತ ಹಾಗೆ, ತಾಯಿಯ ಭವಿಷ್ಯದ ಒಂದು ಚಿಗುರೇ ಮುರುಟಿದ ಹಾಗೆ. ಇಷ್ಟೆಲ್ಲಾ ಸಾವುಗಳು ಒಮ್ಮೆಗೇ ಆದಾಗ ತಾಯಿಗೆ ನಿಜವಾಗಲೂ ಅಪಾರ ದುಃಖ ಆಗುತ್ತೆ. ಅಲ್ವೆ, ನೀನೇ ಯೋಚಿಸಿ ನೋಡು."

"ಭಾವ ಒಳ್ಳೇ ತತ್ವಜ್ಞಾನಿ ಹಾಗೆ ಮಾತಾಡ್ತಾ ಇದಾರೆ" ಎಂದು ರೇಗಿಸಿದ ಸಿದ್ದಿಕ್.

ಖ್ವಾಜಾ ಸಾಹೇಬನಿಗೆ ಸ್ವಲ್ಪ ಕೋಪ ಬಂತು. "ನಿನಗೂ ಇಷ್ಟರಲ್ಲೇ ಇದೆಲ್ಲ ಅರ್ಥ ವಾಗುತ್ತೆ. 4–5 ಮಕ್ಕಳು ಮರಿಗಳು ಆದಾಗ, ನಿನ್ನ ಬಟ್ಟೆ ಬರೆ ಹರಿದು ಹೋಗತೊಡಗಿದಾಗ ನೀನೂ ತತ್ವಜ್ಞಾನದ ಮಾತುಗಳನ್ನಾಡ್ತೀ, ಗೊತ್ತಿರ್ಲಿ" – ಎಂದ.

ಖಯಾಮನ ತಾಯಿ ಮಾತು ಎಲ್ಲಿಗೋ ತಿರುತ್ತಿರುವುದನ್ನು ಗಮನಿಸಿ, "ಛೆ, ಛೆ! ಏನೋ ಮಾತಾಡಿದ್ದನ್ನ ತಪ್ಪರ್ಥ ಮಾಡ್ಕೊಂಡು ಹಾಗೆಲ್ಲ ಆಡಬಾರ್ದು" ಎಂದಳು.

ಇಷ್ಟೆಲ್ಲಾ ಮಾತುಕತೆ ಆಗುತ್ತಿದ್ದರೂ ಖಯಾಮ ಅವರ ಅಮ್ಮನ ಸೆರಗನ್ನೇ ಹಿಡಿದುಕೊಂಡು ಬೆಕ್ಕಿನತ್ತ ಬೆರಗುಗಣ್ಣುಗಳಿಂದ ನೋಡುತ್ತಿದ್ದುದನ್ನು ಅವರೆಲ್ಲ ಮರೆತುಬಿಟ್ಟರು. ಖ್ವಾಜಾ ಸಾಹೇಬ ಮಗನತ್ತ ನೋಡಿ "ಶಭಾಶ್, ಹುಲಿ! ಇನ್ನೂ ಸ್ವಲ್ಪ ನಿಮ್ಮಮ್ಮನ ಸೆರಗಿನಲ್ಲೇ ಸೇರಿಕೋ!" ಎಂದು ರೇಗಿಸಿದ.

ಸಿದ್ದಿಕ್ ತನ್ನ ಅಳಿಯನನ್ನು ಮುಂದಕ್ಕೆ ಎಳೆದು ಅವನಿಗೆ ಧೈರ್ಯ ತುಂಬುತ್ತಾ, "ಬಾರೋ, ಅದು ಏನೂ ಮಾಡಲ್ಲ. ತುಂಬ ಒಳ್ಳೆ ಬೆಕ್ಕು ಅದು. ನಿನಗೋಸ್ಕರ ಅದನ್ನ ತಂದಿದ್ದೀನಿ ಬೆಕ್ಕನ್ನು ತೊಗೊಂಡು ಬಾ ಅಂತ ನೀನೇ ಬರೆದಿರಲಿಲ್ವೇ?" ಎಂದು ಕೇಳಿದ.

ಹೌದು ಎನ್ನುವಂತೆ ಖಯಾಮ ತಲೆದೂಗಿ ಇನ್ನಷ್ಟು ಮುಂದಕ್ಕೆ ಬಂದ. ಸಿದ್ದಿಕ್ "ಚ್...ಚ್" ಎಂದು ಶಬ್ದ ಮಾಡಿ ಬೆಕ್ಕನ್ನು ಹತ್ತಿರಕ್ಕೆ ಎಳೆದುಕೊಂಡು ಖಯಾಮನ ಕೈ ಹಿಡಿದು ಅದರ ಬೆನ್ನು ಸವರಿಸಿದ. "ನೋಡು, ಅದೇನೂ ಮಾಡೋಲ್ಲ, ಅಲ್ವೆ" ಎಂದು ಕೇಳಿದ. ಖಯಾಮ ತಲೆದೂಗಿ 'ಹೌದು' ಎಂದರೂ, ತಾನು ಹಿಡಿದುಕೊಂಡಿದ್ದ ಮಾವನ ಕಾಲುಗಳನ್ನು ಬಿಡದೆ ಮೆಲ್ಲಗೆ ಕೇಳಿದ:

"ಅದರ ಹೆಸರು ಡೈಸಿ ಅಂತನಾ ಮಾವ?"

ಖ್ವಾಜಾ ಸಾಹೇಬ ಜೋರಾಗಿ ನಗುತ್ತಾ "ಹೌದು. ಡೈಸಿ ಜ್ಯಾಕ್ ಸನ್! ಅವಳು ಮಹಾ ಗಯ್ಯಾಳಿಯಾಗಿದ್ದಳು. ತನ್ನ ಅಡುಗೆಯವರ, ಕಸ ಗುಡಿಸೋರ ಕೊಬ್ಬನ್ನೆಲ್ಲ ಕರಗಿಸಿಬಿಟ್ಲು. ಪಾಪ" ಎಂದ.

"ಇನ್ನು ಸಾಕು ಸುಮ್ನೆ ಇರ್ರಿ. ಇನ್ನು ಇವಳ ಇತಿಹಾಸಾನೆಲ್ಲ ವಿವರಿಸ್ಬೇಡಿ. ಖಯಾಮನ ಬೆಕ್ಕಿಗೆ ನಾವು ಬೇರೇ ಹೆಸರು ಕೊಡೋಣ?"

ಮಾವ ನಸುನಕ್ಕು "ಇದರ ಹೆಸರು ಗಾಟೋ ಅಂತ" ಎಂದ.

ಖಯಾಮನಿಗೆ ತುಂಬ ಖುಷಿಯಾಯಿತು, 'ಹೋ! ಗಾಟೋ..." ಎಂದು ಉದ್ಗರಿಸಿದ.

"ಹೂಂ. ಗಾಟೋ ಅಂದ್ರೆ ಜರ್ಮನ್ ಭಾಷೇಲಿ ಬೆಕ್ಕು ಅಂತ ಅರ್ಥ" ಎಂದು ಮಾವ ವಿವರಿಸಿದ.

"ಛೆ, ಎಂಥ ಅಸಂಬದ್ಧ ಹೆಸರು" ಎಂದು ಖ್ವಾಜಾ ಸಾಹೇಬ ಟೀಕಿಸಿದ.

"ಬದ್ಧವೋ, ಅಸಂಬದ್ಧವೊ. ಒಟ್ಟಿನಲ್ಲಿ ಕಿವಿಗೆ ಚೆನ್ನಾಗಿ ಕೇಳಿಸುತ್ತೆ" – ಅಂದಳು ಮರಿಯಮ್.

"ಹೌದಮ್ಮ. ಎಷ್ಟು ಚೆನ್ನಾಗಿದೆ. ಗಾಟೋ! ಅಲ್ವ" ಅಂದ ಖಯಾಮ.

"ನಿನಗೆ ಒಪ್ಪಿಗೆಯಾದ್ರೆ ಆಯ್ತು" – ಅಂದ ಮಾವ, ಖಯಾಮನ ತಲೆ ನೇವರಿಸುತ್ತಾ. ಬೆಕ್ಕಿನ ಮರಿಯನ್ನು ಎರಡೂ ಕೈಗಳಿಂದೆತ್ತಿ ಖಯಾಮನ ಮುಖದ ಬಳಿ ಹಿಡಿದ. ಖಯಾಮ ಕ್ಷಣಕಾಲ ಹಿಂಜರಿದರೂ ಆಮೇಲೆ ಮೆಲ್ಲನೆ ಅದನ್ನು ತನ್ನ ಕೈಗೆ ತೆಗೆದುಕೊಂಡ. ಗಾಟೋ ತನ್ನ ಬಾಲವನ್ನು ಹಿಂಗಾಲುಗಳ ಮಧ್ಯೆ ತೂರಿಸಿಕೊಂಡು ಮುದುರಿಕೊಂಡಿತು. ಖಯಾಮ ತನ್ನ ಮುಖವನ್ನು ಇನ್ನಷ್ಟು ಹತ್ತಿರ ತಂದಾಗ ಗಾಟೋ ಮೆಲ್ಲನೆ "ಮ್ಯಾಂವ್" ಎಂದಿತು. ಖಯಾಮ 'ಉಫ್' ಎಂದು ಗಾಳಿ ಊದಿದಾಗ ಗಾಟೋ ಕಣ್ಣುಮುಚ್ಚಿತು. ಖಯಾಮನಿಗೆ ಇನ್ನಷ್ಟು ಧೈರ್ಯ ಬಂದು ಬೆಕ್ಕನ್ನು ಕೆನ್ನೆಗೆ ಒತ್ತಿಕೊಂಡ. ಗಾಟೋ ಖುಷಿಯಿಂದ ಮೈ ಅರಳಿಸಿತು.

ಈಗ ನೆರೆಹೊರೆಯ ಮಕ್ಕಳೆಲ್ಲ ಗಾಟೋ ಸುತ್ತಲೇ ಇರತೊಡಗಿದರು. "ಬೆಕ್ಕಿನ ಮರೀನ ನನ್ನ ತೊಡೆ ಮೇಲೆ ಮಲಗಿಸು" ಎಂದು ಒಬ್ಬ ಕೇಳಿದರೆ, "ಒಂದು ನಿಮಿಷ ಗಾಟೋ ನನ್ನ ಹತ್ತಿರ ಇರ್ಲಿ" ಅಂತ ಇನ್ನೊಬ್ಬ ಗೋಗರೆಯುತ್ತಿದ್ದ. ಬೆಕ್ಕನ್ನು ಎತ್ತಿ ಆಡಿಸಲು ಖಯಾಮ ದೊಡ್ಡ ಮನಸ್ಸು ಮಾಡಿ ಸ್ನೇಹಿತರಿಗೆಲ್ಲಾ ಒಂದೊಂದು ಅವಕಾಶ ಕೊಡುತ್ತಿದ್ದ. ಅವರೆಲ್ಲಾ ಮನೆಗಳಿಂದ ಹಾಲನ್ನು ತಂದು ಗಾಟೋಗೆ ಕುಡಿಸಿ ಅದರ ಜೊತೆಯಲ್ಲೇ ಕಾಲ ಕಳೆಯುತ್ತಿದ್ದರು.

ಖಯಾಮ ಹೆಮ್ಮೆಯಿಂದ ಕೊಚ್ಚಿಕೊಳ್ಳುತ್ತಿದ್ದ: "ಇದನ್ನ ನನ್ನ ಮಾವ ವಿಲಾಯಿತಿಯಿಂದ ತಂದ. ಒಬ್ಬ ಪರಂಗಿಯವನಿಗೆ ನೂರು ರೂಪಾಯಿ ಕೊಟ್ಟು ಕೊಂಡುಕೊಂಡು ಬಂದ. ಅಮ್ಮ ಈ ರಿಬ್ಬನ್ ಕೊಟ್ಟಳು. ಸಿದ್ದಿಕ್ ಮಾವನೇ ಈ ಸಣ್ಣ ಗಂಟೆಗಳನ್ನು ಕೊಟ್ಟ. ಗಾಟೋ ಇನ್ನೂ ತುಂಬ ಸಣ್ಣದು. ಅದು ದೊಡ್ಡದಾದ್ರೆ ಇಲಿಗಳನ್ನೆಲ್ಲಾ ಹಿಡಿದುಹಾಕುತ್ತೆ. ಅಷ್ಟೇ ಅಲ್ಲ ಸಿಂಹಗಳ ಜೊತೇನೂ ಹೊಡೆದಾಡುತ್ತೆ. ನನ್ನ ಜೊತೆ ಸ್ಕೂಲಿಗೆ ಬರುತ್ತೆ."

"ಅದು ದೊಡ್ಡದಾದ್ಮೇಲೆ ಅದರ ಜೊತೆ ಆಡಕ್ಕೆ ನಮಗೆ ಅವಕಾಶ ಕೊಡ್ತೀಯಾ?" ಅಂತ ಅವನ ಸ್ನೇಹಿತರು ಕೇಳಿದರೆ, ಖಯಾಮ್ ಜಂಬದಿಂದ ಹೇಳುತ್ತಿದ್ದ – "ನೀವು ನನ್ನ ಪುಸ್ತಕಗಳನ್ನ ಸ್ಕೂಲಿಗೆ ತೊಗೊಂಡು ಬರೋದಾದ್ರೆ ಮಾತ್ರ. ಇಲ್ದಿದ್ರೆ ಕೊಡೋಲ್ಲ." ತತ್‌ಕ್ಷಣ ಹುಡುಗರೆಲ್ಲ "ನಾನು ತಗೊಂಡು ಬರ್ತೀನಿ..." ಎಂದು ಒಕ್ಕೊರಲಿನಿಂದ ಕೂಗುತ್ತಿದ್ದರು. ಖಯಾಮ ಹಿರಿಹಿರಿ ಹಿಗ್ಗಿ ಬೆಕ್ಕನ್ನು ಅಪ್ಪಿಕೊಂಡು ಮುದ್ದಿಡುತ್ತಿದ್ದ.

ಇದನ್ನೆಲ್ಲ ನೋಡುತ್ತಿದ್ದ ಖಯಾಮನ ತಾಯಿ ಕೇಳುತ್ತಿದ್ದಳು:

"ನಿನಗೆಲ್ಲೋ ಆ ಬೆಕ್ಕಿನ ಹುಚ್ಚು ಹಿಡಿಯುತ್ತೆ ಅಷ್ಟೆ. ನೀನು ಏನಾದರೂ ಓದ್ತಾ–ಬರೀತಾ ಇದ್ದಾಗ್ಲೂ ಅದು ನಿನ್ನ ತೊಡೆ ಮೇಲೆ ಕೂತಿರುತ್ತೆ. ಊಟ ಮಾಡ್ಬೇಕಾದ್ರೂ ನಿನ್ನ ಪಕ್ಕದಲ್ಲೇ ಇರುತ್ತೆ. ಮಲಗಿರೋವಾಗ್ಲೂ ನಿನ್ನ ಹತ್ತಿರಾನೇ ಇರುತ್ತೆ. ಅದರ ಮೇಲೆ ಅದೇನು ಅಷ್ಟೊಂದು ಪ್ರೀತಿ ನಿಂಗೆ?"

"ಅದು ನನ್ನ ಗಾಟೋ, ಅಲ್ವೆ? ನಾನು ಸ್ಕೂಲಿನಿಂದ ಬರ್ತಿದ್ದಾಗೇ ಅದು ನನಗೋಸ್ಕರ ಕಾಯ್ತಾ ಇರುತ್ತೆ. ನಾನು ಕೂಗಿದ್ದು ಕೇಳಿಸಿದ ಕೂಡ್ಲೆ ಮಿಯಾಂವ್ ಮಿಯಾಂವ್ ಅಂತ ಉತ್ತರ ಕೊಡುತ್ತೆ, ನಾನು ಹೇಳಿದ್ದನ್ನೆಲ್ಲ ಮಾಡುತ್ತೆ. ನಾನು ಕಥೆ ಹೇಳಿದರೆ ಅದು ಹಾಡು ಹೇಳುತ್ತೆ..." – ಎನ್ನುತ್ತಿದ್ದ ಖಯಾಮ್.

ಬೆಕ್ಕು ಹಾಡು ಹೇಳೋ ವಿಷಯ ಕೇಳಿದಾಗ ಅವನ ತಾಯಿಗೆ ತುಂಬಾ ನಗು ಬರುತ್ತಿತ್ತು. "ಏನು ಹಾಡು ಹೇಳುತ್ತಾ? ಆ ಮೂಕ ಬೆಕ್ಕು ಅದೇನೂ ಹಾಡು ಹೇಳುತ್ತೋ?" ಎಂದು ತಮಾಷೆ ಮಾಡುತ್ತಿದ್ದಳು. ಖಯಾಮನಿಗೆ ತನ್ನ ಬೆಕ್ಕನ್ನು ಹೀಗೆ ಗೇಲಿ ಮಾಡೋದನ್ನು ಕಂಡು ಅಳು ಬಂದುಬಿಡುತ್ತಿತ್ತು. ಜೋರಾಗಿ ಅತ್ತೂಬಿಡ್ತಿದ್ದ. ಗಾಟೋ ಗಾಬರಿಯಿಂದ ಮೂಲೆ ಸೇರಿಬಿಡುತ್ತಿತ್ತು. ಖಯಾಮನ ತಾಯಿಗೆ ಅಯ್ಯೋ ಅನ್ನಿಸಿ, "ನಾನು ತಮಾಷೆ ಮಾಡ್ತಿದ್ದೆ ಅಷ್ಟೆ. ಗಾಟೋ ನಿಜವಾಗ್ಲೂ ಹಾಡುತ್ತೆ. ನಾನೇ ಕೇಳಿದ್ದೇನೆ" ಅನ್ನುತ್ತಿದ್ದಳು. ಖಯಾಮ ತತ್‌ಕ್ಷಣ ಅಳು ನಿಲ್ಲಿಸಿ, ಅಂಗಿಯ ತೋಳಿನಿಂದ ಕಣ್ಣು – ಮೂಗು ಒರೆಸಿಕೊಂಡು, "ಗಾಟೋ ರಾತ್ರಿ ಹೊತ್ತೂ ಹಾಡುತ್ತೆ ಅಲ್ವೇನಮ್ಮ" ಅನ್ನುತ್ತಿದ್ದ. ಅವರಮ್ಮ, "ಹೌದು. ರಾತ್ರಿ ಹೊತ್ತು ಎಷ್ಟು ಚೆನ್ನಾಗಿ ಹಾಡುತ್ತೆ," – ಎನ್ನುತ್ತಿದ್ದಳು. ಖಯಾಮ ಖುಷಿಯಾಗಿ ತನ್ನ ಬೆಕ್ಕಿನ ತಲೆ ಸವರುತ್ತಿದ್ದ.

* * *

ಒಂದು ದಿನ ಸಂಜೆ ಖ್ವಾಜಾ ಸಾಹೇಬ ಆಫೀಸಿನಿಂದ ಬಂದು ತನ್ನ ಹೆಂಡತಿಗೆ ಹೇಳಿದ:

"ಇಂದು ಬೇಗಂ ಸಾಹೇಬಳು ನಮ್ಮ ಆಫೀಸಿಗೆ ಬಂದಿದ್ದಳು."

"ನಿಮ್ಮ ಆಫೀಸಿಗೆ ಬಂದಿದ್ದಳೇ? ಎಲ್ಲೋ ತನ್ನ ಗಂಡನನ್ನು ನೋಡಲು ಬಂದಿರಬೇಕು" – ಎಂದಳು ಮರಿಯಮ್ ನಿರಾಸಕ್ತಿಯಿಂದ.

"ಇನ್ನೇನು, ನನ್ನನ್ನು ನೋಡೋದಕ್ಕೆ ಬರ್ತಾಳ್ಯೇ?" ಎಂದು ಖ್ವಾಜಾ ಸಾಹೇಬ ಹಾಸಿಗೆಯ ಮೇಲೊರಗಿದ. ಅವನ ಬಳಿ ಕುಳಿತ ಮರಿಯಮ್, ಗಂಡನ ಹೊಟ್ಟೆ ಸವರುತ್ತಾ, "ಇವತ್ತು ಏನಾದರೂ ತಿಂದಿರಾ?" ಎಂದು ಕೇಳಿದಳು.

ಓಹೋ! ಪಲಾವ್, ಕೋಳಿಸಾರು, ದ್ರಾಕ್ಷಿ – ಬಾಳೇ ಹಣ್ಣಿನ ರಸಾಯನ" – ಎಂದು ಛೇಡಿಸುವ ಧ್ವನಿಯಲ್ಲಿ ಉತ್ತರಿಸಿದ ಖ್ವಾಜಾ ಸಾಹೇಬ.

"ಅಯ್ಯೋ ದೇವರೇ! ನನ್ನ ಹತ್ರಾನೂ ತಮಾಷೇನೇ?" ಎಂದಳು ಮರಿಯಮ್.

"ಇಲ್ಲ ಕಣೆ, ದೇವ್ರಾಣೆಗೂ ನಿಜ, ಬೇಗಂ ಸಾಹೇಬಳು ಇಂದು ತನ್ನ ಬಂಗಲೆಗೆ ನನ್ನನ್ನು ಕರೆದುಕೊಂಡು ಹೋಗಿದ್ಲು" – ಎಂದ ಖ್ವಾಜಾ ಸಾಹೇಬ ತನ್ನ ಹಿಮ್ಮಡಿಯನ್ನು ಕೆರೆದುಕೊಳ್ಳುತ್ತಾ.

"ಇದೇನು ಬಂತು, ಇದ್ದಕ್ಕಿದ್ದಹಾಗೆ ನಮ್ಮ ಮೇಲೆ ಇಷ್ಟೊಂದು ದಯೆ?"

ಖ್ವಾಜಾ ಸಾಹೇಬ ಒಂದು ಕ್ಷಣ ಗಂಭೀರನಾದ. ಅನಂತರ "ನೋಡು ಮರಿಯಮ್. ಬೇಗಂ ಸಾಹೇಬಳಿಗೆ ಗಾಟೋ ಬೇಕಂತೆ" ಎಂದ ಕುಗ್ಗಿದ ಧ್ವನಿಯಲ್ಲಿ.

ದಿಗ್ಭ್ರಾಂತಿಯಿಂದ ಮರಿಯಮ್ ಕೂಗಿದಳು:

"ಏನು ಗಾಟೋನೇ?"

"ನಮ್ಮ ಖಯಾಮನ ಬೆಕ್ಕೇ?" – ಎಂದಳು.

"ಅವನಿಗೆ ಇನ್ನೊಂದು ಬೆಕ್ಕು ತಂದುಕೊಡೋಣ. ಈ ಬೆಕ್ಕು ಶ್ರೀಮಂತರಿಗೆ ಮಾತ್ರ. ಇಂಥ ಬೆಕ್ಕನ್ನು ಕಂಡರೆ ಅವರಿಗೆ ಇಷ್ಟ. ಅವರಿಗೆ ಇಂಥವು ಎಲ್ಲಕ್ಕಿಂತ ಹೆಚ್ಚು ಪ್ರೀತಿ" – ಎಂದ ಖ್ವಾಜಾ ಸಾಹೇಬ.

"ಖಂಡಿತ ಇಲ್ಲ" ಎಂದು ಕೋಪದಿಂದ ನಡುಗುವ ಧ್ವನಿಯಲ್ಲಿ ಕೂಗಿದ ಮರಿಯಮ್, "ಈ ಶ್ರೀಮಂತರ ಮನೆಗೆ ಬೆಂಕಿ ಹಾಕ! "ನನ್ನ ಈ ಬೆಕ್ಕನ್ನು ಯಾರೂ ಮುಟ್ಟೋದಕ್ಕೆ ಬಿಡೋದಿಲ್ಲ." – ಎಂದಳು.

ಖ್ವಾಜಾ ಸಾಹೇಬ ಈ ಪ್ರತಿಭಟನೆ ತನ್ನ ಕಿವಿಗೆ ಬೀಳಲೇ ಇಲ್ಲ ಎನ್ನುವಂತೆ ನಟಿಸಿ, ಹೇಳ ತೊಡಗಿದ : "ಮೊನ್ನೆ ಸಾಹೇಬರು ತಮ್ಮ ಕಛೇರಿಗೆ ನನ್ನ ಕರೆಸಿಕೊಂಡು, 'ನಿಮ್ಮ ಮನೇಲಿ ವಿಲಾಯತಿ ಬೆಕ್ಕಿದೆಯಂತೆ ಹೌದೆ ?" ಅಂತ ಕೇಳಿದ್ರು. ಹೌದೂಂದೆ. ಅದು ಎಂಥ ಬೆಕ್ಕು ಅಂತ ಕೇಳಿದ್ರು ನಾನು 'ಗೊತ್ತಿಲ್ಲ' ಅದು ನನ್ನ ಮಗನಿಗೆ ಅವರ ಮಾವ ಇಂಡೋನೇಷ್ಯದಿಂದ ತಂದುಕೊಟ್ಟಿದ್ದು' – ಅಂದೆ. ಆಗ ಅವರು ತಮ್ಮ ಡ್ರಾನಿಂದ ಒಂದು ಪುಸ್ತಕ ತೆಗೆದು ತೋರಿಸಿದ್ರು. ಅದರ ತುಂಬಾ ನೂರಾರು ಬೆಕ್ಕುಗಳ ಚಿತ್ರ ಇತ್ತು. 'ಇದರಲ್ಲಿ ನಿಮ್ಮ ಮನೇಲಿರೋ ಬೆಕ್ಕು ಯಾವ ಥರದ್ದು ತೋರಿಸು' ಅಂದ್ರು. ನಾನು 8–10 ಪುಟ ತಿರುಗಿಸುತ್ತಿದ್ದಾಗೆ ಗಾಟೋ ಥರಾನೇ ಇರೋ ಹತ್ತಾರು ಬೆಕ್ಕುಗಳ ಚಿತ್ರ ಇದ್ವು. ನಾನು ನಮ್ಮನೆ ಬೆಕ್ಕು ಹೀಗೇ ಇದೆ ಅಂದೆ. ಸಾಹೇಬರಿಗೆ ಭಾಳಾ ಖುಷಿಯಾಗ್ಹೋಯ್ತು. 'ಬೇಗಂ ಸಾಹೇಬರಿಗೆ ಬೆಕ್ಕುಗಳೂಂದ್ರೆ ತುಂಬ ಇಷ್ಟ. ಈ ಪುಸ್ತಕ ಅವಳ್ದೇ. ಅವಳಿಗೆ ನಿಮ್ಮ ಬೆಕ್ಕನ್ನ ಉಡುಗೊರೆಯಾಗಿ ಕೊಡು,' ಅಂತ ಕೇಳಿದ್ರು. ನಾನು ತಲೆ ತಗ್ಸಿ ಸುಮ್ನೆ ನಿಂತ್ಕೊಂಡೆ. ಅವ್ರು ಮತ್ತೆ ಮತ್ತೆ ಕೇಳಿದಾಗ. 'ಅದು ನನ್ನ ಮಗನ್ದು' ಅಂದೆ. 'ಹಾಗಾದ್ರೆ ಯೋಚ್ನೇನೆ ಬೇಡ. ಮಕ್ಕಳಿಗೇನು ಗೊತ್ತಾಗುತ್ತೆ. ಒಂದು ಬೊಂಬೆ ಕೊಟ್ರೆ ಸುಮ್ಮನಾಗಿಬಿಡ್ತಾರೆ' ಅಂದ್ರು. ಹಾಗೆ ಹೇಳಿ ಹೊರಟೇ ಹೋದ್ರು. ಇವತ್ತು ಬೇಗಂ ಸಾಹೇಬರು ಬಂದು ನನ್ನ ಮನೆಗೆ ಕರೆದುಕೊಂಡು ಹೋಗಿ ಬೆಕ್ಕನ್ನು ಕೊಡೋದಕ್ಕೆ ಕೇಳಿದ್ರು. ನಾನು ಒಂದು ದಿನ ಟೈಮ್ ಕೊಡಿ ಅಂತ ಹೇಳಿಬಂದೆ."

ಮರಿಯಮ್ ಗರಬಡಿದವಳಂತೆ ಈ ಕಥೆ ಕೇಳಿದಳು. ಅವಳ ಕೋಪದ ಕಟ್ಟೆ ಒಡೆಯಿತು. "ಅವಳು ಬೇಗಂ ಸಾಹೇಬಳಾದರೆ ಅದು ಅವಳ ಮನೇಲಿ ಅಷ್ಟೆ. ನಾವೇನು ಅವರ ದಯ ದಿಂದ ಬದುಕಿಲ್ಲ. ಅವರಿಗೆ ಬೆಕ್ಕು ಕೊಡಲೇಬೇಕೂಂತ ಏನಿಲ್ಲ. ಖಯಾಮಿ ಜೀವವೇ ಬೆಕ್ಕಿನ ಮೇಲಿದೆ" – ಎಂದಳು.

ಖ್ವಾಜಾ ಸಾಹೇಬ ನಿಟ್ಟುಸಿರು ಬಿಟ್ಟು, "ಹಾಗೇನೇ ನಮ್ಮ ಜೀವವೂ ಸಾಹೇಬರ ಕೃಪೆ ಮೇಲೇನೇ ಇದೆ" – ಎಂದ.

"ಹೇಗೆ ?" ಎಂದಳು ಮರಿಯಮ್. ಕೂಡಲೇ ಅವಳಿಗೆ ಎಲ್ಲವೂ ಅರ್ಥವಾಯಿತು. ತನ್ನ ಪ್ರಶ್ನೆಗೆ ಉತ್ತರವೂ ಸಿಕ್ಕಿತು. ತಡೆಯಲಾರದಷ್ಟು ದುಃಖ ಉಕ್ಕಿತು. ಜೋರಾಗಿ ಅಳತೊಡಗಿದಳು. ಖ್ವಾಜಾ ಸಾಹೇಬ ಅವಳನ್ನು ತಬ್ಬಿ ಸಮಾಧಾನ ಮಾಡಲು ಯತ್ನಿಸಿದ. ಅವನ ಕಣ್ಣಲ್ಲೂ ನೀರು ತುಂಬಿತ್ತು.

"ನಾಳೆ ನಾನು ಖಯಾಮ ಸ್ಕೂಲಿಗೆ ಹೋದ ಮೇಲೆ ಆಫೀಸಿಗೆ ಹೋಗ್ತೀನಿ. ಗಾಟೋನ ಕರ್ಕೊಂಡು ಹೋಗಿ ಬಂಗಲೇಲಿ ಬಿಟ್ಟು ಬರ್ತೀನಿ. ಅವನು ಸ್ಕೂಲಿನಿಂದ ಬಂದ ಮೇಲೆ ನಾವೂ ಏನೂ ಗೊತ್ತಿಲ್ದಹಾಗಿರ್ಬೇಕು. ಗಾಟೋ ಎಲ್ಲೋ ಬೇರೆ ಬೆಕ್ಕುಗಳ ಜೊತೆ ಓಡಿಹೋಗಿದೆ ಅಂತ ಹೇಳ್ಬೇಕು" – ಅಂದ ಖ್ವಾಜಾ ಸಾಹೇಬ ಭಾರವಾದ ಧ್ವನಿಯಲ್ಲಿ.

ಮರಿಯಮ್ ಅಳುತ್ತಳೇ ಇದ್ದಳು. ಗಂಡನ ಭುಜದ ಮೇಲೆ ಒರಗಿದ ಅವಳು ಜ್ವರ ಬಂದವಳ ಹಾಗೆ ನಡುಗುತ್ತಿದ್ದಳು.

* * *

ಖಯಾಮ ಮನೆಯ ಮಾಡಿನ ಮೇಲೆ ನಿಂತು ಅಕ್ಕಪಕ್ಕದ ಮನೆಯ ಅಂಗಳಗಳನ್ನೆಲ್ಲಾ ಕಾತರದ ಕಣ್ಣಿನಿಂದ ಶೋಧಿಸುತ್ತಿದ್ದ. ಮುಖದಲ್ಲಿ ದುಗುಡ – ಆತಂಕ. ಅತ್ತು ಅತ್ತು ಕಣ್ಣು

ಕೆಂಪಗಾಗಿದ್ದವು. ಗಾಟೋ ಕಣ್ಣಿಗೆ ಬೀಳಲಿಲ್ಲ. ಮುಖ ಎತ್ತಿ ಗಂಟಲು ಕಿತ್ತುಹೋಗುವಂತೆ, "ಗಾಟೋ... ಗಾಟೋ" ಎಂದು ಅರಚಿದ. ಬೀಸಿದ ಗಾಳಿ ಅವನ ಕೂಗನ್ನು ನಾಲ್ಕೂ ದಿಕ್ಕುಗಳಿಗೆ ಕೊಂಡೊಯ್ಯಿತು. ಆದರೆ ಅದರ ಪ್ರತಿಧ್ವನಿಯೂ ಅವನ ಬಳಿಗೆ ಹಿಂತಿರುಗಲಿಲ್ಲ. ಅತೀವ ದುಃಖದಿಂದ ಅವನು ಕುಸಿದ. ಅವನ ಗೋಳು ಕಣ್ಣೀರಿನ ರೂಪದಲ್ಲಿ ಹರಿಯಿತು.

"ಯಾಕೆ ಸುಮ್ನೆ ಹಾಗೆ ಕೂಗ್ತಿ ಮಗು? ಗಾಟೋ ಇವತ್ತು ಎಲ್ಲೋ ಹೋಗಿದೆ ಅಷ್ಟೆ. ನಾಳೆ ವಾಪಸ್ಸು ಬರಬಹುದು. ಬೆಕ್ಕುಗಳು ಊಟ ಹುಡುಕಿಕೊಂಡು ಮನೆ ಬಿಟ್ಟು ಹೋಗೋಲ್ಲ ಅಂತ ಹೇಳ್ತಾರೆ. ಎಲ್ಲಾದ್ರೂ ಹೋಗಿದ್ರೂ ವಾಪಸ್ಸು ಬಂದುಬಿಡುತ್ವೆ. ಒಂದು ವರ್ಷವಾದ್ರೂ ಅವಕ್ಕೆ ಮನೆ ದಾರಿ ಮರೆತುಹೋಗೋಲ್ಲ" ಎಂದು ಖಯಾಮನ ತಾಯಿ ಅವನನ್ನು ಸಮಾಧಾನ ಮಾಡಿ, "ಅಕಸ್ಮಾತ್ ಅದು ಕಳೆದುಹೋದ್ರೂ ಇನ್ನು ಒಂದೆರಡು ದಿನಗಳಲ್ಲಿ ಬೇರೇ ಬೆಕ್ಕನ್ನು ತಂದುಕೊಡ್ತೀನಿ" ಎಂದಳು.

"ಬೇರೆ ಬೆಕ್ಕು" – ಎನ್ನುವ ಪದಗಳನ್ನು ಕೇಳುತ್ತಿದ್ದಂತೆ ಖಯಾಮನಿಗೆ ದುಃಖ ಇನ್ನಷ್ಟು ಉಮ್ಮಳಿಸಿತು. ಜೋರಾಗಿ ಅಳುತ್ತಾ ಕೆಳಗಿಳಿದು ಬಂದ ಅವನು ಮನೆ ಪಕ್ಕದಲ್ಲಿದ್ದ ಪುಸ್ತಕ ಬೈಂಡು ಹಾಕುವ ಅಂಗಡಿಗೆ ಹೋಗಿ "ನನ್ನ ಗಾಟೋ ಇಲ್ಲಿ ಬಂತಾ?" – ಎಂದು ಅಳುತ್ತಲೇ ಕೇಳಿದ. "ನಿನ್ನ ಗಾಟೋಗೆ ಏನಾದರೂ ಪುಸ್ತಕಕ್ಕೆ ಬೈಂಡು ಹಾಕ್ಸೋ ಕೆಲಸ ಇಲ್ಲಿತ್ತಾ?" ಎಂದು ಅಂಗಡಿಯವ ಪ್ರಶ್ನಿಸಿದ. ಖಯಾಮ ದಿನಸಿ ಅಂಗಡಿ, ಷರಬತ್ ಅಂಗಡಿ ಎಲ್ಲಾ ಕಡೆ ಕೇಳಿ ಮಾಂಸದ ಅಂಗಡಿಯ ಮರದ ಬೆಂಚುಗಳ ಕೆಳಗೆಲ್ಲಾ ಹುಡುಕಿದ. ಚರಂಡಿಯಲ್ಲೆಲ್ಲಾ ಇಣುಕಿದ. ಆದರೆ ಗಾಟೊ ಮಾತ್ರ ಕಣ್ಣಿಗೆ ಬೀಳಲಿಲ್ಲ.

ಖಯಾಮನ ಸ್ನೇಹಿತರು ಅವನಿಗೆ ಬೆಕ್ಕನ್ನು ಪತ್ತೆಹಚ್ಚಲು ಚಿಟ್ಟೆ ಮಸೀದಿಗೆ ಹೋಗಿ ಅಲ್ಲಿನ ಮೌಲ್ವಿಯ ನೆರವು ಪಡೆಯುವಂತೆ ಸೂಚಿಸಿದರು. ಮೌಲ್ವಿಯು ತನ್ನ ಬಳಿ ಇದ್ದ ಒಂದು ಚೊಂಬಿನಲ್ಲಿ ಅನೇಕ ಚೀಟಿಗಳನ್ನಿಟ್ಟಿರುತ್ತಿದ್ದ. ಯಾರಾದರೂ ಏನಾದರೂ ಕಳೆದು ಹೋಗಿದೆ ಅಂತ ದೂರು ತಂದರೆ ಮೌಲ್ವಿ ಅದರಿಂದ ಒಂದು ಚೀಟಿಯನ್ನು ತೆಗೆಯುತ್ತಿದ್ದ, ಅದರಲ್ಲಿ ಕಳ್ಳನ ಹೆಸರು ಇರುತ್ತಿತ್ತಂತೆ. ಖಯಾಮ ತನ್ನ ಸ್ನೇಹಿತರ ಜೊತೆ ಮೌಲ್ವಿಯ ಬಳಿಗೆ ಹೋದ. ಒಕ್ಕಣ್ಣ ಮೌಲ್ವಿ ತನ್ನ ಗಡ್ಡ ನೇವರಿಸಿಕೊಳ್ಳುತ್ತಾ ಖಯಾಮನ ಕಥೆ ಕೇಳಿದ. ಆದರೆ ಚೀಟಿ ತೆಗೆಯುವ ಮುನ್ನ ಐದು ಪೈಸೆ ದಕ್ಷಿಣೆ ಕೊಡಬೇಕು ಅಂದ. ಖಯಾಮನ ಬಳಿ ಐದು ಪೈಸೆ ಎಲ್ಲಿ ಬರಬೇಕು? ಕೊನೆಗೆ ಅವನ ಸ್ನೇಹಿತರೆಲ್ಲಾ ಒಂದೊಂದು ಪೈಸಾ ಸೇರಿಸಿ ದಕ್ಷಿಣೆ ಕೊಟ್ಟರು. ಮೌಲ್ವಿ ಚೊಂಬಿನಿಂದ ಒಂದು ಚೀಟಿ ತೆಗೆದ. ಅದರಲ್ಲಿದ್ದ ಹೆಸರನ್ನು ಓದುವಂತೆ ಖಯಾಮನಿಗೆ ಕೊಟ್ಟ. ಖಯಾಮನ ಮನೆಯಲ್ಲಿ ಕಸಗುಡಿಸುವವಳ ಹೆಸರು ಅದರಲ್ಲಿತ್ತು. ಖಯಾಮ ಜೋರಾಗಿ ಅರಚುತ್ತಾ ಅವಳ ಮನೆಗೆ ಓಡಿದ. ಅವಳನ್ನು ಕಂಡಕೂಡಲೇ ಹಸಿದ ಹುಲಿಯಂತೆ ಮೇಲೆರಗಿದ. ಅವಳ ಬಟ್ಟೆ ಹರಿದು ಅವಳಿಗೆ ಜೋತುಬಿದ್ದು, "ನನ್ನ ಗಾಟೋ ಕೊಡು..." ಎಂದು ಗಂಟಲು ಬಿರಿಯುವಂತೆ ಕೂಗತೊಡಗಿದ. ದಿಗ್ಭ್ರಮೆಗೊಂಡ ಅವಳು ಅವನಿಂದ ಬಿಡಿಸಿಕೊಳ್ಳಲು ಪ್ರಯತ್ನಿಸಿದಾಗ ಖಯಾಮ ಅವಳ ಕೈಯನ್ನು ಕಚ್ಚಿದ. ನೋವಿನಿಂದ ಅವಳು ಕೈಯನ್ನು ಝಾಡಿಸಿದಾಗ ಅವಳ ಕೈಯಲ್ಲಿದ್ದ ಲೋಹದ ಬಳೆ ಅವನ ಹಣೆಗೆ ಬಡಿಯಿತು. ಹಣೆಯಲ್ಲಿ ಗಾಯವಾಗಿ ರಕ್ತ ಹನಿಯಿಕ್ಕಿತು. ಅವಳು ಖಯಾಮನನ್ನ ಎತ್ತಿಕೊಂಡು ಅವನ ಮನೆಯತ್ತ ಧಾವಿಸಿದಳು. ಮರಿಯಮ್ ತನ್ನ ಮಗನನ್ನು ಕಂಡು ಕಣ್ಣೀರಿಡುತ್ತಾ ತನ್ನ ಸೀರೆಯ ಸೆರಗನ್ನೇ ಹರಿದು ಅವನ ಗಾಯಕ್ಕೆ

ಕಟ್ಟಿದಳು. ಇದೆಲ್ಲವನ್ನೂ ಮೂಕನಂತೆ ನೋಡುತ್ತಿದ್ದ ಖ್ವಾಜಾ ಸಾಹೇಬ ತಲೆ ತಗ್ಗಿಸಿ ಮನೆಯಿಂದ ಹೊರಬಿದ್ದ.

* * *

ಆಗ ಚಳಿಗಾಲ. ಭೂಮಿಯಿಂದ ಆಕಾಶದವರೆಗೆ ಎಲ್ಲವನ್ನೂ ಮರಗಟ್ಟಿಸುವಂಥ ಚಳಿ. ಮೈ ನಡುಗಿಸುವಂಥ ಕೊರೆಯುವ ಚಳಿ. ಹಣೆಗೆ ಗಾಯದ ಪಟ್ಟಿ ಕಟ್ಟಿಕೊಂಡಿದ್ದ ಖಯಾಮ ದುಪ್ಪಟಿಯ ಕೆಳಗೆ ತನ್ನ ಅಮ್ಮನ ತೋಳತೆಕ್ಕೆಯಲ್ಲಿ ಮಲಗಿದ್ದ. ರಾತ್ರಿಯಿಡೀ ಅವನಿಗೆ ಗಾಟೋ ಕನಸುಗಳೇ. ಪುಸ್ತಕಕ್ಕೆ ರಟ್ಟು ಕಟ್ಟುವ ಅಂಗಡಿಯವ ತನ್ನ ಕಾಗದ ಕತ್ತರಿಸುವ ಯಂತ್ರದ ಮಧ್ಯೆ ಇದ್ದ ಗಾಟೋವನ್ನು ಹೊರಗೆಳೆದು ಬಣ್ಣದ ಕಾಗದದಲ್ಲಿ ಸುತ್ತಿ ತನಗೆ ತಂದು ಕೊಟ್ಟಂತೆ; ಷರಬತ್‌ವಾಲಾನ ತೊಡೆಯ ಮೇಲೆ ಮೈಗೆಲ್ಲಾ ಗಂಧ ಮತ್ತು ಪನ್ನೀರು ಬಳಿದು ಕೊಂಡ ಗಾಟೋ ಕುಳಿತಿದ್ದಂತೆ; ದಿನಸಿ ಅಂಗಡಿಯವನ ಮಗ, ಅರಸಿನ ಪುಡಿ ಬಳಿದು ಮೈಯೆಲ್ಲಾ ಹಳದಿಯಾದ ಗಾಟೋವನ್ನು ಮನೆಯ ಛಾವಣಿಯ ಮೇಲೆ ಕೊಂಡು ಹೋದಂತೆ; ಕಸಗುಡಿಸುವವಳು ಈಗ ಬಾಗಿಲು ತಟ್ಟಿ "ಬೀಬೀ ಜಿ ನಿನ್ನ ಬೆಕ್ಕನ್ನು ತಗೋ"– ಎಂದು ಕೂಗಿದಂತೆ. ಆ ಕನಸು ಬಿದ್ದಾಗ ಖಯಾಮನಿಗೆ ಅರೆ ಎಚ್ಚರವಾಯಿತು. ಏನೋ ಆಸೆ ಚಿಗುರಿದಂತೆ ಅವನು ಅಮ್ಮನ ತೋಳನ್ನು ಬಿಗಿ ಹಿಡಿದ. ಆಗ ಅಮ್ಮ ಮತನಾಡುತ್ತಿದ್ದುದು ಕೇಳಿಸಿತು :

"ಆ ಕತ್ತೆರಂಡೆ ! ಅವಳ ಹೊಟ್ಟೇಲಿ ಒಂದು ಇಲಿ ಕೂಡ ಹುಟ್ಟಿಲ್ಲ, ಅದಕ್ಕೇ ಇನ್ನೊಂದು ಮಗುವಿನ ಜೀವಾನೆ ತಿಂತಿದಾಳೆ."

ಖ್ವಾಜಾ ಸಾಹೇಬ ಉತ್ತರಿಸಿದ, "ಅವಳ ಹೆಸರೇ ಎತ್ಬೇಡ. ಖಯಾಮನ ಹಣೆಗೆ ಗಾಯ ಆಗಿದ್ದು ನೋಡಿ ನನಗೆ ಎಷ್ಟು ಸಂಕಟ ಆಯ್ತೂಂದ್ರೆ, ಹೊಟ್ಟೆ ತೊಳಸಿಕೊಂಡು ಬಂದು ಹೊರಕ್ಕೆ ಹೋಗಿ ವಾಂತಿ ಮಾಡ್ಬಿಟ್ಟೆ."

"ಅಯ್ಯೋ ದೇವ್ರೇ ! ಅವಳ ಹೊಟ್ಟೇಲಿ ಮಕ್ಳೇ ಆಗ್ದಂಗೆ ಮಾಡಪ್ಪ. ಅವಳು ಬಂಜೆಯಾಗೇ ಸಾಯ್ಲಿ. ನನ್ನ ಪ್ರಾಣಕ್ಕೆ ಸಮಾನವಾದ ಮುದ್ದು ಮಗುವಿನ ರಕ್ತ ಹೀರಿದಾಳೆ. ಪಿಶಾಚಿ" – ಎಂದಳು ಮರಿಯಮ್.

"ನಾವೇನು ಮಾಡೋಕೆ ಆಗುತ್ತೆ ಹೇಳು ? ನಮ್ಮ ಭವಿಷ್ಯಾನೇ ಅವರ ಕೈಯಲ್ಲಿದೆ. ಸಾಹೇಬ ಒಂದು ನಿಮಿಷದಲ್ಲಿ ನನ್ನನ್ನ ಕೆಲಸದಿಂದ ಕಿತ್ತು ಹಾಕ್ಬೌದು. ಈಗ ನಮ್ಮ ಮಗುವಿನ ಸಂತೋಷ ಹಾಳಾಗಿಹೋಯ್ತು ಅಂತ ನಾವು ಇಲ್ಲಿ ಅಳ್ತಾ ಇದೀವಿ. ಸಾಹೇಬನ ಆಸೆ ತೀರಿಸದೆ ಇದ್ದಿದ್ರೆ ನಾವು ಮಗುವಿನ ಜೀವಕ್ಕಾಗಿ ಅಳಬೇಕಾಗ್ತಿತ್ತು" – ಎಂದ ಖ್ವಾಜಾ ಸಾಹೇಬ.

ಮರಿಯಮ್‌ಗೆ ಕೋಪ ಉಕ್ಕೇರಿತು. "ನಿಮ್ಮ ಬಾಯ್ಗಿಷ್ಟು ಮಣ್ಣಾಕ. ನಿಯಾಜ್ ಅಹ್ಮದ್ ಏನು ನಮ್ಮ ರಜೀಕನೇ ? ನಮಗೆ ಊಟ ಕೊಡ್ತಿರೋದು ದೇವ್ರು" ಎಂದಳು.

"ಆದರೆ ಊಟ ಕೊಡೋ ರೀತೀನೂ ಅವನ್ದೇ ಕಣೆ" ಎಂದ ಖ್ವಾಜಾ ಸಾಹೇಬ. ಮರಿಯಮ್‌ಳ ಹಣೆ ಮೇಲೆ ಕೈ ಇಟ್ಟು ಸವರಿ ಸಮಾಧಾನ ಮಾಡುತ್ತಾ, "ಕಾಲ ಬದಲಾಗ್ತಾ ಇದೆ ಮರಿಯಮ್" ಎಂದ.

ಮರಿಯಮ್ ದೀರ್ಘ ನಿಟ್ಟುಸಿರುಬಿಟ್ಟಳು. "ಈಗಿನ ಕಾಲ ನಮ್ಮನ್ನ ಹೀರಿ ಹಿಪ್ಪೆ ಮಾಡಿಹಾಕಿದೆ. ದೇವರ ದಯೆಯಿಂದ ಈ ಕಾಲ ಬದಲಾಗಬೇಕು. ಅವತ್ತು – ಈದ್ ಹಬ್ಬದ

ದಿನ ಸಿಹಿ ತಿಂಡಿ ತಗೊಂಡು ನಾನು ಬಂಗಲೆಗೆ ಹೋದಾಗ್ಲೆ ಅಂದ್ಕೊಂಡೆ ನಿಮ್ಮ ಬೇಗಂ ಸಾಹೇಬ್ರು ಎಂಥ ರಾಕ್ಷಸಿ ಅಂತ. ಅವಳ ಕೆಟ್ಟ ದೃಷ್ಟಿ ಖಯಾಮನ ಮೇಲೆ ಬೀಳ್ದೆ ಇರ್ಲಿ ಅಂತ ನಾನು ದೇವರನ್ನು ಪ್ರಾರ್ಥಿಸಿಕೊಂಡೆ. ನಿಜ ಹೇಳ್ಬೇಕೂಂದ್ರೆ ಅವಳೇ ಚಿಕ್ಕ ಮಗೂ ಥರ ಕಾಣ್ತಾಳೆ. ಅದಕ್ಕೇ ಅವಳಿಗೆ ಮಕ್ಳಿಲ್ಲ. ಈಗ ಅವಳ ಹತ್ರ ಗಾಟೋ ಇದೆ. ಅವಳು ತನ್ನ ಮೊಲೆ ಹಾಲನ್ನ ಅದಕ್ಕೇ ಕುಡಿಸ್ಲಿ."

ಖ್ವಾಜಾ ಸಾಹೇಬ ತನ್ನ ಮಾತಿಗೆ ಏನೂ ಉತ್ತರ ಕೊಡದೆ ಸುಮ್ಮನಿದ್ದಾಗ, ಮರಿಯಮ್ ಕೇಳಿದಳು: "ನೀವು ಅವಳಿಗೆ ಗಾಟೋನ ಕೊಟ್ಟಾಗ ಅವಳಿಗೆ ತುಂಬ ಖುಷಿ ಆಗಿರ್ಬೇಕು, ಅಲ್ವೆ?"

ಖ್ವಾಜಾ ಸಾಹೇಬ ಸ್ಥಿತಪ್ರಜ್ಞನಂತೆ ಉತ್ತರಿಸಿದ. "ಹೌದು, ಗಾಟೋನ ಕೊಟ್ಟ ಕೂಡ್ಲೆ ಅವಳು 'ತುಂಬ ಉಪಕಾರ ಆಯಿತು. ಸಾಹೇಬ್ರಿಂದ ನಿನಗೆ ಏನಾದರು ಆಗಬೇಕಾಗಿದ್ರೆ ಬಂದು ಹೇಳು' ಅಂದ್ಳು. ಆಮೇಲೆ 'ನೀನು ಬಸ್ಸಿನಲ್ಲಿ ಬಂದ್ಯ' ಅಂತ ಕೇಳಿದ್ಳು. ನಾನು 'ಇಲ್ಲ, ಸೈಕಲ್‌ನಲ್ಲಿ ಬಂದೆ' ಅಂದೆ. ಅದಕ್ಕೆ ಅವಳು 'ಅದು ಒಳ್ಳೇದು. ಈ ರಸ್ತೇಲಿ ಬಸ್ಸು ಟೈಮಿಗೆ ಸರಿಯಾಗಿ ಬರೋದೂ ಇಲ್ಲ. ಒಂದೊಂದು ಸರ್ತಿ ಗಂಟೆಗಟ್ಲೆ ಕಾದ್ರೂ ಬರೋಲ್ಲ' – ಅಂದ್ಳು. ಆಮೇಲೆ ನಾನು ಏನಾದ್ರೂ ಕೇಳ್ತೀನೇನೋ ಅಂತ ಸ್ವಲ್ಪ ಹೊತ್ತು ನನ್ನ ಕಡೇನೇ ನೋಡಿದ್ಳು. ನಾನು ಸಲಾಂ ಹಾಕಿ ಆಫೀಸಿಗೆ ಹೋದೆ."

"ಸೂಳೆ ರಂಡೆ!" – ಎಂದಳು ಮರಿಯಮ್ ಹಲ್ಲು ಕಡಿಯುತ್ತಾ. ಪಕ್ಕಕ್ಕೆ ತಿರುಗಿ ಖಯಾಮನ ಹಣೆಗೆ ಮುತ್ತಿಟ್ಟಳು. ಖಯಾಮ್ ನಿದ್ರೆ ಬಂದವನಂತೆ ನಟಿಸಿ ಭದ್ರವಾಗಿ ಕಣ್ಮುಚ್ಚಿದ.

* * *

ಮಧ್ಯಾಹ್ನ ಹನ್ನೊಂದು ಗಂಟೆ. ಹಿಮವೆಲ್ಲಾ ಕರಗಿ ಸೂರ್ಯ ಆಗ ತಾನೇ ಇಣಿಕು ಹಾಕಿದ್ದ. ಖಯಾಮ ತನ್ನ ಪುಸ್ತಕಗಳ ಚೀಲ ಹಿಡಿದು ಯಾವುದೋ ಬಸ್ಸಿಗಾಗಿ ಹುಡುಕುತ್ತಿದ್ದ. ತಾನು ಅಮ್ಮನ ಜೊತೆ ಈದ್ ಹಬ್ಬದ ದಿನ ಬಸ್ಸನ್ನು ಎಲ್ಲಿ ಹತ್ತಿದ್ದು ಅನ್ನುವುದನ್ನು ಜ್ಞಾಪಿಸಿಕೊಂಡ. ಸುತ್ತ ಇದ್ದ ಜನರನ್ನು ನಿಯಾಜ್ ಸಾಹೇಬರ ಕೋಠಿಗೆ ಹೋಗೋ ಬಸ್ ಯಾವುದು ಅಂತ ಕೇಳಿದ. ಒಬ್ಬ ಬಸ್ ಕಂಡೆಕ್ಟರನ್ನು ಅದೇ ಪ್ರಶ್ನೆ ಕೇಳಿದಾಗ ಬಸ್ಸಿನಲ್ಲಿದ್ದವರೆಲ್ಲ ನಕ್ಕುಬಿಟ್ಟರು. ಕಂಡೆಕ್ಟರ್, "ಇವತ್ತು ಸ್ಕೂಲಿಲ್ವ ಮಗು?" ಎಂದು ಪ್ರಶ್ನಿಸಿದ. ಖಯಾಮನಿಗೆ ಸ್ವಲ್ಪ ಗಾಬರಿಯಾಯ್ತು. ಹಿಂಜರಿದು ಅಲ್ಲೇ ಇದ್ದ ಇನ್ನೊಂದು ಬಸ್ ಹಿಂದೆ ಅವಿತುಕೊಂಡ. ಒಬ್ಬ ಟಾಂಗಾವಾಲ ಖಯಾಮನನ್ನು ಕರೆದು, "ಬಾ, ನಿನ್ನ ಅಲ್ಲಿಗೆ ಸುಮ್ನೆ ಕರ್ಕೊಂಡು ಹೋಗ್ತೀನಿ: ನೀನೇನು ದುಡ್ಡು ಕೊಡಬೇಡ" – ಅಂದ. ಖಯಾಮ, "ಬೇಡ ಪರವಾಗಿಲ್ಲ" ಅಂದ. ಅಷ್ಟರಲ್ಲಿ ಒಂದು ಬಸ್ಸು ಬಂದಿತು. ಅದರ ಮೇಲೆ ಗಿಳಿ ಚಿತ್ರ ಇದ್ದ ಗರಂಮಸಾಲೆಯ ಜಾಹೀರಾತು ಬರೆದಿತ್ತು. ಈದ್ ಹಬ್ಬದ ದಿನ ಅಂಥದೇ ಚಿತ್ರ ಇದ್ದ ಬಸ್ಸಿನಲ್ಲಿ ತಾವು ಹೋಗಿದ್ದುದು ಅವನಿಗೆ ನೆನಪಾಯ್ತು. ಕೂಡಲೇ ಖಯಾಮ ಆ ಬಸ್ಸನ್ನೇರಿದ. ಬಸ್ಸು ಹೊರಡುತಿದ್ದಂತೆ ಖಯಾಮನ ಆಸೆ ಅಂತರಿಕ್ಷಕ್ಕೇರಿತು. ಸ್ವಲ್ಪ ಹೊತ್ತಿನಲ್ಲಿ ಕಂಡೆಕ್ಟರ್ ಬಂದ. "ಟಿಕೆಟ್, ಟಿಕೆಟ್" – ಎಂದ. ಖಯಾಮ ಉತ್ತರಿಸಲಿಲ್ಲ, ಅವನ ಹತ್ತಿರ ದುಡ್ಡೇ ಇರಲಿಲ್ಲ. ಕಂಡೆಕ್ಟರ್ ಎಲ್ಲಿ ಹೊಡೆದುಬಿಡುತ್ತಾನೋ ಅಂತ ಅವನಿಗೆ ಭಯವಾಗಿತ್ತು. ಆದರೆ ಕಂಡೆಕ್ಟರ್ ಹಾಗೆ ಮಾಡಲಿಲ್ಲ. ಪೀಪಿ ಊದಿದ, ಬಸ್ ನಿಂತಿತು. ಖಯಾಮನನ್ನು ಅವನು ಕೆಳಗೆ ಇಳಿಸಿದ. ಖಯಾಮ ನೋಡುತ್ತಿದ್ದಂತೆ ಬಸ್ಸು ಹೊರಟು, ಧೂಳಿನ ಹಿಂದೆ

ಕಣ್ಮರೆಯಾಯಿತು. ಆ ಬಸ್ಸು ಹೋದ ದಿಕ್ಕಿನಲ್ಲೇ ನಡೆದುಹೋದರೆ ತಾನು ಹೋಗಬೇಕಾದ ಜಾಗ ಸಿಗುತ್ತದೆ ಎಂದು ಖಯಾಮ ಯೋಚಿಸಿದ. ಹಾಗೆಯೇ ನಡೆಯತೊಡಗಿದ. ಅವನು ಸಾಹೇಬರ ಮನೆ ಬಳಿಯಿದ್ದ ಪೆಟ್ರೋಲ್ ಬಂಕನ್ನು ಜ್ಞಾಪಕದಲ್ಲಿಟ್ಟುಕೊಂಡಿದ್ದ. ಅದಕ್ಕಾಗಿ ಹುಡುಕುತ್ತಾ ಹೊರಟ. ಬಸ್ಸು ಕಣ್ಣಿಗೆ ಕಾಣದಂತಾದಾಗ ಅವನ ಹೆಜ್ಜೆ ನಿಧಾನವಾಗ ತೊಡಗಿತು. ಅವನು ಹೊತ್ತಿದ್ದ ಭಾರವಾದ ಚೀಲ ಹೆಜ್ಜೆ ಹೆಜ್ಜೆಗೆ ಇನ್ನಷ್ಟು ಭಾರವಾದಂತೆ ಅನ್ನಿಸಿತು. ಹಾಗೇ ಹೆಜ್ಜೆ ಹಾಕತೊಡಗಿದ.

ಇನ್ನೊಂದು ಬಸ್ ಬಂದು ಚೌಕದ ಬಳಿ ಬಲಕ್ಕೆ ತಿರುಗಿತು. ಖಯಾಮ ಚೌಕದಲ್ಲಿ ನಿಂತು ಅದನ್ನೇ ನೋಡಿದ. ಆನೆಯಂಥ ಬಸ್ಸು ಸಣ್ಣ ಚುಕ್ಕೆಯಾಗಿ ಮಾಯವಾಗುತ್ತಿದ್ದಂತೆ ಅದೇ ದಿಕ್ಕಿನಲ್ಲಿ ಖಯಾಮ ಮತ್ತೆ ಹೊರಟ. ಅವನು ಅದೆಷ್ಟು ಹೊತ್ತು ನಡೆದನೋ ಅವನಿಗೆ ಅರಿಯದು. ಮಧ್ಯಾಹ್ನ ಕಳೆದು ಸಂಜೆಯಾಯಿತು. ಸೂರ್ಯ ಮಂಕಾಗತೊಡಗಿದ. ರಸ್ತೆ ಬದಿಯ ನಲ್ಲಿಯಲ್ಲಿ ನೀರು ಕುಡಿದ ಖಯಾಮ ಚೀಲದಲ್ಲಿದ್ದ ಪುಸ್ತಕಗಳನ್ನು ತೆಗೆದು ಧೂಳು ಕೊಡವಿದ. ಮತ್ತೆ ಅವುಗಳನ್ನು ಚೀಲದಲ್ಲಿ ಹಾಕಿ ನಡೆಯತೊಡಗಿದ. ಕಪ್ಪು ಮೋಡಗಳು ಸೂರ್ಯನನ್ನು ಮುತ್ತಿದವು. ತಣ್ಣನೆಯ ಗಾಳಿ ಬೀಸತೊಡಗಿತು. ಖಯಾಮ ಚಳಿಯನ್ನು ತಡೆಯಲು ಎಡಗೈಯನ್ನು ತನ್ನ ಜೇಬಿನಲ್ಲಿಟ್ಟುಕೊಂಡ. ರಸ್ತೆಗೆ ಕೊನೆಯೇ ಇಲ್ಲ ಎನಿಸಿತು. ಆದರೆ ನಿಂತರೆ ಚಳಿ ಆದೀತೆಂದು ಖಯಾಮ ನಡೆಯುತ್ತಿದ್ದ. ಹಾಗೆಯೇ ತುಂಬ ಹೊತ್ತು ನಡೆದು ನಡೆದು ಕಾಲು ಕುಸಿಯುವಂತಾದಾಗ ಅವನಿಗೆ ಮುರಿದ ಸೇತುವೆ ಕಾಣಿಸಿತು. ಅದರ ನೆನಪು ಮಸುಕು ಮಸುಕಾಗಿತ್ತು. ಅದನ್ನು ದಾಟುತ್ತಿದ್ದಂತೆ ಪೆಟ್ರೋಲ್ ಬಂಕ್ ಕಾಣಿಸಿ ಅವನ ಶಕ್ತಿಯೆಲ್ಲ ಮತ್ತೆ ಬಂದಂತಾಯಿತು. ಬಡಬಡನೆ ನಡೆಯತೊಡಗಿದ ಖಯಾಮ ಕೊನೆಗೆ ಓಡಲಾರಂಭಿಸಿದ. ಅಲ್ಲೇ ಒಂದು ಮರಗಳ ಸಾಲು, ಅದರ ಹಿಂದೆ ಹೊಸತಾಗಿ ಕಟ್ಟಲಾಗುತ್ತಿದ್ದ ಮನೆಗಳು ಕಂಡವು. ಸಿಗರೇಟಿನ ಅಂಗಡಿಯೂ ಕಣ್ಣಿಗೆ ಬಿತ್ತು. ಅದರ ಪಕ್ಕದಲ್ಲೇ ಇತ್ತು ಸಾಹೇಬರ ಕೋಠಿ.

ಬಂಗಲೆಯ ಗೇಟಿನೊಳಗೆ ಖಯಾಮ ಹೆಜ್ಜೆ ಇಟ್ಟಾಗ ಅವನ ಎದೆ ಗಾಬರಿಯಿಂದ ಬಡಿದುಕೊಳ್ಳುತ್ತಿತ್ತು. ಮನೆ ಬಾಗಿಲವರೆಗೆ ಕೆಂಪು ಮಣ್ಣನ್ನು ಹರಡಲಾಗಿತ್ತು. ಮೆಟ್ಟಿಲ ಮೇಲೆ ಮತ್ತು ಜಗಲಿಯಲ್ಲಿ ಹೂವುಗಳಿಂದ ತುಂಬಿದ್ದ ಗಿಡಗಳ ಕುಂಡಗಳಿದ್ದವು. ಖಯಾಮ ಮೆಟ್ಟಲಿನ ಮೇಲೆ ತನ್ನ ಚೀಲ ಇಟ್ಟು ಮೆಲ್ಲನೆ ಬಾಗಿಲ ಬಳಿ ಸೇರಿದ. ದೊಡ್ಡ ಗಾಜಿನ ಆ ಬಾಗಿಲ ಮೂಲಕ ಒಳಗಿದ್ದ ಒಂದು ಮೇಜು ಕಾಣಿಸಿತು. ಅದರ ಬಳಿ ಒಂದು ರೇಷ್ಮೆಯ ದಿಂಬಿನ ಮೇಲೆ ಗಾಟೋ ತನ್ನ ಕಾಲನ್ನು ನೆಕ್ಕುತ್ತಾ ಮಲಗಿತ್ತು.

ಖಯಾಮ ತನ್ನ ಶಕ್ತಿಯನ್ನೆಲ್ಲ ಮೀರಿ ಬಾಗಿಲನ್ನು ಗುದ್ದಿದ. ಒಳಗೆ ಬಿರುಗಾಳಿಯಂತೆ ನುಗ್ಗಿ ಗಾಟೋವನ್ನು ತನ್ನ ಕೈಗೆತ್ತಿಕೊಂಡ. ಅದನ್ನು ಭದ್ರವಾಗಿ ಎದೆಗವಚಿಕೊಂಡು ಮುದ್ದಿಸಿದ. ಗಾಟೋ ಅವನ ಪ್ರೀತಿಗೆ ಓಗೊಟ್ಟಿತು.

ಬಾಗಿಲನ್ನು ಜೋರಾಗಿ ತಳ್ಳಿದ ಶಬ್ದ ಬೇಗಮ್‌ಳಿಗೆ ಕೇಳಿಸಿತು. ಗಾಬರಿಯಿಂದ ಅವಳು ತನ್ನ ಕೈಯಲ್ಲಿದ್ದ ಗಿಟಾರನ್ನು ನೂಕಿ ಓಡಿಬಂದಳು. ಗಾಟೋವನ್ನು ಹಿಡಿದು ಹೊರಕ್ಕೆ ಓಡುತ್ತಿದ್ದ ಖಯಾಮನನ್ನು ಕಂಡು ಮುನ್ನುಗ್ಗಿ ಅವನ ತಲೆಗೂದಲನ್ನು ಹಿಡಿದು ಜಗ್ಗಿದಳು. ತನ್ನ ಬೆಕ್ಕನ್ನು ಕದಿಯುತ್ತಿದ್ದ ಅವನನ್ನು ಕಂಡು ಅವಳ ಕೋಪ ಉಕ್ಕೇರಿತು. "ದರಿದ್ರ ಸೂಳೇ ಮಗನೇ! ನಿನ್ನ ಮನೆ ಹಾಳಾಗ" ಎಂದು ಅಬ್ಬರಿಸಿದಳು.

ಖಯಾಮ ಅವಳ ರಾಕ್ಷಸ ಮುಷ್ಟಿಯಿಂದ ಬಿಡಿಸಿಕೊಳ್ಳಲು ಪ್ರಯತ್ನಿಸಿದ. ಅವನ ಕಣ್ಣಲ್ಲಿ ನೀರೂರಿತು. ಬೇಗಂ ಸಾಹೇಬಳು ಅವನು ಎದೆಗೆ ಅವಚಿಕೊಂಡಿದ್ದ ಗಾಟೋವನ್ನು ಒಂದು ಕೈಯಲ್ಲಿ ಹಿಡಿದು ಇನ್ನೊಂದು ಕೈಯಿಂದ ಹೊಡೆಯತೊಡಗಿದಳು. ಖಯಾಮ ಅಳತೊಡಗಿದ. ಅವಳು ಎಷ್ಟು ಹೊಡೆದರೂ ಗಾಟೋವನ್ನು ಅವನು ಬಿಡಲಿಲ್ಲ. ಅವಳು ಇನ್ನಷ್ಟು ಕೋಪದಿಂದ ಬಯ್ಯುತ್ತಾ, "ನನ್ನ ಬೆಕ್ಕನ್ನು ಕೊಡ್ತೀಯೋ ಇಲ್ವೋ ?" ಎಂದು ಕೂಗಿದಳು. ಖಯಾಮ, "ಇದು ನಿನ್ನ ಬೆಕ್ಕಲ್ಲ. ನನ್ನ ಗಾಟೋ ನನ್ನ ಮಾವ ವಿಲಾಯತಿಯಿಂದ ತಂದು ಕೊಟ್ಟಿದ್ದು" ಎಂದು ಬಿಕ್ಕುತ್ತಾ ನುಡಿದ.

"ಆಹಾಹಾ, ಮಾವನಂತೆ, ವಿಲಾಯತಿಯಂತೆ" ಎಂದು ಹಲ್ಲು ಕಡಿದ ಬೇಗಂ, ತುಟಿ ಬಿಗಿ ಹಿಡಿದು, ಮುಷ್ಟಿಯಿಂದ ಅವನ ಮುಖಕ್ಕೆ ಎರಡು ಬಾರಿ ಹೊಡೆದಳು. ಖಯಾಮ ಮುಖವನ್ನು ತಗ್ಗಿಸಿ ಗಾಟೋವನ್ನು ಬಲವಾಗಿ ಹಿಡಿದು ತಪ್ಪಿಸಿಕೊಳ್ಳಲು ಯತ್ನಿಸಿದ. ಬೇಗಂ ಗಾಟೋಗೆ ಕೈಹಾಕಿ ಅದನ್ನು ತನ್ನತ್ತ ಎಳೆಯತೊಡಗಿದಾಗ ಗಾಟೋ ಇಬ್ಬರ ಕಿತ್ತಾಟದಲ್ಲಿ ಚೀರಗೊಡಗಿತು. ಖಯಾಮ ಬೇಗಂಳ ಬೆರಳನ್ನು ತಿರುಚಿ, ಕೊನೆಗೆ ಮುಂಗೈಯನ್ನು ಕಚ್ಚಿಬಿಟ್ಟ. ಬೇಗಂ ಅಪಾರ ನೋವಿನಿಂದ ಕೈ ಝಾಡಿಸಿದಾಗ ಅವಳ ಗಾಜಿನ ಬಳೆ ಅವನ ಹಣೆಯ ಗಾಯಕ್ಕೆ ಅಪ್ಪಳಿಸಿತು. ಗಾಯದಿಂದ ರಕ್ತ ಹೊರಚಿಮ್ಮಿತು. ಬೇಗಂ ಇನ್ನಷ್ಟು ಕ್ರುದ್ಧಳಾಗಿ ಖಯಾಮನನ್ನು ಹೊಡೆದಳು. ಕಾಲಿನಿಂದ ಒದೆಯತೊಡಗಿದಳು. ಖಯಾಮ ಕೆಳಗೆ ಉರುಳಿ ಬಿದ್ದ. ಬೇಗಂ ಅವನ ಬೆನ್ನ ಮೇಲೆ ಕಾಲೂರಿ ಗಾಟೋವನ್ನು ಕಿತ್ತು ತನ್ನ ಸಮೃದ್ಧ ಎದೆಗೆ ಒತ್ತಿಕೊಂಡು ವಿಜಯದ ಏದುಸಿರು ಬಿಡತೊಡಗಿದಳು.

ಖಯಾಮ ಮತ್ತೆ ಮೇಲೆದ್ದು "ನನ್ನ ಗಾಟೋ ಕೊಟ್ಬಿಡು, ಅದನ್ನು ನನಗೋಸ್ಕರ ನನ್ನ ಮಾವ ತಂದದ್ದು..." ಎಂದು ಜೋರಾಗಿ ಅಳುತ್ತಾ ಗೋಗರೆಯತೊಡಗಿದ. ಬೇಗಂ ಗಂಟಲು ಕಿತ್ತು ಹೋಗುವಂತೆ, "ಕರೀಂ, ಕರೀಂ," ಎಂದು ಕೂಗಿದಳು. ಖಯಾಮ, "ನಿನಗೆ ಪುಣ್ಯ ಬರುತ್ತೆ. ದೇವ್ರು ಒಳ್ಳೇದು ಮಾಡ್ತಾನೆ, ನನ್ನ ಬೆಕ್ಕನ್ನು ನನಗೆ ಕೊಡು" ಎಂದ. ಬೇಗಂ ಮಾತ್ರ ಸ್ವಲ್ಪವೂ ಕುಗ್ಗದೆ ಕೆಂಗಣ್ಣುಗಳಿಂದ ಅವನನ್ನು ನುಂಗುವಂತೆ ದುರುದುರನೆ ನೋಡಿದಳು. ಖಯಾಮ ನೆಲಕ್ಕೆ ಕುಸಿದು ಅವಳ ಬಟ್ಟೆಯ ತುದಿಗೆ ಮುತ್ತಿಟ್ಟು ಕೈ ಜೋಡಿಸಿ ಬೇಡಿದ ತನ್ನ ಬೆಕ್ಕಿಗಾಗಿ. ಬೇಗಂ ಕಲ್ಲಿನ ಪ್ರತಿಮೆಯಂತೆ ಬೆಕ್ಕನ್ನು ಎದೆಗವಚಿಕೊಂಡು ನಿಂತಿದ್ದಳು.

ಕರೀಂ ಬಂದು, "ಬೇಗಂ ಸಾಹೇಬರೇ ನನ್ನ ಕರೆದ್ರಾ?" ಎಂದ.

ಬೇಗಂ ಮತ್ತೊಮ್ಮೆ ಅಬ್ಬರಿಸಿ, "ಎಲ್ಲಿ ಸತ್ತುಹೋಗಿದ್ಯಾ ಕತ್ತೆ? ನೋಡು ಈ ಸೂಳೇಮಗ ನನಗೆ ಏನು ಮಾಡಿದಾನೇ ಅಂತ. ಅವನ್ನ ಎಳಕೊಂಡು ಹೋಗಿ ಹೊರಕ್ಕೆ ಬಿಸಾಕಿ ಬಾ" ಎಂದು ಆಜ್ಞಾಪಿಸಿದಳು.

ಖಯಾಮ ಮೇಕೆಯ ಮರಿಯಂತೆ ಆ ಕಟುಕ ಕರೀಮನತ್ತ ನೋಡಿ ಗೋಗರೆದ, "ದಯವಿಟ್ಟು ಮನೆ ಹೊರಗೆ ನೂಕಬೇಡ. ನನ್ನ ಬೆಕ್ಕನ್ನ ನನಗೆ ಕೊಡಿಸು."

ಕರೀಂ ಒರಟಾಗಿ ಖಯಾಮನ ಕುತ್ತಿಗೆ ಹಿಡಿದು ಬಾಗಿಲತ್ತ ನೂಕಿದ. ಖಯಾಮ ನೆಲಕ್ಕೆ ಕಾಲೂರಿ ನಿಲ್ಲಲು ಪ್ರಯತ್ನಿಸಿದಾಗ ನೆಲಕ್ಕೆ ಹಾಸಿದ್ದ ರತ್ನಗಂಬಳಿ ಸುಕ್ಕುಗಟ್ಟಿತು. ಬೇಗಂ ಮತ್ತೊಮ್ಮೆ ಕೂಗಿ, "ಮೊದಲು ಹೊರಕ್ಕೆ ತಳ್ಳು ಆ ಹಾದರದ ನಾಯೀನ" ಅಂದಳು.

ಕರೀಂ ಖಯಾಮನ ಕೂದಲು ಹಿಡಿದು ಎಳೆಯತೊಡಗಿದ. ಖಯಾಮ ಕರೀಮನಿಗೆ ಕೈಮುಗಿದು "ದೇವರಾಣೆ, ಒಂದೇ ಒಂದು ಸರ್ತಿ ನನ್ನ ಗಾಟೋನ ಮುಟ್ಟಿಬಿಡ್ತೇನೆ. ಒಂದೇ

ಒಂದು ಸರ್ತಿ..." ಎಂದ. ಆದರೆ ಕರೀಮ ದಯೆ ತೋರಲಿಲ್ಲ. ಖಯಾಮನ ಕೂದಲು ಹಿಡಿದು ಜಗ್ಗುತ್ತಲೇ ಇದ್ದ. ಕೆಳಗೆ ಉರುಳಿದ ಖಯಾಮನನ್ನು ಹಾಗೇ ಎಳೆದುಕೊಂಡು ಹೋದ. ಅಲ್ಲಿ ಹಾಕಿದ್ದ ಕೆಂಪು ಮಣ್ಣು ಖಯಾಮನ ಮೈಗೆಲ್ಲಾ ಮೆತ್ತಿಕೊಂಡಿತು. ಅವನ ಮೈ – ಕೈ ತರಚಿ ರಕ್ತ ಬರಲಾರಂಭಿಸಿತು. ಬಂಗಲೆಯ ಆಚೆ ಒಣಗಿದ ಪೊದೆಯೊಂದರ ಬಳಿ ಖಯಾಮನನ್ನು ಅವನು ನೂಕಿ ವಾಪಸ್ಸು ಹೋದ. ಬಾಗಿಲನ್ನು ಹಾಕಿಕೊಂಡ. ಖಯಾಮ ಅದೆಷ್ಟೋ ಹೊತ್ತು ಗರಬಡಿದವನಂತೆ ಕುಳಿತಿದ್ದ, ಬಿಕ್ಕಿ ಬಿಕ್ಕಿ ಅಳುತ್ತಾ.

ಖಯಾಮ ಎದ್ದು ನಿಲ್ಲಲು ಪ್ರಯತ್ನಿಸಿದಾಗ ಅವನ ಇಡೀ ಮೈ ನೋವಿನ ಮುದ್ದೆಯಾಗಿತ್ತು. ಕೊರೆಯುವ ಗಾಳಿ ಅವನ ಗಾಯಗಳನ್ನು ಚುಚ್ಚುತ್ತಿತ್ತು, ಆ ವೇಳೆಗಾಗಲೇ ಸುತ್ತಲೂ ಕತ್ತಲಾಗಿತ್ತು, ಅಕ್ಕಪಕ್ಕದ ಬಂಗಲೆಗಳಲ್ಲಿ ದೀಪ ಹಾಕಿದ್ದುದು ಕಂಡುಬಂದಿತು. ತಣ್ಣನೆಯ ಗಾಳಿಗೆ ಮರಗಳು ಸುಯ್‌ಗುಟ್ಟುತ್ತಿದ್ದವು. ಆಕಾಶ ಕಪ್ಪು ಮೋಡಗಳಿಂದ ತುಂಬಿತ್ತು.

ಖಯಾಮ ಮೆಲ್ಲನೆ ತೆವಳಿಕೊಂಡು ಸಮೀಪದಲ್ಲಿದ್ದ ಇಟ್ಟಿಗೆಯ ಚೂರುಗಳ ರಾಶಿಯತ್ತ ಸಾಗಿದ. ಉದ್ದ ಹಿಡಿಯ ಸುತ್ತಿಗೆಗಳಿಂದ ಮರಳಿನಂತೆ ಪುಡಿ ಮಾಡಲ್ಪಡುವ ಇಟ್ಟಿಗೆಯ ರಾಶಿಯತ್ತ! ಖಯಾಮ ಯೋಚಿಸಿದ : ಮಕ್ಕಳು ಒಳ್ಳೆಯವರಾಗಿ ನಡೆದುಕೊಂಡ್ರೆ ನೀಲಿ ಅಪ್ಸರೆಯರು ಬಂದು ಸಿಹಿತಿಂಡಿ ಕೊಟ್ಟು ಮಕ್ಕಳು ಕೇಳಿದ್ದನ್ನೆಲ್ಲಾ ಕೊಡಿಸ್ತಾರೆ. ಈ ಯೋಚನೆಯೊಂದಿಗೆ ಅವನು ಕೈಕಟ್ಟಿ ಒಳ್ಳೆ ಹುಡುಗನಂತೆ ಕುಳಿತ. ಸ್ವಲ್ಪ ಹೊತ್ತಿನಲ್ಲೇ ನೀಲಿ ದೇವತೆ ಬಂದು ಸಿಹಿತಿಂಡಿ ಕೊಟ್ಟು ತನಗೆ ಮುದ್ದು ಕೊಡ್ತಾಳೆ. ಆಮೇಲೆ ಅವಳ ಜೊತೆ ಸಾಹೇಬರ ಬಂಗಲೆಗೆ ಹೋಗಿ ಗಾಟೋನ ತಂದು, ಮನೆಗೆ ಹೋಗಿಬಿಡೋದು... ಎಂದು ಅವನು ದೃಢವಾಗಿ ನಂಬಿದ.

ತಣ್ಣನೆಯ ಗಾಳಿ ಇನ್ನೊಮ್ಮೆ ಬೀಸಿದಾಗ ಖಯಾಮನ ಮುಖ ಮರಗಟ್ಟಿದಂತಾಯಿತು. ಅವನು ತನ್ನ ಮೊಣಕಾಲುಗಳ ಮಧ್ಯೆ ಮುಖ ಇಟ್ಟುಕೊಂಡು ಪ್ರಾರ್ಥಿಸತೊಡಗಿದ, "ಹೇ ಅಲ್ಲಾ, ನನಗೆ ನನ್ನ ಗಾಟೋನ ಕೊಡಿಸ್ಕೊಡು. ನಾನು ಮತ್ತೆ ಯಾವಾಗ್ಲೂ ಕೆಟ್ಟ ಹುಡುಗ ಆಗೋಲ್ಲ. ದೇವ್ರೇ ನನಗೆ ನನ್ನ..." ಅಷ್ಟರಲ್ಲಿ ಖಯಾಮ ಬಿಕ್ಕಿ ಬಿಕ್ಕಿ ಅಳತೊಡಗಿದ. ತಣ್ಣಗಾಗಿ ಮರಗಟ್ಟಿದ ಅವನ ಕಾಲುಗಳ ಮೇಲೆ ಬಿಸಿ ಕಣ್ಣೀರು ತೊಟ್ಟಿಕ್ಕತೊಡಗಿತು. ಅವನು ದೇವರನ್ನು ಇನ್ನಷ್ಟು ಜೋರಾಗಿ ಪ್ರಾರ್ಥಿಸಿದ. ಚಳಿ ತಡೆಯಲಾಗದೆ ಮುಖವನ್ನು ಇನ್ನಷ್ಟು ತಗ್ಗಿಸಿದ. ಹಾಗೆ ಮಾಡಿದಾಗ ಅವನ ಕಾಲು ಮುಖದ ಗಾಯವೊಂದಕ್ಕೆ ತಗಲಿ ತಡೆಯಲಾರದ ನೋವು ಉಂಟಾಯಿತು. ಜೋರಾಗಿ ಒಮ್ಮೆ ರೋದಿಸಿದ ಖಯಾಮನ ಧ್ವನಿ ಗಂಟಲು ಹಿಸುಕಿದಂತೆ ಕುಗ್ಗತೊಡಗಿತು. ಅನಂತರ ಮೌನವಾಗಿ ಅವನು ಪ್ರಾರ್ಥಿಸತೊಡಗಿದ, "ಅಲ್ಲಾ ಮಿಯಾನ್ ಜೀ ನನ್ನನ್ನು ಸಾಯಿಸಿಬಿಡು. ಆದರೆ ನನ್ನ ಬೆಕ್ಕನ್ನು ನನಗೆ ಕೊಡು. ನನ್ನ ಗಾಟೋ ಸಿಕ್ಕ ಮೇಲೆ ಮಾತ್ರ ನಾನು ಇಲ್ಲಿಂದ ಹೋಗ್ತೇನೆ. ದೆವ್ವಗಳು ನನ್ನ ಜೀವಂತ ತಿಂದ್ರೂ ಸರಿಯೇ, ಭೂತಗಳು ನನ್ನ ಚೂರು ಚೂರು ಮಾಡಿದ್ರೂ ಸರಿಯೇ... ಅಲ್ಲಾ ಮಿಯಾನ್ ಜೀ ನನ್ನ ಬೆಕ್ಕನ್ನ ನನಗೆ ಕೊಡು..."

ಗುಡುಗು ಇವನ ಪ್ರಾರ್ಥನೆಗೆ ಉತ್ತರವಾಯಿತು. ಗಾಳಿ ರಭಸದಿಂದ ಬೀಸತೊಡಗಿತು. ಖಯಾಮ ತಡೆಯಲಾರದ ಚಳಿ ಮತ್ತು ಭಯದಿಂದ ನಡುಗತೊಡಗಿದ. ಆಗ, ಇದ್ದಕ್ಕಿದ್ದಂತೆ ಆಗಸ ಬಿರುಕುಬಿಟ್ಟಿತು. ನದಿಯೇ ಇವನತ್ತ ಹರಿಯುತ್ತಿರುವಂತೆ ಜಲಪ್ರವಾಹ ಇವನ ಮೇಲಿಳಿಯಿತು. ಖಯಾಮ ತನ್ನ ಮುಖವನ್ನು ಮೊಣಕಾಲುಗಳ ಮಧ್ಯೆ ಇನ್ನಷ್ಟು ಹುಗಿದು

ಕೊಳ್ಳಲು ಯತ್ನಿಸಿದ. ಬಂಗಲೆಯ ದೀಪಗಳು ಒಂದರ ಅನಂತರ ಒಂದು ಆರತೊಡಗಿದವು. ಆಗಸದಲ್ಲಿ ಮಾತ್ರ ಆಗಾಗ ಮಿಂಚು ಹೊಳೆಯುತ್ತಿತ್ತು. ಖಯಾಮನ ಜಡ ದೇಹ ಕೊನೆಯಿಲ್ಲದ ನಿದ್ದೆಯ ಕಮರಿಯಲ್ಲಿ ಜಾರಿತು.

* * *

ಸೂರ್ಯ ಪೂರ್ವದಲ್ಲಿ ಹುಟ್ಟಿ ಒಂದು ಗಂಟೆಯ ಬಳಿಕ ರಾತ್ರಿ ಮಳೆಯಿಂದ ತೊಯ್ದು ಹೋಗಿದ್ದ ಕುಂಟು ನಾಯಿಯೊಂದು ಇಟ್ಟಿಗೆ ರಾಶಿಯತ್ತ ಬಂದಿತು. ಅದರ ಕಣ್ಣಿಗೆ ಖಯಾಮ ಬಟ್ಟೆ ಗಂಟಿನಂತೆ ಕಂಡಿರಬೇಕು. ಕೂತುಹಲದಿಂದ ಕುಂಟುತ್ತಾ ಬಂದ ನಾಯಿ ಅವನನ್ನೊಮ್ಮೆ ಮೂಸಿ ನೋಡಿತು. ಕ್ಷಣಕಾಲ ತಲೆತಗ್ಗಿಸಿದ ಅದು ಅನಂತರ ತಲೆ ಎತ್ತಿ ಆಕಾಶದತ್ತ ನೋಡುತ್ತಾ ಜೋರಾಗಿ ಕೂಗತೊಡಗಿತು. ಮಳೆ ನೀರಿನಿಂದ ತೋಯ್ದು ಹೋಗಿದ್ದ ಖಯಾಮನ ಬಟ್ಟೆಗಳು ಮಂಜಿನಂತೆ ಕೊರೆಯುತ್ತಿದ್ದ ಅವನ ದೇಹಕ್ಕೆ ಅಂಟಿಕೊಂಡಿದ್ದವು. ನಾಯಿ ಜೋರಾಗಿ ಅಳುತ್ತಿತ್ತು.

ಬೇಗಂ ನಿಯಾಜ್ ತನ್ನ ಕೋಣೆಯ ಕಿಟಕಿಗೆ ಹಾಕಿದ್ದ ಬಣ್ಣದ ಪರದೆಗೆ ಸೇರಿದ ರೇಷ್ಮೆದಾರದ ಕೊನೆಯಲ್ಲಿದ್ದ ಚೆಂಡನ್ನು ಎಳೆದಾಗ ಪರದೆ ತೆರೆಯಿತು.

ಕಿಟಕಿಗೆ ಸರಿ ಎದುರಾಗಿ ಇಟ್ಟಿಗೆಯ ಚೂರುಗಳ ರಾಶಿಯ ಮೇಲೆ ಕುಳಿತಿದ್ದ ಅವನು ಅವಳ ಕಣ್ಣಿಗೆ ಬಿದ್ದ. ಬೇಗಂ ನಿಯಾಜ್ ಜಿಗುಪ್ಸೆಯಿಂದ ಮುಖ ಸಿಂರಿಸಿಕೊಂಡು ಪರದೆಯ ಇನ್ನೊಂದು ಚೆಂಡನ್ನು ಎಳೆದಳು. ಬಣ್ಣದ ಪರದೆ ಮತ್ತೆ ಕಿಟಿಕಿಯನ್ನು ಮುಚ್ಚಿತು. ಕೋಪದಿಂದ ಹಲ್ಲು ಕಡಿಯುತ್ತಾ, ಡ್ರೆಸ್ಸಿಂಗ್ ಟೇಬಲ್ನ ಮುಂದಿದ್ದ ಸ್ಟೂಲಿನ ಮೇಲೆ ಕುಳಿತು ಬುಸುಗುಟ್ಟಿದಳು :

"ಥೂ ಈ ಬಡವರ ಸಂತತಿಗೆ ಧಿಕ್ಕಾರ! ಎಷ್ಟು ಹಟಮಾರಿತನ, ಎಷ್ಟೊಂದು ಕಿರುಕುಳ ಕೊಡ್ತಾರೆ! ಅವರ ಅಪ್ಪ-ಅಮ್ಮಂದಿರಿಂದ ಏನು ಕಲಿತಾರೋ ಅದಕ್ಕಿಂತ ಒಂದು ಹೆಜ್ಜೆ ಮುಂದಿಡಲ್ಲ. ಆ ಬೋಳಿಮಗ ಬೆಳಗ್ಗೆ ಬೆಳಗ್ಗೇನೇ ಬಂದು ಸುಮ್ನೆ ದ್ವೇಷ ಸಾಧಿಸೋಕೆ, ಅಲ್ಲಿ ಕೂತಿದ್ದಾನೆ...!" ○

ಅನು : ಎಂ. ಎಸ್. ಶ್ರೀಹರ್ಷ

ಬಾಂಗ್ಲಾದೇಶ

చిత్తగింపు

○ ಸೆಲೀನಾ ಹುಸೇನ್

ಜಲರೇಖೆ

ಮುರುಕ ಮನೆಯ ಮುಂದೆ ಕುಕ್ಕರಗಾಲಿನ ಮೇಲೆ ಮಂಡಿ ಯೂರಿಕೊಂಡು ಕೂತಿದ್ದಾನೆ ಶಾಯಿಬಾ. ನೆಲದ ಮೇಲೆ ಹರಡಿರುವ ಧೂಳಿನ ಮೇಲೆ ಕೈ ಬೆರಳುಗಳಿಂದ ಏನೇನೋ ಗೀಚುತ್ತಿದ್ದಾನೆ. ಕಣ್ಣು ಸರಿಯಾಗಿ ಕಾಣುವದೇ ಇಲ್ಲ, ರೆಪ್ಪೆಗಳು ಗೋಂದಿನಲ್ಲಿ ಅಂಟಿಕೊಂಡಿರುವಂತಿವೆ. ಅಂಗೈಯ ಹಿಂಭಾಗದಿಂದ ಶಾಯಿಬಾ ಕಣ್ಣೊರಸಿಕೊಳ್ಳುತ್ತಾನೆ.

ಮನೆಯ ಒಳಗಡೆ ಹೆಂಡತಿ ಓಡಾಡುತ್ತ ಇರುವ ಶಬ್ದ ಕೇಳಿ ಬರುತ್ತಿದ್ದೆ. ಆ ಶಬ್ದ ಕೇಳಿ ಕಿವಿ ನಿಮಿರಿಕೊಳ್ಳುತ್ತಾನೆ. ಇಷ್ಟರಲ್ಲೇ ಊಟಕ್ಕೆ ಕರೆಯಬಹುದೇನೋ ಎಂಬ ಆಸೆ, ಆದರೆ ಎಷ್ಟೋ ಹೊತ್ತು ಕಿವಿಯಾನಿಸಿಕೊಂಡು ಇದ್ದರೂ ಕರೆಬಂದಂತೆ ಅನ್ನಿಸುವುದಿಲ್ಲ. ಆಗವನು ಮತ್ತೆ ತನ್ನ ಯೋಚನೆಗಳಲ್ಲೇ ಮಗ್ನನಾಗುತ್ತಾನೆ.

ಶ್ರೀಮಂಗಳದ ಕಾಳೀಘಾಟ್ ಚಹಾ ತೋಟದ ನೆತ್ತಿಯ ಮೇಲಿನಿಂದ ಬಿಸಿಲು ಪಸರಿಸಿಕೊಂಡು ಬರುತ್ತದೆ. ಗಂಡು, ಹೆಣ್ಣಾಳುಗಳೆಲ್ಲ ಚಾಕರಿ ಮಾಡಲು ಹೊರಟುಹೋಗಿದ್ದಾರೆ. ಬಿಸಿಲಿನ ಕಡೆ ನಿಟ್ಟಿಸಿ ಹೊತ್ತು ತಿಳಿದುಕೊಳ್ಳಲು ಯತ್ನಿಸುತ್ತಾನೆ, ಶಾಯಿಬಾ. ಆದರೆ ಇಲ್ಲ–ಸಾಧ್ಯವಾಗುವುದಿಲ್ಲ. ದೃಷ್ಟಿ ತುಂಬಾ ಮಂದವಾಗಿ ಹೋಗಿದೆ. ಎಲ್ಲಾ ಮಂಜು ಮಂಜಾಗಿ ಕಾಣುತ್ತದೆ.

ಶಾಯಿಬಾನ ಕಣ್ಣ ಮುಂದೆಯೇ ಎಷ್ಟೋ ಗುರುತಿದ್ದ ವಸ್ತುಗಳ ಚಹರೆಯೇ ಬದಲಾಯಿಸಿ ಹೋಗಿದೆ. ಯಾವುದೂ ಮೊದಲಿನಂತೆ ಇಲ್ಲ, ಆದರೂ ಹೊರಗಡೆಯೇ ಕೂತಿರಲು ಅವನಿಗೆ ಇಷ್ಟ. ಮನೆಯೊಳಗೆ ಒಂದು ಗಳಿಗೆ ಸಹ ಕೂತಿರಲಾಗುವುದಿಲ್ಲ.

ನಾಲ್ದೆಸೆಗಳಲ್ಲೂ ಮುಂಜಾನೆಯ ತಂಗಾಳಿ ಬೀಸತೊಡಗಿದ ಕ್ಷಣವೇ ಅವನು ಹೊರಗಡೆ ಬಂದು ಕೂತಿದ್ದಾನೆ. ಪ್ರಾಯಕ್ಕೆ ಬಂದ ಹುಡುಗ, ಹುಡುಗಿಯರು ಕೆಲಸದ ಮೇಲೆ ಹೊರಡುವಾಗ 'ಏ ಅಜ್ಜಾ, ಅಜ್ಜಾ' ಎಂದು ಕೇಕೆ ಹಾಕುತ್ತ ಮುಂದೆ ಸಾಗಿ ಹೋಗಿದ್ದರು. ಶಾಯಿಬಾ ಆ ಕೂಗಿಗೆ ಜವಾಬು ಕೊಡಲಿಲ್ಲ. ಅವರುಗಳ ಮೈಯುರಿಸುವಂಥ ಕೇಕೆಗೆ ದನಿಗೊಡದೆ ಅವರ

ಕಡೆ ಕಣ್ಣೆತ್ತಿ ಸಹ ನೋಡುವುದಿಲ್ಲ ಶಾಯಿಬಾ, ಇವರದೆಲ್ಲ ಗೊತ್ತು ಅವನಿಗೆ, ದಿನನಿತ್ಯದ ರೂಢಿ ಅವರದು. ಬಿಸಿಲು ಜೋರಾಗಿ, ಗಾಳಿಯ ಕಾವು ಮೈಗೆ ಚುಚ್ಚಿದಂತಾದಾಗ ಅವನಿಗೆ ತುಂಬಾ ಕಷ್ಟವಾಗುತ್ತದೆ.

ಕ್ರಮೇಣ ಹೊಟ್ಟೆಯೊಳಗಣ ಹಸಿವಿನ ತಾಪ ಕಡಿಮೆಯಾಗುತ್ತ ಬರುತ್ತದೆ. ಇನ್ನು ಈ ಹೆಂಡತಿ ಮಧ್ಯಾಹ್ನಕ್ಕೆ ಮೊದಲು ಊಟಕ್ಕೆ ಕರೆಯುವುದಿಲ್ಲ, ಖಂಡಿತ – ಎಂದುಕೊಳ್ಳುತ್ತಾನೆ. ಆಗ ನಡುವನ್ನು ಸೆಟೆದುಕೊಂಡು ಎದ್ದು ನಿಲ್ಲುತ್ತಾನೆ, ಶಾಯಿಬಾ ಊರುಗೋಲು ಹಿಡಿದುಕೊಂಡು ನೆಲಕ್ಕೆ 'ಠುಕ್, ಠುಕ್' ಎಂದು ಬಡಿಯುತ್ತ ತನ್ನ ಪ್ರಿಯವಾದ ಮಹುಯಾ ಗಿಡದ ಅಡಿಯಲ್ಲಿ ಬಂದು ಕೂಡುತ್ತಾನೆ. ಗುಡಿಸಲಿನಿಂದ ಸ್ವಲ್ಪ ದೂರದಲ್ಲೇ ಇದೆ ಆ ಗಿಡ, ಆದರೂ ಅಷ್ಟು ದೂರ ನಡೆಯಲು ಕಷ್ಟವೆನಿಸುವುದಿಲ್ಲ, ಶಾಯಿಬಾಗೆ. ದಿನವಿಡೀ ಅಲ್ಲಿ ಕೂತಿರುವುದು ಕೆಟ್ಟದೆನ್ನಿಸುವುದಿಲ್ಲ. ಮಹುಯಾ ಹೂಗಳ ಮಂದ, ಕಂಪಿನಿಂದ ಮೈ ನವಿರೇಳುತ್ತದೆ. ಒಂದು ಹಿಡಿ ಉದುರಿರುವ ಹೂಗಳನ್ನ ಅಗಿದರೆ ಸಾಕು, ಮೈಯಲ್ಲಿ ಮತ್ತು ಬರುತ್ತದೆ, ಹಾಲಿನಂತೆ ಬೆಳ್ಳಗಿರುವ ಆ ಪುಟ್ಟ ಪುಟ್ಟ ಹೂಗಳಂತೂ ಅವನಿಗೆ ತುಂಬಾ ರುಚಿ,.. ದೇಶೀ ಸರಾಯಿ ಇಲ್ಲದೆ ಹೋದರೆ ಅವನ ಎದೆಯೇ ಒಣಗಿಹೋದಂತಾಗಿ ಆಗಾಗ ಶಾಯಿಬಾಗೆ ಮಹುಯಾ ಹೂಗಳ ಹುಚ್ಚು ಹಿಡಿಯುತ್ತದೆ. ಬೆಳಿಗ್ಗೆ ಧೂಳಿನಲ್ಲಿ ಕೂತು ಹೊತ್ತು ಕಳೆಯುತ್ತಿರುವಾಗ ಕಣ್ಣು, ಬಾಯಿ ಚುರಚುರಗುಟ್ಟುತ್ತದೆ. ನಾಲಿಗೆ ಒಣಗಿಕೊಂಡು ಬಂದು ರುಚಿಗೆಟ್ಟು ಹೋಗುತ್ತದೆ. ಆಗಂತೂ ತನ್ನ ಮುಪ್ಪಿನ ಮೇಲೇ ಕೋಪ ಬಂದು ಬಿಡುತ್ತದೆ ಶಾಯಿಬಾಗೆ, ಅರವತ್ತಲ್ಲ, ಎಂಬತ್ತಲ್ಲ... ನೂರು–ಒಂದುನೂರು ವರುಷಗಳೆಂದರೆ ಏನು ಸಾಮಾನ್ಯ ಮುದಿತನವೇ ? ಯಾರಿಗೂ ಬೇಡಪ್ಪಾ, ಈ ಅವಸ್ಥೆ ! ಒಂದುನೂರು ವರುಷಗಳ ಮುಪ್ಪನ್ನು ಸಹಿಸುವುದು ಹೇಗೆ ? ನಿಮಿಷಗಳನ್ನು ತಳ್ಳುವುದು ಹೇಗೆ... ಕೆಲಸ, ಪಲಸವೇನೂ ಇಲ್ಲದೆ ? ಕೆಲವೇ ಇಲ್ಲದಿರುವಾಗ ಹೊಟ್ಟೆ ಹಸಿವು ನೀಗುವುದು ಹೇಗೆ ? ಹಸಿವು, ಹಸಿವು ಎಂದು ಯಾರಿಗೆ ಹೇಳಿಕೊಳ್ಳುವುದು ?... ಮರದ ಕೆಳಗೆ ಕೂತು ಹಾಗೇ ಕೈ ಚಾಚಿ ಉದುರಿರುವ ಬಿಳೀ ಹೂಗಳು ಕೆಲವನ್ನು ಅರಿಸಿಕೊಂಡು ಅವನು ಬಾಯಿಗೆ ತುರುಕಿ ಕೊಳ್ಳುವನು... ಹೊಟ್ಟೆಯಲ್ಲಿ ಸುಡುತ್ತಿರುವ ಹಸಿವು. ಬೆಳಿಗ್ಗೆಯಿಂದ ಉಪವಾಸ, ಇದೇನು ಹೊಸದಲ್ಲ. ಪ್ರತಿನಿತ್ಯದ ದಿನಚರಿ. ಅದೇ ವೇಳೆಯಲ್ಲೇ ಅವನ ಅಂತರಾಳದೊಳಗಡೆ ಅವಿತುಕೊಂಡಿದ್ದ ಕರಾಳ ಹಿಂಸ್ರತೆಯು ಸಿಡಿದೇಳುತ್ತದೆ. ಬಿಸಿಲಿನ ಝಳಕ್ಕೆ ಸುಟ್ಟು ಹೋಗುತ್ತಿರುವ ಜಡೆಯಂತೆ ಬೆಳೆದಿರುವ ಜೊಂಡು ಹುಲ್ಲನ್ನು ಹಿಡಿಯಲ್ಲಿ ಕಿತ್ತು ಚೂರು ಚೂರಾಗಿ ಮಾಡುತ್ತ ತನ್ನ ಬಸಿರಲ್ಲಿ ಏಳುತ್ತಿರುವ ಬೆಂಕಿಯನ್ನು ಪ್ರಯಾಸಪಟ್ಟು ಅವನು ತಣ್ಣಗಾಗಿಸಿಕೊಳ್ಳುವನು. ಹಸಿವಿನ ಉರಿ ಸ್ವಲ್ಪ ಸ್ವಲ್ಪವಾಗಿ ಇಳಿಯುತ್ತ ಬಂದಂತೆ ಕಣ್ಣಿನಿಂದ ಒಸರಿರುವ ನೀರನ್ನು ಒರೆಸಿಕೊಳ್ಳುವನು. ಯೌವನದಲ್ಲಿ ಹಸಿವಾದಾಗ ಸುಲಭವಾಗಿ ತಡೆದುಕೊಳ್ಳುತ್ತಿದ್ದ. ಈಗ ಸಾಧ್ಯವಾಗುವುದಿಲ್ಲ. ಕಣ್ಣಲ್ಲಿ ನೀರು ತುಂಬಿಕೊಳ್ಳುತ್ತದೆ.

ವಯಸ್ಸು ಒಂದು ನೂರನ್ನು ದಾಟಿದಾಗ ಮನುಷ್ಯ ಯಾರಾದರಾಗಲಿ ಕೊಚ್ಚೆಯಂತಾಗಿ ಹೋಗುತ್ತಾನೆ. ಕೊಚ್ಚೆಯೇ ! ಕಾಲಿಟ್ಟರೆ ಕುಸಿದು ಬೀಳುವುದೇ. ಇಲ್ಲಿಗೆ ಬಂದು ಎಷ್ಟು ವರುಷಗಳಾಗಿ ಹೋಗಿವೆಯೋ, ಲೆಕ್ಕಕ್ಕೇ ಸಿಗುವುದಿಲ್ಲ. ತೊಂಬತ್ತು ವರುಷಗಳಾಗಿ ಹೋಗಿರಬೇಕು. ಈ ಕಾಳೀಘಾಟಿನ ಚಹಾ ತೋಟದ ಕೆಂಪು ಮೋರೆಯ ಸಾಹೇಬರುಗಳು ತಮಗೆಲ್ಲ ಆಸೆ ತೋರಿಸಿ ಕರೆದುಕೊಂಡು ಬಂದಿದ್ದರು. ಕೆಲಸ ಅಂಥದೇನೂ ಇಲ್ಲ, ಬರೇ

ಚಹಾ ಗಿಡಗಳ ಎಲೆ ಕಿತ್ತುಕೊಟ್ಟರೆ ಸಾಕು. ದುಡ್ಡು ಸಿಗುತ್ತದೆ. ಆ ಕನಸಿನ ಗುಂಗಿನಲ್ಲಿ ಮೈಮರೆತು; ದೂರದ ಒರಿಸ್ಸಾ ದೇಶವನ್ನು ತೊರೆದು ತಮ್ಮ ಯಾವತ್ತೂ ಅಸ್ತಿತ್ವವನ್ನು ಹೊತ್ತುಕೊಂಡು ಬಂದಿದ್ದರು ಅವನ ತಂದೆ ನಿಶಿರಾಜ್ ಮತ್ತು ನಿಶಿರಾಜನ ಹೆಂಡತಿ ಮತ್ತು ಮಗನಾದ ಶಾಯಿಬಾ.

ನಿಶಿರಾಜ್ ಸಾಧಾರಣ ಪುಕ್ಕಲ ಮನುಷ್ಯ, ಒರಿಸ್ಸಾದ ಕಟಕ್ ಪ್ರಾಂತ್ಯದ 'ಬೆಕೋ' ಎನ್ನುವ ಬಯಲು ಸೀಮೆ ಹಿಡಿಸಿರಲಿಲ್ಲ ಅವನಿಗೆ. ಅವನಿಗೆ ಬೇಕಾಗಿದ್ದುದು ಮರ, ಗಿಡಗಳ ನಿಬಿಡವಾಡ ನೆರಳು, ಮೊಳಕಾಲುದ್ದದ ನೀರಿನ ಕೊಳ, ಎಲ್ಲೆಡೆಯೂ ಹಸಿರುಹಸಿರಾಗಿರುವ ವನಕ್ಕಾಗಿ ಹಾತೊರೆಯುತ್ತಿತ್ತು ಅವನ ಮನಸ್ಸು.

ಅಂದು ದೇಶ ಬಿಟ್ಟು ಹೊರಟಾಗ ಪ್ರಶ್ನೆ ಮಾಡಿದ್ದ ಶಾಯಿಬಾ,

"ಎಲ್ಲಿಗಪ್ಪಾ ನಾವು ಹೋಗುತ್ತಿರೋದು ?"

"ಎಲ್ಲಿಗಾ ? ಹೂ ಕೀಳುವ ನಾಡಿಗೆ ಕಣೋ ಮಗಾ."

ಹೀಗೆ ಹೇಳುವಾಗ ಅಪ್ಪನ ಕಣ್ಣುಗಳು ಫಳ ಫಳ ಎಂದು ಹೇಗೆ ಹೊಳೆಯುತ್ತಿದ್ದುವೋ ! ಅಂಥ ಅಪ್ಪನನ್ನು ಕಂಡರೆ ಎಷ್ಟು ಇಷ್ಟವೋ ಶಾಯಿಬಾಗೆ !

ಅಪ್ಪನಲ್ಲಿ, ಅವನ ಮಾತುಕತೆ, ನಡವಳಿಕೆಗಳಲ್ಲಿ ತನ್ನದೇ ಪ್ರತಿಬಿಂಬ ಕಾಣುತ್ತಿದ್ದ ಶಾಯಿಬಾ.

ಅಪ್ಪನ ಸಂಗಡ ಇನ್ನೂ ನಲವತ್ತು ಮನೆಗಳ ಜನ ಹೊರಟುಬಂದಿದ್ದರು ಇಲ್ಲಿಗೆ. ಆಗ ಶಾಯಿಬಾಗೇ ವಯಸ್ಸೆಷ್ಟು ಹದಿನೈದೇ...

ಇಲ್ಲಿನ ಮೈ ಮರೆಸುವ ಹಸಿರು ಸಾಮ್ರಾಜ್ಯದ ನಡುವೆ ತನ್ನ ಹದಿನೈದು ವರುಷಗಳ ಹಿಂದಿನ ಬದುಕನ್ನು ಪೂರ್ತಿಯಾಗಿ ಮರೆತುಬಿಟ್ಟಿದ್ದ ಶಾಯಿಬಾ, ಇಲ್ಲೇ ತಾನು ಹೊಸದಾಗಿ ಹುಟ್ಟಿದುದಾಗಿ ಭಾವಿಸಿಕೊಂಡ.

ಎಲ್ಲಾ ನೆನಪಿಸಿಕೊಳ್ಳುತ್ತ ಹಠಾತ್ತಾಗಿ ನೀಳವಾಗಿ ಉಸಿರು ಬಿಟ್ಟು 'ಹೋ ಹೋ' ಎಂದು ಜೋರಾಗಿ ನಗುತ್ತಾನೆ ಶಾಯಿಬಾ.

ಜೇಮ್ಸ್ ಫಿನ್ಲೇ ಕಂಪನಿಯ ಸಾಹೇಬರು ಹೂ ಮತ್ತು ಹಣದ ಕನಸು ತೋರಿಸಿ ಇವರುಗಳನ್ನೆಲ್ಲ ಕರೆತಂದಿದ್ದರು. ಹಾಗೆ ಕನಸು ತೋರಿಸದಿದ್ದರೆ ಯಾರು ಬರುತ್ತಿದ್ದರು ಇಷ್ಟು ದೂರ ? ಹೊಸದಾಗಿ ಚಹ ತೋಟ ಕೊಂಡಿದ್ದರು ಸಾಹೇಬರುಗಳು. ಆಳು, ಕಾಳು, ಕೂಲಿ ಸಿಬ್ಬಂದಿ ಎಲ್ಲಾ ಅಗತ್ಯವಲ್ಲವೆ ? – ಎಲ್ಲ ರೀತಿಗಳಲ್ಲೂ ಹೇಗೋ ಎಲ್ಲರನ್ನೂ ಜಮಾಯಿಸ ಬೇಕಾಯಿತು. ಅವರ ಮಾಯೆಗೆ ಮರುಳಾಗಿ ಇಷ್ಟು ಮಂದಿ ರೈಲುಗಾಡಿಗಳಲ್ಲಿ ಕಿಕ್ಕಿರಿದು ತುಂಬಿ ಕನಸು ಕಾಣುತ್ತ ಕಾಣುತ್ತಲೇ ಇಲ್ಲಿಗೆ ಬಂದು ಸೇರಿದರು. ಆದರೇನು ? ಇವರ ಕನಸುಗಳೆಲ್ಲ ನೀರುಗುಳ್ಳೆಗಳಂತೆ ಒಡೆದು ಬೀಳಲು ಅಷ್ಟೇನೂ ತಡವಾಗಲಿಲ್ಲ – ಕಂಪನಿಯವರೇನೋ ಕಾಡು ಕಡಿದು ಇವರುಗಳಿಗೆಲ್ಲ ವಾಸ ಮಾಡಲು ವಸತಿಗಳನ್ನು ಕಟ್ಟಿಕೊಟ್ಟರು. ಆದರೇನು ? ಕಂಪನಿ ಕೊಡುತ್ತಿದ್ದ ಕೂಲಿ ಹಣದಿಂದ ಇವರ ಅರೆ ಹೊಟ್ಟೆ ತುಂಬಿದರೆ ಹೆಚ್ಚು. ಹೀಗೆ ಹಸುವಿನ ಬೇಗೆಯಲ್ಲಿ ಬೆಂದು ಬೆಂದು ಒಂದುನೂರು ವರ್ಷಗಳನ್ನು ಹೇಗೆ ಕಳೆದು ಬರುಕಿದ್ದನೋ ! ಒಂದು ಮಹುಯಾ ಹೂವನ್ನು ತೆಗೆದು ಬಾಯಿಗೆ ಹಾಕಿಕೊಂಡು ಚಪ್ಪರಿಸಿದ, ಶಾಯಿಬಾ. ಇಷ್ಟು ಹೊತ್ತಿಗಾಗಲೇ ಮೈಯಲ್ಲಿ ಅಮಲೇರುವಂತಿತ್ತು...

ಹೊಸ ಗುಡಿಸಲುಗಳಲ್ಲಿ ಸಂಸಾರ ಹೂಡಿದೊಡನೆ ಇವರಲ್ಲೆಷ್ಟೋ ಮಂದಿಗೆ ಸವಿಗನಸು ಗಳೊಡೆದಿದ್ದುವು; ಯಥಾರ್ಥದ ಕಹಿ ಅನುಭವಕ್ಕೆ ಬರತೊಡಗಿತ್ತು – ಶಾಯಿಬಾನ ತಂದೆ –

ತಾಯಿಗೂ ಹಾಗೇ ಆಯಿತು. ಆದರೆ ಶ್ರೀಮಂಗಳದ ಈ ಜಾಗ ಶಾಯಿಬಾಗೆ ಮಾತ್ರ ಬಹಳ ಇಷ್ಟವಾಯಿತು, ಮನಸ್ಸಿಗೆ ತುಂಬಾ ಹಿತವೆನ್ನಿಸಿತು. ಇಲ್ಲಿ ಮೊದಲು ಬಂದು ಮನೆ ಮಠ ಕಟ್ಟಿ ಸಂಸಾರ ಹೂಡಿದ್ದವರಲ್ಲಿ ಈಗ ಯಾರೂ ಬದುಕಿಲ್ಲ, ಇವನೊಬ್ಬನೇ ಇರುವುದು.

ಅದಕ್ಕಾಗಿ ಅನೇಕರು ಇವನನ್ನ ಕಂಡರೆ ಕರುಣೆ ತೋರುವವರು, ತೋಟದ ಬಾಬುಗಳು ಆಗಾಗ ರೊಟ್ಟಿ ಮಾಡಲು ಹಿಟ್ಟು ಕೊಡುವವರು, ಇನ್ನೂ ಕೆಲವರ ಮುಂದೆ ಕೈನೀಡಿದರೆ ಸ್ವಲ್ಪ ಕಾಸೂ ಸಿಗುತ್ತದೆ. ಅಲ್ಲದೆ ಇವನ ಮೂವರು ಗಂಡು ಮಕ್ಕಳು ಸಹ ಆಗಾಗ ಸಹಾಯ ಮಾಡುತ್ತಾರೆ. ಹಿರೇ ಮಗನ ದೊಡ್ಡ ಮಗ ಕಾರ್ತೀಕನು ಮಾತ್ರ ಹತ್ತಿರ ಹೋದರೆ ಅಟ್ಟಿ ಬಿಡುತ್ತಾನೆ.

ಈಗ ಶಾಯಿಬಾ ತನ್ನ ಮುದಿ ಹೆಂಡತಿಯ ಸಂಗಡ ಇದ್ದುಕೊಂಡಿದ್ದಾನೆ. ಇಷ್ಟು ವರುಷಗಳ ಅನುಭವದ ಫಲವಾಗಿ ಅವನಿಗೆ ಒಂದು ತಿಳಿವಳಿಕೆ ಬಂದಿದೆ. ಏನೆಂದರೆ ಮನುಷ್ಯನಿಗೆ ಯೌವನ ಕಳೆದು ಹೋದಮೇಲೆ ಮೂರುಹೊತ್ತು ಕೂಳು ಸಿಕ್ಕುವುದು ಅಸಂಭವ...

ಅಮಲಿನಿಂದ ಕಣ್ಣು ಮುಚ್ಚಿಕೊಂಡು ಮರದಡಿಯಲ್ಲಿ ಮಲಗಿಕೊಂಡ ಶಾಯಿಬಾ, ನಾಲ್ಕೂ ದಿಕ್ಕುಗಳಲ್ಲಿ ರಣಗುಡುವ ಬಿಸಿಲು, ಮೈಸುಡುತ್ತಿದೆ. ಉಸಿರು ಬಿಡುವುದೇ ಕಷ್ಟವಾಗಿದೆ. ಆದರೆ ಕಟಕ್ಕಿನಷ್ಟು ರೌದ್ರವಲ್ಲ; ಎದೆಯ ಪಂಜರವನ್ನು ನಡುಗಿಸುವುದಿಲ್ಲ.

ಶಾಯಿಬಾಗೆ ಬಹಳ ಹೊತ್ತು ಯೋಚಿಸಲಾಗಲಿಲ್ಲ, ಮಧ್ಯೆ ಮಧ್ಯೆ ಯಾವ ಯಾವುದೋ ಅಸಂಬದ್ಧ ಯೋಚನೆಗಳಲ್ಲಿ ಮುಳುಗಿಹೋಗುವನು.

ಕನಸು ಕಾಣುವ ವಯಸ್ಸು ತುಂಬಾ ಚೆನ್ನ. ಕಾಳೀಘಾಟಿಗೆ ಬಂದ ಹೊಸದರಲ್ಲಿ ದಿನಗಳನ್ನ ಹೇಗೆ ಸರಾಗವಾಗಿ ಕಳೆಯಬಹುದಾಗಿತ್ತೋ !... ಆಗ ಅವನಿಗೆ ಚಹಾ ಗಿಡಗಳ ಹೂಗಳನ್ನೆಲ್ಲ... ಎರಡು ಎಲೆ, ಒಂದು ಮೊಗ್ಗು – ಕುಯ್ಯುವುದನ್ನು ಕಲಿಸಿಕೊಟ್ಟಿದ್ದರು, ತೋಟದ ಸಾಹೇಬರುಗಳು. ಅವುಗಳ ಸೌಂದರ್ಯವೂ ಕಮ್ಮಿಯೇನಲ್ಲ, ಅವೂ ಹೂಗಳ ಹಾಗೇ ಇದ್ದುವು.

ಆದರೂ ಆ ಕೆಲಸ ಅವನ ತಾಯಿಗೆ ಮಾತ್ರ ಇಷ್ಟವಾಗುತ್ತಿರಲಿಲ್ಲ. ಶಾಯಿಬಾನಿಗಷ್ಟೇ ತುಂಬಾ ಖುಷಿ. ಚಿಕ್ಕ ವಯಸ್ಸಾಗಿದ್ದುರಿಂದ ಎರಡೇ ವರುಷಗಳಲ್ಲಿ ಕೆಲಸದಲ್ಲಿ ಚೆನ್ನಾಗಿ ನುರಿತು ಎಲ್ಲರೊಡನೆ ಸಲಿಗೆ ಮಾಡಿಕೊಂಡಿದ್ದ. ಇಡೀ ದಿನ ತೋಟದಲ್ಲೇ ಕಳೆದುಬಿಡುತ್ತಿದ್ದ. ಮನೆಗೆ ಹೋಗುವುದಕ್ಕೆ ಮನಸ್ಸೇ ಬರುತ್ತಿರಲಿಲ್ಲ, ಚಹಾ ಗಿಡಗಳ ಸಂಗಡವೇ ಅವನಿಗೇನೋ ನಿಕಟ ಸಂಬಂಧ ಬೆಳೆದು ಹೋದಂತೆ ಆಗಿತ್ತು. ಇಂತಹ ಗಾಢವಾದ ಆತ್ಮೀಯತೆ ಬೇರೆ ಯಾರಿಗೂ ಆಗಿರಲಿಲ್ಲ. ರಾತ್ರಿಯಾದ ಮೇಲೆ ಕಾಡಿನ ಬೆಟ್ಟ, ಗುಡ್ಡಗಳ ಹಾದಿಯಲ್ಲಿ ಹಾಡಿಕೊಳ್ಳುತ್ತ ತಿರುಗಾಡುವುದರಲ್ಲಿ ಅವನಿಗೇನೋ ಆನಂದ.

ಹಾಲು ಚೆಲ್ಲಿದಂತೆ ಪಸರಿಸಿದ್ದ ಬೆಳದಿಂಗಳಲ್ಲಿ ತನ್ನ ಕೊರಳಿಂದ ಬರುತ್ತಿದ್ದ ಉರ್ದು ಹಾಡು ಅವನ ಕಿವಿಗೇ ಅಪಸ್ವರವೆನ್ನಿಸುತ್ತಿತ್ತು. ಇದು ಕಟಕ್ಕಿನ ಭಾಷೆ.

ನೆನಪಿನ ಗವಿಯಿಂದ ಸಂಭಾಷಣೆಯ ಒಂದು ತುಣುಕು...

"ಹೊರಟು ಹೋಗೋಣ, ವಾಪಸು –"

"ಯಾಕೆ ?"

"ಯಾಕೆಂದರೆ, ಮಾತೇ ಆಡೋದಿಲ್ಲ ನೀವು ?"

ನಿಶಿರಾಜ್ ಮಾತಿಲ್ಲದೆ ಎಲ್ಲಾ ಕೇಳಿಸಿಕೊಳ್ಳುತ್ತಿದ್ದ, ಶಾಯಿಬಾ ಸಹ ಕೇಳಿಸಿಕೊಂಡ. ಆದರೆ ವಾಪಸು ಹೋಗುವುದು ಹೇಗೆ ಸಾಧ್ಯ? ಜೇಮ್ಸ್ ಫಿನ್ಲೆ ಕಂಪೆನಿಯವರು ಅಂಥ ದಡ್ಡ ಕೆಲಸ ಮಾಡುವವರಲ್ಲ. ಅಷ್ಟು ಹಣ ವೆಚ್ಚ ಮಾಡಿ ಇಷ್ಟು ಮಂದಿಯನ್ನೂ ಕರೆದುಕೊಂಡು ಬಂದಿದ್ದಾರೆ. ಅರಣ್ಯ ಕಡಿಸಿಹಾಕಿ ಮನೆ, ಮಠ ಕಟ್ಟಿಸಿಕೊಟ್ಟಿದ್ದಾರೆ. ಚಹಾ ತೋಟದಲ್ಲಿ ಎಲೆಗಳನ್ನು ಕುಯ್ಯುವ ಕೆಲಸವನ್ನು ಕೈಯಾರೆ ಕಲಿಸಿಕೊಟ್ಟಿದ್ದಾರೆ. ಇಷ್ಟೆಲ್ಲ ಅವರು ಮಾಡಿರುವಾಗ ಇನ್ನು ವಾಪಸು ಹೋಗುವ ಮಾತಾದರೂ ಹೇಗೆ ಎತ್ತುವುದು? ರೈಲ್ ಗಾಡಿಗಳಲ್ಲಿ ಭರ್ತಿಮಾಡಿ ಎಲ್ಲೆಲ್ಲಿಂದ ಎಲ್ಲೆಲ್ಲಿಗೋ ಯಾವ ರೀತಿಯಲ್ಲಿ ಇಷ್ಟು ದೂರ ಕರೆದುಕೊಂಡು ಬಂದಿದ್ದಾರೆಂಬುದು ಇವರಿಗೆ ಹೇಗೆ ಗೊತ್ತಾಗಬೇಕು? ಆದ್ದರಿಂದ ವಾಪಸು ಹೋಗುವ ದಾರಿ ಯಾವುದೆಂದು ನಿಶಿರಾಜನಿಗೆ ಗೊತ್ತೇ ಇಲ್ಲ. ಹೆಂಡತಿಯ ಬಾಯಿಯಿಂದ ಬೈಗಳು ತಿಂದು ಮಗನ ಬಳಿ ಸಮಾಧಾನ ಅರಸುತ್ತಿದ್ದ ನಿಶಿರಾಜ್. ರಜಾ ದಿನಗಳಲ್ಲಿ ಮಗನನ್ನು ಕರೆದುಕೊಂಡು ಗುಡ್ಡಗಾಡಿನಲ್ಲಿ ಅಲೆದಾಡುತ್ತಿದ್ದ.

"ಈ ಸ್ಥಳ ತುಂಬಾ ಮನಸ್ಸಿಗೆ ಹಿಡಿಸಿದೆ ಅಲ್ಲವೇನೋ ಮಗಾ?" ಎಂದು ಕೇಳುತ್ತಿದ್ದ.

"ಹೌದಪ್ಪಾ, ತುಂಬಾ ಇಷ್ಟವಾಗತದೆ. ಆ ಹಾಳು ಕಟಕ್ ನನಗೆ ಇಷ್ಟವಾಗತಾ ಇರಲಿಲ್ಲ."

"ಹೌದೋ ಮಗಾ, ಅಲ್ಲಿ ತುಂಬಾ ಕಷ್ಟ, ಕಲ್ಲಿನ ಹಾಗಿರೋ ಆ ನೆಲದಲ್ಲಿ ಎಷ್ಟು ಉತ್ತು ಬಿತ್ತಿದರೂ ಬೆಳೆಯೇ ಆಗುವುದಿಲ್ಲ, ಇಲ್ಲಾದರೆ ಇಡೀ ದಿನ ದುಡಿದರೆ ಕೂಲಿ ಸಿಗತ್ತೆ, ದುಡಿಮೆ ಕೂಡ ಅಂಥಾ ಕಷ್ಟವೇನಲ್ಲ. ಅಲ್ಲವೇನೋ?"

"ಆದರೆ ಅಪ್ಪಾ, ಇವರು ತುಂಬಾ ಕಡಿಮೆ ಕೂಲಿ ಕೊಡುತಾರೆ, ಹೊಟ್ಟೆಯೇ ತುಂಬೋದಿಲ್ಲ ಅಪ್ಪಾ – ?"

ಈ ಮಾತಿಗೆ ಜವಾಬು ಕೊಡದೆ ಸುಮ್ಮನಿರುತ್ತಿದ್ದ ನಿಶಿರಾಜ್.

ಸ್ವಲ್ಪ ಸುಮ್ಮನಿದ್ದು ಅರ್ಧ ತನ್ನಲ್ಲೇ ಗೊಣಗಿಕೊಳ್ಳುತ್ತಿದ್ದ. "ಆದರೂ ಹೂಗಳು ಬಿಡುವ ದೇಶ, ಹೂವಿನಂತೆಯೇ ಚಂದ," ಎನ್ನುತ್ತಿದ್ದ.

ಅವನ ನಾಡುಭಾಷೆಯ ಮಾತು ಅಕ್ಕಪಕ್ಕದ ಬೆಟ್ಟ, ಗುಡ್ಡಗಳ ಮೈತಾಗಿ ಪ್ರತಿಧ್ವನಿತ ವಾಗುತ್ತಿತ್ತು, ಆಗ ಅವನ ದೃಷ್ಟಿ ಎಲ್ಲೋ ದೂರ ದಿಗಂತದ ಕಡೆ ಹೋಗುತ್ತಿತ್ತು. ಶಾಯಿಬಾಗೆ ಗೊತ್ತು. ಈ ದೇಶ ಎಷ್ಟು ಚೆಂದವಾಗಿದ್ದರೂ ಅಪ್ಪನ ಮನಸ್ಸಿನಲ್ಲಿ ಏನೋ ಬಾಧೆಯಾಗುತ್ತಿತ್ತು. ಆ ಬಾಧೆ ಸಹ ಅಂಥ ಇಂಥದಲ್ಲ. ಅದು ಚಹಾ ತೋಟದ ಚಿಕ್ಕ ಕಪ್ಪು ಹುಳುವಿನಂತೆ, ಕಣ್ಣಿಟ್ಟು ನೋಡಿದರೂ ಕಾಣಬರುವುದಿಲ್ಲ. ಎಲೆಯನ್ನು ತಿರುವಿ ಹಾಕಿ ನೋಡಿದರೆ ಹಿಂದೆ ಎಲ್ಲೋ ಅಡಗಿರುವುದು ಕಾಣುತ್ತಿತ್ತು. ಹಾಗೆಯೇ ಅಪ್ಪ ಮನಸ್ಸಿನ ಕಷ್ಟದ ಹುಳುವನ್ನು ಮರೆಯಲ್ಲಿ ಅಡಗಿಸಿಡುತ್ತಾನೆ. ಅಮ್ಮನ ಮುಂದೆ ಅದನ್ನು ತೋರಗೊಡುವುದಿಲ್ಲ. ಅಮ್ಮನಿಗೆ ಎಲ್ಲಿಲ್ಲದ ಕೋಪ ಬರುತ್ತದೆ. ಮನಸ್ಸಿಗೆ ಬಂದ ಹಾಗೆ ಬೈಯುತ್ತಾಳೆ. ಅಮ್ಮ ಈ ದೇಶವನ್ನು ಎಂದೂ ತನ್ನದಾಗಿ ಭಾವಿಸಿಕೊಳ್ಳಲಾರಳು. ಅದಕ್ಕೆಂದೇ ನಿಶಿರಾಜ್ ಮಗನ ಸಂಗವನ್ನು ಬಯಸುವುದು. ಅಮ್ಮ ಹಿರಿಯ ಮನೆ ಹೆಣ್ಣು, ಈಗ ಇಲ್ಲಿ ಬಂದು ಕೂಲಿ ಹೆಂಗಸಾದೆನಲ್ಲ ಎಂಬ ಸಂಕಟದಿಂದಲೇ ಜರ್ಝರಿತಳಾಗಿದ್ದಾಳೆ, ಸದಾ ಅಸ್ಥಿರಳಾಗೇ ಇರುತ್ತಾಳೆ. ಯಾರನ್ನು ಕಂಡರೂ ಜಗಳ ಹೂಡುತ್ತಾಳೆ. ಯಾರೊಡನೆಯೂ ಗೆಳೆತನ ಬೆಳೆಸಿಕೊಂಡಿಲ್ಲ. ನಡುರಾತ್ರಿ ಯಲ್ಲೂ ಮನೆ ಬಾಗಿಲ ಮುಂದೆ ಕೂತು ತನ್ನಲ್ಲೇ ಏನೇನೋ ಗೊಣಗಿಕೊಂಡು ಅಳುತ್ತಾ ಇರುತ್ತಾಳೆ. ಅಪ್ಪ ಸುಮ್ಮನೆ ನೀಳವಾಗಿ ಉಸಿರುಬಿಡುತ್ತಾ ಇದ್ದ, ನಿದ್ದೆ ಬಂದರು ನಿದ್ದೆ

ಮಾಡದೆ ಎಲ್ಲವನ್ನೂ ಕೇಳಿಸಿಕೊಳ್ಳುತ್ತಿದ್ದ ಶಾಯಿಬಾ. ಆದರೆ ಅವನಿಗೆ ಗೊತ್ತು – ಇದಕ್ಕೆ ಯಾವ ಪರಿಹಾರವೂ ಇಲ್ಲ, ಅವನ ಹಿಂದಿನ ಹದಿನೈದು ವರುಷಗಳನ್ನು ನೆಗೆದು ದಾಟಿ ಈ ದೇಶಕ್ಕೆ ಬಂದಿದ್ದಾನೆ. ಇಲ್ಲೇ ಈಗ ಅವನ ಮೊದಲ ಜನ್ಮ.

ಈ ಗಳಿಗೆಯಲ್ಲೇ ಮಹುಯಾ ಗಿಡದಿಂದ ತಂಗಾಳಿ ಬೀಸಿ ಬರುತ್ತದೆ, ಝುರ್ ಎಂದು ಬೀಸುವ ಆ ಗಾಳಿಗೆ ಮೈಯೊಡ್ಡಿ ನಿದ್ರಿಸುತ್ತಾನೆ ಶಾಯಿಬಾ.

ನಿದ್ದೆ ಮಾಡುತ್ತ ಮಾಡುತ್ತ ಕಾಮಿನಿಯ ಕನಸನ್ನ ಕಾಣುತ್ತಾನೆ. ಕಾಮಿನಿ ಅವನ ಯೌವನ ಕಾಲದ ನಲ್ಲೆ, ಇಂದಿಗೂ ಅವನ ಎದೆಯ ಅಂತರಾಳದಲ್ಲಿ ಸ್ಥಿರವಾಗಿದೆ ಅವಳ ಪ್ರತಿಮೆ, ಅವಳಲ್ಲಿ ಈ ದೇಶದ ಹಸಿರು ಸೊಬಗಿನದಂತಹುದೊಂದಿತ್ತು. ಅವಳ ಮುಖದ ಅಂದವೋ – ಈ ಮಹುಯಾ ಹೂವಿದೆಯಲ್ಲ – ಅದರಂತೆಯೇ ಮಾದಕ. ನೋಡಿದೊಡನೆಯೇ ಮಾದಕತೆ ತಲೆಗೇರುವುದು. ಅವಳನ್ನ ಪ್ರೀತಿಸಿದಷ್ಟು ಅವನು ಇನ್ನು ಯಾರನ್ನೂ ಪ್ರೀತಿಸಿಲ್ಲ ಇದುವರೆಗೆ. ಕಾಮಿನಿಯ ಸಂಗಡ ಸ್ನೇಹ ಬೆಳೆದ ಮೇಲೆ ಅವಳಿಂದ ಬಂಗಾಳಿ ಭಾಷೆ ಕಲಿತಿದ್ದ ಶಾಯಿಬಾ. ಅವನಿಗೆ ಅನ್ನಿಸಿತ್ತು, ತನ್ನ ಒರಟು ನಾಡು – ಭಾಷೆಯಲ್ಲಿ ಅವಳೊಂದಿಗೆ ಪ್ರೀತಿಯ ಮಾತುಗಳನ್ನಾಡುವುದು ಹೇಗೆ? ಕಾಮಿನಿಯ ಶರೀರವೂ ಈ ದೇಶದಂತೆಯೇ ಮೋಹಕ; ಕಾಡಿನಂತೆ ನಿರಂಕುಶ; ಆದರೆ ಕಾಡಿನ ಶ್ಯಾಮಲತೆ ಇದೆ ಅವಳಲ್ಲಿ. ನೋಡಿ ನೋಡಿ ಬೆಪ್ಪಾಗಿಬಿಡುತ್ತಿದ್ದ ಶಾಯಿಬಾ. ಅವಳ ಮೈಯೋ, ಘನವಾದ ಹಸಿರೆಲೆಗಳಿಂದ ಮುಚ್ಚಿರುವಂತಿತ್ತು. ಒಂದಾದ ಮೇಲೊಂದು ಎಲೆ ತೆಗೆದು ಹಾಕಿದರೂ ಅವಲ ಶ್ಯಾಮಲತೆ ಹಾಗೇ ಇರುತ್ತದೆ. ಕನಸಿನಲ್ಲಿ ಅವಳು ಬಂದು ಇವನ ಮುಂದೆ ನಿಂತಳು, ಕಳೆದುಹೋದ ಅವನ ಪ್ರಾಯ ದಿನಗಳು ಮತ್ತೆ ಅವತರಿಸಿದವು. ಆದರೆ ... ಥೆ ... ಕನಸು ಕಾಣುತ್ತ ಕಾಣುತ್ತಲೇ ಅವನ ನಿದ್ದೆಯೊಡೆದುಹೋಯಿತು. ಆಹಾ, ಎಷ್ಟು ಚೆನ್ನಾಗಿತ್ತು ಕನಸು! ಇಷ್ಟು ವರುಷಗಳು ಹೆಪ್ಪುಗಟ್ಟಿಕೊಂಡಿದ್ದ ಮನಸ್ಸಿನ ಕಹಿಯನ್ನು ಒಂದೇ ಬಾರಿಗೆ ಮಾಯ ಮಾಡಿಬಿಟ್ಟಿತ್ತು. ಆದರೆ ಮರುಗಳಿಗೆಯಲ್ಲೇ ಅನ್ನಿಸಿತು... ಇಷ್ಟು ಹೊತ್ತಾದರೂ ಯಾರೂ ಅವನನ್ನು ಊಟಕ್ಕೆ ಕರೆದಿಲ್ಲ. ಅಲ್ಲ, ಎಷ್ಟು ಹೊತ್ತಾಗಿದೆ. ಎಲ್ಲರೂ ಈ ವೇಳೆಗೆ ಚೆನ್ನಾಗಿ ಉಂಡು ಮಲಗಿಬಿಟ್ಟಿರುತ್ತಾರೆ. ಯಾರೂ ಇವನ ಕಡೆ ಗಮನಿಸಿಲ್ಲ, ಯಾಕೆಂದರೆ ಈಗ ಅವನು ಯಾರಿಗೂ ಬೇಡದವನು, ರಸ್ತೆಯ ಧೂಳಿನಂತೆ ಆಗಿಬಿಟ್ಟಿದ್ದಾನೆ. ಎಲ್ಲರೂ ತಳ್ಳಿಹಾಕುವರು. ಶಾಯಿಬಾ ಊರುಗೋಲಿನಿಂದ ಠಕ್ ಠಕ್ ಎಂದು ನೆಲಕ್ಕೆ ಬಡಿಯುತ್ತ ಮನೆಯ ದಾರಿ ಹಿಡಿಯುತ್ತಾನೆ. ಧೂಳು ಮುಸುಗಿರುವ ಕಣ್ಣು, ಮುಖ. ಒಮ್ಮೊಮ್ಮೆ ಅವನಿಗೇ ಅನ್ನಿಸುವುದುಂಟು, ಅವನ ಮೈ ಕೂದಲಲ್ಲಿ ಒಂದು ನೂರು ವರುಷಗಳ ಧೂಳು ತುಂಬಿಕೊಂಡಿದೆ, ಈ ಧೂಳು ಅವನು ಬದುಕಿರುವವರೆಗೂ ಇರುತ್ತದೆ. ಏನು ಮಾಡಿದರೂ ತೊಡೆದುಹಾಕುವಂತಿಲ್ಲ. ಮನೆ ಬಾಗಿಲನ್ನು ಸಮೀಪಿಸುತ್ತಲೂ ಕರ್ಕಶವಾದ ದನಿ ಕೇಳಿಬಂತು. ಕೇಳಿದ ತಕ್ಷಣ ಅಲ್ಲೇ ನಿಂತು ಬಿಟ್ಟ ಶಾಯಿಬಾ, ಮನೆಗೆ ವಾಪಸು ಬರುವ ಸಂತೋಷಕ್ಕೆ ಅಲ್ಲೇ ಕೊನೆ. ಮುದಿ ಹೆಂಡತಿಯ ಕೊರಳಲ್ಲಿ ಕಟಕ್ ಪ್ರಾಂತದ ರೂಕ್ಷತೆಯಿತ್ತು. ಹತ್ತು ವರುಷ ವಯಸ್ಸಿನಲ್ಲಿ ತಂದೆ, ತಾಯಿಯ ರೊಂದಿಗೆ ದೇಶಬಿಟ್ಟು ಇಲ್ಲಿಗೆ ಬಂದಿದ್ದಳು, ಇಷ್ಟು ವರುಷಗಳಾದ ಮೇಲೂ ಕಟಕ್ಕಿನ ವಿಚಿತ್ರ ವೈಶಿಷ್ಟ್ಯವನ್ನು ತನ್ನಲ್ಲಿ ಕಾಪಾಡಿಕೊಂಡಿದ್ದಾಳೆ ಮುದುಕಿ, ಏನು ಮಾಡಿದರೂ ಮರೆಯಲಾರಳು, ಇಷ್ಟು ಕಾಲವಾದ ಮೇಲೆ ಊರಿಗೆ ಮರಳುವ ಹೆಸರೆತ್ತಿದರೆ ಖುಷಿಯಿಂದ ಕುಣಿದು ಬಿಡುವಳು, ಅವಳಿಗೆ ಗೊತ್ತಿಲ್ಲದೆ ಇಲ್ಲ. ಒಂದು ವೇಳೆ ವಾಪಸು ಹೋದರೂ ಈಗ ಅಲ್ಲಿ

ಅವರದಾಗಿ ಏನೂ ಇಲ್ಲ. ಹೆಂಡತಿಯ ಭಾವ ಭಂಗಿಗಳಲ್ಲಿ ಎಷ್ಟು ಹುಡುಕಿದರೂ ಈ ದೇಶದ ಪ್ರಭಾವ ಕಾಣಬರುತ್ತಿರಲಿಲ್ಲ; ಇಂಥವಳನ್ನ ಕಟ್ಟಿಕೊಂಡು ಇಡೀ ಜೀವನ ಕಳೆಯಬೇಕಾಯಿತು.

ಶಾಯಿಬಾ ಊರುಗೋಲನ್ನು ಊರಿಕೊಂಡು ನಿಂತು ಅಸಹಾಯವಾದ ದನಿಯಲ್ಲಿ "ರೊಟ್ಟಿ ಕೊಡೋದಿಲ್ಲವಾ ?" ಎಂದು ಕೇಳಿದ.

"ಹಿಟ್ಟಿದ್ದರೆ ತಾನೇ ರೊಟ್ಟಿ ? ಹಿಟ್ಟಿಲ್ಲ ಮನೆಯಲ್ಲಿ, ಹೋಗಿ ಎಲ್ಲಿಂದಾದರೂ ತಾ" ಎಂದು ಉತ್ತರ ಬಂತು.

ಅವನಿಗಿನ್ನು ಮನೆಯೊಳಗೆ ಕಾಲಿಡಲು ಆಗಲಿಲ್ಲ. ಎದೆಯೊಳಗಣ ಸಂಕಟವನ್ನು ಕಷ್ಟದಿಂದ ತಡೆದುಕೊಂಡು ಒಂದುಗಳಿಗೆ ಹಾಗೇ ನಿಲ್ಲುತ್ತಾನೆ ಶಾಯಿಬಾ–ಗಾಳಿಯ ಜೋರಿಗೆ ಧೂಳು ಸುಳಿಯಂತೆ ಗಿರ್ರನೆ ತಿರುಗಿ ಏರುತ್ತದೆ, ಶಾಯಿಬಾ ಕೋಲನ್ನೂರಿಕೊಂಡು ನಿಧಾನವಾಗಿ ನಡೆಯುತ್ತಲೇ ಅಂಗಡಿ ಸಾಲಿಗೆ ಬಂದು ನಿಲ್ಲುತ್ತಾನೆ, ಆದರೆ ಯಾರ ಬಳಿ ತಿರುಪೆ ಬೇಡುವುದು ? ಇಲ್ಲಂತೂ... ಎಲ್ಲರ ಅವಸ್ಥೆಯೂ ಒಂದೇ ಆಗಿದೆ. ಅಲ್ಲಿಂದ ಕಾಲ್ಕೆಗೆದು ಅವನು ಚಹಾ ತೋಟದ ಹಾದಿ ಹಿಡಿಯುತ್ತಾನೆ. ಅಲ್ಲಿನ ಕಾರಕೂನ (ಬಾಬು)ರ ಬಳಿ ಕೇಳಿದರೆ ಒಂದೆರಡು ಪೈಸಾ ಸಿಕ್ಕಿದರೂ ಸಿಕ್ಕಬಹುದು. ತೋಟದೊಳಗೆ ಹೊಕ್ಕೊಡನೆ ಅವನ ಮೂಗಿಗೆ ಬೇರೆ ವಾಸನೆಯೇ ಹೊಡೆಯುತ್ತದೆ, ಬೇರೇನೋ ಹೊಸ ವಸ್ತು ಸಿಕ್ಕಿದಂತೆ ಅನುಭವವಾಗುತ್ತದೆ, ಯೌವನದ ದಿನಗಳು ಮತ್ತೆ ಎದುರಿಗೆ ಬಂದು ನಿಲ್ಲುತ್ತವೆ. ಜೋರಾಗಿ ಉಸಿರು ಬಿಡುತ್ತಾನೆ, ಶಾಯಿಬಾ. ನಡೆಯುವುದಕ್ಕೆ ಇಷ್ಟವಾಗುವುದಿಲ್ಲ, ಆಗ ಎದುರುಬದಿಯಿಂದ ಯಾರೋ ಮೋಟಾರ್ ಸೈಕಲೇರಿ ಈ ಕಡೆ ಬರುತ್ತಿರುವುದು ಕಾಣುತ್ತದೆ, ಯಾರೋ ಒಬ್ಬ ಬಾಬು.

ಎರಡು ಕೈಗಳನ್ನೂ ನೀಡಿಕೊಂಡು ಎದುರಿಗೆ ಬಂದು ನಿಲ್ಲುತ್ತಾನೆ, ಶಾಯಿಬಾ.

"ಬಾಬೂ, ಒಂದು ರೂಪಾಯಿ."

"ಹ್ಯಾಗಿದ್ದೀಯಾ, ಶಾಯಿಬಾ?"

"ಚೆನ್ನಾಗಿಲ್ಲ ಬಾಬೂ, ಬಹಳ ಕಷ್ಟವಾಗಿದೆ."

"ರೂಪಾಯಿ ಕೊಟ್ಟರೆ ಬಾಟಲು ಹುಡುಕಿಕೊಂಡು ಹೋಗುತ್ತೀಯಾ?"

ಶಾಯಿಬಾ ಏನೂ ಬದಲು ಹೇಳದೆ ಬೊಚ್ಚು ಬಾಯಲ್ಲಿ ನಗುತ್ತಾನೆ. ಬಾಬು ಅವನ ಕೈಯಲ್ಲಿ ಒಂದು ಐದುರೂಪಾಯಿ ನೋಟನ್ನು ಕೊಡುತ್ತಾನೆ. ಶಾಯಿಬಾ ತಲೆ ಕೆರೆದುಕೊಳ್ಳುತ್ತ ಸಲಾಮು ಮಾಡುತ್ತಾನೆ, ಅವನ ಎದೆ ಹಿಗ್ಗಿ ಹೋಗುತ್ತದೆ.

ಎಲ್ಲರಿಗಿಂತ ವೃದ್ಧನೆಂದು ಹಳಬನೆಂದು ಅನೇಕರು ಅವನ ಬಗ್ಗೆ ಕನಿಕರ ತೋರಿಸುತ್ತಾರೆ, ಆಗ ಅವನ ಸಂಕಟವೆಲ್ಲ ದೂರವಾಗಿ ಹೋಗುತ್ತದೆ.

ಐದು ರೂಪಾಯಿ ನೋಟನ್ನು ಸೊಂಟದಲ್ಲಿ ಸಿಕ್ಕಿಸಿಕೊಂಡು ಶಾಯಿಬಾ ಹೆಂಡದ ಪಡಖಾನೆಗೆ ಹೋಗುತ್ತಾನೆ. ಮನೆಯಲ್ಲಿ ಹಿಟ್ಟೇ ಇಲ್ಲವೆಂಬ ಹೆಂಡತಿಯ ಮಾತು ಮರೆತು ಹೋಗುತ್ತದೆ. ಆದರೆ ಪಡಖಾನೆಯ ರಸ್ತೆಯನ್ನು ಏನು ಮಾಡಿದರೂ ಮರೆಯುವುದಿಲ್ಲ.

ಹೆಂಡದ ಅಮಲಿನಲ್ಲಿ ಮುಳುಗಿಹೋಗುವ ಮುನ್ನ ತಾಯನ್ನು ನೆನಸಿಕೊಳ್ಳುತ್ತಾನೆ ಶಾಯಿಬಾ. ಊರಿಗೆ ವಾಪಸು ಹೋಗಬೇಕೆಂಬ ಒಂದೇ ಹಠದಿಂದ ಅಸ್ಥಿರಳಾಗಿಬಿಡುತ್ತಿದ್ದಳು ಅಮ್ಮ ಸದಾ. ಆದರೆ ಹೋಗಲು ಸಾಧ್ಯವಾಗಲೇ ಇಲ್ಲ. ಕಡೆ ಕಡೆಗೆ ಅವಳಿಗೆ ಬುದ್ಧಿಯೂ ಕೆಟ್ಟುಹೋಯಿತು. ಅದೇ ಅವಸ್ಥೆಯಲ್ಲೇ ಒಂದು ದಿನ ಹಠಾತ್ತಾಗಿ ಸತ್ತುಹೋದಳು ಅಮ್ಮ.

ಎರಡು ವರುಷಗಳಾದಮೇಲೆ ಅಪ್ಪನೂ ಕಣ್ಣು ಮುಚ್ಚಿಕೊಂಡ.

ಆ ದುಃಖವೆಲ್ಲ ಮರೆತು ಕೆಲವು ದಿಗಳಾದ ಮೇಲೆ ಶಾಯಿಬಾ ಮದುವೆ ಮಾಡಿಕೊಂಡ. ಗಂಡು, ಹೆಣ್ಣು ಮಕ್ಕಳಾದುವು. ಅವರೂ ದೊಡ್ಡವರಾಗಿ ಮದುವೆಯಾದರು, ಮೊಮ್ಮಕ್ಕಳೂ ಹುಟ್ಟಿದರು. ಈಗ ಹಿರಿಯ ಮೊಮ್ಮಗನ ಮಗಳ ಮದುವೆಯಾಗಲಿದೆ. ಇವೆಲ್ಲ ಆಗಿ ಅದೆಷ್ಟು ವರುಷಗಳು ಕಳೆದುಹೋದುವೋ, ಶಾಯಿಬಾಗೆ ಲೆಕ್ಕ ಮಾಡಲು ಆಗುವುದಿಲ್ಲ. ಒಂದು ಕಾಲದಲ್ಲಿ ದಟ್ಟವಾಗಿ ಬೆಳೆದಿದ್ದ ಕಾಡು ಈಗ ಬೋಳು ಬೋಳಾಗಿದೆ. ಅದರ ಜಾಗದಲ್ಲಿ ಎಷ್ಟೋ ಮನೆ, ಮಠಗಳು ಎದ್ದಿವೆ. ಅವನ ಮದುವೆಯಾದ ಮೇಲೆ ಅವನ ಹೆಂಡತಿ ಸಹ ಅಮ್ಮನಂತೆ ಊರಿಗೆ ವಾಪಸು ಹೋಗಲು ಒತ್ತಾಯ ಮಾಡತೊಡಗಿದಳು. ಶಾಯಿಬಾ ಅದನ್ನು ಕಿವಿಯ ಮೇಲೆ ಹಾಕಿಕೊಳ್ಳಲೇ ಇಲ್ಲ.

ಆಗ ಅವನು ಸ್ಥಳದ ಮನುಷ್ಯರು ಯಾರಾದರೂ ಸಿಕ್ಕಿದರೆ ಅವರ ಸಹಾಯದಿಂದ ಬಂಗಾಳಿ ಭಾಷೆ ಕಲಿಯುತ್ತಿದ್ದ, ಈ ಜಾಗವಂತೂ ಅವನ ಮನಸ್ಸಿಗೆ ತುಂಬಾ ಹಿತವಾಗಿ ಹೋಗಿತ್ತು. ಏನೇ ಆದರೂ ಈ ಸ್ಥಳಬಿಟ್ಟು ಹೋಗುವುದಕ್ಕೆ ಮನಸ್ಸೇ ಬರುತ್ತಿರಲಿಲ್ಲ. ಬರಬರುತ್ತಾ ಈ ದೇಶದ ನೀರು, ಗಾಳಿ, ಗಿಡ, ಮರ, ತಿಂಡಿ, ತೀರ್ಥ ಮತ್ತು ಮನುಷ್ಯರೊಂದಿಗೆ ಸಹ ಒಂದಾಗಿ ಹೋದ ಶಾಯಿಬಾ.

ಕಾಮಿನಿಯ ಸಂಗಡ ಪ್ರೇಮದ ಆಟ ಆಡಿ ಪೂರೈಸಿ ಹೋಗಿದ್ದರೂ ಕಾಮಿನಿಯನ್ನು ಮರೆಯಲು ಮಾತ್ರ ಅವನಿಂದಾಗಲಿಲ್ಲ. ಎದೆಯೊಳಗೆ ಅವಳ ನೆನಪನ್ನು ಪೋಣಿಸಿಟ್ಟು ಕೊಂಡಿದ್ದಾನೆ. ಅವಳ ಪ್ರೇರಣೆಯಿಂದಲೇ ಅವನು ಬಂಗಾಳಿ ಭಾಷೆ ಕಲಿತಿದ್ದ ... ಬೇರೆಲ್ಲರೂ ಒರಟು ಭಾಷೆ ಮಾತಾಡುತ್ತಾರೆ. ಅದು ಅವನಿಗೆ ಇಷ್ಟವೇ ಆಗುವುದಿಲ್ಲ. ಅವನಷ್ಟೇ ಯೋಚಿಸಿ ನೋಡಿದ್ದಾನೆ, ಬಂಗಾಳಿ ಅತಿ ಸವಿಯಾದ ಭಾಷೆ... ಆಹಾ, ಅದರಲ್ಲಿ ಮಾತಾಡುತ್ತಿದ್ದರೆ ಎದೆಯಲ್ಲಿ ತಂಪಾದ ಭಾವ ಉಂಟಾಗುತ್ತದೆ... ಹೀಗೆ ಯೋಚನೆ ಮಾಡುತ್ತ, ಮಾಡುತ್ತ ಇದ್ದಕ್ಕಿದ್ದ ಹಾಗೆ ಮತ್ತೆ ಅಮ್ಮನ ವಿಷಯ ಅವನಿಗೆ ಜ್ಞಾಪಕಕ್ಕೆ ಬರುತ್ತದೆ, ...ಆಹಾ, ಇಂಥ ಸುಂದರವಾದ ಹೂ ಕೀಳುವ ದೇಶವನ್ನು ಯಾಕಮ್ಮ ನೀನು ಇಷ್ಟಪಡಲಿಲ್ಲ... ಅಪ್ಪ ನಿನ್ನ ಬಲವಂತವಾಗಿ ಕರೆದುಕೊಂಡು ಬಂದ ಅಂದು, ಸುಮ್ಮನೆ ಹಗಲು, ರಾತ್ರಿ ಬಯ್ಯುತ್ತಿದ್ದೆಯಲ್ಲ? ಅದೇ ಛಲದಿಂದ ಸತ್ತೂ ಹೋದೆ!

ಶಾಯಿಬಾ ಎಲ್ಲ ನೆನೆಸಿಕೊಂಡು ರೋದಿಸಿದ – ಅಮ್ಮಾ, ಅಯ್ಯೋ ... ನನ್ನಮ್ಮಾ! ಅಮಲಿನಲ್ಲಿ ಮುಳುಗಿ ಮಹುಯಾ ಗಿಡದ ಅಡಿಯಲ್ಲಿ ಮಲಗಿ ಇಡೀ ರಾತ್ರಿ ಕಳೆದುಬಿಟ್ಟ ಶಾಯಿಬಾ, ಪಡಖಾನೆಯಿಂದ ಹೆಂಡದ ಬಾಟಲನ್ನು ಹಿಡಿದುಕೊಂಡು ಅಲ್ಲಿಗೆ ಬಂದಿದ್ದ. ಅಮ್ಮನನ್ನು ನೆನೆಸಿಕೊಂಡು ಬಹಳ ಚಿಂತಿಸಿದ್ದ. ಬೇರೇನೂ ಜ್ಞಾಪಕವಿಲ್ಲ, ಈಗ ಬೇರೆ ಯಾವುದೂ ಹೆಚ್ಚಾಗಿ ಮನಸ್ಸಿನಲ್ಲಿ ನಿಲ್ಲುವುದಿಲ್ಲ. ಆದರೆ ಎಷ್ಟೋ ಬಾರಿ ಹಿಂದೆ ನಡೆದು ಹೋದದ್ದನ್ನೆಲ್ಲ ನೆನೆಸಿಕೊಂಡು ಮೆಲುಕು ಹಾಕುವುದರಲ್ಲಿ ಎಷ್ಟೋ ಸುಖವಿರುತ್ತದೆ. ತೋಟದಲ್ಲಿ ಕೆಲಸ ಮಾಡುತ್ತಿದ್ದಾಗ ಎಷ್ಟೋ ಸಲ ಮರೆಯಲ್ಲಿ ಕಾಮಿನಿಯನ್ನು ಕಂಡು ಅವಳ ತೊಡೆಯ ಮೇಲೆ ತಲೆಯಿಟ್ಟುಕೊಂಡಾಗ ಅವನಿಗೆ – ಆಹಾ, ಇಲ್ಲಿಗೆ ಹೂ ಕೀಳಲು ಬಂದದ್ದು ಎಷ್ಟು ಸಾರ್ಥಕ ವಾಯಿತು ಎಂದುಕೊಳ್ಳುತ್ತಿದ್ದ. ಕಟಕ್ಕಿನಲ್ಲಿ ಹೀಗೆ ಮರ, ಗಿಡ, ಪೊದೆಗಳಲ್ಲಿದ್ದುವು; ಅವುಗಳ ಮರೆಯಲ್ಲಿ ಇಂಥ ಸುಖ ಅನುಭವಿಸುವುದಕ್ಕೆ? ಇಷ್ಟ ಬಂದಾಗಲೆಲ್ಲ ಕಾಮಿನಿಯನ್ನು ಮುಟ್ಟಿ ನೋಡುವ ಸುಖ ಸಿಗುತ್ತಿತ್ತೆ? ಹಾಗೆ ಖಿಲ್ ಖಿಲ್ ಎಂದು ನಗುತ್ತ, ಸಂಗೀತದಂತಹ ಆ

ನಗುವಿನ ತಾಳಕ್ಕೆ ಅವಳ ಮೈಯೆಲ್ಲ ತುಳುಕಿ ಲಾಸ್ಯವಾಡುತ್ತ ಕಾಮಿನಿ ಅವನ ಮುಂದೆ ಬಂದು ನಿಲ್ಲುವುದಕ್ಕೆ ಆಸ್ಪದವಿರುತ್ತಿತ್ತೆ ಕಟಕ್ಕಿನಲ್ಲಿ ?

ಕಾಮಿನಿಯೆಂಬ ಮಂಜುಳ ನಿನಾದ ಮಾಡುವ ಜಲಧಾರೆಯಲ್ಲಿ ಮುಳುಗಿ, ತನ್ನನ್ನು ತಾನೇ ಮರೆತುಹೋಗುತ್ತಿದ್ದ ಶಾಯಿಬಾ. ಅವನ ಬಾಯಲ್ಲಿ ಬಂಗಾಳಿ ಭಾಷೆ ಕೇಳಿ ಗಹಗಹಿಸಿ ನಗುತ್ತಿದ್ದಳು ಕಾಮಿನಿ. ಆ ನಗುವನ್ನು ಕೇಳಿದಾಗ ಶಾಯಿಬಾನ ಮೈಯೆಲ್ಲ ಪುಳಕಗೊಂಡು ಇನ್ನು ಬೇರೆ ಮದ್ಯವೇಕೆ ಎನ್ನಿಸುತ್ತಿತ್ತು ಅವನ ಮನಸ್ಸಿನಲ್ಲಿ.

ಕಾಮಿನಿ ಅವನ ಮೂಗೆಳೆಯುತ್ತ "ನೀನೊಬ್ಬ ಭೂತವಾಗಿ ಹೋದೆ, ಶಾಯಿಬಾ" ಎನ್ನುತ್ತಿದ್ದಳು.

"ಯಾಕೆ ? ಯಾಕೆ ಹಾಗೆನ್ನುತ್ತೀ ?"

"ಈ ಕಲಬೆರಕೆ ಭಾಷೆ ನಿನಗೆ ಒಪ್ಪುವುದಿಲ್ಲ"

"ಕಾಮಿನಿ, ನಿನಗೆ ಗೊತ್ತಿಲ್ಲ. ಇಲ್ಲಿನ ಭಾಷೆಯೇ ಹಾಗೆ. ನೀನೂ ನಾನೂ ಆಡುವ ಭಾಷೆ ಇಲ್ಲಿ ನಡೆಯೋದಿಲ್ಲ... ಅದಿರಲಿ, ಕಾಮಿನಿ, ನಾನು ನಿನಗೆ ಇಷ್ಟವಾ ?"

"ಆಹಾ, ಇಷ್ಟವೇ. ಇಷ್ಟವಲ್ಲದೆ ಮತ್ತೆ..."

ಎನ್ನುತ್ತ ಮಾತನ್ನ ನಗುವಿನಲ್ಲಿ ತೇಲಿಸಿಬಿಡುತ್ತಿದ್ದಳು ಕಾಮಿನಿ. ಆ ನಗುವಿನ ಅಲೆಗಳಲ್ಲಿ ತೇಲುತ್ತ ಮುಳುಗುತ್ತ ಶಾಯಿಬಾಗೆ ಮೈಮರೆತು ಹೋಗುತ್ತಿತ್ತು, ಮಿತಿ ಮೀರಿದ ಸುಖದಿಂದ ತನ್ಮಯನಾಗಿ ಅರ್ಧ ಕಣ್ಣು ಮುಚ್ಚಿಕೊಂಡು ಆರಾಮವಾಗಿ ತಾಳೆಯ ಗಿಡದ ಎಲೆಗಳು ಗಾಳಿಯೊಲಿಗೆ ಸಿಕ್ಕಿ ಮರಮರವೆಂದು ಮಾಡುವ ಶಬ್ದದ ಸಂಗೀತವನ್ನು ಕೇಳತೊಡಗುವನು. ತಾಳೆಯ ಎಲೆಯ ಮೇಲೆ ಪುಟ್ಟದೊಂದು ಅಳಿಲು ತನ್ನ ಎರಡೇ ಕಾಲುಗಳಲ್ಲಿ ಮಾಡುವ 'ಊಠ್‌ಬೈಸ್' ಆಟವನ್ನು ನೋಡುವನು.

"ಇಲ್ಲಿಗೆ ಬಂದು ನಾವೆಲ್ಲ ಬೇರೆ ತರಹ ಆಗಿಬಿಟ್ಟಿದ್ದೇವಲ್ಲ, ಶಾಯಿಬಾ ?"

"ಇಲ್ಲ, ಕಾಮಿನಿ, ಹೂ ಕೀಳುವ ದೇಶದಲ್ಲಿ ಹೀಗೇ ಇರಬೇಕಲ್ಲ ?"

ನೀನು ತುಂಬಾ ಒಳ್ಳೇವನು ಕಣೋ, ಶಾಯಿಬಾ."

"ನೀನು ನನ್ನ ಹೆಂಡತಿ ಕಣೆ, ಕಾಮಿನಿ"

"ಆಹಾ, ಹೆಂಡತಿ ? ಹೆಂಡತಿ ! ಹೆಂಡತಿ"

ಆ ಶಬ್ದವನ್ನು ಬಾರಿಬಾರಿಗೂ ಉಚ್ಚಾರಣೆ ಮಾಡುವುದರಲ್ಲಿ ಏನೋ ಹಿಡಿಸಲಾರದ ಹಿಗ್ಗು ಕಾಮಿನಿಗೆ... ಕೇಳುತ್ತ ಹುಚ್ಚನಂತಾಗಿಬಿಡುತ್ತಿದ್ದ ಶಾಯಿಬಾ.

ಆಹಾ ... ಎಷ್ಟು ಸುಖವಾಗಿತ್ತೋ ಆ ದಿನಗಳಲ್ಲಿ...! ನೆನಸಿಕೊಂಡರೆ ಈಗಲೂ...

ಇಷ್ಟಾದರೂ ಒಂದು ವರುಷ – ಪೂರ್ತಿ ಒಂದು ವರುಷ ಕೂಡ ಆಗಿರಲಿಲ್ಲ. ಇದ್ದಕ್ಕಿದ್ದ ಹಾಗೆ ಒಂದು ದಿನ ಬೇರೆ ಯಾರನ್ನೋ ಕಟ್ಟಿಕೊಂಡು ಓಡಿಹೋದಳು ಕಾಮಿನಿ, ಈ ತೋಟ ಬಿಟ್ಟು ಗಾತ್ರಶಾಲಾ ತೋಟಕ್ಕೆ ಹೋಗಿ ಅಲ್ಲಿ ಅವನನ್ನು ಮದುವೆ ಮಾಡಿಕೊಂಡಳು. ಅಲ್ಲೇ ಸಂಸಾರ ಹೂಡಿದಳು.

ಶಾಯಿಬಾಗೆ ಕೋಪ ಬರಲಿಲ್ಲ. ಸುಮ್ಮನೆ ಮೌನವಾಗಿ ಕೂತಿರುತ್ತಿದ್ದ, ಒಮ್ಮೊಮ್ಮೆ ನಾಡಿಯಲ್ಲಿನ ರಕ್ತವೆಲ್ಲ ಬಿಸಿಯೇರುತ್ತಿತ್ತು, ಯಾವಾಗಲೋ ಒಮ್ಮೊಮ್ಮೆ. ಆ ಸಮಯದಲ್ಲಿ ಎಲ್ಲರಿಂದಲೂ ದೂರವಾಗಿದ್ದು ಬಿಡುತ್ತಿದ್ದ.

ಕಾಮಿನಿಯನ್ನು ಅವನು ಇವತ್ತಿಗೂ ಮರೆಯಲಾಗಲಿಲ್ಲ. ಯಾವಾಗಲಾದರೂ ಒಂದೊಂದು

ಸಲ ಅಮಲೇರಿದಾಗ ಗಟ್ಟಿಯಾಗಿ ಕಿರಿಚುತ್ತ ಅವಳ ಹೆಸರನ್ನ ಕೂಗುತ್ತಿದ್ದ.

ಮದುವೆಯಾದ ಮೇಲೆ ಒಂದು ಮಗು ಹೆತ್ತು ಸತ್ತುಹೋದಳು ಕಾಮಿನಿ.

ಅಮಲು ಇಳಿದ ಮೇಲೆ ಎದ್ದು ಮೊಳಕಾಲ ಮೇಲೆ ಕೈಯೂರಿ ಕೂತು ಕೊಂಡ ಶಾಯಿಬಾ, ತಲೆ ಇನ್ನೂ ಸರಿಹೋಗಿಲ್ಲ. ಗಟ್ಟಿಯಾದ ಹಗ್ಗದಿಂದ ಯಾರೋ ಅದನ್ನು ಬಿಗಿಯಾಗಿ ಕಟ್ಟಿಹಾಕಿರುವಂತಿದೆ. ಎರಡು ಬೆರಳುಗಳಿಂದ ಮುಂದೆ ಬೆಳೆದಿದ್ದ ಜೊಂಡು ಹುಲ್ಲನ್ನು ಕಿತ್ತು ಹಾಕುತ್ತ ಕೂತ. ಆಗಲೇ ಮುಂಜಾವಿನ ಬೆಳಕು ಮೂಡುತ್ತ ಬರುತ್ತಿದೆ. ಪ್ರಾಯದ ಹುಡುಗಿಯರು ಅವನ ಮುಂದೆಯೇ ಹರಟೆ ಕೊಚ್ಚುತ್ತ ಹೋದರು, ಅವರಲ್ಲಿ ಯಾರೂ ಕಾಮಿನಿಯ ಹಾಗೆ ಇಲ್ಲ.

ಆಹಾ, ಒಂದು ನೂರು ವರುಷದ ವಯಸ್ಸು ಯಾರಿಗೂ ಬೇಡ, ತುಂಬಾ ಕೆಟ್ಟುದು. ಸುಮ್ಮನೆ ಕೂತು ನೆನಪುಗಳನ್ನು ಮೆಲುಕು ಹಾಕುವುದು ಅಷ್ಟೆ. ಒಂದುನೂರು ವರುಷಗಳಾದ ಮೇಲೆ ಅವರಿಂದ ಏನೂ ಆಗುವುದಿಲ್ಲ. ಹೆಂಡತಿ ಹೊಟ್ಟೆಗೆ ಹಾಕದೆ ಹೋದರೂ ಏನೂ ಅನ್ನುವ ಹಾಗಿಲ್ಲ. ಮಕ್ಕಳು ಏನು ಮಾಡಿದರೂ ಅವರನ್ನು ಗದರಿಸುವ ಹಾಗಿಲ್ಲ, ಯಾರ ಮುಂದೆಯೂ ತನ್ನ ಪ್ರೇಮದ ವಿಷಯ ಹೇಳಿಕೊಳ್ಳುವ ಹಾಗಿಲ್ಲ.

ಈ ವಯಸ್ಸಿನಲ್ಲಿ ಕೇವಲ ಹೊಟ್ಟೆ ಹಸಿದುಕೊಂಡು ಧೂಳಿನಲ್ಲಿ ಬಿದ್ದುಕೊಂಡಿರ ಬೇಕಾಗುತ್ತದೆ, ಅಷ್ಟೆ. ಈ ಹಾಳು, ನುಣಪಾದ ಬಿಳೇ ಧೂಳು ಬಾಯಿಯೊಳಗೆ ತೂರಿ ಎದೆಯೊಳಗೆ ಹಾವಳಿ ಮಾಡುತ್ತಿರುತ್ತದೆ. ಶಾಯಿಬಾ ಮಹುಯಾ ಗಿಡಕ್ಕೆ ಒರಗಿಕೊಂಡು ಕೈ ಕಾಲುಗಳನ್ನು ನೀಡಿಕೊಂಡು ಕೂತುಕೊಳ್ಳುತ್ತಾನೆ, ಮುಗಿಲಿನಲ್ಲಿ ಬಿಳೇ ಮೋಡಗಳು ಹರಡಿಕೊಂಡಿವೆ, ಕ್ರಮೇಣ ತಲೆ ಹಗುರವಾಗುತ್ತ ಬರುತ್ತದೆ. ಆಗ ಕಿರಿಯ ಮೊಮ್ಮಗ ಬಂದು ಕರೆಯುತ್ತಾನೆ, "ಅಜ್ಜಾ – ಮನೆಗೆ ನಡಿ" ಶಾಯಿಬಾಗೆ ನಂಬಲಾಗುವುದಿಲ್ಲ. ತನ್ನನ್ನ ಯಾರಾದರೂ ಕರೆಯಲು ಬರುವುದುಂಟೆ?

'ಹಾ' ಎಂದು ಬಾಯಿ ಬಿಟ್ಟುಕೊಂಡು ಅವನು ಮೊಮ್ಮಗನ ಎಳೆಯ ಮುಖದ ಕಡೆ ಸುಮ್ಮನೆ ನೋಡುತ್ತಿರುತ್ತಾನೆ.

"ಅಜ್ಜಾ, ರಾತ್ರಿ ಯಾಕೆ ಮನೆಗೆ ಬರಲಿಲ್ಲ?"

"ಮನೆಯಲ್ಲಿ ಯಾರೂ ಇಲ್ಲವಲ್ಲೋ?"

"ವಾಹ್! ಯಾರು ಹೇಳಿದರು? ನಡಿ, ಅಜ್ಜಿ ಕರೀತಾರೆ."

"ಅಜ್ಜಿ? ಯಾಕೋ?"

"ಅಜ್ಜಿ ರೊಟ್ಟಿ ಮಾಡಿದ್ದಾರೆ,"

"ರೊಟ್ಟಿ? ಹಿಟ್ಟೆಲ್ಲಿಂದ ಬಂತೋ?"

"ಹಿಟ್ಟಾ? ಅಪ್ಪ ತಂದುಕೊಟ್ಟರು."

ಶಾಯಿಬಾ ಕೋಲೂರಿಕೊಂಡು ಮನೆ ಕಡೆ ಹೊರಡುತ್ತಾನೆ.

ಈ ನಡುವೆಯೆಲ್ಲಾ ಹೀಗೇ ಜರಗುತ್ತದೆ, ಸಿಕ್ಕಿದರೆ ತಿನ್ನುವುದು, ಇಲ್ಲವಾದರೆ ಉಪವಾಸ, ಅದೂ ಒಳ್ಳೆಯದೇ. ಹೆಂಡತಿ ಅವನಿಗೆ ರೊಟ್ಟಿ ಕೊಡುತ್ತಾಳೆ, ಆದರೂ ಅನ್ನಕ್ಕಾಗಿ ಹಾತೊರೆಯುತ್ತಾನೆ ಶಾಯಿಬಾ. ಆಹಾ, ಮೂರು ಹೊತ್ತೂ ಒಂದೊಂದು ತುತ್ತು ಅನ್ನ ತಿನ್ನದೆ ಹೋದರೆ ಅವನಿಗೆ ಸರಿಹೋಗುವುದೇ ಇಲ್ಲ. ದೇಶದ ಹವಾಮಾನಕ್ಕೆ ಅನ್ನ ತಿನ್ನದೇ ಹೋದರೆ ಆಗುವುದಿಲ್ಲ. ಹೀಗೆಲ್ಲ ಹೇಳಿದರೆ ಹೆಂಡತಿ ರೇಗಿಬೀಳುತ್ತಾಳೆ. ಬಾಯಿಗೆ

ಬಂದಹಾಗೆ ಬೈಯುತ್ತಾಳೆ, ಬುದ್ಧಿವಂತನ ಹಾಗೆ ಅಲ್ಲಿಂದ ಬೇಗ ಕಾಲು ಹಾಕದೆ ಹೋದರೆ ಹೀಗೆ ಉಪವಾಸ ಇರುವ ಹಣೇಬರಹ ಅನುಭವಿಸಬೇಕಾಗುತ್ತದೆ.

ಈ ದೇಶದ ಅನ್ನ – ನೀರು ಸೇವಿಸಿಯೂ ಈ ಹೆಂಡತಿಗೆ ಯಾಕೋ ಇದನ್ನ ಕಂಡರೆ ಆಗುವುದಿಲ್ಲ. ಶಾಯಿಬಾಗೆ ಅರ್ಥವಾಗುವುದಿಲ್ಲ. ಒಂದು ದಿನ ರೊಟ್ಟಿತಿಂದರೆ ಮತ್ತೆ ಎರಡು ದಿನ ಉಪವಾಸ, ಮಹುಯಾ ಹೂಗಳನ್ನ ಚಪ್ಪರಿಸಿಕೊಂಡು ಎಷ್ಟು ದಿನ ಕಾಲ ಕಳೆಯಲು ಸಾಧ್ಯ ? ರಃ ಗಂಡು ಮಕ್ಕಳೋ ...ಎಲ್ಲಾ ಘಟಿಂಗರಾಗಿಬಿಟ್ಟಿದ್ದಾರೆ – ಸೂಳೇ ಮಕ್ಕಳು. ಅಪ್ಪ, ಅಮ್ಮ ಎಂದರೆ ಲಕ್ಷ್ಯವೇ ಇಲ್ಲ. ಏನೋ ಒಂದೊಂದು ಸಲ ಪ್ರಕೃತಿ ನೆಟ್ಟಗಿದ್ದರೆ 'ತಗೋ' ಎಂದು ಏನಾದರೂ ಕೊಟ್ಟಾರು, ಇಲ್ಲದೆ ಹೋದರೆ 'ನಿಮ್ಮ ದಾರಿ ನಿಮಗೆ, ನಮ್ಮ ದಾರಿ ನಮಗೆ' ... ಮಕ್ಕಳು !

ಆದರೆ ಶಾಯಿಬಾ ಹೀಗಿದ್ದನೇನು ? ಅಪ್ಪ ಅಂದರೆ ಅವನಿಗೆ ಪ್ರಾಣ. ಅಪ್ಪ, ಮಗ ಅನ್ನುವ ಹಾಗೇ ಇರಲಿಲ್ಲ, ಸ್ನೇಹಿತರು. ಈಗಿನ ಹುಡುಗರೋ ? ಆಹಾ !

ಎರಡು ದಿನ ಉಪವಾಸ ಇದ್ದರೆ ಶಾಯಿಬಾಗೆ ಕಣ್ಣು ಕತ್ತಲಿಟ್ಟುಕೊಳ್ಳುತ್ತದೆ, ತಲೆ ಸುತ್ತುತ್ತದೆ, ನಡೆಯಲಿಕ್ಕೆ ಹೋದರೆ ಕುಸಿದು ಬೀಳುತ್ತಾನೆ, ಮೈ ನಡುಗುತ್ತದೆ. ಆದರೂ ಕೋಲೂರಿಕೊಂಡು ತೋಟದ ಹಾದಿ ಹಿಡಿದ ಶಾಯಿಬಾ. ನೋಡೋಣ ಬಾಬುಗಳು ಯಾರಾದರೂ ಒಂದೆರಡು ಪೈಸೆ ಕೊಟ್ಟರೂ ಕೊಡಬಹುದು. ಹಿಂದಿನ ಎರಡು ದಿನಗಳಲ್ಲಿ ಏನೂ ದಕ್ಕಿಸಿಕೊಳ್ಳಲಾಗಲಿಲ್ಲ. ಎಲ್ಲ ಬಾಬುಗಳೂ ಒಳ್ಳೆರವರೇನಲ್ಲ. ಕೆಲವರಂತೂ ನೋಡಿದೊಡನೆ ಅಟ್ಟಿಬಿಡುತ್ತಾರೆ. ಆದರೆ ಇಷ್ಟು ದಿನಗಳಾದ ಮೇಲೆ ಇದೇ ಮೊದಲು ಶಾಯಿಬಾ ತೋಟದ ದಾರಿ ಮರೆತುಹೋದ. ಎಡಗಡೆ ತಿರುಗುವ ಬದಲಾಗಿ ಬಲಗಡೆ ಇರುವ ಇಕ್ಕಟ್ಟಾದ ಕಾಲು ಹಾದಿ ಹಿಡಿದ, ಅದು ನೇರವಾಗಿ ಬೆಟ್ಟಗುಡ್ಡಗಳ ಕಡೆ ಹೋಗುತ್ತದೆ. ಆ ದಾರಿಯ ಎರಡು ಕಡೆಗಳಲ್ಲೂ ಲೆಕ್ಕವಿಲ್ಲದಷ್ಟು ಕಾಡು ಹೂಗಳ ಗಿಡ, ಪೊದೆ, ಬಳ್ಳಿಗಳು. ನೆಲದ ಮೇಲೆ ಹೂಗಳು ಉದುರಿ ಚಾಪೆಯಂತೆ ಹರಡಿದ್ದುವು. ಗಿಡ, ಮರಗಳ ನೆತ್ತಿಯ ಗೊರವಂಕ, ಮೈನಾ ಹಕ್ಕಿಗಳ ಕಲರವ. ನೀಲಿ ಶೀರಿಷ ಹೂಗಳ ಗಿಡದ ಎಲೆಗಳು ಸರ್ ಸರ್ ಎಂದು ದನಿ ಮಾಡುತ್ತ ಗಾಳಿಯಲ್ಲಿ ಉಯ್ಯಾಲೆಯಾಡುತ್ತಿದ್ದುವು.

ಚಹಾ ಗಿಡಗಳಿಗೆ ನೆರಳು ಬೀಳಲೆಂದು ಕಂಪನಿಯವರು ಈ ಮರಗಳನ್ನು ಬೆಳೆಸಿದ್ದರು.

ತಾನು ದಾರಿ ತಪ್ಪಿ ಎಲ್ಲೋ ಬಂದಿದ್ದೇನೆಂಬುದರ ಅರಿವು ಅಕಸ್ಮಾತ್ತಾಗಿ ಶಾಯಿಬಾಗೆ ಉಂಟಾಯಿತು. ತಿಳಿದು ತಬ್ಬಿಬ್ಬಾಗಿಬಿಟ್ಟ. ಎಷ್ಟು ದೂರ ಬಂದರೂ ಇದೇಕೆ ಚಹಾ ತೋಟಸಿಕ್ಕಲೇ ಇಲ್ಲವಲ್ಲ. ಎಂದುಕೊಂಡ, ಕಾಲಡಿಯಲ್ಲಿ ಸೊಂಪಾಗಿ ಬೆಳೆದಿದ್ದ ಹಸಿರು ಹುಲ್ಲನ್ನು ಕಂಡು ಕಾಮಿನಿಯನ್ನು ನೆನಸಿಕೊಂಡ. ಇಂಥ ವಿಶೇಷ ಸಂದರ್ಭಗಳಲ್ಲಿ ಅವನ ಮುಂದೆ ಕಾಮಿನಿ ಬಂದು ನಿಲ್ಲುತ್ತಿದ್ದಳು. ಇಷ್ಟು ವರುಷ ಕಟ್ಟಿಕೊಂಡು ಸಂಸಾರ ಮಾಡಿದ್ದ ಹೆಂಡತಿ ಎಲ್ಲೋ ಮಾಯವಾದಳು.

ಬಹಳ ದೂರ ನಡೆದು ಬಂದ ಮೇಲೆ ತಾನು ದಾರಿ ತಪ್ಪಿ ಬಂದಿರುವುದು ತಿಳಿದು ಶಾಯಿಬಾ ಹತಾಶನಾಗಿಬಿಟ್ಟ. ಕೈಯಲ್ಲಿದ್ದ ಊರುಗೋಲನ್ನು ಒಗೆದು ದಾರಿಯ ಮಧ್ಯೆ ಏನೂ ತೋಚದೆ ಕೂತುಬಿಟ್ಟ. ಕಣ್ಣಲ್ಲಿ ನೀರು ತುಂಬಿ ಬಂತು, ತುಂಬಾ ಕಷ್ಟವೆನ್ನಿಸಿತು.

ಈ ಹಾಳು ಹೂ ಕೀಳುವ ದೇಶ ಅವನನ್ನು ಮಾಯೆಯಿಂದ ಮೋಸಗೊಳಿಸಿತ್ತು.

ಯುದ್ಧದ ಸಮಯದಲ್ಲಿ ಎಷ್ಟೋ ಮಂದಿ ಯುವಕರು ಅವನ ಕಣ್ಣ ಮುಂದೇಯೇ ದಿಕ್ಕು

ದಿಕ್ಕುಗಳಲ್ಲಿ ಚದರಿ ಹೋಗಿದ್ದರು. ಆದರೆ ಶಾಯಿಬಾ ಮಾತ್ರಾ ಎಲ್ಲಿಗೂ ಹೋಗುವ ಮಾತೇ ಬರಲಿಲ್ಲ. ಇದ್ದಲ್ಲೇ ತೂಕಡಿಸುತ್ತ ಕಾಲ ಕಳೆದ. ಮಿಲಿಟರಿಯವರ ಗೋಲಿಗಳಿಂದ ಯಾರು ಯಾರೋ ಸತ್ತರು. ಶಾಯಿಬಾಗೆ ಮಾತ್ರ ಏನೂ ಅಗಲಿಲ್ಲ. ಇಷ್ಟು ರಕ್ತಪಾತವಾದ ಮೇಲೂ ದೇಶ ಮೊದಲಿನಂತೆಯೇ ಇತ್ತು. ಏನೂ ಬದಲಾವಣೆ ಆಗಲಿಲ್ಲ, ಹಾಗೇ ಹಚ್ಚ ಹೊಸ ಹಸಿರು.

ಜನ ವಸತಿಯನ್ನು ಬಿಟ್ಟು ಬಹುದೂರ ಬಂದುಬಿಟ್ಟಿದ್ದ ಶಾಯಿಬಾ. ಈಗ ಹೊಟ್ಟೆಯಲ್ಲಿ ಹಸಿವಿನ ಬಾಧೆ ಅಷ್ಟಿಲ್ಲ, ಮನಸ್ಸೂ ಶಾಂತವಾಗಿದೆ. ಪೊರೆ ಬೆಳೆದ ಅವನ ಕಣ್ಣುಗಳಲ್ಲಿ ಹಠಾತ್ತಾಗಿ ದೀಪ್ತ ಆವೇಗವೊಂದು ಹುಟ್ಟಿಕೊಳ್ಳುತ್ತದೆ. ಆಗ ಅವನು ಅಕ್ಕಪಕ್ಕದ ಬಳ್ಳಿಗಳ, ಗಿಡಗಳ ಮೇಲಿನ ಎಲೆಗಳನ್ನು ಕಿತ್ತು ಹಿಂದೆ ಮುಂದೆ ತಿರುಗಿಸಿ ನೋಡುವನು. ಬಾದಾಮಿ ಗಿಡದಡಿಯಲ್ಲಿ ಎಲೆಗಳನ್ನು ಪರೀಕ್ಷೆ ಮಾಡುತ್ತ ನಿಲ್ಲುವನು. ಒಮ್ಮೊಮ್ಮೆ ದೂರದ ಬೆಟ್ಟ, ಗುಡ್ಡಗಳ ಕಡೆ ದೃಷ್ಟಿ ಹಾಯಿಸುವನು. ಎಲ್ಲೂ ಯಾವ ಬದಲಾವಣೆಯನ್ನೂ ಕಾಣಲಾರ. ಹದಿನೈದು ವರುಷಗಳ ಹುಡುಗನಾಗಿದ್ದಾಗ ಏನೇನು ನೋಡಿದ್ದನೋ ಅವೆಲ್ಲ ಮೊದಲಿನಂತೆಯೇ ಇವೆ. ಏನೂ ಬದಲಾವಣೆ ಇಲ್ಲ.

ಶಾಯಿಬಾ ಚಟುವಟಿಕೆಯಿಂದಿದ್ದಾಗ ಈ ದೇಶ ಭಾರತಕ್ಕೆ ಸೇರಿತ್ತು. ಆಮೇಲೆ ಪಾಕಿಸ್ತಾನಕ್ಕೆ ಸೇರಿತು, ಈಗ ಇದು ಬಾಂಗ್ಲಾದೇಶ.

ಆಹಾ... ಎಂತಹ ದೇಶ ! ಎಷ್ಟು ಸುಂದರವಾದ ದೇಶ ! ಕೇವಲ ಊಟಕ್ಕೆ ಮಾತ್ರ ಇಲ್ಲ, ಅಬ್ಬ, ಹೊಟ್ಟೆ ಹೇಗೆ ಹಸಿಯುತ್ತೋ !

ಶಾಯಿಬಾ ಹುಲ್ಲಿನ ಮೇಲೆ ಮಲಗಿಕೊಂಡು 'ಹೋ ಹೋ' ಎಂದು ಗಟ್ಟಿಯಾಗಿ ನಗುತ್ತಾನೆ. ಅಯ್ಯಾ, ದೇಶವನ್ನು ಯಾವ ಹೆಸರಿಂದಾದರೂ ಕರೆಯಿರಿ. ನನಗೆ ಮಾತ್ರ ಇದು ಕಾಮಿನಿ ದೇಶ. ಯಾವ ಹೆಸರಾದರೂ ಅನ್ನಿ, ನನ್ನ ಹೃದಯದೊಳಗಿರುವುದು ಒಂದೇ ಹೆಸರು, ಅದರ ಮೇಲಿನ ಪ್ರೀತಿಯಲ್ಲಿ ಒಂದಿಷ್ಟೂ ಕಮ್ಮಿಯಾಗಿಲ್ಲ.

ನೀಲಿಯ ಶಿರೀಷ ಗಿಡದ ನೆತ್ತಿಯ ಮೇಲೆ ಕಾಡುಗಿಳಿ ರೆಕ್ಕೆಗಳನ್ನು ಝಾಡಿಸುತ್ತದೆ. ಆಮೇಲೆ 'ಸೋಂಯ್' ಎಂದು ಗಗನಕ್ಕೆ ಹಾರಿಹೋಗುತ್ತದೆ. ಶಾಯಿಬಾ 'ಹು ಹು' ಎಂದು ಅಳತೊಡಗುತ್ತಾನೆ. ನಿರ್ಜನವಾದ ಪ್ರಕೃತಿಯ ಪರಿಸರದಲ್ಲಿ ಹೃದಯದಲ್ಲಿ ಕೂಡಿಟ್ಟಿದ್ದ ವೇದನೆಯೆಲ್ಲವನ್ನೂ ತೋಡಿಕೊಳ್ಳುತ್ತಾನೆ. ಆ ಅಳು ಅವನಿಗೆ ಸುಖಕರವಾಗಿರುವಂತೆಯೇ ಅನ್ನಿಸುತ್ತದೆ. ಎಷ್ಟೋ ದಿನಗಳಿಂದ ಹೀಗೆ ಹೃದಯ ಬಿಚ್ಚಿ ಅತ್ತಿರಲಿಲ್ಲ, ಅಳುತ್ತ ಅಳುತ್ತ ಇರುವಾಗಲೇ ಅವನಿಗೆ ಅನ್ನಿಸುತ್ತದೆ, ಹೊಟ್ಟೆಯಲ್ಲಿ ಇಂಥ ಹಸಿವನ್ನಿಟ್ಟುಕೊಂಡು ಸಹ ಈ ಹೂ ಕುಯ್ಯುವ ದೇಶದ ಮೇಲೆ ಅವನಿಗೆ ಇಂದೂ ಅತಿಶಯವಾದ ಪ್ರೀತಿ ಇದೆ. ○

ಅನು : ಅಹೋಬಲ ಶಂಕರ

ಶ್ರೀಲಂಕಾ

○ ಗುಣದಾಸ ಅಮರಸೇಕರ

ಬುಡಕಿತ್ತ ಗಿಡ

ಯಾತಲಮಟ್ಟ ಹಳ್ಳಿಯಲ್ಲಿ ಅಮ್ಮ 26 ವರ್ಷಗಳ ಕಾಲ ಉಪಾಧ್ಯಾಯಿನಿಯಾಗಿದ್ದಳು. ಶಾಲೆಯನ್ನು ಬಿಡುವಾಗ ಹಳ್ಳಿಯ ಜನ ಅಮ್ಮನಿಗೆ ದೊಡ್ಡದೊಂದು ವಿದಾಯ ಸಮಾರಂಭವನ್ನು ಏರ್ಪಡಿಸಿದ್ದರು. ವಿದಾಯ ಸಮಿತಿಯವರು ನನಗೆ ಕಾಲೇಜಿಗೇ ಆಮಂತ್ರಣವನ್ನು ಕಳುಹಿಸಿದ್ದರು.

ಮಾರ್ಚ್ 25ರಂದು ಸಮಾರಂಭ, ಅನಂತರ ಗ್ರೂಪ್ ಫೋಟೋ.

ನಾನು ಆ ಸಮಾರಂಭಕ್ಕೆ ಹೋಗಲಿಲ್ಲ. ಸಮಯ ಇರಲಿಲ್ಲ ಎಂದೇನೂ ಅಲ್ಲ. ಹಿಂದೆ ಗಂಡುಮಕ್ಕಳ ಶಾಲೆಯ ಉಪಾಧ್ಯಾಯ ವಿರತುಂಗ ನಿವೃತ್ತರಾದಾಗ ನಡೆದ ಸಮಾರಂಭಕ್ಕೆ ನಾನು ಹೋಗಿದ್ದೆ. ಅಂದಿನ ಆಲಾಪ ವಿಲಾಪಗಳನ್ನು ನೆನೆಸಿಕೊಂಡರೆ ಈಗಲೂ ನನಗೆ ವಾಕರಿಕೆ ಬರುವಂತಾಗುತ್ತದೆ. ಅಮ್ಮನಿಗೆ ವಿದಾಯ ನೀಡುವ ಸಮಾರಂಭದಲ್ಲೂ ಅದೇ ರೀತಿಯ ಪ್ರದರ್ಶನ ನಡೆಯಲಿದೆಯೆಂದು ನನಗೆ ಗೊತ್ತು. ಅಂತಹ ಮೂರ್ಖತನವನ್ನು ಇನ್ನೊಮ್ಮೆ ನಾನು ಸಹಿಸುವುದು ಸಾಧ್ಯವಿಲ್ಲ. ತಮ್ಮ ಭಾವನೆಗಳನ್ನು ಸುಲಭವಾಗಿ ಹೊರಗೆ ತೋರ್ಪಡಿಸುವ ಈ ಹಳ್ಳಿಯ ಜನರು ವಿಚಾರಪೂರ್ವಕವಾಗಿ ಚಿಂತಿಸಲು ಸಾಧ್ಯವೇ ಇಲ್ಲದ ಮೊದ್ದುಗಳೆಂದು ನನ್ನ ನಂಬಿಕೆ.

ಆಮಂತ್ರಣ ಪತ್ರವನ್ನು ಕೈಗೆತ್ತಿಕೊಂಡಕೂಡಲೇ ನನ್ನ ಮನಸ್ಸಿನಲ್ಲಿ ಅಮ್ಮ ಭಾಷಣ ಮಾಡಲು ಎದ್ದು ನಿಂತು, ಅರ್ಧದಲ್ಲೇ ತಡವರಿಸಿ ಕಣ್ಣೀರು ಸುರಿಸುತ್ತಾ ಬಿಕ್ಕಿ ಬಿಕ್ಕಿ ಮಾತನಾಡುವ ದೃಶ್ಯ ಮೂಡಿತು. ಅಂತಹ ಹುಚ್ಚಾಟದಲ್ಲಿ ಪಾಲುಗೊಳ್ಳದೆ ನಾನು ಇಲ್ಲೇ ಇರಲು ಸಾಧ್ಯವಾಗುವುದು ಒಂದು ದೊಡ್ಡ ವರ ಎನಿಸಿತು.

ಆ ಕಾರಣಕ್ಕಾಗಿಯೇ ನಾನು ರಜೆಯ ದಿನದಲ್ಲಿ ಸಿಂಹಳೀಯ ಹೊಸ ವರ್ಷಕ್ಕೆ ಒಂದು ವಾರ ಇದೆ ಎನ್ನುವಾಗ ಮಾತ್ರ ಊರಿಗೆ ಹೋಗಿದ್ದು. ನಾನು ಮನೆಗೆ ಹೋದಕೂಡಲೇ ಇನ್ನೂ ಬಟ್ಟೆ ಕಳಚುತ್ತಿರುವಂತೆಯೇ, ಅಮ್ಮ ಮತ್ತು ನೌಗಿ ಕೇಳಿದ್ದು ಒಂದೇ ಪ್ರಶ್ನೆ:

"ವಿದಾಯ ಸಮಾರಂಭಕ್ಕೆ ಯಾಕೆ ಬರಲಿಲ್ಲ?"

"ಅದು ಒಳ್ಳೆಯ ನಡತೆಯಾಗಿರಲಿಲ್ಲ. ಪಾಪ, ಅವರು ಕಾಲೇಜಿಗೇ ಆಮಂತ್ರಣ ಕಳಿಸಿದರೂ ನೀನು ಬಾರದೆ ಅಲ್ಲೇ ಉಳಿದುದ್ದು ಸರಿಯಲ್ಲ" ಎಂದಳು ಅಮ್ಮ.

"ಹೌದು ಪೋಡಿ ಅಯ್ಯ ಬಂದಿದ್ರೆ ಚೊಕ್ಕಟವಾಗಿ, ಪರಿಪೂರ್ಣವಾಗಿ ಆದಂತೆ ಆಗಿತ್ತು," ನೌಗಿ ದನಿಗೂಡಿದಳು.

"ಹೌದು. ನಾನು ಬಂದಿದ್ರೆ ನಾನೂ ಅಳಬಹುದಿತ್ತು" ಎಂದಷ್ಟೇ ನಾನು ಹೇಳಿದೆ.

"ನಿಜವಾಗಿಯೂ, ನೀನು ಬಂದಿದ್ರೆ ನೀನೇ ಮೊದಲು ಅಳುತ್ತಿದ್ದೆ. ನಿನ್ನ ಬಡಾಯಿ ಏನೇ ಇರಲಿ ಬೇರೆಯವರಿಗಿಂತ ಮುಂಚೆ ನೀನೇ ಅಳ್ತಿದ್ದಿ ಅನ್ನೋದು ಗೊತ್ತು ನಂಗೆ" – ಎಂದು ನೌಗಿ ಮಾರುತ್ತರ ನೀಡಿದಳು.

"ಅಳೋದಕ್ಕೆ ತುದಿಗಾಲ ಮೇಲೆ ನಿಂತಿರುವ ಹೆಂಗಸರಿಗೆ ಹೇಳಿ ಮಾಡಿಸಿದ್ದು ಇಂತಹ ವಿದಾಯ ಸಮಾರಂಭಗಳು – ಸುಮ್ಮಗೆ ಅಸಂಬದ್ಧ ಮಾತಾಡಬೇಡ," ಎಂದೆ ನಾನು ಕೋಪದಿಂದ. ನೌಗಿಯ ಮತುಗಳು ನನ್ನ ಪ್ರೌಢಿಮೆಯನ್ನು ಕೆಣಕಿದ್ದವು. ನೌಗಿ ಸುಮ್ಮನಿರಲಿಲ್ಲ. "ದೊಡ್ಡ ಪುಸ್ತಕವನ್ನು ಓದಲು ಶುರು ಮಾಡಿದ ಮೇಲೆ ವಿಚಾರಗಳೆಲ್ಲ ಇವನ ತಲೆಗೆ ಹೊಕ್ಕಿದೆ ಅಂತ ಕಾಣ್ತದೆ. ನನ್ನೊಟ್ಟಿಗೆ ರತ್ನಸಾರ ಶಾಲೆಯಲ್ಲಿದ್ದಾಗ ಮನೆಯ ಹೆಸರೆತ್ತಿದರೇ ಸಾಕು, ಇವನಿಗೆ ಮೈಯೆಲ್ಲ ಕಿವಿಯಾಗ್ತಿತ್ತು. ರಜ ಮುಗಿಸಿ ಶಾಲೆಗೆ ಮರಳಿದ ಬಳಿಕವೂ ಎರಡು ಮೂರು ದಿನ ಮನೆ ವಿಷಯ ಬಿಟ್ಟು ಬೇರೆ ಮಾತಾಡ್ತಿರಲಿಲ್ಲ."

ಆಕೆ ಮತ್ತೆ ಮುಂದುವರೆಸಿದಳು :

"ಆದರೆ ಈಗ ಕೇಳಿದ್ಯಾ ಅಮ್ಮ? ದೊಡ್ಮನುಷ್ಯನ ತರಹ ಮಾತಾಡ್ತಾನೆ. ಚಿಕ್ಕವನಾಗಿದ್ದಾಗ ನೀನು ನಮ್ಮನ್ನ ಶಾಲೆಯಲ್ಲಿ ಬಿಟ್ಟು ಹೋದ ಕೂಡಲೇ ಮನೆಯ ಬಗ್ಗೆ ಹರಟಲು ಪ್ರಾರಂಭಿಸ್ತಿದ್ದ: 'ಈಗ ಅಮ್ಮ ವಾಪಸ್ಸು ಹೋಗಿರ್ತಾಳೆ...' 'ಅಮ್ಮ ಈಗ ಹಿತ್ತಲಿನಲ್ಲಿ ತರಕಾರಿ ಕೀಳ್ತಿರಬಹುದು.' 'ಈಗ ಪೂಜೆಗೆ ಹೋಗಿರಬಹುದು...' ಅವನು ಮಾತಾಡ್ತಿದ್ದದ್ದೆಲ್ಲ ಇದೇ. ಈಗ ನಾವೆಲ್ಲ 26 ವರ್ಷ ಬಾಳಿ ಬದುಕಿದ ಹಳ್ಳಿಯನ್ನೇ ಬಿಡುವ ದಿನವೂ ಅವನಿಗೆ ಬರ್ಲಿಕ್ಕಾಗ್ಲಿಲ್ಲ."

ನನ್ನ ಅವಸ್ಥೆ – ನಾಚಿಕೆಯನ್ನೆ ಮುಚ್ಚಲು ಪ್ರಯತ್ನಿಸಿದೆ.

"ಪರೀಕ್ಷೆ ಇದೆ ಅಂತ ನಾನೇನು ಆ ಸಮಾರಂಭವನ್ನು ತಪ್ಪಿಸಿಕೊಳ್ಳಿಲ್ಲ. ನಿಜವಾಗಿಯೂ ನನಗೆ ಆ ಪ್ರಹಸನವನ್ನು ನೋಡಲು ಇಷ್ಟವಿರಲಿಲ್ಲ. ಅದ್ರಿಂದ್ಲೇ ನಾನು ಬರ್ಲಿಲ್ಲ." ಎಂದು ಸ್ವಲ್ಪ ಕಿರಿಕಿರಿಯಿಂದಲೇ ನಾನು ನುಡಿದೆ.

"ಸಮಾರಂಭ ಮುಗಿತಲ್ಲ. ಹೋಗಲಿ ಬಿಡು" ಅಮ್ಮ ಹೇಳಿದಳು. ಹೊಸ ವರ್ಷಕ್ಕೆ ಮುಂಚೆ ಒಂದು ಬಾರಿ ಯಾತಲಮಟ್ಟಕ್ಕೆ ನನ್ನ ಜತೆ ಬಾ. ಜತೆಗೆ ಬೇರೆ ಯಾರೂ ಇಲ್ಲ. ನೀನು ಬರ್ತಿ ಅಂತ ಕಾದಿದ್ದೆ."

"ಬಿಟ್ಟ ಹಳ್ಳಿಗೆ ನೀನ್ಯಾಕೆ ವಾಪಸು ಹೋಗಬೇಕು? ನಿನಗೀಗ ಅಲ್ಲಿ ಯಾರಿದ್ದಾರೆ? ನಾನು ಮುಖ ಸಿಂಡರಿಸಿ ಕೇಳಿದೆ.

"ಅದು ಹಾಗಲ್ಲ. ಅದಲ್ಲ ಮಾತು. ಇಷ್ಟು ವರ್ಷ ನಮ್ಮ ನೆರೆ ಹೊರೆಯಾಗಿದ್ದವರಿಗೆ ಹೊಸ ವರ್ಷದ ಶುಭಾಶಯ ಹೇಳ್ಬೇಕು" – ಅಮ್ಮನ ಉತ್ತರ.

"ಇಲ್ಲ, ನಂಗಾಗಲ್ಲ. ತುಂಬಾ ಕೆಲ್ಸ ಇದೆ. ಬೇಕಾದಷ್ಟು ಪುಸ್ತಕಗಳನ್ನು ಹೊತ್ತುಕೊಂಡು ಬಂದಿದ್ದೀನಿ..." "ನಿನಗೆ ಆಗದಿದ್ರೆ ಬೇಡ. ನಾನೊಬ್ಬೆ ಹೋಕ್ತಿನಿ. ಯಾತಲಮಟ್ಟಕ್ಕೆ ಬೆಳಗಿನ

ಜಾವ ಹೋಗುವ ಜೀಪಿನಲ್ಲಿ ಹೋಗೋದೇನೂ ಕಷ್ಟ ಆಗಲಾರದು," ಅಮ್ಮ ನಿಂದಿಸುವ ಧ್ವನಿಯಲ್ಲಿ ಹೇಳಿದಳು.

ಆಮೇಲೆ ಅವಳೇನೂ ಆಗ ಹೇಳಲಿಲ್ಲ. ಆದರೆ ಮಾರನೆಯ ದಿನ ಊಟವಾದ ಬಳಿಕ ಅಮ್ಮ ನೌಗಿ ಜತೆ ಪ್ರಯಾಣದ ವಿಚಾರ ಮಾತಾಡ್ತಿದ್ದದ್ದು ಕೇಳಿಸಿತು. ನಾನು ಊಟದ ಟೇಬಲ್ ಹತ್ತಿರ ಇದ್ದೆ. ಅವರಿಬ್ಬರೂ ಕೋಣೆಯಲ್ಲಿ ಮಾತನಾಡಿಕೊಳ್ಳುತ್ತಿದ್ದರು.

"ಇವತ್ತು ಏಳನೇ ತಾರೀಕು. ನಾವು ಬಂದು ಆಗಲೇ ಎರಡು ವಾರ ಆಯಿತು. ಇನ್ನೂ ಹೊರಡ್ಲಿಕ್ಕಾಗ್ಲಿಲ್ಲ," ಅಮ್ಮ ದೂರು ಹೇಳುವಂತೆ ಹೇಳುತ್ತಿದ್ದಳು.

"ಪೋಡಿ ಅಯ್ಯಂಗೆ ಕಾದಿದ್ದಕ್ಕೆ ಸಾರ್ಥಕ ಆಯಿತು! ಈಗ ನೀನೊಬ್ಬೇ ಹೋಗ್ಬೇಕಮ್ಮಾ. ಅದೇ ಸರಿ" ನೌಗಿಯ ಉತ್ತರ.

"ಈಗ ಆ ಜಾಗ ಹೇಗಿದ್ಯೋ ಏನೋ, ನಾನು ಶಾಲೆ ಬಿಡುವಾಗ ಹಟ್ಟಿಹಾನದ ಉಪಾಧ್ಯಾಯಿನಿಗೆ ಸ್ವಲ್ಪ ನಮ್ಮ ಶಾಲೆ ಬಾಗಿಲು ತೆಗೆದು, ಮುಂದಿನ ಜಾಗವನ್ನಷ್ಟೇ ಆದರೂ ಗುಡಿಸಲಿಕ್ಕೆ ಹೇಳಿದ್ದೆ. ಈಗ ರಬ್ಬರ್ ಎಲೆಗಳು ಬೀಳುವ ಕಾಲ. ತೋಟದ ತುಂಬಾ ಬಿದ್ದಿರಬೇಕು ಆ ಎಲೆಗಳು" – ಅಮ್ಮನ ದನಿ.

"ಹುಟ್ಟಿಹಾನದ ಉಪಾಧ್ಯಾಯಿನಿಗೆ ಆರೋಗ್ಯ ಸರಿಯಿದ್ರೆ ನೀನು ಹೇಳಿದಷ್ಟು ಮಾಡಿಯಾಳು" – ನೌಗಿ ಸಮಾಧಾನ ಮಾಡಿದಳು.

"ಅವಳು ಮಾಡಿದ್ರೆ ಸರಿ. ಆದರೆ ಮಾಡಿದ್ದಾಳೋ ಇಲ್ವೋ, ನಾನಲ್ಲಿದ್ದಾಗ ಜನರಿಗೆ ಹೆದರಿಕೆ ಇತ್ತು. ಕೆಲ್ಸ ಆಗ್ತಿತ್ತು. ಈಗ ಹಾಗಿಲ್ಲ. ಬರೋಕೆ ಮುಂಚೆ ಬಾಗಿಲನ್ನು ರಿಪೇರಿ ಮಾಡಿಸೋದು ಆಗ್ಲಿಲ್ಲ. ಎರಡೂ ಕಡೆ ಕಂಬಗಳಿಗೆ ಹುಳ ಹಿಡಿದಿತ್ತು. ಪೇಲವಟ್ಟದ ಆ ಕೆಟ್ಟ ಗೂಳಿಯಂತೂ ತೋಟದೊಳಗೆ ನುಗಿದ್ರೆ ಎಲ್ಲಾ ಹಾಳಾಗಿರುತ್ತೆ, ಏನು ಅವಸ್ಥೆಯೋ ?"

ಈ ಮಾತುಕತೆಯಿಂದ ನನಗೆ ಕಿರಿಕಿರಿಯೂ ಆಯಿತು, ಒಂದು ರೀತಿಯ ನಗುವೂ ಬಂತು. ಅಣಕಿಸುವ ರೀತಿಯಲ್ಲಿ ನಾನೆಂದೆ :

"ಅದಕ್ಕೆ ಯಾಕಿಷ್ಟು ಕೆಲ್ಸ? ಬರುವಾಗ ಶಾಲೆ – ತೋಟ ಎಲ್ಲಾ ತಂದಿದ್ರೆ ಈ ಚಿಂತೇನೇ ಇರ್ತಿರಲಿಲ್ಲ. ಸಾಲ ಕೊಟ್ಟೋರಂತೆ ನೀನು ಸದಾ ಬೆನ್ನ ಮೇಲೆ ಕೂತಿದ್ರೆ ಸರಕಾರಕ್ಕೆ ಅದ್ರಿಂದೇನೂ ಒಳ್ಳೇದಾಗೋಲ್ಲ,"

ಅಮ್ಮ ಮತ್ತು ನೌಗಿ ಅದನ್ನ ಕಿವಿ ಮೇಲೆ ಹಾಕಿಕೊಳ್ಳಲಿಲ್ಲ. ನನ್ನ ಸ್ವರ ಕೇಳಿಸದವರಂತೆ ಅವರ ಪಾಡಿಗೆ ಅವರು ಮಾತು ಮುಂದುವರಿಸಿದರು.

ಮರುದಿನ ಸಂಜೆಯೆಲ್ಲಾ ಯಾತಲಮಟ್ಟದ ಯಾತ್ರೆಗೆ ತಯಾರಿ. ಅಲ್ಲಿನ ಕೆಲವರಿಗೆ ಕೊಡಲು ಅಮ್ಮ ವೀಳೆಯದೆಲೆಗಳ ಕಟ್ಟುಗಳನ್ನೇ ಸಿದ್ಧ ಮಾಡಿಟ್ಟಳು.

"ವೀಳೆಯದೆಲೆ ಮಾತ್ರ ಸಾಕಾಗೂಲ್ಲ – ರುಕ್ಮಲಗೋಡಳಿಗೆ ಕೊಡಲು ಒಂದು ಬಿಸ್ಕತ್ತಿನ ಟಿನ್ ಕೂಡಾ ತೆಗೆದುಕೊಂಡು ಹೋಗ್ಬೇಕು," ಅಮ್ಮ ನೌಗಿಗೆ ಹೇಳಿದಳು.

"ಏ ಬ್ರಾಂಪಿ! ನಾಳೆ ಬೆಳಿಗ್ಗೆ ತುಂಬಾ ಹೊತ್ತು ನೀನು ನಿದ್ದೆ ಮಾಡೋಹಾಗಿಲ್ಲ. ಬೆಳಗಿನ ಜಾವ ನಾವು ಬೇಗ ಜೀಪಿನಲ್ಲಿ ಹೊರಡ್ಬೇಕು. ಮೊದಲು ಯುನಾನ್‌ವಿತಿಯಕ್ಕೆ ಹೋಗಿ ಅಲ್ಲಿಂದ ನಡೀಬೇಕು" – ಅಮ್ಮ ಅಲ್ಲೇ ಇದ್ದ ಆಳಿಗೆ ಹೇಳಿದಳು.

"ಯುನಾನ್‌ವಿತುಯಷ್ಟೇಕೆ ಹೋಗ್ತೀ. ನೇರವಾಗಿ ಯಾತಲಮಟ್ಟಕ್ಕೇ ಹೋಗ್ಬಾರ್ದೇ ?" ನೌಗಿ ಕೇಳಿದಳು.

"ಹೇಗಾಗತ್ತೆ? ಈಗ ಅಂಗುರವೇಲ ಸೇತುವೆ ಬಿದ್ದಿದೆ. ಜೀಪ್ ಯುನನ್‌ವಿತಿಯ ರಸ್ತೆವರೆಗೆ ಮಾತ್ರ ಹೊಗೋದು. ಅಲ್ಲಿಂದ ಮೂರು ಮೈಲಿ ತಾನೇ? ನಡೆಯೋದೇನೂ ಕಷ್ಟವಾಗಲ್ಲ. ಬೆಳಿಗ್ಗೆ 10ಕ್ಕೆ ಯಾತಲಮಟ್ಟ ಸೇರ್ಬಹುದು."

"ಕಷ್ಟ ಏನಾದರೂ ಇದ್ದರೆ ಅದು ದಂಡುವನದ ಕಾಲು ಸೇತುವೆ ದಾಟೋದು. ನೀರು ಕಾಲು ಸೇತುವೆ ಮಟ್ಟದವರೆಗೂ ಬಂದಿದ್ದರೆ ಒಳ್ಳೇದು. ಇಲ್ದಿದ್ರೆ ಕೆಳಗಡೆ ನೋಡಿದ್ರೆ ನನ್ನ ಕಣ್ಣು ಕತ್ತಲಿಟ್ಟುಕೊಂಡು ಬರತ್ತೆ – ತಿರುಗತ್ತೆ. ಹೇಗೋ ದಾಟ್ತೀನಿ. ಆಗದಿದ್ದರೆ ಆ ಕುಮಾರ ಹುಡುಗಿ ಇದ್ದಾಳಲ್ಲ ಅವಳ್ನ ಸಹಾಯ ಕೇಳಿ ಮಹಾಹೀನದ ದಾರಿಯಾಗಿ ಹೋಗ್ತೀನಿ."

ಅಮ್ಮನ ದನಿ ಕೇಳಿದಾಗ ಅವಳ ಮನಸ್ಸಿನಲ್ಲಿ ಆಗಲೇ ಪ್ರಯಾಣದ ಆರಂಭ ಆಗಿದೆ ಅನ್ನಿಸಿತು.

"ಯುನಾನ್‌ವಿತಿಯದಿಂದ ನಡೀಬೇಕಾದ್ರೆ ಯಾತಲಮಟ್ಟ ಸೇರೋದು ಹನ್ನೊಂದೋ ಹನ್ನೆರಡೋ ಆಗತ್ತೆ" – ಬ್ರಾಂಪಿ ಗೊಣಗಿದ.

"ಹನ್ನೆರಡೋ ಎರಡೋ ಎಷ್ಟಾದ್ರೇನಂತೆ, ನಮ್ಮ ಮನೆ ಆಗಿದ್ದ ಜಾಗಕ್ಕಲ್ವಾ ನಾವು ಹೋಕ್ತಿರೋದು?" ಅಮ್ಮನ ಸಮಾಧಾನ.

ಅವತ್ತು ರಾತ್ರಿ ಮಲಗೋಕ್ಕೆ ಮುಂಚೆ ನಾನು ಓದುತ್ತಿರುವಾಗ ನೌಗಿ ಬಂದಳು.

"ನೀನು ನಾಳೆ ಬೆಳಿಗ್ಗೆ ಅಮ್ಮನ ಜತೆ ಹೋಗದಿದ್ರೆ – ಅವಳು – ನಾವು ಎಲ್ಲರೂ ಕಷ್ಟಕ್ಕೆ ಬೀಳ್ತೀವಿ. ಆ ಮೂರ್ಖ ಬ್ರಾಂಪಿ ಜತೆ ಹೋದರೆ ಅವಳ ಕುತ್ತಿಗೆ ಮುರಿದುಕೋತಾಳಷ್ಟೆ. ನೀನೇ ಹೋಗು – ದಯಮಾಡಿ" ನೌಗಿ ಹೇಳಿದಳು.

"ಹಾಗಾದ್ರೆ, ಇಂತಹ ಹುಚ್ಚು ಪಯಣ ಮಾಡಲು ಯೋಚಿಸುವ ಅವಳಿಗೆ ತಕ್ಕ ಶಾಸ್ತಿಯಾದಂತಾಗ್ತದೆ," ಅಂತ ನಾನಂದೆ.

"ಅದಿರ್ಬಹುದು. ಆದ್ರೆ ಅವಳೊಂದಿಗೆ ನೀನು ಹೋಗು ಪೋಡಿಅಯ್ಯ. ಇಲ್ದಿದ್ರೆ ಅಮ್ಮನಿಗೆ ತುಂಬಾ ತೊಂದರೆಯಾಗೋದು ಖಂಡಿತ."

"ಈ ಮೂರ್ಖ ಯಾತ್ರೆ ನಂಗೆ ಬೇಕಾಗಿಲ್ಲ. ರಜಾ ಮುಗಿಯೋದ್ರೊಳಗೆ ನಾನು ಈ ಪುಸ್ತಕ ಮುಗಿಸ್ಬೇಕು. ನಾನು ಹೋದರೆ ನಾಳೆ ಎಲ್ಲಾ ಪ್ರಯಾಣ, ನಾಳಿದ್ದೆಲ್ಲಾ ಸುಸ್ತು ಪರಿಹಾರ. ಕೆಲಸ ಮಾಡೋಕೇ ಆಗಲ್ಲ" ಅಂದೆ.

"ಏನಾದರೂ ಆಗಲಿ, ಪೋಡಿ ಅಯ್ಯ, ದಯಮಾಡಿ ನೀನು ಹೋಗು..." ನೌಗಿ ಬೇಡಿಕೊಂಡಳು.

"ಆಗಲ್ಲ... ಅವಳು ಯಾರನ್ನು ಬೇಕಾದರೂ ಕರೆದುಕೊಂಡು ಹೋಗಲಿ, ಪಾಠ ಕಲೀಲಿ."

ಅಷ್ಟೆಲ್ಲಾ ಹೇಳಿದರೂ, ನೌಗಿ ಹೋದ ಮೇಲೆ ನಾನು ಅಮ್ಮನ ಜತೆ ಹೋಗಬೇಕೂಂತ ತೀರ್ಮಾನಿಸಿದೆ. ಅಮ್ಮನ ತಲೆಯಲ್ಲಿ ಏನದರೂ ಒಂದು ಯೋಚನೆ ಹೊಳೆಯಿತು ಅಂದರೆ, ಅದನ್ನು ಅವಳು ಹೇಗಾದರೂ ಸಾಧಿಸಿಯೇ ತೀರುತ್ತಾಳೆ. ಬ್ರಾಂಪಿ ಜತೆ ಹೋದರೆ ಅವಳಿಗೂ ಕಷ್ಟ ಅಂತ ನನಗೂ ಅನ್ನಿಸಿತು. ಒಳಗೊಳಗೆ ಗೊಣಗಿದರೂ ಇಷ್ಟ ಇಲ್ಲದೆ ಇದ್ದರೂ ಅಮ್ಮನ ಜತೆ ಹೋಗ್ಬೇಕು ಅಂತ ತೀರ್ಮಾನ ಮಾಡಿದೆ.

ಬೆಳಿಗ್ಗೆ ಸೂರ್ಯ ಹುಟ್ಟುವುದಕ್ಕೆ ಮುಂಚೆಯೇ ನಾವು ಮನೆ ಬಿಟ್ಟರೂ ಜೀಪ್ ಬಂದಿದ್ದು ಸುಮಾರು ಏಳು ಗಂಟೆಗೆ. ಅಮ್ಮನ ಕೈಯಲ್ಲಿ ಹಲವಾರು ಗಂಟುಗಳಿದ್ದವು. ಆದರೆ ಅವಳಿಗೆ ನಾನೇನು ಸಹಾಯ ಮಾಡಲಿಲ್ಲ – ನನ್ನ ಹೃದಯದಲ್ಲಿ ಇನ್ನೂ ಕೋಪ ಇತ್ತು. ಆ

ಜೀಪ್‌ನಲ್ಲಿ ನಾವಿಬ್ಬರೇ ಪ್ರಯಾಣಿಕರು. ಅಮ್ಮ ಹಿಂದಿನ ಸೀಟಿನಲ್ಲಿ ಕೂತಳು. ನಾನು ಡ್ರೈವರ್ ಪಕ್ಕದಲ್ಲಿ ಕೂತೆ. ಯುನಾನ್‌ವಿತಿಯ ಮುಟ್ಟುವವರೆಗೂ ಅಮ್ಮ ಮೌನಿಯಾಗಿದ್ದಳು. ಮಾತನಾಡಿದರೆ ನನ್ನ ಕೋಪ ಇನ್ನೂ ಜಾಸ್ತಿ ಆಗಬಹುದು ಎಂಬ ಹೆದರಿಕೆಯಿಂದಲೋ ಏನೋ ?...

ಹಮ್ಮೋಲಿಯಾದಿಂದ ಯುನಾನ್‌ವಿತಿಯಕ್ಕೆ ಹೋಗುವ ಕಲ್ಲು ಹಾಸಿನ ರಸ್ತೆ ಕೆಲವು ಸುಂದರ ಪ್ರದೇಶಗಳನ್ನು ಹಾದುಹೋಗುತ್ತದೆ. ಒಂದು ಕಡೆ ಗದ್ದೆಗಳು, ಇನ್ನೊಂದು ಕಡೆ ಚಹಾ ತೋಟಗಳು, ತೆಂಗು, ಹಲಸು ಅಥವಾ ದೀವಿ ಹಲಸಿನ ಮರಗಳಿಂದ ಕಂಗೊಳಿಸುವ ತಗ್ಗಾದ ಗುಡ್ಡಗಳು. ರಸ್ತೆಯಂಚಲ್ಲೇ ಮನೆಗಳು. ತೋಟಗಳಿಗೆ ಹಸಿರು ಕೊಂಬೆಗಳ ಅಥವಾ ಹೂ ಬಳ್ಳಿಗಳ ಬೇಲಿ. ಜೀಪ್‌ನಲ್ಲಿ ಮನೆಗಳನ್ನೇ ದಾಟುತ್ತಾ ಹೋಗುವಾಗ ಹುಡುಗಿಯರು ತೋಟ ಗುಡಿಸುವ ದೃಶ್ಯದ ಮೇಲೆ ನನ್ನ ಕಣ್ಣುಗಳು ಕೆಲವು ಬಾರಿ ನೆಟ್ಟವು. ಯಾತಲಮಟ್ಟದ ಹತ್ತಿರ ಬರುತ್ತಿದ್ದಂತೇ ರಸ್ತೆಯ ಬದಿಯಲ್ಲಿ ಗದ್ದೆಗಳಿಗೆ ಬದಲಾಗಿ ಗಿನ್‌ಗಂಗಾನದೀ ತೀರ.

ಈ ಸುಂದರ ನೋಟದಿಂದ ನನ್ನ ಕೋಪ ಸ್ವಲ್ಪ ಶಮನವಾಯಿತು. ಯುನಾನಿವಿತಿಯ ಪೇಟೆಯಲ್ಲಿ ಜೀಪ್ ನಿಂತಾಗ ನಾನು ಸ್ವಲ್ಪ ಹಸನ್ಮುಖಿಯಾಗಿಯೇ ಇಳಿದೆ. ಅಂಗಡಿ ಸಾಲುಗಳ, ತೂಗು ಸೇತುವೆಯ ಪೇಟೆ ಅದು. ಅಮ್ಮನ ಕೈಯಲ್ಲಿದ್ದ ಹಲವು ಬುಟ್ಟಿಗಳಲ್ಲಿ ಒಂದನ್ನು ಇಸಕೊಂಡೆ.

ಆದರೆ ನನ್ನ ಸಂತೋಷ ಬಹುಕಾಲ ಉಳಿಯಲಿಲ್ಲ. ಹಿಂದೆ ರಬ್ಬರ್ ಗಿಡಗಳಿಂದ ತುಂಬಿರುತ್ತಿದ್ದ ಪೋಸ್ಟ್ ಎಸ್ಟೇಟ್ ಈಗ ಒಂದೇ ಒಂದು ಮರವಾಗಲೀ ಎಲೆಯಾಗಲೀ ಇಲ್ಲದೆ ಬೋಳಾಗಿತ್ತು. ಅಲ್ಲಿ ಚಹಾ ಬೆಳೆಸುವ ಸಲುವಾಗಿ ರಬ್ಬರ್ ಮರಗಳನ್ನೆಲ್ಲ ಕಿತ್ತುಹಾಕಿದ್ದಾರೆಂದು ನನಗೆ ಗೊತ್ತಿರಲಿಲ್ಲ. ಅಂತೂ ತಲೆಯ ಮೇಲೆ ಬುಟ್ಟಿಯನ್ನು ಹೊತ್ತು ಅಮ್ಮನ ಜತೆ ನಡೆದೆ. ಆಗ ಸುಮಾರು ಹನ್ನೊಂದು ಗಂಟೆ. ಬಿಸಿಲು ಜೋರಾಗಿತ್ತು. ಮರಳಿನ ರಸ್ತೆ ಕೂಡ ಸುಡಲಾರಂಭಿಸಿತ್ತು. ಮೈ ತುಂಬಾ ಬೆವರು. ಮಾತಾಡದೇ ಇಬ್ಬರೂ ನಡೆದೆವು. ಪೋಸ್ಟ್ ಎಸ್ಟೇಟ್ ಸುಮಾರು ಒಂದು ಮೈಲಿ ದೂರಕ್ಕೂ ಹಬ್ಬಿದೆ. ಅದರ ಅಂಚಿನಲ್ಲಿಯೇ ಯಾತಲಮಟ್ಟ ಹಳ್ಳಿ ಇರೋದು. ಆ ಒಂದು ಮೈಲಿ ಹತ್ತು ಮೈಲಿಗಳಷ್ಟು ದೂರ ಅನ್ನಿಸಿತು.

"ದೇವರ ದಯೆ. ಇಲ್ಲಿಂದ ಮುಂದೆ ನೆರಳಿರುತ್ತೆ," ದಂಡುವನದ ಕಾಲು ಸೇತುವೆ ಹತ್ತಿರ ಬಂದಾಗ ಅಮ್ಮ ಹೇಳಿದಳು.

ಬೆಟ್ಟಗಳಲ್ಲಿ ಮಳೆ ಬಂದಿತ್ತು. ಅಮ್ಮ ಆಶಿಸಿದ್ದಂತೆ ತೊರೆಯ ಪಾತ್ರ ಅರ್ಧ ತುಂಬಿತ್ತು. ಅವಳಿಂದ ಎಲ್ಲ ಮೂಟೆಗಳನ್ನು ನಾನೇ ತೆಗೆದುಕೊಂಡು ಮುಂದೆ ನಡೆದೆ.

ಹಿಂದೆ ಬೊಂಬಿದ್ದ ಜಾಗದಲ್ಲಿ ಈಗ ಅಡಿಕೆ ಗಿಡದ ಕಾಂಡ ಇತ್ತು. ಕಾಲುಸೇತುವೆಯ ದಾಟುವುದು ಕಷ್ಟವೇನೂ ಆಗಲಿಲ್ಲ. ಸೇತುವೆ ದಾಟಿದ ಕೂಡಲೇ ಕುಮಾರನ ಭೇಟಿ.

"ನೆಂಟರು, ಸ್ನೇಹಿತರನ್ನು ನೋಡ್ಲಿಕ್ಕೆ ಬಂದಂತಿದೆ" ಎಂದ ಕುಮಾರ.

"ಹೌದು, ಅವರನ್ನೆಲ್ಲಾ ಇಷ್ಟು ಬೇಗ ಮರೆಯೋದಾದ್ರೂ ಹೇಗೆ ಸಾಧ್ಯ?" ಅಮ್ಮ ನಗುತ್ತಾ ಹೇಳಿದಳು.

"ಹೌದು ನೀವೆಲ್ಲಿ ಹೋದ್ರೂ ಈ ಹಳ್ಳಿಯೇ ನಿಮ್ಮ ನಿಜವಾದ ಮನೆ ಅಲ್ವಾ? ಅದರಲ್ಲೂ ಪೋಡಿ ಮಹತ್ತಾಯರಿಗೆ. ಪೋಡಿ ಅಯ್ಯಾ ನೀನಿಲ್ಲೇ ಅಲ್ವಾ ಹುಟ್ಟಿದ್ದು?" ಎಂದು ನನ್ನತ್ತ ತಿರುಗಿ ಕೇಳಿದ ಕುಮಾರ.

"ನಾನೆಲ್ಲಿ ಇರ್ತೇನೋ ಅದೇ ನನ್ನ ಮನೆ" ಎಂದೆ ನಾನು, ಉದ್ದೇಶಪೂರ್ವಕ ನಿರಾಸಕ್ತಿಯಿಂದ.

"ಹಾಗೆಲ್ಲಾ ಹೇಳ್ಬೇಡ. ಮುಂದೆ ಯಾವತ್ತಾದರೊಂದು ದಿನ ನೀನೊಬ್ಬ ದೊಡ್ಡ ಮನುಷ್ಯನಾದಾಗ ಜನ ನೀನು ಈ ಹಳ್ಳೀಲೇ ಹುಟ್ಟಿದ್ದು ಅಂತ ಹೇಳ್ತಾರೆ. ಆಗ ನಿಮಗೆಲ್ಲಾ ಗೌರವ ಅಲ್ವಾ ?"

ಅನಂತರ ಸಿಕ್ಕಿದವರದೆಲ್ಲಾ ಒಂದೇ ಉದ್ಗಾರ : "ಮತ್ತೆ ಹಳೇ ಮನೆ ನೋಡಲಿಕ್ಕೆ ಬಂದ್ರಾ ?"

"ಹೌದು, ಇಷ್ಟು ವರ್ಷ ಇದ್ದ ಮನೇನ ಹೇಗೆ ಮರೆಯೋದಕ್ಕಾಗತ್ತೆ ?"

ಕೆಲವು ಪರಿಚಯಸ್ಥರಂತೂ ನನ್ನ ಕಡೆ ತಿರುಗಿ ನೇರವಾಗಿ ಕೇಳಿದರು :

"ರಜೆ ಕಳೆಯಲು ಪೋಡಿ ಮಹತ್ತಾಯ ಈಗತಾನೇ ಮನೆಗೆ ಬಂದಿದ್ದಾನಾ ?"

ಕಾಲುಸೇತುವೆ ಹತ್ತಿರ ಹಿಚ್ಚಿ ಮಹತ್ತಾಯ ಸಿಕ್ಕಿದ. ಅವನು ನನ್ನನ್ನು ನೋಡಿ ಹೇಳಿದ :

"ನಾವು ಕಾಗದ ಹಾಕಿದಾಗ್ಲೂ ನೀನು ಬಾರದಿದ್ದದ್ದು ಸರಿಯಲ್ಲ."

ಅವನು ಸನ್ಮಾನ ಸಮಿತಿಯ ಒಬ್ಬ ಸದಸ್ಯನಾಗಿದ್ದ, ನನಗಂತೂ ಇದೆಲ್ಲಾ ಅರ್ಥವಿಲ್ಲದ ಹುಚ್ಚು ಹರಟೆ ಎಂದೆನಿಸಿತು. ಮನಸ್ಸಿನಲ್ಲೇ ಅಂದುಕೊಂಡೆ : "ಭಾವತಿರೇಕದಲ್ಲಿ ಮುಳುಗಿರುವ ಮೂರ್ಖರ ಕೂಟ."

ಕಾಲು ಸೇತುವೆಯ ಬಳಿಯಲ್ಲಿ ಪೆಲ್ಸ್‌ವಟ್ಟದ ಲೋಕುಮಹತ್ತಾಯನೂ ಸಿಕ್ಕಿದ್ದ. "ನಿನ್ನೆ ತಾನೇ ಮಾತನಾಡಿಕೊಳ್ಳುತ್ತಿದ್ವಿ – ನೀನು ಇವತ್ತೋ ನಾಳೇನೋ ಬರ್ತಿ ಅಂತ – ಹೊಸವರ್ಷಕ್ಕೆ ಮುಂಚೆ ಬರ್ತಿ ಅಂತ ಗೊತ್ತಿತ್ತು" – ಎಂದು ಪೆಲ್ಸ್‌ವಟ್ಟವನ್ನೇ ನಾವು ಸಮೀಪಿಸುತ್ತಿದ್ದಂತೆಯೇ ಲೋಕು ಉದ್ಗರಿಸಿದ್ದ. ಅವನ ಭೂಮಿ ಶಾಲೆಗೆ ಹೊಂದಿಕೊಂಡಿತ್ತು.

"ಹೌದು, ಇವತ್ತೇ ನನಗೆ ಬರಲು ಪುರುಸೊತ್ತಾಗಿದ್ದು" ಎಂದು ಹೇಳಿ ಅಮ್ಮಾ ಅವನ ಮೇಲೆ ಪ್ರಶ್ನೆಗಳ ಮಳೆಗರೆದಳು:

"ಶಾಲೆಯ ಸ್ಥಿತಿ ಏನಾಗಿದೆ? ಹಟ್ಟಿಹಾನದ ಮಾಸ್ತರಿಣಿಗೆ ಎರಡು ಮೂರು ದಿನಕ್ಕೊಮ್ಮೆ ಬಂದು ಶಾಲೇನ ಗುಡಿಸ್ತಾ ಇರು ಅಂತಾ ಹೇಳಿದ್ದೆ. ಅವಳು ಮಾಡಿದ್ದಾಳೋ ಇಲ್ವೋ ಗೊತ್ತಿಲ್ಲ."

ಲೋಕು ಮಹಾತ್ತಾಯ ಉತ್ತರಿಸಿದ್ದ : "ನಾನು ಅವಳನ್ನ ನೋಡಿಲ್ಲ – ನೀವು ಹೋದ್ಮೇಲೆ ನಾನು ಅಲ್ಲಿಗೆ ಹೋಗೋಕ್ಕಾಗಿಲ್ಲ. ಈಗ ನೀವು ನೇರವಾಗಿ ಶಾಲೆಗೆ ಹೋಗ್ತೀರೋ, ರುಕ್ಮಲಗೋಡ ಮನೆಗೆ ಹೋಗ್ತೀರೋ ? ಅಲ್ಲ; ಈಗ್ಯಾಕೆ ಶಾಲೆಗೆ ಹೋಗ್ತೀರಿ, ಅಲ್ಲಿ ಯಾರೂ ಇಲ್ಲ."

"ರುಕ್ಮಲಗೋಡ ಮನೆಗೆ ಹೋಗಿ, ಏನಾದರೂ ಹೊಟ್ಟೆಗೆ ಹಾಕ್ಕೊಂಡು ಅನಂತರ ಶಾಲೆಗೆ ಹೋಗ್ಬೇಕು" ಎಂದಳು ಅಮ್ಮ.

"ರುಕ್ಮಲಗೋಡ ಮನೆಗೆ ಹೋದಾಗ ಮಧ್ಯಾಹ್ನ 12 ಆಗಿತ್ತು.

ನಮ್ಮನ್ನು ನೋಡಿದ ಕೂಡಲೇ ಅಕ್ಕೀಮಾನ ಹಮೀನೆ "ಇವತ್ತು ಬರೋದನ್ನ ತಪ್ಪಿಸಲ್ಲ ಅಂತ ನನಗೆ ಗೊತ್ತಿತ್ತು. ಊಟಕ್ಕೆ ಕೂಡೋ ಮುಂಚೆ ಸ್ವಲ್ಪ ಕಾದಿದ್ದೂ ಆಯಿತು. ಪೋಡಿ ಮಹತ್ತಾಯ ಯಾವಾಗ ಬಂದ ?" ಎಂದಳು.

ಕೈ ಕಾಲು ಮುಖ ತೊಳೆದ ಕೂಡಲೇ ಊಟಕ್ಕೆ ಆಹ್ವಾನ. ಊಟ ಮಾಡುತ್ತಿರುವಾಗಲೇ ಶಾಲೆ ಕುರಿತು ಅಮ್ಮ ಪ್ರಶ್ನಿಸಲಾರಂಭಿಸಿದಳು.

"ಹಟ್ಟಿಹೀನದ ಹುಡುಗಿ ಈ ದಾರೀಲಿ ಹೋಗೋದನ್ನ ನೀವು ನೋಡಿಲ್ವಾ?"

"ಅವಳೆಲ್ಲಿ ಈ ದಾರೀಲಿ ಹೋಗ್ತಾಳೆ? ರಜೆ ಬಂದ ಕೂಡಲೇ ಅವಳ ಗಂಡ ಬಂದು ಹಿಕ್ಕಾಡುವಾಗೆ ಕರೆದೊಯ್ದು" ಅಕ್ಕಿಮಾನ ಹಮೀನೆ ಉತ್ತರ ನೀಡಿದಳು.

"ನಾನೆಷ್ಟು ಕೇಳಿಕೊಂಡಿದ್ದೆ. ಆದರೂ ಅವಳು ರಜೆಯನ್ನು ಇಲ್ಲೇ ಕಳೆಯಲು ಇಷ್ಟಪಡಲಿಲ್ಲ"

ನನಗೆ ಸುಮ್ಮನಿರಲಾಗಲಿಲ್ಲ:

" ಆ ಮೂರ್ಖಿ ತಲೆಮಾರು ಈಗಿಲ್ಲ."

ಊಟ ಆದನಂತರ ನನಗೆ ಸ್ವಲ್ಪ ಮಂಪರು. ಕಣ್ಣು ತೆರೆಯುವುದೇ ಕಷ್ಟವಾಗಿತ್ತು. ಆದರೂ ಅಮ್ಮ ಒಂದು ಕ್ಷಣವನ್ನೂ ಕಳೆಯದೆ ಶಾಲೆಗೆ ಹೊರಟುನಿಂತಳು.

"ಇಂತಹ ಫಜೀತಿಯಲ್ಲಿ ನಾನೆಂದೂ ಸಿಕ್ಕಿಹಾಕಿಕೊಂಡಿರಲಿಲ್ಲ" ಎಂದು ಗೊಣಗುತ್ತಲೇ ನಾನೂ ಅವಳ ಜತೆ ನಡೆದೆ. ರುಕ್ಮಲಗೋಡದಿಂದ ಶಾಲೆಗೆ ಸುಮಾರು ಅರ್ಧ ಮೈಲು. ಅದೃಷ್ಟವಶಾತ್ ಬಿಸಿಲಿನ ಝಳ ಅಷ್ಟು ಜೋರಾಗಿರಲಿಲ್ಲ. ಸ್ವಲ್ಪ ನೆರಳೂ ಇತ್ತು. ಆದರೂ ಟಾರ್ ರಸ್ತೆ ಸುಡುತ್ತಿತ್ತು. ಬೆಂಕಿ ಮೇಲೆ ನಡೆದಂತೇ ಆಗ್ತಿತ್ತು.

ರಸ್ತೆ ತಿರುವಿನ ದೇವಾಲಯವನ್ನು ದಾಟಿದ ಕೂಡಲೇ ಶಾಲೆಯ ದೊಡ್ಡ ಗೋಡೆ, ತೋಟ ಕಾಣಿಸಿತು. ಎಲ್ಲ ಖಾಲಿ ಖಾಲಿ ಅನ್ನಿಸಿತು, ಹತ್ತಿರ ಹೋದಂತೆ ರುಕಟ್ಟನ್ ಗಿಡದ ಬೇಲಿ, ಮತ್ತು ಬಾಗಿಲು ಕಣ್ಣಿಗೆ ಬಿತ್ತು. ಬೇಲಿ ವಿಪರೀತ ಬೆಳೆದಿತ್ತು, ರಸ್ತೆಗುಂಟ ಹಬ್ಬಿತ್ತು. ಬಾಗಿಲ ಬಳಿ ಬಂದ ಕೂಡಲೇ ಬಾಗಿಲಿಗೆ ಅಡ್ಡವಾಗಿದ್ದ ಬೊಂಬುಗಳನ್ನು ತೆಗೆದೆ. ಸುತ್ತಣ ನೀರವತೆಯಲ್ಲಿ ಬೊಂಬುಗಳು ಕಿರುಗುಟ್ಟಿದ ಶಬ್ದ ಜೋರಾಗಿ ಪ್ರತಿಧ್ವನಿಸಿತು.

"ನಾವು ಬಿಟ್ಮೇಲೆ ಯಾರೂ ಈ ಬಾಗಿಲಿನ ಒಳಗೇ ಬಂದಿಲ್ಲ," ಅಮ್ಮನ ಉದ್ಗಾರ. "ಕೆಲವೇ ದಿನಗಳಲ್ಲಿ ತೋಟದಲ್ಲೆಲ್ಲಾ ಎಷ್ಟೊಂದು ಹುಲ್ಲು ಬೆಳೆದಿದೆ ನೋಡು."

ತೋಟದಲ್ಲಿ ಹುಲ್ಲಿತ್ತು. ಗಾಳಿಗೆ ತೂರಿಬಂದ ಒಣಗಿದ ರಬ್ಬರ್ ಎಲೆಗಳೂ ಇದ್ದವು. ಶಾಲೆ ಬಾಗಿಲನ್ನು ತೆರೆದಾಗ ಅದು ಕುಂಯ್‌ಗುಟ್ಟಿತು, ಎಲ್ಲ ರಜಾ ದಿನಗಳಲ್ಲೂ ಆಗುವಂತೆ ಬೆಂಚು ಡೆಸ್ಕ್‌ಗಳನ್ನೆಲ್ಲಾ ಹಾಲ್‌ನಲ್ಲಿ ಜೋಡಿಸಲಾಗಿತ್ತು. ಇಲ್ಲೂ ಕೂಡ ಅಲ್ಲಿ ಇಲ್ಲಿ ರಬ್ಬರ್ ಎಲೆಗಳು ಬಿದ್ದಿದ್ದವು.

ನನಗೆ ಸ್ವಲ್ಪ ನಿದ್ದೆ ಮಾಡಲೇಬೇಕಿತ್ತು. ಎರಡು ಬೆಂಚುಗಳನ್ನು ಸೇರಿಸಿ, ಕೋಟನ್ನು ಕಳಚಿ ಮಲಗಿದೆ. "ಸೂರ್ಯ ಇಳಿದಾಗ ಎಬ್ಬಿಸು" ಅಮ್ಮನಿಗೆ ಹೇಳಿದೆ.

ಮಲಗಿದ್ದಾಗ ಛಾವಣಿಯನ್ನೇ ದಿಟ್ಟಿಸಿದೆ. ಶಾಲೆಯ ಶೂನ್ಯ ಕಳೆ ಛಾವಣಿಗೂ ಪಸರಿಸಿತ್ತು. ತೊಲೆಗಳ ಮಧ್ಯೆ ಇಲಿಗಳ ಓಡಾಟ. ಕಣ್ಣು ಮುಚ್ಚಿದೆ.

ಎಚ್ಚರವಾದಾಗ ಸುಮಾರು ಒಂದು ಗಂಟೆ ನಿದ್ದೆ ಮಾಡಿರಬೇಕು ಎನಿಸಿತು. ಸುಸ್ತಾಗಿ ಮೈಯೆಲ್ಲಾ ಭಾರವಾಗಿದ್ದುದರಿಂದ ಏಳಲು ಮನಸ್ಸು ಬಾರದೆ ನಿದ್ದೆ ಮಾಡಿದ್ದೆ. ಹಾಗೇ ಮಲಗಿದ್ದಲ್ಲಿಂದಲೇ ಸುತ್ತಮುತ್ತ ಕಣ್ಣು ಹಾಯಿಸಿದೆ.

ಅಮ್ಮ ತೋಟದಲ್ಲಿ ಹಾರೆ ಹಿಡಿದು ಏನೋ ಕೆಲಸ ಮಾಡುತ್ತಿದ್ದಳು. ಗಟ್ಟಿಯಾದ ಮಣ್ಣಿನ ಮೇಲೆ ಹಾರೆ ಲಯಬದ್ಧವಾಗಿ ಬೀಳುವಾಗ ಹೊರಡುತ್ತಿದ್ದ ಠಣ್ ಠಣ್ ಶಬ್ದ ಏಕತಾನದಂತೆ ಕೇಳಿಸುತ್ತಿತ್ತು. ಮೇಲೆ ಛಾವಣಿಯಲ್ಲಿ ಇಲಿಗಳ ಓಡಾಟ ಹಾಗೇ ಸಾಗಿತ್ತು. ಎಷ್ಟು ಜೇಡರಬಲೆ ಗಳಿವೆಯೋ ಅಂತ ಲೆಕ್ಕ ಹಾಕ್ತಿರೋವಾಗಲೇ ಪುನಃ ನಿದ್ದೆ ಬರುವಂತಾಯಿತು. ಆಯಾಸ ಹೆಚ್ಚಿದಂತೆ ಕಾಣಿಸಿತು.

"ಅಬ್ಬಬ್ಬಾ ಈ ಜಾಗ ಈ ಸ್ಥಿತಿಗೆ ಬರತ್ತೇಂತ ಯಾರು ಯೋಚಿಸೋದಕ್ಕೆ ಸಾಧ್ಯವಿತ್ತು?" ಅಮ್ಮ ಗೊಣಗುತ್ತಲೇ ಕೆಲಸ ಮಾಡುತ್ತಿದ್ದಳು.

ನಾನು ತಲೆ ತಿರುಗಿಸಿ ದೊಡ್ಡ ಕಿಟಕಿಯ ಆಚೆಗೆ ಕಣ್ಣು ಹಾಯಿಸಿದೆ, ರಸ್ತೆ ಆಚೆ ಕಾಣುವ ಬೆಟ್ಟಗಳ ಹಿಂದೆ ಸೂರ್ಯ ಇಳಿಯುತ್ತಿದ್ದ. ದೀರ್ಘಕಾಲ ಬಿಸಿಲಿನ ಬೇಗೆಗೆ ಗುರಿಯಾಗಿ ಆ ಬೆಟ್ಟಗಳೂ ಕಳೆಗುಂದಿ ಸುಸ್ತಾಗಿದ್ದಂತೆ ತೋರುತ್ತಿದ್ದವು.

ಇಷ್ಟವಿಲ್ಲದಿದ್ದರೂ ನಾನು ನಿಧಾನವಾಗಿ ಎದ್ದೆ. ಮೈ-ಕೈ ಝಾಡಿಸಿ ಶತಪಥ ಹಾಕಿದೆ. ಅಮ್ಮ ಇನ್ನೂ ತೋಟದಲ್ಲಿ ಕೆಲಸ ಮಾಡುತ್ತಿದ್ದಳು, ಮೌನವನ್ನು ಮುರಿಯುತ್ತಿದ್ದುದು ಹಾರೆಯ ಠಣ್ ಠಣ್ ಶಬ್ದ ಮಾತ್ರ.

ಸ್ವಲ್ಪ ಕಾಲ ಹಾಗೇ ಗೊತ್ತು ಗುರಿಯಿಲ್ಲದೆ ಅಡ್ಡಾಡಿದೆ. ಆಮೇಲೆ ಒಂದು ದಿಡ್ಡಿ ಗೋಡೆಗೆ ಒರಗಿನಿಂತೆ. ಆ ದಿಡ್ಡಿಗೋಡೆಯ ಕೊನೆಯಲ್ಲಿ ಕಪ್ಪಾದ ಒಂದು ಜೇಡಿಮಣ್ಣಿನ ಹಣತೆ ಮತ್ತು ಒಂದು ಬುಟ್ಟಿಯಲ್ಲಿ ಬಣ್ಣದ ಹೂಗಳಿದ್ದವು. ಅಮ್ಮ ಇಲ್ಲಿಂದ ಹೊರಡೋಕೆ ಮುಂಚೆ ಆ ದೀಪ ಹಚ್ಚಿರಬೇಕು ಹೂವನ್ನಿಟ್ಟಿರಬೇಕು.

"ಈ ಹಣತೆ ಏನು?" ಅಮ್ಮನ್ನ ಕೇಳಿದೆ.

"ಯಾವುದು?... ಆ ಗೋಡೆ ಮೇಲೆ ಇರೋದಾ? ನಾವು ಇಲ್ಲಿಂದ ಹೋಗುವ ಮುನ್ನ ದೇವರಿಗೇಂತ ಹಚ್ಚಿದ್ದು."

ಬುಟ್ಟಿಯಿಂದ ಒಣಗಿದ ಹೂಗಳನ್ನೆತ್ತಿ ಬಿಸಾಡಿ, ಬುಟ್ಟಿಯನ್ನು ಗೋಡೆಯ ಮೇಲೇ ಇಟ್ಟೆ. ಆಮೇಲೆ ಅದಲ್ಲಿ ಇರಬಾರದು ಅಂತ ಭಾವಿಸಿ ಒಳಗಡೆ ಗೂಡಿನಲ್ಲಿಟ್ಟೆ.

ಶಾಲಾ ಕೊಠಡಿ ಹಿಂದಿಗಿಂತಲೂ ಹೆಚ್ಚು ಶೂನ್ಯವಾದಂತೆ ಕಂಡು ನಾನು ಹೊರಗಿನ ತೋಟಕ್ಕೆ ಕಾಲಿಟ್ಟೆ. ಎಲ್ಲ ಕಡೆ ಹುಲ್ಲು, ಮಳೆನೀರು ಹರಿದ ಗುರುತು. ಅಲ್ಲೇ ಜಗುಲಿ ಮೇಲೆ ಕೂತೆ. ಕಿತ್ತಳೆ ಗಿಡ ಮಾತ್ರ ನನಗೆ ನೆನಪಿದ್ದಂತೆಯೇ ಇತ್ತು. ನೆಲದಿಂದ ಮೇಲೆದ್ದಿದ್ದ ಅದರ ಬೇರುಗಳತ್ತ ಕಣ್ಣು ಹಾಯಿಸಿದೆ. ಎಷ್ಟೊಂದು ನೆನಪುಗಳು. ನೌಗಿ – ನಾನು ಮಕ್ಕಳಾಗಿದ್ದಾಗ ಅಲ್ಲಿ ಆಟ ಆಡಿದ್ದು, ನಿಜಕ್ಕೂ ಅದು ಅದೇ ಮರವೇ? ಇನ್ನೊಮ್ಮೆ ನೋಡಿದೆ – ಒಂದೆರಡು ರೆಂಬೆಗಳು ಸೊರಗಿ ಸಾಯುತ್ತಿದ್ದವು. ಹಿಂದೆ ಯಾರೋ ಹೇಳಿದ್ದರು – ಮನುಷ್ಯರ ಧ್ವನಿ ಇಲ್ಲದ ಕಡೆ ಹಣ್ಣಿನ ಗಿಡಗಳು ಬೆಳೆಯುವುದಿಲ್ಲಾಂತ. ಅಲ್ಲಿಂದ ಎದ್ದು ಕೆಲಸ ಮಾಡ್ತಿದ್ದ ಕಡೆ ಹೋದೆ.

"ಈ ಸ್ಥಳಕ್ಕೆ ಇಂತಹ ಅವಸ್ಥೆ ಬರತ್ತೇಂತ ಯಾರು ಭಾವಿಸಿದ್ರು? ಇದನ್ನೆಲ್ಲಾ ಸ್ವಚ್ಛ ಮಾಡ್ಲಿಕ್ಕೆ ಒಂದು ತಿಂಗಳಾದರೂ ಬೇಕು. ಹೀಗಿರೋದನ್ನ ನೋಡಿ ಸಹಿಸೋಕ್ಕಾಗ್ದೆ ಹಾರೆ ಹಿಡಿದು ಕೆಲಸ ಮಾಡ್ದೆ," ಅಮ್ಮ ಮಾತಾಡುತ್ತಲೇ ಇದ್ದಳು. ನಾನು ಸುಮ್ಮನೇ ನಿಂತಿದ್ದೆ. "ಈಗ ಐದು ಗಂಟೆ ಆಗಿರ್ಬೋದು, ಅಲ್ವಾ? ಈ ಭಾಗನಾದ್ರೂ ಈಗ ಸರಿಹೋಯ್ತು ಅನ್ಬಹುದು."

ಅಮ್ಮ ಹಾರೆಯನ್ನು ಶಾಲೆಯ ಒಳಗಡೆ ಇಟ್ಟಳು. ಹೊರಗಡೆ ಮೆಟ್ಟಿಲ ಮೇಲೆ ಕೂತಾಗ ಅಮ್ಮನಿಗೆ ಆಯಾಸ ಆಗಿತ್ತು. ನಾನೂ ಪಕ್ಕದಲ್ಲೇ ಕೂತೆ. ಇಬ್ಬರೂ ಮಾತಾಡಲಿಲ್ಲ.

"ಇಲ್ಲಿಗೆ ನಾವು ಮೊದಲು ಬಂದು ಎಷ್ಟು ವರ್ಷ ಆಯ್ತು ಗೊತ್ತಾ? ಆಗ ಇದ್ದದ್ದು ಒಂದೇ ಕೋಣೆ" ಅಮ್ಮನೇ ಆ ಮೌನ ಮುರಿದಳು.

"ಈ ಗೋಡೆಗಳಲ್ಲಿ ಯಾವ್ದೂ ಇರಲಿಲ್ಲ. ನಾನಿಲ್ದೇ ಇದ್ದಿದ್ರೆ ಇದ್ಯಾವುದೂ ಇರ್ತಿರಲಿಲ್ಲ' – ಅಮ್ಮ ಮಾತಾಡ್ತಾನೇ ಇದ್ದಳು. ನಾನು ಕೇಳ್ತಾನೇ ಇದ್ದೆ.

"ಈ ಜಗುಲಿ ಮಾಡ್ಸಿದ್ದು ನಿನ್ನ ಅಕ್ಕನನ್ನ ಹೊಟ್ಟೇಲಿ ಹೊತ್ತಿದ್ದಾಗ – ಸತ್ತುಹೋದಳಲ್ಲಾ

ಅವಳು. ಈ ಗೋಡೆಗಳನ್ನ ಎಬ್ಬಿಸೋದು, ಬೇಲಿ ಹಾಕೋದು. ಅಲ್ಲಿದ್ದ ಚೌಗನ್ನ ಮುಚ್ಚೋದು – ಇದಕ್ಕೆಲ್ಲ ಮೂರು ವರ್ಷ ಬೇಕಾಯಿತು. ಆ ತುಂಡು ಜಾಗ ಇದೆಯಲ್ಲಾ, ಅಲ್ಲಿ ಆಳೆತ್ತರದ ಪೊದೆ ಇತ್ತು. ಮತ್ತೇ ಹಾಗೇ ಆಗತ್ತೇಂತ ಕಾಣತ್ತೆ. ಆ ಗೋಡೆ ಮಳೆ ನೀರಿಂದ ಬಿರುಕು ಬಿಟ್ಟಿರೋ ಹಾಗಿದೆ."

ಅಮ್ಮ ಮಾತನಾಡುತ್ತಿದ್ದಂತೆಯೇ ನನ್ನ ಗಂಟಲು ಉಬ್ಬಿತು. ವಿವರಿಸಲಾಗದ ಒಂದು ಸಂಕಟ ನನ್ನನ್ನು ತಿವಿಯಿತು. ಈ ಶೈಥಿಲ್ಯ – ಅದು ನನ್ನ ಕಣ್ಣೆದುರಿಗೇ ನಡೆಯುತ್ತಿಗಲಿಲ್ಲವೇ ? ಈ ಮರಗಳು, ಈ ಶಾಲಾ ಕೊಠಡಿ, ಈ ಗೋಡೆಗಳು – ಇವುಗಳನ್ನೆಲ್ಲ ನಾನು ನೋಡುತ್ತಿದ್ದಂತೆಯೇ ಪಾಳುಬೀಳುತ್ತಿರಲಿಲ್ಲವೇ ? ಅವು ಕುಗ್ಗುತ್ತಾ ಹೋಗಿ ಒಂದು ದಿನ ಈ ಸ್ಥಳ ಶೂನ್ಯವಾಗಲಿದೆ. ಈ ಭಾವನೆ ನನ್ನ ಹೃದಯವನ್ನು ಕಲಕಿತು.

ಅಮ್ಮ ನಡುನಡುವೆ ವಿರಮಿಸುತ್ತಾ ತನ್ನ ಮಾತನ್ನು ಮುಂದುವರಿಸಿದಳು.

"ಈ ಕೆಲಸ ಎಲ್ಲಾ ಮುಗಿಸಿ, ಆ ಕೊಠಡಿ ಕಟ್ಟಿ ನೆಲಕ್ಕೆ ಸಿಮೆಂಟ್ ಹಾಕಿಸ್ದಾಗ ನೀನಿನ್ನೂ ಮಗು. ನೀನು ಆಗತಾನೇ ಓಡಾಡಲು ಶುರು ಮಾಡಿದ್ದೆ. ಸಿಮೆಂಟ್‌ನಲ್ಲಿ ನಿನ್ನ ಪಾದದ ಗುರುತು ಇನ್ನೂ ಇರ್ಬೇಕು ನೋಡು. ಒಂದು ದಿನ, ಇನ್ನೂ ಸಿಮೆಂಟ್ ಒದ್ದೆ ಆಗಿದ್ದಾಗ ನಾವೆಲ್ಲಾ ಗಲ್ಲೆಗೆ ಹೋಗಿದ್ವಿ. ಹಿಂತಿರುಗಿ ಬಂದು ಹಿಂದಿನ ಬಾಗಿಲನ್ನು ತೆಗೆದಾಗ ನಾನು ಹಿಡ್ಕೊಳ್ಳೋಕೆ ಮುಂಚೇನೇ ನೀನು ಓಡಿಬಿಟ್ಟೆ. ಆಗ ಸಿಮೆಂಟ್ ಮೇಲೆ ಮೂಡಿದ ಪಾದದ ಗುರ್ತು ಇನ್ನೂ ಇರಲೇಬೇಕಲ್ಲಿ."

ಹೀಗೆ ಹೇಳುತ್ತಾ ಅಮ್ಮ ಎದ್ದಳು, ಶಾಲೆಯಿಂದ ಮುಖ್ಯೋಪಾಧ್ಯಾಯಿನಿಯ ವಸತಿಗೆ ಹೋಗುವ ಬಾಗಿಲನ್ನು ತೆರೆದಳು.

"ಅಲ್ನೋಡಲ್ಲಿ – ಅದೇ ನಿನ್ನ ಪಾದದ ಗುರ್ತು" ಕೈ ತೋರಿಸುತ್ತಾ ಅಮ್ಮ ಹೇಳಿದಳು.

"ಆಗಲೇ ನಾನು ಕೂಗಿದ್ದೆ – 'ಮಗು, ಬೇಡ ಬೇಡ ಈ ಕಡೇ ಬಾ' ಅಂತ. ನೀನು ವಾಪಸ್ಸು ಬರೋವಾಗ ಮೂಡಿದ ಗುರ್ತುಗಳೂ ಇವೆ ನೋಡು. ಇನ್ನೊಮ್ಮೆ ಸಿಮೆಂಟ್ ಹಾಕೋವರೆಗೆ ಆ ಗುರ್ತುಗಳೆಲ್ಲಾ ಹಾಗೇ ಇರ್ತವೆ."

ಆಗ ನಾನು ಆ ಗುರ್ತುಗಳನ್ನೇ ಬಗ್ಗಿ ನೋಡ್ತಿದ್ದೆ. ಅವನ್ನೇ ಮುಟ್ಟಬೇಕು ಅನ್ನಿಸಿತು. ಇನ್ನಷ್ಟು ಬಗ್ಗಿ ಅವನ್ನೇ ಮುಟ್ಟಿದೆ. ಹೆಬ್ಬೆಟ್ಟು, ಇತರ ಬೆರಳುಗಳು, ಹಿಮ್ಮಡಿ – ಎಲ್ಲಾ ಇದ್ದವು. ನನ್ನ ಕಾಲ ಕಡೆ ನೋಡಿದೆ. ಒಂದು ವಿಚಿತ್ರ ರೀತಿಯ ಸಂತೋಷ ಆಯಿತು. ಪ್ರಣಯದ ಅನುಭವ ಅದು. ಮನಸ್ಸಿನಲ್ಲೇ ನಾನಂದುಕೊಂಡೆ :

"ಅದೆಲ್ಲಾ ನಂದು... ಅಯ್ಯೋ ದೇವರೇ – ಅವೆಲ್ಲಾ ನಂದೇ ಅಲ್ವಾ?" ಕಣ್ಣುಗಳು ತೇವಗೊಂಡವು. ಆಗ ನನ್ನ ಹೃದಯದಲ್ಲಿದ್ದ ಮಾರ್ದವತೆಯಲ್ಲಿ ಉಳಿದೆಲ್ಲವೂ ಲೀನವಾದಂತೆ ಕಂಡಿತು.

"ಹೊತ್ತಾಯ್ತು. ಹೋಗೋಣ ಬಾ. ಈ ನಿಂಬೆ ಗಿಡಾನ ತೆಗೊಂಡ್ಹೋಗಿ ಮನೇಲಿ ಬೆಳೆಸ್ಬೇಕೂಂತಿದ್ದ ನಂಗೆ ಅದನ್ನ ಬೇರುಸಮೇತ ಕಿತ್ತೆ ಅಲ್ಲಿ ಮನೇಲಿ ನೆಡಬಹುದು." ಅಮ್ಮ ಮೆಟ್ಟಿಲಿಂದ ಏಳುತ್ತಾ ಹೇಳಿದಳು.

"ಅದನ್ನ ಕಿತ್ಕೊಡ್ತೀನಿ." ಅಂತ ಹೇಳಿ ಹಾರೆ ತಂದು ಗಿಡವನ್ನು ಬೇರು ಸಮೇತ ಕಿತ್ತೆ. ಬೇರುಗಳಿಗೆ ಮಣ್ಣಿನ ಹೆಂಟೆ ಅಂಟಿಕೊಂಡಿತ್ತು. ಅಮ್ಮ ಅದನ್ನು ಒಂದು ಎಲೆಯಲ್ಲಿ ಸುತ್ತಿ ಕಟ್ಟಿಟ್ಟಳು.

"ಮುಖ ತೊಳ್ಕೊಂಡು ಹೋಗೋಣ ಬಾ."

ಅಮ್ಮನ ಜತೆ ಬಾವಿಗೆ ಹೋಗಿ ಮುಖ ತೊಳೆದೆ. ನೀರು ತಂಪಾಗಿ ಚೇತೋಹಾರಿಯಾಗಿತ್ತು. ಕೈಯನ್ನು ಬೊಗಸೆ ಮಾಡಿ ನೀರು ತುಂಬಿ ಮುಖವನ್ನು ಒಡ್ಡಿದೆ. ಬಾಯಿ ತುಂಬಾ ನೀರು ಕುಡಿದೆ.

"ಆ ನೀರು ಎಷ್ಟೇ ತಣ್ಣಗಿರಲಿ ನಾನೂ ಸ್ವಲ್ಪ ಕುಡಿಬೇಕು." ಅಮ್ಮನ ಮಾತು.

ಶಾಲೆಯ ಆವರಣದ ಗೇಟಿಗೆ ಬೊಂಬುಗಳನ್ನ ಸಿಕ್ಕಿಸಿದಾಗ ನನ್ನ ಎದೆಯಲ್ಲಿ ಒಂದು ತರಹದ ನೋವು. ಹೃದಯದಿಂದ ಏನೋ ಬಿದ್ದುಹೋಗ್ತಿದೆ – ಯಾವ ಕಾಲಕ್ಕೂ ಸಿಗದಂತೆ ಕಳೆದುಹೋಗ್ತಿದೆ ಅನ್ನೋ ಭಾವನೆ. ಆಗ ಮುಸ್ಸಂಜೆ.

ನಿಧಾನವಾಗಿ ಹೊರಕ್ಕೆ ನಡೆದದ್ದಾಯಿತು, ಆಗಾಗ ಹಿಂತಿರುಗಿ ನೋಡಿದ್ದೂ ಆಯಿತು.

"ಆ ನಿಂಬೆ ಗಿಡ ಕೊಡು ನೋಡೋಣ."

ಇದುವರೆಗೂ ಮೌನವಾಗಿದ್ದ ಅಮ್ಮ ಕೇಳಿದಳು. ಅದನ್ನೇ ಪರೀಕ್ಷಿಸಿ ನೋಡಿದಳು.

"ಒಳ್ಳೇ ಗಿಡ. ನಮ್ಮ ಮನೆ ಅಂಗಳದಲ್ಲಿ ಚೆನ್ನಾಗಿ ಬೆಳೆಯತ್ತೆ."

ಆ ವೇಳೆಗೆ ರಸ್ತೆಯ ತಿರುವು ಬಂದಿತ್ತು. ಇನ್ನೊಮ್ಮೆ ಕತ್ತನ್ನು ಹಿಂದಕ್ಕೆ ತಿರುಗಿಸಿದೆ. ಮರಗಳ ಮಧ್ಯೆ ಶಾಲೆಯ ಗೋಪಿ ಬಣ್ಣದ ಗೋಡೆಗಳು ಮಾತ್ರ ಕಾಣಿಸಿದವು.

ರಸ್ತೆಯ ಅಂಚಿನಲ್ಲಿ ಜೀಪ್‌ಗಾಗಿ ಅರ್ಧಗಂಟೆ ಕಾಯಬೇಕಾಯಿತು. ಅದು ಬಂದಾಗ ಏಳು ಗಂಟೆ. ನಮ್ಮ ಜತೆಯಲ್ಲೇ ಇನ್ನೊಬ್ಬ ಯುವಕನೂ ಕಾಯುತ್ತಿದ್ದ. ಅವನು ಬಡ್ಡೇ ಗ್ರಾಮಕ್ಕೆ ಹೋಗಿ ಅಲ್ಲಿಂದ ಕೊಲೊಂಬೋಗೆ ಹೋಗಬೇಕಾಗಿತ್ತಂತೆ. ಅವನ ಕೈಯಲ್ಲೊಂದು ಸೂಟ್‌ಕೇಸಿತ್ತು. ಬಿಳೀ ಚಪ್ಪಲಿ – ಗಂಡಸರಿಗಿಂತ ಹೆಂಗಸರಿಗೆ ಸರಿ ಅದು. ಅವನ ಜತೆ ಒಬ್ಬ ಮುದುಕಿ ಇದ್ದಳು. ಅವರ ಮಾತುಕತೆಯಿಂದ ಆ ಮುದುಕಿ ಅವನ ಅಮ್ಮ. ಅವನನ್ನು ಬೀಳ್ಕೊಡೋದಕ್ಕೆ ಬಂದಿದ್ದಾಳೆ ಅಂತ ಗೊತ್ತಾಯಿತು.

"ಅಲ್ಲಿಗೆ ಹೋದ್ಮೇಲೆ ಎರಡು ಮೂರು ದಿನಗಳಿಗೊಮ್ಮೆಯಾದ್ರೂ ಕಾಗ್ದ ಬರಿ" – ಆಕೆ ಹೇಳುತ್ತಿದ್ದಳು.

ಆ ಯುವಕ ಸ್ವಲ್ಪ ಸಮಯ ಏನನ್ನೂ ಹೇಳಲಿಲ್ಲ. ಕೊನೆಗೆ ಕೋಪದಿಂದ ಅಂದ :

"ಅಂಚೆ ಇಲಾಖೆಗೆ ದುಡ್ಡು ಯಾಕೆ ಕೊಡಬೇಕು? ಕೊಲೊಂಬೋ ನೀನು ತಿಳಿದಷ್ಟು ದೂರ ದೇಶ ಏನಲ್ಲ. ಕಾಗದ ಬರೀಲಿಕ್ಕೆ ಪುರುಸೊತ್ತಿರಲ್ಲ."

ಅವನ ಮಾತಿನಿಂದ ನನಗೆ ನಗು ಬಂತು. ಜೀಪೂ ಬಂತು. ಮೂವರೂ ಅದನ್ನೇರಿದೆವು.

ಜೀಪ್ ಹೊರಟ ಕೂಡಲೇ ಯುವಕ ನುಡಿದ:

"ಈ ಹಳ್ಳಿಯವರೇ ಹೀಗೆ, ಮೂರ್ಖ ಹೆಂಗಸರು. ಮನೆ ಬಿಟ್ಟನಂತರ ಒಂದು ಕ್ಷಣವೂ ಶಾಂತಿಯಿಂದಿರಲು ಬಿಡೋದಿಲ್ಲ."

ಜೀಪ್‌ನ ಹೆಡ್‌ಲೈಟ್ ಸರಿಯಾಗಿರಲಿಲ್ಲ. ರಸ್ತೆಯೂ ಚೆನ್ನಾಗಿರಲಿಲ್ಲ. ಆದುದರಿಂದ ನಿಧಾನವಾಗಿ ಸಾಗಿತ್ತು ನಮ್ಮ ಯಾತ್ರೆ. ರಸ್ತೆಯಲ್ಲಿದ್ದ ಹಳ್ಳಗಳಲ್ಲಿ ಚಕ್ರ ಹೋದಾಗ ಜೀಪ್ ಕುಲುಕಾಡುತ್ತಿತ್ತು. ಹಾಗಾದಾಗಲೆಲ್ಲ ನನ್ನ ಕಾಲಿಗೆ ನಿಂಬೆ ಗಿಡದ ಮುಳ್ಳು ತಾಕುತಿತ್ತು.

ಜೀಪ್‌ಗೆ ಇನ್ನಷ್ಟು ಪ್ರಯಾಣಿಕರು ಹತ್ತಿದರು. ಕೆಲವರು ನನಗೂ ಪರಿಚಯಸ್ಥರು. ಅವರಲ್ಲಿ ಇಬ್ಬರು – ಯುನಾನ್‌ವಿತಿಯದ ರೆಜಿಸ್ಟ್ರಾರ್ ಮತ್ತು ನಿವೃತ್ತ ಪೊಲೀಸ್ ಅಧಿಕಾರಿ – ನನ್ನನ್ನು ಮಾತಾಡಿಸಿದರು.

"ನಿನ್ನ ಕೊನೇ ಪರೀಕ್ಷೆ ಮುಗೀಲಿಕ್ಕೆ ಇನ್ನೂ ಎಷ್ಟು ದಿನ ಬೇಕು ?" ರೆಜಿಸ್ಟ್ರಾರ್ ಕೇಳಿದರು. ದನಿಯಲ್ಲಿ ಗೌರವವಿತ್ತು.

"ಇನ್ನೊಂದು ವರ್ಷ."

"ಆ ಮೇಲೆ ನೀನು ಡಾಕ್ಟರ್ ಆಗ್ತಿ ಅಲ್ವಾ? ನಮಗೂ ಒಳ್ಳೇದೇ."

"ಈ ಹಳ್ಳಿಗಳಲ್ಲಿ ಬೇಕಾದಷ್ಟು ಜನ ಶ್ರೀಮಂತರಿದ್ದಾರೆ. ಯಾರ ಮಕ್ಕಳೂ ಒಳ್ಳೇ ಪರೀಕ್ಷೆ ಪಾಸ್ ಮಾಡ್ಲಿಲ್ಲ."

"ಇದೇನಿದು ?" ನನ್ನ ಕಾಲ ಬಳಿ ಇದ್ದ ಗಿಡವನ್ನು ನೋಡಿ ಆತ ಕೇಳಿದ. "ನಿಂಬೆ ಗಿಡ ಅಲ್ವಾ? ಒಂದು ಸಾಮಾನ್ಯ ನಿಂಬೆ ಗಿಡವನ್ನ ಕೊಂಡುಹೋಗ್ತೀರಾ ?"

"ಹೌದು. ಯಾತಲಮಟ್ಟದಿಂದ ಮನೆಗೆ ತೆಗೆದುಕೊಂಡು ಹೋಗ್ಬೇಕೂಂತ ಅಮ್ಮ ಇಚ್ಚಿಸಿದ್ಳು" – ನಾನು ಔದಾಸೀನ್ಯ ನಟಿಸುತ್ತಾ ಉತ್ತರ ಕೊಟ್ಟೆ.

ಮುಂದಿನ ಸ್ಟಾಪ್‌ನಲ್ಲಿ ನನ್ನ ಪರಿಚಯಸ್ಥರಿಬ್ಬರೂ ಇಳಿದರು. ನಾನು ಜೀಪ್‌ನ ಮೂಲೆಗೆ ಹೋಗಿ ಕುಳಿತು, ಯೋಚಿಸತೊಡಗಿದೆ. ಮನೆಯಲ್ಲೇ ಇದ್ದಿದ್ದರೆ ಇವತ್ತೆಲ್ಲಾ ಪುಸ್ತಕ ಓದಬಹುದಿತ್ತು. ಈ ಯಾತ್ರೆಯಿಂದ ಸಮಯ ಹಾಳಾಯಿತು. ಅದೇ ಸಂಜೆ ಸ್ವಲ್ಪ ಸಮಯಕ್ಕೆ ಹಿಂದೆ ನಾನೆಷ್ಟು ಮೂರ್ಖನಂತೆ ವರ್ತಿಸಿದ್ದೆ! ಅದರ ಯೋಚನೆಯೇ ನನ್ನ ಮನಸ್ಸನ್ನ ಕುಗ್ಗಿಸಿತು. ನಾನೆಷ್ಟು ಅಪ್ರಬುದ್ಧನಾಗಿದ್ದೆ!

ಜೀಪ್ ಆ ಕಡೆ – ಈ ಕಡೆ ಅಲುಗಾಡಿತು. ನಿಂಬೆ ಗಿಡ ಕಾಲಿಗೆ ತಗುಲಿತು. ಪ್ರತಿ ಬಾರಿ ಹೀಗಾದಾಗಲೂ ನನಗೆ ಸಿಟ್ಟು ಬರುತ್ತಿತ್ತು, ಕೊನೆಗೆ ಅದನ್ನೊಂದು ಮೂಲೆಯಲ್ಲಿಟ್ಟೆ. ಆದರೂ ಜೀಪ್ ಅಲುಗಾಡಿದಾಗ ಆ ಗಿಡ ಕಾಲಿಗೆ ತಗಲುತ್ತಿತ್ತು.

ಯಾರೋ ಇಳಿಯಬೇಕಾಗಿತ್ತು. ಅವರಿಗೋಸ್ಕರ ಜೀಪ್ ನಿಂತಾಗ ಸದ್ದಿಲ್ಲದೆ ಆ ಗಿಡವನ್ನು ಕಿಟಕಿಯಿಂದಾಚೆ ದೂರ ಬಿಸಾಡಿದೆ.

ಮನೆ ಸೇರಿದಾಗ ರಾತ್ರಿ ಎಂಟೂವರೆ. ನನ್ನ ತಲೆ ನೋಯುತ್ತಿತ್ತು. ಮನಸ್ಸು ಸರಿಯಾಗಿರಲಿಲ್ಲ. ನನ್ನ ಕೋಣೆಗೆ ಹೋಗಿ ಮಲಗಿದೆ. ಅಮ್ಮ ಊಟದ ಮನೆಯಲ್ಲಿ ನೌಗಿ ಜತೆ ಮಾತಾಡುತ್ತಿದ್ದಳು :

"ಆ ಜಾಗವೆಲ್ಲ ಒಂದು ಕಾಡಾಗಿದೆ. ತೋಟದಲ್ಲೆಲ್ಲ ಹುಲ್ಲು ಬೆಳೆದಿದೆ. ಶಾಲಾ ಕೊಠಡಿಯಲ್ಲಿ ನಾವಿಟ್ಟ ಹಣತೆ – ಹೂವು ಇನ್ನೂ ಹಾಗೇ ಇದೆ. ಎಲ್ಲ ಕಡೆ ಎಲೆಗಳು, ಕಸ. ನಾವು ಅಷ್ಟು ಚೆನ್ನಾಗಿ ಇಟ್ಟುಕೊಂಡಿದ್ದ ಜಾಗದ ಅವಸ್ಥೆ ನೋಡಿ ಅಳು ಬಂತು."

ನಾನು ಹಾಸಿಗೆಯಲ್ಲೇ ಹೊರಳಾಡಿದೆ. ನನ್ನನ್ನು ನಾನೇ ಶಪಿಸಿಕೊಂಡೆ. ನನ್ನ ದರಿದ್ರ ಶಿಕ್ಷಣವನ್ನೂ ಶಪಿಸಿದೆ.

ಆದರೆ ಅಮ್ಮನ ದನಿ ಮಾತ್ರ ಹೊಸ ಜೀವ ಬಂದಂತೆ ಉತ್ಸಾಹದಿಂದ ಹೊರಹೊಮ್ಮುತ್ತಿತ್ತು.

ಅನು : ಕೆ. ಸತ್ಯನಾರಾಯಣ

ನೇಪಾಳ

○ ಗುರುಪ್ರಸಾದ ಮೈನಾಲಿ

ಹುಲ್ಲುಬೆಂಕಿ

ಚಾಮೆಯ ಹೆಂಡತಿ ಗೌಂತಾಲಿಯದು ತುಂಬ ಕೆಟ್ಟ ಬಾಯಿ. ಒಳ್ಳೆಯ ಸ್ವಭಾವದ ಜನರೊಂದಿಗೆ ಸಹ ಅವಳು ಕಾಲು ಕೆರೆದುಕೊಂಡು ಜಗಳಕ್ಕೆ ಹೋಗುತ್ತಿದ್ದಳು. ಗಂಡನೊಂದಿಗಂತೂ ಅವಳು ಜಗಳ ಕಾಯದ ದಿನವೇ ಇರಲಿಲ್ಲ.

ಒಂದು ದಿನ ಸಂಜೆ ಚಾಮೆ ಇಡೀ ದಿನ ಹೊಲದಲ್ಲಿ ಮೈ ಮುರಿಯ ದುಡಿದು ಮನೆಗೆ ಹಿಂದಿರುಗಿದಾಗ ಗೌಂತಾಲಿ ಬಾಗಿಲಿಗೆ ಬೀಗ ಬಡಿದು, ಹಳ್ಳಿಯಲ್ಲಿ ಯಾರದೋ ಮದುವೆ ನೋಡಲು ಹೊರಟುಹೋಗಿದ್ದಳು. ಚಾಮೆ ದಿನವಿಡೀ ಹೊಲ ಉತ್ತು ದಣಿದಿದ್ದ. ಮೇಲೆ ಹಸಿವು ಬೇರೆ. ನೊಗ ನೇಗಿಲುಗಳನ್ನು ಒತ್ತಟ್ಟಿಗಿಟ್ಟು, ಜೋಡೆತ್ತುಗಳನ್ನು ಗೂಟಕ್ಕೆ ಕಟ್ಟತೊಡಗಿದ್ದಾಗ, ಗೌಂತಾಲಿ ಮನೆಯ ಹಿಂಬದಿಯ ಏರಿನಿಂದ ಇಳಿದು ಬರುತ್ತಿದ್ದುದು ಕಂಡಿತು. ಅವಳನ್ನು ಕಂಡೊಡನೆ ಅವನು ಕೋಪದಿಂದ ಹುಚ್ಚಾದ. ಅನ್ನ ಬೇಯಿಸಿಟ್ಟಿರುವುದು ಹಾಗಿರಲಿ, ಗೌಂತಾಲಿ ಒಲೆ ಸಹ ಹಚ್ಚಿರಲಿಲ್ಲ. ದಡದಡನೆ ಬಾಗಿಲು ತೆಗೆದು, ಆ ಕ್ಷಣ ನೀರು ತರಲು ಗೌಂತಾಲಿ ಊಟೆಯ ಕಡೆ ಹೋದಳು. ಚಾಮೆ ಒಲೆಗೆ ಬೆಂಕಿ ಹಚ್ಚಿ. ಹುಕ್ಕ ಸಿದ್ಧ ಮಾಡಿದ.

ಚಾಮೆ ಹುಕ್ಕ ಕುಡಿಯುವುದರಲ್ಲಿ ಮಗ್ನನಾಗಿದ್ದಾಗ ಇನ್ನೇನು ಮಳೆ ಸುರಿಸಲಿರುವ ಆಕಾಶದ ದಟ್ಟಮೋಡದಂತೆ ಅವನು ಕಾಣುತ್ತಿದ್ದ. ಗೌಂತಾಲಿ ಕಂಕುಳಲ್ಲಿ ನೀರಿನ ಕೊಡವೆತ್ತಿಕೊಂಡು ಮನೆಗೆ ಹಿಂದಿರುಗಿದಳು. ಅವಳು ಮನೆಯೊಳಗೆ ಕಾಲಿಡಲಿದ್ದಾಗ, “ಇಡೀ ದಿನ ತನ್ನ ಮಿಂಡ ಹುಡುಗರಿಗೆ ಕಣ್ಣು ಹೊಡಕೊಂಡು ಮದುವೆ ನೋಡೋಕ್ಕೆ ಹೋಗಿದ್ದಳು, ಈಗ ಮನೇಗೆ ಬಂದು ಮಹಾ ಕೆಲಸ ಮಾಡೋಳ ಹಾಗೆ ನಟಿಸ್ತಿದಾಳೆ” ಎಂದು ಚಾಮೆ ಅವಳ ಮೇಲೆ ಗುಡುಗಾಡಿ ಅವಳನ್ನು ಕಾಲಿನಿಂದ ಒದೆದ. ಗೌಂತಾಲಿ ಹೊಸ್ತಿಲ ಮೇಲೆಯೇ ಕುಸಿದು ಬಿದ್ದಳು. ಮಣ್ಣಿನ ಕೊಡ ಚೂರು ಚೂರಾಗಿ ಒಡೆದು ನೆಲದ ಮೇಲೆಲ್ಲ ನೀರು ಚೆಲ್ಲಿತು. ಗೌಂತಾಲಿ ಎದ್ದು ಮಡಕೆಯ ಚೂರುಗಳನ್ನು ಎತ್ತುತ್ತಿರುವಾಗ ಚಾಮೆ ‘ಮನೆ ಬಿಟ್ಟು ನಡಿ’ ಅನ್ನುತ್ತಾ ಅವಳ ಜಡೆ ಹಿಡಿದು, ದರದರನೆ ಅಂಗಳಕ್ಕೆ ಎಳೆದುಕೊಂಡು ಹೋದ.

ತಪ್ಪು ತನ್ನದಾದ್ದರಿಂದ ಗೌಂತಾಲಿ ಮೊದಲು ಅವನು ತನ್ನನ್ನು ಒದ್ದಾಗ ತುಟಿ ಪಿಟಕ್ಕೆನ್ನಲಿಲ್ಲ. ಆದರೆ ಜಡೆ ಹಿಡಿದು ಅಂಗಳಕ್ಕೆ ಎಳೆದುಕೊಂಡು ಹೋದಾಗ ಅವಳಿಗೆ ಸುಮ್ಮನಿರಲಾಗಲಿಲ್ಲ. ಜೋರಾಗಿ ಕೂಗಾಡತೊಡಗಿದಳು – "ನಿನ್ನ ಕೈಗೆ ತೊನ್ನು ಬಡಿಯ! ನಿನ್ನಂಥ ಕಟುಕನಿಗೆ ನನ್ನನ್ನ ಲಗ್ನ ಮಾಡಿಕೊಟ್ಟರಲ್ಲ, ಆ ನನ್ನ ಕುರುಡ ಅಪ್ಪ ಅಮ್ಮ. ಈ ಹಾಳು ದುಷ್ಟ ಸೂಳೇಮಗನ ಹೆಂಡತಿಯಾಗಿರೋದಕ್ಕಿಂತ ಹೊಳೆ ಕೆರೇಲಿ ಬಿದ್ದು ಸಾಯೋದು ಮೇಲು."

ಚಾಮೆ ಬೈಗುಳಕ್ಕೆ ಮರುಬೈಗುಳ ಸುರಿಸಿದ. "ಬಲೇ ಸಾಹುಕಾರರ ಮನೇಲಿ ಹುಟ್ಟಿದೆ ಅಂತ ತಿಳಕೊಂಡಿದಾಳೆ, ಈ ಮುದಿಬಡ್ಡಿ. ದೊಡ್ಡ ದೊಡ್ಡದಾಗಿ ಮಾತಾಡ್ತಾಳೆ, ನಾನು ಊರ ಹೊಲ ಉತ್ತು ಗಳಿಸಿ ತಂದು ಹಾಕದೆ ಹೋಗಿದ್ದಿದ್ದರೆ ಹೊಟ್ಟೆಗಿಲ್ಲದೆ ಸಾಯ್ತಿದ್ದಳು" ಅನ್ನುತ್ತ ಅವಳಿಗೆ ಚೆನ್ನಾಗಿ ಇನ್ನೊಂದು ಒದೆ ಕೊಟ್ಟ.

ಈಗ ಗೌಂತಾಲಿ ಜೋರಾಗಿ ಅಳತೊಡಗಿದಳು. ಅದನ್ನು ಕೇಳಿ ನೆರೆ ಹೊರೆಯ ಚಿಳ್ಳೆ ಪಿಳ್ಳೆಗಳೆಲ್ಲರೂ ಒಟ್ಟು ಸೇರಿ, ಆ ತಮಾಷೆ ನೋಡತೊಡಗಿದರು. ಚಾಮೆ ಅವರನ್ನು ಕೋಲಿನಿಂದ ಅಟ್ಟಿದ. ಹುಡುಗರು ಚೆಲ್ಲಾಪಿಲ್ಲಿಯಾಗಿ ಓಡಿ ಕಣ್ಮರೆಯಾದರು.

ಚಾಮೆ ನೆಲದ ಮೇಲೆ ಚಾಪೆ ಹಾಸಿ, ಮೈ ಚಾಚಿ ಮಲಗಿ ನಿದ್ರೆ ಹೋದ. ಗೌಂತಾಲಿ ಇನ್ನೂ ಅಳುತ್ತಲೇ ಇದ್ದಳು.

2

ಮಾರನೆಯ ಬೆಳಗ್ಗೆ ಚಾಮೆ ಬರೀ ಹೊಟ್ಟೆಯಲ್ಲಿಯೇ ತನ್ನ ಜೋಡೆತ್ತುಗಳನ್ನು ಹೊಡೆದುಕೊಂಡು ತಗ್ಗಿಳಿದು ಹೊರಟ. ಎಂದಿನಂತೆ ಸಂಜೆ ಮನೆಗೆ ಹಿಂದಿರುಗಿ ಬಂದಾಗ ಗೌಂತಾಲಿ ಅಲ್ಲಿರಲಿಲ್ಲ. ನೆರೆಹೊರೆಯವರಲ್ಲಿ ವಿಚಾರಿಸಿದಾಗ ಅವಳು ಹಗಲಿನಲ್ಲಿ ಗಂಟುಕಟ್ಟಿಕೊಂಡು ತವರಿಗೆ ಹೋದ ವಿಷಯ ತಿಳಿಯಿತು. ಅಂಗಳದಲ್ಲಿ ಎಮ್ಮೆ ಮೇವು ನೀರು ಕಾಣದೆ ಇನ್ನೂ ಗೂಟಕ್ಕೆ ಕಟ್ಟಿಯೇ ಇತ್ತು.

ಚಾಮೆ ಎಮ್ಮೆಗೆ ಕೊಂಚ ಹುಲ್ಲು ಹಾಕಿ, ಹಾಲು ಕರೆಯಲು ಹೊರಟ. ಆದರೆ ಅದು ಅವನನ್ನು ಒದೆಯಿತು. ಚಾಮೆ ನೆಲದ ಮೇಲೆ ಅಂಗಾತ ಬಿದ್ದ. ಮೈ ಕೈಯೆಲ್ಲ ಸಗಣಿಯಾಯಿತು. ಎಮ್ಮೆ ಇದಕ್ಕಿದ್ದಂತೆ ಎಗರಿತು. ಹಾಲಿನ ಪಾತ್ರೆ ಮೂರಡಿ ದೂರ ಹಾರಿಹೋಗಿ ಬಿದ್ದಿತು. ಅವನ ನಡುವಂಗಿಯೆಲ್ಲ ಸಗಣಿಯಿಂದ ಹೊಲಸಾಗಿತ್ತು. ಹತ್ತಿರದಲ್ಲೇ ಒಂದು ದೊಡ್ಡ ದೊಣ್ಣೆ ಬಿದ್ದಿತ್ತು. ಚಾಮೆ ಅದನ್ನು ಕೈಗೆತ್ತಿಕೊಂಡು ಎಮ್ಮೆಯನ್ನು ಬಡಿಯತೊಡಗಿದ. ಅದು ಹಗ್ಗ ಕಿತ್ತುಕೊಂಡು ಕೊಕೋಲೆಯ ಮುಸುಕಿನ ಜೋಳದ ಹೊಲದ ಕಡೆ ಓಟ ಕಿತ್ತಿತು. ಚಾಮೆ ಅದನ್ನು ಹಿಡಿಯಲು ವಿಶ್ವಪ್ರಯತ್ನ ಮಾಡಿದ. ಆದರೆ ಅದು ಒಂದು ಮೂಲೆಯಿಂದ ಇನ್ನೊಂದು ಮೂಲೆಗೆ ಓಡುತ್ತ, ಇತ್ತೀಚೆಗೆ ತಾನು ಕಳೆ ಕಿತ್ತು, ಎಲೆ ಕಡಿದು ತೆಳುವು ಮಾಡಿದ್ದ ಜೋಳದ ಗಿಡಗಳನ್ನೆಲ್ಲ ಹಾಳು ಮಾಡಿತು. ಕೊಕೋಲೆಯ ತಾಯಿ ಮೇಲುಗದ್ದೆಯಿಂದ ಕೂಗಿಕೊಳ್ಳುತ್ತ, ಆದ ನಷ್ಟಕ್ಕೆ ಶಾಪ ಹಾಕತೊಡಗಿದಳು – "ಈ ಹಾಳು ಹಂದೀಮಗ ಚಾಮೆ ನರಕಕ್ಕೆ ಹೋಗ ! ಅವನು ಭೇದಿ ಹತ್ತಿಕೊಂಡು ಸಾಯ ! ನಿನ್ನೆ ಹೆಂಡತೀನ ಚಚ್ಚಿದ, ಇವತ್ತು ಎಮ್ಮೇನ ಹೊಡೆದು, ನಮಗೆ ಇಡೀವರ್ಷಕ್ಕೆ ಆಹಾರವಾಗೋ ಮುಸುಕಿನ ಜೋಳದ ಫಸಲನ್ನು ಹಾಳುಮಾಡಿ ಹಾಕಿದಾನೆ. ಅವನ ಕೋಪ ನರಕಕ್ಕಾಯಿತು ! ತಾನು ಮಹಾ ಬಹಾದ್ದೂರ ಅಂತ ತಿಳಕೊಂಡಿದಾನೆ. ಹೋದ ವರ್ಷ ಧನಬೀರೆ ಕೈಯಲ್ಲಿ

ಏಟು ತಿಂದು ಆಸ್ಪತ್ರೆ ಸೇರಿದ್ದು ನಾವು ಕಾಣೆವೆ? ಯಾರಾದರೂ ಶೂರರ ಮುಂದೆ ತೋರಿಸಲಿ, ತನ್ನ ಪರಾಕ್ರಮಾನ. ಪಾಪ! ಆ ಬಡಪಾಯಿ ಹೆಂಡತೀನ ಯಾಕೆ ಚಚ್ಚಬೇಕಾಗಿತ್ತು? ಗೂಟಕ್ಕೆ ಕಟ್ಟಿದ್ದ ಆ ಪಾಪದ ಪ್ರಾಣೀನ ಯಾಕೆ ಹೊಡೀಬೇಕಾಗಿತ್ತು? ಇದೆಂಥ ಶೌರ್ಯ? ದಿನಾ ಸಂಜೆ ಕಾಲು ಕೆರೆದುಕೊಂಡು ಹಳ್ಳೀಲಿ ಒಬ್ಬರಲ್ಲ ಒಬ್ಬರ ಹತ್ತಿರ ಜಗಳ ತೆಗೀತಾನೆ. ಏನು ಹುಚ್ಚಿದು!"

ಧನಬೀರೆಯ ಮನೆಯಲ್ಲಿ ಮದುವೆಗೆ ಜನ ಸೇರಿದ್ದರು. ಹಳ್ಳಿಯ ಹುಡುಗರಲ್ಲಿ ಹಲವರು ಕುಡಿದಿದ್ದರು. ಕೊಕೋಲೆ ಕುಣಿತದವಳ ಪಾರ್ಟು ಹಾಕಿದ್ದ. ಉಳಿದ ಹುಡುಗರೆಲ್ಲರೂ ಮದ್ದಳೆಯ ಬಡಿತಕ್ಕೆ ಹಾಡಿ ಕುಣಿಯುತ್ತಿದ್ದರು. ಆಗ ಧನಬೀರೆಯ ತಂಗಿ ಬಂದು, ಚಾಮೆಯ ಎಮ್ಮೆ ಜೋಳದ ಹೊಲ ಹಾಳುಮಾಡಿದ ಸುದ್ದಿ ತಿಳಿಸಿದಳು. ಕೊಕೋಲೆ ಕುಣಿತದ ವೇಷದಲ್ಲಿಯೇ ಹೊಲಕ್ಕೆ ಬಂದ. ಎಮ್ಮೆ ಅವನ ವಿಚಿತ್ರ ವೇಷಕ್ಕೆ ಹೆದರಿ ಬಾಲವೆತ್ತಿಕೊಂಡು ನಾಗಾಲೋಟ ಓಡಿತು. ಅದರಿಂದ ಉಳಿದಿದ್ದ ಜೋಳದ ಗಿಡಗಳೂ ಹಾಳಾದವು. ಆ ವಿನಾಶವನ್ನು ಕಂಡು ಕೊಕೋಲೆ ಕೆರಳಿ, ಚಾಮೆಯ ಕಪಾಳಕ್ಕೆ ಎರಡು ಬಿಗಿದ. ಚಾಮೆ ಬಾಯಿ ಮುಚ್ಚಿಕೊಂಡು ಸುಮ್ಮನಿದ್ದ. ನಡುರಾತ್ರಿಯ ಹೊತ್ತಿಗೆ ಅಕ್ಕ ಪಕ್ಕದವರ ನೆರವು ಪಡೆದು, ಬೆದರಿದ ಎಮ್ಮೆಯನ್ನು ಹೇಗೋ ಕಷ್ಟದಿಂದ ಮತ್ತೆ ಅಂಗಳಕ್ಕೆ ಎಳೆದು ತಂದು ಕಟ್ಟಿದ್ದಾಯಿತು.

3

ಮರುದಿನ ಬೆಳಗ್ಗೆ ಚಾಮೆ ತಾನೇ ಊಟೆಯಿಂದ ನೀರು ಹೊತ್ತು ತರುತ್ತಿದ್ದಾಗ ಝೂತೆ ದಮಾಯಿಯ ಹೆಂಡತಿ ಮೇಲುಗದ್ದೆಯಿಂದ ಚಾಮೆಯ ಮನೆಯ ಕಡೆ ಇಳಿದು ಬರುತ್ತಿದ್ದಳು. ಅವನು ಅವಳನ್ನು 'ಅತ್ತಿಗೆ' ಎಂದು ಕರೆಯುವ ರೂಢಿ. ಚಾಮೆ ನೀರು ಹೊತ್ತು ತರುತ್ತಿದ್ದುದನ್ನು ನೋಡಿ, ಝೂತೆಯ ಹೆಂಡತಿ ಗೇಲಿ ಮಾಡಿದಳು – "ಗಂಡಸು ನೀರು ಹೊತ್ತುತರ್ತಿದ್ದರೆ ಅದೆಷ್ಟು ಕೆಟ್ಟದಾಗಿ ಕಾಣುತ್ತೆ. ನಾಚಿಕೆಗೇಡು!"

"ಇನ್ನೇನು ಮಾಡಲಿ, ಅತ್ತಿಗೆ. ಅವಳು ತವರಿಗೆ ಓಡಿ ಹೋಗಿದ್ದಾಳೆ. ನನಗೆ ಇನ್ನು ಯಾರು ನೀರು ತಂದು ಕೊಡ್ತಾರೆ?"

"ನೀನು ಅವಳನ್ನ ಹಾಗೆ ಹೊಡೆದು ಬಡಿದು ಮಾಡಿದರೆ, ಅವಳು ತವರಿಗೆ ಹೋಗದೆ ಬೇರೆ ಏನು ಮಾಡಬೇಕಾಗಿತ್ತು ಹೇಳು."

"ಅವಳದು ಎಂಥ ಕೆಟ್ಟ ಬಾಯಿ ಅಂತ ನೀನು ಬಲ್ಲೆ. ಅದಕ್ಕೆ ಥಳಿಸೋದೆ ತಕ್ಕ ಶಾಸ್ತಿ. ಅಲ್ಲವಾ?"

"ನೀನು ಸದಾ ಹೊಡೀತಿರೋದಿಂದಲೇ ಅವಳು ಕೆಟ್ಟ ಮಾತಾಡೋದು."

"ಅಯ್ಯೋ, ಬಿಡು ಅತ್ತಿಗೆ. ಹೋದ ವರ್ಷ ದಸರಾದಲ್ಲಿ ಝೂತೆ – ಅಣ್ಣ ನಿನ್ನನ್ನ ಚೆನ್ನಾಗಿ ಹೊಡೆದಾಗ ನೀನು ತೆಪ್ಪಗಿರಲಿಲ್ಲವಾ?"

"ಒಂದೇನು, ಎಷ್ಟೋ ಸಲ ಹೊಡೆದಿದಾನೆ. ಆದರೆ ಈಗ ಅವನಿಗೆ ನನ್ನ ಕಂಡರೆ ಎಲ್ಲೂ ಇಲ್ಲದ ನಿಷ್ಠೆ. ಹಿಂದೆ ಅವನು ಕೈಯೆತ್ತಿ ಹೊಡೀದೇ ಇದ್ದ ದಿನವೇ ಇರಲಿಲ್ಲ. ದಿನಾಗಲೂ ಸಂಜೆ ಭೋಟೆ ಹಳ್ಳಿಯಿಂದ ಕಳ್ಳು ಕುಡಿದು ಮತ್ತಾಗಿ ಮನೇಗೆ ಬರ್ತಿದ್ದ. ಸುಮ್ಮಸುಮ್ಮನೆ ಜಗಳ ತೆಗೀತಿದ್ದ. ಹಬ್ಬದ ದಿನಗಳಲ್ಲಂತೂ ಅವನ ನಡತೆ ಇದ್ದಿದ್ದೂ ಹೊಲ ಸಾಗಿರ್ತಿತ್ತು. ಈಗಲೂ ಮಳೆಗಾಲ ಬಂತೂ ಅಂದರೆ ನನ್ನ ಮೈ ಕೈಯೆಲ್ಲ ನೋಯೋಕ್ಕೆ ಶುರುವಾಗುತ್ತೆ.

ಅಂದರೆ ನಾನು ಯಾವಾಗಲೂ ಸಿಟ್ಟಾಗಿ ವಾಪಸು ಜವಾಬು ಕೊಟ್ಟದ್ದು ನೆನಪಿಲ್ಲ."

"ನಿಜ, ಆದರೆ ಅವಳನ್ನು ಸಹಿಸೋದು ಅಸಾಧ್ಯ. ಅವಳು ನಿನ್ನ ಹಾಗೆ ಇದ್ದಿದ್ದರೆ ಖಂಡಿತವಾಗಿ ಅವಳಿಗೆ ಕೊಡೋ ಮರ್ಯಾದೆ ಕೊಡ್ತಿದ್ದೆ."

"ಅದೇನೇ ಇರಲಿ, ನೀನು ತಾಳ್ಮೆ ತಂದುಕೊಂಡು, ಮರುಕ ತೋರಿಸೋದು ಮೇಲು. ಎಷ್ಟು ದಿನ ಅಂತ ಹೀಗೆ ನೀನೇ ನೀರು ಹೊರ್‍ತಿ? ನಾಳೆಯೇ ಹೋಗಿ ಅವಳನ್ನ ವಾಪಸು ಕರಕೊಂಡು ಬಾ."

"ಬುದ್ಧಿ ಇರೋಳಾದರೆ ಅವಳೇ ವಾಪಸು ಬರ್‍ತಾಳೆ. ಆದರೆ ದೇವರಾಣೆ, ನಾನಾಗಿಯೇ ಹೋಗೋಲ್ಲ."

ಹೆಗಲ ಮೇಲೆ ಮಣ್ಣಿನ ಕೊಡ ಹೊತ್ತು ನೀರು ತರುತ್ತಿದ್ದ ಚಾಮೆ ಅರೆದೋಳಿನ ನಡುವಂಗಿ ತೊಟ್ಟು, ಲಂಗೋಟಿ ಕಟ್ಟಿದ್ದ. ಅವನು ಯಾವಾಗಲೂ ಜಿಡ್ಡು ಕಟ್ಟಿದ ಟೋಪಿ ಹಾಕಿಕೊಳ್ಳುತ್ತಿದ್ದ. ಹಣೆಗೆ ಜಾತಿಯ ಗುರುತಾಗಿ ತಿಲಕ ಇಟ್ಟುಕೊಳ್ಳುತ್ತಿದ್ದ. ಮೇಲ್ತುಟಿಯ ಮೇಲೆ ತೆಳ್ಳನೆಯ ಮೀಸೆ. ಕಪ್ಪೆನ್ನಬಹುದಾದ ಬಣ್ಣ. ಒಂದು ದೃಷ್ಟಿಯಲ್ಲಿ ಅವನು ನೋಡಲು ಚೆಲುವಾಗಿದ್ದನೆಂದೇ ಅನ್ನಬೇಕು.

4

ಒಂದು ದಿನ ಬೆಳಗ್ಗೆ ಚಾಮೆ ಮನೆಯ ಮುಂಬಾಗಿಲ ಬಳಿ ಹುಕ್ಕದ ಸುಖ ಸವಿಯುತ್ತ ಕುಳಿತಿದ್ದಾಗ ಗೆಳೆಯ ಝೂತೆ ಆ ಕಡೆ ಬಂದ. ಅವನ ಮಗ ಮುಂದೆ ನಡೆದು ಬರುತ್ತಿದ್ದ; ಹೆಂಡತಿ ಕಂಕುಳಲ್ಲಿ ಒಂದು ಸಣ್ಣ ಗಂಟು ಸಿಕ್ಕಿಸಿಕೊಂಡು ಹಿಂಬಾಲಿಸುತ್ತಿದ್ದಳು. ಝೂತೆ ಮುಗುಳುನಗೆ ನಗುತ್ತ ಚಾಮೆಯ ಕ್ಷೇಮಸಮಾಚಾರ ವಿಚಾರಿಸಿದ. "ಏನೋ ಇದೀನಣ್ಣ," ಅಂದ ಚಾಮೆ.

"ಹೆಂಡತೀನ ಮನೆ ಬಿಟ್ಟು ಅಟ್ಟಿದ್ದಾಯಿತು. ಈಗ ಸುಖವಾಗಿ ಉಂಡುಕೊಂಡು, ಕುಡಕೊಂಡು ಮಜವಾಗಿರು," ಝೂತೆ ತಮಾಷೆ ಮಾಡಿದ.

ಝೂತೆ ಮತ್ತು ಅವನ ಹೆಂಡತಿ ಪರಸ್ಪರ ತುಂಬ ಪ್ರೀತಿಸುತ್ತಿದ್ದರು. ಝೂತೆ ಅವಳೊಂದಿಗೆ ಪಕ್ಕದ ಮಾಝಿ ಹಳ್ಳಿಗೆ ಬಟ್ಟೆ ಹೊಲಿಯಲು ಹೋಗುವನು. ವಾಪಸು ಮನೆಗೆ ಹಿಂದಿರುಗುವಾಗ ಅವರು ಯಾವಾಗಲೂ ಚಕ್ಕಂದವಾಡುವರು. ಸಂಜೆಯ ವೇಳೆ ಝೂತೆ ಮಲಗುವ ಕೋಣೆಯಲ್ಲಿ ದೀಪ ಹಚ್ಚಿಟ್ಟು, ಶ್ಲೋಕಗಳನ್ನು ಪಠಿಸುವನು. ಹೆಂಡತಿ ಮನೆಗೆಲಸ ಮಾಡುತ್ತಾ ಅದನ್ನ ಕೇಳುವಳು. ಗಂಡನಿಗೆ ಕಾಹಿಲೆಯಾದರೆ ಅವಳು ಯಾವನಾದರೂ ಧಾಮಿಯನ್ನೋ*, ಝುಂಕರಿಯನ್ನೋ* ಕರೆದು ತರುವಳು. ಝೂತೆ ಬಟ್ಟೆ ಹೊಲೆಯಲು ಗಿರಾಕಿಗಳ ಮನೆಗೆ ಹೋದಾಗ ಹೆಂಡತಿಯನ್ನೆ ತಮಾಷೆ ಮಾಡುವನು. ಹಾಗೆ ಮಾಡುವಾಗ, ನೀಳವಾಗಿ ಕೊರಳು ಚಾಚಿ, ಹೆಂಡತಿಯ ಕಡೆ ಓರೆ ನೋಟ ಬೀರಿ, ಕಣ್ಣು ಹೊಡೆಯುವವನು. "ನೋಡಿ, ಇವನನ್ನ, ಮುದುಕನಾದರೂ ಹುಡುಗತನ ಬಿಟ್ಟಿಲ್ಲ," ಎಂದು ಅವಳನ್ನುವಳು. ಹೀಗೆ ಮಾತಾಡುತ್ತ ನಗುತ್ತ, ಅವರು ತಮಾಷೆಯ ಸುಖ ಸವಿಯುತ್ತಿದ್ದರು.

ಅವನ ಹೆಸರು 'ಝೂತೆ' ಅಥವಾ 'ಮೈಲಿಗೆ' ಎಂದಾದರೂ ಅವನಿಗೆ ಮಡಿ ಅಂದರೆ

---

* ಮಂತ್ರ ವೈದ್ಯರು

ಪ್ರಾಣ. ಅವನು ಹತ್ತಿರದ ಊಟೆಗೆ ಹೋಗಿ ಮೀಯುವ ಪದ್ಧತಿಯಿಟ್ಟುಕೊಂಡಿದ್ದ. ಮಿಂದು ಬಂದು, ಹಣೆಗೆ ಕೊಂಚ ಒಲೆಯ ಬೂದಿ ಹಚ್ಚಿಕೊಂಡು ಈ ಶ್ಲೋಕ ಹೇಳುತ್ತಿದ್ದ:

ಮಿಂಚ ರೂಪವ ಧರಿಸಿ ಹಾರಿದನು ಗಗನದಲಿ

ಝೂತೆಯ ಸುಖದ ಬಾಳ್ವೆಯನ್ನು ಕಂಡು ಚಾಮೆಯ ಮುಖ ಪೆಚ್ಚಾಗುತ್ತಿತ್ತು. ಅತ್ತ ಅವನು ದಿನದ ಕೆಲಸ, ರಾತ್ರಿಯ ಊಟಗಳು ಮುಗಿದ ಮೇಲೆ ವಿರಾಟಪರ್ವದಿಂದ ಶ್ಲೋಕಗಳನ್ನು ಪಠಿಸುತ್ತಿದ್ದರ, ಇತ್ತ ಚಾಮೆಯ ಮನೆಯಲ್ಲಿ ಅದೇ ಹೊತ್ತಿಗೆ ಗಂಡ ಹೆಂಡಿರು ಒಬ್ಬರನ್ನೊಬ್ಬರು ಬೈಯುವ ಗದ್ದಲ ಕೇಳಿಬರುತ್ತಿತ್ತು. ಝೂತೆ, ಅವನ ಹೆಂಡತಿ ಒಟ್ಟಾಗಿ ಸಂತೋಷದಿಂದ ಹರಟುತ್ತ ಹೋಗುತ್ತಿದ್ದರೆ, ಇಲ್ಲಿ ಚಾಮೆಯ ಜಗಳಗಂಟಿ ಹೆಂಡತಿ ಕೋಪದ ಭರದಲ್ಲಿ ಮನೆಯನ್ನು ಅದರ ಪಾಡಿಗೆ ಬಿಟ್ಟುಹೋಗಿದ್ದಳು. ಗಂಡ ಹೆಂಡತಿ ಒಂದು ದಿನವಾದರೂ ಒಟ್ಟಿಗೆ ಸುಖವಾಗಿ ಕಳೆದದ್ದೇ ಇರಲಿಲ್ಲ. ಚಾಮೆ ಯೋಚಿಸತೊಡಗಿದ –"ಮನೇಲಿರೋದು ಒಂದು ಎಮ್ಮೆ, ಅವಳು ಅದರ ಚಾಳೀನೂ ಕೆಡಿಸಿಟ್ಟಿದಾಳೆ. ಅದರ ಹುಚ್ಚಾಟದಿಂದಾಗಿ ನಾನು ಕೊಕೋಲೆಯ ಕೈಯಲ್ಲಿ ಕಪಾಳಕ್ಕೆ ತಿನ್ನಬೇಕಾಯಿತು. ಅದರ ಕಡೆಯ ಸಾಲವಿನ್ನೂ ತೀರದೆ ಉಳಿದಿದೆ, ಇಲ್ಲವಾದರೆ ಅದನ್ನ ಬಂಡೆಗೆ ಅಪ್ಪಳಿಸಿ ಬಡಿದುಹಾಕ್ತಿದ್ದೆ. ಅದು ಹಾಗೆ ಸತ್ತರೆ ನನಗೆ ಸ್ಥಳದಲ್ಲೇ ಕೈಗೆ ಕೋಳ ತೊಡಿಸ್ತಾರೆ. ಈಗ ನನ್ನ ಅನ್ನವನ್ನ ನಾನೇ ಬೇಯಿಸಿಕೊಳ್ಳಬೇಕು, ಇಲ್ಲವೇ ಬರೀ ಹೊಟ್ಟೇಲಿ ಮಲಗಬೇಕು. ಎಂಥ ಗೋಳುಕರೆಯ ಜೀವನ ನನ್ನದು. ಹೀಗೆ ಬಾಳೋದರ ಬದಲು ಹಣೆಗೆ ಬೂದಿ ಬಳಿದುಕೊಂಡು ಭಿಕ್ಷ ಎತ್ತೋದು ಎಷ್ಟೋ ಮೇಲು. ಆದರೆ ಅದರಲ್ಲಿ ಸಹ ತೊಂದರೆ ಇದ್ದೇ ಇದೆ. ಒಂದು ಹಿಡಿ ಅಕ್ಕಿಗಾಗಿ, ಬೊಗಳುವ ನಾಯಿಗಳನ್ನು ಎದುರಿಸಿ ಮನೆಯಿಂದ ಮನೇಗೆ ಅಲೀಬೇಕು. ಭಿಕ್ಷುಕರನ್ನು ನೋಡಿದ ತಕ್ಷಣ, ಈ ಹಾಳು ಜನ ದುಡಿತ ತಪ್ಪಿಸಿಕೊಳ್ಳೋಕೆ ಕಾವಿ ತೊಟ್ಟು, ಬೂದಿ ಬಳಿದುಕೊಂಡು ಬರ್ತಾರೆ ಅಂತ ಮಂದಿ ಗೊಣಗ್ತಾರೆ. ಭಿಕ್ಷುಕನಾದರೆ ಹೊರಗೆ ಬಯಲಲ್ಲಿ ಎಲ್ಲಾದರೂ ಕಟ್ಟೆಯ ಮೇಲೆ ರಾತ್ರಿ ಕಳೀಬೇಕು. ಕಾಹಿಲೆ ಬಿದ್ದರೆ ಒಂದು ಲೋಟ ನೀರು ಕೊಡೋರು ದಿಕ್ಕಿರೋಲ್ಲ. ಕೋಪದ ಭರದಲ್ಲಿ, ಜನ ಜೋಳಿಗೆ ಹಿಡಿದುಕೊಂಡು ಭಿಕ್ಷುಕರಾಗ್ತಾರೆ. ಆದರೆ ಅವರಿಗೂ ಶಾಂತಿ, ಸಮಾಧಾನ ಇರೋಲ್ಲ."

5

ಮೊದಮೊದಲು ಕೆಲವು ದಿನ ಚಾಮೆಗೆ ಗೌಂತಾಲಿಯ ಹೆಸರೆತ್ತುವುದೂ ಇಷ್ಟವಿರಲಿಲ್ಲ. ಆದರೆ ದಿನ ಕಳೆದಂತೆ, ಅವನಿಗೆ ಏಕಾಕಿತನದ ಭಾವನೆ ಬರತೊಡಗಿತು. ಗೌಂತಾಲಿಯ ಬಾಯಿ ಎಷ್ಟೇ ಕೆಟ್ಟದಿರಲಿ, ಅವಳ ಚುರುಕು ಸ್ವಭಾವವನ್ನು ಅವನು ಮನಸ್ಸಿನಲ್ಲಿಯೇ ಮೆಚ್ಚತೊಡಗಿದ. "ದಿನಾ ಒಂದು ದೊಡ್ಡ ಹೊರೆ ಹುಲ್ಲು ಹೊತ್ತು ತರ್ತಿದ್ದಳು. ಅದು ಮನೇ ಎಮ್ಮೆಗೆ ಸಾಕಾಗ್ತಿತ್ತು. ಅಚ್ಚುಕಟ್ಟಾಗಿ ಅಡಿಗೆ ಮಾಡ್ತಿದ್ದಳು. ಅವಳು ಹೋದ ಮೇಲೆ ಬರೀ ಹುರಿದ ಜೋಳ ತಿಂದುಕೊಂಡು ಕಾಲ ಹಾಕ್ತಿದೀನಿ. ಅವಳು ಕರೀತಿದ್ದಾಗ ಎಮ್ಮೆ ಪೂರ್ತಿ ಹಾಲು ಕೊಡ್ತಿತ್ತು. ಅವಳು ಹೋದಮೇಲೆ ಹಾಲು ಕೊಡೋದನ್ನೇ ಬಿಟ್ಟುಬಿಟ್ಟಿದೆ. ಎಲ್ಲರೂ ಅವಳನ್ನ ವಾಪಸು ಕರಕೊಂಡು ಬಾ ಅಂತಾರೆ. ಝೂತೆ ಅಣ್ಣನ ಹೆಂಡತೀದೂ ಅದೇ ಅಭಿಪ್ರಾಯ. ಅವಳು ವಾಪಸು ಬರೋಕ್ಕೆ ತಯಾರಾಗಿದಾಳೆಯೇ ಅಂತ ನೋಡ್ತೀನಿ."

ಮಾರನೆಯ ಬೆಳಿಗ್ಗೆ ಚಾಮೆ ಬೆಳಗಿನ ತಿಂಡಿ ಮುಗಿಸಿ, ಮಾವನ ಮನೆಗೆ ಹೊರಡಲು

ಸಿದ್ಧನಾದ. ಹಳದಿಯ ದೌರ ಸುರುವಾಲು ಕಟ್ಟಿಕೊಂಡ. ಗೌಂತಾಲಿ ಟೋಪಿಯ ಮೇಲೆಯೇ ತಂಬಾಕಿನ ಪೊಟ್ಟಣವಿಟ್ಟು ಹೋಗಿದ್ದಳೆಂದು ಕಾಣುತ್ತದೆ. ಅದರ ತೇವದಿಂದಾಗಿ ಟೋಪಿ ಸುಕ್ಕಾಗಿ ಅದರ ಆಕಾರ ಕೆಟ್ಟಿತ್ತು. ಚಾಮೆಗೆ ಮತ್ತೆ ಸಿಟ್ಟು ಬಂದಿತು. ಅವಳನ್ನು ಮನಸ್ಸಿನಲ್ಲಿಯೇ ಬೈಯತೊಡಗಿದ.

"ಈ ಬೇಕೂಫಳ ಫಡಪೋಸಿತನ ನೋಡು. ಅವರ ಅಪ್ಪ ಜನ್ಮದಲ್ಲಿ 'ಬಿರಕೆ ಟೋಪಿ' ಕಂಡವನಲ್ಲ. ಯಾವಾಗಲೂ ಮರದ ತೊಗಟೆ ಬಟ್ಟೆ ಉಡೋನು. ಅಂಥವನ ಮಗಳಿಗೆ ನನ್ನ ಬಟ್ಟೆ ಬೆಲೆ ಏನು ಗೊತ್ತಾಗಬೇಕು? ಹಂದಿಯೇನು ಬಲ್ಲದು ಮುತ್ತಿನ ಬೆಲೇನ!" ಚಾಮೆ ಟೋಪಿಯನ್ನು ಕೊಂಚ ಹೊತ್ತು ಅಂಗೈಯಿಂದ ಒತ್ತಿ ಹೇಗೋ ನೇರ ಮಾಡಿ, ತಲೆಗೆ ಸಿಕ್ಕಿಸಿಕೊಂಡ. ಬೇರೆ ನಡುವಂಗಿ ಇರಲಿಲ್ಲವಾದ್ದರಿಂದ ಹಳೆಯದನ್ನೇ ತೊಟ್ಟ. ಬೆನ್ನಿನ ಮೇಲೆ ಸಣ್ಣ ಹಾಸಿಗೆಯ ಗಂಟನ್ನು ಹೊತ್ತು, ಕೈಯಲ್ಲಿ ಹಳೆಯ ಛತ್ರಿಯೊಂದನ್ನು ಹಿಡಿದು ಮಾವನ ಮನೆಯ ದಾರಿ ತುಳಿದ.

ಮನೆ ಮುಟ್ಟುವ ಮೊದಲು ಕೊಂಚ ಹೊತ್ತು ನಿಂತು ಬೆವರೊರಸಿಕೊಂಡು, ಆಯಾಸ ಪರಿಹಾರ ಮಾಡಿಕೊಂಡ. ಆಗ ಮೇಲೆ ಕಾಡಿನ ಕಡೆಯಿಂದ ಗೌಂತಾಲಿಯ ದನಿ ಕೇಳಿಸಿತು. ಹುಲ್ಲಿನ ಹೊರೆ ಹೊತ್ತು, ಮನೆಗೆ ಹಿಂದಿರುಗುತ್ತಿದ್ದ ಅವಳು ಕಂಠವೆತ್ತಿ ಹಾಡುತ್ತಿದ್ದಳು.

ಚಾಮೆಗೆ ಅದನ್ನು ಕೇಳಿ ಕೋಪ ಕೆರಳಿತು. ಅವನು ತನಗೆ ತಾನೇ ಗೊಣಗುಟ್ಟಿದ – "ಅಲ್ಲಿ ಮನೇಲಿ ಎಮ್ಮೆ ಹುಲ್ಲಿಲ್ಲದೆ ಹಸಿದುಬಿದ್ದಿದೆ. ಇಲ್ಲಿ ಇವಳು ಕಾಡು ನಡುಗೋ ಹಾಗೆ ಗುಡುಗ್ತಿದಾಳೆ."

ಹಾರೀ ಹೋಗೂವ ಅಂದಾರೆ ಹಕ್ಕಿ ನಾನಲ್ಲ,
ಆದಾರಿಲ್ಲಿರಲು ಇನಿತೂ ಮನಸಿಲ್ಲ

ಕೊಂಚ ಹೊತ್ತು ದಣಿವಾರಿಸಿಕೊಂಡ ಮೇಲೆ, ಚಾಮೆ ಎದ್ದು ದಿಣ್ಣೆ ಹತ್ತ ತೊಡಗಿದ. ಚಿಲೌನೆ ದೌರ ತಲಪುವ ಹೊತ್ತಿಗೆ ಅವನಿಗೆ ತುಂಬ ಆಯಾಸವಾಗಿತ್ತು. ಅತ್ತೆಮಾವ ಏನನ್ನಬಹುದೆಂದು ತನಗೆ ತಾನೇ ಯೋಚಿಸತೊಡಗಿದ. ಚಾಮೆ ಮನೆಯ ಮುಂದಿನ ಅಂಗಳ ತಲಪಿದ. ಅತ್ತೆ ಬಾಂಡಲೆ ಉಜ್ಜುವುದರಲ್ಲಿ ಮಗ್ನಳಾಗಿದ್ದಳು. ಮಾವ ಬಾಗಿಲ ಮುಂದೆ ಹುಕ್ಕದ ಸವಿ ಕುಡಿಯುತ್ತ ಕುಳಿತಿದ್ದ. ಚಾಮೆ ಕೈಜೋಡಿಸಿ ಅತ್ತೆಗೆ ತಲೆಬಾಗಿದ. ಮಾವ ಹುಕ್ಕವನ್ನು ಪಕ್ಕಕ್ಕಿಟ್ಟು, ಅಳಿಯನ ಕಾಲು ಮುಟ್ಟಲು ಮುಂದಾದ. ಚಾಮೆ ಎರಡು ಕಾಲನ್ನೂ ಜೋಡಿಸಿ ನಿಂತ. ಕೊಂಚ ಹೊತ್ತಿನ ಮೇಲೆ ಗೌಂತಾಲಿ ಹುಲ್ಲಿನ ಹೊರೆ ಹೊತ್ತು ಮನೆಗೆ ಬಂದಳು. ಅವಲು ಹಳದಿಯ ಕುಪ್ಪಸ ತೊಟ್ಟು, ಚೀಟಿಯ ಲಂಗ ಉಟ್ಟಿದ್ದಳು. ಲಂಗದ ಮುಂಭಾಗದಲ್ಲಿ ನೆರಿಗೆ ಹಿಡಿದು, ಸೊಂಟಪಟ್ಟಿ ಬಿಗಿದಿದ್ದಳು. ಕೈತುಂಬ ಬಳೆ ತೊಟ್ಟುಕೊಂಡಿದ್ದಳು. ಕತ್ತಿನಲ್ಲಿ ಮಣಿಯ ಹಾರ ಕಾಣಿಸುತ್ತಿತ್ತು. ಮೊಲೆ ಹಣ್ಣಿನಂತೆ ತುಂಬಿತ್ತು. ಹಣೆಗೆ ತಿಲಕ ತೀಡಿದ್ದಳು. ತಲೆಯಲ್ಲಿ ಹೂ ಮುಡಿದಿದ್ದಳು. ಅವಳ ಕಪ್ಪು ಮುಖವೂ ಚೆಲುವಾಗಿಯೇ ಕಾಣಿಸುತ್ತಿತ್ತು. ಅವಳ ರೂಪ ಚಾಮೆಗೆ ತೃಪ್ತಿ ಕೊಟ್ಟಿತು. ಸಾಕ್ಷಾತ್ ಲಕ್ಷ್ಮಿಯೇ ಗೌಂತಾಲಿಯ ರೂಪದಲ್ಲಿ ಬಂದಿದ್ದಾಳೆಂದು ಚಾಮೆಗೆ ಅನಿಸಿತು.

ಸೂರ್ಯ ಮುಳುಗಿದ ತಕ್ಷಣ ಗೌಂತಾಲಿ ಚಾಮೆಗೆ ತಲೆ ಬಾಗಿ, ಕಾಲು ಮುಟ್ಟಿ ನಮಸ್ಕಾರ ಮಾಡಿದಳು. ಇದರಿಂದ ಚಾಮೆಯ ಸಂತೋಷ ಎಲೆ ಮೀರಿತು. ಒಮ್ಮೆಲೆ ಅವಳಿಗೆ ಸಾವಿರ ಮುತ್ತಿಡಬೇಕೆನಿಸಿತು. ಅವಳನ್ನು ಅಪ್ಪಿಕೊಳ್ಳಲು ಅವನು ತೋಳುಗಳನ್ನು ಮುಂದೆ

ಚಾಚಿದ. ಆದರೆ ಅವಳು ಅವನ ಕೈ ಸರಿಸಿ, ಅಡಿಗೆ ಮನೆಗೆ ಓಡಿ ಬಿಟ್ಟಳು.

ರಾತ್ರಿಯ ಊಟ ಬಡಿಸಿ ಮುಗಿದ ಮೇಲೆ ಗೌಂತಾಲಿ ಗಂಡನಿಗೆ ಹೊರೆಗೆ ಮುಂಬಾಗಿಲಿಗೆ ಎದುರಾಗಿ ನೆಲದ ಮೇಲೆ ಹಾಸಿಗೆ ಹಾಸಿಕೊಟ್ಟಳು. ಚಾಮೆ ಅವಳಿಗಾಗಿ ಕಾಯುತ್ತ ಕಾಲು ಚಾಚಿದ. ಆದರೆ ಅವಳು ಬರಲಿಲ್ಲ. ಅವನಿಗೆ ನಿದ್ರೆ ಸಹ ಹತ್ತಿರಲಿಲ್ಲ. ಕೊಂಚ ಹೊತ್ತಿನ ಮೇಲೆ ಮನೆ ಮಂದಿಯೆಲ್ಲ ಊಟ ಮುಗಿಸಿ, ಅಡಿಗೆ ಮನೆಯ ಕೆಲಸ ತೀರಿದ ಮೇಲೆ ಯಾರೋ ಬಂದು ಬಾಗಿಲಿಗೆ ಅಗಳಿ ಹಾಕಿ ಹೋದರು. ಚಾಮೆಗೆ ನಿರಾಶೆಯಾಯಿತು.

ಅವನು ನಡೆದುಹೋದದ್ದನ್ನೆಲ್ಲ ಮೆಲುಕು ಹಾಕಿದ. ಗೌಂತಾಲಿಯನ್ನು ಹೊಡೆದದ್ದಕ್ಕೆ ಅವನಿಗೆ ಈಗ ಪಶ್ಚಾತಾಪವಾಗಿತ್ತು. ಚಿಕ್ಕವಯಸ್ಸಿನ ಹೆಂಗಸರಿಗೆ ಮದುವೆಯೆಂದರೆ ಇಷ್ಟ. ಗೌಂತಾಲಿಗೂ ಚಿಕ್ಕ ವಯಸ್ಸು. ನೆರೆಮನೆಯ ಮದುವೆಯನ್ನು ನೋಡಿಬರಲು ಅವಳಿಗೆ ಉತ್ಸಾಹ. ಅದು ಸ್ವಾಭಾವಿಕವೇ, ಅವತ್ತು ಅವಳು ಅನ್ನ ಬೇಯಿಸುವುದು ಕೊಂಚ ಹೊತ್ತಾಯಿತು. ಅದಕ್ಕೆ ಹೊಡೆಯುವುದೆ? ಅದು ತನ್ನ ಸಣ್ಣತನ. ಅವಳು ಮುಂಗೋಪಿಯಾಗಿ ಬೈಗುಳಕ್ಕೆ ತೊಡಗಿದ್ದು ನನ್ನಿಂದಾಗಿಯೇ. ಅವಳು ವಾಪಸ್ಸು ಬರಲು ಒಪ್ಪಿಕೊಂಡರೆ ಅವಳ ಮೇಲೆ ಮುಂದೆ ಎಂದೆಂದಿಗೂ ಕೈ ಮಾಡುವುದಿಲ್ಲವೆಂದು ಮಾತು ಕೊಡುತ್ತೇನೆ. ಝೂಠೆ ಅಣ್ಣ ತನ್ನ ಹೆಂತಿಯನ್ನು ಪ್ರೀತಿಸುವುದಕ್ಕಿಂತ ಕಡಿಮೆಯಲ್ಲವೆನ್ನುವಷ್ಟರ ಮಟ್ಟಿಗೆ ನಾನೂ ಇವಳನ್ನು ಪ್ರೀತಿಸುತ್ತೇನೆ.

ಚಾಮೆ ಹೀಗೆ ವಿಚಾರದಲ್ಲಿ ಮುಳುಗಿರುವಾಗ ಅವನಿಗೆ ಒಂದು ಚಿಗಟ ಕಡಿದು, ಅವನು ಮೈ ಝಾಡಿಸಿದ. ಇಡೀ ರಾತ್ರಿ ಅವನೆ ನಿದ್ದೆ ಬರಲಿಲ್ಲ. ನಸುಕಿನಲ್ಲಿ ಯಾರೋ ಬಾಗಿಲು ತೆರೆದರು. ಗೌಂತಾಲಿಯೇ ಹೊರಗೆ ಬಂದ ಎಂದುಕೊಂಡ. ಆದರೆ ದುರದೃಷ್ಟ, ಮಾವ ಉಚ್ಚೆ ಹುಯ್ಯಲು ಎದ್ದು ಹೊರಗೆ ಬಂದಿದ್ದ.

6

ಆಕಳನ್ನು ಮೇವಿಗೆ ಬಿಡುವ ಹೊತ್ತು ಅದು. ಮಾವ ಮೋಟುಗೋಡೆಯ ಮೇಲೆ ಕುಳಿತು ಹುಕ್ಕ ಎಳೆಯುತ್ತಿದ್ದ. ಅತ್ತೆ ಜೋಳದ ತೆನೆ ದಿಂಡಿನಿಂದ ಕಾಳು ಬಿಡಿಸುತ್ತಿದ್ದಳು. ಗೌಂತಾಲಿ ಅಡಿಗೆ ಮನೆಯಲ್ಲಿದ್ದಳು. ಚಾಮೆ ಮುಖದ ಮೇಲೆ ನಾಚಿಕೆಯ ನಗೆ ತೋರಿಸುತ್ತ ಮಾವನ ಹತ್ತಿರ ಬಂದು ಹೇಳಿದ:

"ಇದು ಬೇಸಾಯದ ಕಾಲ. ಮಗಳನ್ನು ಕಳಿಸಿಕೊಡಬೇಕು ಅಂತ ಕೇಳಿಕೋತಿನಿ."

ಮಾವ ಖೊರ್ ಖೊರ್ ಖೊರ್ ಎಂದು ಕೆಮ್ಮಿ ಹುಕ್ಕದ ನಳಿಗೆಯನ್ನು ತುಟಿಗೆಸಿಕ್ಕಿಸುತ್ತ ಹೇಳಿದ :

"ನೀನು ನನ್ನನ್ನು ಬಡಪಾಯಿ ಎಂದೇನೇನೋ ಬೈದೆಯಂತೆ. ಆದರೆ ಒಂದು ಮಾತು ಸತ್ಯ, ನಾನು ಇದುವರೆಗೆ ಮನೆ ಬಾಗಿಲಿಗೂ ಭಿಕ್ಷಕ್ಕೆ ಕೈ ಚಾಚಿಕೊಂಡು ಹೋದೋನಲ್ಲ ತಿಳಿಕೊ. ನಾನು ನಿನ್ನ ಪಾದ ಪೂಜೆ ಮಾಡಿ ಮಗಳನ್ನ ಲಗ್ನ ಮಾಡಿಕೊಟ್ಟಿದ್ದೀನಿ. ಅವಳನ ಒಪ್ಪಿಸಿ ಕರಕೊಂಡು ಹೋಗು, ನನ್ನದೇನೂ ಅಭ್ಯಂತರವಿಲ್ಲ."

ಚಾಮೆ ಕೊಂಚ ನಕ್ಕು, ಮಾತನಾಡದೆ ಸುಮ್ಮನಿದ್ದ. ಸ್ವಲ್ಪ ಹೊತ್ತಿನ ಮೇಲೆ ಗೌಂತಾಲ ಅಡಿಗೆ ಮನೆಯ ಕೆಲಸ ಮುಗಿಸಿ, ಗೂಡೆ ತಗೆದುಕೊಂಡು ಹುಲ್ಲು ಕೊಯ್ದು ತರಲು ಕಾಡಿಗೆ

ಹೊರಡಲು ಸಿದ್ಧಳಾದಳು. ಚಾಮೆ ಅವಳ ತೋಳು ಹಿಡಿದು ಹೇಳಿದ :

"ಎಲ್ಲಿ ಹೊರಟೆ, ಗೂಡೆ ತೊಗೊಂಡು ? ನಡಿ ವಾಪಸು ಮನೆಗೆ ಹೋಗೋಣ."

"ಜೀವನಾದರೂ ಬಿಟ್ಟೇನು, ಮನೇಗೆ ಮಾತ್ರ ವಾಪಸು ಬರೋಲ್ಲ."

"ಹಾಗಾದರೆ ಎಲ್ಲಿಗೆ ಹೋಗ್ತಿ ?"

"ಒಂಟಿ ಜೀವಕ್ಕೆ ಏನು ಯೋಚನೆ, ಜೋಗಿತಿ ಆಗ್ತೀನಿ."

"ನೀನು ಜೋಗತಿ ಆದರೆ, ನಿನ್ನ ಎಮ್ಮೆಗೆ ಹುಲ್ಲುಕೊಯ್ದು ಹಾಕೋರು ಯಾರು ?"

"ನೀನೇ ಹಾಕ್ಕೋ"

"ಹುಚ್ಚಾರ ಮಾತಾಡ್ಬೇಡ, ನಡಿ ನನ್ನ ಕೂಡ."

"ಯಾಕೆ; ಹೊಡಿಯೋಕ್ಕೆ ಅಂತ ಮನೇಗೆ ಕರಕೊಂಡು ಹೋಗಬೇಕು ಅಂತಾನೆ ?"

"ಭಾಷೆ ಕೊಡ್ತೀನಿ, ಮತ್ತೆ ಯಾವತ್ತೂ ಹೊಡೆಯೋಲ್ಲ."

"ನನಗೆ ನಂಬಿಕೆ ಬರೋಲ್ಲ."

ಗೌಂತಾಲಿ ಮನೆಯೊಳಕ್ಕೆ ಹೋದಳು. ಕೊಂಚ ಹೊತ್ತಿನ ಮೇಲೆ ಬಟ್ಟೆ ಬದಲಾಯಿಸಿಕೊಂಡು ಬಂದಳು. ತಾಯಿ ಅವಳಿಗೆ ಒಂದು ಸಣ್ಣ ಗಂಟು, ಮೇಲೆ ಮೊಸರು ತುಂಬಿದ ಒಂದು ಮರಿಗೆ ಕೊಟ್ಟಳು. ಗೌಂತಾಲಿ ಗಂಟು ಹಿಡಿದುಕೊಂಡಳು. ಚಾಮೆ ಮರಿಗೆ ವಹಿಸಿಕೊಂಡ. ಇಬ್ಬರೂ ವಿದಾಯ ಹೇಳಿ ಹೊರಟರು. ದಾರಿಯಲ್ಲಿ ಮಾತುಕತೆ ಮೊದಲಾಯಿತು.

"ಈಗ ಎಮ್ಮೆ ಎಷ್ಟು ಹಾಲು ಕೊಡ್ತಿದೆ ?"

"ಒಂದು 'ಪಾಟಿ'* "

ಗೌಂತಾಲಿ ತಿರಸ್ಕಾರದಿಂದ ಕೈಯಾಡಿಸುತ್ತ ಚಾಮೆಯ ಕಡೆ ನೋಡಿದಳು. ಸೂರ್ಯ ಕಂತುತ್ತಿದ್ದ. ಬೆಟ್ಟದ ಬದಿಯಲ್ಲಿ ದನಗಾಹಿಗಳು ತಮ್ಮ ಆಕಳ ಹಿಂಡುಗಳೊಂದಿಗೆ ಮನೆಗೆ ಹಿಂದಿರುಗುತ್ತಿದ್ದರು. ಚಾಮೆ ಗೌಂತಾಲಿಯ ಜತೆಗೂಡಿ ಊಟೆಯ ಹತ್ತಿರ ಬಂದಾಗ ಝೂತೆಯ ಹೆಂಡತಿ ಬುಟ್ಟಿಯಲ್ಲಿ ಮಣ್ಣಿನ ಮಡಿಕೆಯಿಟ್ಟುಕೊಂಡು ಬೆಟ್ಟವಿಳಿದು ಬರುತ್ತಿದ್ದಳು. ಎದುರುಗಡೆಯಿಂದ ಚಾಮೆ ಹೆಂಡತಿಯೊಡನೆ ಬರುತ್ತಿರುವುದನ್ನು ನೋಡಿ, ನಾಲಿಗೆಯನ್ನು ಮುಂದೆ ಚಾಚಿ ನಗಾಡಿದಳು.

"ಈ ಪಾರಿವಾಳಗಳ ಜೋಡಿ ನೋಡೋದಕ್ಕೆ ಅದೆಷ್ಟು ಚಂದಾಗಿದೆಯೊ, ಮುಂದೆ ಗಂಡು ಪಾರಿವಾಳ, ಅದನ್ನ ಹಿಂಬಾಲಿಸಿಕೊಂಡು ಹಿಂದೆ ಹೆಣ್ಣು ಪಾರಿವಾಳ."

ಗೌಂತಾಲಿ ಅವಳ ಕಡೆ ಮುಗುಳು ನಗುತ್ತ ನೋಡಿ ಹೇಳಿದಳು:

"ಬಿಡಪ್ಪ, ನಮ್ಮನ್ನ ನೋಡಿ ನಗಬೇಡ. ಮತ್ತೆ ಯಾವಾಗ ನಾವು ಬೇರೆಯಾಗೋದನ್ನ ನೋಡಬೇಕೋ ಏನೋ."

"ಹಾಗೆ ಆದರೆ ಮತ್ತೆ ಒಂದಾಗಿ ಮುತ್ತಿಡೋದೇನು ದೂರದ ಮಾತ ? ಗಂಡ – ಹೆಂಡಿರ ಜಗಳ ಹುಲ್ಲಿಗೆ ತಾಗಿದ ಬೆಂಕಿ ಇದ್ದ ಹಾಗೆ. ಅನುಮಾನವೇ ಇಲ್ಲ." ❍

ಅನು : ಡಾ॥ ಪಾರಸ ಮಣಿ ಪ್ರಧಾನರ ಇಂಗ್ಲಿಷ್
ಭಾಷಾಂತರದಿಂದ, ಶಾ. ಬಾಲುರಾವ್

---

* ಸುಮಾರು ನಾಲ್ಕು ಲೀಟರ್

ಬರ್ಮ

○ ಜಾಗ್ಯೀ (ಉ ಥೀನ್ ಹಾನ್)

ಅವನ ಹೆಂಡತಿ

ಕೊಷಿನ್‌ನ ಹೆಂಡತಿ ಮಾಪಾ ತರಕಾರಿ ಮಾರ್ಕೆಟ್ಟಿನಲ್ಲಿ ಕೆಲಸ ಮಾಡುತ್ತಿದ್ದಳು. ಪ್ರತಿ ದಿನ ಬೆಳಿಗ್ಗೆ ಬುಟ್ಟಿಯಲ್ಲಿ ಬಗೆ ಬಗೆಯ ಸೊಪ್ಪು ತುಂಬಿ ಒಂದು ಮೈಲು ನಡೆದು ಆಕೆ ಪಟ್ಟಣವನ್ನು ತಲುಪುತ್ತಿದ್ದಳು. ವ್ಯಾಪಾರ ಬಿರುಸಾಗಿದ್ದರೆ ಅವಳು ಮನೆಗೆ ಬೇಗನೆ ವಾಪಸ್ಸಾಗುತ್ತಿದ್ದಳು; ಇಲ್ಲವಾದರೆ ಆಕೆ ಮನೆ ಸೇರುತ್ತಿದ್ದುದು ಸೂರ್ಯ ಮುಳುಗುವ ವೇಳೆಗೇ. ಹಿಂತಿರುಗುವ ಹಾದಿಯಲ್ಲಿ ಹಳ್ಳಿಯ ಪಕ್ಕದ ಪುಟ್ಟ ಬಿದಿರು ಸೇತುವೆ ತಲುಪಿದಾಗ, ಅವಳಿಗೆ ತನ್ನ ಗಂಡನ ಮತ್ತು ಮಕ್ಕಳ ಯೋಚನೆ ಶುರುವಾಗುತ್ತಿತ್ತು.

ಮಾಪಾ ಎತ್ತರದ ಹೆಂಗಸು. ಕೂದಲು ಕೆಂಚು, ತುಸು ಹಲ್ಲುಬ್ಬು. ಆದರೆ ಆಕೆಯನ್ನು ಕುರೂಪಿಯೆನ್ನುವಂತಿಲ್ಲ. ಅವಳ ಗಂಡ ಕೊಷಿನ್ ಉದ್ಯೋಗವಿಲ್ಲದ ವ್ಯಕ್ತಿ; ಮನೆಯಲ್ಲೇ ಕುಳಿತು ಹೊಟ್ಟೆ ಹೊರೆಯುತ್ತಿದ್ದ. ಆತ ಏನನ್ನೂ ಮಾಡುತ್ತಿರಲಿಲ್ಲ ಎನ್ನುವುದು ಪೂರ್ತಿ ನಿಜವಲ್ಲ. ಅನ್ನ ಬೇಯಿಸುವುದು, ಮಕ್ಕಳನ್ನು ನೋಡಿಕೊಳ್ಳುವುದು ಅವನ ಜವಾಬ್ದಾರಿಯಾಗಿತ್ತು.

ಬೌದ್ಧ ಮತದಲ್ಲಿ ಕೊಷಿನ್ ಒಂಭತ್ತು ವರ್ಷ ಶಿಷ್ಯ ವೃತ್ತಿ ಮಾಡಿದ್ದ; ಆದುದರಿಂದ ಅವನಲ್ಲಿ ಸ್ವಲ್ಪ ವಿದ್ಯೆಯಿತ್ತು. ಆತ ಒಳ್ಳೆಯ ಸ್ವಭಾವದವನು, ನಗುವುದೆಂದರೆ ಆತನಿಗೆ ಇಷ್ಟ; ದಾನಧರ್ಮದ ಸಮಾರಂಭಗಳಲ್ಲಿ, ಮದುವೆಗಳಲ್ಲಿ ಆತನದೇ ಉಸ್ತುವಾರಿ. ತನ್ನ ಹೆಂಡತಿಗಿಂತ ಆತ ತುಸು ಕುಳ್ಳ; ಅವನ ಎದೆ ಕೊಂಚ ಕಿರಿದಾಗಿತ್ತು, ತಲೆಗೂದಲು ಸೊಂಪಾಗಿ ಬೆಳೆದಿತ್ತು. ಆತ ಗೆರೆ ಮೀಸೆ ಬಿಟ್ಟಿದ್ದ; ಮೊಣಕಾಲಿನವರೆಗೆ ಹಚ್ಚೆ ಹಾಕಿಸಿಕೊಂಡಿದ್ದ.

ಮದುವೆ ಆಗಿ ಒಬ್ಬ ಮಗ ಹುಟ್ಟಿದ ಮೇಲೆ ಮಾಪಾ ಅಂಗಡಿಯನ್ನೂ ನಡೆಸಿಕೊಂಡು ಕೊಷಿನ್‌ನ ಉಪಚಾರವನ್ನೂ ಮಾಡುತ್ತಿದ್ದಳು. ಎರಡನೇ ಮಗ ಬಂದಮೇಲೆ ಅಂಗಡಿಯನ್ನು ಮಾತ್ರ ನೋಡಿಕೊಳ್ಳುವುದು ಅವಳಿಂದ ಸಾಧ್ಯವಾಯಿತು. ಮಗಳು ಹುಟ್ಟಿದ ಬಳಿಕ ಮಾಪಾಗೆ ಆಗಾಗ್ಗೆ ಬಹಳ ಆಯಾಸವಾಗುತ್ತಿತ್ತು. ವ್ಯಾಪಾರದಲ್ಲಿ ಭಾರೀ ನಷ್ಟವಾದಾಗ ಅವಳ ಸ್ಥಿತಿ ಕರುಣಾಜನಕ ವಾಗುತ್ತಿತ್ತು. ಆದರೆ ಅವಳು ಗೊಣಗುತ್ತಿರಲಿಲ್ಲ.

ಅವಳ ಸ್ನೇಹಿತರಲ್ಲೊಬ್ಬಳು ಒಮ್ಮೆ ಹೀಗೆ ಹೇಳಿದಳು :

"ಹಳ್ಳಿಯಲ್ಲಿ ಮದುವೆ ನಡೆದಾಗ ನಿನ್ನ ಗಂಡ ಪ್ರಶಂಸೆಯನ್ನೂ ಆಶೀರ್ವಾದವನ್ನೂ ಓದೋ ರೀತಿ ನೀನು ಕೇಳ್ಬೇಕು ! ಅದ್ಭುತ ! ಆತ ನಿಜವಾಗಿಯೂ ವಿದ್ಯಾವಂತ !"

ಇದನ್ನು ಕೇಳಿ ಮಾಪಾಗೆ ಸಂತೋಷವಾಯಿತು. ಒಮ್ಮೊಮ್ಮೆ ಆಕೆಯ ಹದಿನಾಲ್ಕು ವರ್ಷದ ಮಗ ಸೇತುವೆಯ ಹತ್ತಿರ ಬಂದು ಬುಟ್ಟಿಯನ್ನು ತಾನೇ ಮನೆಯವರೆಗೆ ಹೊತ್ತಾಗ ಅವಳಿಗೆ ಎದೆ ತುಂಬಿ ಬರುತ್ತಿತ್ತು. ಇಂಥ ವೇಳೆಯಲ್ಲಿ ತನ್ನ ಗಂಡನನ್ನು ಆಕೆ ಕೃತಜ್ಞತೆಯಿಂದ ನೆನೆಯುತ್ತಿದ್ದಳು.

ಒಮ್ಮೆ ಆಕೆಯೂ ಮಕ್ಕಳೂ ತಮ್ಮ ಮನೆಯ ಎತ್ತರದ ಜಗುಲಿಯ ಮೇಲೆ ಮಾತನಾಡು ತ್ತಿದ್ದಾಗ, ಅಮಲೇರಿದ ಹೆಂಡ ಕುಡುಕನೊಬ್ಬ ರಸ್ತೆಯಲ್ಲಿ ಕಾಣಿಸಿಕೊಂಡು, ಇವರ ಕಡೆ ನೋಡಿ ಕಣ್ಣು ಹೊಡೆದ. ಮಕ್ಕಳು ಹೆದರಿ ಮನೆಯೊಳಗೆ ಓಡಿದರು. ಕೊಷಿನ್ ಕೂಡಲೇ ಹೊರಗೆ ಬಂದು ಕೈ ಕಟ್ಟಿ ನೆಟ್ಟಗೆ ನಿಂತ. ಕುಡುಕ ತಲೆ ಕೆಳಗೆ ಹಾಕಿ ತೂರಾಡುತ್ತ ಹೊರಟುಹೋದ. ಮಾಪಾಗೆ ಸಂತಸ. ತನ್ನ ಗಂಡ ಇರದೇ ಇದ್ದಿದ್ದರೆ ತಮಗೆ ಬಹಳ ಅವಮಾನವಾಗುತ್ತಿತ್ತು ಅಂತ ಆಕೆಗೆ ಅನಿಸಿತು.

ಈಗ ಮಾಪಾಗೆ ಮೂವತ್ತೇಳು ವರ್ಷ ವಯಸ್ಸು ; ಕೊಷಿನ್ ಅವಳಿಗಿಂತ ಆರು ವರ್ಷ ಹಿರಿಯವನು.

ಇಷ್ಟು ವಯಸ್ಸಾಗಿದ್ದರೂ ಕೊಷಿನ್ ಎಂದೂ ಕೆಲಸ ಮಾಡಿರಲಿಲ್ಲ. ಲಂಗದ ಅಂಚಿಗೆ ಜೋತು ಬಿದ್ದು ಬದುಕುತ್ತೀಯಲ್ಲ ಅಂತ ಜನ ಮಾತಾಡಿದರೆ ಆತ – "ನನ್ನ ಪೂರ್ವಜನ್ಮದ ಪುಣ್ಯದ ಫಲದಿಂದಾಗಿ ಈಗ ಹಾಯಾಗಿದ್ದೇನೆ ಹೊಟ್ಟೆಕಿಚ್ಚುಪಡಬೇಡಿ – ಎಂದು ಹಾಸ್ಯ ಪೂರ್ವಕವಾಗಿಯೇ ಹೇಳುತ್ತಿದ್ದ. ಹೀಗೆ ಅಂದರೂ ಅವನ ಹೃದಯಕ್ಕೆ ಮಾತ್ರ ನೋವಾಗುತ್ತಿತ್ತು. ಆದರೆ ತನ್ನ ಬುದ್ಧಿವಂತಿಕೆಯ ಉತ್ತರಕ್ಕೆ ತಾನೇ ಹೆಮ್ಮೆಪಟ್ಟು ಈ ನೋವನ್ನೂ ಆತ ಮರೆಯುತ್ತಿದ್ದ. ಅವನ ಉತ್ತರಗಳನ್ನು ಕೇಳಿ ಇತರರು ಹುಬ್ಬುಗಂಟು ಹಾಕುತ್ತಿದ್ದರು. ಅಥವಾ ಮೂಗು ಮುರಿಯುತ್ತಿದ್ದರು.

ಕ್ರಮೇಣ ನೆರೆಹೊರೆಯವರ ಈ ವರ್ತನೆಯಿಂದಾಗಿ ಆತ ಕ್ರಿಯಾಶೀಲನಾದ. ದಾಯಾದಿ ಯೊಬ್ಬನಿಂದ ಸಾಲ ಪಡೆದು ಬಿದಿರು ವ್ಯಾಪಾರಕ್ಕೆ ತೊಡಗಿದ. ಭಾರೀ ನಷ್ಟವಾಯಿತು. ಮುಂದಿನ ಮಳೆಗಾಲದಲ್ಲಿ ಹೊಲವನ್ನು ಉಳಲು ಹೋದ. ನೇಗಿಲ ಮೊನೆ ಪಾದಕ್ಕೆ ತಗಲಿ, ರಕ್ತ ಸುರಿಸುತ್ತ ಮನೆಗೆ ಬಂದ. ಗಾಯ ಮಾಯಲು ಹದಿನೈದು ದಿನ ಬೇಕಾಯಿತು.

2

ಗಾಯ ವಾಸಿಯಾದ ದಿನ ಆತನಿಗೆ ನಲವತ್ತಮೂರು ತುಂಬಿತ್ತು. ಕಾಲಿನ ಗಾಯ ಗುಣವಾಗಿದ್ದರೂ ಹೃದಯಕ್ಕಾದ ಗಾಯದ ಊತ ಇಳಿದಿರಲಿಲ್ಲ.

ಮಾಪಾ ಎಂದಿನಂತೆ ಪೇಟೆಗೆ ಹೊರಟಳು, ಹಿರಿ ಮಗ ಮಠದ ಶಾಲೆಗೆ ಹೋಗಿದ್ದ. ಉಳಿದ ಇಬ್ಬರು ಮಕ್ಕಳು ಮನೆಯ ಮುಂದಿನ ಹುಣಸೇ ಮರದ ಕೆಳಗೆ ಆಟವಾಡುತ್ತಿದ್ದರು. ಕೊಷಿನ್ ಹಸಿರು ಚಹ ಕುಡಿಯುತ್ತ ಕುಳಿತಲ್ಲಿಂದ ಹೊರಗೆ ನೋಡಿದ. ಆರು ಮಕ್ಕಳ ತಂದೆಯಾದ ನೆರೆಮನೆಯ ಬಡಗಿ ಉಪಕರಣಗಳ ಪೆಟ್ಟಿಗೆ ಹೊತ್ತು ಕೆಲಸಕ್ಕೆ ಹೊರಟಿದ್ದ. ಪಕ್ಕದ ಮನೆಯ ಇನ್ನೊಬ್ಬ ಆಚೆ ದಂಡೆಯ ಮೇಲಿನಿಂದ ದನಿ ಎಲೆಗಳನ್ನು ಕೊಯ್ದುತರಲು

ನದಿಯನ್ನು ದಾಟಿದ. ಎದುರು ಮನೆಯ ಮುದುಕ ಕೂಡಾ ಮರದ ತುಂಡನ್ನು ಮೊನೆ ಮಾಡಿ ಒಂದು ಹುಟ್ಟುಗೋಲನ್ನು ತಯಾರಿಸುತ್ತಿದ್ದ.

ಲೋಟದ ಮೇಲೆ ಲೋಟ ಚಹ ಕುಡಿಯುತ್ತ, ಮಕ್ಕಳ ಆಟವನ್ನು ನೋಡುತ್ತ ಕುಳಿತ ಕೊಷಿನ್‌ಗೆ ಮೊದಮೊದಲು ಖುಷಿ ಅನಿಸಿತು. ನೆರೆಯವರು ಕೆಲಸಕ್ಕೆ ಹೊರಟಾಗ ಅವನ ನೆಮ್ಮದಿ ಕೆದಕಿದಂತಾಯಿತು. ಒಲೆಯ ಮೇಲೆ ಅನ್ನದ ಪಾತ್ರೆ ಇಡಬೇಕು ಎಂದು ನೆನಪಾಯಿತು. ಇದ್ದಕ್ಕಿದ್ದ ಹಾಗೆ ನೆರೆಹೊರೆಯವರ ಚುಚ್ಚು ಮಾತುಗಳು, ತನ್ನ ಜೀವನದ ಘಟನೆಗಳು ಕಣ್ಣು ಮುಂದ ಕಟ್ಟಿದಂತಾದುವು.

ಮತ ಬಿಟ್ಟಾಗಿನಿಂದ ತನ್ನ ಸೊಗಸುಗಾರಿಕೆ, ಮಾಪಾಳೊಂದಿಗೆ ಮದುವೆ, ವ್ಯಾಪಾರದಲ್ಲಿ ನಷ್ಟ, ಕಾಲಿನ ಗಾಯ – ಇವನ್ನೆಲ್ಲ ನೆನೆದು ಅವನಿಗೆ ದುಃಖವೂ ಆಯಿತು, ನಾಚಿಕೆಯೂ ಆಯಿತು. ಈ ಬದುಕು ಸಾಕು, ಸನ್ಯಾಸಿಯಾಗಿಬಿಡಬೇಕು, ಅಂತ ಯೋಚಿಸಿದ. ಆಗ ಅನ್ನ ಬೇಯಿಸಬೇಕಾಗುವುದಿಲ್ಲ. ಆಗ 'ಶ್ರೇಷ್ಠತಮ ಒಳಿತಿ'ನೆಡೆಗೆ ತಾನು ದೃಷ್ಟಿ ಹೊರಳಿಸಬಹುದು. ಹೆಂಡತಿಗೂ ಮಕ್ಕಳಿಗೂ ತನ್ನಿಂದಾಗಿ ಪುಣ್ಯ ಬರುವುದು. ಮರುಹುಟ್ಟಿದ ಯಾತನೆಯಿಂದ ಬಿಡುಗಡೆ ಸಿಗುವ ಕಾಲ ತನಗೆ ಬಂದಿದೆ; ಒಬ್ಬ ಚಿಕ್ಕ ದೇವತೆಯಾಗಲು ತಾನು ಹವಣಿಸಬೇಕು ಎಂದು ಕೊಷಿನ್ ಯೋಚಿಸಿದ. ಆದರೆ ಅನ್ನ ಬೇಯಿಸಬೇಕು; ಇಲ್ಲದಿದ್ದರೆ ತನಗೆ ತಿನ್ನಲು ಏನೂ ಇರುವುದಿಲ್ಲ, ಮಕ್ಕಳೂ ಅಳುವರು – ಎಂಬುದು ಪುನಃ ಅವನಿಗೆ ನೆನಪಾಯಿತು. ಆತ ಎದ್ದು ಅಡುಗೆಮನೆಯನ್ನು ಹೊಕ್ಕ.

ಈ ಮಧ್ಯೆ ಪೇಟೆಯಲ್ಲಿ ಮಾಪಾ ಸೊಪ್ಪು ತರಕಾರಿಗೆ ನೀರು ರಾಚುತ್ತಿದ್ದಳು – ಅದರ ತೂಕವನ್ನು ಹೆಚ್ಚಿಸಲು. ತೂಕ ಹೆಚ್ಚುವುದರಿಂದ ಸಂಪಾದನೆಯೂ ಜಾಸ್ತಿಯಾಗುವುದು; ಹೀಗೆ ಹೆಚ್ಚಿನ ಸಂಪಾದನೆಯಿಂದ ಗಂಡನಿಗೆ ಒಳ್ಳೆ ಚಿರೂಟು ಕೊಳ್ಳಬೇಕೆಂಬುದು ಅವಳ ಉದ್ದೇಶವಾಗಿತ್ತು.

ಕೊಷಿನ್ ಅನ್ನ ತಯಾರಿಸುವುದರಲ್ಲಿ ನಿಪುಣ. ಮಕ್ಕಳನ್ನು ಕರೆದು ಹಿಂದಿನ ದಿನದ ಸಾರಿನ ಜೊತೆಗೆ ಅನ್ನ ಬಡಿಸಿದ. ತಿಂದಾದ ಮೇಲೆ ಅವು ಆಟಕ್ಕೆ ಹಿಂತಿರುಗಿದವು; ಆತ ಎತ್ತರದ ಜಗಲಿಯ ಮೇಲೆ ಕುಳಿತು ಕಾಲುಗಳನ್ನು ಇಳಿಬಿಟ್ಟು ಯೋಚನೆಗಳಿಗೆ ಮರಳಿದ. ಸನ್ಯಾಸಿಯಾದ ಮೇಲೆ ಪ್ರತಿ ದಿನಾ ಬೆಳಿಗ್ಗೆ ಕವಳ ಕೇಳುತ್ತ ಆತ ಮಾಪಾಳ ಮನೆಗೆ ಬರುವ. ಆದರೆ ಮಾಪಾಳಿಗೆ ಓದು ಬರಹ ತಿಳಿಯದು; ಆಕೆಗೆ ಧರ್ಮಶಾಸ್ತ್ರದ ಪರಿಜ್ಞಾನವಿರಲಿಲ್ಲ. ಸತ್ತಾಗ ಅವಳು ಹೋಗುವುದು ಕೆಳಗಿನ ಲೋಕಕ್ಕೆ. ಇದಕ್ಕಾಗಿ ಅವಳ ಬಗ್ಗೆ ಅವನಿಗೆ ಕನಿಕರ. ಧರ್ಮಶಾಸ್ತ್ರದ ಅರಿವನ್ನು ಅವಳಲ್ಲಿ ಮೂಡಿಸಬೇಕು ಎಂದು ಅವನನು ಬಯಸಿದ.

ಮಕ್ಕಳ ಜಗಳ ಅವನನ್ನು ವಾಸ್ತವತೆಗೆ ಎಳೆಯಿತು. ಹುಡುಗಿ ತನ್ನ ಅಣ್ಣನ ಮುಖವನ್ನು ಪರಚಿದ್ದಳು; ಪ್ರತಿಯಾಗಿ, ಆಕೆಯ ಕೂದಲನ್ನು ಅವನು ಜಗ್ಗಿದ್ದ. ಈಗ ಇಬ್ಬರೂ ಗಟ್ಟಿಯಾಗಿ ಅಳುತ್ತಿದ್ದರು.

ಅವರನ್ನು ಒಳಗೆ ಕರೆದು ಬೇರೆ ಬೇರೆ ಮೂಲೆಗಳಲ್ಲಿ ಕುಳಿತುಕೊಳ್ಳುವಂತೆ ಮಾಡಿದ ಕೊಷಿನ್. ಯೋಚನೆಗಳ ನೂಲು ಕಡಿದು ಹೋಗಿತ್ತು. ಮಕ್ಕಳೆಡೆಗೆ ನೋಡಿದ. ಅವರ ಪುಟ್ಟ ತಲೆಗಳು ತೂಕಡಿಸುತ್ತಿದ್ದುವು. ಆತನಿಗೂ ಆಕಳಿಕೆ ಬಂತು.

"ಇಲ್ಲಿಂದ ಕದಲಬೇಡಿ," ಎಂದು ಮಕ್ಕಳಿಗೆ ಆಜ್ಞಾಪಿಸಿ ಕೊಷಿನ್ ಮಲಗಿದ. ತಂದೆ ಎವೆ ಮುಚ್ಚಿದ ಕೂಡಲೆ ಮಕ್ಕಳು ಕಣ್ಣು ತೆರೆದರು. ಅರ್ಥಪೂರ್ವಕವಾಗಿ ಅವನನ್ನೂ ಪರಸ್ಪರರನ್ನು

ನೋಡಿದರು. ಆತನಿಗೆ ನಿದ್ದೆ ಹತ್ತಿದೊಡನೆಯೇ ಆಟಕ್ಕೆ ಮತ್ತೆ ಹೋಗುವುದೆಂದು ಅವರು ನಿರ್ಧರಿಸಿದರು.

ಹುಣಸೇಮರದಲ್ಲಿ ಕುಳಿತಿದ್ದ ಮಗನನ್ನು ಮಾಪಾ ಕರೆದಾಗಲೇ ಕೊಷಿನ್‌ಗೆ ಎಚ್ಚರ :

"ಇಳಿಯೋ ಅಲ್ಲಿಂದ; ಬಿದ್ದೀಯಾ ಜೋಕೆ. ನಿನ್ನ ತಂಗಿ ಎಲ್ಲಿ ?"

"ನದಿ ಹತ್ತಿರ ಇದ್ದಾಳೆ" – ಹುಡುಗ ಉತ್ತರಿಸಿದ.

ಮಾಪಾ ಕೂಗಿದಳು.

"ಕೊಷಿನ್, ಎಂಥ ತಂದೆ ನೀನು ? ಮಕ್ಕಳನ್ನು ಹಾಗೇ ಬಿಡುವುದೇ ?"

ಕೈಗಳಿಗೆ ಕೆಸರು ಮೆತ್ತಿಕೊಂಡಿದ್ದ ಹುಡುಗಿ ಬಂದಳು; ಹುಡುಗ ಮರದಿಂದ ಕೆಳಗಿಳಿದ.

ಕೊಷಿನ್ ಇರಿಯುವಂತೆ ತನ್ನ ಮಕ್ಕಳನ್ನು ನೋಡಿದ. ಅವರು ತಾಯಿಯ ಹಿಂದೆ ಅವಿತುಕೊಂಡರು.

"ತಗೋ ಚಿರೂಟು," ಎಂದಳು ಮಾಪಾ. ಅವನ್ನು ತನ್ನ ಗಂಡನ ಕೈಗೆ ತುರುಕಿ, ಮಕ್ಕಳನ್ನು ಅಡುಗೆ ಮನೆಗೆ ಒಯ್ದಳು. ಕೊಷಿನ್ ದೃಷ್ಟಿ ಅವರನ್ನೇ ಹಿಂಬಾಲಿಸಿತು. ಮಗಳ ಕೈಯನ್ನು ತೊಳೆದು, ಮಾಪಾ ಅವಳಿಗೂ ಮಗನಿಗೂ ತಿನ್ನಲು ನೆಲಗಡಲೆ ಹಿಟ್ಟಿನ ರೊಟ್ಟಿಯನ್ನು ಕೊಟ್ಟಳು. ಅನಂತರ ಮಾಪಾ ನೆಲದ ಮೇಲೆ ಕುಳಿತು, ಕಾಲು ಚಾಚಿ, ಕೂದಲು ಬಿಚ್ಚಿ, ಮುಂದೆ ಬಾಗಿ, ಕೂದಲನ್ನು ಕಾಲುಗಳ ಮೇಲೆ ಇಳಿಬಿಟ್ಟಳು.

"ಮೊಣಕೈಗಳಿಂದ ನನ್ನ ಬೆನ್ನು ತೀಡು." ಎಂದು ಮಗನಿಗೆ ಆಕೆ ಹೇಳಿದಳು. ಹಲ್ಲಿನ ಮಧ್ಯೆ ರೊಟ್ಟಿ ಕಚ್ಚಿಕೊಂಡು ಹುಡುಗ ಆಕೆ ಹೇಳಿದಂತೆ ಮಾಡಿದ. ಮೊಣಕೈಗಳ ಒತ್ತಡದಿಂದಾಗಿ ಬೆನ್ನು, ತಲೆ ಅಲುಗಾಡಿ ಕೂದಲು ಅತ್ತಿಂದಿತ್ತ ಹಾರಿದಾಗ ಮಾಪಾ ದೆವ್ವ ಹಿಡಿದವಳಂತೆ ಕಂಡಳು.

ಕೊಷಿನ್ ಅತ್ತ ನೋಡಿ ಹೇಸಿಗೆ ಪಟ್ಟು ನಿಟ್ಟುಸಿರು ಬಿಟ್ಟ. ಹಳದಿ ಉಡುಪನ್ನು ತಾನು ತೊಡಲೇಬೇಕು, ಎಂದುಕೊಂಡ.

ಆದರೂ, ವರ್ಷ ಕಳೆಯುವವರೆಗೆ ಹೆಂಡತಿಗೆ ತಿಳಿಸುವ ಧೈರ್ಯ ಆತನಿಗೆ ಬರಲಿಲ್ಲ.

3

ಬರೇ ಒಂದು ತಿಂಗಳ ಸನ್ಯಾಸ ಎಂದು ಕೊಷಿನ್ ಹೇಳಿದ್ದ; ಆದರೆ, ಮೂರು ತಿಂಗಳು ಕಳೆದರೂ ಹಿಂದಿನ ಬಾಳಿಗೆ ಆತ ಮರಳಲಿಲ್ಲ. ಮಕ್ಕಳನ್ನು ನೋಡಿಕೊಳ್ಳಲೆಂದು ಮಾಪಾಳ ಚಿಕ್ಕಮ್ಮ ಬಂದಿದ್ದಳು; ಆದರೆ ದಿನ ಕಳೆದಂತೆ ಆಕೆಗೆ ತನ್ನ ಹಳ್ಳಿಯ ಗೀಳು ಹೆಚ್ಚಿತು.

"ಭಿಕ್ಕು ಲೌಕಿಕ ಬದುಕಿಗೆ ಯಾವತ್ತು ಬರೋದು ?" ಎಂದಾಕೆ ಆತನನ್ನು ಒಮ್ಮೆ ಕೇಳಿದಳು.

ಸನ್ಯಾಸಿ ಉತ್ತರಿಸಿರಲಿಲ್ಲ, ಬದಲಾಗಿ, ಸನ್ಯಾಸ ಜೀವನದ ಹಿರಿಮೆಯನ್ನು ಕೊಂಡಾಡುವ ಪವಿತ್ರ ಶ್ಲೋಕಗಳನ್ನು ಪಠಿಸಿದ್ದ. ಆ ಪವಿತ್ರ ಶ್ಲೋಕಗಳು ಚಿಕ್ಕಮ್ಮನ ಕಿವಿಯೊಳಕ್ಕೆ ಹೋಗಿರಲಿಲ್ಲ. ತನ್ನನ್ನು ಇಲ್ಲಿ ಅನ್ಯಾಯವಾಗಿ ಇರಿಸಿಕೊಂಡಿದ್ದಾರೆ ಎಂದು ಆಕೆಗೆ ಸಿಟ್ಟು ಬಂದಿತ್ತು. ಸನ್ಯಾಸಿ ಹೊರಟುಹೋದ ಮೇಲೆ ಆಕೆ ಮಾಪಾಳನ್ನು ಕರೆದು – "ಮಾಪಾ, ನಾನು ವಾಪಸು ಹೋಗಬೇಕು. ಹಳದಿ ಬಟ್ಟೆ ತೆಗೆದುಹಾಕು ಅಂತ ನಿನ್ನ ಸನ್ಯಾಸಿಗೆ ಹೇಳು. ಚಾಕರಿ ಮಾಡಿಕೊಂಡು ಇನ್ನು ನಿನ್ನ ಮನೆಯಲ್ಲಿ ನಾನು ಇರಲಾರೆ," ಎಂದು ಹೆದರಿಸಿದ್ದಳು.

ಗಂಡ ಮನೆಗೆ ಹಿಂತಿರುಗಬೇಕು ಎನ್ನುವುದು ಮಾಪಾಳ ಆಸೆಯೂ ಆಗಿತ್ತು. ಒಂದೆರಡು

ಸಲ ಅವನೊಂದಿಗೆ ವಿಷಯವನ್ನು ಪ್ರಸ್ತಾಪಿಸಿದಾಗ ಹಿತೋಪದೇಶವನ್ನಷ್ಟೇ ಕೇಳಬೇಕಾಗಿ ಬಂದಿತ್ತು. ಈ ಮಧ್ಯೆ ಸನ್ಯಾಸಿಗಳೆಲ್ಲ ಮೂರು ತಿಂಗಳ ಏಕಾಂತವಾಸ (ತ್ರೈಮಾಸ್ಯವ್ರತ) ಕೈಗೊಳ್ಳುವ ದಿನವೂ ಹತ್ತಿರ ಬಂತು. ಏನು ಮಾಡಲೂ ತೋಚದೆ ಮಾಪಾ ತನ್ನ ಗೆಳತಿಯೊಬ್ಬಳೊಡನೆ ಸಮಾಲೋಚನೆ ನಡೆಸಿದಳು. ಸ್ವಲ್ಪ ಮಾತುಕತೆಯಾದ ಮೇಲೆ ಇಬ್ಬರೂ ಗೊಳ್ಳನೆ ನಕ್ಕರು.

4

ಬೆಳಗಿನ ಸೂರ್ಯ ಜಗತ್ತಿಗೆಲ್ಲ ಚಿನ್ನದ ಬಣ್ಣ ಬಳಿದಿದ್ದ. ಹುಣಸೇ ಮರದಲ್ಲಿ ಪಾರಿವಾಳಗಳು ಕುಟುರು ಸದ್ದನ್ನು ಮಾಡುತ್ತಿದ್ದವು. ಮಾಪಾ ಈ ದಿನ ಪೇಟೆಗೆ ಹೋಗಲಿಲ್ಲ. ಮನೆಯಲ್ಲೇ ಉಳಿದು ವಿಶೇಷ ಅಡುಗೆ ಮಾಡಿದಳು. ಬಳಿಕ ಸ್ನಾನ ಮುಗಿಸಿ ಅಂಗುಷ್ಠದವರೆಗೂ ಸುವಾಸನೆಯ ಶೃಂಗಾರ ಚೂರ್ಣ ಹಚ್ಚಿದಳು. ಮುಖದ ಮೇಲೆ ಅದನ್ನು ತೆಳ್ಳಗೆ ಲೇಪಿಸಿದಳು. ತಲೆಯನ್ನು ಬಾಚಿ ತನ್ನ ಮುಖಕ್ಕೆ ಒಪ್ಪುವ ಹಾಗೆ ಕೂದಲನ್ನು ಗಂಟು ಹಾಕಿದಳು. ಹಣೆಯ ಮೇಲಿನ ಕುರುಚಲು ಕೂದಲನ್ನು 'ಪಾರಿವಾಳದ ರೆಕ್ಕೆ'ಯನ್ನಾಗಿ ಮಾಡಿದಳು. ಹುಬ್ಬುಗಳನ್ನು ಅಗಲವಾಗಿ ತಿದ್ದಿ ಅಡಿಕೆ ಜಗಿದು ತುಟಿಗಳಿಗೆ ರಂಗು ಬರಿಸಿದಳು. ಉತ್ತಮ ಬಿಳಿ ಬಟ್ಟೆಯ ಜಾಕೀಟನ್ನೂ ಕೆಂಪು ಹೂಗಳ ಹೊಸ ಲಂಗವನ್ನೂ ಧರಿಸಿದಳು. ಮಕ್ಕಳಿಗೂ ಸ್ವಚ್ಛವಾದ ಬಟ್ಟೆ ಹಾಕಿ ಮನೆಯ ಸಾಮಾನುಗಳನ್ನು ಕಟ್ಟಿ ಸಿದ್ಧ ಮಾಡಿದಳು. ಅಂಗಳದಲ್ಲಿ ಎತ್ತಿನ ಗಾಡಿ ಕಾದಿತ್ತು.

ಹತ್ತು ಗಂಟೆಗೆ ಸನ್ಯಾಸಿ ಆಗಮಿಸಿದ. ಮಠದ ಶಾಲೆಯಲ್ಲಿ ಓದುವ ಹಿರಿಮಗ ಅವನೊಡನಿದ್ದ. ಹತ್ತಿರ ಬಂದಂತೆ, ಸನ್ಯಾಸಿ ಜೀವನ ಬಿಡು ಅಂತ ಮತ್ತೆ ಕೇಳ್ತಾರೆ, ಎಂದು ಚಡಪಡಿಸಿದ. ಮನೆ ಸಮೀಪಿಸಿದಾಗ ಅಂಗಳದಲ್ಲಿ ಗಾಡಿ ನೋಡಿದ. ಮನೆಯೊಳಗೆ ಹೊಕ್ಕಾಗ ಕಟ್ಟಿಟ್ಟ ಮನೆ ಸಾಮಾನು ಕಣ್ಣಿಗೆ ಬಿತ್ತು. ಪೂಜಾಸ್ಥಳದಲ್ಲಿ ಚಿಕ್ಕಮ್ಮ ಹಾಸಿದ ಚಾಪೆಯ ಮೇಲೆ ಕುಳಿತು, ಮಾಪಾಳಿಗಾಗಿ ದೃಷ್ಟಿಯನ್ನು ಅತ್ತಿತ್ತ ಹರಿಸಿದ.

ಸ್ವಲ್ಪ ಹೊತ್ತಾದ ಮೇಲೆ ಊಟದ ತಾಟಿನೊಂದಿಗೆ ಮಾಪಾ ಕಾಣಿಸಿಕೊಂಡಳು. ಕಣ್ಣುಗಳಲ್ಲಿ ಚಲನೆಯಲ್ಲಿ ದುಃಖ ತುಂಬಿಕೊಂಡು ತಾಟನ್ನು ಮುಂದಿಟ್ಟಳು. ಸನ್ಯಾಸಿ ಅವಳತ್ತ ಸರಕ್ಕನೆ ನೋಟ ಬೀರಿದ. ಆಕೆ ಸಿಂಗರಿಸಿಕೊಂಡಿದ್ದುದು ಅವನ ಗಮನಕ್ಕೆ ಬಂತು. ಮತ್ತೊಮ್ಮೆ ಕಣ್ಣು ಹಾಯಿಸಿದ. ಅವಳ ನಡವಳಿಕೆ ವಿಚಿತ್ರವಾಗಿ ಕಂಡಿತು; ಆದರೆ ಲೌಕಿಕ ಬದುಕಿಗೆ ಹಿಂತಿರುಗಲು ಮಾಪಾ ತನ್ನೊಂದಿಗೆ ಬಿನ್ನಹ ಮಾಡಿಕೊಳ್ಳುವುದು ಖಂಡಿತ ಎಂದು ಭಾವಿಸಿದ್ದ ಸನ್ಯಾಸಿ, ಅದನ್ನು ನಿರಾಕರಿಸಲು ಎದೆ ಗಟ್ಟಿ ಮಾಡಿಕೊಳ್ಳತೊಡಗಿದ.

ಆತ ಉಂಡ ಮೇಲೆ ಮಾಪಾ ತಾಟನ್ನು ಒಳಗಿಟ್ಟು ಬಂದು ಭಕ್ತಿಯಿಂದ ದೂರದಲ್ಲೇ ಕುಳಿತಳು. ಪ್ರವಚನ ಮಾಡಲು ಸನ್ಯಾಸಿ ಬಾಯಿ ತೆರೆದಾಗ ಮಾಪಾ ಚಿಕ್ಕಮ್ಮನನ್ನು ಕೇಳಿದಳು:

"ಚಿಕ್ಕಮ್ಮ, ಗಾಡಿಯವನು ಇನ್ನು ಬಂದಿಲ್ವಾ?"

ಪ್ರವಚನ ಆರಂಭಿಸಲಾರದೆ ಸನ್ಯಾಸಿ ಅಂಗಳದಲ್ಲಿ ನಿಂತಿದ್ದ ಗಾಡಿಯನ್ನು ನೋಡಿದ. ಅವನು ಕೇಳಿದ :

"ಮಾಪಾ, ಏನು ನಡೀತಾ ಇದೆ ಇಲ್ಲಿ?"

"ಮಾಪಾ ತನ್ನ ತಲೆಯನ್ನು ಎತ್ತದೆಯೇ ಅಂದಳು: "ಭಿಕ್ಕುಗಳಿಗೆ ನಾನು ಎಲ್ಲವನ್ನೂ ಅರಿಕೆ

ಮಾಡಿಕೊಳ್ತೇನೆ. ಚಿಕ್ಕಮ್ಮನಿಗೆ ತನ್ನ ಹಳ್ಳಿಗೆ ವಾಪಸು ಹೋಗ್ಬೇಕಂತೆ. ಅವಳು ವಾಪಸಾದರೆ ಅಂಗಡಿಯನ್ನೂ, ಮಕ್ಕಳನ್ನೂ ನೋಡಿಕೊಳ್ಳುವ ಎರಡೂ ಕೆಲಸ ನನ್ನಿಂದಾಗಲಾರದು. ಆದ್ದರಿಂದ ನಾನು ಈ ಇಬ್ಬರು ಮಕ್ಕಳೂ ಚಿಕ್ಕಮ್ಮನ ಹಳ್ಳಿಗೆ ಹೋಗಲು ಅನುಮತಿ ಕೊಡಿ ಅಂತ ಭಿಕ್ಕುಗಳನ್ನು ಬೇಡಿಕೊಳ್ತಾ ಇದ್ದೇನೆ. ದೊಡ್ಡ ಮಗ ಭಿಕ್ಕುಗಳ ಉಸ್ತುವಾರಿಯಲ್ಲಿ ಇರ್ತಾನೆ."

ಅನಂತರ ಹಿರಿಮಗನ ಕಡೆ ತಿರುಗಿ ಆಕೆ – "ಮಗ, ಭಿಕ್ಕುಗಳ ಜತೆ ಇರು" – ಎಂದಳು; ಕಣ್ಣಂಚಿನಿಂದ ಕಂಬನಿಯನ್ನು ಒರೆಸಿದಳು.

ಸನ್ಯಾಸಿ ಮೌನವಾಗಿ ಯೋಚಿಸುತ್ತ ಕುಳಿತ. ಮಾಪಾ ಮಾತು ಮುಂದುವರಿಸಿದಳು:

"ಜೀವನವಿಡೀ ಸನ್ಯಾಸಿಯಾಗಿಯೇ ಇರಬೇಕೆಂಬುದು ಭಿಕ್ಕುಗಳ ಬಯಕೆಯಾದರೆ ಅವರು ಹಾಗೆಯೇ ಮಾಡಬಹುದು. ಆತನ ಬಡ ಲೌಕಿಕ ಹೆಂಡತಿ ಹೇಗಾದರೂ ಬದುಕುತ್ತಾಳೆ. ಸನ್ಯಾಸಿಗಳ ಪ್ರಪಂಚಕ್ಕೂ ಅವಳ ಪ್ರಪಂಚಕ್ಕೂ ದೊಡ್ಡ ಅಂತರವಿದೆ. ಇನ್ನು ಮೇಲೆ, ಅವರ ನಡುವೆ ಸನ್ಯಾಸಿ – ಲೌಕಿಕ ಭಕ್ತೆಯರ ಸಂಬಂಧ ಮಾತ್ರ ಸಾಧ್ಯ. ಆಕೆಗಿನ್ನೂ ಇಬ್ಬರು ಮಕ್ಕಳಿರುವುದರಿಂದ, ಅವಲಂಬನೆಗೆ ಮತ್ತೆಲ್ಲಾದರೂ ಯಾರಾದರೂ ಅವಳಿಗೆ ಸಿಕ್ಕಿದರೆ ಆತನನ್ನು ಸ್ವೀಕರಿಸಲು ಇಚ್ಛಿಸುತ್ತಾಳೆ. ಮುಂದೆ ಬಿಕ್ಕಟ್ಟು ಉಂಟಾಗದಿರಲಿ ಅಂತ ಇದನ್ನೆಲ್ಲಾ ಈಗಲೇ ಅರಿಕೆ ಮಾಡಿಕೊಳ್ತಿರೋದು."

ಸನ್ಯಾಸಿ ಅಪ್ರತಿಭನಾಗಿ 'ಆ' ಎಂದು ಧ್ವನಿ ತೆಗೆದ. ಮಾಪಾ ದೃಷ್ಟಿಯನ್ನು ತುಸು ಮೇಲೆ ಎತ್ತಿದಳು. ಸನ್ಯಾಸಿಯ ಕೈಗಳು ಹಳದಿ ಉಡುಪಿನ ಮೇಲೆ ಪರದಾಡಿದುವು. ಆತ ಮಾಪಾಳನ್ನು ನೋಡಿದ.

ಮಾಪಾ ಮತ್ತೂ ಅಂದಳು :

"ಇಬ್ಬರಿಗೂ ಒಳ್ಳೆಯದಾಗಲಿ ಅಂತ ಇದನ್ನ ಹೇಳ್ತಿರೋದು. ಭಿಕ್ಕುಗಳು ಯಾವ ಅಡತಡೆಯೂ ಇಲ್ಲದೆ ಧರ್ಮಶಾಸ್ತ್ರವನ್ನು ಅನುಸರಿಸ್ಬಹುದು; ಹಾಗೆಯೇ ಆತನ ಬಡ ಭಕ್ತೆ ಬೇರೆ ಯಾರಾದರೂ ಸಿಕ್ಕಿದರೆ –"

ಸನ್ಯಾಸಿ ಅಂದ : "ನಿನ್ನ ಚಿಕ್ಕಮ್ಮನ ಹಳ್ಳೀಲಿ ಹೆಂಡಕುಡುಕರು ಬಹಳ ಜನ ಇದ್ದಾರೆ. ನಾನು ಲೌಕಿಕ ಬದುಕಿಗೆ ಹಿಂತಿರುಗ್ತೇನೆ."

ಮಾಪಾ ಮತ್ತೆ ಕೊಷಿನ್‌ನ ಪತ್ನಿಯಾದಳು. ○

ಅನು : ತೇಜಸ್ವಿನೀ ನಿರಂಜನ

ವಿಶ್ವಕಥಾಕೋಶ

ಸಂಪುಟ - ೫

ಸುಭಾಷಿಣಿ

ಲೇಖಕರ ಪರಿಚಯ

ಸುಭಾ

ರವೀಂದ್ರನಾಥ ಠಾಕೂರ್ (1861–1941)

ದೇಶಪ್ರೇಮಿ, ಕವಿ, ಕಥೆಗಾರ, ಕಾದಂಬರಿಕಾರ, ನಾಟಕಕಾರ, ಸಮಾಜ ಸುಧಾರಕ, ತತ್ವಜ್ಞಾನಿ. ನೊಬೆಲ್ ಪ್ರಶಸ್ತಿ ಪಡೆದ ಪ್ರಥಮ ಏಷ್ಯನ್ ಬರಹಗಾರ (1913). 'ಗೀತಾಂಜಲಿ' ಸುಪ್ರಸಿದ್ಧ ಕೃತಿ. 'ಗೋರಾ', 'ಡಾಕ್‌ಘರ್', 'ಮುಕ್ತಧಾರ', 'ಚೈತ್ರ' ಹಾಗೂ ಇಂಗ್ಲಿಷ್‌ನಲ್ಲಿ 'ದಿ ಗಾರ್ಡ್‌ನರ್', 'ಫ್ರೂಟ್ ಗ್ಯಾದರಿಂಗ್' ಮತ್ತು 'ಲವರ್ಸ್ ಗಿಫ್ಟ್' – ಇತರ ಕೆಲವು ಕೃತಿಗಳು. ಪ್ರಥಮ ವಿಶ್ವಸಮರದ ನಂತರ ಮಾನವತೆಯ ಉತ್ಕರ್ಷಕ್ಕಾಗಿ ಶಾಂತಿನಿಕೇತನದಲ್ಲಿ 'ವಿಶ್ವಭಾರತಿ' ವಿದ್ಯಾಲಯ ಸ್ಥಾಪನೆ. ಫ್ಯಾಸಿಸಂ ವಿರೋಧಿ; ಗಾಂಧೀಜಿಯ ಮಿತ್ರ. ಸೋವಿಯೆತ್ ಒಕ್ಕೂಟದ ಬಗ್ಗೆ ವಿಶೇಷ ಆಸಕ್ತಿ. ಇಂಗ್ಲಿಷ್, ರಷ್ಯನ್‌ಗಳನ್ನು ಒಳಗೊಂಡು ಹಲವು ವಿದೇಶೀ ಭಾಷೆಗಳಿಗೆ ಅವರ ಕೃತಿಗಳ ಅನುವಾದ. ಅವರು ಬರೆದ ಕವಿತೆಯೇ ಭಾರತದ ರಾಷ್ಟ್ರಗೀತೆ. ❍

ಅನುವಾದಕ

ಡಾ॥ ಜಿ. ರಾಮಕೃಷ್ಣ

1939ರಲ್ಲಿ ತುಮಕೂರು ಜಿಲ್ಲೆಯ ಹಾಲೇನ ಹಳ್ಳಿಯಲ್ಲಿ ಜನನ. ಎಂ.ಎ. ಮತ್ತು ಪಿಎಚ್.ಡಿ. ಪದವಿ. ಸಂಸ್ಕೃತದಲ್ಲಿ ಬಿ.ಎ. ಆನರ್ಸ್. ಪೂನಾ ಮತ್ತು ವೇಲ್ಸ್ ವಿಶ್ವವಿದ್ಯಾನಿಲಯಗಳಿಂದ ಇಂಗ್ಲಿಷ್‌ನಲ್ಲಿ ಎರಡು ಎಂ.ಎ. ಪದವಿಗಳು. ಉಸ್ಮಾನಿಯಾ ವಿಶ್ವವಿದ್ಯಾನಿಲಯದಲ್ಲಿ, ಕೈವಲ್ಯಧಾಮ ವಿದ್ಯಾಲಯಗಳಲ್ಲಿ ಸಂಶೋಧನ ಸಹಾಯಕರಾಗಿ, ಹಂಪಿ ವಿಶ್ವವಿದ್ಯಾನಿಲಯದಲ್ಲಿ ಸಂದರ್ಶನ ಪ್ರಾಧ್ಯಾಪಕರಾಗಿ, ಬೆಂಗಳೂರಿನ ನ್ಯಾಷನಲ್ ಕಾಲೇಜಿನಲ್ಲಿ ಇಂಗ್ಲಿಷ್ ಪ್ರಾಧ್ಯಾಪಕರಾಗಿ ನಿವೃತ್ತರು. ವಿವಿಧೆಡೆ ಸಂಘಸಂಸ್ಥೆಗಳಲ್ಲಿ, ಕಾಲೇಜು ಅಧ್ಯಾಪಕರ ಸಂಘಗಳಲ್ಲಿ ಪದಾಧಿಕಾರಿಯಾಗಿದ್ದು, ಭಾರತ–ಸೋವಿಯೆತ್ ಸಾಂಸ್ಕೃತಿಕ ಸಂಘದ ಕಾರ್ಯದರ್ಶಿಯಾಗಿದ್ದರು. ಸೋವಿಯೆತ್ ರಷ್ಯಾ, ಬ್ರಿಟನ್, ಕ್ಯೂಬಾ, ಐರ್ಲೆಂಡ್‌ಗಳಿಗೆ ಪ್ರವಾಸ. ಅಮೆರಿಕಾ, ಮಾಸ್ಕೊಗಳ ಅಂತರರಾಷ್ಟ್ರೀಯ ಸಮ್ಮೇಳನಗಳಲ್ಲಿ ಪಾಲ್ಗೊಂಡಿದ್ದಾರೆ. 'ವೈಚಾರಿಕ ಜಾಗೃತಿ', 'ಮುನ್ನೋಟ', 'ಆಯತನ',

'ಭಾರತೀಯ ವಿಜ್ಞಾನದ ಹಾದಿ', 'ದೇವಿಪ್ರಸಾದ್ ಮತ್ತು ಲೋಕಾಯತ ದರ್ಶನ' ಇವರ ಪ್ರಸಿದ್ಧ ಕೃತಿಗಳು. ಮೂರು ಪುಸ್ತಕಗಳಿಗೆ ಕರ್ನಾಟಕ ಸಾಹಿತ್ಯ ಅಕಾಡೆಮಿ ಬಹುಮಾನ. ಇಷ್ಟಲ್ಲದೆ ಅನುವಾದ, ಸಂಪಾದಿತ ಕೃತಿ, ಇಂಗ್ಲಿಷ್ ಬರಹ, ಇತರ ಲೇಖನಗಳು, ಸಾಕಷ್ಟು ಇವೆ. ನವಕರ್ನಾಟಕವು ಹೊರ ತಂದ ಸುವರ್ಣ ಸ್ವಾತಂತ್ರ್ಯ ಮಾಲಿಕೆಯ ಸಂಪಾದಕರಾಗಿದ್ದರು. ಇದೀಗ ನವಕರ್ನಾಟಕದ 'ಹೊಸತು' ಮಾಸ ಪತ್ರಿಕೆಯ ಸಂಪಾದಕರು. ○

ಗಫೂರನ ಎತ್ತು

ಶರಚ್ಚಂದ್ರ ಚಟರ್ಜಿ (1861–1941)

ಬಂಗಾಳಿ ಸಾಹಿತ್ಯದ ಅತಿ ಜನಪ್ರಿಯ ಬರಹಗಾರ, ವಿಶ್ವವಿದ್ಯಾನಿಲಯ ಶಿಕ್ಷಣ ಅಪೂರ್ಣ. ಸಾಹಿತ್ಯ ಜೀವನ ಆರಂಭಿಸುವುದಕ್ಕೆ ಮುನ್ನ ಅಲೆಮಾರಿತನ. ಬರ್ಮದಲ್ಲಿ ಹಲವು ವರ್ಷಗಳು. ಅಲ್ಲೇ ಬರವಣಿಗೆ ಆರಂಭ. ಶೋಷಿತರು, ಅದರಲ್ಲೂ ಮುಖ್ಯವಾಗಿ ಮಹಿಳೆಯರ ಬಗ್ಗೆ ಕಳಕಳಿ. ಭಾವತೀವ್ರತೆಯ ನಡುವೆ ವೈಚಾರಿಕ ಹೊಳಹುಗಳಿಗೆ ಖ್ಯಾತ. ಮುಖ್ಯ ಕೃತಿಗಳು – ನಾಲ್ಕು ಸಂಪುಟಗಳ 'ಶ್ರೀಕಾಂತ', 'ಗೃಹದಾಹ', 'ದತ್ತ', 'ಶೇಷಪ್ರಶ್ನೆ', 'ದೇವದಾಸ್', 'ನಲ್ಲಿ ನಮಾಜ್', 'ನಿಷ್ಕೃತಿ'. ○

ಅನುವಾದಕರು

ಶ್ರೀಕಾಂತ (ಯು. ಎನ್. ಶ್ರೀನಿವಾಸ ಭಟ್) (1927–1985)

ಉಡುಪಿ ಕ್ರಿಶ್ಚಿಯನ್ ಹೈಸ್ಕೂಲ್‌ನಲ್ಲಿ ಶಿಕ್ಷಣ. 1947ರಿಂದ 1976ರವರೆಗೆ 'ಅರುಣ', 1979ರಿಂದ 'ಕೆಂಬಾವುಟ' ಸಾಪ್ತಾಹಿಕಗಳ ಸಂಪಾದಕ. ಪ್ರಕಟಿತ ಕೃತಿಗಳು : 'ಮುಡಿಪು' ಕವನ ಸಂಕಲನ (1944), 'ಎಂಕ್ಲೆಗ್‌ಲಾ ಬದ್ಕೊಡು' ಎಂಬ ತುಳು ನಾಟಕ (1956). ○

ಹೆಣದ ಬಟ್ಟೆ

ಪ್ರೇಮಚಂದ್ (1880–1936)

ವಾರಣಾಸಿ ಬಳಿ ಜನನ. ಹಿಂದಿ ಮತ್ತು ಉರ್ದು ಕಾದಂಬರಿಕಾರ. 1921ರ ವರೆಗೆ ಶಾಲಾ ಶಿಕ್ಷಕ ಹಾಗೂ ಸ್ಕೂಲ್ ಇನ್ಸ್‌ಪೆಕ್ಟರ್ ಆಗಿ ಕೆಲಸ. ಗಾಂಧೀ ನೇತೃತ್ವದ ಅಸಹಕಾರ ಚಳವಳಿ ಸಮಯದಲ್ಲಿ ಶಿಕ್ಷಣ ಇಲಾಖೆಗೆ ರಾಜೀನಾಮೆ ನೀಡಿ ಬರವಣಿಗೆ ಆರಂಭ. ಹಿಂದಿಯಲ್ಲಿ ಗದ್ಯಕಥೆಯನ್ನು ಬಳಕೆಗೆ ತಂದ ಪ್ರಮುಖರಲ್ಲಿ ಮೊದಲಿಗ. 'ಗೋದಾನ್' 'ಮಾನಸರೋವರ್', 'ಕಜಂ', 'ಸೇವಾಸದನ್', 'ರಂಗಭೂಮಿ' 'ಕರ್ಮಭೂಮಿ' ಕೆಲವು ಪ್ರಸಿದ್ಧ ಕೃತಿಗಳು. ಸಮಾಜವಾದ, ಸಾಹಿತ್ಯದಲ್ಲಿ ವಾಸ್ತವವಾದ ಇವುಗಳ ಬಗೆಗೆ ಶ್ರದ್ಧೆ. 1936ರಲ್ಲಿ ಜರುಗಿದ ಪ್ರಥಮ ಭಾರತೀಯ ಪ್ರಗತಿಶೀಲ ಲೇಖಕರ ಸಮ್ಮೇಳನದ ಅಧ್ಯಕ್ಷ. ○

ಅನುವಾದಕರು

ಶಾ. ಬಾಲುರಾವ್ (1929–2001)

ಮೈಸೂರಿನಲ್ಲಿ ಜನನ. ಶ್ರೀರಂಗಪಟ್ಟಣದಲ್ಲಿ ಶಿಕ್ಷಣ. 'ಲೇಖಕ' ಪತ್ರಿಕೆಯ ಸಂಪಾದಕರಾಗಿ, ಹುಬ್ಬಳ್ಳಿಯ 'ಪ್ರಪಂಚ' ಸಾಪ್ತಾಹಿಕದ ಸಹ-ಸಂಪಾದಕರಾಗಿ ದುಡಿದ ಇವರು ಕೇಂದ್ರ ಸಾಹಿತ್ಯ ಅಕಾಡೆಮಿಯಲ್ಲಿ ಸೇವೆ ಸಲ್ಲಿಸಿದ್ದಾರೆ. 'ಸೂರ್ಯ ಇವನೊಬ್ಬನೆ' (ಕವಿತೆಗಳು) 'ಬೆಕ್ಕುಬಾವಿ' (ನಾಟಕ) 'ಷೇಕ್ಸ್‌ಪಿಯರಿಗೆ ನಮಸ್ಕಾರ' (ಸಂಪಾದಿತ ಗ್ರಂಥ) ಮೊದಲಾದ ಐದು ಪುಸ್ತಕಗಳು. ಎರಡು ಇಂಗ್ಲಿಷ್ ಕೃತಿಗಳ ಸಂಪಾದನೆ. ಅಲ್ಲದೆ 'ಪ್ರೇಮ ಚಂದರ ಕಥೆಗಳು' 'ತಾಮ್ರಪತ್ರ' ಮೊದಲಾದ ನಾಲ್ಕು ಅನ್ಯಭಾಷೀಯ ಸಾಹಿತ್ಯದ ಕನ್ನಡ ಅನುವಾದಗಳು. ಇದಲ್ಲದೆ ಇವರು ಇಂಗ್ಲಿಷಿನಲ್ಲೂ ಕಥೆ, ಕವಿತೆಗಳನ್ನು ಬರೆದಿದ್ದಾರೆ. ○

ಬೂದಿ ಮುಚ್ಚಿದ ಕಿಡಿ

ಯಶಪಾಲ್ (1903–1976)

ಜನನ ಫಿರೋಜ್‌ಪುರದಲ್ಲಿ. ಹಿಂದಿಯ ಖ್ಯಾತ ಬರಹಗಾರ. ಸ್ವಾತಂತ್ರ್ಯ ಸಂಗ್ರಾಮ ಸಮಯದಲ್ಲಿ ಭಯೋತ್ಪಾದಕ ಚಟುವಟಿಕೆಗಳಿಂದಾಗಿ ಹಲವು ಬಾರಿ ಸೆರೆವಾಸ. ಮುಖ್ಯವಾಗಿ ಮಧ್ಯಮವರ್ಗದ ನಗರ ಪ್ರಜೆಗಳ ಬಗ್ಗೆ ಕೃತಿಗಳು. ಸಾಮಾಜಿಕ ಅಸಮತೆ, ಮೂಢನಂಬಿಕೆ ಹಾಗೂ ಪೂರ್ವ ಗ್ರಹಗಳ ವಿರುದ್ಧ ಬರವಣಿಗೆ. ರಾಷ್ಟ್ರವಿಭಜನೆಯನ್ನು ಕುರಿತ ಎರಡು ಭಾಗಗಳ ಕಾದಂಬರಿ 'ಜೂಟಾ ಸಚ್' (1958–60). 'ಬಾರಾ ಘಂಟೆ', 'ಜ್ಞಾನದಾನ್' 'ಬಕ್ಕರ್ ಔರ್ ಆದಿ', 'ದೇಶದ್ರೋಹಿ', 'ಮನುಷ್ಯ ಕೆ ರೂಪ್' ಇತರ ಕೆಲವು ಕೃತಿಗಳು. ○

ಅನುವಾದಕರು

ಆರ್. ವಸುಂಧರಾ

ಜನನ 1952. ಉಸ್ಮಾನಿಯಾ ವಿಶ್ವವಿದ್ಯಾನಿಲಯದಲ್ಲಿ ಸ್ನಾತಕೋತ್ತರ ಪದವಿ. ಕತೆಗಾರ್ತಿ, ಕವಯಿತ್ರಿ, ರಂಗಭೂಮಿ ಹಾಗೂ ಆಕಾಶವಾಣಿ ನಾಟಕಗಳಲ್ಲಿ ಪಾತ್ರ. ಆಕಾಶವಾಣಿಯಲ್ಲಿ ವೃತ್ತಿ. ○

ದೇವರೆಲ್ಲಿ ?

ಡಾ॥ ರಷೀದಾ ಜಹಾನ್ (1912–1952)

ಲೇಖಕಿ, ವೈದ್ಯೆ, ಗಂಡ ಮಹ್ಮದ್ ಜಫರ್ ಅವರಂತೆ ರಾಜಕೀಯದಲ್ಲಿ ಉಗ್ರಗಾಮಿ. ಸೆರೆಮನೆವಾಸ. ಕ್ಯಾನ್ಸರ್ ವ್ಯಾಧಿ ಉಲ್ಬಣಿಸಿದಾಗ ಚಿಕಿತ್ಸೆಗಾಗಿ ಸೋವಿಯತ್ ಒಕ್ಕೂಟಕ್ಕೆ ಪ್ರಯಾಣ. ಅಲ್ಲೇ ಮರಣ. ○

ಅನುವಾದಕರು

ವೆಂಕಟರಾಜ ಪಾನಸೆ (1931–1981)

ಬೆಳಗಾವಿ ಜಿಲ್ಲೆಯ ಖಾನಾಪುರ ತಾಲ್ಲೂಕು ಗಂದಿಗವಾಡ ಗ್ರಾಮದಲ್ಲಿ ಜನನ. ಮೆಟ್ರಿಕ್ಯುಲೇಷನ್‌ವರೆಗೆ ಶಿಕ್ಷಣ. ಅನಂತರ ಮಣ್ಣಿನ ಅಣೆಕಟ್ಟೆ ಯೊಂದರಲ್ಲಿ ದಿನಗೂಲಿಯ ಕೆಲಸ. ಆಗಿನಿಂದಲೇ ಸಣ್ಣ ಕಥೆ, ಲೇಖನ ಬರೆಯುವ ಹವ್ಯಾಸ. ಮುಂದೆ ಬಳ್ಳಾರಿಯ 'ರೈತ' ವಾರಪತ್ರಿಕೆಯಲ್ಲಿ ಉಪಸಂಪಾದಕ, ಬೆಂಗಳೂರಿನ 'ಚಿತ್ರಗುಪ್ತ' ಪತ್ರಿಕೆಯಲ್ಲಿ ಸಹಸಂಪಾದಕ, ಕಮ್ಯೂನಿಸ್ಟ್ ಪಕ್ಷದ 'ಜನಶಕ್ತಿ'ಯಲ್ಲಿ ಸಂಪಾದಕ. ಆಫ್ರಿಕ, ಆಸ್ಟ್ರೇಲಿಯ, ಹಂಗೇರಿ, ಪೋಲೆಂಡ್, ರಷ್ಯ, ಚೀನ ಮೊದಲಾದ ನಾನಾ ದೇಶಗಳ ಕತೆಗಳ ಅನುವಾದ. ಮುಖ್ಯ ಕೃತಿಗಳು: 'ಮನ್ಮಥನ ಹೆಂಡತಿ' ಮತ್ತು 'ಇದು ಬರೆಯುವಂಥದಲ್ಲ' ಎಂಬ ಎರಡು ಕಥಾ ಸಂಗ್ರಹಗಳು. 'ಮೋಡಗಳಲ್ಲಿ ಮೊದಲ ಹೆಜ್ಜೆ' (ಅನುವಾದಿತ ಕಥೆಗಳು). ನಿಧನ ಸಮಯದಲ್ಲಿ ಮದರಾಸಿನಲ್ಲಿನ ಸೋವಿಯೆತ್ ಒಕ್ಕೂಟದ ಸಮಾಚಾರ ಇಲಾಖೆಯಲ್ಲಿ ಕನ್ನಡ (ಪತ್ರಿಕಾ) ವಿಭಾಗದ ಸಂಪಾದಕ. ❍

ಬಾವುಟವನ್ನು ಕೈಗಿತ್ತರು

ಕೃಷನ್ ಚಂದರ್ (1914–1981)

ಲಾಹೋರಿನಲ್ಲಿ ಜನನ. ಉರ್ದು ಗದ್ಯ ಬರಹಗಾರ. ಸ್ವಲ್ಪ ಕಾಲ ಭಾರತೀಯ ಪ್ರಗತಿಶೀಲ ಬರಹಗಾರರ ಸಂಘದ ಕಾರ್ಯದರ್ಶಿ. ಆರಂಭದಲ್ಲಿ ಗ್ರಾಮೀಣ ಜೀವನದ ಬಗ್ಗೆ ಆದರ್ಶವಾದಿ ನೋಟ. ಆದರೆ ಅನಂತರ ವಿಮರ್ಶಾತ್ಮಕ ದೃಷ್ಟಿಕೋನ. 1939ರಲ್ಲಿ "ಶಿಖಸ್ತ್" ಭಾಗಶಃ ಆತ್ಮಚರಿತ್ರೆ ಕಾದಂಬರಿ. ರೈತ ಜೀವನ ಹಾಗೂ ಪ್ರಗತಿಶೀಲ ಬುದ್ಧಿಜೀವಿಗಳ ಪ್ರಭಾವದ ನಿರೂಪಣೆ. ರಷ್ಯನ್ ಭಾಷೆಗೆ ಇವರ ಕೃತಿಗಳ ಭಾಷಾಂತರ. ❍

ಅನುವಾದಕರು

ಬಿ. ಈಶ್ವರ ಭಟ್ (1929–2003)

ಜನನ ಮಂಜೇಶ್ವರ ಸಮೀಪದ ಬೋಳಂತಕೋಡಿ ಮನೆಯಲ್ಲಿ. ಕಾನೂನು ಪದವಿ ಪಡೆದು ಪುತ್ತೂರಿನಲ್ಲಿ ನೆಲೆಸಿ ಖ್ಯಾತ, ಆದರ್ಶ ವಕೀಲರೆನಿಸಿದರು. ಕನ್ನಡದ ಬಗ್ಗೆ ವಿಶೇಷ ಒಲವು. ಪುತ್ತೂರಿನ ಕರ್ನಾಟಕ ಸಂಘದ ಅಧ್ಯಕ್ಷರಾಗಿ ದೀರ್ಘಕಾಲ ಸೇವೆ. ಈ ಅವಧಿಯಲ್ಲಿ 'ನಿರಂಜನ ಅಭಿನಂದನ' ಸೇರಿದಂತೆ ಹಲವಾರು ಪುಸ್ತಕಗಳ ಪ್ರಕಟಣೆ. ಅವರದೇ ಸ್ವಂತ ಪ್ರಕಾಶನ 'ಕನ್ನಡ ಪ್ರಪಂಚ ಪ್ರಕಾಶನ' ಮೂಲಕ ನೂರಕ್ಕೂ ಹೆಚ್ಚು ಬಾಲಸಾಹಿತ್ಯ 'ಮಕ್ಕಳ ಮಂಟಪ' ಶೀರ್ಷಿಕೆಯಡಿ ಹೊರತಂದಿದ್ದಾರೆ. 'ಶಿವರಾಮ ಕಾರಂತ ಅಧ್ಯಯನ ಕೇಂದ್ರ'ವನ್ನು ಪುತ್ತೂರಿನಲ್ಲಿ ಸ್ಥಾಪಿಸಿದ್ದಾರೆ. 'ಸಮನ್ವಯ' ಎಂಬ ವಾರ್ತಾಪತ್ರ ಸ್ವಲ್ಪಕಾಲ ಪ್ರಕಟನೆ. ❍

ಸಾಹೇಬ ಭೋಜನಕ್ಕೆ ಬಂದಾಗ

ಭೀಷಮ್ ಸಾಹನಿ (1915–2003)

ರಾವಲ್ಪಿಂಡಿಯಲ್ಲಿ ಜನನ. ರಾಷ್ಟ್ರ ವಿಭಜನೆಯವರೆಗೂ ರಾವಲ್ಪಿಂಡಿಯಲ್ಲಿ ತಂದೆಯ ಆಮದು ಸಹಾಯ ಸಂಸ್ಥೆಯಲ್ಲಿ ವೃತ್ತಿ ಹಾಗೂ ಸ್ಥಳೀಯ ಕಾಲೇಜೊಂದರಲ್ಲಿ ಗೌರವ ಇಂಗ್ಲಿಷ್ ಅಧ್ಯಾಪಕ. ಕಾಂಗ್ರೆಸ್ ಚಟುವಟಿಕೆಯಲ್ಲಿ ಪಾತ್ರ. ರಂಗ ಕಲಾವಿದ. ರಾಷ್ಟ್ರ ವಿಭಜನೆಯ ಅನಂತರ ದೆಹಲಿಗೆ ವಲಸೆ. 1965–67 ಮಾಸ್ಕೋದಲ್ಲಿ ವಿದೇಶ ಭಾಷಾ ಪ್ರಕಾಶನ ಸಂಸ್ಥೆಯಲ್ಲಿ ಭಾಷಾಂತರಕಾರ. 1975ರಲ್ಲಿ ಪ್ರಗತಿಶೀಲ ಬರಹಗಾರರ ರಾಷ್ಟ್ರೀಯ ಒಕ್ಕೂಟದ ಪ್ರಧಾನ ಕಾರ್ಯದರ್ಶಿ. ದಿಲ್ಲಿಯ ಕಾಲೇಜೊಂದರಲ್ಲಿ ಪ್ರಾಧ್ಯಾಪಕ. ನಾಲ್ಕು ಕಾದಂಬರಿಗಳು, ಆರು ಕಥಾಸಂಗ್ರಹಗಳು ಎರಡು ನಾಟಕಗಳು ಹಾಗೂ ಸಹೋದರ ಬಲರಾಜ ಸಾಹನಿಯ ಜೀವನ ಚರಿತ್ರೆ. ಇಂಗ್ಲಿಷ್ ಮತ್ತು ರಷ್ಯನ್‌ನಿಂದ ಹಿಂದಿಗೆ, ಹಿಂದಿಯಿಂದ ಇಂಗ್ಲಿಷ್‌ಗೆ ಅನುವಾದಗಳು. 1975ರಲ್ಲಿ ಶಿರೋಮಣಿ ಪ್ರಶಸ್ತಿ, 'ತಮಸ್' ಕಾದಂಬರಿಗೆ ಸಾಹಿತ್ಯ ಅಕಾಡೆಮಿ ಪ್ರಶಸ್ತಿ. 1980ರಲ್ಲಿ 'ಲೋಟಸ್' ಪ್ರಶಸ್ತಿ. 1998ರಲ್ಲಿ 'ಪದ್ಮಭೂಷಣ' ಮತ್ತು 'ಸಾಹಿತ್ಯ ಅಕಾಡೆಮಿ ಫೆಲೋಶಿಪ್' ಗೌರವ ಇವರಿಗೆ ಸಂದಿದೆ. ❍

ಅನುವಾದಕರು

ಕ. ವೆಂ. ರಾಜಗೋಪಾಲ

ಕಟ್ಟೇಪುರ ಎಂಬ ಗ್ರಾಮದಲ್ಲಿ 1924ರಲ್ಲಿ ಜನನ. ಕನ್ನಡ ಸಾಹಿತ್ಯದ ಪ್ರಾಧ್ಯಾಪಕರಾಗಿ ಮತ್ತು ಎಂಇಎಸ್ ಸಂಜೆ ಕಾಲೇಜಿನ ಪ್ರಾಂಶುಪಾಲರಾಗಿ, ಬೆಂಗಳೂರು ವಿಶ್ವವಿದ್ಯಾನಿಲಯದ ಸಂಗೀತ ನಾಟಕ ವಿಭಾಗದ ನಿರ್ದೇಶಕರಾಗಿ ನಿವೃತ್ತರು. ಕಥೆ, ಕವನ, ವಿಮರ್ಶೆ, ನಾಟಕ ರಚನೆಯಲ್ಲಿ ಯಶಸ್ಸು 'ನದಿಯ ಮೇಲಿನ ಗಾಳಿ' ಖ್ಯಾತ ಕವನ ಸಂಕಲನ. 'ಎಣಿಸದ ಹಣ', 'ರಾಗಜಯಂತಿ', 'ಅನಾಥ ಮೇಷ್ಟರ ಸ್ವಗತ' ಕಥಾಸಂಕಲನಗಳು. 'ಇಪ್ಪತ್ತೈದು ಏಕಾಂಕಗಳು' ಸಂಪಾದಿತ ಕೃತಿ. 'ಕಲ್ಯಾಣದ ಕೊನೆಯ ದಿನಗಳು' ಬಹಳ ಜನಪ್ರಿಯ ನಾಟಕ. ಕರ್ನಾಟಕ ಸಾಹಿತ್ಯ ಅಕಾಡೆಮಿ ಪ್ರಶಸ್ತಿ ಸೇರಿ ಹಲವು ಮನ್ನಣೆಗಳಿಗೆ ಪಾತ್ರ. ❍

ಹುಕ್ಕ

ಲಕ್ಷ್ಮೀನಾಥ ಬೇಜಬರುವ (1878–1938)

ಆಧುನಿಕ ಅಸ್ಸಾಮೀ ಸಾಹಿತ್ಯದ ಪ್ರಧಾನ ಶಿಲ್ಪಿಗಳಲ್ಲೊಬ್ಬರೆಂದು ಪರಿಗಣಿತ. ಕಥೆ, ಕಾದಂಬರಿ, ಕವಿತೆ, ಪ್ರಬಂಧ, ಆತ್ಮಕಥೆ ಹೀಗೆ ವಿವಿಧ ಪ್ರಕಾರಗಳಲ್ಲಿ ಬರವಣಿಗೆ. ನಾಡಗೀತೆ 'ಓ ಮೋರ್ ಅಪನಾರ್ ದೇಶ್' ಕರ್ತೃ. 'ಸಾಹಿತ್ಯ ರಥಿ' ಸಾರ್ವಜನಿಕ ಪ್ರಶಸ್ತಿ. 1978ರಲ್ಲಿ ದೇಶಾದ್ಯಂತ ಜನ್ಮ ಶತಾಬ್ದಿ ಆಚರಣೆ. ❍

ಅನುವಾದಕರು

ಶಾ. ಬಾಲುರಾವ್

(ನೋಡಿ : ಪುಟ 243, ಲೇ : ಹೆಣದ ಬಟ್ಟೆ) ❍

ಇರುವೆಗಳು

ಗೋಪಿನಾಥ ಮೊಹಂತಿ (1914–1991)

ಒರಿಸ್ಸಾದ ಕಟಕ್ ಜಿಲ್ಲೆಯ ನಾಗ್ಬಲಿಯಲ್ಲಿ ಜನನ. ಪಾಟ್ನಾ ವಿಶ್ವವಿದ್ಯಾನಿಲಯದ ಎಂ.ಎ. ಪದವೀಧರ. ಒರಿಸ್ಸಾ ಸರಕಾರದಲ್ಲಿ ಉನ್ನತ ಮಟ್ಟದ ಅಧಿಕಾರಿಯಾಗಿದ್ದು ನಿವೃತ್ತಿ. ಸಣ್ಣ ಕಥೆಗಾರ, ಕಾದಂಬರಿಕಾರ, ಪ್ರಬಂಧಕಾರ, ನಾಟಕಕಾರ, ಮುಖ್ಯ ಕೃತಿಗಳು : 'ಅಮೃತರ ಸಂತಾನ', 'ಮತಿ ಮತಲ', 'ದೀಗ ದಿಹೂದಿ' ಕಾದಂಬರಿಗಳು, 'ಉದಂತ ಖಾಯಿ' ಸಣ್ಣ ಕಥೆಗಳ ಸಂಗ್ರಹ, 'ಮಹಾಪುರುಷ' ನಾಟಕ, 'ಕಲಾ ಶಕ್ತಿ' ಪ್ರಬಂಧ ಸಂಗ್ರಹ. ಸೋವಿಯೆತ್ ದೇಶ ನೆಹರು ಪ್ರಶಸ್ತಿ ಮತ್ತು ಜ್ಞಾನಪೀಠ ಪ್ರಶಸ್ತಿ ವಿಜೇತರು. 1974ರ ಕೇಂದ್ರ ಸಾಹಿತ್ಯ ಅಕಾಡೆಮಿ ಪುರಸ್ಕಾರ ಹಾಗೂ 1981ರಲ್ಲಿ ಕೇಂದ್ರ ಸರಕಾರದಿಂದ 'ಪದ್ಮಭೂಷಣ' ಪ್ರಶಸ್ತಿ ಇವರಿಗೆ ಲಭಿಸಿವೆ. ಬುಡಕಟ್ಟಿನ ಜನಾಂಗಗಳ ಬಗ್ಗೆ ವಿಶೇಷ ಆಸಕ್ತಿಯುಳ್ಳ ಇವರು 'ಕೊಂಥ ಪಾರಜರ ಸ್ತೋತ್ರ ಓ ಸಂಗೀತ' ಎಂಬ ಬುಡಕಟ್ಟಿನ ಜನರ ಹಾಡುಗಳ ಸಂಗ್ರಹ ಒಂದನ್ನೂ ಸಂಪಾದಿಸಿದ್ದಾರೆ. ಒಟ್ಟು 45ಕ್ಕಿಂತಲೂ ಹೆಚ್ಚು ಕೃತಿಗಳು. ❍

ಅನುವಾದಕರು

ಜಿ. ಕೆ. ಗೋವಿಂದರಾವ್

ಬೆಂಗಳೂರಿನ ಸೇಂಟ್ ಜೋಸೆಫ್ಸ್ ಕಾಮರ್ಸ್ ಕಾಲೇಜಿನ ನಿವೃತ್ತ ಪ್ರಾಧ್ಯಾಪಕರು. 'ಚೆ ಗವೆರಾ' ಹಾಗೂ ಇನ್ನಿತರ ಹಲವು ನಾಟಕಗಳ ಅನುವಾದ. 'ಈಶ್ವರ ಅಲ್ಲಾ' ಸ್ವತಂತ್ರ ಕಾದಂಬರಿ ನವಕರ್ನಾಟಕದಿಂದ ಪ್ರಕಟಿತ. 'ಶೇಕ್ಸ್‌ಪಿಯರ್ ಎರಡು ನಾಟಕಗಳ ಅಧ್ಯಯನ' ಇವರ ವಿಮರ್ಶಾ ಕೃತಿ. 'ನಡೆ-ನುಡಿ', 'ನಾಗರಿಕತೆ ಮತ್ತು ಅರಾಜಕತೆ' ಇತರ ಪ್ರಕಟಿತ ಕಾದಂಬರಿ. 'ಗ್ರಹಣ', 'ಕಾಲೇಜು ರಂಗ' ಹಾಗೂ 'ಕಥಾಸಂಗಮ'ದ 'ಹಂಗು' ಚಿತ್ರಗಳಲ್ಲಿ ಅಭಿನಯ. ಹವ್ಯಾಸಿ ರಂಗಭೂಮಿ ಕಲಾವಿದ. ಇದೀಗ ದೂರದರ್ಶನದಲ್ಲಿ ಬಿಡುವಿಲ್ಲದ ನಟ. ❍

ವಧುವಿನ ಪೋಷಾಕು

ಅಖ್ತರ್ಮೊಹಿ-ಉದ್-ದೀನ್ (1928–2001)

ಕಾಶ್ಮೀರದ ಪ್ರಸಿದ್ಧ ಲೇಖಕ. "ಸತ್ ಸಂಗಾರ್" ಸಣ್ಣ ಕಥಾಸಂಕಲನಕ್ಕೆ 1958ರ ಸಾಹಿತ್ಯ ಅಕಾಡೆಮಿ ಪ್ರಶಸ್ತಿ. ಕಾಶ್ಮೀರದಲ್ಲಿ ಪ್ರಕಟಿತವಾದ ಪ್ರಥಮ ಕಾದಂಬರಿಯೆಂದು ಹೇಳಲಾದ "ದಾದ್ ದಾಗ್" ಲೇಖಕ. ○

ಅನುವಾದಕರು

ಸಿ. ಸೀತಾರಾಮ್

1940ರಲ್ಲಿ ನಂಜನಗೂಡಿನಲ್ಲಿ ಜನನ. ಬಸವನಗುಡಿ ನ್ಯಾಷನಲ್ ಕಾಲೇಜಿನಲ್ಲಿ ಬಿ.ಎಸ್‌ಸಿ. ಪದವಿ. ಹಂಪಿ ಕನ್ನಡ ವಿಶ್ವವಿದ್ಯಾನಿಲಯದಿಂದ ಡಿ.ಲಿಟ್. ಪದವಿ. ಟೆಕ್ಸ್‌ಟೈಲ್ ಟೆಕ್ನಾಲಜಿಯಲ್ಲಿ ಡಿಪ್ಲೊಮ. ನಾಡಿನ ಹೆಸರಾಂತ ಪತ್ರಿಕೆಗಳಲ್ಲಿದ್ದು ಈಗ ನಿವೃತ್ತರು. ನಾಡಿನ ವಿವಿಧ ಪತ್ರಿಕೆಗಳಲ್ಲಿ ಸಾಕಷ್ಟು ಲೇಖನಗಳನ್ನು ಬರೆದಿದ್ದಾರೆ. 'ಮಿನುಗು ತಾರೆ ಕಲ್ಪನಾ', 'ಅಪ್ಪ ಚಿಕ್ಕವನಿದ್ದಾಗ' ಪುಸ್ತಕಗಳಲ್ಲದೆ ಲಘು ಹಾಸ್ಯ ಬರಹಗಳನ್ನೂ ಬರೆದಿದ್ದಾರೆ. ಚಲನಚಿತ್ರ ನಿರ್ದೇಶಕ ಎನ್. ಲಕ್ಷ್ಮಿನಾರಾಯಣ್ ಬಗ್ಗೆ ಪುಸ್ತಕವನ್ನು ಸಂಪಾದಿಸಿದ್ದಾರೆ. ಪತ್ರಕರ್ತರಾಗಿ ಹಲವು ದೇಶಗಳನ್ನು ಸುತ್ತಿ ಬಂದಿದ್ದಾರೆ. ವಿಯೆಟ್ನಾಮ್ ಸಮರದ ಬಗ್ಗೆ ಎರಡು ಕಿರುಹೊತ್ತಿಗೆಗಳೂ ಸೇರಿದಂತೆ ಸುಮಾರು 30 ಪುಸ್ತಕಗಳನ್ನು ಬರೆದಿದ್ದಾರೆ. ಅನೇಕ ಗೌರವ-ಪುರಸ್ಕಾರ ಗಳಿಗೆ ಇವರು ಪಾತ್ರರಾಗಿದ್ದಾರೆ. ○

ಹೆಣ್ಣು ಮತ್ತು ಮಧುಪಾತ್ರೆ

ಅಮೃತಾ ಪ್ರೀತಮ್ (1919–2005)

ಕವಯಿತ್ರಿ, ಕಾದಂಬರಿಗಾರ್ತಿ, ಸಣ್ಣ ಕತೆಗಾರ್ತಿ. ಐವತ್ತು ಪುಸ್ತಕಗಳು. 'ಸುನೆಹುರೆ' ಕಾವ್ಯ ಸಂಗ್ರಹಕ್ಕಾಗಿ ಸಾಹಿತ್ಯ ಅಕಾಡೆಮಿ ಪ್ರಶಸ್ತಿ. 1966 ರಿಂದ 'ನಾಗಮಣಿ' ಪಂಜಾಬಿ ಸಾಹಿತ್ಯ ಮಾಸಿಕದ ಸಂಪಾದಕಿ. 1969ರಲ್ಲಿ ಪದ್ಮಶ್ರೀ ಪ್ರಶಸ್ತಿ. 1973ರಲ್ಲಿ ದೆಹಲಿ ವಿಶ್ವವಿದ್ಯಾನಿಲಯದ ಗೌರವ ಡಾಕ್ಟರೇಟ್. 1980 ಬಲ್ಗೇರಿಯದ ಸಾಹಿತ್ಯ ಪ್ರಶಸ್ತಿ. ಹಲವು ಪುಸ್ತಕಗಳು ಭಾರತೀಯ ಹಾಗೂ ಹಲವು ವಿದೇಶಿ ಭಾಷೆಗಳಿಗೆ ಅನುವಾದಿತ. ಎರಡು ಕಾದಂಬರಿಗಳು ಹಿಂದಿಯಲ್ಲೂ ಒಂದು ಮಲಯಾಳಂನಲ್ಲೂ ಚಿತ್ರೀಕೃತ. 1982ರಲ್ಲಿ ಜ್ಞಾನಪೀಠ ಪ್ರಶಸ್ತಿ. 2004ರಲ್ಲಿ ಕೇಂದ್ರ ಸಾಹಿತ್ಯ ಅಕಾಡೆಮಿಯ ಫೆಲೋಶಿಪ್. ಇವರ ಆತ್ಮಕಥೆ "ರಶೀದಿ-ತಿಕೀಟ್" ಕನ್ನಡಕ್ಕೆ ಅನುವಾದವಾಗಿದೆ. ○

ಅನುವಾದಕರು

ಡಾ॥ ಪಂಚಾಕ್ಷರಿ ಹಿರೇಮಠ

ಜನನ 1933, ಕೊಪ್ಪಳ ಜಿಲ್ಲೆಯ ಬಿಸರಹಳ್ಳಿಯಲ್ಲಿ. 1959ರಲ್ಲಿ ಪ್ರಥಮ ಕವನ ಸಂಕಲನ 'ಚೈತ್ಯಾಕ್ಷಿ', 69ರಲ್ಲಿ ಪ್ರಥಮ ಕಥಾ ಸಂಕಲನ. ಸೋವಿಯೆತ್ ಲ್ಯಾಂಡ್ ಕನ್ನಡ ಆವೃತ್ತಿಯಲ್ಲಿ ರಷ್ಯನ್ ಕವಿತೆಗಳನ್ನು ಅನುವಾದಿಸಿದ್ದಾರೆ. ಅನೇಕ ಭಾಷೆಗಳ ಸಾಹಿತ್ಯವನ್ನು ಅನುವಾದಿಸಿದ್ದಾರೆ. ಹಲವು ಪ್ರಬಂಧಗಳು ಮತ್ತು ಜೀವನ ಚರಿತ್ರೆಗಳ ಪ್ರಕಟನೆ. ಧಾರವಾಡದ ಲೇಖಕರ ಸಂಘದ ಸಂಸ್ಥಾಪಕ ಸದಸ್ಯ. ಕರ್ನಾಟಕ ವಿಶ್ವವಿದ್ಯಾಲಯದ ಕನ್ನಡ ಅಧ್ಯಯನ ಪೀಠದಲ್ಲಿ ಬೇರೆ ಬೇರೆ ಹುದ್ದೆಗಳಲ್ಲಿದ್ದು ನಿವೃತ್ತರಾದರು. ಬಹುಭಾಷಾ ವಿಶಾರದರಾಗಿದ್ದು ರಾಷ್ಟ್ರೀಯ, ಅಂತರರಾಷ್ಟ್ರೀಯ ಸಮ್ಮೇಳನಗಳಲ್ಲಿ ಭಾಗವಹಿಸಿದ್ದಾರೆ. ❍

ಒಂದು ಪತ್ರ

ಧೂಮಕೇತು (ಗೌರಿಶಂಕರ ಗೋವರ್ಧನದಾಸ್ ಜೋಷಿ) (1892–1965)

ಗುಜರಾತಿ ಸಾಹಿತ್ಯ ಲೋಕದ ಗೌರವಾನ್ವಿತ ಹೆಸರು. ಪ್ರಮುಖ ಸಣ್ಣ ಕಥೆಗಾರ. 'ಚೌಳಾದೇವಿ' (ಕಾದಂಬರಿ), 'ಪಗದಂಡಿ' (ಪ್ರವಾಸ ಸಾಹಿತ್ಯ), 'ಜೀವನ್–ರಂಗ್' (ಆತ್ಮಕಥೆ), 'ಪಗೋಷ್ಠಿ' (ವಿಡಂಬನೆ), 'ವದಘ' (ನಾಟಕ), 'ಹೇಮಿಚಂದ್ರಾಚಾರ್ಯ' (ಜೀವನ ಚಿತ್ರಗಳು) ಹಾಗೂ ನಾಲ್ಕು ಸಣ್ಣ ಕಥಾ ಸಂಪುಟಗಳಾದ 'ತಂಖಾ' ಸೇರಿದಂತೆ 45ಕ್ಕೂ ಹೆಚ್ಚು ಕೃತಿಗಳು. ❍

ಅನುವಾದಕರು

ರಾಜ್ಯಶ್ರೀ ಗರುಡನಗಿರಿ

ಜನನ 1957, ಶಿವಮೊಗ್ಗ ಜಿಲ್ಲೆಯ ಹುಮಚದ ಕಟ್ಟೆಯಲ್ಲಿ. ವಿಜ್ಞಾನದಲ್ಲಿ ಪದವಿ. ಸಂಸ್ಕೃತದಲ್ಲಿ ಸ್ನಾತಕೋತ್ತರ ಪದವಿ. ಕೆನರಾ ಬ್ಯಾಂಕ್ ಸೇವೆಯಿಂದ ಸ್ವಯಂ ನಿವೃತ್ತಿ ಹೊಂದಿ, ಇದೀಗ ಸಮಾಜ ಸೇವೆ. ಕೆನರಾ ಬ್ಯಾಂಕ್‌ನ ಅಂಗಸಂಸ್ಥೆಯಾದ ವೆಲ್‌ಫೇರ್ ಸೊಸೈಟಿ ಆಶ್ರಯದ ಮಾತೃ ಛಾಯಾದಲ್ಲಿ ಗೌರವ ಸ್ವಯಂ ಸೇವಕಿ. ಕೌಟುಂಬಿಕ ಸಲಹೆ, ಬ್ರೈಲ್ ಲಿಪಿ ತರ್ಜುಮೆ ಕ್ಷೇತ್ರದಲ್ಲಿ ಪರಿಣತಿ ಹೊಂದಿದ್ದು, ಅಂಧರಿಗೆ ಅನುಕೂಲ ವಾಗುವಂತೆ ನಿಘಂಟು, ಪುಸ್ತಕಗಳನ್ನು ತಂದಿದ್ದಾರೆ. ಕನ್ನಡ–ಇಂಗ್ಲಿಷ್‌ನಲ್ಲಿ ಬ್ರೈಲ್ ಲಿಪಿಯ ತರ್ಜುಮೆ ಮಾಡಿ ಸಂಘಸಂಸ್ಥೆಗಳಿಗೆ ನೀಡಿ ನೆರವಾಗಿದ್ದಾರೆ. ಇಂಗ್ಲೆಂಡ್–ಹಾಲೆಂಡ್ ಸೇರಿದಂತೆ ಕೆಲವು ವಿದೇಶಗಳಿಗೆ ಭೇಟಿ ನೀಡಿ ಅಲ್ಲಿನ ಶಾಲಾಕಾಲೇಜುಗಳ ಬಗ್ಗೆ ಅಭ್ಯಾಸ–ಅಧ್ಯಯನ ಮಾಡಿದ್ದಾರೆ. ❍

ಬರಬಾದ್ಯ ಕಂಚಾರಿ

ಅಣ್ಣಾಭಾವು ಸಾತೆ (1920–1969)

ಮಹಾರಾಷ್ಟ್ರದ ಸತಾರದಲ್ಲಿ ಜನನ. ದಲಿತ ಕುಟುಂಬ. ಉದ್ಯೋಗದ ಅನ್ವೇಷಣೆಗಾಗಿ ಮುಂಬೈಗೆ ಪ್ರಯಾಣ. ಕಮ್ಯೂನಿಸ್ಟ್ ಪಕ್ಷದ ಸದಸ್ಯ. ಗಾಯಕ ಅಮರಷೇಖರ ನಿಕಟವರ್ತಿ. ❍

ಅನುವಾದಕರು

ವೆಂ. ಮು. ಜೋಶಿ (1926–1988)

ದ್ವಿತೀಯ ವಿಶ್ವಸಮರದಲ್ಲಿ ಯೋಧನಾಗಿ ಮಲೇಶಿಯ, ಸಿಂಗಾಪುರ ಪ್ರವಾಸ. ಅನಂತರ ಸೈನಿಕ ಜೀವನದ ಅನುಭವದ ಮೇಲೆ ಕಥೆ, ಕಾದಂಬರಿಗಳು. 'ಹೊಸ ಬೆಳಕು' ಕಥಾಸಂಗ್ರಹಕ್ಕೆ 1956ರಲ್ಲಿ ಮುಂಬೈ ಸರ್ಕಾರದ ಪ್ರಶಸ್ತಿ. ಪ್ರವಾಸ ಕಥನ, ಜೀವನ ವೃತ್ತ, ನಾಟಕಾನುವಾದವೂ ಸೇರಿದಂತೆ ಒಟ್ಟು 23 ಕೃತಿಗಳು. ಹಲವು ನಾಟಕಗಳಲ್ಲಿ ಹಾಗೂ ಚಲನಚಿತ್ರದಲ್ಲಿ ಅಭಿನಯ. ಕರ್ನಾಟಕ ಸರ್ಕಾರದ ಕನ್ನಡ ಮತ್ತು ಸಂಸ್ಕೃತಿ ಇಲಾಖೆಯ ನಿವೃತ್ತ ಜಂಟಿ ನಿರ್ದೇಶಕರು. ❍

ಹೂವೊಂದು ಅರಳಿತು

ಚಲಂ (ಗುಡಿಪಾಟಿ ವೆಂಕಟಾಚಲಂ) (1894–1979)

ಶಿಕ್ಷಣ ಇಲಾಖೆಯಲ್ಲಿ 30 ವರ್ಷ ಸೇವೆ. ಇನ್ಸ್‌ಪೆಕ್ಟರ್ ಆಗಿ ನಿವೃತ್ತಿ. ಕಥೆಗಾರ, ಕಾದಂಬರಿಕಾರ, ನಾಟಕಕಾರ, ಪ್ರಬಂಧಕಾರ. ಹೆಣ್ಣಿನ ಶೋಷಣೆ ಮುಖ್ಯ ವಸ್ತು, 'ಶಶಾಂಕ' ಮತ್ತು 'ಪುರೂರವ' ನಾಟಕಗಳು ಅತ್ಯಂತ ಜನಪ್ರಿಯ. ತೆಲುಗಿಗೆ ಠಾಕೂರರ 'ಗೀತಾಂಜಲಿ' ಅನುವಾದ, ನಿವೃತ್ತಿಯ ನಂತರ ಅರುಣಾಚಲದ ರಮಣಮಹರ್ಷಿ ಆಶ್ರಮದಲ್ಲಿ ವಾಸ, ಅಲ್ಲೇ ಮರಣ. ❍

ಅನುವಾದಕರು

ವಾಸುದೇವ (ಕಾರಹಳ್ಳಿ ವಾಸುದೇವರಾವ್)

ಜನನ 1912, ಕೋಲಾರ ತಾಲ್ಲೂಕಿನ ಶಾನುಭೋಗನ ಹಳ್ಳಿಯಲ್ಲಿ. 1930 ರಲ್ಲಿ ಕಾಲೇಜಿನಲ್ಲಿದ್ದಾಗ ಸ್ವಾತಂತ್ರ್ಯಸಂಗ್ರಾಮಕ್ಕಾಗಿ ವಿದ್ಯಾಭ್ಯಾಸಕ್ಕೆ ಶರಣು. ಸೇವಾದಳದ ಸ್ವಯಂಸೇವಕ. ಸೋಲಾಪುರದ ಧ್ವಜಸತ್ಯಾಗ್ರಹದಲ್ಲಿ ಭಾಗಿ. ಸ್ವಲ್ಪ ಕಾಲ ಬೆಂಗಳೂರಿನ ಖಾದಿ ವಸ್ತ್ರಾಲಯದಲ್ಲಿ ದುಡಿಮೆ. 1955ರಲ್ಲಿ ಮದರಾಸಿನಲ್ಲಿ ಸೋವಿಯತ್ ದೂತಾವಾಸದ ಪ್ರಸಾರ ಶಾಖೆ ಸೇರಿದ ಮೇಲೆ ಕನ್ನಡದಲ್ಲಿ ವಾರ್ತಾಪತ್ರದ ಪ್ರಥಮ ಸಂಪಾದಕ. ಪತ್ರಿಕೆಗಳಲ್ಲಿ ಸಮಾಜವಾದಿ ಜಗತ್ತಿನ ಬಗ್ಗೆ ಲೇಖನಗಳು, ಕಥೆಗಳು ಇತ್ಯಾದಿ. ❍

ಹಗಲು ಹೊತ್ತಿನ ಒಂದು ಪ್ಯಾಸೆಂಜರ್ ಗಾಡಿಯಲ್ಲಿ

ಜಯಕಾಂತನ್

ಜನನ 1934. ತಮಿಳು ಬರಹಗಾರ. ಆರಂಭದಲ್ಲಿ ಮಾರ್ಕ್ಸ್‌ವಾದದ ಪ್ರಭಾವ. ಅನಂತರವೂ ದೀನದಲಿತರ ಹೋರಾಟಗಳತ್ತ ಒಲವು. ಸರಳ, ಸ್ಪಷ್ಟ ಹಾಗೂ ಪ್ರಭಾವಶಾಲಿ ಶೈಲಿ. ತಮಿಳುನಾಡಿನಲ್ಲಿನ ಪಟ್ಟಣಗಳ ಮಧ್ಯಮ ವರ್ಗದ ನೌಕರರ ಜೀವನದ ನಿರೂಪಣೆ ಕಥೆಗಳು: 'ಆಣುಮ್ ಪೆಣ್ಣುಮ್', 'ಉದಯಮ್', 'ಯುಗಕಾಂತಿ', ಕಾದಂಬರಿಗಳು: 'ವಲಕ್ಕೈ ಅಳೈಕಿರದು', 'ಪರಿಸು ಕುಪ್ಪೊ'. ಇವರ ಕಥೆಗಳು ರಷ್ಯನ್‌ನಲ್ಲಿ ಹಾಗೂ ಕನ್ನಡ ಭಾಷೆಯಲ್ಲಿ ಪ್ರಕಟವಾಗಿದೆ. 2009ರಲ್ಲಿ ಪದ್ಮಭೂಷಣ ಪ್ರಶಸ್ತಿ ನೀಡಲಾಗಿವೆ. ❍

ಅನುವಾದಕರು

ಪರಂಜ್ಯೋತಿ (ಕೆ. ಪಿ. ಸ್ವಾಮಿ)

ನೀಲಗಿರಿಯ ಕೋರಕುಂದ ಎಸ್ಟೇಟ್‌ನಲ್ಲಿ 1936ರಲ್ಲಿ ಜನನ. ಪುತ್ತೂರಿನ 'ಇಂದ್ರಧನುಸ್'ನಲ್ಲಿ ಹಾಗೂ 'ಪ್ರಪಂಚ'ದ ಬೆಂಗಳೂರಿನ ಆವೃತ್ತಿಯಲ್ಲಿ ಸ್ವಲ್ಪ ಕಾಲ ಸಂಪಾದಕ ವರ್ಗದಲ್ಲಿ ಕೆಲಸ. ತಮಿಳಿನಿಂದ ಕೆಲವು ಕಥೆಗಳು, ಒಂದು ಆತ್ಮಕಥನ ಹಾಗೂ ಮೋಟಾರ್‌ಕಾರ್ ಮೆಕಾನಿಸಂಗೆ ಸಂಬಂಧಿಸಿದ ಕೃತಿಗಳ ಅನುವಾದ. ಅನೇಕ ಕಥಾಸಂಕಲನಗಳು ಮತ್ತು ಒಂದು ಕಾದಂಬರಿ (ಒಲವು ಚೆಲುವಲ್ಲ) ಪ್ರಕಟವಾಗಿವೆ. 'ಕೊಂಪೆ' ಮತ್ತು 'ಬದುಕು' ಎಂಬ ಇವರ ಇತರ ಎರಡು ಕಾದಂಬರಿಗಳು 'ಕರ್ಮವೀರ' ವಾರಪತ್ರಿಕೆಯಲ್ಲೂ 'ಕನ್ನಡಪ್ರಭ'ದಲ್ಲೂ ಧಾರಾವಾಹಿಯಾಗಿ ಬೆಳಕು ಕಂಡಿವೆ. ನವಕರ್ನಾಟಕ ಪ್ರಕಾಶನದಲ್ಲಿ ಪ್ರಕಾಶನ ವಿಭಾಗದಲ್ಲಿ ಸೇವೆಯಲ್ಲಿರುವ ಇವರು 'ಹೊಸತು' ಮಾಸ ಪತ್ರಿಕೆಯ ಸಹ ಸಂಪಾದಕರು. ಪತ್ರಿಕೆಗಳಲ್ಲಿ ಉತ್ತಮ ಲೇಖನಗಳನ್ನು ಬರೆಯುವ ಇವರು ಅತ್ಯುತ್ತಮ ಛಾಯಾಗ್ರಾಹಕರೂ ಹೌದು. ❍

ಕುರುಡನ ಸಂತೃಪ್ತಿ

ತಗಳಿ ಶಿವಶಂಕರ ಪಿಳ್ಳೈ (1914–1999)

ಮಲಯಾಳಂ ಭಾಷೆಯಲ್ಲಿ ಕಾದಂಬರಿಕಾರ. ನ್ಯಾಯಶಾಸ್ತ್ರದ ಅಧ್ಯಯನ. ಪ್ರಗತಿಶೀಲ ಬರಹಗಾರರ ಸಂಘದ ಮೊದಲ ಸದಸ್ಯರಲ್ಲೊಬ್ಬರು. ಕೇರಳದ ದಲಿತ ವರ್ಗದ ಬಗ್ಗೆ ಬರಹಗಳು. 'ತೋಟ್ಟಿಯುಡೆ ಮಗನ್', ಜಾಡಮಾಲಿಗಳ ಮೂರು ಪೀಳಿಗೆಯ ಬಗ್ಗೆ ಕೃತಿ. 'ರತಿ ಕಣ್ಣಾಯಿ' ಕೃಷಿಕಾರ್ಮಿಕರ ಶ್ರಮ ಜೀವನದ ನೋಟ. ಚಿತ್ರೀಕೃತವಾದ 'ಚೆಮ್ಮೀನ್', ಕೇರಳ ಕಡಲತೀರದ ಬಡಬೆಸ್ತರನ್ನು ಕುರಿತದ್ದು. 'ಏಣಿಪಡಿಗಳ್', ಕೇರಳದ ಸಂಕೀರ್ಣ ರಾಜಕೀಯ ಪರಿಸ್ಥಿತಿಯ ನಿರೂಪಣೆ. ನಲವತ್ತಕ್ಕೂ ಹೆಚ್ಚು ಕೃತಿಗಳು. ಇವರ ಕೃತಿಗಳು ದೇಶೀಯ–ವಿದೇಶಿಯ ಭಾಷೆಗಳಿಗೆ

ಅನುವಾದಿತ. 1984ರಲ್ಲಿ ಜ್ಞಾನಪೀಠ ಪ್ರಶಸ್ತಿ. ಇವರ ಕೆಲವು ಕೃತಿಗಳು ಕನ್ನಡದಲ್ಲೂ ಬಂದಿವೆ. ❍

ಅನುವಾದಕರು

ಡಾ॥ ಬಿ. ಕೆ. ತಿಮ್ಮಪ್ಪ

ಹಾಸನ ಜಿಲ್ಲೆಯ ಅರಕಲಗೂಡು ತಾಲ್ಲೂಕಿನ ಬನ್ನೂರಿನಲ್ಲಿ ಜನನ. ಕನ್ನಡದಲ್ಲಿ ಎಂ.ಎ., ಪಿಎಚ್.ಡಿ. 1962ರಿಂದ ಕಾಸರಗೋಡಿನ ಸರಕಾರಿ ಕಾಲೇಜಿನಲ್ಲಿ ಕನ್ನಡ ಪ್ರಾಧ್ಯಾಪಕರಾಗಿ ವೃತ್ತಿ ಆರಂಭಿಸಿ, ಪ್ರಿನ್ಸಿಪಾಲರಾಗಿ, ಮುಂದೆ ನಿವೃತ್ತರಾದರು. ಮಲೆಯಾಳಂನಿಂದ ಎಂಟು ಕಾದಂಬರಿಗಳು, ಹನ್ನೆರಡು ಏಕಾಂಕಗಳು, ಕುಂಜನ್ ನಂಬಿಯಾರರ ಕಾವ್ಯ ಹಾಗೂ ಮೂರು ವ್ಯಾಕರಣ ಪುಸ್ತಕಗಳ ಅನುವಾದ.

ಸುಳ್ಳುಗಾರ

ಮುಲ್ಕ್‌ರಾಜ್ ಆನಂದ್ (1905–2004)

ಅಂತರರಾಷ್ಟ್ರೀಯ ಖ್ಯಾತಿಯ ಮಾನವತಾವಾದಿ ಚಿಂತಕ, ಕಾದಂಬರಿಕಾರ, ಪ್ರಬಂಧಕಾರ. ಜಿನೀವದ ಅಂತರರಾಷ್ಟ್ರೀಯ ಸಹಕಾರ ಶಾಲೆ ಮತ್ತು ಲಂಡನ್ನಿನ ಕಾರ್ಮಿಕರ ಶಿಕ್ಷಣ ಸಂಘದಲ್ಲಿ ಸ್ವಲ್ಪ ಕಾಲ ಅಧ್ಯಾಪಕ ವೃತ್ತಿ. ಅನಂತರ ಪಂಜಾಬ್ ವಿಶ್ವವಿದ್ಯಾನಿಲಯದಲ್ಲಿ ಲಲಿತಕಲಾ ವಿಭಾಗದ ಠಾಕೂರ್ ಪೀಠದ ಪ್ರಾಚಾರ್ಯ ಹಾಗೂ ಲಲಿತ ಕಲಾ ಅಕಾಡೆಮಿ ಮತ್ತು ರಾಷ್ಟ್ರೀಯ ಕಲಾ ಅಕಾಡೆಮಿ ಅಧ್ಯಕ್ಷ. ಕಾದಂಬರಿಗಳಲ್ಲದೆ, 'ಹಿಂದೂ ವ್ಯೂ ಆಫ್ ಆರ್ಟ್', 'ಪರ್ಷಿಯನ್ ಪೈಂಟಿಂಗ್', 'ಕಾಮ ಕಲಾ', 'ಸೆವೆನ್ ಲಿಟಲ್ ನೋನ್ ಬರ್ಡ್ಸ್ ಆಫ್ ದಿ ಇನ್ನರ್ ಐ ಆರ್ ಹೌ ಟು ಟೇಸ್ಟ್ ಎ ಪಿಕ್ಚರ್' ಪುಸ್ತಕಗಳು ಪ್ರಕಟ. ಕೆಲ ಕೃತಿಗಳು ರಷ್ಯನ್ ಮತ್ತಿತರ ಭಾಷೆಗಳಿಗೆ ತರ್ಜುಮೆಯಾಗಿವೆ. 1968ರಲ್ಲಿ ಸಾಹಿತ್ಯ ಅಕಾಡೆಮಿ ಪ್ರಶಸ್ತಿ. ❍

ಅನುವಾದಕರು

ಡಾ॥ ಬಿ. ವಿ. ವೈಕುಂಠರಾಜು (1937–2010)

ಜನನ ಚಿತ್ರದುರ್ಗದ ಗುಡ್ಡದ ರಂಗಪ್ಪನ ಹಳ್ಳಿಯಲ್ಲಿ. ತುಮಕೂರಿನಲ್ಲಿ ಕನ್ನಡ ಅಧ್ಯಾಪಕನಾಗಿ ವೃತ್ತಿ ಜೀವನ ಆರಂಭ. 1962–64 'ತಾಯಿನಾಡು', 1964ರಿಂದ 'ಪ್ರಜಾವಾಣಿ'ಯಲ್ಲಿ ಉದ್ಯೋಗ. ಅದರ ಸಾಪ್ತಾಹಿಕ ಪುರವಣಿಯ ಸಂಪಾದಕ. ಅನಂತರ ಸ್ವಂತವಾಗಿ 'ವಾರಪತ್ರಿಕೆ' ಮತ್ತು ಇನ್ನೆರಡು ಪತ್ರಿಕೆಗಳ ಸ್ಥಾಪಕ ಸಂಪಾದಕ. ಕರ್ನಾಟಕ ಕಾರ್ಯನಿರತ ಪತ್ರಕರ್ತರ ಸಂಘದಲ್ಲಿ ಒಂದು ಅವಧಿಗೆ ಪ್ರಧಾನ ಕಾರ್ಯದರ್ಶಿ, ಎರಡು

ಅವಧಿಗೆ ಅಧ್ಯಕ್ಷರಾಗಿದ್ದರು. ಕಾದಂಬರಿಗಳು : ಅಂತ್ಯ, ಆಕ್ರಮಣ, ಉದ್ಭವ, ಪರ್ಯಟನ. ವಿಮರ್ಶೆ: ಸ್ಪಂದನ. ವ್ಯಕ್ತಿಚಿತ್ರ : ಸಪ್ತಶೃಂಗ. ಜೀವನ ಚರಿತ್ರೆ : ಟೀಯೆಸ್ಸಾರ್, ಗುಬ್ಬಿ ವೀರಣ್ಣ, ಡಿ.ಎಲ್. ನರಸಿಂಹಾಚಾರ್. ನಾಟಕ: ಸಂದರ್ಭ, ಸನ್ನಿವೇಶ. 'ಉದ್ಭವ' ಕಾದಂಬರಿಗೆ ವರ್ಧಮಾನ ಪ್ರಶಸ್ತಿ. ಪತ್ರಿಕೋದ್ಯಮದಲ್ಲಿ ಸೇವೆಗೆ ಟಿಯೆಸ್ಸಾರ್ ಪ್ರಶಸ್ತಿ. ❍

ಹುತಾತ್ಮರನು ಮಾಡಿ..

ಸಾದತ್ ಹಸನ್ ಮಂಟೊ (1912–1955)

ಜಲಂಧರ್‌ನಲ್ಲಿ ಜನನ. ಉರ್ದು ಗದ್ಯ ಬರಹಗಾರ, ನಾಟಕಕಾರ. ಮೊದಲ ಸಣ್ಣ ಕಥೆಗಳಲ್ಲಿ ಭಾರತದ ಮಧ್ಯಮ ವರ್ಗದವರ ಬೂಟಾಟಿಕೆ ಜೀವನದ ನಿರೂಪಣೆ. ನಗರಗಳಲ್ಲಿನ ಗುಪ್ತಗಾಮಿ ಅಪರಾಧಿ ವರ್ಗದವರದೇ ಹೆಚ್ಚಿನ ಪಾತ್ರಗಳು. ಅಲಿಘರ್‌ನಲ್ಲಿ ಶಿಕ್ಷಣದ ನಂತರ ಸರ್ಕಾರಿ ಸೇವೆ, ಅಮೃತಸರದಲ್ಲಿ. ಅನಂತರ ಮುಂಬೈ ಚಿತ್ರೋದ್ಯಮ ಪ್ರವೇಶ. 1947ರಲ್ಲಿ ಪಾಕಿಸ್ತಾನಕ್ಕೆ ವಲಸೆ. ಆಗಿಂದಾಗ್ಗೆ ಮಾನಸಿಕ ಅಸ್ವಾಸ್ಥ್ಯ, ಕೊನೆಗೆ ಮದ್ಯವ್ಯಸನದಿಂದ ಮೃತ್ಯು. ಇವರ 'ದೇಶ ವಿಭಜನೆಯ ಕಥೆಗಳು' ಕನ್ನಡದಲ್ಲಿ ನವಕರ್ನಾಟಕ ಪ್ರಕಾಶನದಿಂದ ಪ್ರಕಟಗೊಂಡಿದೆ. ❍

ಅನುವಾದಕರು

ಸೂ. ರಮಾಕಾಂತ (1943–2000)

ಚಾಮರಾಜನಗರ ತಾಲ್ಲೂಕು ಹನಹಳ್ಳಿಯಲ್ಲಿ ಜನನ. ಅರುಣ, ಉದಯವಾಣಿ, ಸಂಯುಕ್ತ ಕರ್ನಾಟಕ, ಚಿತ್ರಮಾಲಾ ಪತ್ರಿಕೆಗಳ ಪ್ರತಿನಿಧಿ. 'ಕನ್ನಡಪ್ರಭ' ಪತ್ರಿಕೆಯಲ್ಲಿ, ನಂತರ 'ವಿಜಯ ಕರ್ನಾಟಕ'ದಲ್ಲಿ ಉನ್ನತ ಹುದ್ದೆಯಲ್ಲಿ ಕೆಲಸ. 'ಸಿನೆರಮಾ', 'ರೂಪಶಿಲ್ಪಿ', 'ಬೆಳ್ಳಿತೆರೆ' ಚಲನಚಿತ್ರ ಪತ್ರಿಕೆಗಳಿಗೆ ಸಲಹಾ ಸೇವೆ. 1970ರಲ್ಲಿ 'ಅಸಹಜ' ಕಥಾಸಂಕಲನ ಪ್ರಕಟಣೆ. 'ಸಾವಿತ್ರಿ' ಚಲನಚಿತ್ರಕ್ಕೆ ಸಹನಿರ್ದೇಶನ. 'ಮಂಥನ' ಚಲನಚಿತ್ರ ಸಂಘದ ಸ್ಥಾಪಕ-ಸಹ ಕಾರ್ಯದರ್ಶಿ. ❍

ಗ್ಯಾಟೋ

ಅಶ್ಫಖ್ ಅಹ್ಮದ್ (1925–2004)

ಖ್ಯಾತ ಕಥೆಗಾರ, ನಾಟಕಕಾರ, ಚಿಂತಕ, ಆಧ್ಯಾತ್ಮವಾದಿ. ಲಂಡನ್ನಿನಲ್ಲಿ ವಾಸವಾಗಿದ್ದರು. ❍

ಅನುವಾದಕರು

ಎಂ. ಎಸ್. ಶ್ರೀಹರ್ಷ

ತುಮಕೂರು ಜಿಲ್ಲೆಯ ಸಿರಾದಲ್ಲಿ 1949ರಲ್ಲಿ ಜನನ. 1970ರಲ್ಲಿ 'ಉದಯ ವಾಣಿ'ಯಲ್ಲಿ ಅನಂತರ 'ಜ್ಞಾನ ಗಂಗೋತ್ರಿ' ಕಿರಿಯರ ವಿಶ್ವಕೋಶದಲ್ಲಿ, 1973ರಿಂದ 'ಕನ್ನಡಪ್ರಭ'ದಲ್ಲಿ ಉಪಸಂಪಾದಕ ರಾಗಿದ್ದರು. 'ಕರ್ನಾಟಕದಲ್ಲಿ ಸಮಾಜ ಕಲ್ಯಾಣ', 'ಪಂಜಾಬಿನ ಜನಪದ ಕಥೆಗಳು' ಮತ್ತು 'ದೇವುಡು ನರಸಿಂಹಶಾಸ್ತ್ರಿ', ಕೃತಿಗಳು. ❍

ಜಲರೇಖೆ

ಸೆಲೀನಾ ಹುಸೇನ್

ಜನನ 1947, ರಾಜ್‌ಷಾಹಿಯಲ್ಲಿ. ಎರಡು ಕಥಾ ಸಂಗ್ರಹ ಮತ್ತು ಆರು ಕಾದಂಬರಿಗಳು. 'ಯುನೆಸ್ಕೊ'ವತಿಯ 'ಏಷ್ಯದ ಸಣ್ಣ ಕಥೆಗಳು' ಸಂಗ್ರಹದ ಸಹ ಅನುವಾದಕಿ. ಬಾಂಗ್ಲಾದೇಶದ ಸ್ವಾತಂತ್ರ್ಯ ಯೋಧ ಹಾಗೂ ಸಾಹಿತಿ ಷಹೀದ್ ಸಬರ್ ಅವರ ಸಂಪೂರ್ಣ ಕೃತಿಗಳ ಸಂಪಾದಕಿ. 1969ರಲ್ಲಿ ಆಗಿನ ಪೂರ್ವ ಪಾಕಿಸ್ತಾನದ ಸಣ್ಣ ಕಥೆಗಳ ಬಗ್ಗೆ ಸಂಶೋಧನಾ ಪ್ರಬಂಧಕ್ಕಾಗಿ ಸ್ವರ್ಣಪದಕ. 1980ರಲ್ಲಿ ಬಾಂಗ್ಲಾ ಸಾಹಿತ್ಯ ಅಕಾಡೆಮಿಯ ಪ್ರಶಸ್ತಿ. 1981ರಲ್ಲಿ ಕಾದಂಬರಿಗಾಗಿ ಅಲವಾಲ್ ಸಾಹಿತ್ಯ ಪ್ರಶಸ್ತಿ. 1974ರಲ್ಲಿ ರಷ್ಯದಲ್ಲಿ ಪ್ರಕಟವಾದ "ಬಾಂಗ್ಲಾ ದೇಶದ ಸಣ್ಣ ಕಥೆಗಳು" ಸಂಗ್ರಹಕ್ಕೆ ಒಂದು ಕಥೆಯ ಆಯ್ಕೆ. 2010ರಲ್ಲಿ ಕೋಲ್ಕತ್ತಾದ ರಬೀಂದ್ರ ಭಾರತಿ ವಿಶ್ವವಿದ್ಯಾನಿಲಯದಿಂದ ಡಿ.ಲಿಟ್. ಪದವಿ. ❍

ಅನುವಾದಕರು

ಅಹೋಬಲ ಶಂಕರ

ಮುಂಬಯಿಯ 'ಫ್ರೀ ಪ್ರೆಸ್ ಜರ್ನಲ್' ಪತ್ರಿಕೆಯ ನಿವೃತ್ತ ಸುದ್ದಿ ಸಂಪಾದಕ. ರವೀಂದ್ರನಾಥ ಠಾಕೂರರ ಹೆಚ್ಚಿನ ಕಾದಂಬರಿಗಳನ್ನು ಇವರು ಮೂಲ ಬಂಗಾಳಿಯಿಂದ ಕನ್ನಡಕ್ಕೆ ಅನುವಾದಿಸಿದ್ದಾರೆ. ❍

ಬುಡಕಿತ್ತ ಗಿಡ

ಗುಣದಾಸ ಅಮರಸೇಕರ (1861–1941)

ಶ್ರೀಲಂಕಾದ ಆಧುನಿಕ ಸಾಹಿತ್ಯದ ಖ್ಯಾತ ಬರಹಗಾರ. ಜನಜೀವನದಿಂದ ಆಯ್ದ ಕುತೂಹಲಕರ ಸಂಗತಿಗಳ ಬಗ್ಗೆ ಸಣ್ಣ ಕಥೆಗಳ ಬರವಣಿಗೆ. ❍

ಅನುವಾದಕರು

ಕೆ. ಸತ್ಯನಾರಾಯಣ

1936ರಲ್ಲಿ ಬೆಂಗಳೂರಿನಲ್ಲಿ ಜನನ. 1956ರಲ್ಲಿ ಮದರಾಸಿನ ಇಂಗ್ಲಿಷ್ ಸಾಪ್ತಾಹಿಕ 'ಸ್ವತಂತ್ರ'ದಲ್ಲಿ ಪತ್ರಿಕೋದ್ಯಮಕ್ಕೆ ಪದಾರ್ಪಣೆ. 1957ರಲ್ಲಿ ಬೆಂಗಳೂರಿನಲ್ಲಿ 'ತಾಯಿನಾಡು' ಸೇರಿ ಅನಂತರ 'ಇಂಡಿಯನ್ ಎಕ್ಸ್‌ಪ್ರೆಸ್'ನಲ್ಲಿ ಕೆಲಸ. 'ಕನ್ನಡಪ್ರಭ'ದಲ್ಲಿ ಪ್ರಧಾನ ವರದಿಗಾರ, ನಂತರ ಸಂಪಾದಕ, ಈಗ ಅಂಕಣಕಾರರಾಗಿ 55 ವರ್ಷಗಳ ನಿರಂತರ ಸೇವೆ. ಪ್ರಗತಿಪರ ಚಿಂತನೆಗಳ ಬಗ್ಗೆ ಆಸಕ್ತಿ. ಕನ್ನಡ ಪತ್ರಿಕೋದ್ಯಮದ ಪ್ರಮುಖ ರಾಜಕೀಯ ವಿಶ್ಲೇಷಕ. ಟೀಎಸ್ಸಾರ್ ಪ್ರಶಸ್ತಿ, ಪತ್ರಿಕಾ ಅಕಾಡೆಮಿ ಪ್ರಶಸ್ತಿ, ರಾಜ್ಯೋತ್ಸವ ಪ್ರಶಸ್ತಿ, ಖಾದ್ರಿ ಶಾಮಣ್ಣ ಪ್ರಶಸ್ತಿ ಸೇರಿದಂತೆ ಇನ್ನಿತರ ಗೌರವ. ○

ಹುಲ್ಲುಬೆಂಕಿ

ಗುರುಪ್ರಸಾದ ಮೈನಾಲಿ (1900–1971)

ಪೂರ್ವ ನೇಪಾಳದ ಗ್ರಾಮವೊಂದರಲ್ಲಿ ಜನನ. ಸರ್ಕಾರಿ ಸೇವೆಯಲ್ಲಿ ಬಹುಪಾಲು ಜೀವನ. 1935ರ ನಂತರ 'ಶಾರದಾ' ಸಾಹಿತ್ಯ ಪತ್ರಿಕೆಯಲ್ಲಿ ಸಣ್ಣ ಕಥೆಗಳ ಪ್ರಕಟಣೆ. ಅನಂತರ 1963ರಲ್ಲಿ 'ನಾಸೊ' ಎಂಬ ಹೆಸರಿನಲ್ಲಿ ಸಂಗ್ರಹ. ಪ್ರಕಾಶಿತ ಪುಸ್ತಕ ಇದೊಂದೆ. ಆರಂಭದಲ್ಲಿ ಹಿಂದಿ ಬರಹಗಾರರಿಂದ ಪ್ರಭಾವಿತ. ಅನಂತರ ಯೂರೋಪಿನ ಸಣ್ಣ ಕಥೆಗಳ ಪ್ರೇರಣೆ. ○

ಅನುವಾದಕರು

ಶಾ. ಬಾಲುರಾವ್

(ನೋಡಿ : ಪುಟ 243, ಲೇ : ಹೆಣದ ಬಟ್ಟೆ) ○

ಅವನ ಹೆಂಡತಿ

ಜಾಗ್ಯೀ (ಉ ಥೀಯೆನ್ ಹಾನ್) (1907–1990)

ಜನನ ಜಾಪೌನ್‌ನಲ್ಲಿ. ಕವಿ, ಲೇಖಕ, ನಾಟಕಕಾರ, ಭಾಷಾಂತರಕಾರ, ಸಾಹಿತ್ಯ ವಿಮರ್ಶಕ. ರಂಗೂನಿನ ವಿಶ್ವವಿದ್ಯಾನಿಲಯಗಳ ಗ್ರಂಥಪಾಲಕ. ಕವನ: 'ಪಿತೌಕ್ ಪಾನ್' (1929), ಕಥೆ: 'ಪುಗಾಮ್ ಝ್ಯು', ನಾಟಕ: 'ಶ್ವೆ ಮೌನ್ ಥಾಮ್', ಸಂಗ್ರಹ: 'ಖಿತ್ಸಾಮ್ ಕಬ್ಜಾಮ್ಜಾ', ಸಣ್ಣ ಕಥಾಸಂಗ್ರಹ: ಖಿತ್ಸಾಮ್ ಪೌಂಪಿಯನ್ ಮ್ಜಾ', ಬರ್ಮಿ ಸಾಹಿತ್ಯ ಚರಿತ್ರೆಯನ್ನೂ ಬರೆದಿದ್ದಾರೆ. 1979 ಮತ್ತು 1987ರಲ್ಲಿ ರಾಷ್ಟ್ರೀಯ ಸಾಹಿತ್ಯ ಪುರಸ್ಕಾರ. ○